സുൽത്താന രാജകുമാരി

കണ്ണുനീരിനിയും ബാക്കിയുണ്ട്

ജീൻ സാസ്സൺ

അനുഭവം

സുൽത്താന രാജകുമാരി
കണ്ണുനീരിനിയും ബാക്കിയുണ്ട്

ജീൻ സാസ്സൺ

വിവർത്തനം
സുരേഷ് എം.ജി.

ഗ്രീൻ ബുക്സ്

green books private limited
gb building, civil lane road, ayyanthole,
thrissur- 680 003, kerala, ph: +91 487-2381066, 2381039
website: www.greenbooksindia.com
e-mail: info@greenbooksindia.com

malayalam
sulthana rajakumari
kannuneeriniyum bakkiyundu
experience
by
jean sasson

translated by
suresh m.g.

first published september 2017

first published as princess more tears to cry
by transworld publishers,
a division of the random house group ltd.

cover design : rajesh chalode
cover image : istockphoto

branches:
thrissur 0487-2422515
palakkad 0491-2546162
thiruvananthapuram 0471-2335301
calicut 0495 4854662
kannur 0497-2763038
ernakulam 8589095007

isbn : 978-93-87331-03-7

GBPL/967/2017

മുഖക്കുറി

ഇത് സുൽത്താന രാജകുമാരിയുടെ ആത്മകഥാപരമായ പുസ്തകം എന്നതിനേക്കാൾ സൗദി അറേബ്യയുടെ ഇനിയും നാഗരികതയിലേക്ക് വന്നെത്താത്ത സാമൂഹിക സാംസ്കാരിക നിലപാടുകൾ വിനിമയം ചെയ്യുന്ന ഗ്രന്ഥമാണ്. ലോകം അധിക്ഷേപിക്കുന്ന ചേലാകർമ്മം സമ്പ്രദായം ഇപ്പോഴും വ്യാപകമായി നടക്കുന്ന രാജ്യമാണ് സൗദി അറേബ്യ. പുരുഷന്റെ കരാളമായ ചൂഷണമാണ് സ്ത്രീകൾക്കെതിരെ അവിടെ നടക്കുന്നത്. രാജകുമാരിക്കുപോലും നിയമത്തിന്റെ വിലക്കുകളിൽനിന്നോ പൗരോഹിത്യം പ്രഖ്യാപിച്ച ചങ്ങലക്കെട്ടുകളുടെ കാർക്കശ്യത്തിൽനിന്നോ രക്ഷപ്പെടുക അസാധ്യം. അടിച്ചമർത്തപ്പെട്ട സ്ത്രീകൾക്കുവേണ്ടി രഹസ്യമായും പരസ്യമായും ജീവകാരുണ്യപ്രവർത്തനങ്ങൾ നടത്തുന്ന രാജകുമാരിയുടെ അദ്ഭുതകരമായ കുടുംബകഥയും കൂടിയാണിത്. ഒരുപാട് കണ്ണീർക്കഥകൾ പറഞ്ഞുകൊണ്ട് രാജകുമാരി സൗദിയിലെ സ്ത്രീകളെ ഓർത്ത് “കണ്ണുനീരിനിയും ബാക്കിയുണ്ട്” എന്ന് കേഴുകയാണ്. സ്ത്രീസമത്വത്തിന്റെ വിപുലമായ പ്രവർത്തനമണ്ഡലങ്ങൾ ഇനിയും ബാക്കിയാണ് എന്ന് അവർ വിലയിരുത്തുന്നു.

കൃഷ്ണദാസ്
മാനേജിങ് എഡിറ്റർ

സമർപ്പണം

അമൽ എന്ന് പേരുള്ള ഒരു കൊച്ചു പെൺകുട്ടിക്ക്
ഈ പുസ്തകം സമർപ്പിക്കുന്നു.
സൗദിക്കാരനായ, ക്രൂരനായ,
തന്റെ അച്ഛന്റെ പക്കൽ നിന്നും അവൾക്ക്
അസഭ്യവും പീഡനവുമല്ലാതെ ഒന്നും ലഭിച്ചിട്ടില്ല.
അയാൾ ഈ അഞ്ചുവയസ്സുകാരിയെ
ബലാത്സംഗം ചെയ്ത് കൊന്നു.
ഇതിലേറെ ഞെട്ടിക്കുന്നത് അമലിന്റെ അച്ഛൻ
താനൊരു മതപണ്ഡിതനാണെന്ന്
അവകാശപ്പെടുന്നു എന്നതാണ്.

ഈ ലോകത്തിൽ ജനിക്കുന്ന ഒരു പെൺകുഞ്ഞിനും
ഇങ്ങനെ ഒരു മരണം ഈശ്വരൻ നൽകാതിരിക്കട്ടെ.

ഈ പുസ്തകത്തിൽ എഴുതിയിരിക്കുന്നതെല്ലാം സത്യമാണ്. ഇതിലെ ചില കഥകൾ സന്തോഷം നൽകുന്നു. ചിലത് ദുഃഖവും.

എന്നാൽ എല്ലാം സത്യമാണ്.

ഈ പുസ്തകത്തിൽ പ്രതിപാദിച്ചിരിക്കുന്നവരെ സംരക്ഷിക്കുക എന്ന ഉദ്ദേശ്യത്തോടെ, അവർക്കോ അവരുടെ കുടുംബാംഗങ്ങൾക്കോ ഹാനി വരാതിരിക്കുക എന്ന ലക്ഷ്യത്തോടെ, അവരുടെ സത്യകഥകൾ പൊതുജനം അറിയുമ്പോൾ അവർ പ്രതിഷേധിക്കാതിരിക്കുക എന്ന ലക്ഷ്യത്തോടെ, പേരുകൾ മാറ്റിയിട്ടുണ്ട്.

സുൽത്താന രാജകുമാരി
ജീൻ സാസ്സൺ

ജീൻ സാസ്സൺ ഓർക്കുന്നു

സുൽത്താനാ അൽസൗഉദ് രാജകുമാരിക്കൊപ്പമെഴുതുന്ന ഈ പുസ്തകം രാജകുമാരിയുടേയും അവരുടെ കുടുംബത്തിന്റേയും ജീവിത കഥയുടെ ശേഷിച്ച ഭാഗങ്ങളാണ്, സൗദി അറേബ്യയിലെ സ്ത്രീകളുടെ ജീവിതം എങ്ങനെയുണ്ട് എന്ന കഥ. ഇതിൽ സൗദിക്കാരല്ലാത്ത സ്ത്രീകളുമുണ്ട്. അവർ അതിവിശിഷ്ടരായ വ്യക്തികളാണ്, സ്ത്രീകളുടെ സ്വാതന്ത്ര്യത്തിനായി പടവെട്ടിയവർ. സ്ത്രീസ്വാതന്ത്ര്യത്തിനായി അവർ പടവെട്ടുമ്പോൾ പുരുഷന്മാർ അവരുടെ ഓരോ പടവിലും തടസ്സങ്ങൾ സൃഷ്ടിച്ചുകൊണ്ടേയിരിക്കുന്നു.

ജനലുകളും വാതിലുകളും കൊട്ടിയടച്ചിരിക്കുന്ന സൗദി സ്ത്രീകളുടെ സ്വകാര്യ ജീവിതത്തിലേക്ക് എന്റെ യാത്ര ആരംഭിക്കുന്നത് 1978ലാണ്. ആ വർഷമാണെനിക്ക് റിയാദിലെ കിങ്ങ് ഫൈസൽ സ്പെഷ്യലിസ്റ്റ് ഹോസ്പിറ്റൽ ആന്റ് റിസർച്ച് സെന്ററിൽ ജോലി ലഭിക്കുന്നത്. സൗദിയുടെ തലസ്ഥാനമാണ് റിയാദ്. സൗദി അറേബ്യയുടെ മൂന്നാമത്തെ രാജാവായ ഫൈസൽ നടപ്പിൽ വരുത്തിയ ഒരു സ്വപ്ന പദ്ധതിയായിരുന്നു ഈ ആശുപത്രി. പക്ഷേ, ദുഃഖകരമെന്ന് പറയട്ടെ, ഈ ആശുപത്രി ഉദ്ഘാടനം ചെയ്യുന്നതിനു മുമ്പ്, 1975ൽ, അദ്ദേഹം തന്റെ മരുമകനാൽ കൊല്ലപ്പെട്ടു. ഞാൻ അവിടെ എത്തിച്ചേരുമ്പോൾ ഈ ആശുപത്രി തുറന്നിട്ട് മൂന്ന് വർഷമേ ആയിട്ടുണ്ടായിരുന്നുള്ളൂ. ആശുപത്രിയുടെ തലവനായ ഡോക്ടർ നിസാർ ഫതേയുടെ കീഴിൽ മെഡിക്കൽ കാര്യങ്ങളുടെ കൺവീനറായാണ് ഞാൻ ജോലി ചെയ്തത്. ഈ സ്ഥാപനത്തിന്റെ പ്രത്യേകത, സൗദി രാജകുടുംബത്തിലെ പല പ്രധാന വ്യക്തികളുടേയും സ്വകാര്യ കാര്യങ്ങൾവരെ എനിക്കറിയാനാകുമെന്നതായിരുന്നു. ഇതിൽ ഖാലിദ് രാജാവ്, രാജകുമാരനായ ഫഹദ്, അവരുടെ ഭാര്യമാർ, കുട്ടികൾ എന്നിവരുൾപ്പെടുന്നു.

രണ്ട് വർഷത്തെ ഒരു കരാറായിരുന്നു എനിക്കന്ന് ലഭിച്ചത്. 1980ൽ വേണമെങ്കിൽ സൗദി അറേബ്യ വിട്ട് പോരാമായിരുന്നു. എന്നാൽ രണ്ട് വർഷം കൂടി അവിടെ തുടരുവാൻ തീരുമാനിച്ചു. നാലുവർഷം ആ ആശുപത്രിയിൽ ജോലി ചെയ്തതിനു ശേഷവും സൗദി അറേബ്യയിൽ തന്നെ തുടർന്നു. 1990 വരെ, എട്ട് വർഷം.

ഇവിടെ ആദ്യം എന്റെ ശ്രദ്ധയിൽപെട്ടത് സ്ത്രീകളുടെ പൗരത്വം രണ്ടാംകിടയാണെന്നാണ്. ഞാനൊരു അമേരിക്കക്കാരിയായതിനാൽ എനിക്ക് മറ്റു സ്ത്രീകളേക്കാൾ വ്യക്തിസ്വാതന്ത്ര്യം ലഭിച്ചിരുന്നു. മാത്രമല്ല എന്റെ ജോലിയുടെ പ്രത്യേകതമൂലം സമൂഹത്തിന്റെ നാനാവിഭാഗങ്ങളിലുമുള്ള സ്ത്രീകളുമൊത്ത് ഇടപഴകുവാൻ അവസരവും ലഭിച്ചിരുന്നു. സൗദി ബദുക്കൾ, പ്രൊഫഷണലുകൾ, രാജകുടുംബാംഗങ്ങൾ എന്നിവരൊക്കെയായി എനിക്കിടപഴകുവാനായി. ഇവിടെയെല്ലാം സ്ത്രീകളോടുള്ള വിവേചനം വളരെ വ്യക്തമായി കാണുവാനുമായി. സ്ത്രീകൾ മൂടുപടം ധരിച്ചിരുന്നു. അവർ പുരുഷന്മാർക്ക് പുറകെ നിശ്ശബ്ദം നടന്നു.സൈക്കിളോടിക്കുവാൻ പോലും അനുമതിയില്ലായിരുന്നു. വിവാഹം വീട്ടുകാർ തീരുമാനിച്ചുറപ്പിക്കുന്നവയായിരുന്നു. അക്കാലങ്ങളിൽ സ്ത്രീകളുടെ ജീവിതത്തിൽ, ചര്യകളിൽ, എന്തെങ്കിലും മുന്നേറ്റമുണ്ടാകുവാൻ സാധ്യതയൊന്നും കണ്ടില്ല. എന്തിനേറെ, അക്കാലങ്ങളിൽ സ്ത്രീകളുടെ ജീവിതത്തെക്കുറിച്ച് ചർച്ച ചെയ്യുന്നത് പോലും നിരോധിക്കപ്പെട്ടിരുന്നു.

എങ്കിലും ആ ആദ്യകാലങ്ങളിലും നാലുപാടും ജീവൻ പ്രസരിച്ചിരുന്നു. കാരണമുണ്ട്, എണ്ണയിൽ നിന്നും ലഭിച്ചുകൊണ്ടിരുന്ന വലിയ സമ്പത്ത് രാജ്യത്തിന്റെ പുരോഗതിക്കായും വികസനത്തിനായും സർക്കാർ ചെലവിട്ടുകൊണ്ടിരുന്നു. ഞാൻ എത്തുമ്പോൾ സൗദി അറേബ്യ വളരെ പുറകിലായിരുന്നുവെങ്കിലും അധികം താമസിയാതെ പുരോഗതി അവിടേക്കെത്തി തുടങ്ങി. പത്ത് വർഷത്തിനുള്ളിൽ, ഒരുകാലത്ത് മരുഭൂമിയിലെ തുരുത്തുകൾപോലെയുണ്ടായിരുന്ന നഗരങ്ങൾ ആധുനിക മഹാനഗരങ്ങളായി. അക്കാലങ്ങളിൽ പല വിദേശരാജ്യങ്ങളിൽ നിന്നുള്ളവരും അവിടെ ജോലി ചെയ്യുന്നുണ്ടായിരുന്നു. മിക്കവാറും സൗദിക്കാർ ഈ വിദേശികളെ സ്വാഗതം ചെയ്തു. സൗദിക്കാരെ സംബന്ധിച്ചിടത്തോളം 'ആധുനികവൽക്കരണം' എന്നാൽ 'പാശ്ചാത്യവൽക്കരണം' എന്നായിരുന്നില്ല അർത്ഥം. മാറ്റങ്ങൾ വളരെയധികം വന്നിട്ടും മിക്കവാറും സ്ത്രീകൾ പർദ്ദധാരികളായി തന്നെ തുടർന്നു. മൂടുപടത്തിനു പുറകിൽ

മറഞ്ഞിരുന്നു. അവർ അവരുടെ പുരുഷന്മാരുടെ വാക്കുകൾ, നിയമങ്ങൾ, എതിർപ്പുകളില്ലാതെ അനുസരിച്ചു.

സൗദി അറേബ്യയിലെത്തി അഞ്ച് വർഷം കഴിഞ്ഞ്, അതായത് 1983ൽ, ഞാൻ സുൽത്താന അൽ സഉദ് രാജകുമാരിയെ പരിചയപ്പെട്ടു. അവരന്ന് ധീരയായ യുവതിയായിരുന്നു. തന്റെ രാജ്യത്തെ സ്ത്രീകളുടെ ജീവിതചര്യകളിൽ മാറ്റം വരുത്തുമെന്ന് നിശ്ചയിച്ചവളായിരുന്നു. ഇറ്റാലിയൻ എംബസിയിലെ ഒരു അത്താഴ വിരുന്നിലാണ് ഞങ്ങൾ ആദ്യമായി കണ്ടുമുട്ടിയത്. എന്റെ കൂടെ ഭർത്താവ് പീറ്റർ സാസ്സണുമുണ്ടായിരുന്നു. രാജകുമാരിയുടെ കൂടെ അവരുടെ ഭർത്താവ് കരീം അൽ സൗഉദുവും. അദ്ദേഹവും രാജകുടുംബാംഗമാണ്.

ആദ്യ ദിവസം തന്നെ ഞങ്ങൾ സുഹൃത്തുക്കളായി. ഈ സൗഹൃദം വളർന്ന് പിന്നെ പൂർണ്ണമായും വിശ്വസിക്കാമെന്നായി. അധികം താമസിയാതെ അവരുടെ വീട്ടിൽ നടന്നിരുന്ന സ്ത്രീകൾക്ക് മാത്രമുള്ള വിരുന്നുകളിൽ ക്ഷണം ലഭിച്ചു തുടങ്ങി. കൂടാതെ ഫ്രാൻസ് മുതലായ സ്ഥലങ്ങളിലേക്ക് അവരോടൊപ്പം യാത്ര ചെയ്ത് തുടങ്ങി.

ഈ രാജ്യത്ത് എത്തിച്ചേർന്നതിനു ശേഷം സൗദി സ്ത്രീകളിൽ പലർക്കും സംഭവിച്ചിട്ടുള്ള ദുഃഖങ്ങൾക്ക് സാക്ഷിയായിട്ടുണ്ട്. എന്നാൽ ഇപ്പോൾ സുൽത്താന രാജകുമാരി എന്നോടൊപ്പമുണ്ട്, എന്റെ മാർഗ്ഗദർശിയായുണ്ട്. അവരുടെ മാർഗ്ഗദർശനം ഈ പ്രശ്നത്തിന്റെ ആഴങ്ങളിലേക്ക് എത്തുവാൻ എന്നെ സഹായിച്ചു. എനിക്കാകട്ടെ അതുവരേക്കും രാജകുടുംബാംഗങ്ങളുടെ ജീവിതത്തെക്കുറിച്ച് അറിവുണ്ടായിരുന്നില്ല. രാജകുമാരിമാരുടെ ജീവിതവും വ്യക്തിസ്വാതന്ത്ര്യത്തിന്റെ കാര്യത്തിലെങ്കിലും ഇത്ര മോശമാകുമെന്ന ധാരണയില്ലായിരുന്നു.

തന്റെ ജീവിതകഥയെഴുതുവാൻ സുൽത്താന രാജകുമാരി എന്നോടാവശ്യപ്പെട്ടത് അദ്ഭുതപ്പെടുത്തി. അത്രയും ഉന്നത സ്ഥാനത്തിരിക്കുന്ന ഒരു വ്യക്തി, തന്റെ രാജ്യത്തെ സ്ത്രീകൾ അനുഭവിക്കുന്ന ബുദ്ധിമുട്ടുകൾ തുറന്ന് കാണിക്കുന്നതിനായി, വേണ്ടിവന്നാൽ തന്റെ കൈയിലുള്ളതെല്ലാം നഷ്ടപ്പെടുത്തുവാൻ പോലും തയ്യാറാകുമെന്ന് വിശ്വസിച്ചിരുന്നില്ല. ഒന്നുമില്ലെങ്കിലും അവർ ഉന്നതസ്ഥാനീയായ ഒരു രാജകുമാരിയാണ്, സൗദിയുടെ ആദ്യരാജാവായ അബ്ദുൾ അസീസിസ് ബിൻ അബ്ദുള്ള റഹ്മാൻ അൽ സഉദിന്റെ മകന്റെ മകളാണ്. അൽ സഉദ് രാജകുടുംബത്തിലെ ഒരു രാജകുമാരന്റെ ഭാര്യയാണ്.

സുൽത്താന രാജകുടുംബാംഗമായിരുന്നു. അതോടൊപ്പം അവരുടെ പക്കൽ സമ്പത്തിന്റെ കുന്ന് തന്നെയുണ്ടായിരുന്നുവെങ്കിലും

യഥാർത്ഥ സ്വാതന്ത്ര്യം എന്തെന്ന് അവരറിഞ്ഞിട്ടുണ്ടായിരുന്നില്ല. സ്വന്തം നാട്ടിലെ പുരാതന സംസ്കാരത്തിനെതിരെ പട വെട്ടുകയായിരുന്നു അവർ. ഈ സംസ്കാരം ആവശ്യപ്പെടുന്നത് സ്ത്രീകൾ അടിമകളായിരിക്കണമെന്നാണ്. സ്ത്രീ, രാജകുടുംബാംഗമായാലും വ്യത്യാസമില്ലായിരുന്നു.

ഞാനാകട്ടെ, സൗദിയിൽ എനിക്ക് ലഭിച്ചുകൊണ്ടിരുന്ന നല്ല ജീവിതത്തിൽ സന്തുഷ്ടയായിരുന്നു. അതുകൊണ്ട് സൗദി വിടുന്ന ദിവസംവരേക്കും രാജകുമാരി പറഞ്ഞ കഥകൾ പുറത്തു വിടുവാൻ തയ്യാറായില്ല. എല്ലാം തുറന്നെഴുതിയതിനുശേഷം സൗദിയിൽ തുടരാനാകില്ലെന്ന് എനിക്കറിയാമായിരുന്നു. എന്നെ അവർ തുറുങ്കിലടയ്ക്കും. അല്ലെങ്കിൽ അതിലും വലുതെന്തെങ്കിലും.

ഞാനെഴുതുവാൻ വിസമ്മതിച്ചത് സുൽത്താനയ്ക്ക് ആദ്യമൊക്കെ ദുഃഖമുണ്ടാക്കി എങ്കിലും ഞങ്ങളുടെ സൗഹൃദത്തെ അത് ബാധിച്ചില്ല. സൗഹൃദം തഴച്ച് വളർന്നു. ഒരു രാജകുടുംബാംഗത്തിന്റെ സഹായത്തോടെ സൗദി അറേബ്യയിലേക്ക് മൾട്ടിപ്പിൾ എക്സിറ്റ്/എൻട്രി വിസ ലഭ്യമായി. ഇതുപയോഗിച്ച് 1991ലും 1992ലും സൗദി സന്ദർശിച്ചു. സൗദി അറേബ്യയിലായിരുന്ന കാലത്ത് അവരുടെ കുടുംബത്തിലെ സ്ത്രീകളുമൊത്ത് മാത്രം ഇടപഴകി. എന്നാൽ യൂറോപ്പിൽ വച്ച് കണ്ടുമുട്ടിയപ്പോൾ മിക്കപ്പോഴും വീട്ടിലെ പുരുഷന്മാരും എന്നോട് സംസാരിക്കുകയും ഇടപഴകുകയും ചെയ്യാറുണ്ടായിരുന്നു.

1990ലാണ് 'റേപ് ഓഫ് കുവൈറ്റ്' എഴുതിയത്. ഞാനതിൽ ആ രാഷ്ട്രം ആക്രമിക്കപ്പെട്ടപ്പോൾ ഉണ്ടായ അതിക്രമങ്ങളെക്കുറിച്ച് എഴുതി. ഇത് കണ്ടപ്പോൾ രാജകുമാരിക്ക് തന്റെ കഥ ഞാൻ എഴുതിയേ മതിയാകൂ എന്നായി.

'രാജകുമാരി: സൗദി രാജകുടുംബത്തിനകത്തെ ജീവിതത്തിന്റെ യഥാർത്ഥ കഥ', ഞാനെഴുതിയപ്പോൾ ഇംഗ്ലീഷ് സംസാരിക്കുന്നവർ മാത്രമല്ല, യൂറോപ്പിന്റെ ഇതര ഭാഗങ്ങളിലുള്ളവരും കൈനീട്ടി സ്വീകരിച്ചു. അവർക്ക് ഇതിലെ വെളിപ്പെടുത്തലുകൾ ഞെട്ടലുണ്ടാക്കി. സുൽത്താന രാജകുമാരിയെക്കുറിച്ച് ഞാനെഴുതിയ ആ പുസ്തകം അത്തരത്തിൽ ആദ്യ പുസ്തകമായിരുന്നു. സൗദി അറേബ്യയിലെ സമൂഹത്തെക്കുറിച്ചും സംസ്കാരത്തെക്കുറിച്ചും പുറത്ത് വരുന്ന ആദ്യ പുസ്തകം. എല്ലാവരും ആവശ്യപ്പെട്ടതനുസരിച്ച് ഈ പുസ്തകത്തിന്റെ തുടർച്ചയായി മറ്റു രണ്ട് പുസ്തകങ്ങൾ കൂടിയെഴുതി. ഇവയും വലിയ വിജയങ്ങളായി.

വർഷങ്ങൾ കഴിഞ്ഞിരിക്കുന്നു. ഇതിനിടയിലെല്ലാം വായനക്കാർ രാജകുമാരിക്ക് എന്താണിപ്പോൾ സംഭവിച്ചുകൊണ്ടിരിക്കുന്നത് എന്നറിയുവാനുള്ള അവരുടെ ആകാംക്ഷ അറിയിച്ചുകൊണ്ടിരിക്കുന്നുണ്ടായിരുന്നു. ഇവർ രാജകുമാരിയെക്കുറിച്ച് നാലാമതൊരു പുസ്തകം കൂടി ആവശ്യപ്പെട്ടുകൊണ്ടിരുന്നു. അങ്ങനെയൊന്ന് ഇപ്പോൾ മനസ്സിലില്ലെന്നറിയിച്ചപ്പോൾ അവരിൽ പലരും ദുഃഖിതരായി. (ഇരുപത് വർഷം മുമ്പ് 'രാജകുമാരി' പ്രസിദ്ധീകരിച്ചതിനു ശേഷം പത്ത് പുസ്തകങ്ങൾ കൂടിയെഴുതി. എല്ലാറ്റിലേയും പ്രതിപാദ്യവിഷയം സ്ത്രീസമത്വം തന്നെയായിരുന്നു. ഇറാക്ക്, കുർദ്ദിസ്ഥാൻ, അഫ്ഗാനിസ്ഥാൻ, കുവൈറ്റ് എന്നിവിടങ്ങളായിരുന്നു ഈ പുസ്തകങ്ങളിൽ വിവരിക്കപ്പെട്ട പ്രദേശങ്ങൾ.)

രാജകുമാരിയെക്കുറിച്ച് ഇനിയുമൊരു പുസ്തകത്തെക്കുറിച്ച് അക്കാലത്ത് ചിന്തിക്കാതിരിക്കുവാനുള്ള മറ്റൊരു കാരണം സൗദി അറേബ്യയിലേക്ക് തിരികെ ചെല്ലുവാൻ ഭയമായിരുന്നു എന്നത് തന്നെയായിരുന്നു. ആദ്യ പുസ്തകമായ "രാജകുമാരി" പ്രസിദ്ധീകരിച്ചതിനുശേഷം എന്റെ സ്വന്തം പേരിൽ ഇനി അവിടം സന്ദർശിച്ചാൽ ഒരുപക്ഷേ അവർ അറസ്റ്റ് ചെയ്തേക്കും എന്നൊരു മുന്നറിയിപ്പ് ലഭിക്കുകയുണ്ടായി. തങ്ങളുടെ രാജ്യത്തെക്കുറിച്ച് വിമർശിക്കുന്ന ഏതൊരു വ്യക്തിയേയും സൗദി അധികാരികൾ ശിക്ഷിച്ചേക്കും.

മാത്രമല്ല, സ്ത്രീ സമത്വവിഷയത്തിൽ അനുകൂലമായ മാറ്റങ്ങളുണ്ടാകാതെ നാലാമതൊരു പുസ്തകം സൗദി സ്ത്രീകളെക്കുറിച്ച് രാജകുമാരിക്കൊപ്പം എഴുതില്ല എന്നും പറഞ്ഞിരുന്നു. ഇതും ഈ പുസ്തകം തുടങ്ങുന്നത് വൈകിപ്പിച്ചു. എന്നാൽ അതിവേഗം മാറ്റങ്ങൾ തന്റെ രാജ്യത്തിലും വരുന്നുണ്ടെന്ന് സുൽത്താന രാജകുമാരി എന്നോട് പറയുന്നു. ഈ മാറ്റങ്ങൾ ജീവിതസൗകര്യങ്ങളിൽ മാത്രമല്ല, ജനങ്ങളിലുമുണ്ടാകുന്നുണ്ടെന്നും അവരറിയിച്ചു. എങ്കിലും ചില സ്ത്രീകൾ ഇപ്പോഴും അതിഭീകരമായ വിവേചനം അനുഭവിക്കുന്നുണ്ട്. ചില പ്രദേശങ്ങളിൽ മാറ്റത്തിന്റെ വേഗത ഒച്ചിന്റേതാണ്. സ്ത്രീകളുടെ ജീവിതം സാവധാനത്തിലെങ്കിലും നല്ല മാർഗ്ഗത്തിലേക്കെത്തിക്കൊണ്ടിരിക്കുന്നു. അതുകൊണ്ട് ഇന്ന് സൗദി അറേബ്യയിൽ എന്ത് സംഭവിക്കുന്നു എന്നത് വെളിപ്പെടുത്തുവാൻ സമയമായി എന്ന് ഞങ്ങൾ കരുതി.

അതിനാൽ ഞാനും രാജകുമാരിയും ഞങ്ങളുടെ ഈ യാത്ര തുടരുന്നു. സൗദി അറേബ്യയിലെ സ്ത്രീകളുടെ ജീവിതത്തിന്റെ സങ്കീർണ്ണതകളിലേക്ക് മാർഗ്ഗദർശനം കൃത്യമായും നൽകുന്നത് സുൽത്താന രാജകുമാരിയാണ്. അവരുടെ സമൂഹത്തിൽ

അവരെപ്പോലെ ഒരു വ്യക്തിയെ കണ്ടുകിട്ടുക ബുദ്ധിമുട്ടാകും. തന്റെ രാജ്യത്ത് സർവ്വസാധാരണമായ കാടത്തത്തെ തുറന്ന് കാണിക്കുവാൻ ലക്ഷ്യമിടുന്ന, വിദ്യാസമ്പന്നയായ ഒരു സ്ത്രീ. തുറന്ന് പറയുക എന്ന കാര്യമെടുത്താൽ ഇന്ന് പാശ്ചാത്യ നാടുകളിലെ സ്ത്രീകൾക്ക് പോലും സുൽത്താന രാജകുമാരി യോട് കിടപിടിക്കുവാനാകില്ല. മാത്രമല്ല സൗദി അറേബ്യയിൽ കണ്ടിട്ടുള്ള ഒരു സ്ത്രീക്കും അവർക്കുള്ളത്ര ധൈര്യവുമു ണ്ടാകില്ല.

സൗദി രാജകുടുംബത്തിലെ അനേകായിരങ്ങളിൽ ഒരുവൾ മാത്രമാണ് സുൽത്താന രാജകുമാരി. 2013ലെ കണക്കനുസരിച്ച് രാജകുടുംബാംഗങ്ങളായി ഏകദേശം 15000 പേരുണ്ട്. ഇത്ര യധികമാളുണ്ടെങ്കിലും യഥാർത്ഥ അധികാരം ഏതാനും ആയിരം പേരുടെ കൈകളിലാണ്. സുൽത്താന രാജകുമാരിയും അവരുടെ കുടുംബവും രാജ്യം ഭരിക്കുന്ന അൽസഉദ് കുടുംബത്തിലെ അധി കാരകേന്ദ്രങ്ങളിൽ ഒന്നാണ്. ആദ്യ രാജാവായ അബ്ദുൾ അസീസ് രാജാവിന്റെ മകനാണ് സുൽത്താനയുടെ അച്ഛൻ. അതിനാൽ തന്നെ അധികാരമേറെയുള്ളവനുമാണ്. സുൽത്താനയുടെ സഹോദരനും ഭർത്താവും രണ്ടാം തലമുറയിലെ രാജകുമാര ന്മാരാണ്. മകനാകട്ടെ മൂന്നാം തലമുറയിലെ രാജകുമാരന്മാരിൽ വളരെ സ്വാധീനശക്തിയുള്ളവരിൽ ഒരാളായി വളർന്നിരിക്കുന്നു. അതുകൊണ്ട് തന്നെ സുൽത്താന രാജകുമാരി വഴി രാജകുടും ബത്തിന്റെ പ്രവർത്തനങ്ങൾ എനിക്കറിയുവാൻ കഴിഞ്ഞിരുന്നു.

സ്വന്തം നിലയിൽ തന്നെ അതിസമ്പന്നയും സ്വാധീനമുള്ള വളുമാണ് സുൽത്താന രാജകുമാരി. അവർക്കും അവരുടെ ഭർത്താവിനും ലോകമെമ്പാടും പല വ്യാപാര സ്ഥാപനങ്ങളുണ്ട്. സൗദി അറേബ്യ, ഈജിപ്ത്, ഫ്രാൻസ്, സ്പെയിൻ എന്നിവിട ങ്ങളിൽ വിശാലമായ കൊട്ടാരങ്ങളുണ്ട്. ഇത്രയൊക്കെയു ണ്ടെങ്കിലും പണത്തിനോടാർത്തിയുള്ള രാജകുമാരിയല്ല സുൽത്താന. അതുപോലെ തന്നെ വസ്ത്രം, ആഭരണം എന്നിവ യോടും വലിയ കമ്പമില്ല. പകരം അവർ ശ്രദ്ധ ചെലുത്തുന്നത്, അവർ അവരുടെ ജീവിതം സമർപ്പിച്ചിരിക്കുന്നത്, സ്ത്രീകളുടെ ജീവിതസാഹചര്യങ്ങൾ മെച്ചപ്പെടുത്തുന്നതിനാണ്. പല രാജ്യ ങ്ങളിലെയും പെൺകുട്ടികൾക്കും സ്ത്രീകൾക്കും അവരുടെ സഹായം ലഭിക്കുന്നു. എഴുന്നൂറിൽപരം മുസ്ലീം കുടുംബ ങ്ങളിലെ കുട്ടികൾക്ക് വിദ്യാഭ്യാസം ലഭിക്കുന്നതിനു വേണ്ട പിന്തുണ അവർ നൽകുന്നുണ്ട്.

സുൽത്താന രാജകുമാരിക്ക് മൂന്ന് മക്കളുണ്ട്. ഒരാൺകുട്ടിയും രണ്ട് പെൺകുട്ടികളും. മൂന്ന് പേരക്കുട്ടികളുമുണ്ടവർക്ക്. രണ്ട്

ആൺകുട്ടികളും ഒരു പെൺകുട്ടിയും. വളരെ ശ്രദ്ധയോടെ, കൈയിലുള്ള സമ്പത്ത് മറ്റുള്ളവരെ സഹായിക്കുവാൻ ഉതകുന്നത് കൂടിയാകണം എന്ന ലക്ഷ്യത്തോടെയാണവർ തന്റെ കുട്ടികളെ വളർത്തിയിരിക്കുന്നത്.

സുൽത്താന രാജകുമാരി വളരെ വ്യത്യസ്തയായ ഒരു രാജകുടുംബാംഗമാണ്. അതുകൊണ്ടായിരിക്കാം അവരെക്കുറിച്ചുള്ള മൂന്ന് പുസ്തകങ്ങളും ലോകമെമ്പാടുമുള്ളവർ കൈ നീട്ടി സ്വീകരിച്ചത്. നാല്പതോളം രാജ്യങ്ങളിൽ ഈ പുസ്തകങ്ങൾ പ്രസിദ്ധീകരിച്ചിട്ടുണ്ട്. പലയിടത്തും വലിയ വില്പനയുള്ള പുസ്തകങ്ങളുടെ കൂട്ടത്തിൽ ഇവയുണ്ട്. ഈ പുസ്തകം കിട്ടാതിരിക്കുന്ന അവസ്ഥ ഒരു രാജ്യത്തുമുണ്ടായിട്ടില്ല.

ആദ്യപുസ്തകത്തിലെ പ്രതിപാദ്യവിഷയം സുൽത്താന രാജകുമാരിയുടെ കുട്ടിക്കാലം, അവരുടെ വിവാഹത്തിന്റെ ആദ്യ വർഷങ്ങൾ, അവർ അമ്മയായപ്പോഴത്തെ വിശേഷങ്ങൾ എന്നിവയായിരുന്നു. രാജകുമാരിയെക്കുറിച്ചും രാജകുമാരിക്കറിയാവുന്ന പലരെക്കുറിച്ചും ഉദ്വേഗജനകമായ പല കഥകളും അതിലുണ്ടായിരുന്നു. രണ്ടാമത്തെ പുസ്തകത്തിൽ സുൽത്താന രാജകുമാരിയുടെ മൂന്ന് കുട്ടികളെക്കുറിച്ചും ഒരമ്മയിൽ നിന്ന് സൗദി സമൂഹം എന്തു പ്രതീക്ഷിക്കുന്നു എന്നതിനെക്കുറിച്ചുമായിരുന്നു. മൂന്നാമത്തെ പുസ്തകത്തിൽ ഞങ്ങൾ ഇത്തിരികൂടി വിശാലമായ കാര്യങ്ങളിലേക്ക് കടന്നു. അതിൽ രാജകുമാരിയുടെ ജീവിതകഥകളും രാജകുമാരിയുടെ സഹോദരിമാരുടെ ജീവിതവുമായിരുന്നു പ്രതിപാദ്യവിഷയം. അതിനോടൊപ്പം അവരുടെ കുട്ടികൾ, രാജ്യത്തെ മറ്റു സ്ത്രീകൾ എന്നിവരുടെ കഥകളും വന്നു. ഈ മറ്റു സ്ത്രീകളിൽ വളരെ താഴ്ന്ന ശമ്പളത്തിന് ജോലി ചെയ്യുന്ന സ്ത്രീകളുമുണ്ടായിരുന്നു. അവരുടെ വിഷമതകളുണ്ടായിരുന്നു.

ഈ കഥകളെല്ലാം സത്യം മാത്രമായിരുന്നു. അതിൽ, തന്നേക്കാൾ മൂന്ന് മടങ്ങ് പ്രായക്കൂടുതലുള്ള പുരുഷന്മാരെ വിവാഹം കഴിക്കേണ്ടി വന്ന പെൺകുട്ടികളുടെ കഥകളുണ്ട്, പീഡനങ്ങൾ സഹിക്കവയ്യാതെ ജീവിതദൈർഘ്യം പാതിയിലേറെ കുറഞ്ഞവരുടെ കഥകളുണ്ട്. അവ ഉദ്വേഗജനകമായിരുന്നു. വായനക്കാരെ സൗദി അറേബ്യയിലെ സ്ത്രീകളുടെ ജീവിതത്തിലേക്ക് ആകർഷിക്കുന്നവയായിരുന്നു. സ്വന്തം ജീവിതത്തിൽ ഈ പുസ്തകങ്ങൾ എത്ര പ്രഭാവമുണ്ടാക്കിയിട്ടുണ്ടെന്ന് വായനക്കാരിൽ ചിലർ എന്നോട് പങ്കുവച്ചിട്ടുണ്ട്. ഇന്ന് മനുഷ്യാവകാശത്തിനു വേണ്ടി പല സ്ത്രീകളും പ്രവർത്തിക്കുന്നത് അവർ സുൽത്താന രാജകുമാരിയാൽ പ്രചോദിതരായതിനാലാണ്.

ഈ പുസ്തകങ്ങളെല്ലാം ഒഴുകിയെത്തിയത് എന്റെ പേന യിലൂടെയായിരുന്നു എങ്കിലും ഇതിലെ പ്രതിപാദ്യവിഷയങ്ങൾ വന്നത് രാജകുമാരിയിൽ നിന്നായിരുന്നു. രാജകുമാരിയുടെ ശബ്ദം എന്ന നിലയിലാണിവ ഞാനെഴുതിയത്. അവരുടെ പ്രഭാവം വായനക്കാരെ അവരിലേക്ക് ആകർഷിച്ച് നിർത്തുന്ന തായിരുന്നു എന്നത് മാത്രമാണിതിന് പ്രേരകമായത്.

നേരത്തെ പറഞ്ഞത് പോലെ സൗദി അറേബ്യയിലെ സ്ത്രീ കളെക്കുറിച്ചുള്ള കൂടുതൽ കഥകൾ പങ്കുവയ്ക്കുവാൻ സമയ മായി എന്ന് ഞാനും രാജകുമാരിയും കരുതുന്നു. സൗദി ജനങ്ങളിൽ മാറ്റത്തിനായുള്ള വലിയ ഒരു ഇച്ഛ കാണുന്നതിനാ ലാണിത്. ചരിത്രത്തിലാദ്യമായി രാജ്യത്തിപ്പോൾ സ്ത്രീകളുടെ ജീവിതത്തെക്കുറിച്ച് ചർച്ചകളുണ്ടാകുന്നു. സൗദി അറേബ്യയിലെ പത്രങ്ങളിൽ പോലും ചർച്ചയുണ്ടാകുന്നു. ഞാൻ അവിടെ ജീവിച്ചിരുന്ന കാലത്ത് ഇത് സംഭവ്യമെന്ന് കരുതിയിരുന്നതേ യില്ല.

സൗദി അറേബ്യയിലെ രാഷ്ട്രീയ കാലാവസ്ഥയ്ക്കും മാറ്റം വരുന്നുണ്ട്. ഇതിന് പ്രത്യേകിച്ചും നന്ദി പറയേണ്ടത് ഇപ്പോഴത്തെ ഭരണാധികാരിയായ അബ്ദുള്ള രാജാവിനാണ്. തികഞ്ഞ യാഥാസ്ഥിതികൻ എന്ന നിലയിലാണിദ്ദേഹം സ്ഥാനാരോഹണത്തിനു മുമ്പ് അറിയപ്പെട്ടിരുന്നത്. എന്നാൽ ഭരണഭാരമേറ്റെടുത്തതിനു ശേഷം സ്ത്രീസമത്വവിഷയത്തിൽ വലിയ മാറ്റങ്ങൾ വരുത്തിയത് എല്ലാവരേയും അദ്ഭുതപ്പെടുത്തി. അബ്ദുള്ള രാജാവിന്റെ ജീവിതത്തിൽ വലിയ പ്രഭാവവും സ്വാധീനവുമുള്ള രണ്ട് സ്ത്രീകളാണിതിന് കാരണമെന്ന് ഞാനും സുൽത്താന രാജകുമാരിയും കരുതുന്നു. അബ്ദുള്ള രാജാവിന്റെ പെൺമക്കളാണിവർ. സൗദി സ്ത്രീകളെ സഹായിക്കുവാൻ, തന്റെ സ്വാധീനം ഉപയോഗപ്പെടുത്തുവാൻ അവർ അച്ഛനെ ഉപദേ ശിച്ചു. ഒരു ഉദാഹരണം പറയാം. ഒരിക്കൽ ഒരു സൗദി യുവതി സ്വയം വണ്ടിയോടിക്കുന്ന ഒരു ചിത്രം യുട്യൂബിൽ പോസ്റ്റ് ചെയ്തു. അവരെ അധികാരികൾ അറസ്റ്റ് ചെയ്തു. അവരുടെ കൊച്ചുമകനെ അവരിൽ നിന്നകറ്റി അവരെ തുറുങ്കിലടച്ചു. ചാട്ടയടി ശിക്ഷയായി വിധിച്ചു. ഇത്തരം ശിക്ഷകൾ വിധിച്ചാൽ മുമ്പൊന്നും രാജാവ് അതിൽ ഇടപെടാറില്ലായിരുന്നു. എന്നാൽ തന്റെ ജീവിതത്തിൽ സ്വാധീനമുള്ള മേല്പറഞ്ഞ സ്ത്രീകളുടെ സ്വാധീനത്താൽ അബ്ദുള്ള രാജാവ് ഇതിൽ ഇടപെട്ടു. ആ യുവതിയെ മോചിപ്പിച്ചുകൊണ്ട് ഉത്തരവിറക്കി. മാത്രമല്ല അദ്ദേഹം ഈ യുവതിക്ക് ചാട്ടയടി വിധിച്ച മതാദ്ധ്യക്ഷന്മാരെ വിമർശിക്കുകയും ചെയ്തു. ആ യുവതിക്ക് ഇനിയൊരിക്കലും

താൻ വണ്ടിയോടിക്കില്ലെന്ന് ഒരു സമ്മതപത്രത്തിൽ ഒപ്പു വയ്ക്കേണ്ടി വന്നുവെങ്കിലും സൗദിയിലെ മിക്കവരും ഇത്രയും ക്രൂരമായ ഒരു ശിക്ഷയിൽ നിന്നും അവരെ ഒഴിവാക്കിയതിൽ സമാശ്വസിക്കുന്നത് കാണാനായി.

അതെ, സൗദി അറേബ്യയിൽ ഇപ്പോൾ സ്ത്രീകളുടെ ജീവിതചര്യകളിൽ ക്രിയാത്മകമായ മാറ്റങ്ങൾ കാണാനാകും. സൗദിയിലെ എല്ലാവർക്കും സൗജന്യ വിദ്യാഭ്യാസം നടപ്പിലായിരിക്കുന്നു. ഇതിൽ സ്ത്രീകളും ഉൾപ്പെടുന്നു. ചില പിതാക്കന്മാർ ഇപ്പോഴും പെൺകുട്ടികളുടെ വിദ്യാഭ്യാസത്തിനെ എതിർക്കുന്നുവെങ്കിലും മിക്ക പെൺകുട്ടികളും ഇപ്പോൾ ഉന്നതവിദ്യാഭ്യാസം നേടുന്നതിൽ ഔത്സുക്യം കാണിക്കുവാൻ തുടങ്ങിയിരിക്കുന്നു. സ്ത്രീകളിൽ വന്നിരിക്കുന്ന ഈ ആത്മവിശ്വാസവും നിപുണതയും സൗദി അറേബ്യയിലെ പുരുഷന്മാർക്ക്, ജ്ഞാനവും വിദ്യാഭ്യാസവുമുള്ള സ്ത്രീകൾ വീടിനും അതുവഴി സമൂഹത്തിനും മുതൽകൂട്ടാകുമെന്ന ധാരണ ഉറപ്പിക്കുവാൻ സഹായിച്ചിരിക്കുന്നു.

സൗദി അറേബ്യയെക്കുറിച്ചും അവിടത്തെ സ്ത്രീകളെക്കുറിച്ചുമുള്ള കഥകൾ ലോകശ്രദ്ധ പിടിച്ചുപറ്റി എന്നതിൽ സംശയമില്ല. മാറ്റങ്ങളിൽ വലിയ ആവേശം കാണിച്ചു തുടങ്ങുന്നതിനു മുമ്പ് ഒരു കാര്യം നമ്മുടെ മനസ്സിലുണ്ടാകണം. ഇപ്പോഴും തീർത്തും സ്വതന്ത്രരല്ല സൗദി സ്ത്രീകൾ എന്ന സത്യമാണത്. അതുകൊണ്ടുതന്നെ പുരോഗതിയുണ്ടെങ്കിലും ഹൃദയം തകർക്കുന്ന കഥകളും അനേകമുണ്ടാകുന്നുണ്ട് എന്നതും നമ്മൾ മറക്കരുത്. സൗദി സ്ത്രീകൾ ഇപ്പോഴും പുരുഷന്മാർ പറയുന്നത് പൂർണ്ണമായും അനുസരിക്കേണ്ടവർ തന്നെയാണ്. പുരുഷന്മാരാകട്ടെ ഇപ്പോഴും തന്റെ ഭാര്യയേയോ മകളേയോ കൊന്നാൽ പോലും ശിക്ഷിക്കപ്പെടാത്തവരും. ഇത്തരം ആക്രമണങ്ങളിൽ നിന്നും സ്ത്രീകളെ സംരക്ഷിക്കുവാൻ അധികം നിയമങ്ങളൊന്നും ഇന്നും നിലവിലില്ല. ഈ പുസ്തകത്തിലും ഇത്തരത്തിലുള്ള ദുഃഖകരമായ ചില കഥകൾ ഉൾപ്പെടുത്തിയിട്ടുണ്ട്. ഈ സ്ത്രീകളെ കണ്ടതിനാലാണ് 'കണ്ണുനീരിനിയും ബാക്കിയുണ്ട്' എന്ന് സുൽത്താന രാജകുമാരി എന്നോട് പറഞ്ഞത്.

ഞാനും രാജകുമാരിയും വർഷത്തിൽ പല തവണ സംസാരിക്കാറുണ്ട്. 12 അല്ലെങ്കിൽ 18 മാസത്തിൽ ഒരിക്കൽ കണ്ടുമുട്ടുവാനും ശ്രമിക്കാറുണ്ട്. ഞങ്ങളുടെ ചർച്ചയിലെ വിഷയം എന്നും ലോകമെമ്പാടുമുള്ള സ്ത്രീകളുടെ കഥകൾ തന്നെയാണ്. എന്നാൽ അതിലും കേന്ദ്രമാകുന്നത് സൗദിയിലെ സ്ത്രീകളുടെ കഥകളാണ്. ഈ രാജ്യത്ത് എന്തെങ്കിലും മാറ്റം വരാൻ

കാത്തിരിക്കുകയായിരുന്നു ഞാൻ. അത് ഇപ്പോൾ വന്ന് തുടങ്ങിയിരിക്കുന്നു എന്നെനിക്കു തോന്നുന്നു.

ഒരു പുതിയ പുസ്തകത്തിന്റെ സാധ്യത ഞാനും രാജകുമാരിയും ചർച്ച ചെയ്തപ്പോൾ വലിയ ആവശത്തോടെയാണ് രാജകുമാരി പ്രതികരിച്ചത്. അവരുടെ ശബ്ദത്തിൽ തന്നെ ഈ കഥ തുടരണം എന്നായിരുന്നു അഭിപ്രായം. ഇപ്പോഴും ജീവിത പ്രയാസങ്ങളെ നേരിട്ടുകൊണ്ടിരിക്കുന്ന സാധാരണക്കാരായ സ്ത്രീകളിൽ ശ്രദ്ധ ചെലുത്തണമെന്ന് രാജകുമാരിയും സമ്മതിച്ചു. അതിനോടൊപ്പം അവർ നേടിയെടുത്തുകൊണ്ടിരിക്കുന്ന സ്വകാര്യ ജീവിതത്തിലെ കൊച്ചുകൊച്ചു വിജയങ്ങളിലും.

സുൽത്താന രാജകുമാരിയുടെ ഇപ്പോഴത്തെ ജീവിതത്തിലെ കഥകളും ഈ പുസ്തകം പറയും. അവരുടെ കുട്ടികൾക്കും പേരക്കുട്ടികൾക്കും മറ്റു ബന്ധുക്കൾക്കുമെല്ലാം എന്താണിപ്പോൾ സംഭവിച്ചുകൊണ്ടിരിക്കുന്നത് എന്നറിയിക്കും. ഇത് സുൽത്താന രാജകുമാരിയേയും അവരുടെ കുടുംബത്തേയും സ്നേഹിക്കുന്ന വായനക്കാർക്ക് വലിയ ഇഷ്ടമാകുമെന്നും കരുതുന്നു.

ലോകത്തിലെ പലയിടത്തുനിന്നുമുള്ള പല യുവതികൾക്കും അതുല്യയായ ഈ രാജകുമാരിയെ പരിചയപ്പെടുവാനുള്ള അവസരം ലഭ്യമായിട്ടില്ല. ഇവർ ധീരയാണ്. ഏറ്റവും കഠിനമായ കാര്യങ്ങളെ നേരിടുമ്പോൾ പോലും ധൈര്യം കൈവിടാത്തവളാണ്. സ്ത്രീകളെ അടിമകളാക്കി വയ്ക്കുവാൻ ഒരുമ്പെടുന്ന പുരുഷാധിപത്യവുമായി യുദ്ധം ചെയ്യുവാൻ ധൈര്യമുള്ളവളാണ്.

സുൽത്താന രാജകുമാരിയെ പിന്തുണയ്ക്കുന്ന ദശലക്ഷക്കണക്കിനാളുകൾക്ക് മാത്രമായുള്ളതല്ല ഈ പുസ്തകം. ഇത് സൗദി സ്ത്രീകളിലെ പുതുതലമുറയുടെ ജീവിതങ്ങളിലേക്കൊന്ന് എത്തി നോക്കുവാൻ വെമ്പൽ കൊള്ളുന്ന വായനക്കാർക്കു കൂടിയുള്ളതാണ്.

മുമ്പ് പറഞ്ഞത് വീണ്ടും ആവർത്തിക്കട്ടെ. ഇതിൽ വായിക്കുന്ന കഥകളെല്ലാം സത്യമാണ്. ഞങ്ങൾ ഇവിടെ കുറിച്ചിട്ടിരിക്കുന്ന സ്ത്രീകൾ നല്ല ധൈര്യം കാണിച്ചവരും ഉയരങ്ങൾ കീഴടക്കിയവരുമാണ്.

എന്റെ പുസ്തകം വായിക്കുകയും ഈ സ്ത്രീകൾക്ക് പിന്തുണ നൽകുകയും ചെയ്യുന്ന എല്ലാവരോടും ഞാൻ വ്യക്തിപരമായി നന്ദി അറിയിക്കട്ടെ.

ആശംസകളോടെ,

ജീൻ സാസ്സൺ

സുൽത്താന അൽ സഉദ് രാജകുമാരി പറയുന്നത്

ഒരിക്കലും രാജ്ഞിയാകാൻ കഴിയാത്ത ഒരു രാജകുമാരിയാണ് ഞാൻ. എന്റെ രാജ്യത്ത് പൂർണ്ണ സ്വാതന്ത്ര്യമുള്ളത് പുരുഷന്മാർക്കും കാറ്റിനും മാത്രമാണെന്നുള്ളതിനാലാണിത്. ഇന്നത്തെ സാഹചര്യത്തിൽ സൗദി രാജകുടുംബത്തിന്റെ പരമോന്നത പദവിയിലേക്ക് ഒരിക്കലും ഒരു സ്ത്രീ ഉയർത്തപ്പെടുകയില്ല.

'രാജകുമാരി: സൗദി രാജകുടുംബത്തിനകത്തെ ജീവിതത്തിന്റെ യഥാർത്ഥ കഥ' എന്ന പുസ്തകത്തിലൂടെ എന്റെ നാട്ടിലെ ഇരുണ്ട രഹസ്യങ്ങൾ പുറത്ത് പറഞ്ഞിട്ട് ഇപ്പോൾ ഇരുപത് വർഷമാകുന്നു. എനിക്കിനിയും പറയുവാനുണ്ട്. അതിനായി ഞാനിതാ തിരികെ വന്നിരിക്കുന്നു. എന്റെ ജീവിതത്തെക്കുറിച്ച് വായിച്ചറിഞ്ഞിട്ടുള്ളവർക്ക് ഈ പുസ്തകം എന്റെ വർത്തമാന കാലം പറഞ്ഞ് തരും. ആദ്യ മൂന്ന് പുസ്തകങ്ങൾ വായിക്കാത്തവർക്കായി എന്നെ ഒന്ന് പരിചയപ്പെടുത്തുവാൻ അനുവദിക്കുക. അതിനോടൊപ്പം സൗദി അറേബ്യയിൽ ജനിച്ച സ്ത്രീകളുടെ വിധിയെ പരിചയപ്പെടുത്തുവാനും.

കൊല്ലവർഷം 2014 ൽ, അതായത് ഹിജറ 1435ൽ സൗദി അറേബ്യയിലെ സ്ത്രീകളുടെ ജീവിതം എങ്ങനെയെന്ന് പറഞ്ഞ് തരാം.

പുരുഷന്മാർക്ക് നാല് ഭാര്യമാരും അനേകം വെപ്പാട്ടികളുമാകാം. അച്ഛന്റെ ആദ്യഭാര്യയായിരുന്നു എന്റെ അമ്മ. അമ്മ പതിനൊന്ന് തവണ പ്രസവിച്ചെങ്കിലും പത്തും പെണ്ണായിരുന്നു. ഒരാൺകുട്ടി മാത്രമേ ഉണ്ടായുള്ളൂ. എത്ര ആൺകുട്ടികൾക്ക് ജന്മം നൽകി എന്നതാണ് ഒരു സ്ത്രീക്ക് എത്ര ബഹുമാനവും സ്ഥാനവും നല്കണം എന്ന് തീരുമാനിക്കുന്നതിനുള്ള എന്റെ നാട്ടിലെ പ്രധാന അളവുകോൽ. അച്ഛൻ തുടർന്നും വിവാഹിതനായി. അത് അമ്മയുടെ ജീവിതത്തിൽ എന്നെന്നും മുറിവുകളുണ്ടാക്കിക്കൊണ്ടിരുന്നു.

അമ്മയുടെ പതിനൊന്ന് മക്കളിൽ ഏറ്റവും ഇളയതാണ് ഞാൻ. പതിനൊന്നിൽ പത്തും പെൺകുട്ടികളായിരുന്നു. ഞാൻ ഒരു രാജകുമാരി ആയതിനാൽ എല്ലാവരും എപ്പോഴും എന്നെ ഭാഗ്യവതി എന്ന് വിളിക്കാറുണ്ട്. എന്നാൽ അത് സത്യമല്ല. അതിനൊരു കാരണം ഞങ്ങളുടെ ജീവിതം ഇങ്ങനെയായതെന്തേ എന്ന് പൂർണ്ണമായും മനസ്സിലാക്കുവാൻ എനിക്കായിട്ടില്ല എന്നത് തന്നെയാണ്. എന്റെ സ്ഥാനം എന്തെന്ന് എനിക്ക് മനസ്സിലായിട്ടുണ്ട്. സമൂഹത്തിൽ എന്റെ സ്ഥാനം വളരെ വളരെ താഴെയാണെന്ന സത്യവും അംഗീകരിച്ചിട്ടുണ്ട്. ആഡംബരങ്ങൾ നിറഞ്ഞ ഒരു രാജകൊട്ടാരത്തിലാണ് ജീവിച്ചത്. സമ്പത്തും സൗന്ദര്യവും ചുറ്റിലും നൃത്തം ചെയ്തു. എന്നാൽ കുട്ടിക്കാലം തൊട്ടേ ഇതൊന്നും എന്നെ സംബന്ധിച്ചിടത്തോളം ഒന്നുമല്ലായിരുന്നു. എനിക്ക് വേണ്ടത് അച്ഛന്റേയും അമ്മയുടേയും സ്നേഹം മാത്രമായിരുന്നു. സ്നേഹമയിയായ അമ്മ പൂർണ്ണ ഹൃദയത്തോടെ സ്നേഹിച്ചിരുന്നുവെങ്കിലും അച്ഛൻ പെൺകുട്ടികളിൽ മൂല്യമൊന്നും കണ്ടില്ല - പ്രത്യേകിച്ചും ദുർവാശിക്കാരിയായ, ധീരയായ, മനസ്സിലെ ചിന്തകൾ വിളിച്ച് പറയുന്നതിൽ മടികാണിക്കാത്ത എന്നെപ്പോലെയുള്ള ഒരു മകളിൽ. അച്ഛനും സ്നേഹിക്കുവാനറിയാമെന്ന് എനിക്കറിയാമായിരുന്നു. അച്ഛൻ സഹോദരൻ അലിയെ സ്നേഹിക്കുന്നത് കണ്ടാൽ അത് ഞാൻ പറഞ്ഞതിന്റെ തെളിവാകും. പക്ഷേ അച്ഛന്റെ സ്നേഹം പിടിച്ച് വാങ്ങുവാൻ എത്ര തീവ്രമായി ശ്രമിച്ചിട്ടും അതൊരിക്കലും വിജയം കണ്ടില്ല.

ഞങ്ങളുടെ ഓരോ ആഗ്രഹങ്ങളും പൂർത്തീകരിക്കുവാനായി ഞങ്ങളുടെ നാല് കൊട്ടാരങ്ങളിലും സേവകരനേകമുണ്ടായിരുന്നു. എങ്കിലും അലി ഒന്നിലും തൃപ്തിപ്പെടാത്തവനായിരുന്നു. കൊട്ടാരത്തിൽ ജീവിക്കുന്നവരെല്ലാം അവന്റെ കൂട്ടിക്കൊടുപ്പുകാരാകണം എന്ന് നിഷ്കർഷിച്ചു. അതിൽ അവന്റെ അമ്മയേയും സഹോദരിമാരേയും ഉൾപ്പെടുത്തുകയും ചെയ്തു. സഹോദൻ ആജ്ഞാപിച്ചത് അനുസരിക്കുവാൻ ഞാൻ തയ്യാറായിരുന്നില്ല. സഹോദരങ്ങളിൽ ഏറ്റവും ഇളയവളായ ഞാൻ ആകാരത്തിലും കുറിയവളായിരുന്നു. കുട്ടി എന്ന നിലയിൽ അമ്മയും ഒമ്പത് സഹോദരിമാരും എന്നെ വല്ലാതെ ലാളിച്ചിരുന്നു. ഞാൻ അവർക്ക് ഒരു കൊച്ചു പാവക്കുട്ടിയായിരുന്നു. അതിനാൽതന്നെ വീട്ടിൽ ലാളിച്ച് വഷളാക്കിയ കുട്ടി എന്ന വിശേഷണം അലിക്ക് മാത്രം നൽകുവാനാകില്ല. ഞാനും സഹോദരനു തുല്യയാണെന്ന് എപ്പോഴും കരുതിയിരുന്നു. അതുകൊണ്ട് തന്നെ അവൻ പറയുന്നതൊന്നും അനുസരിക്കാതെ അവനെ ശുണ്ഠിപിടിപ്പിക്കാറുമുണ്ടായിരുന്നു.

വീട്ടിൽ ഞാനൊരു നിധിയായിരുന്നു. ഞാനൊരു നിധിയാണെന്ന് വീട്ടുകാർ എന്നെ വിശ്വസിപ്പിച്ചിരുന്നു. വീട്ടിലുള്ളവർക്ക് എന്നെക്കുറിച്ചുള്ള അഭിപ്രായമല്ല വീടിനു വെളിയിലുള്ളവർക്ക് എന്നെനിക്ക് ഒരു ദിവസം മനസ്സിലായി. ഇത് എന്റെ മനസ്സിനെ വേദനിപ്പിച്ചു. ആ ഓർമ്മ ഇന്നും വർഷങ്ങൾക്ക് ശേഷവും വേദനയായി തിരികെ വരുന്നു. അച്ഛൻ തന്റെ മകനെ സ്നേഹിച്ചതുപോലെ എന്നെ സ്നേഹിക്കുന്നില്ല എന്നറിഞ്ഞ ദിവസമായിരുന്നു അത്. സഹോദരൻ എന്നെ ഭരിക്കേണ്ടവനാണെന്നും എന്റെമേൽ അധികാരമുള്ളവനാണെന്നും അവന്റെ ആജ്ഞകൾ ഞാൻ അനുസരിക്കേണ്ടവയാണെന്നും മനസ്സിലാക്കി തന്ന ദിവസമായിരുന്നു അത്. ബുദ്ധികൊണ്ട് അവനെ തോല്പിക്കുവാനാകാവുന്ന ദിനങ്ങൾവരേക്കെങ്കിലും അത് തുടരുകയും ചെയ്തു.

അലിക്ക് എന്റെ കൈയിലുള്ള ആപ്പിൾ നൽകുവാൻ വിസമ്മതിച്ച ദിവസമായിരുന്നു അത്. അവന്റെ ഇഷ്ടത്തിനു വഴങ്ങുന്നതിനു പകരം ഞാൻ ആ ആപ്പിൾ പെട്ടെന്ന് കടിച്ച് തിന്നു. ഇത് അലിയെ കോപാകുലനാക്കി. കോപമൊന്നമർത്തി ഉച്ചത്തിൽ നിലവിളിക്കുവാനായപ്പോൾ അവൻ വിളിച്ചത് ഒമറിനെയായിരുന്നു. ഒമർ ഞങ്ങളുടെ ഡ്രൈവറാണ്, ഈജിപ്തുകാരനാണ്. ഒമറിന്റെ ബലിഷ്ഠമായ കൈകൾ എന്നെ പൊക്കിയെടുത്ത് അച്ഛന്റെ മുന്നിൽ പ്രതിഷ്ഠിച്ചു. എന്റെ ചെയ്തിയിൽ വിശ്വാസം വരാതെ അച്ഛൻ എന്നെ തുറിച്ച് നോക്കി. വെറും ഒരു പെണ്ണായ ഞാൻ, ഭരണാധികാരമുള്ള ഒരു പുരുഷനായ സഹോദരന്റെ ആജ്ഞ ധിക്കരിച്ചിരിക്കുന്നു! ഒരു ആപ്പിൾ തിന്നു എന്ന കുറ്റത്തിന് കടുത്ത ശിക്ഷ ലഭിച്ചു. അച്ഛൻ എന്റെ മുഖത്താഞ്ഞടിച്ചു. എന്നിട്ട് ഒമറിനോട് അന്നുമുതൽ എന്റെ രക്ഷകർത്താവ് അലി ആയിരിക്കും എന്ന് പ്രഖ്യാപിച്ചു. എന്റെ കളിപ്പാട്ടങ്ങളെല്ലാം അലിക്ക് നൽകണമെന്ന് ഉത്തരവായി. ഞാനിനി എന്തൊക്കെ ചെയ്യണമെന്നും എന്ത് ചെയ്തുകൂടാ എന്നും പറയുവാനുള്ള അധികാരം അലിക്ക് തീറെഴുതി. അതിൽ ഞാൻ എപ്പോൾ ഭക്ഷണം കഴിക്കണം എന്നതും ഉൾപ്പെടുന്നു. സഹോദരന്റെ അപ്പോഴത്തെ അഹങ്കാരം കാണേണ്ടതായിരുന്നു. ആഴ്ചകളോളം അവൻ എന്നെ ശാരീരികമായും മാനസികമായും വേദനിപ്പിച്ചു. പിന്നെ താത്പര്യം നശിച്ചപ്പോൾ നിർത്തിവച്ചു.

അന്നത്തെ ദിവസം മുതൽ അലി എന്റെ വർഗ്ഗശത്രുവായി. കുട്ടിക്കാലത്ത് അവൻ എന്നെ തോല്പിക്കുമായിരുന്നു. മുതിർന്നപ്പോൾ ഈ കൊച്ചുസഹോദരിയോളം കൗശലം അവനില്ലെന്ന് മനസ്സിലാക്കി. അന്നുമുതൽ ഞാൻ അവനെ കബളിപ്പിക്കുവാനും കൗശലത്തോടെ തോല്പിക്കുവാനും തുടങ്ങി. അതിന്നും

തുടരുന്നു. ഇപ്പോഴും കൊച്ചുകൊച്ചു കാര്യങ്ങളിൽ എന്റെ സഹോദരനെ ഒന്ന് കളിയാക്കുവാൻ ലഭിക്കുന്ന അവസരം പാഴാക്കാറില്ല. അത് അവന് കൊണ്ടുവരുന്ന വൈഷമ്യങ്ങൾ ആസ്വദിക്കുന്നു. അവനാണെങ്കിൽ തമാശകൾ ആസ്വദിക്കുവാനറിയുകയുമില്ല. ദുശ്ശാഠ്യക്കാരനാണവൻ, കുട്ടിക്കാലത്തുണ്ടായിരുന്നതിനേക്കാളേറെ.

എന്റെ ജീവിതത്തിലെ ഏറ്റവും ദുഃഖകരമായ നിമിഷം അമ്മയുടെ മരണമായിരുന്നു. അമ്മ വൃദ്ധയായിട്ടുണ്ടായിരുന്നില്ല. ഞാനാകട്ടെ കൊച്ചുകുട്ടിയുമായിരുന്നു. അതോടെ എന്നെ ശ്രദ്ധിക്കുവാൻ ആളില്ലാതായി. ഞാൻ സഹോദരിമാരുടെ പരിരക്ഷണത്തിലായി. സുൽത്താനയെ പൊന്നുപോലെ നോക്കിക്കൊള്ളാമെന്ന് മരണശയ്യയിലായിരുന്ന അമ്മയ്ക്ക് അവർ വാക്ക് കൊടുത്തിരുന്നു. എന്റെ ഭാവി സുരക്ഷയെക്കുറിച്ച് അമ്മയ്ക്ക് ഭീതിയുണ്ടായിരുന്നു. എതിർപ്പുകൾ പ്രകടിപ്പിക്കുന്ന സ്ത്രീകളോട് അത്ര സൗമ്യമായി പെരുമാറുന്ന ഒരു നാടല്ല സൗദി അറേബ്യ എന്നതിലായിരുന്നു അമ്മയുടെ ഈ ഭയം.

അമ്മ അങ്ങനെ വിഷമിച്ചതിൽ ന്യായമുണ്ട്. അക്കാലത്ത് സ്ത്രീകളുടെ ജീവിതം വളരെ ബുദ്ധിമുട്ട് നിറഞ്ഞതായിരുന്നു. മരുഭൂമിയിലെ ഈ രാജ്യത്ത് പെട്ടെന്ന് വന്ന എണ്ണപ്പണം ആധുനികതയ്ക്ക് ആക്കം കൂട്ടിയെങ്കിലും സ്ത്രീസ്വാതന്ത്ര്യവിഷയത്തിൽ ഞങ്ങൾ അപ്പോഴും ഒമ്പതാം നൂറ്റാണ്ടിൽ തന്നെയായിരുന്നു. സ്ത്രീകൾക്ക് സമൂഹത്തിലും നിയമത്തിലും അനേകം കൂച്ചുവിലങ്ങുകളുണ്ടായിരുന്നു. പല സ്ത്രീകളും വീടിനകത്ത് പർദ്ദ ധരിച്ച് ഏകയായി കഴിയുകയായിരുന്നു. എല്ലാ സ്ത്രീകൾക്കും സംരക്ഷകനായി ഒരു പുരുഷനുണ്ടാകും. ഒരു സ്ത്രീയുടെ ജിവീതത്തിലെ എല്ലാ കാര്യങ്ങളിലും നിയന്ത്രണമേർപ്പെടുത്തുക എന്ന കാര്യം നിർവഹിച്ചിരുന്ന കുടുംബാംഗമായിരിക്കും അയാൾ. സ്കൂളിൽ പോകുന്ന പെൺകുട്ടികൾ വളരെ കുറവായിരുന്നു. അങ്ങനെ പോയിരുന്നെങ്കിൽ തന്നെ അത് ധനികകുടുംബങ്ങളിൽ നിന്നുള്ളവരാകും. പഠനം വളരെ ചുരുങ്ങിയ വിഷയങ്ങളിൽ ഒതുക്കും. മാസമുറ തുടങ്ങിയാൽ പെൺകുട്ടികൾ മൂടുപടം ധരിക്കുവാൻ തുടങ്ങും. പല പെൺകുട്ടികളും മാസമുറ തുടങ്ങിയാലുടൻ വിവാഹിതരുമാകും. തങ്ങളുടെ വീട്ടുകാർ ആരുമായി വിവാഹം നിശ്ചയിക്കുന്നുവോ അവരെ വിവാഹം കഴിക്കുക എന്നതായിരുന്നു രീതി. മിക്കവാറും പെൺകുട്ടികൾ സ്വന്തം രക്തബന്ധത്തിലുള്ളവരെയാകും വിവാഹം കഴിക്കുന്നത്. ഇത് പാരമ്പര്യ രോഗങ്ങളുണ്ടാകുവാൻ കാരണമാക്കി. സ്ത്രീകൾക്ക് വണ്ടിയോടിക്കുവാനുള്ള അനുവാദമില്ലായിരുന്നു.

പെൺകുട്ടികൾ വിദ്യാഭ്യാസം നേടിയാലും വീട്ടുകാർ അവരെ ജോലി ചെയ്യുവാൻ അനുവദിക്കില്ല. അവർക്ക് അനുയോജ്യമായ ജോലി ലഭ്യമാണെങ്കിലും അനുവാദം ലഭിക്കുക ബുദ്ധിമുട്ടായിരുന്നു. സാധാരണ ജീവിതത്തിലെ മിക്ക കാര്യങ്ങളും സ്ത്രീകൾക്ക് അപ്രാപ്യമാകുന്ന രീതിയിൽ മാറ്റിവയ്ക്കപ്പെട്ടിരുന്നു. പുരുഷന്മാർക്ക് ഭയമായിരുന്നു. ആ ഭയം ഉള്ളിൽ വച്ചാണവർ ഭരിച്ചത്. ഒരു സ്ത്രീ സ്വന്തം വ്യക്തിത്വം എവിടെയെങ്കിലും പ്രദർശിപ്പിക്കുകയോ അങ്ങനെയൊന്നുണ്ട് എന്നതിന്റെ സൂചന നൽകുകയോ ചെയ്താൽ എന്ത് സംഭവിക്കും എന്നായിരുന്നു അവരുടെ ഭയം. ഏറ്റവും സാധാരണവും നിഷ്കളങ്കവുമായ പെരുമാറ്റങ്ങൾക്കുപോലും കഠിന ശിക്ഷ നൽകുമായിരുന്നു. ഒരു പെൺകുട്ടി, തന്റെ വീട്ടിലേതല്ലാത്ത ഒരു ആൺകുട്ടിയുമായി സംസാരിച്ചാൽ പോലും ഇങ്ങനെ കഠിന ശിക്ഷ ലഭിക്കുമായിരുന്നു. പലപ്പോഴും ഇത് ജീവനെടുക്കുന്നതുമായിരുന്നു. വിദേശ പുരുഷന്മാരുമായി കണ്ട് സംസാരിച്ചു എന്ന് കുറ്റത്തിന് ധീരയായ ഒരു സുഹൃത്തിനെ വധശിക്ഷയ്ക്ക് വിധിച്ച അനുഭവം നേരിട്ടറിയാവുന്നതാണ്. അവളെ വീട്ടിലെ നീന്തൽക്കുളത്തിൽ മുക്കി ക്കൊല്ലുകയായിരുന്നു. അക്കാലങ്ങളിൽ പല വീടുകളിലും വധ ശിക്ഷ നടപ്പിലാക്കുന്നതിന് പ്രചാരത്തിലുണ്ടായിരുന്ന ഒരു രീതിയായിരുന്നു അത്. ഇങ്ങനെ ശിക്ഷ നടപ്പാക്കിയിരുന്നത് മിക്കപ്പോഴും സ്വന്തം അച്ഛന്മാർ തന്നെയായിരുന്നു. ഈ പൈശാചിക പ്രവൃത്തിക്ക് അയാൾക്ക് സമൂഹത്തിൽ നിന്നും സബാഷികൾ മാത്രം ലഭിച്ചു. ഇതുപോലെ യുവത്വത്തിന്റെ പ്രസരിപ്പിൽ സമൂഹത്തെ വെല്ലുവിളിച്ച മറ്റൊരു സുഹൃത്തിനെ ദൂരെയുള്ള ഒരു ഗ്രാമത്തിലെ വൃദ്ധന് വിവാഹം ചെയ്തു കൊടുത്തു.

ബാല്യത്തിൽ നിന്നും കൗമാരത്തിലേക്ക് കാലെടുത്ത് വച്ചപ്പോൾ, വരാനിരിക്കുന്ന മാറ്റങ്ങൾ എന്തൊക്കെയെന്നതിന്റെ സൂചന ലഭിച്ച് തുടങ്ങിയിരുന്നു. വിവാഹത്തിനു മുമ്പ് വിവാഹം കഴിക്കുവാൻ പോകുന്നയാളെ കാണുവാനും സംസാരിക്കുവാനും എന്റെ കുടുംബത്തിൽ അനുവാദം ലഭിച്ച ആദ്യ വനിത ഞാനായിരുന്നു. ഈ സമാഗമം ഇരുകുടുംബങ്ങളിലേയും മുതിർന്നവരുടെ കർശന മേൽനോട്ടത്തിലായിരുന്നുവെങ്കിലും ഇത് ഒരു വലിയ വിജയമായിരുന്നു. ക്രിയാത്മക മാറ്റങ്ങളുടെ സൂചനയായിരുന്നു. കാരണം ഇക്കാലത്ത് തന്നെയാണ് കൂടുതൽ പെൺകുട്ടികൾക്ക് സ്കൂളിൽ പോകാനും വിദ്യാഭ്യാസം ചെയ്യാനും അവസരം ലഭിച്ചത്. ഇത് ഞങ്ങളുടെ രാജകുടുംബം എടുത്ത ചില തീരുമാനങ്ങൾക്കനുസരിച്ചായിരുന്നു. എന്നാൽ പല മതാന്ധ വിശ്വാസികളും മതാദ്ധ്യക്ഷന്മാരും സ്ത്രീകൾക്ക് വിദ്യാഭ്യാസം

നൽകുന്നതിനെ ശക്തമായി എതിർക്കുകയും അതിനെതിരെ പട നയിക്കുകയുമുണ്ടായി. സ്ത്രീകൾ എന്നും ഇരുട്ടിലായിരിക്കണം എന്നായിരുന്നു അവരുടെ വാദം. സൗദിയിലെ ചൂട് വരുന്നത് മരുഭൂമിയിൽ നിന്നല്ല, സ്ത്രീ ജീവിതത്തെക്കുറിച്ചുള്ള ഇത്തരം ആശയങ്ങൾ തമ്മിലുള്ള സംഘട്ടനങ്ങളിൽ നിന്നാണെന്ന് പെട്ടെന്ന് തോന്നിപ്പോയി.

ഈ അഗ്നിയിൽ ഒരു തീപ്പൊരിയാകാൻ കഴിഞ്ഞതിൽ എനിക്ക് സന്തോഷമുണ്ട്.

വിദ്യാഭ്യാസം എന്ന ഒരൊറ്റ ആവേശത്താൽ ഇപ്പോൾ സ്ത്രീകളുടെ ആഗ്രഹങ്ങൾ ഉത്തേജിപ്പിക്കപ്പെട്ടിരിക്കുന്നു. വിദ്യാഭ്യാസം ലഭിക്കുന്നതോടെ സ്ത്രീകളുടെ ബുദ്ധിയിൽ പുതിയ ആശയങ്ങൾ ഉരുത്തിരിയുന്നു. സൗദി സ്ത്രീകൾക്ക് വിദ്യാഭ്യാസം ലഭിക്കുമ്പോൾ സൗദിയിലെ പുരുഷന്മാർ സമൂഹത്തിന് സ്ത്രീകൾ നൽകുന്ന സംഭാവനകളെക്കുറിച്ച് കൂടുതൽ ബോധവാന്മാരാകുന്നു എന്നെനിക്ക് തോന്നിയിട്ടുണ്ട്. വിദ്യാഭ്യാസം എല്ലാവർക്കും ഗുണം ചെയ്യുന്നു. പുരുഷന്മാർക്ക് കേൾക്കാനാകുന്ന ഒരു സ്വരം സ്ത്രീക്ക് ലഭിക്കുമ്പോൾ അവർ അവരുടെ പെൺമക്കൾക്ക് വേണ്ടി ധൈര്യപൂർവ്വം വാദിച്ചുതുടങ്ങുന്നു. മാറ്റം ഒച്ചിന്റെ വേഗത്തിലാണെന്നത് ദുഃഖകരമാണെങ്കിലും തുടങ്ങിവച്ചതിനു ശേഷം ഇത് ക്രിയാത്മകമായി മുന്നോട്ട് നീങ്ങിയിട്ടുണ്ട് എന്നത് ആശ്വാസകരമാകുന്നു.

ഈ സംഘർഷ കാലഘട്ടത്തിൽ ഞാൻ മൂന്ന് കുഞ്ഞുങ്ങളുടെ അമ്മയായി. ഒരു മകനും രണ്ട് പെൺകുട്ടികളും. പെൺകുട്ടികളുടെ അമ്മയായതിനു ശേഷം ഞാൻ സൗദി പൗരന്മാരെ ബാധിക്കുന്ന മാനുഷിക പ്രശ്നങ്ങളിൽ കൂടുതൽ കരുത്തോടെ ഇടപെടാനും പ്രതികരിക്കുവാനും തുടങ്ങി. പെൺമക്കൾ അസന്തുഷ്ടരാണെങ്കിൽ ആ അസന്തുഷ്ടി ഞങ്ങളുടെ ആൺകുട്ടികളിലേക്കും സാവധാനത്തിലെങ്കിലും പടരുമെന്ന് വിശ്വസിക്കുന്നു. അതുകൊണ്ട് തന്നെ സ്ത്രീകൾ നേടുന്ന ഓരോ സാമൂഹികസാംസ്കാരിക വിജയവും സൗദിയിലെ എല്ലാ പൗരന്മാർക്കും ഗുണകരമാകുമെന്നും ഉറപ്പുണ്ട്.

അമേരിക്കയിൽ നിന്നുള്ള ജീൻ സാസ്സൺ എന്ന എഴുത്തുകാരിയുമായി പങ്കാളിത്തത്തിലാകുന്നത് ഇരുപത്തിരണ്ട് വർഷം മുമ്പാണ്. വളരെ അപകടം നിറഞ്ഞ ഒരു പങ്കാളിത്തമായിരുന്നു ഇത്. എന്റേയും എന്റെ നാട്ടിലെ മറ്റു സ്ത്രീകളുടേയും കഥ ബാഹ്യലോകമറിയണം എന്ന ഇച്ഛയോടെയായിരുന്നു ഈ പങ്കാളിത്തം. അന്നിറങ്ങിയ ആദ്യ പുസ്തകത്തിനു ശേഷം പിന്നെയും രണ്ട് പുസ്തകങ്ങളിറങ്ങി. രാജകുടുംബത്തിലെ ഒരു വനിത തുറന്ന് സംസാരിക്കുവാൻ ധൈര്യം കാണിച്ചത് തന്നെ

ആദ്യമായിട്ടാണ്. ഒരു രാജകുമാരിക്ക് വ്യക്തിസ്വാതന്ത്ര്യം നിഷേധിക്കപ്പെടുന്നു എന്ന് ബാഹ്യലോകത്തിനോട് വിളിച്ചുപറയുന്നതും ആദ്യമാണ്. ഈ പുസ്തകങ്ങൾ പ്രസിദ്ധീകരിക്കുക വഴി വളരെ ധീരമായ ഒരു നീക്കമാണ് നടത്തിയിരിക്കുന്നത്. അത് എന്റേയും മറ്റ് അനേകം സ്ത്രീകളുടേയും ജീവിതത്തിൽ മാറ്റം കൊണ്ടുവന്നിരിക്കുന്നു. പല രാജ്യങ്ങളിലും എന്റെ കഥ വലിയ ആവേശത്തോടെ സ്വീകരിക്കപ്പെടുകയും പുസ്തകം വിറ്റ് പോകുകയും ചെയ്തു. മിക്കവാറും എല്ലാ രാജ്യങ്ങളിലേയും മതങ്ങളിലേയും സ്ത്രീകൾക്ക് ഈ പടനീക്കം വളരെ ഗുണവത്തായി എന്ന് പലരും പറയുകയുമുണ്ടായി. പല യുവതികളും ഇന്ന് ഈ യുദ്ധത്തിൽ പങ്കാളിത്തമേറ്റെടുത്തിരിക്കുന്നു എന്നും മനസ്സിലാക്കുന്നു. ഇത് എന്റെ കഥ വായിച്ചറിഞ്ഞാണെന്നുമറിയുന്നു. എനിക്കതിൽ സന്തോഷമുണ്ട്. ഈ ധൈര്യം എന്റെ സഹോദരിമാർക്ക് മനസ്സിലാക്കുവാൻ ബുദ്ധിമുട്ടുണ്ടായി, ഭർത്താവിന് അരോചകമായി, അച്ഛനും സഹോദരനും കോപിച്ചു. ഈ ബുദ്ധിമുട്ടുകൾ എനിക്ക് സഹിക്കേണ്ടിവന്നു. എന്നാലും എനിക്ക് ഇതിലെല്ലാം സന്തോഷമുണ്ട്. എനിക്ക് ദുഃഖമേയില്ല. ആർക്കെങ്കിലും അടിച്ചമർത്തി നിശ്ശബ്ദയാക്കുവാനാകുന്ന ഒരു സ്ത്രീയല്ല ഞാൻ. ഞാൻ ആദരിക്കുകയും ബഹുമാനിക്കുകയും ചെയ്യുന്ന എന്റെ രാജ്യത്തിന്റേയും ജനങ്ങളുടേയും നല്ലതും ചീത്തയുമായ വശങ്ങൾ വെളിപ്പെടുത്തുന്നവയാണ് എന്നെക്കുറിച്ച് എഴുതിയ മൂന്ന് പുസ്തകങ്ങളും എന്നതിൽ അഭിമാനമുണ്ട്.

തുറന്ന ചർച്ചയിലാണെനിക്ക് വിശ്വാസം. വിദ്യാഭ്യാസമില്ലാതെ ഓരോ പൗരനും തനിക്കുള്ള അവകാശത്തെക്കുറിച്ച് അറിയുവാനാകില്ല. അവകാശത്തെക്കുറിച്ച് അറിയാതെ ആത്മാഭിമാനത്തോടെ ജീവിക്കുവാനാകില്ല. അങ്ങനെയല്ലാതെ ഒരു രാജ്യത്തിനും പുരോഗതി പ്രാപിക്കുവാനാകില്ല എന്ന് എനിക്കറിയാം. എന്നാൽ ഈ വാക്കുകൾ ഉച്ചരിച്ചുകൊണ്ടിരിക്കുമ്പോഴും ദുഃഖകരമായ ഒരു സത്യം അംഗീകരിച്ചേ മതിയാകൂ. എന്റെ രാജ്യത്തിനും ജനങ്ങൾക്കും ചില മാറ്റങ്ങൾ വന്നിട്ടുണ്ടെങ്കിലും വെല്ലുവിളികൾ ഇനിയും പൂർത്തിയായിട്ടില്ല എന്നതാണ് സത്യം.

പുരുഷന്മാരോടുള്ള പ്രത്യേക പരിഗണനകൾക്കെതിരെ ധീരയായി പോരാടിയിരുന്ന കൊച്ചു പെൺകുട്ടിയായിരുന്ന കാലത്തിൽ നിന്നും ഇപ്പോൾ എന്തൊക്കെ മാറ്റങ്ങൾ ലിംഗസമത്വത്തിന്റെ കാര്യത്തിലുണ്ടായിട്ടുണ്ട്? ഇതിന്റെ ഉത്തരം ഇത്തിരി സങ്കീർണ്ണമാണ്.

സൗദി രാജകുടുംബങ്ങളിൽ വിദ്യാഭ്യാസത്തിന്റെ കാര്യത്തിൽ വലിയ മാറ്റങ്ങൾ വന്നിട്ടുണ്ട്. സ്കൂൾ വിദ്യാഭ്യാസം വേണമെന്ന് ആഗ്രഹിക്കുന്ന എല്ലാ സൗദിക്കാർക്കും അത് ലഭ്യമാകുന്നതിനുള്ള അവസരമൊരുക്കിയിട്ടുണ്ടെന്നും സൗദി അറേബ്യയിലെ വിദ്യാഭ്യാസ വ്യവസ്ഥയിൽ ആശ്ചര്യജനകമായ പരിവർത്തനം വന്നിട്ടുണ്ടെന്നും വാഷിങ്ങ്ടൺ ഡി സിയിൽ സ്ഥിതി ചെയ്യുന്ന എന്റെ കുടുംബത്തിന്റെ എംബസി അറിയിക്കുന്നു.

എല്ലാ സൗദി പൗരന്മാർക്കും വിദ്യാഭ്യാസം ലഭിക്കുക എന്നത് എന്റെ കുടുംബത്തിലെ പുരുഷന്മാർ ഏറ്റവും പ്രധാനമായ ലക്ഷ്യമാക്കിയെടുത്തിരിക്കുന്നു എന്നാണിത് കാണിക്കുന്നത്. എന്റെ രാജ്യത്തിന്റെ മുഖം മാറ്റിയത് ഇതല്ലാതെ മറ്റൊന്നുമല്ല. ഇന്ന് ഈ രാജ്യത്ത് ജീവിക്കുന്ന എല്ലാ സ്ത്രീ പുരുഷന്മാർക്കും വിദ്യാഭാസം ലഭിക്കുന്നതിനുള്ള സൗകര്യമുണ്ട്. മറ്റു രാജകുടുംബാംഗങ്ങളെപ്പോലെ തന്നെ ഞാനും വിദ്യാഭ്യാസാവശ്യങ്ങൾക്കായുള്ള ധനസഹായം ചെയ്തുകൊണ്ടിരിക്കുന്നു. നമ്മുടെ അടുത്ത തലമുറയ്ക്ക് വിദ്യാഭ്യാസം ലഭിക്കുന്നതിനായി കഴിയുന്നത്ര സാമ്പത്തിക സഹായങ്ങൾ ചെയ്തുകൊണ്ടിരിക്കുന്നു. എന്റെ രാജ്യത്തെ മാത്രമല്ല മറ്റു മുസ്ലീം രാജ്യങ്ങളിലെ കുട്ടികളേയും സഹായിക്കുന്നു. ഇന്ന് സൗദി അറേബ്യയിൽ വിദ്യാഭ്യാസം ലഭിക്കാത്തവർ വിദ്യാഭ്യാസത്തെക്കുറിച്ച് അറിവില്ലാത്തവർ മാത്രമാണ്. ഒരച്ഛൻ തന്റെ പെൺമക്കൾക്ക് വിദ്യാഭ്യാസം നിഷേധിച്ചാൽ അതിൽ ഞങ്ങളുടെ സർക്കാർ ഇടപെടാറില്ല. ഇതിന് വരും വർഷങ്ങളിൽ മാറ്റം വരും എന്ന് പ്രതീക്ഷിക്കുന്നു.

വിദ്യാഭ്യാസത്തിനോടൊപ്പം ചേർക്കാവുന്നതാണ് യാത്രാസൗകര്യവും ഇന്റർനെറ്റ് പോലെയുള്ള കാര്യങ്ങളും. ഇവയും ഇന്ന് സൗദി അറേബ്യയെ എന്റെ കുട്ടിക്കാലത്തെ മരുഭൂമി രാഷ്ട്രത്തിൽ നിന്നും വളരെയധികം മുന്നോട്ട് കൊണ്ടുപോകുവാൻ സഹായിച്ചിരിക്കുന്നു. ഇന്ന് സൗദിയിലെ മിക്കവാറും പൗരന്മാർ സാമ്പത്തിക സ്വാതന്ത്ര്യമനുഭവിക്കുന്നവരാണ്. അതിനാൽ അവരിൽ മിക്കവരും ലോകത്തിന്റെ നാനാഭാഗങ്ങളിലേക്ക് യാത്ര ചെയ്യുന്നു. ഈ യാത്രകൾ സ്ത്രീകൾ സ്വതന്ത്രമായി ജീവിക്കുന്ന രാജ്യങ്ങളിലേക്ക് അവരെ എത്തിക്കുകയും അവരുടെ മനസ്സ് തുറപ്പിക്കുവാൻ കാരണമാക്കുകയും ചെയ്യുന്നു. ഇന്റർനെറ്റ് ലഭ്യത മാറ്റത്തിനു വേഗത കൂട്ടുന്നു. മിക്കവാറും എല്ലാ രാജ്യങ്ങളിൽ നിന്നുമുള്ള വിവരങ്ങൾ വിരൽ തുമ്പിലൊതുക്കുന്ന കംപ്യൂട്ടറുകളും ഐപാഡുകളും ഇന്ന് മിക്ക സൗദി യുവാക്കളുടേയും പക്കലുണ്ട്. വിദ്യാഭ്യാസം, യാത്ര, ഇന്റർനെറ്റ് എന്നിവയെല്ലാം ഒന്നിച്ച്, ഇന്നത്തെ യുവാക്കളിൽ തങ്ങളെ അടിമകളാക്കി വയ്ക്കുവാൻ മാത്രമുദ്ദേശിക്കുന്ന ഒരു പറ്റം ആളുകളാൽ

തങ്ങളുടെ വ്യക്തിസ്വാതന്ത്ര്യം നശിപ്പിക്കപ്പെടുകയാണെന്ന ബോധമുണ്ടാക്കുന്നു.

ക്രിയാത്മക മാറ്റങ്ങളുണ്ടെങ്കിലും ഇത്രയും കാലം സൗദി അറേബ്യയിലെ സ്ത്രീകളുടെ ജീവിതത്തിൽ മാറ്റങ്ങൾ വരുത്തുന്നതിനായി അക്ഷീണം പ്രവർത്തിച്ചിട്ടുണ്ടെങ്കിലും ഫലം ഇന്നും പ്രവചിക്കാനാകാത്ത രീതിയിൽ മാറി മറിഞ്ഞ് വരുന്നു എന്നതും ഇവിടെ എനിക്ക് കുമ്പസാരിക്കാതിരിക്കുവാൻ വയ്യ. സ്ത്രീകളുടെ കാര്യമെടുത്താൽ അവരെ സഹായിക്കുന്ന രീതിയിലുള്ള ഒരൊറ്റ നിയമം പോലും ഇതുവരേക്കുമുണ്ടായിട്ടില്ല. സ്ത്രീകൾ എങ്ങനെ പെരുമാറണമെന്നതിനെക്കുറിച്ചുള്ള തീരുമാനങ്ങളെല്ലാമെടുക്കുന്നതും അങ്ങനെ തീരുമാനമെടുക്കാൻ അവകാശമുള്ളതും പുരുഷന്മാർക്ക് മാത്രമാണ്. കുടുംബം നയിക്കുന്ന പുരുഷനാരോ അയാളുടെ തീരുമാനത്തിനു മാത്രമാണ് നിയമസാധുതയുള്ളത്. പുരുഷന്മാർ വിദ്യാഭ്യാസമുള്ളവരും സമചിത്തതയോടെ കാര്യങ്ങൾ കൈകാര്യം ചെയ്യുന്നവരുമാണെങ്കിൽ സ്ത്രീകൾക്ക് സന്തോഷത്തോടെ ജീവിക്കുവാനുള്ള അവസരം ലഭിക്കുന്നു. എന്നാൽ മറിച്ചാണെങ്കിൽ, പുരുഷന്റെ അജ്ഞത മൂലം വിഷമിക്കുകയും ദുഃഖിക്കുകയും ചെയ്യേണ്ടി വരുന്നത് സ്ത്രീകളാണ്.

എന്റെ കുട്ടിക്കാലത്ത് സൗദി അറേബ്യയിലെ എല്ലാ സ്ത്രീകളുടേയും ജീവിതം ദുഷ്കരമായിരുന്നു. ഇന്ന് മാറ്റങ്ങൾകൊണ്ട് ചില സ്ത്രീകൾക്ക് ഗുണമുണ്ടായിരിക്കുന്നു. എന്നാലും ഇന്നും സൗദി അറേബ്യയിലെ സ്ത്രീകളുടെ ജീവിത ഗുണനിലവാരം പുരുഷൻ എങ്ങനെയുള്ളയാളാണ് എന്നതിൽ അധിഷ്ഠിതമായി തുടരുന്നു. സ്ത്രീകൾക്ക് സ്വാതന്ത്ര്യം നിഷേധിക്കുവാനുള്ള അധികാരം അവർക്ക് ഇന്നുമുണ്ട്.

ഈ ഇരുപത്തിയൊന്നാം നൂറ്റാണ്ടിൽ സൗദി സ്ത്രീയുടെ ജീവിതം ഇതാ താഴെക്കൊടുത്തിരിക്കുന്നത് പോലെയാണ്:

- ക്ലാസിൽ ഒന്നാമതായി ബിരുദം നേടുകയും സമൂഹത്തിൽ ബഹുമാന്യതയുള്ള ഡോക്ടറായി ജോലി നോക്കുകയും ചെയ്യുന്ന ഒരു സ്ത്രീയെ എനിക്കറിയാം. അങ്ങനെയുള്ള ഒരു നാട്ടിലാണെന്റെ ജീവിതം.
- വിവാഹബന്ധം വേർപെടുത്തിയതിനുശേഷം സ്വന്തം കുട്ടിയുടെമേൽ അമ്മയ്ക്ക് അവകാശം നിഷേധിക്കപ്പെട്ട ഒരു സംഭവം എനിക്കറിയാം. ആ കുട്ടി പൈതലായിരുന്നു. എന്നിട്ടും അവകാശം നിഷേധിക്കപ്പെട്ടു. ആ കുട്ടിയെ അച്ഛൻ മൃഗീയമായി ബലാത്സംഗം ചെയ്ത് കൊലപ്പെടുത്തി. ആ അച്ഛൻ ഒരു സൗദി മുസ്ലീം മതപുരോഹിതനായിരുന്നു. അങ്ങനെയുള്ള ഒരു നാടാണെന്റെ നാട്.

- സ്വന്തം വ്യാപാരം വിജയകരമായി മുന്നോട്ട് കൊണ്ടുപോകുകയും അതേ വ്യാപാരത്തിലുള്ള പുരുഷന്മാർക്ക് കടുത്ത വെല്ലുവിളിയുയർത്തുകയും ചെയ്യുന്ന ഒരു സ്ത്രീയെ എന്റെ നാട്ടിൽ എനിക്കറിയാം. അങ്ങനെയുള്ള നാട്ടിലാണ് ഞാനിന്ന് ജീവിക്കുന്നത്.
- പത്ത് വയസ്സുള്ള ഒരു പെൺകുട്ടിയെ മുപ്പത്തിയഞ്ച് വയസ്സുള്ള അവളുടെ ഭർത്താവ് നിത്യം ക്രൂരമായ ലൈംഗിക പീഡനത്തിനിരയാക്കുകയും എന്നിട്ടും അവൾ ഭർത്താവിനോടൊപ്പം തന്നെ താമസിക്കണമെന്ന് മതപുരോഹിതർ തീരുമാനിക്കുകയും ചെയ്തു. ഒരു പെൺകുട്ടിയിൽ നിന്നും വിവാഹം എന്ന ഭാഗ്യം എടുത്ത് കളയുന്നത് ന്യായമല്ല എന്നായിരുന്നു വിധി. അങ്ങനെയുള്ള നാട്ടിലാണിന്നും ജീവിക്കുന്നത്.
- മിക്കവാറും പെൺകുട്ടികൾക്ക് വിദ്യാഭ്യാസം ലഭിക്കുകയും മിക്കവാറും പെൺകുട്ടികൾ വിദ്യാഭ്യാസം എന്നതിനെ ഗൗരവമായി എടുക്കുകയും ചെയ്യുന്ന നാടാണെന്റേത്. അങ്ങനെയുള്ള നാട്ടിലാണിന്നും ജീവിക്കുന്നത്.
- ജോലി ചെയ്യുന്നവരിൽ 15 ശതമാനം പേർ മാത്രം സ്ത്രീകളുള്ള നാടാണെന്റേത്. ഭർത്താക്കന്മാർ നിർബന്ധിക്കുന്നതിനാൽ മിക്കവാറും സ്ത്രീകൾ വീടിനുള്ളിൽ ഒതുങ്ങിക്കഴിയുന്നു. അവൾക്ക് ഉന്നത വിദ്യാഭ്യാസമുണ്ടെങ്കിലും ജോലി ചെയ്യുവാൻ ആഗ്രഹിക്കുന്നുവെങ്കിലും അത് സംഭവിക്കുന്നു. അങ്ങനെയുള്ള നാട്ടിലാണിന്നും ജീവിക്കുന്നത്.
- സ്ത്രീകൾക്ക് കാറോടിക്കുവാൻ അനുവാദമില്ലാത്ത ഒരു നാട്ടിലാണിന്നും ജിവിക്കുന്നത്.
- തന്റെ മകനെ സ്കൂളിലാക്കുവാൻ വണ്ടിയോടിച്ചു എന്ന കുറ്റത്തിന് ഒരു സ്ത്രീയെ ചാട്ടയ്ക്കടിക്കുവാൻ മതപുരോഹിതർ ഉത്തരവിട്ട നാട്ടിലാണിന്നും ജീവിക്കുന്നത്.
- ജോലി ചെയ്യുന്നതിനും യാത്ര ചെയ്യുന്നതിനും ഇന്നും തന്റെ പുരുഷ രക്ഷാധികാരിയിൽ നിന്നും സ്ത്രീ അനുവാദം വാങ്ങേണ്ട നാട്ടിലാണിന്നും ജീവിക്കുന്നത്. ഇതിനെതിരെ പ്രതികരിച്ചാൽ ഒരുപക്ഷേ സ്ത്രീക്ക് തന്റെ ജീവൻ തന്നെ നഷ്ടപ്പെട്ടേക്കാം.
- തന്നെ ഭരിക്കുന്ന പുരുഷ രക്ഷാധികാരിയുടെ തീരുമാനങ്ങളെ വെല്ലുവിളിക്കുന്ന സ്ത്രീകളുള്ള നാട്ടിലാണിന്നും ജീവിക്കുന്നത്. അങ്ങനെ വെല്ലുവിളിച്ചിട്ടും പുരുഷന്മാർ ആ സ്ത്രീകൾക്കെതിരെ വധശിക്ഷ വിധിച്ചിട്ടില്ല.
- തന്റെ ഭർത്താവാരെന്ന് മാതാപിതാക്കളെടുക്കുന്ന തീരുമാനത്തെ അനുസരിക്കുന്നവരാണ് എന്റെ നാട്ടിലെ സ്ത്രീകളിൽ

മിക്കവരും. വേണ്ട എന്ന് പറയുവാൻ സ്ത്രീക്ക് അനുവാദമുണ്ടെങ്കിലും അങ്ങനെ പറയുന്നവർ കുറവാണ്. അങ്ങനെ പറയുന്നത് അനുസരണക്കേടാകുമെന്നും അത് തന്റെ മാതാപിതാക്കളെ അപമാനിക്കുന്നതിനു തുല്യമാണെന്നും അവർ കരുതുന്നു.

- സ്ത്രീകൾക്ക് തന്റെ ഔദ്യോഗിക ജീവിതത്തിൽ ഉയരങ്ങൾ കീഴടക്കുവാനും വിവാഹ ജീവിതത്തിൽ സന്തോഷത്തോടെ കഴിയുവാനും സാധ്യതയുള്ള നാട്ടിലാണിന്നും ജീവിക്കുന്നത്.
- പല സ്ത്രീകളുടേയും ജീവിതം ദുരിതപൂർണ്ണമായ ഒരു നാട്ടിലാണിന്ന് ജീവിക്കുന്നത്. അങ്ങനെയുള്ള സ്ത്രീകൾ വീടിനകത്ത് തന്നെ കഴിഞ്ഞ് കൂടേണ്ടി വരുന്നു. അവർക്ക് ഏറ്റവും ലളിതമായ വ്യക്തിഗത കാര്യങ്ങൾ കൂടി തീരുമാനിക്കുവാനാകുന്നില്ല. അനിഷ്ടം മൂലമോ ഭർത്താവിന്റെ ക്രൂരപീഡനം മൂലമോ സ്വന്തം കുഞ്ഞുങ്ങളേയുമെടുത്ത് ഭർത്താവിനെ വിട്ട് പോരിക എന്ന തീരുമാനവും ഇതിൽ ഉൾപ്പെടുന്നു.
- സ്വന്തം കുടുംബത്തിലെ ഒരു സ്ത്രീയെ എന്ത് കാരണവശാൽ വേണമെങ്കിലും അവഹേളിക്കുകയോ, മർദ്ദിക്കുകയോ അല്ലെങ്കിൽ കൊലപ്പെടുത്തുകയോ ചെയ്യുവാൻ ഏതൊരു പുരുഷനും അധികാരമുള്ള ഒരു നാട്ടിലാണിന്ന് ജീവിക്കുന്നത്. അങ്ങനെ ചെയ്താൽ ആ പുരുഷനെതിരെ സമൂഹമോ നീതിന്യായ വ്യവസ്ഥകളോ യാതൊരു പ്രതികരണവും നടത്താറില്ല, അയാൾ ശിക്ഷിക്കപ്പെടാറില്ല.
- എങ്കിലും മേൽപറഞ്ഞ രീതിയിലുള്ള പെരുമാറ്റങ്ങളിൽ മിക്കവാറും സ്ത്രീ പുരുഷന്മാർ നീരസം പ്രകടിപ്പിക്കുന്ന നാട്ടിലാണിന്ന് ജീവിക്കുന്നത്.
- സ്ത്രീകളുടെ ചിന്തകൾക്കും അവകാശങ്ങൾക്കും ഒരു പരിഗണനയുമില്ലാതിരുന്ന കാലങ്ങളിൽ വളർന്ന ഒരു രാജാവ് ഭരിക്കുന്ന രാജ്യത്താണിന്ന് ജീവിക്കുന്നത്. എന്നാൽ ഈ രാജാവ്, അബ്ദുള്ള, ഇന്ന് സ്ത്രീകളെ സംബന്ധിക്കുന്ന വിഷയങ്ങൾക്ക് ഏറ്റവും മുന്തിയ പരിഗണന നൽകുന്നു.

വലിയ മാറ്റങ്ങൾ ഇനിയും അനിവാര്യമാണ്. കാരണം ഇന്നും സ്ത്രീകളുടെ ജീവിതത്തെക്കുറിച്ച് പറയുമ്പോൾ പ്രവചിക്കുവാനാകുന്ന ഒരു രീതി ലഭ്യമല്ല. അതിനാൽ ഉറപ്പുള്ള നിലയിലേക്ക് കാര്യങ്ങൾ മാറ്റുന്നതിനായുള്ള ശ്രമമാണിന്ന് നടക്കുന്നത്. ഒരു പുരുഷൻ സ്ത്രീയെ അപമാനിക്കുന്നത് നിയമപരമായി കുറ്റമാകണം. സ്വന്തം കാര്യങ്ങൾ സ്വയം തീരുമാനിക്കുവാൻ പ്രായപൂർത്തിയായ സ്ത്രീക്ക് അധികാരമുണ്ടാകണം. അതിനായി നമ്മൾ ശ്രമിക്കണം.

എന്റെ രാജ്യത്ത് മാറ്റങ്ങൾ കൊണ്ടുവരാനുള്ള ഈ ശ്രമത്തിൽ ഇന്ന് ഞാൻ ഒറ്റയ്ക്കല്ല എന്നത് വളരെ സന്തോഷം നൽകുന്ന ഒന്നാണ്. ക്രിയാത്മക പരിവർത്തനങ്ങൾക്കായി ശ്രമിച്ചുകൊണ്ടേയിരിക്കുന്ന അനേകം സൗദി സ്ത്രീകളുണ്ടിന്ന്. എന്റെ കുടുംബാംഗങ്ങൾക്ക് ഇവരിൽ ചിലരെ നേരിട്ടറിയാം. അവരുടെ അദ്ഭുത കഥകൾ ലോകത്തിന് വായിക്കുവാൻ താത്പര്യമുണ്ടാകുമെന്ന് എനിക്ക് ഉറപ്പാണ്. അതിനാൽ മാത്രം, സൗദി അറേബ്യയെക്കുറിച്ചുള്ള സത്യങ്ങൾ ലോകത്തിനോട് പറയുവാൻ എന്റെ സുരക്ഷാവലയം ഭേദിച്ചൊരിക്കൽ കൂടി പുറത്ത് വരുന്നു. എന്റെ നാട്ടിലിപ്പോൾ എന്തൊക്കെ നടക്കുന്നു എന്ന് നിങ്ങളോടെല്ലാം പറയണം.

എന്റെ സ്വകാര്യ ജീവിതത്തിൽ വന്ന മാറ്റങ്ങളെക്കുറിച്ച് ഈ പുസ്തകത്തിൽ പറയാം. എന്റെ കുടുംബാംഗങ്ങളെക്കുറിച്ചും വളരെയധികം കാര്യങ്ങൾ പറയുവാനുണ്ട്. അതിൽ കുട്ടികളെക്കുറിച്ചും പേരക്കുട്ടികളെക്കുറിച്ചുമുള്ള കാര്യങ്ങളും ഉൾപ്പെടുന്നു. പിന്നെ സഹോദരിമാർ, അവരുടെ മക്കൾ എന്നിവരെല്ലാമുണ്ട്. എന്റെ സഹോദരന്റെ പ്രത്യേകാൽ സ്വഭാവങ്ങൾ കാരണം അവനെക്കുറിച്ചുള്ള കൂടുതൽ ആശ്ചര്യജനകമായ കഥകളും ഇതിലുണ്ട്. അച്ഛൻ ഇന്നും ജീവിച്ചിരിപ്പുണ്ട്. വല്ലാതെ വൃദ്ധനായിരിക്കുന്നു. ഇന്നും അദ്ദേഹം സ്ത്രീകൾ അനുസരണയോടെ അടങ്ങിയൊതുങ്ങി കഴിയേണ്ടവരാണെന്നും പുരുഷന്മാർ അവരെ ഭരിക്കേണ്ടവരാണെന്നും വിശ്വസിക്കുന്നു.

ധീരരായ സ്ത്രീകളുടെ ജീവിതത്തെക്കുറിച്ച് അറിയുന്നതിനേക്കാൾ പ്രാധാന്യമുള്ള ഒന്നുമില്ല. സാധാരണ സൗദി സ്ത്രീകൾക്ക് എന്ത് സംഭവിക്കുന്നു എന്നറിയുവാൻ വായനക്കാർക്ക് താത്പര്യമുണ്ടാകും എന്നെനിക്കറിയാം. അധികസമ്പത്തിനാലുണ്ടാകുന്ന അവസരങ്ങൾ ഇവരെ തേടിയെത്തിയിട്ടില്ല. രാജകുടുംബാംഗങ്ങൾ നേരിടാത്ത, അവർക്ക് അറിയാത്ത, ചില വെല്ലുവിളികൾ ഇവർ നേരിടുന്നുണ്ട്. അതുകൊണ്ട് തന്നെ ഞാൻ അവരെ ബഹുമാനിക്കുന്നു.

അനേകം കഥകൾ പറയുവാനുണ്ടെങ്കിലും ഞാനതിൽ നിന്നും പത്ത് പേരെ തിരഞ്ഞെടുത്തിരിക്കുന്നു. ഇനിയുള്ള താളുകളിലൂടെ നിങ്ങൾ പരിചയപ്പെടുന്ന ഈ സൗദി സ്ത്രീകൾ സത്യമായും ജീവിച്ചിട്ടുള്ളവരാണ്. അവർ ധീരരാണ്. അവർ സൗദി അറേബ്യയ്ക്ക് ഒരു പുതിയ പാത വെട്ടിത്തുറന്ന് തരുമെന്നത് ഉറപ്പാണ്.

എന്റെ ജീവിതത്തിൽ വർഷങ്ങൾ വളരെ പെട്ടെന്നാണ് കടന്ന് പോയത്. എങ്കിലും എന്റെ നാട്ടിലെ സ്ത്രീകളുടെ ജീവിതത്തിൽ

ക്രിയാത്മക മാറ്റങ്ങൾ അത്രയും വേഗത്തിലെത്തിയില്ല. വളരെയധികം സൗദി സ്ത്രീകൾക്ക് സ്വന്തം സ്വപ്നം സാക്ഷാത്കരിക്കുന്നത് കാണാൻ ഇന്ന് അവസരമുണ്ടെന്നതിന് ഞാൻ അള്ളാഹുവിനോട് നന്ദി പറയുന്നു. ഈ അസാമാന്യ വനിതകളെക്കുറിച്ച് നിങ്ങളോട് പറയുവാൻ അവസരം ലഭിച്ചതിനും അള്ളാഹുവിനോട് നന്ദി പറയുന്നു.

സൗദി അറേബ്യയിലെ സ്ത്രീകൾ, അവർ രാജകുടുംബാംഗങ്ങളാകട്ടെ അല്ലാത്തവരാകട്ടെ, 2000 വർഷത്തെ ചരിത്രത്തിനെതിരെയാണ് പടവെട്ടുന്നത്. ഒന്നിച്ച് മുന്നോട്ട് നീങ്ങുക എന്നത് മാത്രമാണ് ഞങ്ങളുടെ പ്രതീക്ഷ. ഞങ്ങൾ സഹായത്തിനായി നിങ്ങളുടെ മുന്നിൽ കൈനീട്ടുന്നു. നിങ്ങളുടെ കരം ഞങ്ങളെ സഹായിക്കുമാറാകട്ടെ, അതിന് അള്ളാഹു സഹായിക്കട്ടെ എന്ന് പ്രാർത്ഥിക്കുന്നു. എല്ലാ സ്ത്രീകൾക്കും ഒരു പോലെ അള്ളാഹുവിന്റെ അനുഗ്രഹം ലഭിക്കുകയാണെങ്കിൽ സൗദി അറേബ്യയിൽ ഭരണസാരഥിയായി ഒരു റാണി വരും എന്നത് തീർച്ചയാണ്.

എന്നെയും സൗദി അറേബ്യയിലെ മറ്റു സ്ത്രീകളേയും സ്നേഹിക്കുന്ന എല്ലാവർക്കും ഹൃദയം നിറഞ്ഞ ആശംസകളോടെ.

സുൽത്താന അൽ സഊദ് രാജകുമാരി

കഥാപാത്രങ്ങൾ

അൽ സഊദ് രാജകുടുംബം

അബ്ദുൾ അസീസ് രാജാവ്
സൗദി അറേബ്യയുടെ ആദ്യ രാജാവ്,
സുൽത്താന രാജകുമാരിയുടെ മുത്തച്ഛൻ

ഫഹദ് രാജാവ് (അന്തരിച്ചു)
സൗദി അറേബ്യയുടെ അഞ്ചാമത്തെ രാജാവ്,
സുൽത്താന രാജകുമാരിയുടെ പിതൃസഹോദരൻ

ഖാലിദ് രാജാവ്
സൗദി അറേബ്യയുടെ നാലാമത്തെ രാജാവ്,
സുൽത്താന രാജകുമാരിയുടെ പിതൃസഹോദരൻ

**അബ്ദുൾ അസീസ് ബിൻ
ഫഹദ് രാജകുമാരൻ**
ഫഹദ് രാജാവിന്റേയും
ജവ്ഹാറ രാജകുമാരിയുടേയും ഇളയമകൻ,
സുൽത്താന രാജകുമാരിയുടെ കസിൻ

അബ്ദുള്ള രാജകുമാരൻ
കരീം രാജകുമാരന്റേയും
സുൽത്താന രാജകുമാരിയുടേയും ഏക മകൻ

ഐഷ രാജകുമാരി
മഹ രാജകുമാരിയുടേയും
അമാനി രാജകുമാരിയുടേയും കസിൻ

അലി രാജകുമാരൻ
സുൽത്താന രാജകുമാരിയുടെ സഹോദരൻ

ആസാദ് രാജകുമാരൻ
സാറ രാജകുമാരിയുടെ ഭർത്താവ്,
കരീം രാജകുമാരന്റെ സഹോദരൻ

ഹാദി രാജകുമാരൻ (അന്തരിച്ചു)
മുനീറ രാജകുമാരിയുടെ ഭർത്താവ്

കരീം രാജകുമാരൻ
സുൽത്താന രാജകുമാരിയുടെ ഭർത്താവ്

മുഹമ്മദ് രാജകുമാരൻ
സുൽത്താന രാജകുമാരിയുടെ മരുമകൻ,
സുൽത്താനയുടെ സഹോദരി
റീമ രാജകുമാരിയുടെ (അന്തരിച്ചു) മകൻ.

സൽമാൻ രാജകുമാരൻ
സുൽത്താന രാജകുമാരിയുടെ മരുമകൻ,
സുൽത്താന രാജകുമാരിയുടെ
സഹോദരൻ അലിയുടെ മകൻ.

അമാനി രാജകുമാരി
കരീം രാജകുമാരന്റേയും
സുൽത്താന രാജകുമാരിയുടേയും മകൾ

ദുനിയ രാജകുമാരി
സുൽത്താന രാജകുമാരിയുടെ സഹോദരി

ഹൈഫ രാജകുമാരി
സുൽത്താന രാജകുമാരിയുടെ സഹോദരി

ജാവ്ഹാറ രാജകുമാരി
ഫഹദ് രാജാവിന്റെ ഇഷ്ട പത്നി

മഹ രാജകുമാരി
കരീം രാജകുമാരന്റേയും
സുൽത്താന രാജകുമാരിയുടേയും മകൾ

മെദിന രാജകുമാരി
സുൽത്താന രാജകുമാരിയുടെ മരുമകൾ,
അലി രാജകുമാരന്റെ മകൾ

മുനീറ രാജകുമാരി
ആസാദ് രാജകുമാരന്റേയും
സാറ രാജകുമാരിയുടേയും മകൾ

നോറ ബിൻ അബ്ദുൾ റഹ്മാൻ രാജകുമാരി
സുൽത്താന രാജകുമാരിയുടെ മുത്തച്ഛനായ
അബ്ദുൾ അസീസ് രാജാവിന്റെ സഹോദരി

നൂറ രാജകുമാരി (അന്തരിച്ചു)
സുൽത്താന രാജകുമാരിയുടെ ജ്യേഷ്ഠ സഹോദരി

റാണ രാജകുമാരി
സുൽത്താന രാജകുമാരിയുടെ മരുമകൾ;
നൂറ രാജകുമാരിയുടെ മകൾ

സാറ രാജകുമാരി
സുൽത്താന രാജകുമാരിയുടെ സഹോദരി

സീത രാജകുമാരി
സുൽത്താന രാജകുമാരിയുടെ സഹോദര ഭാര്യ

തഹാനി രാജകുമാരി
സുൽത്താന രാജകുമാരിയുടെ സഹോദരി

സൈൻ രാജകുമാരൻ
സുൽത്താന രാജകുമാരിയുടെ മരുമകൾ;
അബ്ദുള്ള രാജകുമാരന്റെ ഭാര്യ

കൊച്ചു സുൽത്താന
സുൽത്താന രാജകുമാരിയുടെ ആദ്യ പേരക്കുട്ടി.
സുൽത്താന രാജകുമാരിയുടെ മകൻ അബ്ദുള്ളയുടെ മകൾ

കൊച്ചു ഫൈസൽ രാജകുമാരൻ
സുൽത്താന രാജകുമാരിയുടെ രണ്ടാമത്തെ പേരക്കുട്ടി,
സുൽത്താന രാജകുമാരിയുടെ മകൻ അബ്ദുള്ളയുടെ മകൻ

കൊച്ചു ഖാലിദ് രാജകുമാരി
സുൽത്താന രാജകുമാരിയുടെ മൂന്നാമത്തെ പേരക്കുട്ടി,
സുൽത്താന രാജകുമാരിയുടെ മകൾ
അമാനി രാജകുമാരിയുടെ മകൻ

മറ്റു പ്രധാന കഥാപാത്രങ്ങൾ

ഷൈഖ് അബ്ദുൾ ബിൻ ബാസ് (അന്തരിച്ചു)
സൗദി പുരോഹിതൻ. ഒരു കാലത്ത് സൗദി അറേബ്യയിലെ
പ്രധാന മുഫ്തിയായിരുന്നു.
അമാനി രാജകുമാരിയുടെ ഇഷ്ട പുരോഹിതൻ

ബതാറ
സുൽത്താന രാജകുമാരിയുടെ
ഇന്ത്യോനേഷ്യക്കാരനായ ഡ്രൈവർ

ലൈല
തന്റെ സഹോദരൻ ഒരു ബ്യൂട്ടി സലൂണിന്റെ
ഉടമയാകുവാനും അത് നടത്തുവാനും സഹായിച്ചപ്പോൾ
അതിലിറങ്ങുകയും അതിന്റെ വിജയത്തിനായി
വിവാഹം നീട്ടിവയ്ക്കുകയും ചെയ്ത ഒരു സൗദി യുവതി.
ഇത് സൗദി അറേബ്യയിൽ വളരെ വിഷമകരമായ ഒരു കാര്യമാണ്

ഫാത്തിമ
ഇരട്ടക്കുട്ടികളുടെ (പെൺമക്കളുടെ) അമ്മയും
പീഡിക്കപ്പെട്ടവളുമായ ഒരു യുവതി

ഡോക്ടർ മീന
ഒരു സൗദി സ്ത്രീ. സമൂഹത്തിൽ ബഹുമാനമുള്ള ഒരു ഡോക്ടർ.
വളരെ ദരിദ്രമായ ഒരു പശ്ചാത്തലത്തിൽ നിന്നാണവർ
പഠിച്ച് ഉയരത്തിലെത്തിയത്

നാദിയ
സാമൂഹിക പ്രവർത്തകയായ ഒരു സൗദി യുവതി

നൂർ
ഗാർഹിക പീഡനത്തിനിരയായ ഒരു ബദു സ്ത്രീ

സബീൻ
സുൽത്താന രാജകുമാരിയുടെ
ഇന്തോനേഷ്യക്കാരിയായ വീട്ടുവേലക്കാരി

ഫാറിയ
സ്ത്രീ സുന്നത്തിന് ഇരയായ ഒരു സൗദി യുവതി

ഷാദ
ദുർമന്ത്രവാദിയെന്ന് ആരോപിക്കപ്പെട്ട ഒരു യുവതി

ദലാൾ
സ്വന്തം അച്ഛനാൽ പീഡിക്കപ്പെടുകയും
ആ പീഡനത്തിൽ കൊല്ലപ്പെടുകയും ചെയ്ത
പതിമ്മൂന്ന് വയസ്സുള്ള ഒരു പെൺകുട്ടി

അമൽ
സ്വന്തം അച്ഛൻ ബലാത്സംഗം ചെയ്ത് കൊന്ന
അഞ്ചുവയസ്സുകാരി പെൺകുട്ടി

ഒന്ന്

പെൺമക്കളോടുള്ള സ്നേഹം

"**നി**ന്റെ കാലുകൾ എത്ര ദൂരം നിന്നെ കൊണ്ടു പോകുമോ അത്ര ദൂരമേ നിനക്ക് പോകാനാകുകയുള്ളൂ അമൻ" എന്റെ മൂത്തമകൾ മഹ നിലവിളിക്കുകയായിരുന്നു. എത്ര പറഞ്ഞിട്ടും അവൾക്ക് അനുജത്തിയോടുള്ള പുച്ഛം ഒടുങ്ങിയില്ല. അവൾ അനുജത്തിയിൽ നിന്നും ദൂരെ മാറിയിരുന്നു. എന്നിട്ട് "അതിനേക്കാൾ ഒരടി കൂടുതൽ നീങ്ങാൻ നിനക്കാകില്ല" എന്ന് ഉറക്കെ പറഞ്ഞു.

അവളുടെ ശബ്ദം എന്നെ ഭയചകിതയാക്കി. ഇങ്ങനെ ഭൂതം ബാധിച്ചവളെപ്പോലെ ഉച്ചത്തിൽ ഓരിയിടുവാൻ മകൾ ആരിൽ നിന്നാണ്, എപ്പോഴാണ്, പഠിച്ചത്? കഴിഞ്ഞ ഏഴ് വർഷമായി യൂറോപ്പാണ് തന്റെ നാടെന്ന് മഹ അവകാശപ്പെടുന്നു. വിദേശ രാജ്യങ്ങളിൽ എന്റെ ധീരയായ ഈ മകൾ എങ്ങനെ ജീവിക്കുന്നു എന്ന് പല രാത്രികളിലും ആവലാതിപ്പെട്ടിട്ടുണ്ട്. തന്റെ അമ്മയിൽ നിന്നും ആയിരക്കണക്കിന് നാഴിക ദൂരെ താമസിക്കുന്ന അവൾ അതിനാൽ ഒരു മനോരോഗിയായി എന്നാണോ ഈ ശബ്ദത്തിൽനിന്നും ഈ ഒച്ചയിടലിൽ നിന്നും മനസ്സിലാക്കേണ്ടത്?

മഹയുടെ ഈ പെരുമാറ്റം എന്തുകൊണ്ട് എന്നാലോചിക്കുവാൻ എനിക്ക് സമയം ലഭിച്ചില്ല. അതിനു മുമ്പേ അമാനി കോപം കൊണ്ട് വിറച്ച് അവളുടെ ചേച്ചിക്ക് നേരെ ചാടി വീണ് കഴിഞ്ഞിരുന്നു. ഞാൻ അവിടെ ഇല്ലായിരുന്നുവെങ്കിൽ രണ്ട് പെൺമക്കളും തമ്മിൽ കയ്യാങ്കളി ഉറപ്പായിരുന്നു. ഒരുപക്ഷേ അവർ അവരുടെ കുട്ടിക്കാലത്ത് ചെയ്തിരുന്നത് പോലെ നിലത്ത് കിടന്നുരുണ്ട് വഴക്കടിക്കുമായിരുന്നു.

സർവ്വ കരുത്തുമുപയോഗിച്ച് മഹയുടെ തോളിൽ പിടിച്ച് പുറകോട്ട് വലിച്ചു. അവൾ എന്റെ മേൽ തട്ടി വീണു. അതേ സമയം മുറിയിലേക്ക് കയറി വന്ന ഭർത്താവ്, കരീം, അമാനിയെ പുറകിലേക്ക് പിടിച്ച് വലിച്ചു. അവൾ കരീമിന്റെ ശരീരത്തിൽ തട്ടി വീണു. ഈ മുറിയിൽ ഈ സ്ത്രീകൾ എന്തിനിങ്ങനെ ഒച്ചവച്ച് വഴക്കടിക്കുന്നു എന്നറിയാനെത്തിയതായിരുന്നു കരീം.

അറബ് നാടുകളിൽ കുട്ടികളുടെ വഴക്കിനാൽ ഏറ്റവും കൂടുതൽ ബുദ്ധിമുട്ടുന്ന അച്ഛൻ പ്രിയ ഭർത്താവ് തന്നെയാകണം. മഹ ഞങ്ങളെ

സന്ദർശിക്കുവാൻ വരുന്നു എന്നറിഞ്ഞപ്പോൾ അദ്ദേഹം ആദ്യം ചെയ്ത വിളംബരം ഇനിയും അവളും അമാനിയും കുട്ടികളെപ്പോലെ വഴക്കടിക്കുന്നത് താൻ അനുവദിക്കില്ല എന്നായിരുന്നു. അമാനി ഇന്ന് വിവാഹിതയും അമ്മയുമാണ്. അവൾ ശാന്തമായ ഒരു ജീവിതമാണ് നയിക്കുന്നത്. വിവാഹജീവിതത്തിൽ സന്തോഷമുണ്ടെന്ന് അവൾ പറയുന്നു. ഞങ്ങളുടെ കൊച്ചുമകന്റെ അമ്മ എന്ന നിലയിലും അവൾ തീർത്തും സന്തോഷകരമായ ജീവിതമാണിപ്പോൾ നയിക്കുന്നത്.

എന്നാൽ മഹയുടെ ജീവിതം നേരെ വിപരീതമാണ്. യൂറോപ്പിലെ പ്രധാന നഗരങ്ങളിൽ അവൾ ഒറ്റയ്ക്ക് താമസിക്കുന്നു. തന്റെ അച്ഛന്റെ വ്യാപാരങ്ങളിലൊന്നിൽ ഉദ്യോഗസ്ഥയാണവൾ. സുഹൃത്തുക്കളുമൊത്ത് സാധാരണ സാമൂഹികബന്ധങ്ങൾ ആസ്വദിക്കുന്നു. പക്വതയുള്ളവളാണ്. പലപ്പോഴും പല പ്രശ്നങ്ങൾക്കും പരിഹാരം കാണാൻ എളുപ്പം കഴിയുന്നുണ്ട്.

മുറിയിൽ എന്താണ് സംഭവിക്കുന്നത് എന്നതിൽ വിശ്വാസം വരാതെ കരീം എന്നെയൊന്ന് നോക്കി. പിന്നെ ഒച്ചയുയർത്തി. അമാനിയുടെ പ്രതിഷേധവും മഹയുടെ കോമാളി ശബ്ദവും തന്റെ ഒച്ചയിൽ മുങ്ങിപ്പോകണമെന്ന നിർബന്ധത്താൽ ഇത്തിരിയധികം ഉച്ചത്തിൽ തന്നെ കരീം പറഞ്ഞു "ഇതിവിടെ ഇപ്പോൾ അവസാനിക്കണം!" അത് ഒരു ആജ്ഞയായിരുന്നു.

അമ്മയുടെ ആജ്ഞ പെൺകുട്ടികൾ പലപ്പോഴും ധിക്കരിക്കുകയോ അവഗണിക്കുകയോ ചെയ്തിട്ടുണ്ടെങ്കിലും അച്ഛൻ എന്തെങ്കിലും പറഞ്ഞാൽ അവർ അതിനെതിര് നിൽക്കാറില്ല. അതുകൊണ്ടുതന്നെ അടുത്ത നിമിഷത്തിൽ അവർ ഇരുവരുടേയും കരച്ചിലും ബഹളവും ഒച്ചയും പൊടുന്നനെ നിലയ്ക്കുന്ന മാന്ത്രിക വിദ്യയ്ക്ക് സാക്ഷിയായി.

ആ സമയത്ത് സഹോദരി സാറ മുറിയിലേക്ക് കടന്നുവന്നു. മഹയുടെ സന്ദർശനവുമായി ബന്ധപ്പെട്ട് ഞങ്ങൾ വീട്ടുകാർക്കെല്ലാം ഒരു വിരുന്നൊരുക്കിയിട്ടുണ്ടായിരുന്നു. അതിൽ പങ്കെടുക്കുവാൻ എത്തിയതാണവൾ. പതിവുപോലെ അവൾ ശാന്തയായിരുന്നു, എങ്കിലും തന്റെ സഹോദരിയും സഹോദരീ ഭർത്താവും അവരുടെ പ്രായപൂർത്തിയായ പെൺമക്കളെ ബലമായി പിടിച്ച് നിർത്തി നിന്ന് വിയർക്കുന്ന കാഴ്ച കണ്ട് അവളുടെ കണ്ണുകളൊന്ന് വികസിച്ചു.

ഈ രംഗം കണ്ട് സാറ പകച്ച് നിന്നു. എന്നിട്ട് മുഖത്ത് ഒരു മന്ദഹാസം വരുത്തി. "ഇപ്പോഴും കൊച്ചുകുട്ടികളെപ്പോലെ വഴക്കടിക്കുന്നത് നിങ്ങൾക്ക് ഇത്ര സന്തോഷം തരുന്നുണ്ടല്ലോ. ഇങ്ങനെ വഴക്കടിച്ച് നിങ്ങൾ പണ്ട് രണ്ട് തവണ എല്ലൊടിച്ചു, ഒരിക്കൽ ഒരാളുടെ പല്ലും പോയി, ഓർമ്മയില്ലേ മക്കളെ?"

ഞങ്ങളുടെ ഈ രണ്ട് മക്കളും തമ്മിൽ പണ്ടൊരിക്കൽ നടന്ന ഏറ്റവും ഭീകരമായ അങ്കം ഓർക്കുകയായിരുന്നു സാറ. അന്ന് അമാനി പൂച്ചയെ

വളർത്തുമായിരുന്നു. ഒരു മുറിയിൽ പൂച്ചക്കുട്ടികളുണ്ടായിരുന്നു. പൂച്ച ക്കുട്ടികൾ അവളുടെ നിധിയായിരുന്നു. അതിനെ ആരും ഉപദ്രവിക്കാതിരി ക്കുവാനായി ആ മുറിയിലേക്ക് കടക്കുന്ന ഇടനാഴിയിൽ അവൾ കനം കുറഞ്ഞ ഒരു വള്ളി വലിച്ച് കെട്ടി. ആരെങ്കിലും തന്റെ നിധി കട്ടെടുക്കു മെന്ന് അവൾക്ക് ഉറപ്പുണ്ട്. അതിനാൽ ആരും അവിടേക്ക് പെട്ടെന്ന് കടന്ന് വരരുതെന്നേ കരുതിയുള്ളൂ.

എന്നാൽ വിധി വന്നത് മറ്റൊരു രൂപത്തിലായിരുന്നു. മഹയാണീ കെണിയിൽ പെട്ടത്. അവൾ പൂച്ചക്കുട്ടികളെ ഉപദ്രവിക്കുവാനാഗ്രഹിച്ചതേ യില്ല. അവൾ ഇടനാഴിയിലൂടെ പതിവുപോലെ ഓടി. ആ വള്ളിയിൽ തട്ടി വീണു. വളരെ വേഗത്തിലാണവൾ ഓടി വന്നത്. അതിനാൽ തന്നെ വീഴ്ചയുടെ ആഘാതത്തിൽ കൈയിലെ രണ്ടെല്ലുകൾ പൊട്ടി. ഇരു കൈയും നിലത്ത് കുത്തിയാണവൾ വീണത്. വീഴുന്ന ശബ്ദം കേട്ടാണ് അമാനിയെത്തിയത്. പൂച്ചയെ കട്ടെടുക്കാൻ വന്ന കള്ളനെ കിട്ടി എന്ന സന്തോഷമായിരുന്നു അവൾക്ക്. അവൾ ഓടിവന്നപ്പോൾ കണ്ടത് വേദന യിൽ പുളയുന്ന ചേച്ചിയെ. മഹ വേദനകൊണ്ട് പുളയുകയായിരുന്നുവെന്ന് അമാനിക്ക് മനസ്സിലായില്ല. പൂച്ചക്കുട്ടികളെ കട്ടെടുക്കാൻ വന്നതാണ് മഹ എന്നവൾ ആരോപിച്ചു. വീട്ടിലുള്ള വളർത്തുമൃഗങ്ങളെയെല്ലാം ഒഴിവാക്കു വാനുള്ള ശ്രമമാണ് മഹയുടേതെന്ന് ആക്രോശിച്ചു.

അമാനി കൗമാരത്തിലായിരുന്ന കാലത്തൊരിക്കൽ ഞങ്ങളെല്ലാവരും ഒന്നിച്ച് മക്കയിലേക്ക് ഒരു തീർത്ഥാടനം നടത്തി. ഈ തീർത്ഥാടനത്തി നിടയിൽ അമാനിയുടെ വിശ്വാസങ്ങളിൽ വലിയ മാറ്റം കണ്ടു. കുട്ടിയെന്ന നിലയിൽ മതവിശ്വാസകാര്യങ്ങളിൽ അവൾ അത്രയൊന്നും ഔത്സുക്യം കാണിക്കാറില്ലായിരുന്നു. വിശ്വാസത്തെക്കുറിച്ച് പ്രകടമായി ഒന്നും പറ യാറില്ലായിരുന്നു. എന്നാൽ ആ യാത്രയ്ക്കു ശേഷം അവൾ ഇസ്ലാം വിശ്വാസത്തെ പൂർണ്ണമായും ഉൾക്കൊള്ളുവാനും ആ വിശ്വാസത്തിനനു സരിച്ച് മാത്രം ജീവിക്കുവാനും തീരുമാനിച്ചു. അചഞ്ചലമായ വിശ്വാസ മായിരുന്നു പിന്നെ. അവളുടെ ജീവിതത്തിൽ വലിയ മാറ്റങ്ങൾ വന്ന ആ തീർത്ഥയാത്രയ്ക്കു ശേഷം മറ്റുള്ളവരുടെ സ്വഭാവരീതികളിൽ കുറ്റം കാണുക എന്നൊരു ദുസ്സ്വഭാവവും. മിക്കവരുടെയും പേരിൽ അവൾ സദാചാരപരമോ അല്ലാത്തതോ ആയ കുറ്റങ്ങളും കണ്ടു തുടങ്ങി.

മഹ തന്റെ ശരീരത്തിനു കീഴെ പൂച്ചക്കുട്ടികളെയൊന്നും ഒളിപ്പിച്ചിട്ടി ല്ലെന്ന് ഉറപ്പാക്കാനായി അമാനി മഹയുടെ ശരീരത്തിനു കീഴെ പരിശോധി ക്കുവാൻ തുനിഞ്ഞു. ഇത് മഹയെ കുപിതയാക്കി. അവൾ കൈവീശി അമാനിയുടെ മുഖത്തടിച്ചു. അമാനിയുടെ ഒരു പല്ല് താഴെവീണു.

അന്ന് ഈ സംഭവം അത്ര രസകരമായി തോന്നിയില്ല. ഞങ്ങളുടെ മക്കൾക്ക് ഈ പരിക്കുകൾ എങ്ങനെ സംഭവിച്ചു എന്ന് ഡോക്ടറോടൊന്ന് വിശദീകരിക്കുവാൻ ഞാനും കരീമും വളരെ ബുദ്ധിമുട്ടി. ഇപ്പോൾ സാറ യുടെ ശാന്തതയും ഈ ഓർമ്മപ്പെടുത്തലും കോപത്തെ ശമിപ്പിക്കുന്ന തായി. അന്നത്തെ സംഭവമോർത്ത് ഞാനും കരീമും പെട്ടെന്ന് ഒന്നിച്ച്

ചിരിച്ചു. വീട്ടിൽ അഴിച്ചുവിട്ടാൽ ഞങ്ങളുടെ പെൺമക്കൾ രണ്ടുപേരു ടേയും പെരുമാറ്റം പലപ്പോഴും വന്യമൃഗങ്ങളുടേതിനു തുല്യമാകുന്നു എന്ന് ഞങ്ങളോർത്തു.

എന്നാൽ ഞങ്ങൾ ചിരിച്ചത് ശരിയല്ല എന്ന അഭിപ്രായക്കാരിയായി രുന്നു അമാനി. അവൾക്ക് തമാശകളോട് വലിയ താത്പര്യമില്ല. അവൾ അച്ഛന്റെ കൈപ്പിടിയിൽ നിന്നും മാറി. ഒന്നും സംഭവിച്ചിട്ടില്ലാത്തതുപോലെ, വസ്ത്രത്തിലെ പൊടി തട്ടിക്കളയുന്നത് പോലെ, കൈകൊണ്ട് വസ്ത്രം തടവി വൃത്തിയാക്കി. എന്നിട്ട് സാറ എന്ന വലിയമ്മയെ കവിളിൽ ചുംബിച്ച് സ്വീകരിച്ചു. സാറയുടെ കൊച്ചുമകൾക്ക് സുഖമില്ലാതിരിക്കുകയായിരുന്നു. ചുമയായിരുന്നു. അതിലേക്ക് വിഷയം മാറ്റി അവൾ സംഭാഷണമാരം ഭിച്ചു. മഹ വിജയശ്രീലാളിതയായ ധീരയോദ്ധാവിനെപ്പോലെ അമ്മയെ തട്ടിമാറ്റി വലിയമ്മയുടെ സമീപത്തെത്തി. എന്നിട്ട് സ്നേഹമെല്ലാം കൈ വിരലിലേക്കൊഴുക്കി വലിയമ്മയുടെ തോളിൽ കൈയിട്ടു. വലിയമ്മയ്ക്ക് ചെറുനാരങ്ങയൊഴിച്ച ശീതളപാനീയം നൽകി. അവളും അമാനിയും മുറി യുടെ രണ്ട് വശത്തായി ഇരുന്നു. തീർത്തും അപരിചിതരെപ്പോലെ.

ഒരമ്മയ്ക്ക് തന്റെ മക്കളെ എത്ര സ്നേഹിക്കുവാനാകുമോ അത്രയും ആഴത്തിൽ ഞാൻ ഈ രണ്ട് പെൺമക്കളേയും സ്നേഹിക്കുന്നു. എങ്കിലും പ്രായപൂർത്തിയായിട്ടും ഈ കുട്ടികൾ പലപ്പോഴും ക്ഷമയെ പരീക്ഷി ക്കുന്നു. പ്രായപൂർത്തിയായാൽ മക്കൾക്ക് പക്വത വരും എന്ന് കരുതിയിരുന്ന ഒരു കാലമുണ്ടായിരുന്നു. എന്നാൽ അത് തെറ്റാണെന്ന് ഇപ്പോൾ തെളിഞ്ഞിരിക്കുന്നു. ഞാൻ മക്കളെ നോക്കി. ഇരുവരുടേയും മുഖത്ത് കാണുന്നത് ധിക്കാരവും അഹങ്കാരവും അത് നൽകുന്ന സംതൃപ്തിയും. ആ മുഖം രണ്ടിലും ആഞ്ഞടിക്കുവാനുള്ള ആഗ്രഹത്തെ കടിഞ്ഞാണിട്ട് നിർത്തി.

സാറയും കരീമുമായി സംസാരിച്ചുകൊണ്ടിരുന്നപ്പോഴും മനസ്സിൽ ഒരേ മാതാപിതാക്കളിൽ പിറന്ന ഈ മക്കൾക്ക് എന്തുകൊണ്ട് ഒത്തു പോകുവാൻ, പരസ്പരം പൊരുത്തപ്പെടുവാനാകുന്നില്ല, എന്ന ചിന്ത യായിരുന്നു. അവരുടെ കൗമാരക്കാലം തൊട്ടേ സൗദി ജീവിതവുമായി ബന്ധപ്പെട്ട എല്ലാ വിഷയങ്ങളിലും അവർ തമ്മിൽ വഴക്കടിച്ചിട്ടുണ്ട്.

മഹ ജനിക്കുമ്പോഴേ കരുത്തുള്ളവളായിരുന്നു. സ്വതന്ത്ര ചിന്താഗതി ക്കാരിയായിരുന്നു. സൗദി സ്ത്രീകൾക്ക് മേലുള്ള സാമൂഹിക പരിമിതി കളെക്കുറിച്ച് വളരെ ചെറിയ പ്രായത്തിലേ സ്വന്തമായ അഭിപ്രായമുള്ള വളും ആ കാര്യങ്ങളിൽ ശ്രദ്ധ ചെലുത്തുന്നവളുമായിരുന്നു. വർഷങ്ങൾ കഴിഞ്ഞപ്പോൾ ഈ കോപം ഞങ്ങളുടെ നാട്ടിൽ നിലവിലുള്ള ലിംഗ അസമത്വത്തിനെതിരായി. നാട്ടിൽ സ്ത്രീകൾക്കെതിരായുള്ള ഓരോ നിയ ന്ത്രണങ്ങളേയും എതിർക്കുമെന്ന നിലയായി, പലപ്പോഴും അതിനെതിരെ ശക്തമായ നിലപാടെടുക്കുമെന്ന് ഉറക്കെ പറയുവാനും തുടങ്ങി. എന്നാൽ അമാനി നേർവിപരീതമായിരുന്നു. അവൾ യാഥാസ്ഥിതികതയെ മുറുകെ പ്പിടിച്ചു, പാരമ്പര്യങ്ങളിൽ വിശ്വസിച്ചു. പ്രത്യേകിച്ചും ഞങ്ങളുടെ നാട്ടിൽ

സ്ത്രീകളെ സംബന്ധിച്ച വിഷയങ്ങളിൽ നിലവിലുണ്ടായിരുന്ന പാരമ്പര്യ സമ്പ്രദായങ്ങളിൽ അവൾക്ക് വലിയ താത്പര്യവും വിശ്വാസവുമുണ്ടായി. അമാനിക്ക് ഇന്ന് സ്ത്രീകളുടെ മേലുള്ള ചങ്ങലക്കെട്ടുകൾ അത്ര കരുത്ത് പോരാത്തതാണെന്ന ചിന്താഗതിയുണ്ടെന്ന് പോലും പലപ്പോഴും സംശയിച്ചിട്ടുണ്ട്.

എന്റെ നാട്ടിലെ സ്ത്രീകളെ, സ്ത്രീകളോട് വെറുപ്പ് മാത്രമുള്ള മതപുരോഹിതർ ഭരിക്കുന്നതാണ് എന്റെ മകളെപ്പോലെയുള്ള യാഥാസ്ഥിതികർ ഭരിക്കുന്നതിനേക്കാൾ നല്ലതെന്ന് പലപ്പോഴും തോന്നിയിട്ടുണ്ട്. ഒരമ്മ എന്ന നിലയിൽ സ്വന്തം കഴിവിനേയും അതിനാൽ തന്നെ പലപ്പോഴും ചോദ്യം ചെയ്തിട്ടുമുണ്ട്. അമാനിയുടെ കാര്യത്തിൽ തെറ്റ് പറ്റിയത് എവിടെയാണെന്ന് പലപ്പോഴും ചിന്തിച്ചിട്ടുണ്ട്.

വീട്ടിൽ പല നാടകീയ രംഗങ്ങളുമുണ്ടായിട്ടുണ്ട്. പലപ്പോഴും രംഗം കലുഷിതമായിട്ടുണ്ട്. അവസാനം, സൗദി അറേബ്യയിൽ തന്നെ തുടർന്നും ജീവിക്കുവാൻ താൻ നിർബന്ധിക്കപ്പെട്ടാൽ സമാധാനം, സന്തോഷം എന്നിവ എന്തെന്ന് താനറിയില്ലെന്ന് മാതാപിതാക്കളായ ഞങ്ങളെ മഹ ബോധ്യപ്പെടുത്തിയതോടെയാണ് രംഗത്തിന് മാറ്റം വന്നു തുടങ്ങിയത്. സൗദി അറേബ്യയിൽ തന്നെ തുടരണമെന്ന് ഞങ്ങൾ നിർബന്ധിച്ചാൽ ഇവിടെ നിലനിൽക്കുന്ന സ്ത്രീകൾക്കായുള്ള കഠിന നിയമാവലികളെ പലതിനേയും മഹ വെല്ലുവിളിച്ചേക്കും എന്ന് എനിക്കും കരീമിനും ഉറപ്പാകുകയും ചെയ്തു. മഹ ധീരയായ ഒരു യുവതിയാണ്. ഭയം എന്തെന്ന് അവൾക്കറിയില്ല. പ്രത്യേകിച്ചും അധികാരികൾക്ക് കീഴ്പ്പെടേണ്ടിവരുമെന്നാകുമ്പോൾ ഭയം എന്നതിനെ അവൾ പൂർണ്ണമായും മറന്ന് കളയും. ഒരുപക്ഷേ സാംസ്കാരികമായി വളരെ ഗൗരവമാകാവുന്ന എന്തെങ്കിലും പ്രവൃത്തി അവൾ ചെയ്തുപോയേക്കാം. അത് സമൂഹം മൊത്തം ചർച്ചയാകും. അവളുടെ പ്രവൃത്തിയെ സമൂഹം ഒന്നാകെ തിരസ്കരിച്ചേക്കും. ഞങ്ങളുടെ വലിയച്ഛനായ രാജാവ് ഇടപെടും. ഞങ്ങളോട് മകൾക്ക് ഒരു ഉദാഹരണമാകണമെന്ന് പറഞ്ഞ് തുടർനടപടികളെടുക്കും.

അതിനാൽ ഞങ്ങൾ പലവട്ടം ചർച്ച ചെയ്തു. കരീമും ഞാനും മഹയെ യൂറോപ്പിലെ ഒരു സർവകലാശാലയിൽ ചേർത്തു. വിദേശത്തേക്ക് താമസം മാറ്റിയതിനു ശേഷം അത്യാവേശത്തോടെയുള്ള അവളുടെ സ്വഭാവരീതി ഒന്ന് മയപ്പെട്ടു. യൂറോപ്പ് അവൾക്ക് ഇഷ്ടമായി. അതുകൊണ്ട് തന്നെ ഈ മരുഭൂമിയിൽ നിന്നും മാറി അവിടം എന്നും അവളുടെ നാടാകും എന്ന് ഞങ്ങളും തീരുമാനിച്ചു. അന്നു മുതൽ മഹ അപൂർവ്വമായേ സൗദി അറേബ്യയിലേക്ക് വരാറുള്ളൂ. അവൾ സൗദിയിലേക്ക് വന്നതിലും കൂടുതൽ തവണ അവളെ സന്ദർശിക്കുവാൻ ഞങ്ങൾ യൂറോപ്പിലെത്തി.

എന്നാൽ അമാനി വ്യത്യസ്തയായിരുന്നു. സ്ത്രീകൾക്ക് ജീവിക്കുവാൻ സൗദി അറേബ്യപോലെ സുരക്ഷിതമായ മറ്റൊരു രാജ്യമില്ലെന്ന് എന്നും വാദിച്ചു. ലോകത്തിലെ എല്ലാ ചീത്തത്തങ്ങളിൽ നിന്നും താൻ സ്നേഹത്തോടെ സംരക്ഷിക്കപ്പെട്ടിരിക്കുകയാണെന്നും കരുതി. അച്ഛന്റെ

അഭിപ്രായങ്ങളറിയാതെ താൻ സ്വന്തമായി തീരുമാനങ്ങളൊന്നുമെടുക്കുന്നില്ല എന്നതിൽ വലിയ തടസ്സങ്ങളൊന്നും അവൾ കണ്ടില്ല! അച്ഛൻ തന്നെയായിരുന്നു അപ്പോഴും പുരുഷരക്ഷകർത്താവ്. അമാനിയുടെ വിവാഹം നിശ്ചയിക്കുവാനായപ്പോൾ അച്ഛനായ താൻ തന്നെയായിരിക്കും അവളുടെ രക്ഷകർത്താവ് എന്നതിൽ വിട്ട് വീഴ്ച ചെയ്യുവാൻ കരീം തയ്യാറായില്ല. തന്റെ മകളുടെ മേൽ മറ്റൊരാൾ അധികാരം കൈകാര്യം ചെയ്യുന്നത് കരീമിന് ചിന്തിക്കുവാൻ പോലുമായില്ല. അതിനാൽ കരീം ഇതെല്ലാം എഴുതി കരാറാക്കുകയും ചെയ്തു. കരീമിന്റെ മരണശേഷം അമാനിയുടെ മകൻ അമാനിയുടെ പുരുഷ രക്ഷാകർത്താവാകും. അന്ന് അയാൾക്ക് എത്ര പ്രായമുണ്ട് എന്നതിന് ഈ കരാർ നടപ്പാക്കുന്നതിന് ഒരു തടസ്സമാകില്ല. എന്നുവച്ചാൽ ഒരു ദിവസം അമാനിയുടെ മകൻ അമാനിയുടെ രക്ഷകർത്താവായി വരുന്ന ദിനമുണ്ടാകാം എന്ന് തന്നെ. എന്നെ സംബന്ധിച്ചിടത്തോളും തീർത്തും വിഡ്ഢിത്തം നിറഞ്ഞ ഒരു ചിന്താഗതിയാണിത്. സ്ത്രീകൾ സ്വന്തം കരുത്തുപയോഗിച്ച് പോരാടണം എന്ന് കരുതുന്നവളാണ് ഞാൻ. എന്നാൽ തനിക്ക് മകൻ രക്ഷകർത്താവായി വരുന്നതിൽ അപാകതയൊന്നും കാണാനാകുന്നില്ലെന്ന് അമാനി പറയുന്നു.

സൗദി അറേബ്യയ്ക്ക് പുറത്തുള്ളവർക്ക് ഈ വ്യവസ്ഥകൾ ഒരു പക്ഷേ മനസ്സിലായി എന്നു വരില്ല. ഇവിടെ പുരുഷന്മാരുടെ ആധിപത്യമാണ്. കാര്യങ്ങൾ വളരെ കർശനമാണ്. രക്ഷകർത്താവ് എപ്പോഴും പുരുഷനാകണം. 2014ലും (ഇസ്ലാം കലണ്ടർ അനുസരിച്ച് 1435) ഇതിൽ മാറ്റമൊന്നും ഉണ്ടായിട്ടില്ല. ഇങ്ങനെ നിയമിക്കപ്പെടുന്ന പുരുഷ രക്ഷാകർത്താവിന് സ്ത്രീക്ക് മേൽ എല്ലാ അധികാരങ്ങളുമുണ്ട് - അവൾ ജനിച്ച് വീഴുന്ന നിമിഷം മുതൽ അവസാന ശ്വാസമെടുക്കുന്ന നിമിഷം വരെ. ഒരു രക്ഷകർത്താവിന്റെ കടമകൾ എന്തൊക്കെയെന്ന് സൗദി നിയമങ്ങളിൽ എവിടേയും എഴുതിച്ചേർത്തിട്ടില്ല. എന്നാൽ രക്ഷകർത്താവിന്റെ അവകാശങ്ങളെക്കുറിച്ച് പറയുന്നുണ്ട്. ഭരിക്കുവാനുള്ള അവകാശത്തെക്കുറിച്ച് കല്ലിൽ കൊത്തിവച്ചതുപോലെയുള്ള നിയമങ്ങളുണ്ട്. രക്ഷകർത്താവിനെ അനുസരിക്കുക എന്നത് ഒരു നിയമമാണെന്ന് സൗദിയിലെ കോടതികളും അംഗീകരിക്കുന്നു. സ്ത്രീക്ക് പ്രായപൂർത്തിയായിട്ടുണ്ടെങ്കിലും ഇതിൽ മാറ്റമൊന്നുമില്ല. സ്കൂളിൽ ചേരുക, വിവാഹിതയാകുക, വിവാഹമോചനം നേടുക, ഒരു ബാങ്ക് അക്കൗണ്ട് തുടങ്ങുക, ജോലിക്ക് പോകുക, ശസ്ത്രക്രിയയ്ക്ക് വിധേയയാകുക എന്നിങ്ങനെ എല്ലാ കാര്യങ്ങൾക്കും സ്ത്രീ രക്ഷകർത്താവിൽനിന്നും അനുമതി വാങ്ങിയിരിക്കണം. രക്ഷകർത്താവ് യാത്രയിലായിരുന്നതിനാൽ അടിയന്തരശസ്ത്രക്രിയയ്ക്ക് അനുമതി ലഭിക്കാത്തതിനാൽ ജീവൻ നഷ്ടപ്പെട്ട നാല് വനിതകളെ നേരിട്ടറിയാം.

ഒരു രക്ഷകർത്താവിന്റെ ഇറുകിയ കുപ്പായത്തിൽ നിന്നും സൗദി അറേബ്യയിലെ ഒരു സ്ത്രീക്കും രക്ഷപ്പെടാനാകില്ല. അത് അവൾക്ക്

ചുറ്റിലും വരിഞ്ഞ് മുറുക്കി വച്ചിരിക്കുകയാണ്. അതവളെ സ്വന്തം രക്ഷ കർത്താവിന്റെ ആഗ്രഹങ്ങളുടെ തടവറയിൽ ബന്ധിച്ചിടുന്നു. പുരുഷ രക്ഷ കർത്താവ് എന്നാൽ ഒരു സ്വകാര്യ രാജാവാണ്. അവളുടെ ജീവിതത്തിലെ എല്ലാ കാര്യങ്ങളിലും തീരുമാനമെടുക്കുന്ന രാജാവ്. ആ രക്ഷാകർത്താ വിന് സ്ത്രീ തന്റെ കുടുംബത്തിന്റെ സ്വാഭിമാനം വ്രണപ്പെടുത്തിയിരി ക്കുന്നുവെന്നും അതിനാൽ അവളെ വധശിക്ഷയ്ക്ക് വിധിക്കുന്നുവെന്നും തീരുമാനിക്കാം. അതയാളുടെ തീരുമാനമാണ്. അതിൽ ഈ ലോക ത്തിലെ ആർക്കും ഇടപെടുവാനാകില്ല. സർക്കാരിന്റെ പൊലീസിനു പോലും അതിലിടപെടാനാകില്ല, ഇടപെടില്ല. ഞാനീ പറയുന്നത് സത്യമാണ്. തന്റെ ഭാര്യ അല്ലെങ്കിൽ മകൾക്കെതിരെ വധശിക്ഷ വിധി ക്കുന്ന പുരുഷന്മാർ ഇന്ന് കുറവാണ് എന്നും ഞാൻ സമ്മതിക്കാം. എന്നാൽ അങ്ങനെ ഒരു തീരുമാനം രക്ഷകർത്താവായ പുരുഷനെടു ത്താൽ അവളെ തേടി മരണം എത്തുമെന്ന് ഉറപ്പാണ്. ഒരു രക്ഷകർത്താ വിനു കീഴിൽ ജീവിക്കുന്ന സൗദി സ്ത്രീയുടെ ജീവിതം അങ്ങനെയുള്ള താണ്. ഈയിടെയായി ഇത്തരത്തിലുള്ള അനേകം വാർത്തകൾ അന്താരാഷ്ട്രമാധ്യമങ്ങളിൽ വന്നിട്ടുണ്ട്. പലതും എവിടേയും റിപ്പോർട്ട് ചെയ്യപ്പെടാതെ പോകുന്നുമുണ്ട്. ഇത്തരത്തിലുള്ള ഭീകരമായ കൊല പാതക കഥകൾ അടുത്ത അദ്ധ്യായങ്ങളിൽ ഞാൻ പറയാം.

എന്റെ കാര്യങ്ങൾ നോക്കുവാൻ പ്രാപ്തിയുണ്ടെന്ന് സ്വയം വിശ്വസി ക്കുന്ന ഞാൻ പോലും ഇന്ന് ഇതുവരേക്കും ഒരു ദിവസമെങ്കിലും ഒരു രക്ഷകർത്താവില്ലാതെ ജീവിച്ചിട്ടില്ല. കരീമിനെ വിവാഹം ചെയ്യുന്നത് വരേക്കും എന്റെ രക്ഷകർത്താവ് അച്ഛനായിരുന്നു. എന്നെ സംബന്ധി ച്ചിടത്തോളം തീരെ കരുണയില്ലാത്ത ഒരു രക്ഷകർത്താവായിരുന്നു അച്ഛൻ. ഞാനിന്നും ജീവിച്ചിരിക്കുന്നത് അദ്ദേഹം എന്നെ കൊല്ലേണ്ട തില്ല എന്ന് തീരുമാനിച്ചതിനാലാണെന്ന സത്യം സത്യമാണ്. പല തവണ ഞാൻ അദ്ദേഹത്തിന് നിരാശയും നാണക്കേടും വരുത്തിവച്ചിട്ടുണ്ട്. എന്നിട്ടും അങ്ങനെയൊരു തീരുമാനത്തിൽ അദ്ദേഹം എത്തിച്ചേർന്നില്ല. എന്റെ വിവാഹ സമയത്ത് എന്റെ രക്ഷാകർതൃത്വം കരീം ഏറ്റെടുത്തു. ഞാൻ ജീവിച്ചിരിക്കുമ്പോൾ കരീം മരിച്ച് പോകുകയാണെങ്കിൽ ഈ രക്ഷാകർതൃത്വം എന്റെ മകൻ അബ്ദുള്ളയിലേക്ക് മാറും.

എന്റെ ഭർത്താവ് സത്യമായും സ്നേഹമുള്ളവനാണെന്നതിനാലും ഞങ്ങൾ ഇരുവരും പരസ്പരം സ്നേഹിക്കുന്നു എന്നതിനാലും എന്റെ അവസ്ഥ സൗദിയിലെ മറ്റു മിക്ക സ്ത്രീകളേക്കാളും വളരെ മെച്ചപ്പെട്ട താണ്. ഞാൻ മരിച്ചതിനുശേഷം തനിക്ക് ജീവിക്കണമെന്ന് ആഗ്രഹമില്ലെന്ന് പലതവണ കരീം പറഞ്ഞിട്ടുണ്ട്. ഈ വാക്കുകൾ അടിസ്ഥാനമാക്കി കരീം എനിക്കെതിരെ വധശിക്ഷ വിധിക്കില്ലെന്ന തീരുമാനത്തിൽ ഞാൻ എത്തിച്ചേർന്നിരിക്കുന്നു. കരീമിന്റെ സ്നേഹം എനിക്ക് നൽകിയിരിക്കു ന്നത് കരുത്ത് മാത്രമല്ല ഒരു സുരക്ഷാബോധം കൂടിയാണ്. അതുകൊണ്ട് തന്നെ അച്ഛനിൽ നിന്നും രക്ഷാകർതൃത്വം മാറി എന്നത് എന്നെ സംബന്ധി ച്ചിടത്തോളം ഒരു വലിയ കീറാമുട്ടിയായിട്ടില്ല.

ഞങ്ങളുടെ വിവാഹത്തിന്റെ ആദ്യ നാളുകളിൽ തന്നെ കരീം രക്ഷാകർതൃത്വം എന്ന വിഷയത്തെക്കുറിച്ച് വളരെ സ്നേഹത്തോടെ സംസാരിക്കുകയുണ്ടായി. ഇന്നലെ കഴിഞ്ഞതുപോലെ അതിന്നും ഞാനോർക്കുന്നു. വിശുദ്ധ ഖുർ-ആൻ-നിൽ കൈവച്ച് എന്റെ പ്രിയ ഭർത്താവ് "സുൽത്താന രക്ഷാകർതൃത്വം എന്നാൽ ഒരു വിശ്വാസമാണ്. ഞാൻ നിന്റെ രക്ഷകർത്താവാണ്. നീ എന്റേയും. എല്ലാ പ്രശ്നങ്ങളിലും നമ്മൾ പരസ്പരം സഹായം തേടും" എന്ന് പറയുകയുണ്ടായി.

ഞങ്ങളുടെ ജീവിതത്തിൽ കരീം ഈ വാക്ക് ഒരിക്കൽ മാത്രമേ ലംഘിച്ചിട്ടുള്ളൂ. അത് രണ്ടാം ഭാര്യയെ സ്വീകരിക്കുവാൻ ശ്രമിച്ചപ്പോഴാണ്. ആ പദ്ധതി എന്റെ ഭർത്താവിനെ സംബന്ധിച്ചിടത്തോളം അത്ര മികച്ച രീതിയിലല്ല കലാശിച്ചത്. വ്യക്തിപരമായി എന്നെ അറിയാവുന്നവർക്കും എന്റെ കഥ വായിച്ചിട്ടുള്ളവർക്കും ആ യുദ്ധത്തിൽ ജയം എന്റേതായിരുന്നു എന്നതറിയാം. ഒരു പരിതഃസ്ഥിതിയെക്കുറിച്ച് ഞാനൊരു തീരുമാനമെടുത്താൽ അതിനായി ജീവൻ ബലി നൽകാനും തയ്യാറാണെന്നതിനാലാണ് ഇത് സംഭവിച്ചത് എന്നു തോന്നുന്നു. എന്റെ ഭർത്താവാകട്ടെ സ്വന്തം ജീവിതമാണ് സുരക്ഷിതമാക്കുന്നത്, അതിനോടൊപ്പം എന്റെയും.

എന്നാൽ ഇപ്പോൾ രക്ഷാകർതൃത്വത്തിനേക്കാൾ വലിയ പ്രശ്നങ്ങളാണെനിക്ക് കൈകാര്യം ചെയ്യുവാനുള്ളത്. കാരണം ഇവിടെ ഇപ്പോൾ ഇതാ മഹാ പിറുപിറുത്തുകൊണ്ടേയിരിക്കുന്നു. അവൾ അമാനിയുടെ സൗദി വിദ്യാഭ്യാസത്തെ അവഹേളിക്കുകയാണ്.

അമാനിക്ക് കോളേജ് വിദ്യാഭ്യാസം ലഭ്യമായിട്ടുണ്ട് എന്നതിൽ ഞാൻ സന്തോഷിക്കുന്നു. തന്റെ സ്കൂൾ ജീവിതത്തിനിടയിൽ ഒരു സർവകലാശാലാ വിദ്യാഭ്യാസം നേടണമെന്ന ആഗ്രഹം അവളിലില്ലായിരുന്നു. അവൾ അത് പറയുകയും ചെയ്യുമായിരുന്നു. ഒരു നല്ല മുസ്ലീം സ്ത്രീയുടെ ജോലി ഭർത്താവിനെ പരിചരിക്കലും കുട്ടികളെ നോക്കലും മാത്രമാണെന്ന് അന്ന് അവൾ പറയുമായിരുന്നു. എന്റെ മകൾക്ക് വിദ്യാഭ്യാസത്തിൽ താത്പര്യമില്ല എന്നത് എന്നെ വല്ലാതെ നിരാശപ്പെടുത്തിയിരുന്നു. കരീം ഈ അവസ്ഥയെ ബുദ്ധിപൂർവ്വം കൈകാര്യം ചെയ്തു. സർവകലാശാലാ വിദ്യാഭ്യാസം എന്നത് പ്രാധാന്യമുള്ള ഒരു കാര്യമാണെന്ന് കരീം ചൂണ്ടിക്കാണിച്ചു. ഒരു ബിരുദം നേടിയതിനു ശേഷം മാത്രമേ ഭർത്താവ്, വിവാഹം തുടങ്ങിയ കാര്യങ്ങളെക്കുറിച്ചുള്ള ചർച്ചയുണ്ടാകുകയുള്ളൂ എന്ന് കരീം അമാനിയെ പറഞ്ഞ് ബോധ്യപ്പെടുത്തി.

അമാനി ഈ വിഷയം മതാദ്ധ്യക്ഷന്മാരുമൊത്ത് ചർച്ച ചെയ്തു. ആ ചർച്ചയ്ക്ക് ശേഷമാണവൾ വിദ്യാഭ്യാസം ഇസ്ലാമിനെതിരല്ല എന്ന തീരുമാനത്തിലെത്തിയത്. അങ്ങനെ ബോധ്യമായതിനു ശേഷം അവൾ റിയാദിലെ സ്ത്രീകൾക്കായുള്ള സർവകലാശാലയിൽ അറബി ഭാഷ വിഭാഗത്തിൽ റജിസ്റ്റർ ചെയ്തു. ആർടസ് ആന്റ് ഹ്യുമാനിറ്റീസ് കോളേജിലായിരുന്നു പഠനം. ഈ സർവകലാശാല പിന്നീട് പ്രിൻസസ്

നോറബിൻ അബ്ദുൾ റഹ്മാൻ സർവകലാശാല എന്ന് പേര് മാറ്റപ്പെട്ടു. ഞങ്ങളുടെ മുത്തച്ഛനും സൗദിയിലെ ആദ്യരാജാവുമായ അബ്ദുൾ അസീസ് അൽ സഉദിന്റെ പ്രിയ സഹോദരിയുടെ പേരാണിത്. ഞങ്ങളെ അദ്ഭുതപ്പെടുത്തിക്കൊണ്ട്, മാതാപിതാക്കളെന്ന നിലയിൽ സന്തോഷി പ്പിച്ചുകൊണ്ട്, അമാനി വിദ്യാഭ്യാസം തുടർന്നു. അറബി ഭാഷാ ക്ലാസുകൾ അവൾക്ക് വളരെ ഇഷ്ടമായി. നല്ല മാർക്കുകളോടെ അവൾ നാലുവർഷം കൊണ്ട് ബിരുദം നേടി.

അമാനി മറ്റു പെൺകുട്ടികൾക്ക് സാഹിത്യം പഠിപ്പിക്കുന്ന ഒരു അദ്ധ്യാ പികയാകുമെന്ന് ഞാൻ സ്വപ്നം കണ്ടു. കാരണം പഠനകാര്യങ്ങളിൽ അവൾ വലിയ താത്പര്യം കാണിച്ചിരുന്നു. എന്നാൽ ബിരുദം നേടിയ ഉടൻ 'ഞാൻ ജോലി ചെയ്യാൻ ഉദ്ദേശിക്കുന്നില്ല' എന്ന് പ്രഖ്യാപിച്ച് എന്നെ വീണ്ടും നിരാശപ്പെടുത്തി. ജോലി ചെയ്യുന്ന സ്ത്രീകൾ തന്റെ കുടുംബത്തിലല്ലാത്ത പുരുഷന്മാരെ കണ്ടുമുട്ടുവാനുള്ള സാധ്യത വളരെ അധികമാണ്. തന്റെ ഭർത്താവ്, സഹോദരൻ, അച്ഛൻ, മകൻ അല്ലെങ്കിൽ അടുത്ത രക്തബന്ധമുള്ള ഒരു പുരുഷനുമൊത്തല്ലാതെ ഒരുവനുമൊത്ത് താൻ സംസാരിക്കുകയോ ജോലി ചെയ്യുകയോ ചെയ്യില്ല എന്ന് അമാനി തീർത്ത് പറഞ്ഞു. മതവിശ്വാസവും ഇസ്ലാമിക മൂല്യങ്ങളും കൂടുതൽ ആഴത്തിലറിയുവാനും തന്റെ കുട്ടികൾക്ക് നല്ല ഒരു അമ്മയാകുവാനു മാണ് വിദ്യാഭ്യാസം തുടർന്നതെന്ന് അമാനി പറഞ്ഞു.

ഇതെല്ലാം കേട്ടപ്പോൾ പ്രതിഷേധിക്കരുത് എന്നായിരുന്നു കരീം നൽകിയ ഉപദേശം. "സൗദി അറേബ്യയിലെ കോളേജ് വിദ്യാഭ്യാസം നേടുന്നവരിൽ 58 ശതമാനം പേരും പെൺകുട്ടികളാണെന്ന് മറക്കരുത് സുൽത്താന. എന്നാൽ ഇതിൽ 14 ശതമാനം പേർ മാത്രമേ ജോലി ചെയ്യുന്നുള്ളൂ. ഒരുപക്ഷേ മറ്റേതെങ്കിലും സൗദി സ്ത്രീക്ക് അത്യാവശ്യ മായി വേണ്ടിയിരുന്ന ഒരു ജോലി അമാനി തട്ടിപ്പറിച്ചില്ല എന്ന് കരുതി യാൽ മതി."

കരീമിന്റെ വാക്കുകൾ കേട്ട് ഞാൻ മുഖം കോട്ടി. എന്നാൽ കരീം പറഞ്ഞത് ഒരു സത്യമാണെന്ന് എനിക്കുമറിയാമായിരുന്നു. അമാനിക്ക് സ്വന്തം ജീവിതം മുന്നോട്ട് കൊണ്ടുപോകുവാനായി ഒരു മാസശമ്പള ത്തിന്റെ ആവശ്യമില്ല. അങ്ങനെ ഒരു വരുമാനം ആവശ്യമുള്ള അനേകം വിദ്യാസമ്പന്നരായ സ്ത്രീകൾ ഇന്ന് ഞങ്ങളുടെ നാട്ടിലുണ്ട്. ഇത്രയധികം സൗദി പെൺകുട്ടികൾക്ക് ഇന്ന് സ്കൂളിൽ ചേരുവാനും പഠിക്കുവാനു മാകുന്നുണ്ട് എന്നത് എനിക്ക് സന്തോഷം നൽകി. മുൻകാലങ്ങളിൽ ഇങ്ങനെ ഒരു പരിതഃസ്ഥിതി ഉണ്ടായിരുന്നില്ലല്ലോ!

സൗദി അറേബ്യയിലെ സ്ത്രീകൾ ഒരു കടമ്പ കടന്നാൽ മുന്നിൽ മറ്റൊരു തടസ്സം തയ്യാറായി നില്പുണ്ടാകും. സ്ത്രീകൾക്ക് വിദ്യാഭ്യാസം എന്നത് മിക്കവാറും പുരുഷന്മാർ സ്വീകരിച്ച് തുടങ്ങിയിരിക്കുന്നു എങ്കിലും പെൺകുട്ടികൾ ജോലി ചെയ്യുക എന്നതിനെ ഇന്നും പല അച്ഛന്മാരും അംഗീകരിക്കുന്നില്ല. തന്റെ മകളുടെ സമീപത്തേക്ക് കുടുംബാംഗങ്ങള ല്ലാത്ത പുരുഷന്മാർ എത്തിപ്പെടാതിരിക്കുവാൻ അവരാഗ്രഹിക്കുന്നു.

അച്ഛന്മാർ മാത്രമല്ല, പല ഭർത്താക്കന്മാരും ഭാര്യമാർ ജോലി ചെയ്യുന്നതിനെതിരായി നിൽക്കുന്നു. വിവാഹ നിശ്ചയം കഴിയുമ്പോൾ സ്ത്രീകൾക്ക് ജോലി ചെയ്യുവാൻ അനുവാദം നൽകാമെന്ന് പലരും വാഗ്ദാനം ചെയ്യുന്നുവെങ്കിലും അത് പ്രാവർത്തികമാക്കുന്നതിൽ അവർ പരാജയപ്പെടുന്നതായി കാണുന്നു. ഇതിലുമുപരിയായി പല വ്യാപാരസ്ഥാപനങ്ങളും വനിതാജീവനക്കാരെ നിയമിക്കുന്നത് പ്രോത്സാഹിപ്പിക്കുന്നേയില്ല. സ്ത്രീപുരുഷന്മാർ ഒന്നിച്ച് ജോലി ചെയ്യുന്നത് മതാദ്ധ്യക്ഷന്മാരിൽ നിന്നും പ്രശ്നങ്ങൾ ക്ഷണിച്ച് വരുത്തും എന്നവർ കരുതുന്നതുകൊണ്ടാണിത്. അപരിചിതരായ പുരുഷന്മാരുമൊത്തിരിക്കുമ്പോൾ സ്ത്രീകൾക്കൊപ്പം പിശാചുമുണ്ടെന്ന് ഇത്തരം പുരുഷന്മാർ പ്രഖ്യാപിക്കുകയും ചെയ്യുന്നു. അങ്ങനെ ബുദ്ധിമതികളായ, ജോലി ചെയ്യുവാൻ ആഗ്രഹിക്കുന്ന, സൗദി സ്ത്രീകൾക്ക് കടന്നു കയറുവാൻ കടമ്പകളേറെയുണ്ട്. ഇതെല്ലാം മറികടന്നാലേ അവൾക്ക് ഇഷ്ടപ്പെട്ട ഒരു ജോലി ചെയ്യുവാനാകൂ.

കോളേജിൽ നിന്നും ബിരുദം നേടി അധികദിവസം കഴിയുന്നതിനു മുമ്പ് തന്നെ ഞങ്ങളുടെ കുടുംബത്തിലെ ഒരു യുവാവുമൊത്തുള്ള വിവാഹം ഉടൻ നിശ്ചയിക്കണമെന്ന് അമാനി വാശിപിടിക്കുവാൻ തുടങ്ങി. അതാരെ വേണമെന്നൊന്നും അവൾ പറഞ്ഞില്ല. ആരേയും ചൂണ്ടിക്കാണിക്കുവാനും അവൾക്കില്ലായിരുന്നു. ഞങ്ങളുടെ രാജകുടുംബത്തിൽ പെട്ടയാളാകണം തന്റെ ഭർത്താവ് എന്നതിൽ മാത്രമേ അവൾക്ക് നിർബന്ധമുണ്ടായിരുന്നുള്ളൂ. അതല്ലെങ്കിൽ അതുപോലെയുള്ള നല്ല കുടുംബത്തിലെ ഒരാളാകണം. തന്റെ ഭാവി വരന്റെ ഒരു ഫോട്ടോ അവളെ കാണിക്കുവാൻ ഞങ്ങൾ ശ്രമിച്ചു. അവൾ അത് നിരസിച്ചു. മഹയാണീ ചിത്രം സംഘടിപ്പിച്ച് അവളെ കാണിക്കുവാൻ ഒരു ശ്രമം നടത്തിയത്. ഇക്കാലത്ത് അബ്ദുള്ളയും അവളുടെ പുറകെ കൂടി കളിയാക്കുവാൻ തുടങ്ങി.അവളുടെ ഭാവി വരൻ വിവാഹത്തിനു മുമ്പ് അവളുടെ മുഖമൊന്ന് കാണാൻ കൊതിക്കുന്നു എന്നറിയിച്ചുവെന്ന് അബ്ദുള്ള പലവട്ടം അവളോട് പറഞ്ഞു. ഒരുപക്ഷേ ആ യുവാവിന്റെ ആകാംക്ഷയ്ക്കറുതി വരുത്തുന്നതിനായി താൻ അമാനിയുടെ ഒരു ഫോട്ടോ അയാളെ കാണിച്ചേക്കുമെന്നും അബ്ദുള്ള പറഞ്ഞു. ഇത് കേട്ടതും അമാനി പൊട്ടിക്കരയുവാൻ തുടങ്ങി. അവളുടെ മനസ്സിൽ വല്ലാത്ത അങ്കലാപ്പുണ്ടായി. അച്ഛനോട് ഇടപെടണമെന്നും ഇത് അനുവദിക്കരുതെന്നും അവൾ അഭ്യർത്ഥിച്ചു. കരീം ഇടപെടുകയും അബ്ദുള്ള അങ്ങനെ പ്രവർത്തിക്കുകയോ അമാനിയെ വിഷമിപ്പിക്കുകയോ ചെയ്യരുതെന്ന് ഉപദേശിക്കുകയുമുണ്ടായി.

അബ്ദുള്ള പ്രസന്നവദനനാണ്. എപ്പോഴും അനുജത്തിമാരെ കളിയാക്കിക്കൊണ്ടിരിക്കും. അവന്റെ ഈ കോപ്രായങ്ങൾ ആസ്വദിക്കുന്നത് കൂടുതലും മഹയാണ്. എന്റെ മകന്റെ സന്തോഷം നിറഞ്ഞ ഈ സ്വഭാവം രണ്ട് പെൺമക്കൾക്കും കിട്ടിയിരുന്നുവെങ്കിൽ എന്ന് പലപ്പോഴും ആഗ്രഹിച്ചിട്ടുണ്ട്. അങ്ങനെയെങ്കിൽ ഒരമ്മ എന്ന നിലയിൽ ഞാൻ സന്തോഷത്തിന്റെ പാരമ്യത്തിലെത്തുമായിരുന്നു. മകനെക്കുറിച്ച് എനിക്കുള്ള

അതേ അഭിപ്രായമാണ് കരീമിനുമുള്ളത്. പക്ഷേ മഹയും അമാനിയും തമ്മിലുള്ള വഴക്ക് തീർത്ത് ജീവിതത്തെ വെല്ലുവിളി നിറഞ്ഞതാക്കുവാൻ അള്ളാഹു നമ്മോട് പറഞ്ഞിരിക്കുന്നു സുൽത്താന എന്നാണ് കരീം ഇതിനെക്കുറിച്ച് പറയാറുള്ളത്.

വ്യക്തിപരമായി പല പ്രശ്നങ്ങളുമുണ്ടായിരുന്ന കാലത്ത് ഒരിക്കൽ കരീം എന്റെ പെൺമക്കൾക്ക് അമ്മയുടെ സ്വഭാവമാണ് കിട്ടിയിരിക്കുന്നത് എന്ന് തോന്നുന്നു. അതിനാലായിരിക്കണം അവരിങ്ങനെ എപ്പോഴും എന്തെങ്കിലും പ്രശ്നമുണ്ടാക്കിക്കൊണ്ടിരിക്കുന്നത് എന്ന് പറഞ്ഞ് അപമാനിക്കുകയുണ്ടായി. എന്റെ പെൺമക്കൾ രണ്ടുപേരും ഈ ഭൂമിയിലെത്തിയിരിക്കുന്നത് തീർച്ചയായും അള്ളാഹു മുമ്പേ പദ്ധതിയിട്ടിരിക്കുന്നതിനനുസരിച്ച് തന്നെയായിരിക്കണം.

അമ്മ, സഹോദരി എന്നിവരുടെ സ്വഭാവത്തിൽ നിന്നും തീർത്തും വിപരീതമായി സ്ത്രീകൾ പുരുഷന്മാരാൽ ഭരിക്കപ്പെടേണ്ടവരാണെന്ന ചിന്താഗതിയിൽ അടിയുറച്ച് വിശ്വസിക്കുന്നവളാണ് അമാനി. കൃത്യമായ മതവിശ്വാസം, അനുസരണ, എന്നീ കാര്യങ്ങളിലെത്തുമ്പോൾ അവൾ ഉത്തമ മാതൃകയുമാണ്. തന്റെ കൗമാരം മുതൽക്കേ കറുത്ത മേലങ്കി വളരെ സന്തോഷത്തോടെ ധരിക്കുവാൻ തുടങ്ങി. മുഖം ബാഹ്യലോകത്തെ കാണിക്കുന്നത് സദാചാരത്തിനു നിരക്കാത്തതാണെന്ന് വിശ്വസിക്കുവാൻ തുടങ്ങി. ഇപ്പോഴും കൈകളിൽ കറുത്ത ഗ്ലൗസ് ധരിക്കുന്നു, കാലുകളിൽ കട്ടിയുള്ള സ്റ്റോക്കിങ്ങ്സ് ധരിക്കുന്നു. അതെത്ര ചൂടായാലും അഴിച്ച് മാറ്റുകയുമില്ല. ജെദ്ദയിലെ അത്യുഷ്ണമുള്ള കാലാവസ്ഥയിലും അവൾ ഇതേ വസ്ത്രത്തിൽ മാത്രമേ പുറത്തിറങ്ങുകയുള്ളൂ.

സൗദി അറേബ്യയിലെ കാലാവസ്ഥയിൽ ഇത്തരത്തിലുള്ള വസ്ത്രധാരണ രീതി അനുയോജ്യമല്ലെന്ന അഭിപ്രായം ഞാൻ എന്നും വച്ചു പുലർത്തിയിട്ടുണ്ട്. അമാനി പൂർണ്ണഗർഭിണിയായിരുന്ന നാളിലൊന്നിൽ ഞങ്ങളുടെ ജെദ്ദയിലെ വസതിയിൽ വച്ച് ഈ അഭിപ്രായം സത്യമെന്ന് തെളിയുകയും ചെയ്തു. വീട്ടിൽ അന്ന് ജോലിക്കുണ്ടായിരുന്ന ചില വേലക്കാരെ അമാനിക്ക് പരിചയമില്ലായിരുന്നു. അതുകൊണ്ട് തന്നെ പതിവനുസരിച്ച് അവൾ കട്ടികൂടിയ മൂടുപടമണിഞ്ഞു. ഉണർന്നെഴുന്നേൽക്കുമ്പോൾ മുതൽ ഉറങ്ങുവാൻ പോകുന്നത് വരേക്കും അവൾ മൂടുപടമണിഞ്ഞിരിക്കും. ആരെങ്കിലും അവളുടെ മുഖം കാണുമോ എന്ന ഭയമായിരുന്നു. വീട്ടിലെ വേലക്കാരാകട്ടെ വിശ്വസ്തരായിരുന്നു, ഞങ്ങളുടെ രീതികളുമായി നല്ല പരിചയവും പൊരുത്തവുമുള്ളവരായിരുന്നു. എന്നിട്ടും അമാനിയുടെ മനസ്സിലെ ഭയം മാറിയില്ല.

ഒരു ദിവസം അങ്ങനെ കട്ടിയുള്ള മൂടുപടമണിഞ്ഞ് അവൾ താഴേക്കിറങ്ങുകയായിരുന്നു. ഈ ചെയ്തി എന്റെ മനസ്സിൽ വല്ലാത്ത അങ്കലാപ്പുണ്ടാക്കി, സാറയെ അത് അദ്ഭുതപ്പെടുത്തി. സാധാരണ നിലയിൽ രണ്ട് മക്കളും തമ്മിലുള്ള സ്വഭാവത്തിലെ അന്തരം വലിയ പരാതികളില്ലാതെ

സാറ സ്വീകരിക്കുമായിരുന്നു. അവൾ അതു കണ്ട് പുഞ്ചിരിക്കുമായിരുന്നു. അമാനി ഇറങ്ങിവരുന്നത് കണ്ടപ്പോൾ ഞാൻ മനസ്സിലുള്ളത് തുറന്ന് പറഞ്ഞു. വീടിനകത്തും ഇങ്ങനെ മൂടുപടമണിഞ്ഞ് നടക്കുന്നത് വിഡ്ഢിത്തവും അനാവശ്യവുമാണെന്ന് പറഞ്ഞു. മാത്രമല്ല, മുഖം കാണാവുന്ന ഒരാളോട് സംസാരിച്ചിരിക്കുവാനാണെനിക്കിഷ്ടം. അതിലുമുപരി എന്റെ കുട്ടികളുടെ മുഖം കാണുന്നത് വലിയ സന്തോഷം നൽകുന്ന ഒരു കാര്യവുമാണ്. സാറ എന്നെ നോക്കി എന്റെ വാക്കുകൾ കൂടുന്നു എന്ന സൂചന നൽകി. ചുണ്ടുകടിച്ച് സംസാരം നിർത്തി. എന്നിട്ട് "മകൾക്ക് ഞാൻ ഇത്തിരി തണുത്ത ജ്യൂസ് കൊണ്ടുവരട്ടെ?"

"വേണ്ട മമ്മീ...ഞാൻ തോട്ടത്തിലൊന്ന് നടക്കാൻ പോകുന്നു." ഒരു പരിചാരിക അമാനിക്ക് വാതിൽ തുറന്ന് കൊടുത്തു. മരവും ഗ്ലാസും കൊണ്ട് നിർമ്മിച്ചതായിരുന്നു ആ വാതിൽ. അതിലൂടെ പുറത്തു കടന്നാൽ സ്ത്രീകൾക്കായുള്ള തോട്ടത്തിലെത്താം. ഞങ്ങളുടെ വീട്ടിലെ സ്ത്രീകൾക്കായി കരീം പ്രത്യേകമായി നിർമ്മിച്ചതാണീ തോട്ടം. വളരെ വലിയ ഒരു തോട്ടമായിരുന്നു അത്. ധാരാളം ചെടികളും മരങ്ങളുമുണ്ടതിൽ. ഒരു മഴക്കാടിന്റെ പ്രതീതി നൽകുന്ന അന്തരീക്ഷം സൃഷ്ടിക്കുകയായിരുന്നു ലക്ഷ്യം. അമാനി പോകുന്നത് കണ്ടപ്പോൾ 'അവിടെ വഴി തെറ്റി എങ്ങോട്ടെങ്കിലും പോകല്ലേ അമാനി' എന്നും പറഞ്ഞു.

ഞാനും സാറയും സംസാരിച്ചും കളിച്ചുമിരുന്നു. അമാനി നടക്കാനിറങ്ങിയ കാര്യം മറന്നു. കടലിലെ കക്കകൾ കൊണ്ട് കളിക്കുന്ന കൊംകൊം എന്നൊരു കളിയാണപ്പോൾ ഞങ്ങൾ കളിച്ചിരുന്നത്. ജെദ്ദയിലെത്തിയാൽ ഞാനും സാറയും ഈ കളിയിലേർപ്പെടുക പതിവായിരുന്നു. സാറയ്ക്ക് അപ്പോൾ എട്ട് പേരക്കുട്ടികളുണ്ടായിരുന്നു. അതിൽ രണ്ടുപേർ ഞങ്ങളോടൊപ്പം കളിക്കാനിരുന്നു. കുട്ടികൾ കക്ക വാരിയെറിഞ്ഞ് ആർത്ത് ചിരിച്ച് കളിക്കുന്നത് കണ്ടപ്പോൾ സമയം പോയത് ശ്രദ്ധിച്ചില്ല. അബ്ദുള്ള കയറി വന്ന് അമാനിയെ അന്വേഷിച്ചപ്പോഴാണ് അമാനി തോട്ടത്തിൽ നടക്കാനിറങ്ങിയിട്ട് ഒരു മണിക്കൂറായല്ലോ എന്നോർത്തത്.

ഞാൻ ചാടിയെഴുന്നേറ്റ് തോട്ടത്തിലേക്കോടി. അമാനിയെ ഉറക്കെ വിളിച്ചു. അവൾ നിലത്ത് വീണ് കിടക്കുന്നത് കണ്ട് ഉച്ചത്തിൽ നിലവിളിച്ചു. അപ്പോൾ അവളുടെ അബായയും കറുത്ത മറ്റു വസ്ത്രങ്ങളും ഒരു മുൾച്ചെടിയിൽ കുരുങ്ങിക്കിടക്കുന്നുണ്ടായിരുന്നു.

"അമാനി..." ഞാൻ ഉച്ചത്തിൽ വിളിച്ചു.

ശബ്ദം കേട്ട് അബ്ദുള്ളയുമെത്തി. അബ്ദുള്ളയ്ക്ക് പുറകെ ഞങ്ങളുടെ ഡ്രൈവർമാരും. സാധാരണ നിലയിൽ അവർ ഈ തോട്ടത്തിലേക്ക് പ്രവേശിക്കാറില്ല. അതിനനുമതിയില്ല. എന്നാൽ എന്റെ കരച്ചിൽ കേട്ട അവർ ആ നിരോധനം മറന്ന് പെട്ടെന്ന് സഹായത്തിനായി ഓടിയെത്തിയതാണ്.

എന്റെ മകൾ മരിച്ചുപോയി എന്നാണൊരു നിമിഷം കരുതിയത്. ആ കറുത്ത വസ്ത്രം അവളെ വരിഞ്ഞ് മുറുക്കി കൊന്നിരിക്കുന്നു. ഒരുപക്ഷേ അവൾ ധരിച്ചിരിക്കുന്ന വസ്ത്രത്തിന്റെ ഭാരം അവളുടെ ശരീരഭാരത്തിലും കൂടുതലായിരുന്നിരിക്കണം. അവൾ കൃശഗാത്രയായിരുന്നല്ലോ. ഗർഭിണിയായിരുന്നുവെങ്കിലും അവൾക്കപ്പോൾ 40 കിലോഗ്രാമിൽ കൂടുതൽ ഭാരമുണ്ടായിരുന്നില്ല.

അബ്ദുള്ളയും ഒരു ഡ്രൈവറും കൂടി അവളെ താങ്ങിയെടുത്ത് എയർ കണ്ടീഷൻ ചെയ്ത അകത്തളത്തിലേക്കെത്തിച്ചു. പൂർണ്ണഗർഭിണിയായിരുന്നതിനാൽ വളരെ ശ്രദ്ധിച്ചാണവർ അവളെ ഉയർത്തിയതും അകത്തേക്കെടുത്തതും. ആ സമയത്ത് അവളുടെ മൂടുപടം നീങ്ങി. നീണ്ട കറുത്ത പാവാട അരയ്ക്ക് മുകളിലേക്ക് പാറി പറന്നു.

അവളുടെ കറുത്ത സ്റ്റോക്കിങ്ങ്സ് മുട്ടിനു മുകൾ വരെ മാത്രമേയുള്ളൂ എന്നത് എനിക്കപ്പോൾ വലിയ പ്രശ്നമായി തോന്നിയില്ല. അതുകൊണ്ടു തന്നെ അവളുടെ വെളുത്ത തുട ഞങ്ങളെല്ലാം കണ്ടു എന്നതും വലിയ പ്രശ്നമായി തോന്നിയില്ല.

മുറിക്കകത്തുണ്ടായിരുന്ന അഞ്ച് വലിയ സോഫകളിലൊന്നിൽ അവളെ കിടത്തി. അവളുടെ ശരീരത്തിലുണ്ടായിരുന്ന കറുത്ത വസ്ത്രങ്ങൾ ഒന്നൊന്നായി ഞാൻ അഴിച്ച് മാറ്റി. മൂടുപടം മാറ്റിയപ്പോൾ അവളുടെ മുഖം കണ്ട് ശ്വാസം ലഭിക്കാതെ ഒരു നിമിഷം നിന്നു. അവളുടെ മുഖം അടികൊണ്ട് ചുവന്ന് വീർത്തതുപോലെ വീർത്തിരിക്കുന്നു. കണ്ണുകൾ മുകളിലേക്ക് മറിയുന്നു. കണ്ണിന്റെ വെള്ളയല്ലാതെ കൃഷ്ണമണി കാണാനില്ല. അത് എന്നെ ഭയപ്പെടുത്തി.

അപ്പോഴേക്കും ആരോ കരീമിനെ വിവരമറിയിച്ചിരുന്നു. ഓഫീസിലായിരുന്ന കരീം ഉടൻ ഓടിയെത്തി. തണുത്ത, നനഞ്ഞ തുണി കൊണ്ടുവരാൻ കരീം ആവശ്യപ്പെട്ടു. അതവളുടെ മുഖത്ത് വച്ചു. കരീം ആവശ്യപ്പെട്ടതനുസരിച്ച് അബ്ദുള്ള ഞങ്ങളുടെ കുടുംബ ഡോക്ടറുടെ അടുത്തെത്തി. അത് ഒരു പലസ്തീനി ഡോക്ടറായിരുന്നു. അദ്ദേഹത്തിനോട് ഉടൻ വീട്ടിലെത്തണമെന്ന് നിർദ്ദേശിച്ചു.

ഇതൊക്കെ നടക്കുമ്പോൾ ഞാനൊരു ഭ്രാന്തിയായിട്ടുണ്ടായിരുന്നു. അമാനി ഒരു ശവം പോലെ എന്റെ മുന്നിൽ മലർന്ന് കിടക്കുന്നു. അവൾ സാധാരണ നിലയിൽ ശ്വസിക്കുന്നുണ്ടെന്ന് കരീം സമാധാനിപ്പിക്കുന്നുണ്ടായിരുന്നു. അതുകൊണ്ട് തന്നെ ഞാനിത്ര വേവലാതിപ്പെടേണ്ടതില്ലെന്നും. പക്ഷേ എന്തൊക്കെയാണ് ചെയ്തുകൊണ്ടിരുന്നത് എന്ന് എനിക്ക് തന്നെ അറിയില്ലായിരുന്നു. കൈകളിൽ നിറയെ തലയിൽ നിന്നും പറിഞ്ഞുപോന്ന മുടിയായിരുന്നു.

വീട്ടിലെ എല്ലാ ജീവനക്കാരും ഞങ്ങളുടെ സ്വീകരണ മുറിയിലുണ്ട്. അവരോടെല്ലാം മുറിയിൽ നിന്നും പുറത്തിറങ്ങുവാൻ ഞാൻ ആജ്ഞാപിക്കുന്നതിനു മുമ്പേ ഡോക്ടറെത്തി. ഈ മനുഷ്യനെ കാണുന്നത് എനിക്കത്ര സന്തോഷം നൽകുന്ന കാര്യമൊന്നുമല്ലായിരുന്നു. വട്ടമുഖവും

കുറുകിയ ശരീരവുള്ള ഒരാളായിരുന്നു ആ ഡോക്ടർ. പലപ്പോഴും അയാൾ എന്തൊക്കെയോ ആലോചിച്ച് വെറുതെ പിറുപിറുത്തുകൊണ്ടിരിക്കും. അപ്പോൾ കൈകൾ പുറം ചൊറിഞ്ഞുകൊണ്ടിരിക്കും. ഇത് രണ്ടും കാണുമ്പോൾ എനിക്കയാളോട് അരിശം വരും.

കുട്ടികൾക്ക് എന്തെങ്കിലും അസുഖമുണ്ടായാൽ അതിന്റെ പൂർണ്ണ വിവരം ഉടൻ എനിക്കറിയണമെന്ന ഒരു ജിജ്ഞാസ എനിക്കെന്നുമുണ്ടായിരുന്നു. മകളുടെ അടുത്തേക്കെത്തിയ ഡോക്ടർ അവിടെ കൂടിയിരുന്നവരോട് പുറകോട്ട് മാറുവാനും രോഗിക്ക് ഇത്തിരി ശുദ്ധവായു നൽകാനും ആവശ്യപ്പെട്ടു. അപ്പോൾ അയാളുടെ മുഖത്തും അങ്കലാപ്പുണ്ടായിരുന്നു. ഞാൻ കരീമിന്റെ കൈത്തണ്ടയിൽ മുറുകെപ്പിടിച്ചു. എന്റെ മകളെ തന്നെ തുറിച്ച് നോക്കി നിന്നു. പെട്ടെന്ന് അമാനി കണ്ണു തുറന്നു. കണ്ണുതുറന്ന അവൾ കണ്ടത് തന്റെ മുഖത്തേക്ക് തന്നെ നോക്കി നിൽക്കുന്ന പലസ്തീനി ഡോക്ടറെ. അയാളെ കണ്ടതും അവൾ കിതയ്ക്കുവാൻ തുടങ്ങി. പിന്നെ വീണ്ടും ബോധക്ഷയമുണ്ടായി.

അമാനി സാവധാനത്തിൽ സുഖം പ്രാപിച്ചു. ശരീരത്തിന് സഹിക്കാനാകുന്നതിലും വലിയ ചൂടായിരുന്നു പ്രശ്നമുണ്ടാക്കിയത് എന്ന് ഡോക്ടർ വിലയിരുത്തി. ജെദ്ദയിലെ ഈ അത്യുഷ്ണത്തിൽ ഇത്തരം വസ്ത്രങ്ങൾ ധരിക്കുന്നത് നല്ലതല്ല എന്ന് മൃദുവായ എന്നാൽ ഘനമുള്ള ഭാഷയിൽ ഡോക്ടർ അമാനിയെ ഉപദേശിച്ചു. ഡോക്ടറുടെ ഈ ഉപദേശം ഒരിക്കലും സ്വീകരിക്കുകയില്ലെന്ന് അവളുടെ മുഖഭാവത്തിൽ നിന്ന് എനിക്ക് ഉറപ്പായി. അതിനാൽ ഉഷ്ണമാസങ്ങളിൽ ഇനിയും ഞങ്ങൾ ജെദ്ദയിലേക്ക് വരാതിരിക്കുന്നതാകും നല്ലതെന്ന തീരുമാനത്തിൽ ഞാനെത്തി. ആ മാസങ്ങളിൽ ഞങ്ങൾ റിയാദിൽ തന്നെ തങ്ങും. അവിടെ വരണ്ട വായുവാണ്, ഇത്ര ഉഷ്ണമോ നീരാവിയോ ഇല്ല. അത് മൂടുപടമണിയുന്ന സ്ത്രീകളുടെ ജീവിതം ജെദ്ദയിലെ ഉഷ്ണത്തിനേക്കാൾ മെച്ചപ്പെട്ടതാക്കുന്നു.

അമാനിയുടെ മാനസിക ക്ലേശങ്ങൾ അവസാനിച്ചിരുന്നില്ല. ജെദ്ദയിലെ ഞങ്ങളുടെ വീട്ടിലെ എല്ലാ ജീവനക്കാരും അവളുടെ മുഖവും മൂന്ന് ഡ്രൈവർമാർ അവളുടെ തുടയും കണ്ടു എന്നത് അവളിൽ വലിയ അങ്കലാപ്പുണ്ടാക്കി. അവളുടെ മനസ്സിന്റെ വിഷമം മാറ്റാനായി അടുത്ത തവണ ജെദ്ദയിലേക്ക് പോകുമ്പോൾ അവിടെയുള്ള ജീവനക്കാർക്ക് പകരം ഞങ്ങൾ ഞങ്ങളുടെ റിയാദിലെ വീട്ടിലെ ജീവനക്കാരെ അങ്ങോട്ട് കൊണ്ടുപോകാമെന്നും ജെദ്ദയിലുള്ളവരെ ആ സമയത്ത് റിയാദിലേക്കയയ്ക്കാമെന്നും പിന്നെയുള്ള ഓരോ ജെദ്ദ സന്ദർശനത്തിലും ഇതാവർത്തിക്കാമെന്നും ഞാനും കരീമും ഉറപ്പ് നൽകി. തന്റെ മുഖവും കാലുകളും കണ്ട ജീവനക്കാരുടെ മുന്നിൽ വീണ്ടും ചെല്ലാൻ അമാനിക്ക് വിഷമമായിരുന്നു. അതുകൊണ്ട് തന്നെ ആ ജീവനക്കാർക്ക് അന്നുമുതൽ കൂടുതൽ വട്ടം കറങ്ങേണ്ടതായും വന്നു.

അമാനിയുടെ മനഃശാന്തിക്ക് എന്തൊക്കെ വേണമോ അതൊക്കെ പരിഹാസ്യമാണെന്ന് തോന്നിപ്പോയി. കുട്ടികളുടെ മാനസിക

പിരിമുറുക്കത്തിനയവ് വരുത്തുവാൻ എന്റെ പക്കൽ മറ്റു മാർഗ്ഗങ്ങളില്ലായിരുന്നു. പ്രത്യേകിച്ചും അപ്പോൾ പൂർണ്ണഗർഭിണിയായിരിക്കുന്ന ഈ മകളുടെ കാര്യത്തിൽ. കാലമേറെ കഴിഞ്ഞിരിക്കുന്നു. ഇപ്പോൾ അമാനി ഒരാൺകുട്ടിയുടെ അമ്മയാണ്.

രണ്ട് പെൺമക്കളും നേരിൽ കണ്ടിട്ട് ഒരുവർഷത്തിലേറെയായിരിക്കുന്നു. എന്നിട്ടും കണ്ട നിമിഷത്തിൽ തന്നെ ഇരുഭാഗവും വെടിക്കെട്ട് തുടങ്ങിയിരിക്കുന്നു. മഹ സൗദിയിലെത്തിയിട്ട് മൂന്ന് ദിവസമേ ആയിട്ടുള്ളൂ. അതിനു മുമ്പേ തന്നെ മക്കൾ രണ്ട് പേരും കൂടി സൗദിയിലെ ജീവിതത്തെച്ചൊല്ലി വഴക്കാരംഭിച്ചിരിക്കുന്നു.

കുളിച്ച് വസ്ത്രം മാറ്റുവാനായി കരീം അകത്തേക്ക് കയറി. പോകുമ്പോൾ വേഗം തയ്യാറാക് മഹാ, അതിഥികൾ വരാറായി എന്ന് മഹയെ ഉപദേശിക്കുകയും ചെയ്തു.

സായാഹ്നവിരുന്നിനെക്കുറിച്ച് കരീം മഹയെ ഓർമ്മപ്പെടുത്തിയതിൽ എനിക്ക് സന്തോഷം തോന്നി. വളരെ അധികം വിരുന്നുകാരുണ്ടാകുമെന്ന് ഞങ്ങൾ പ്രതീക്ഷിക്കുന്നു. മഹ വരുന്നു എന്ന വിവരം അറിഞ്ഞ അന്നു മുതൽ ഞങ്ങൾ അവളെ സ്വീകരിക്കുവാനായി ഒരു വിരുന്നിന് പദ്ധതിയിട്ടിരിക്കുകയാണ്. ഈ ആഘോഷത്തിൽ പങ്കെടുക്കുവാനായി ഞങ്ങളുടെ കുടുംബാംഗങ്ങളെല്ലാം തന്നെ അവരുടെ തിരക്കേറിയ കാര്യപരിപാടികളിൽ മാറ്റം വരുത്തി ഒരുങ്ങിയിരിക്കുകയുമാണ്.

അന്നത്തെ സായാഹ്നത്തിൽ എന്തൊക്കെ വേണമെന്നും എങ്ങനെയൊക്കെ വേണമെന്നും പദ്ധതിയിടുവാൻ ഞാനും സാറയും മണിക്കൂറുകൾ തന്നെയെടുത്തു. മഹയുടെ ഇഷ്ട അറബി വിഭവങ്ങളാണ് ഞങ്ങൾ തിരഞ്ഞെടുത്തത്. അതിൽ അൽ-കബ്സ, താഹിനി, ടൊമാറ്റൊ ചിക്കൻ എന്നിവയുണ്ട്. പുരുഷന്മാർക്ക് ഭക്ഷണം ഒരുക്കുന്നത് പുറത്തുള്ള തോട്ടത്തിലാണ്. അവിടെ ഒട്ടകവും ആടുമുണ്ട്. അതിനോടൊപ്പം കോഴിയും മുട്ടയും ചോറും. അമാനിക്ക് മൃഗങ്ങളെ കൊല്ലുന്നത് ഇഷ്ടമല്ല. അതിനാൽ തന്നെ അതിന്റെയൊക്കെ ഇറച്ചി വിളമ്പുന്നതും സമ്മതിക്കില്ല. പുരുഷന്മാരുടെ തീൻമേശയുടെ ഭാഗത്തേക്ക് അമാനി ചെല്ലില്ല എന്നതിനാലാണ് കരീം പുരുഷന്മാർക്കുള്ള ഭക്ഷണം മറ്റൊരിടത്തേക്ക് മാറ്റിയത്. അപ്പോൾ ഈ വിഭവങ്ങൾ വിളമ്പാനുമാകുമല്ലോ. ഈ വിഭവങ്ങൾ മേശപ്പുറത്ത് കണ്ടാൽ മൃഗസ്നേഹിയായ അമാനി രംഗം വഷളാക്കിയേക്കാമെന്നും ഞങ്ങൾ ഭയക്കുന്നു. പണ്ടൊരിക്കൽ ഒരു വിരുന്നിനായി ഒരു ഒട്ടകക്കുട്ടിയെ പൊരിച്ചു. ഇത് കണ്ട അമാനി ബഹളം വച്ചു. അന്ന് വിരുന്നുകാർ വരുന്നതിനു മുമ്പ് അതെല്ലാം കുഴിച്ച് മൂടേണ്ടി വന്നു. അതുകൊണ്ടു തന്നെ ഇന്ന് ഒട്ടകത്തിന്റെ ഇറച്ചി വിളമ്പുന്നു എന്നത് രഹസ്യമാക്കി വച്ചിരിക്കുകയാണ്. വിരുന്നുകാർക്ക് ആസ്വദിക്കുവാനായി മാറ്റിവച്ചിരിക്കുകയാണ്.

ഇതിനോടൊപ്പം പല ഫ്രഞ്ച് വിഭവങ്ങളും ഒരുക്കിയിട്ടുണ്ട്. കഴിഞ്ഞ കുറച്ച് ദിവസങ്ങളായി സാറയുടെ ഫ്രഞ്ച് പാചകക്കാരൻ വലിയ തിരക്കിലായിരുന്നു. ബിസ്ക്യൂ, സൽമോൺ തെറീൻ, പോട്-ഓ-ഫ്യൂ തുടങ്ങിയ

വിഭവങ്ങൾ തയ്യാറാകുന്നു. ഇതിനായി ഫ്രഞ്ച് ചീസും മറ്റും വാങ്ങാൻ ഞങ്ങൾ ഫ്രാൻസിലേക്ക് ഒരു വിമാനം തന്നെ അയയ്ക്കുകയുണ്ടായി.

അച്ഛന്റെ ഉപദേശം മകൾ അനുസരിക്കുന്നുണ്ടോ എന്നറിയുവാൻ ഞാൻ മഹയെ നോക്കി. അവൾ തലയാട്ടിയെങ്കിലും ഇരുന്നിടത്തുനിന്ന് അനങ്ങിയില്ല.

കരീം മുറിയിൽ നിന്നും പുറത്ത് കടന്നതും അമാനി മഹയുമൊത്തുള്ള വഴക്ക് പുനരാരംഭിച്ചു. അവൾ സാറയെ സംസാരത്തിലേക്ക് വലിച്ചിഴക്കുവാൻ ശ്രമിച്ചു തുടങ്ങി. "സ്ത്രീകൾ വണ്ടിയോടിക്കുന്നതിനെക്കുറിച്ച് താങ്കളുടെ അഭിപ്രായമെന്താ സാറവല്യമ്മേ?" അവൾ ചോദിച്ചു. സാറയ്ക്ക് എന്തെങ്കിലും പറയുവാനാകുന്നതിനു മുമ്പ് അമാനി വീണ്ടും തുടർന്നു. "സൗദി സ്ത്രീകൾ വണ്ടിയോടിക്കുകയാണെങ്കിൽ അവർക്ക് അവരുടെ മൂടുപടം ഒരു തടസ്സമാകില്ലേ? അത് അപകടങ്ങളുണ്ടാക്കില്ലേ? അപകടമുണ്ടായാൽ അവൾക്ക് മറ്റേ വണ്ടിയുടെ ഡ്രൈവറുമായി സംസാരിക്കേണ്ടി വരും. അത് ഒരു പുരുഷനാണെങ്കിലോ, അയാൾ അപരിചിതനാണെങ്കിലോ?"

എന്തു പറയണമെന്നറിയാത്ത അവസ്ഥയിലായിരുന്നു സാറ. അതിനാൽ ഞാൻ സംഭാഷണത്തിലിടപ്പെട്ടു. "മോളേ.. ഈ ചർച്ചയൊക്കെ നമുക്ക് പിന്നെയൊരവസരത്തിലാകാം. ഇപ്പോൾ സംസാരിക്കേണ്ട വിഷയമല്ല ഇതൊന്നും."

അമാനിക്ക് എന്തെങ്കിലും പറയുവാനാകുന്നതിനു മുമ്പ് മഹ കോപം കടിച്ചമർത്തിയ ഒരു മുരൾച്ച സമ്മാനിച്ചു. എന്നിട്ട് മുറിയിൽ നിന്നും ഇറങ്ങിപ്പോയി. അച്ഛന്റെ ഉപദേശം അവൾ കേട്ടു എന്നു തോന്നി. മുടിയൊതുക്കി, മേക്കപ്പിടുവാനായിരിക്കണം അവൾ പോയത്.

എന്നാൽ മുറിയിൽ നിന്നും പിരിമുറുക്കം ആവിയായി പോകുന്നതിനു മുമ്പ് മഹ തിരിച്ചെത്തി. അവൾ തന്റെ അന്താരാഷ്ട്ര ഡ്രൈവിങ്ങ് ലൈസൻസ് എടുക്കാൻ പോയതായിരുന്നു. അത് ഉയർത്തിപ്പിടിച്ചാണ് വരവ്. അമാനിയുടെ മുഖത്തേക്കാണത് പിടിച്ചിരിക്കുന്നത്. അത് അമാനിയുടെ മുഖത്തേക്ക് വീശി "എന്റെ സഹോദരി കോളേജിൽ പഠിച്ചിട്ടുണ്ടെങ്കിലും വിദ്യാഭ്യാസമില്ലാത്തവരായ വിഡ്ഢികളുടെ ഗണത്തിൽപെടുന്നതാണ്" എന്ന് പറഞ്ഞു.

അമാനിയെ ഇങ്ങനെയുള്ള അവസരങ്ങളിൽ തടഞ്ഞു നിർത്തുവാൻ ആർക്കുമാകില്ല. "സ്ത്രീകൾ വണ്ടിയോടിക്കുന്നത് ദുരാചാരങ്ങൾ വരുത്തും. ഈ കാണുന്നത് തന്നെ ഏറ്റവും വലിയ തെളിവാണ്" എന്നും.

അമാനി പലപ്പോഴും പല മതപണ്ഡിതരും പുറപ്പെടുവിച്ചിട്ടുള്ള ഫത്വകളെക്കുറിച്ച് പറയാറുണ്ട്. സൗദി അറേബ്യയിലെ ഏറ്റവും പ്രമുഖനായ മുഫ്തിയായ ഷെയ്ഖ് അബ്ദുൾ അസീസ് ബിൻ ബസിന്റെ വാക്കുകളാണിതെന്നും ഇതവൾ ഇതിനു മുമ്പും പ്രയോഗിച്ചിട്ടുണ്ടെന്നും എനിക്ക് ഓർമ്മവന്നു. 1993 മുതൽ തന്റെ എൺപത്തിയെട്ടാമത്തെ വയസ്സിൽ മരിക്കുന്നതുവരേക്കും അദ്ദേഹമായിരുന്നു സൗദിയിലെ ഏറ്റവും പ്രമുഖനായ മുഫ്തി.

ബസ് പല വിവാദ തീരുമാനങ്ങളും പ്രഖ്യാപിച്ചിട്ടുണ്ട്. അതിലൊന്ന് ഭൂമി പരന്നതാണെന്നായിരുന്നു. ഭൂമി നിശ്ചലമായി ഒരിടത്ത് ഉറപ്പിച്ചിരിക്കുകയാണ്. അള്ളാഹു മനുഷ്യർക്ക് മെത്തയാക്കുവാനായി അതിനെ പരത്തിയിട്ടിരിക്കുന്നു. അതിളകാതിരിക്കുവാൻ അതിന്മേൽ വലിയ മലകൾ സ്ഥാപിച്ച് കെട്ടിയിട്ടിരിക്കുന്നു എന്നാണദ്ദേഹം പറഞ്ഞത്. ഈ പ്രസ്താവം വന്നപ്പോൾ മാധ്യമങ്ങളെല്ലാം അദ്ദേഹത്തെ കളിയാക്കുവാൻ തുടങ്ങി. തന്റെ അർദ്ധ സഹോദരനായ ഫൈസൽ രാജാവ് ബസിന്റെ വാക്കുകൾ കേട്ട് കുപിതനായെന്ന് അച്ഛൻ കരീമിനോട് പറയുന്നത് ഞാൻ കേട്ടു. എല്ലാ സൗദിക്കാരേയും ബസ് ലോകത്തിനു മുന്നിൽ വിഡ്ഢികളാക്കുകയാണെന്നായിരുന്നു ഫൈസൽ രാജാവിന്റെ അഭിപ്രായം. അക്കാലത്ത് ബസ് പുറപ്പെടുവിച്ച അഭിപ്രായങ്ങളും പ്രസ്താവങ്ങളുമുള്ള എല്ലാ കടലാസുകളും ഉടൻ നശിപ്പിച്ച് കളയുവാൻ രാജാവ് ഉത്തരവിട്ടു. പിന്നീടൊരിക്കൽ സൂര്യൻ ഭൂമിക്ക് ചുറ്റുമാണ് കറങ്ങുന്നത് എന്ന് ബസ് പ്രസ്താവിച്ചു. എന്റെ കസിൻ സുൽത്താൻ ബിൻ സൽമാൻ രാജകുമാരൻ ഡിസ്കവറിയിൽ കയറി ബഹിരാകാശത്തെത്തിയതിനുശേഷം അദ്ദേഹം തന്റെ വാക്കുകൾ പിൻവലിക്കുകയുണ്ടായി. സൗദിയിലേക്ക് തിരിച്ചെത്തിയപ്പോൾ സൽമാൻ രാജകുമാരൻ താൻ ബഹിരാകാശത്തു നിന്ന് ഭൂമിയെ കണ്ടുവെന്നും ഭൂമി കറങ്ങുകയാണ് അനങ്ങാതെ നിൽക്കുകയല്ലെന്ന് തനിക്കുറപ്പാണെന്നും ബസിനെ അറിയിക്കുകയും ആണയിടുകയുമായിരുന്നു.

സ്ത്രീകളെല്ലാം പർദ്ദയ്ക്കുള്ളിലാകണം എന്നതായിരുന്നു ബസിന്റെ മറ്റൊരു തീരുമാനം. അതൊന്നുകൊണ്ട് മാത്രം ഞാൻ ഈ മനുഷ്യനെ ഇഷ്ടപ്പെടുന്നുമില്ല. പലരും ഇദ്ദേഹത്തെ ബഹുമാനിച്ചിരുന്നു. ഇദ്ദേഹത്തെ ബഹുമാനിക്കുന്നവർ എന്റെ അഭിപ്രായത്തോട് യോജിച്ചില്ല. അമാനി കുട്ടിയായിരുന്ന കാലത്തേ ഇദ്ദേഹം മരിച്ചുപോയിരുന്നുവെങ്കിലും അവളുടെ ഇഷ്ടമതപുരോഹിതരിൽ ഒരാളായിരുന്നു ബസ്.

ബസ് പുറപ്പെടുവിച്ചിരുന്ന ഓരോ ഫത്വയും അമാനിക്ക് ഹൃദിസ്ഥമായിരുന്നു. സ്ത്രീകൾ വണ്ടിയോടിക്കുന്നതിനെതിരായുള്ള ഫത്വയിൽ "നിഷ്കളങ്കരും ശുദ്ധരുമായ സ്ത്രീകളിൽ ധാർമ്മികാധഃപതനം, മര്യാദ ലംഘനം എന്ന ആരോപണത്തിന് കാരണമാക്കുന്നു. അള്ളാഹു ഇവർക്ക് കഠിന ശിക്ഷയാണ് വിധിച്ചിട്ടുള്ളത്. അങ്ങനെ ശിക്ഷിച്ച് സമൂഹത്തിൽ ധാർമ്മികാധഃപതനം തടയണമെന്നാണ് നിഷ്കർഷിച്ചിട്ടുള്ളത്. സ്ത്രീകൾ വണ്ടിയോടിക്കുക എന്നത് അങ്ങനെ ധാർമ്മികാധഃപതനത്തിലേക്ക് നയിക്കുന്ന ഒന്നാണ്."

മഹ തന്റെ ലൈസൻസുമായി മുറിയിൽ നൃത്തം ചവിട്ടുകയായിരുന്നു. "ഞാൻ സ്വതന്ത്രയാണ് അമാനി. നീയാകട്ടെ സ്വന്തം ഇഷ്ടത്തിന്റെ ചങ്ങലക്കെട്ടിൽ തളഞ്ഞ് കിടക്കുകയും ചെയ്യുന്നു."

എന്റെ മകൾ തീർത്തും നാടകീയ രംഗങ്ങൾ സൃഷ്ടിക്കുന്നു.

അവൾ പാട്ടും നൃത്തവും തുടർന്നു. "ഞാൻ സ്വതന്ത്രയാണ് അമാനീ. എന്റെ സഹോദരിയാകട്ടെ ചങ്ങലകൾക്കുള്ളിലും."

അമാനിക്ക് കോപമടക്കുവാനാകുന്നില്ല.

സാറയും ഞാനും അവരുടെ വാഗ്വാദങ്ങൾക്ക് ചെവിയോർത്തിരുന്നു. വാഗ്വാദങ്ങൾ സംഘട്ടനത്തിലെത്തിയാൽ ഇടപെടാൻ തയ്യാറെടുത്തിരിക്കുകയായിരുന്നു ഞങ്ങൾ.

"നീയിപ്പോഴും ഇരുണ്ട യുഗത്തിലാണ് അമാനി. നിനക്ക് ബുദ്ധിയുണ്ടായേക്കാം, പക്ഷേ നീ ആഗ്രഹിക്കുന്നത് അജ്ഞതയാണ്. നീ അജ്ഞത, കഴിവില്ലായ്മ എന്നിവയെ പ്രദർശിപ്പിക്കുവാനാണാഗ്രഹിക്കുന്നത്. നിനക്ക് എല്ലാ തീരുമാനങ്ങളും പുരുഷന്മാരെടുക്കണം. നിനക്കെടുക്കാനാകുന്ന തീരുമാനങ്ങളും പുരുഷന്മാർ തന്നെയെടുക്കണം." മഹ നൃത്തം തുടർന്നു.

"നീ ചെയ്യുന്നതെല്ലാം ഹറാമാണ് മഹാ." അമാനി പ്രഖ്യാപിച്ചു. അതവൾക്ക് ഉറപ്പായിരുന്നു എന്ന് അവളുടെ സ്വരം പറഞ്ഞു.

"ഞാൻ സ്വതന്ത്രയാണ് അമാനി. എനിക്ക് സ്വതന്ത്രമായി ജീവിക്കാം. എന്റെയിഷ്ടത്തിന് ചിന്തിക്കാം. എനിക്ക് വണ്ടിയോടിക്കാം. എനിക്കിഷ്ടപ്പെട്ട ചിന്തകൾ മനസ്സിലേക്ക് കൊണ്ടുവരാം. നീ ഇത്ര ഇഷ്ടത്തോടെ കെട്ടിപ്പിടിച്ചിരിക്കുന്ന ഭ്രാന്തിൽ നിന്നും സ്വതന്ത്രയായ ഒരു സ്ത്രീയാണ് ഞാൻ."

മഹയുടെ അടുത്ത വാചകം എനിക്ക് തലകറക്കമുണ്ടാക്കി. അത് കേട്ട് സാറ കിതയ്ക്കുവാൻ തുടങ്ങി. "ഇന്ന് ഞാൻ ഇവിടത്തെ പടുവൃദ്ധരെയൊക്കെ വിഡ്ഢികളാക്കി. ഞാനിന്ന് ഒരു പുരുഷന്റെ വേഷം കെട്ടി അബ്ദുള്ളയുടെ പുതിയ മെഴ്സിഡസെടുത്ത് നഗരത്തിലൂടെ ഓടിച്ചു."

"മഹാ..." ഞാൻ നിലവിളിച്ചു. "ഇത് സത്യമല്ലെന്ന് പറയ്! നീ നിന്റെ മാതാപിതാക്കളെ അപമാനിക്കും. പുരുഷനായി വേഷം കെട്ടി വണ്ടിയോടിക്കുന്ന നീ പിടിക്കപ്പെട്ടാൽ മാതാപിതാക്കളെ അപമാനിക്കുകയാകും ഫലം."

"ഞാൻ അപകടത്തിലൊന്നും ചെന്ന് ചാടില്ല അമ്മേ. എന്റെ ശരീരത്തിൽ അങ്ങനെയുള്ള മെയ്ക്കപ്പ് ഒന്നുമില്ലായിരുന്നു. അബ്ദുള്ള എനിക്ക് ഒരു മീശ വരച്ച് തന്നു. കടകളിൽ സംസാരിച്ചതെല്ലാം അബ്ദുള്ള തന്നെയായിരുന്നു. എന്റെ സ്ത്രീ ശബ്ദം ആരും കേട്ടിട്ടേയില്ല."

എന്റെ ശബ്ദം കൂടുതൽ ഉച്ചത്തിലായി. "അബ്ദുള്ളയ്ക്കും അറിയാമായിരുന്നു എന്നോ?"

ഇത് കേട്ടതും മഹയുടെ ചുണ്ടുകൾ വിറയ്ക്കുവാൻ തുടങ്ങി. "അമ്മയുടെ മകൻ എന്നോടൊപ്പമാണ്. സ്ത്രീകൾക്കെതിരെയുള്ള ഈ പുരാതന നിയമങ്ങളെല്ലാം മാറണം എന്ന് അവനും പറയുന്നു." അവൾ വിരൽ ഞൊടിച്ചു. "അബ്ദുള്ളയെപ്പോലെ നല്ലവനായ ഒരുവനെ രാജാവായി തിരഞ്ഞെടുത്താൽ നല്ലകാലം അധികം ദൂരെയാകില്ലെന്ന് ഞാൻ പ്രതീക്ഷിക്കുന്നു. അത് എന്റെ സഹോദരൻ തന്നെയാണെങ്കിൽ അവൻ ഈ അസംബന്ധങ്ങൾക്കെല്ലാം അറുതി വരുത്തും. അപ്പോൾ മാത്രമേ ഞാൻ തിരികെ ഈ രാജ്യത്ത് വന്ന് താമസമാക്കുകയുള്ളൂ."

എനിക്ക് ഇനിയും മഹയോട് എന്തൊക്കെയോ പറയണമെന്നുണ്ട്. രാജാവാകാൻ ആഗ്രഹിക്കുന്ന ഒരുവനല്ല അബ്ദുള്ള എന്ന് പറയണമെന്നുണ്ട്. മറ്റുള്ളവരെ ഭരിക്കുവാൻ അവന് അത്ര താത്പര്യമൊന്നുമില്ല. എന്നാൽ എന്തെങ്കിലും പറയുന്നതിനു മുമ്പ് കുടുംബാംഗങ്ങളിൽ ചിലർ വാതിൽ തുറന്ന് ഇടനാഴിയിലൂടെ വരുന്നത് കണ്ടു. അതിഥികൾ വന്നു തുടങ്ങി. മണിക്കൂറുകൾ നീണ്ട് നിൽക്കുന്ന വിരുന്ന് ആരംഭിക്കുകയായി.

“നമുക്ക് പിന്നെ സംസാരിക്കാം മഹ.” ഒട്ടൊന്ന് ഉറച്ച സ്വരത്തിലാണ് ഞാൻ അത് പറഞ്ഞത്. ഞാൻ അതിഥികളെ സ്വീകരിക്കുവാൻ നീങ്ങി. അവരുടെ സമീപത്തേക്ക് നീങ്ങുന്നതിനിടയിൽ “മക്കളെ ഒന്ന് അണിയിച്ചൊരുക്കി വിരുന്നിന്റെ സമയമാകുമ്പോഴേക്കും എത്തിക്കണേ” എന്ന് സാറയോട് അഭ്യർത്ഥിച്ചു.

സാറ സമ്മതിച്ച് തലയാട്ടി. “വിഷമിക്കേണ്ട സുൽത്താനാ. ഞങ്ങൾ ഉടൻ ഇവിടെയെത്താം.”

ഞാൻ ഇടനാഴിയിലേക്ക് നടന്നു. മുഖത്ത് പൂർണ്ണ ആത്മവിശ്വാസം വരുത്തി. തോളുകൾ ഒടിഞ്ഞ് തൂങ്ങിക്കിടക്കുകയായിരുന്നു. മക്കൾ തമ്മിലുള്ള മറ്റൊരു യുദ്ധം അപ്പോൾ കണ്ടതല്ലേയുള്ളൂ.

കുടുംബം സന്തോഷത്തോടെയും ഐക്യത്തോടെയും ഒന്നാകുന്നത് പലപ്പോഴും ഞാൻ സ്വപ്നം കാണാറുണ്ട്. അന്ന് രാത്രിയെങ്കിലും എന്റെ സ്വപ്നങ്ങൾ യാഥാർത്ഥ്യമാകുമെന്ന് കരുതിയിരുന്നു.

വർഷങ്ങളായി എനിക്ക് ജന്മം നൽകിയ ഒരു പുരുഷനുമൊത്ത് പരസ്പര ഐക്യത്തോടെയുള്ള ഒരു ബന്ധം കാംക്ഷിക്കുന്നു. എനിക്ക് പല വർഷങ്ങളായി അദ്ദേഹം നൽകിയത് ദുഃഖം മാത്രമാണെങ്കിലും മനസ്സിൽ ഈ ആഗ്രഹം അണയാതെ കിടന്നു. അമാനിയും മഹയും തമ്മിൽ യുദ്ധം ആരംഭിക്കുന്നതിനു തൊട്ടു മുമ്പ് അച്ഛൻ എന്റെ ക്ഷണം സ്വീകരിച്ച് ഇവിടേക്ക് വരുന്നു എന്ന സന്തോഷത്തിലായിരുന്നു ഞാൻ. എന്നാൽ ഇപ്പോഴിതാ അമാനിയും മഹയും വീണ്ടും യോജിപ്പില്ലാതെ എന്റെ മനോനില തെറ്റിച്ചിരിക്കുന്നു. അച്ഛനുള്ളപ്പോൾ അവർ വഴക്കിനിറങ്ങിയാൽ പിന്നെ ഒരിക്കലും അച്ഛനെ എനിക്ക് കാണാനാകില്ല എന്നുറപ്പായിരുന്നു. പ്രായമേറെയായപ്പോൾ അദ്ദേഹം വഴക്കുകളിൽ ഇടപെടുന്നതും വഴക്കുകളിൽ ഭാഗമാകുന്നതും പൂർണ്ണമായും ഒഴിവാക്കുവാൻ തീരുമാനിച്ചിരിക്കുന്നു. അതുകൊണ്ട് തന്നെ ഈ യുവതികൾ തമ്മിൽ സന്തോഷകരമല്ലാത്ത ഒരു സംവാദമുണ്ടായാൽ അദ്ദേഹമത് പൊറുത്തെന്ന് വരില്ല. മാത്രമല്ല അങ്ങനെയൊന്നുണ്ടായാൽ അത് എന്നെയും എന്റെ ഭർത്താവിനേയും ബാധിക്കും എന്നതും ഉറപ്പായിരുന്നു.

വിരുന്ന് ഉപേക്ഷിച്ച് കരീം ഈയിടെ നിർമ്മിച്ചിരിക്കുന്ന ഉരുക്കിന്റെ വാതിലിനു പുറകിൽ ഒളിച്ചിരിക്കയാണോ എന്നൊരു തോന്നൽ പെട്ടെന്ന് മനസ്സിലുയർന്നു.

കരീമും തന്റെ ഒരു കസിൻ കൂടിയായ സൗദി ഇന്റലിജൻസിലെ ഒരു ഉദ്യോഗസ്ഥനുമായി ഈയിടെ ഒരു കൂടിക്കാഴ്ചയുണ്ടായി. ആഭ്യന്തരവകുപ്പിന്റെ ഭാഗമാണീ ഇന്റലിജൻസ് വകുപ്പ്. സൗദിയിൽ ആയിടെ പിടിയിലായ ഒരു തീവ്രവാദിയിൽ നിന്നും ലഭ്യമായ വിവരം അദ്ദേഹം കരീമുമൊത്ത് പങ്കുവച്ചു. ഈ തീവ്രവാദി യുവാവ് അടുത്തയിടെവരെ നാട്ടിലെ നിയമം അനുസരിച്ച് നടക്കുന്നവനായിരുന്നു. എന്നാൽ പെട്ടെന്ന് മതതീവ്രവാദത്തിന്റെ പനി ബാധിച്ചു. അയാൾ സിറിയയിലെ ആഭ്യന്തര യുദ്ധത്തിൽ പങ്കെടുക്കാനായി പോയിരുന്നു. ചോദ്യം ചെയ്യലിനിടയിൽ ആഭ്യന്തരവകുപ്പിന്റെ ഉറക്കം കെടുത്തുന്ന പല വിവരങ്ങളും അയാൾ നൽകി. യമൻ അതിർത്തി വഴി സൗദിയിലേക്ക് അൽ ഖൈദ തീവ്രവാദികൾ നുഴഞ്ഞ് കയറിക്കൊണ്ടിരിക്കുകയാണ് എന്നതായിരുന്നു അതിലൊന്ന്. അവർ ഞങ്ങളുടെ നാട്ടിലെ കൊച്ചുഗ്രാമങ്ങളിൽ തമ്പടിച്ച് തുടങ്ങിയിരിക്കുന്നു. ആ ഗ്രാമങ്ങളിൽ നിന്നും സൗദി സർക്കാരിന്റെ ഭാഗമായവരെ ആക്രമിക്കുക എന്നതാണവരുടെ ലക്ഷ്യം. സൗദിയിലെ രാജകുടുംബാംഗങ്ങളെ വധിക്കുവാനും അവർക്ക് ലക്ഷ്യമുണ്ട്. സൗദി രാജകുടുംബാംഗങ്ങൾ എന്നാൽ അതിൽ കരീമും ഞാനും ഞങ്ങളുടെ മക്കളും ഉൾപ്പെടുന്നു.

വിധിയെന്തോ ആകട്ടെ എന്നു കരുതി ഞാൻ ഇടനാഴിയിലൂടെ മുന്നോട്ട് നീങ്ങി. അതിഥികളെ സ്വീകരിക്കുവാൻ തയ്യാറായി. ഞാൻ വിരുന്നിന്റെ മണിക്കൂറുകളിൽ മാത്രം മനസ്സിനെ കേന്ദ്രീകരിപ്പിച്ചു. ഈ സായാഹ്നം ഞങ്ങൾക്ക് സന്തോഷവും ആഹ്ലാദവും കൊണ്ടുവരണമെന്ന് അള്ളാഹുവിനോട് പ്രാർത്ഥിച്ചു.

രണ്ട്

വിരുന്ന്

മിക്കവാറും സ്ത്രീകൾക്ക് രത്നം എന്ന് കേട്ടാൽ സംഗീതം കേൾക്കുന്നത് പോലെയാണ്. എന്നാൽ എനിക്കിപ്പോൾ അതിൽ അത്ര താത്പര്യമില്ല. മറ്റുള്ളവരെ സഹായിക്കുന്നതിൽ അതിയായ സന്തോഷമുണ്ടെന്ന് കണ്ടെത്തിയ നിമിഷത്തിൽ വിലകൂടിയ ആഭരണങ്ങളോടുള്ള എന്റെ ഭ്രമം എങ്ങോ പോയി മറഞ്ഞു. ഇന്ന് എനിക്കാരെങ്കിലും വിലകൂടിയ രത്നക്കല്ലുകൾ കാണിച്ച് തന്നാൽ, അതെന്റെ കാതിൽ, കഴുത്തിൽ, കൈത്തണ്ടയിലണിയുമ്പോൾ എന്ത് ഭംഗിയുണ്ടാകും എന്ന ചിന്തയല്ല. പകരം അതിന്റെ വിലയെന്താകും എന്നാണ്. ഒരുപക്ഷേ അതിന്റെ വില സ്കൂളിൽ പോകാൻ താത്പര്യമുള്ള ഒരു കുട്ടിക്ക് സഹായമായേക്കും. അല്ലെങ്കിൽ രോഗിയായ ഒരമ്മയ്ക്ക് ആശ്വാസമായേക്കും. ആ രത്നത്തിന്റെ വിലകൊണ്ട് വിലകൂടിയ മരുന്നുകൾ വാങ്ങിക്കഴിച്ച് ആ അമ്മയുടെ അസുഖം മാറി അവർക്കൊരുപക്ഷേ തന്റെ കുഞ്ഞുങ്ങളുടെ അടുത്തെത്തി അവരെ ലാളിക്കാനായേക്കും എന്ന ചിന്തയാണുണ്ടാകുന്നത്.

അങ്ങനെയുള്ള അവസരങ്ങൾ എനിക്ക് ഇനിയും ലഭിക്കണേ എന്ന ചിന്തയോടെയായിരുന്നു ഞാനപ്പോൾ എന്റെ അതിഥികളെ സ്വീകരിക്കാനായി ആ ഇടനാഴിയിലൂടെ മുന്നോട്ട് നീങ്ങിയത്. അതിഥികൾ ആർത്തുല്ലസിച്ചാണ് അകത്തേക്ക് കയറിയത്. ആനന്ദകരമായ ഒരു കുടുംബസമാഗമം ഇതാ ഇവിടെ നടക്കാൻ പോകുന്നു എന്ന സന്തോഷമാണവർക്ക് എന്ന് ഞാൻ തെറ്റിദ്ധരിച്ചു. അവരുടെ സന്തോഷം ആരംഭിക്കുവാനിരുന്ന വിരുന്നിനെ ചൊല്ലിയായിരുന്നില്ല. വിലകൂടിയ ആഭരണങ്ങളെച്ചൊല്ലിയായിരുന്നു.

ഞങ്ങളുടെ പ്രധാന സ്വീകരണ മുറിയിൽ ഞാനെത്തിയപ്പോൾ എന്റെ മൂന്ന് സഹോദരിമാരുടെ സ്വരം കേട്ടു. തഹാനി, ദുനിയ, ഹൈഫ എന്നിവരായിരുന്നു അപ്പോൾ അവിടെയുണ്ടായിരുന്നത്. അവരെ കണ്ടപ്പോൾ വലിയ സന്തോഷം തോന്നി. എന്നാൽ അവരാകട്ടെ ദുനിയയുടെ കഴുത്തിൽ പല മടക്കുകളായി ചുറ്റിക്കെട്ടിയിരിക്കുന്ന രത്നമാലയുടെ സൗന്ദര്യം ആസ്വദിക്കുകയായിരുന്നു. അവളുടെ പൊക്കിൾകൊടി വരെ നീളുന്നതായിരുന്നു ആ രത്നഹാരം.

ഈ ആഭരണത്തെക്കുറിച്ച് മുമ്പൊരിക്കൽ സാറ എന്നോട് വിശദീകരിച്ചിട്ടുണ്ട്. എന്നാൽ ദുനിയയുടെ കഴുത്തിൽ മൂന്ന് ചുറ്റായി കിടന്നിരുന്ന ആ ആഭരണം കണ്ടപ്പോൾ അദ്ഭുതമായി. അത് നിർമ്മിക്കാൻ നൂറു കണക്കിന് രത്നക്കല്ലുകൾ ഉപയോഗിച്ചിട്ടുണ്ട്. എനിക്ക് ഊഹിക്കാവുന്നതിലും വലുതാണത്. ഞാൻ രത്നമാലയിൽ തന്നെ തുറിച്ച് നോക്കി കുറച്ച് നേരം നിന്നു. ഒരോ രത്നത്തിനും വലിയ വില കൊടുത്തിട്ടുണ്ടാകണം. ഒരു രത്നത്തിന്റെ വിലയുണ്ടെങ്കിൽ ഒരു കുട്ടിയുടെ സ്കൂൾ വിദ്യാഭ്യാസം പൂർത്തിയാക്കാം. അല്ലെങ്കിൽ ഒരു കുടുംബത്തിന് ഒരു വർഷം അല്ലലില്ലാതെ കഴിയാം. ആ രത്നക്കല്ലുകളുടെ തിളക്കം എനിക്ക് വലിയ ആകർഷണമായി തോന്നിയില്ല.

ഈ രത്നമാലയ്ക്കായി സഹോദരി ദശലക്ഷക്കണക്കിന് ഡോളർ ചിലവാക്കിയിരിക്കുന്നു എന്ന് സാറ പറയുകയുണ്ടായി. ജീവിതത്തിൽ എന്നും ഇത്തരം ചെറിയ കാര്യങ്ങളിലായിരുന്നു ദുനിയയ്ക്ക് താത്പര്യം. അതുകൊണ്ട് തന്നെ വിലകൂടിയ ആഭരണങ്ങൾ തിരയാനായി അവൾ വളരെയധികം സമയം ചിലവഴിക്കുന്നു. തിരയുക മാത്രമല്ല അതെല്ലാം വാങ്ങിക്കൂട്ടുകയും ചെയ്യുന്നു.

ദുനിയയുടെ ഈ ആഭരണക്കമ്പം ഭ്രാന്തായതിനെക്കുറിച്ച് ഞങ്ങൾക്ക് ആദ്യം അത്ര അറിവില്ലായിരുന്നു. ഒരിക്കൽ സാറാ അവൾക്കായി 'മൈ ലൗ അഫയർ വിത് ജ്വല്ലറി' എന്നൊരു കോഫി ടേബിൾ ബുക്ക് വാങ്ങി സമ്മാനിച്ചു. അതിൽ അമേരിക്കയിലെ പ്രസിദ്ധ നടി എലിസബത്ത് ടെയ്ലറുടെ പക്കലുണ്ടായിരുന്ന ആഭരണങ്ങളെക്കുറിച്ച് വിവരണമുണ്ടായിരുന്നു. സാറ കുട്ടിക്കാലം തൊട്ട് ഞങ്ങളെയെല്ലാം പുസ്തകം വായിക്കുവാൻ പ്രേരിപ്പിക്കുമായിരുന്നു. മുഴുനീള പുസ്തകങ്ങൾ വായിക്കുന്നില്ലെങ്കിൽ ചിത്രങ്ങളോടുകൂടിയ, ചെറിയ വാചകങ്ങളുള്ള പുസ്തകങ്ങളെങ്കിലും വായിക്കണമെന്ന് ഉപദേശിക്കുമായിരുന്നു. എലിസബത്ത് ടെയ്ലറെക്കുറിച്ചുള്ള, അവരുടെ ആഭരണങ്ങളെക്കുറിച്ചുള്ള ലേഖനം ദുനിയയ്ക്ക് ഇഷ്ടമാകുമെന്ന് സാറ കരുതി. എന്നാൽ ആ പുസ്തകം നൽകിയ ഫലം മറ്റൊന്നായിരുന്നു. അത് ദുനിയയുടെ ആഭരണക്കമ്പം ഒരു ഭ്രാന്തിന്റെ വക്കിലെത്തിച്ചു.

അതെ, ദുനിയയ്ക്ക് ആഭരണം എന്നാൽ ഭ്രാന്തായി. ചിന്തകൾക്ക് വ്യക്തതയില്ലാതായി. അവൾ ക്രുപ്പ് എന്ന് പേരുള്ള രത്നം വേണമെന്നായി. 33.19 കാരറ്റ് രത്നമായിരുന്നു ഇത്. എലിസബത്ത് ടെയ്ലറുടെ ഭർത്താവും നടനുമായ റിച്ചാർഡ് ബർടൺ ഒരിക്കൽ ടെയ്ലർക്ക് സമ്മാനിച്ചതാണിത്. അത് ലഭിച്ചപ്പോൾ ദുനിയ വീണ്ടും കരയാൻ തുടങ്ങി. ബർടൺ തന്റെ ഭാര്യയ്ക്ക് 69.42 കാരറ്റിന്റെ മറ്റൊരു രത്നവും വാങ്ങി സമ്മാനിച്ചിരുന്നത്രെ.

ദുനിയയെ ചികിത്സിക്കുവാൻ തീരുമാനിച്ചു. ഡോക്ടർ മരുന്നുകൾ കുറിച്ചു. ഒരു മാസം പൂർണ്ണവിശ്രമം ഉപദേശിച്ചു. ജനലുകളുടേയും വാതിലുകളുടേയും പർദ്ദകൾ താഴ്ത്തിയിടുവാനും നിർദ്ദേശം ഉണ്ടായി.

അങ്ങനെയാകുമ്പോൾ രോഗി കൊട്ടാരത്തിന്റെ പുറം ലോകത്തെക്കുറിച്ച് അധികം ചിന്തിക്കില്ല എന്നായിരുന്നു അദ്ദേഹത്തിന്റെ അഭിപ്രായം. അദ്ദേഹം ദുനിയയുടെ പെൺമക്കളെയെല്ലാം വിളിച്ചു. വീട്ടിൽ ഇനി മുതൽ ആഭരണങ്ങളെക്കുറിച്ച് ചർച്ചയേ ഉണ്ടാകരുത് എന്ന് ശഠിച്ചു.

'എലിസബത് ടെയ്‌ലർ ജ്വല്ലറി വൈറസ്' എന്നാണ് ഡോക്ടർ ഈ അസുഖത്തിന് പേരിട്ടത്. ലോകത്തിൽ ആദ്യമായാണ് ഒരാൾക്ക് ഈ അസുഖം പിടിപെടുന്നത് എന്നും പറഞ്ഞു. ദുനിയ സുഖം പ്രാപിച്ചു കൊണ്ടിരിക്കുന്നതിനിടയിൽ ഒരു ദിവസം അവളുടെ മക്കളിൽ ഒരാൾ ആ പുസ്തകം വീട്ടിൽ നിന്നും മാറ്റി. കത്തിച്ചു കളഞ്ഞു. ഇനിയൊരിക്കലും അമ്മ അത് കാണുകയോ അതിനാൽ ഈ വക ബുദ്ധിമുട്ടുകൾ ഉണ്ടാകുകയോ ചെയ്യരുത് എന്നു ചിന്തിച്ചു.

ഇപ്പോൾ ദുനിയ തന്റെ എലിസബത്ത് ടെയ്‌ലർ ദ്വേഷത്തിൽ നിന്നും പുറത്ത് കടന്നു എന്നു തോന്നുന്നു. അതുകൊണ്ടുതന്നെ കഴുത്തിൽ ചുറ്റി വരിഞ്ഞിട്ടിരിക്കുന്ന രത്നമാലയിൽ അവൾ സന്തോഷവതിയാണെന്നും. 'ഫഹദ് വല്യച്ഛൻ ജവ്ഹാരയ്ക്ക് വാങ്ങിക്കൊടുത്തതിലും വിലക്കൂടുതലാണീ മാലയ്ക്ക്, എന്നാൽ ഇത് ആരോടും പറയല്ലേ' എന്ന് അവൾ പറയുന്നത് കേട്ടു. എല്ലാവരും എല്ലാവരോടും ഈ വിശേഷം പറയണം എന്നതിനുവേണ്ടി തന്നെയാണവൾ ഈ വിശേഷം അവതരിപ്പിച്ചത് എന്ന് വ്യക്തമായിരുന്നു.

ഫഹദ് വല്യച്ഛൻ എന്ന് ദുനിയ പറഞ്ഞത് ഫഹദ് രാജാവിനെതന്നെയായിരുന്നു. അച്ഛന്റെ അർദ്ധസഹോദരൻ. ഞങ്ങളെല്ലാം വളരെയധികം ബഹുമാനിക്കുന്ന വ്യക്തി. ആഗസ്ത് 2005ൽ അദ്ദേഹം അന്തരിച്ചപ്പോൾ അത് കുടുംബത്തിന് വലിയൊരു ആഘാതമായി, നഷ്ടമായി. അന്നാണ് അധികാരം കുടുംബത്തിലെ മറ്റൊരു ശാഖയിലേക്ക് നീങ്ങിയത്.

ഞങ്ങളുടെ അച്ഛന്റെ അച്ഛനായ അബ്ദുൾ അസീസ് രാജാവിന് അനേകം ഭാര്യമാരുണ്ടായിരുന്നു. അനേകം സൗദി കുലങ്ങളിൽ നിന്നായി അനേകം ഭാര്യമാർ. അവരിൽ അദ്ദേഹത്തിന് അനേകം പുത്രന്മാരും അതിലുമധികം പുത്രിമാരുമുണ്ടായി. ഈ പുത്രന്മാർക്കെല്ലാം രാജാവാകാൻ അവകാശമുണ്ടായിരുന്നുവെങ്കിലും ഇതിൽ 12 പേർ മാത്രമേ അധികാരത്തിനായി ഗൗരവമായി രംഗത്തുണ്ടായിരുന്നുള്ളൂ.

ഫഹദ് രാജാവിന്റെ പ്രിയ പത്നിയായിരുന്നു ജവ്ഹാര. ഫഹദ് രാജാവിന്റെ പ്രിയ പുത്രൻ അബ്ദുൾ അസീസ് ബിൻ ഫഹദിന്റെ അമ്മയുമായിരുന്നു അവർ. ഫഹദ് രാജാവിന്റെ ഏറ്റവും ഇളയ പുത്രനായിരുന്നു അബ്ദുൾ അസീസ് ബിൻ ഫഹദ്. ഞങ്ങളുടെ ലോകത്തിൽ, പിതാവിന്റേയും സമൂഹത്തിന്റേയും കണ്ണുകളിൽ, മക്കളിൽ ഏറ്റവും പ്രധാനി ജ്യേഷ്ഠപുത്രനാണ്. ഏറ്റവും ലാളന ലഭിക്കുന്നത് ഏറ്റവും ഇളയ പുത്രനും. അതിനാൽ തന്നെ ഈ രണ്ടു സ്ഥാനങ്ങൾ അലങ്കരിക്കുന്ന പുത്രന്മാർക്കും പ്രത്യേക പരിഗണന സാധാരണവുമാണ്.

ജവ്ഹാര രാജകുമാരി തീർത്തും വ്യത്യസ്തയായിരുന്നു. ഫഹദ് രാജാവ് ഈ ലോകവാസം വെടിഞ്ഞതിനു ശേഷവും അവർക്ക് ഞങ്ങളുടെയെല്ലാം ബഹുമാനം തുടർന്നും ലഭിച്ചുകൊണ്ടിരുന്നു. ഫഹദ് രാജാവിന്റെ പിൻഗാമിയായി വന്ന അദ്ദേഹത്തിന്റെ അർദ്ധ സഹോദരൻ അബ്ദുള്ള രാജാവ് വിദേശപര്യടനം നടത്തുമ്പോൾ ആ സംഘങ്ങളിൽ ജവ്ഹാര രാജകുമാരിയുമുണ്ടാകാറുണ്ടായിരുന്നു. സൗദി അറേബ്യയിൽ ഇങ്ങനെ സംഭവിക്കുക വളരെ വിരളമാണ്. ഭർത്താവ് മരിച്ച് കഴിഞ്ഞാൽ സ്ത്രീകൾ സാധാരണ വീടിന്റെ അകത്തളങ്ങളിലേക്ക് പിൻവാങ്ങും. പിന്നെ അവരെക്കുറിച്ച് അധികമാരും ഒന്നും കേൾക്കില്ല. അടുത്ത കുടുംബാംഗങ്ങൾ മാത്രം അവരെക്കുറിച്ച് സംസാരിക്കുകയോ അവരോടിഴപഴകുകയോ ചെയ്യും.

ജവ്ഹാരയുടെ സൗന്ദര്യത്തിലും അവർക്ക് ലഭിച്ചിരുന്ന ഈ സ്ഥാനത്തിലും ബഹുമാനത്തിലും പല സഹോദരിമാർക്കും അസൂയയുണ്ടായിരുന്നോ എന്നും സംശയമുണ്ട്. എനിക്ക് അവരെ എന്നും ഇഷ്ടമായിരുന്നു. അതിന് കാരണങ്ങൾ അനവധിയുണ്ട്. അവരാണ് ആദ്യമായി സ്ത്രീകൾക്ക് വിദ്യാഭ്യാസം എന്ന വിഷയത്തിൽ പരസ്യമായി പ്രതികരിച്ചത് എന്നതാണ് അതിൽ പ്രധാനം. മറ്റേതെങ്കിലും ഒരു സ്ത്രീ ഇതിനെക്കുറിച്ച് അഭിപ്രായം പറയുവാൻ ധൈര്യപ്പെടുന്നതിനു മുമ്പേ അവർ പ്രതികരിച്ച് കഴിഞ്ഞിരുന്നു. അക്കാലങ്ങളിൽ രാജാവിന്റെ പത്നിമാർ പോലും പൊതുജനമദ്ധ്യത്തിൽ വരാറില്ലായിരുന്നു. എന്നാൽ ജവ്ഹാര തന്റെ ബുദ്ധിവൈഭവം നാടിനുപകാരപ്രദമാകുന്ന രീതിയിൽ ഉപയോഗിച്ചു. അവർ അതുവഴി സ്വന്തം രാജ്യത്തിനും അവർക്ക് തന്നെയും സൽപേരുണ്ടാക്കി. തനിക്ക് ചുറ്റിലുമുള്ളവരേക്കാൾ ഉയർന്ന തലത്തിലുള്ള ഒരു വ്യക്തിയൊന്നുമല്ല താൻ എന്ന ചിന്താഗതിയുള്ള, അനുകമ്പയും കരുണയുമുള്ള, ഒരാളായാണ് ഞാൻ അവരെ കണ്ടിരിക്കുന്നത്. സൗദി അറേബ്യ എന്ന രാജ്യത്തെ ഭാവിയിലേക്ക് നയിക്കുന്നതിനായി ഇത്തരത്തിലുള്ള അനേകംപേരെ ആവശ്യമുണ്ട്.

എന്റെ സഹോദരിമാരിൽ ജവ്ഹാരയോട് കൂടുതൽ അസൂയയുണ്ടായിരുന്നവരിൽ ഒരുപക്ഷേ ദുനിയയുമുണ്ടായിരുന്നിരിക്കണം. ഫഹദ് രാജാവിന്റെ ഭാര്യ എന്ന നിലയിൽ ജവ്ഹാര വളരെ സമ്പന്നയായിരുന്നു. ആ സമ്പത്തുമൂലം ജവ്ഹാരയുടെ പക്കൽ മറ്റു രാജകുടുംബാംഗങ്ങളുടെയെല്ലാം പക്കലുള്ള ആഭരണങ്ങൾ ഒന്നിച്ചെടുത്താൽ വരുന്നതിലും കൂടുതൽ ആഭരണങ്ങളുമുണ്ടായിരുന്നു. അതുകൊണ്ടായിരിക്കാം ഈ അസൂയ.

ഞാൻ സഹോദരിയെ തന്നെ നോക്കി നിന്നു. അവൾ സുന്ദരിയാണ്, ധനികയാണ്, ആരോഗ്യവതിയാണ്, വീട്ടുകാർ എല്ലാവരുടേയും സ്നേഹവും അവൾക്ക് ലഭിക്കുന്നുണ്ട്. എന്നിട്ടും അവളുടെ ദാഹം തീരുന്നില്ല. ഇനിയും എന്തൊക്കെയോ വെട്ടിപ്പിടിക്കുവാൻ അവൾ ദാഹിക്കുന്നു. പ്രത്യേകിച്ചും ആഭരണങ്ങൾ വാങ്ങിക്കൂട്ടുവാൻ. ദുനിയയ്ക്ക് എന്നേക്കാൾ പത്ത് വയസ്സ് പ്രായക്കൂടുതലുണ്ട്. എന്നിട്ടും വിലകൂടിയ വസ്തുക്കൾ സന്തോഷം കൊണ്ടുവരില്ലെന്ന് അവൾ ഇതുവരേക്കും പഠിച്ചിട്ടില്ല. ഈ

സത്യത്തെക്കുറിച്ച് ഇപ്പോഴും അവൾക്ക് അറിയില്ല. അതിനാൽ എന്റെ ഈ സഹോദരിയെയോർത്ത് ദുഃഖിക്കുന്നു, ശരിയായ സന്തോഷം എന്താണെന്ന് അവൾ ഒരിക്കലും അറിയില്ലെന്ന് ഭയക്കുന്നതാണതിനു കാരണം.

ദുനിയ സംസാരം നിർത്തിയിട്ടില്ല. "ഈ നെക്ലേസിന്റെ രൂപകല്പനയിലും ഞാൻ പങ്കെടുത്തു. ഞാൻ പറഞ്ഞ അഭിപ്രായങ്ങൾ ഇതിന്റെ സൗന്ദര്യം വർദ്ധിപ്പിച്ചു എന്നാണ് ഈ മാല നിർമ്മിച്ചയാൾ പറഞ്ഞത്" അവൾ സഹോദരിമാരെ അറിയിക്കുന്നു.

അപ്പോഴാണ് അലി വാതിൽക്കൽ പ്രത്യക്ഷപ്പെട്ടത്. അത് എന്റെ ശ്രദ്ധയെ ദുനിയയിൽ നിന്നും മാറ്റി. അവൻ സാവധാനത്തിലാണ് നടന്ന് വരുന്നത്. അകത്തേക്കു കയറിയ ഉടൻ അവൻ ഞങ്ങളുടെ ഇന്തോനേഷ്യക്കാരിയായ ഒരു വേലക്കാരിയെ വാതിൽക്കൽ കണ്ടു. അവൾ സുന്ദരിയായിരുന്നു. സബീൻ എന്നായിരുന്നു അവളുടെ പേര്. അലി അവളെ അശ്ലീലമായി ഒന്ന് നോക്കി. സബീൻ എന്നാൽ പിന്തുടരുന്നവൾ എന്നാണർത്ഥം. അവൾ അടുത്തയിടെ ജോലിക്ക് ചേർന്നതേയുള്ളൂ. നിഷ്കളങ്കയായ ഒരു പെൺകുട്ടി. വീട്ടിൽ മാതാപിതാക്കൾക്കയയ്ക്കുവാനായി നല്ലൊരു തുക ശമ്പളം ലഭിക്കുന്നതിനാൽ സന്തുഷ്ടയുമാണവൾ. ആ പണംകൊണ്ട് അവളുടെ രണ്ടു സഹോദരന്മാരുടെ വിദ്യാഭ്യാസം നടക്കുന്നു. അലിയുടെ അടുത്ത് പോകരുതെന്ന് സബീന് താക്കീത് നൽകണമെന്ന് ഞാൻ എന്നെയൊന്ന് ഓർമ്മിപ്പിച്ചു. ഈ സുന്ദരിയെ നികൃഷ്ടരായ പുരുഷന്മാരിൽ നിന്നും സംരക്ഷിക്കേണ്ടത് എന്റെ കടമകൂടിയാണ്. നികൃഷ്ടരിൽ എന്റെ സഹോദരനും അവന്റെ രണ്ടു പുത്രന്മാരും ഉൾപ്പെടുന്നു. സുന്ദരികളായ സ്ത്രീകളെയെല്ലാം സ്വന്തം കിടപ്പറയിലെത്തിക്കണം എന്ന് ആഗ്രഹിക്കുന്നവരാണവർ. ഞാൻ സബീനെ നോക്കി ഒന്ന് പുഞ്ചിരിച്ചു. പൈനാപ്പിൾ, ആപ്പിൾ എന്നിവയുടെ ജ്യൂസ് നിറച്ച ഗ്ലാസുകൾ ഒരു തളികയിൽ വച്ച് അത് താഴെ വീഴാതിരിക്കുവാൻ ശ്രദ്ധിച്ചു നടക്കുകയായിരുന്നു അവൾ.

ഞാൻ ദീർഘമായൊന്ന് ശ്വസിച്ച് അലിയെ തുറിച്ച് നോക്കി മുഖം ചുളിച്ചു. അവനപ്പോഴും സബീന്റെ ശരീരവടിവളക്കുകയായിരുന്നു. അതിനാൽ എന്റെ നോട്ടം കണ്ടില്ല. എനിക്ക് അലിയിൽ നിന്നും നോട്ടം പിൻവലിക്കുവാനായില്ല. അതിന് പിന്നെയും കാരണങ്ങളുണ്ടായിരുന്നു. അലിയെ ഞാൻ കണ്ടിട്ട് ഒരു വർഷത്തിലേറെയായിരിക്കുന്നു. അവന്റെ ശരീരം തടിച്ച് തൂങ്ങിയിരിക്കുന്നു. കൺതടങ്ങൾക്ക് ചുറ്റിലും കവിളിലും മാംസപേശികൾ തൂങ്ങിയാടുന്നു. നടക്കുമ്പോൾ വലിയ വയർ തുള്ളിച്ചാടുന്നു. എന്തൊരു കാഴ്ച!

സ്വന്തം ആഗ്രഹങ്ങൾ കടുകിട വ്യത്യാസമില്ലാതെ നടപ്പിൽ വരുത്തുന്ന ഒരുവനാണെന്റെ സഹോദരൻ. അതുകൊണ്ട് തന്നെ മറ്റുള്ളവരേക്കാൾ പെട്ടെന്ന് പ്രായം കൂടിയിരിക്കുന്നു. കുട്ടിക്കാലത്തേ വിശപ്പ് അവന് സഹിക്കാനാകില്ലായിരുന്നു. പിന്നെ പിന്നെ വയറിനു മാത്രമല്ലാതായി ഈ

വിശപ്പ്. അമിതഭക്ഷണം, പുകവലി എന്നിവയെല്ലാം എന്നും കൂടെക്കൊണ്ട് നടന്നു. അവന്റെ ഒരു മകളുമായി അമാനിക്ക് അടുത്ത സൗഹൃദമുണ്ട്. അവൾ വഴി ഈയിടെയായി അലി അമിതമായി മദ്യപിക്കുന്നുണ്ടെന്ന വിവരവും ലഭിച്ചു.

ഒരു കാലത്ത് ഞാനും ഇത്തിരി കള്ളം പറയുമായിരുന്നു, മദ്യത്തിന്റെ രുചി അറിഞ്ഞിട്ടുണ്ട്. അതുകൊണ്ട് തന്നെ ഇത്തരം പാനീയങ്ങൾ ആരോഗ്യത്തിന് ഹാനികരമാണെന്ന് നന്നായി അറിയാം. ശാരീരിക ആരോഗ്യത്തിന് മാത്രമല്ല മാനസികാരോഗ്യത്തിനും അത് ഹാനികരമാണ്. കഴിഞ്ഞ ഏഴ് വർഷമായി ഈ പാനീയം ഒരു തുള്ളിപോലും ഞാൻ കഴിച്ചിട്ടില്ലെന്നത് സത്യമാണ്. മുമ്പ് ഇതിൽ നിന്നും മുക്തമാകുവാൻ എനിക്കാകുമായിരുന്നില്ല. എന്റെ കുട്ടികളുടെ അനാവശ്യ വികൃതികൾ എന്നെ ദുഃഖിതയാക്കാറുണ്ടായിരുന്നു. അല്ലെങ്കിൽ എന്റെ ഭർത്താവ് എന്നെ കുപിതയാക്കും. അപ്പോഴൊക്കെ ഞാൻ അഭയം തേടിയിരുന്നത് മദ്യത്തിലായിരുന്നു.

പെട്ടെന്ന് ആരോ എന്നെ വിളിച്ചതായി തോന്നി. അതാ കൊച്ചു സുൽത്താന എന്റെയടുക്കലേക്കോടി വരുന്നു. അവളെ കാണുന്നതിലും വലിയ സന്തോഷമെന്ത്? അവൾ എന്റെ ആദ്യത്തെ പേരക്കുട്ടിയാണ്. എന്റെ അതേ പേരാണവൾക്ക് നൽകിയിരിക്കുന്നത്. അവൾ വീട്ടിലെ സുന്ദരിയാണ്. അവളുടെ കറുത്തിരുണ്ട മുടി അരക്കെട്ടിനൊപ്പമെത്തുന്നു. തിളങ്ങുന്ന ചർമ്മമുണ്ടവൾക്ക്, വിടർന്ന വിശാലമായ കണ്ണുകളും. ഇരുണ്ട കണ്ണുകൾ. അള്ളാഹു എല്ലാം തികഞ്ഞ സൗന്ദര്യം നൽകി അവളെ അനുഗ്രഹിച്ചിരിക്കുന്നു.

ശാരീരിക സൗന്ദര്യം ഒരു വ്യക്തിക്ക് സ്വന്തമായി ഒരദ്ധ്വാനവുമില്ലാതെ ലഭിക്കുന്നതാണ്. എന്നാൽ നല്ല സ്വഭാവവുമായി താരതമ്യപ്പെടുത്തിയാൽ ഈ അനുഗ്രഹം ഒന്നുമല്ലെന്ന് മനസ്സിലാകും. ഞങ്ങളുടെ കൊച്ചു സുൽത്താന ബുദ്ധിമതിയായാണ് ഈ ലോകത്തിലവതരിച്ചത് എന്നത് അള്ളാഹുവിന്റെ അനുഗ്രഹമായി കരുതുന്നു. നല്ല ബുദ്ധിമതിയാണെന്ന് മാത്രമല്ല, നല്ല മനസ്സുമുണ്ടവൾക്ക്, ദയാലുവാണ്. സഹായം ആവശ്യമുള്ളവരെ അവൾ പെട്ടെന്ന് തിരിച്ചറിയുന്നു. അവൾക്ക് ഏഴ് വയസ്സേ ആയിട്ടുള്ളൂ എങ്കിലും അതിനേക്കാൾ കൂടുതൽ കരുണയും അനുകമ്പയും അവളിലുണ്ട്. ആറുവയസ്സുള്ളപ്പോൾ മുതൽ അവൾ സ്വന്തം മുറിയിലെ ഇഷ്ടകളിക്കോപ്പുകളും വസ്ത്രങ്ങളും പുസ്തകങ്ങളുമെല്ലാം അടുത്തുള്ള ആശുപത്രിയിലെ കുട്ടികളുടെ വാർഡിൽ കൊണ്ടുപോയി വിതരണം ചെയ്യാൻ അച്ഛനോട് ആവശ്യപ്പെട്ട് തുടങ്ങി.

അവളിൽ ഇങ്ങനെ ഒരു ദാനശീലമുണ്ടെന്ന് ആദ്യം കണ്ടെത്തിയ ദിനം ഞാൻ മറക്കില്ല. അന്ന് മകൻ അബ്ദുള്ളയെ സന്ദർശിക്കുവാൻ അവന്റെ വീട്ടിലെത്തിയതായിരുന്നു. അതിനു മുമ്പ് ലണ്ടനിലായിരുന്നു. മഹയെ കാണാൻ പോയതായിരുന്നു. ലണ്ടനിൽ വച്ച് ഹാരോഡ്സ് എന്ന ഡിപ്പാർട്ട്മെന്റൽ സ്റ്റോറിൽ കയറി. ഇത് ഷോപ്പിങ്ങിന് എനിക്കിഷ്ടപ്പെട്ട

സ്ഥലങ്ങളിൽ ഒന്നാണ്. അവിടെനിന്ന് എന്റെ വീട്ടുകാർക്ക് വിലകൂടിയ കുറച്ച് വസ്ത്രം വാങ്ങി. പേരക്കുട്ടികൾക്കായാണ് അധികവും വാങ്ങിയത്. അതിന്റെ കൂടെ കൊച്ചു സുൽത്താനയ്ക്ക് അവളുടെ നീളൻ മുടിയിൽ ധരിക്കുവാനായി ചില വസ്തുക്കളും വാങ്ങിയിരുന്നു. ഹാരോഡ്സിൽ നല്ലതരം ബൊ, റിബൺ, തുടങ്ങി പെൺകുട്ടികൾക്ക് ഇഷ്ടപ്പെടുന്ന അനേകം വസ്തുക്കൾ കാണാം. ഇത് കൂടാതെ അവൾക്കായി ചില കളിപ്പാട്ടങ്ങളും വാങ്ങിയിരുന്നു.

മകന്റെ രണ്ടു കുട്ടികൾക്കും ഇവ വീതം വയ്ക്കുവാൻ എനിക്ക് തിരക്കായി. കൊച്ചു സുൽത്താനയ്ക്ക് ഒരനുജനുണ്ട്. ഫൈസൽ എന്നാണവന്റെ പേര്. ഞാനെത്തിയപ്പോൾ ഫൈസൽ ഉറങ്ങുകയായിരുന്നു. അതുകൊണ്ട് തന്നെ സുൽത്താന ഞാൻ കൊടുത്ത സമ്മാനപ്പൊതി തുറന്ന് നോക്കുന്നത് കാണാനായി ഇരുന്നു.

സമ്മാനങ്ങൾ കണ്ടപ്പോൾ അവൾക്ക് വലിയ ആവേശമായി. അവൾ വസ്ത്രങ്ങളെല്ലാം ശ്രദ്ധാപൂർവ്വം പരിശോധിച്ചു. പിന്നെ അവൾക്കായി വാങ്ങിയ കൊച്ച് ഹാൻഡ്ബാഗ്, തലമുടിയിലണിയുവാനുള്ള വസ്തുക്കൾ, ഷൂസ്, കളിപ്പാട്ടങ്ങൾ എന്നിവയെല്ലാം പരിശോധിച്ചു. അത്രയുമായപ്പോഴേക്കും അവൾ മൗനിയായി. എന്തുകൊണ്ടാണീ മൗനം എന്ന് മനസ്സിലായില്ല. ആ പ്രായത്തിനനുസരിച്ചല്ലാത്ത എന്തോ മനസ്സിൽ വന്നു എന്നത് മുഖത്തുനിന്നും വായിച്ചെടുക്കുവാനായി. പുരികം ചുളിഞ്ഞു, ചുണ്ടുകൾ ഒട്ടിപ്പിടിച്ചതുപോലെ അടഞ്ഞ് കിടന്നു. അവൾ എന്റെ കാൽക്കൽ വന്നിരുന്ന് എന്റെ മുട്ടുകൾ കൂട്ടിപ്പിടിച്ച് കൊഞ്ചിക്കൊണ്ട് "ജദ്ദാ (അമ്മൂമ്മ), ഒരു കുട്ടിക്ക് വേണ്ടതിലും അധികം സുന്ദരമായ വസ്തുക്കൾ അനവധി ഇപ്പോൾ എന്റെ കൈയിലുണ്ട്" എന്നു പറഞ്ഞപ്പോൾ എന്റെ ഹൃദയം വല്ലാതെ മിടിക്കുവാൻ തുടങ്ങി.

"എന്താ പറഞ്ഞേ?" ഞാൻ ആശ്ചര്യപ്പെട്ടു. പേരക്കുട്ടി പറഞ്ഞതിന്റെ പൊരുൾ മനസ്സിലായില്ലെന്ന മട്ടിൽ മരുമകൾ സൈനയെ നോക്കി.

"ജദ്ദാ... സ്കൂളിൽ പഠിപ്പിക്കുന്ന ഒരു ടീച്ചർ ഞങ്ങളോട് പാവപ്പെട്ട കുട്ടികളെക്കുറിച്ച് പറഞ്ഞു. നമ്മുടെ നാട്ടിലും നല്ല ഉടുപ്പോ, പുസ്തകമോ കളിപ്പാട്ടങ്ങളോ ഇല്ലാത്ത അനവധി കുട്ടികളുണ്ടത്രെ. ഈ സമ്മാനങ്ങൾ ഇവയൊന്നുമില്ലാത്ത ഒരു കുട്ടിയുമൊത്ത് പങ്കുവയ്ക്കണം എന്ന് ഞാൻ ആഗ്രഹിക്കുന്നു."

എന്തു പറയണം എന്നറിയാതെ മനസ്സ് പിടയ്ക്കുവാൻ തുടങ്ങി. ഇത്തരം ആശയങ്ങൾ തോന്നാൻ മാത്രം പ്രായം കൊച്ചുസുൽത്താനയ്ക്കായിട്ടില്ല. കുട്ടികൾ കുട്ടികളായതിനാൽ സ്വന്തം കാര്യങ്ങളിലായിരിക്കും കൂടുതൽ ഔത്സുക്യം എന്ന് എല്ലാവർക്കും അറിയാവുന്നതാണ്. എന്റെ മൂന്നു പേരക്കുട്ടികളും കുട്ടികളായിരിക്കണം എന്നാണെന്റെ ആഗ്രഹം. അവർ മറ്റൊന്നിനെക്കുറിച്ചും ചിന്തിക്കരുത്. എന്തു പറയണമെന്നറിയാതെ ഞാൻ കൈകൾ ആകാശത്തേക്കു വീശി. അബ്ദുള്ളയുടെ ഭാര്യയെ നോക്കി "സൈന എന്താണിത്?" എന്നു ചോദിച്ചു.

സംസാരപ്രിയയായ സൈനയ്ക്കും വാക്കുകളില്ലാതായി. "എനിക്ക് മനസ്സിലാകുന്നില്ല" എന്നു മാത്രം പറഞ്ഞു.

ഞാൻ എന്റെ ശ്രദ്ധ വീണ്ടും കൊച്ചു സുൽത്താനയിലേക്ക് കൊണ്ടുവന്നു. "ഇങ്ങനെ പങ്ക് വയ്ക്കണമെന്ന് തോന്നാൻ മാത്രം അത്ര മുതിർന്നിട്ടില്ല നീ മോളെ. അത് ചെയ്യരുതെന്നല്ല പറയുന്നത്. അങ്ങനെ ചെയ്യുന്നത് വളരെ നല്ല കാര്യമാണ്. മുസ്ലീമുകൾ ചെയ്യേണ്ട പ്രധാന കാര്യങ്ങളിൽ ഒന്ന് ദാനമാണ്. അതുകൊണ്ട് തന്നെ നീ പറഞ്ഞത് ചെയ്യാൻ ഞാൻ അനുവദിക്കാം. എന്നാൽ നീ ഒരു കാര്യം ചെയ്യ്, നിന്റെ മുറിയിൽ പോയി നിന്റെ പഴയ വസ്ത്രങ്ങളും കളിപ്പാട്ടങ്ങളുമെടുത്ത് കൊണ്ടുവാ. അവ ദാനം ചെയ്യാം. അങ്ങനെയാകുമ്പോൾ ജദ്ദ ലണ്ടനിൽ നിന്നും കൊണ്ടുവന്ന ഈ പുതിയ സാധനങ്ങൾ നിനക്ക് കളിക്കാനുപയോഗിക്കുകയുമാകാം."

എന്റെ വാക്കുകൾ കൊച്ചു സുൽത്താനയെ നിരാശപ്പെടുത്തി. അവൾ കുറച്ചു നേരം എന്നെത്തന്നെ നോക്കി നിന്നു. "എന്ന് വച്ചാൽ ഏറ്റവും നല്ലതൊക്കെ എന്റെ പക്കൽ വച്ച് പഴയത് മറ്റുള്ളവർക്ക് കൊടുക്കണമെന്നോ, അതാണോ ജദ്ദ പറയുന്നത്? അങ്ങനെയെങ്കിൽ അത് ഞാൻ കൊടുക്കാത്തതിന് തുല്യമാകില്ലേ."

എനിക്ക് ലജ്ജ തോന്നി. വാക്കുകൾ പുറത്തു വരാതായി. ഞാൻ തലയാട്ടി. കൊച്ച് സുൽത്താനയ്ക്കായി വാങ്ങിയ നിധികളെല്ലാം വാരിക്കൂട്ടി. അവ ഒരു വലിയ ബാഗിലാക്കി മുറിയുടെ മൂലയിൽ വച്ചു. "അതെ, നീ പറഞ്ഞത് ശരിയാണ്" എന്നു പറഞ്ഞു. "നിന്റെ അച്ഛനോട് പറഞ്ഞ്, ഇതൊക്കെ ആവശ്യമുള്ള, ഒന്നുമില്ലാത്ത, ഒരു കുട്ടിയെ കണ്ടുപിടിക്കാം. അപ്പോൾ അവരുടെ പക്കലും നല്ല കുറെ സാധനങ്ങളുണ്ടാകുമല്ലോ?"

അന്നുമുതൽ എന്റെ പേരക്കുട്ടിക്കായി എന്ത് വാങ്ങിയാലും രണ്ടെണ്ണം വാങ്ങേണ്ടി വരും എന്ന് മനസ്സിലായി. അപ്പോൾ അവൾ ഒന്ന് മറ്റാർക്കെങ്കിലും ദാനം ചെയ്യും.

കൊച്ചു സുൽത്താനയുടെ അന്നത്തെ പ്രതികരണത്തെപറ്റി ഞാനും അബ്ദുള്ളയും പിന്നീട് ചർച്ച ചെയ്തു. അവൾ പറഞ്ഞ വാക്കുകൾ കേട്ട് അബ്ദുള്ളയ്ക്ക് അദ്ഭുതം തോന്നിയതേയില്ല. "ആ കൊച്ചുകുട്ടി നമ്മെ പഠിപ്പിക്കുകയാണമ്മേ" അവൻ അഭിമാനപൂർവ്വം പുഞ്ചിരിച്ചു.

മകന് അവന്റെ മകളോട് ഭ്രാന്തമായ സ്നേഹമാണ്. മിക്കവാറും സൗദി അച്ഛന്മാർ ഇപ്പോഴും മകളേക്കാൾ മകനെ സ്നേഹിക്കുന്ന ഇക്കാലത്ത് അവന്റെ സ്നേഹത്തെ ഭ്രാന്തമായ സ്നേഹം എന്ന് തന്നെ വിളിക്കണം. അവൾ ജനിച്ച അന്ന് മുതൽ അവന് അവളോട് ശുദ്ധമായ സ്നേഹമായിരുന്നു.

ഒരു മകനെങ്ങനെയായിരിക്കണം എന്ന് ഞാൻ സ്വപ്നം കണ്ടുവോ അതാണെന്റെ മകനിന്ന്. ബുദ്ധിയുള്ളവനാണ്, ദയയുള്ളവനാണ്, ദാനശീലനാണ്, അതിലെല്ലാം ഉപരിയായി സ്ത്രീകൾ പുരുഷന്മാരോടൊപ്പം

മൂല്യമുള്ളവരാണെന്ന വിശ്വാസമുള്ളവനാണ്. ഇത് ഞങ്ങളുടെ സംസ്കാരത്തിൽ അപൂർവ്വമായി കണ്ടുവരുന്ന ഒന്നാണ്.

അബ്ദുള്ളയുടെ അതേ വികാരം മറ്റ് പലർക്കുമില്ല എന്നത് ദുഃഖകരമാണ്. ഉദാഹരണത്തിന് കൊച്ചു സുൽത്താനയുടെ അമ്മവീട്ടുകാർക്കും അവരുടെ ബന്ധുക്കൾക്കും ഇതേ വികാരമല്ല ഉള്ളത്. ഇതിൽ സൈനിന്റെ മാതാപിതാക്കളും അവരുടെ മാതാപിതാക്കളും സഹോദരങ്ങളുമെല്ലാം ഉൾപ്പെടുന്നു. തന്റെ മകളെ അവഗണിക്കുകയും മകൻ ഫൈസലിനെ പുകഴ്ത്തുകയും അവന്റെ ജന്മത്തെ ആഘോഷമാക്കുകയും ചെയ്യുന്ന ആ ബന്ധുക്കൾക്ക് മുന്നിൽ, ബന്ധുക്കളോട്, എന്റെ മകനും ഒന്നും ചെയ്യാനാകില്ല. സൈൻ തന്റെ ഭർത്താവിന് തോളോട് തോൾ ചേർന്നു നടക്കുന്നവളാണ്. ഭർത്താവിന്റെ ചിന്തകൾ അതേപടി പകർത്തുന്നവളുമാണ്. തന്റെ വീട്ടുകാരുടെ ഇത്തരം പെരുമാറ്റ രീതികളിലും സ്വഭാവങ്ങളിലും അവൾക്കും വിഷമമുണ്ട്. എന്നാൽ സൗദി അറേബ്യയിൽ വഴക്കുകൾ ഒഴിവാക്കുവാൻ എപ്പോഴും ശ്രദ്ധിക്കേണ്ടതുണ്ട്, സൈനാകട്ടെ ഒരിക്കലും വഴക്ക് ഇഷ്ടപ്പെടാത്ത പെൺകുട്ടിയാണ്.

ഇതെല്ലാം കൊണ്ട് എന്റെ പേരക്കുട്ടി ഒരു രാജകുമാരിയായാണ് ജനിച്ചതെങ്കിലും അവളുടെ ജീവിതം പൂർണ്ണ കൃത്യതയാർന്നതായിരുന്നു എന്ന് പറയുവാൻ എനിക്കാകില്ല. അവളുടെ മാതാപിതാക്കൾക്കും അച്ഛന്റെ മാതാപിതാക്കൾക്കും അവൾ നക്ഷത്രതുല്യയായിരുന്നുവെങ്കിലും ഒരു പെൺകുട്ടിയായി ജനിച്ചതിനാലുള്ള ബുദ്ധിമുട്ടുകളെല്ലാം അവൾ സഹിച്ചേ മതിയാകുകയുള്ളൂ. പെൺകുട്ടി എന്നാൽ വലിയ മൂല്യമൊന്നുമില്ലാത്ത ഒരു കുട്ടി എന്നാണല്ലോ അർത്ഥം.

കൊച്ചു സുൽത്താനയാകട്ടെ തന്നേക്കാൾ വളരെയധികം പ്രായമുള്ളവരുടെ ദുരഭിമാനങ്ങളെ ബുദ്ധിപൂർവ്വം നേരിടുന്നു. അവൾ അവളുടെ മുത്തശ്ശി സുൽത്താനയേക്കാൾ ധൈര്യവതിയാണ്. അതിനാൽ തന്നെ എന്നെപ്പോലെ ലിംഗഅസമത്വത്തിനെതിരെ കടുത്ത ഭാഷയിൽ, ആക്രമണോത്സുകമായി, പ്രതികരിക്കാതെ ശാന്തമായി നേരിടുന്നു.

സ്ത്രീകളെ പുച്ഛിക്കുകയും ചെറുതായി കാണുകയും ചെയ്യുന്നവർക്കെതിരെ പടവെട്ടിയും അവരിൽ അവബോധം സൃഷ്ടിച്ചും ഒരായുഷ്കാലം ജീവിച്ച സ്ത്രീ എന്ന നിലയിൽ എന്റെ പേരക്കുട്ടിയോട് ഇത്തരം പ്രതികരണങ്ങൾ വരുന്നത് ദുഃഖിതയാക്കുന്നു എന്ന് മാത്രമല്ല നിരാശയും കോപവുമുണ്ടാക്കുന്നു. ഒരാൾ മറ്റൊരാളുടെ ചിന്തകൾ അപ്പടി പകർത്തണമെന്ന് നിഷ്കർഷിക്കുവാൻ ആർക്കുമാകില്ലെന്ന് പഠിച്ചു കഴിഞ്ഞിരിക്കുന്നു. ഒരുപക്ഷേ ഞാൻ പരാജയപ്പെട്ടിടത്ത് പേരക്കുട്ടി വിജയിച്ചേക്കാം. അവൾ തന്റെ മുത്തശ്ശിയേക്കാൾ മൃദുവായി സംസാരിക്കുന്നവളും കാര്യങ്ങൾ ബുദ്ധിപൂർവ്വം കൈകാര്യം ചെയ്യുന്നവളുമാണല്ലോ. എന്റെ ഭൂതകാലങ്ങളിൽ വല്ലാതെ ആക്രമണോത്സുകയായിരുന്നോ എന്ന് ഇപ്പോൾ ഭയക്കുന്നു. അതുകൊണ്ട് പലരും എന്നിൽനിന്നും പിൻതിരിഞ്ഞ് പോയോ എന്നും.

വിരുന്നിൽ പങ്കെടുക്കുവാനെത്തിയ കൊച്ചു സുൽത്താനയ്ക്കിത് സന്തോഷത്തിന്റെ നിമിഷങ്ങളാണ്. എന്നെക്കണ്ടതും അവൾ സന്തോഷം കൊണ്ട് മതിമറന്നോളിയിട്ടു. ഞങ്ങൾ കണ്ടിട്ട് അനേകം മാസങ്ങളായതു പോലെയായിരുന്നു അവളുടെ പെരുമാറ്റം. സത്യത്തിൽ അതിന്റെ തലേന്നാണ് ഞങ്ങൾ കണ്ടത്. അപ്പോൾ ഞങ്ങൾ ഇരുവരുമൊന്നിച്ച് അനേകം മണിക്കൂറുകൾ ചെലവഴിക്കുകയും ചെയ്തിരുന്നു.

'ജദ്ദാ... ജദ്ദാ...' എന്ന് വിളിച്ച് എന്റെയടുക്കൽ ഓടിയെത്തി. എന്നോട് അവളുടെ ചുണ്ടുകളിലേക്ക് എന്റെ കവിൾ കൊണ്ടുവരാൻ ആവശ്യപ്പെട്ടു. എനിക്കൊരു ഉമ്മ തന്നു. എന്നിട്ട് തന്റെ കവിളിൽ ഉമ്മവേണമെന്ന് ആംഗ്യം കാണിച്ചു.

അവളുടെ നറുമണമാസ്വദിച്ച് നിൽക്കുന്നതിനിടയിൽ അലി എന്റെ സമീപത്തേക്ക് വന്നു. എന്നിട്ട് എന്റെ ശരീരത്തിൽ തോണ്ടിക്കൊണ്ട് 'അള്ളാഹുവിന് നന്ദി പറയ്... ഈ കൊച്ച് ഒരു ദിവസം ആരുടെയെങ്കിലും ഒരു ഒന്നാംകിട ഭാര്യയാകും.'

പരുക്കനായ എന്റെ സഹോദരനുനേരെ ഒരു കടുവയെപ്പോലെ ഞാൻ ചീറ്റിയടുത്തു. അവൻ ഇപ്പോഴേ എന്റെ ഈ കൊച്ചു സുന്ദരി പേരക്കുട്ടിയെ ആരുടേയോ അടിമ ഭാര്യയായി സ്വപ്നം കണ്ട് തുടങ്ങിയിരിക്കുന്നു. ഒരുപക്ഷേ അവന്റെ തന്നെ കൊച്ചുമക്കളിൽ ആരുടെയെങ്കിലുമാകാം. ആ കൊച്ചുമക്കൾക്ക് എന്തായാലും അലിയുടെ സ്വഭാവമല്ലേ ലഭിക്കുകയുള്ളൂ. കൊച്ചു സുൽത്താന കേൾക്കാതെ ഞാൻ അവന്റെ ചെവിയിൽ 'നിന്റെ നാക്ക് പുഴുത്ത് പോകട്ടെ, നാണമില്ലാത്ത വാക്കുകൾ പറയരുത്. ഈ കുട്ടി ഒരു പുരുഷനും അടിമയാകില്ല.' ഞാൻ പറയുന്നത് കൊച്ചു സുൽത്താന കേൾക്കാതിരിക്കുവാൻ ശ്രദ്ധിച്ചു.

എന്റെ മറുപടി കേട്ട് എന്നത്തേയും പോലെ ഇപ്പോഴും അലി ഒന്ന മ്പരന്നു. കാലം മുന്നോട്ട് പോകുന്നതറിയാതെയാണവൻ തന്റെ ജീവിതം മുഴുക്കെ ജീവിച്ചിട്ടുള്ളത്. മനുഷ്യത്വം എന്നാൽ എന്താണെന്ന് അവനറിയില്ലെന്ന് പോലും അവനറിയില്ലായിരുന്നു. അള്ളാഹു അവനെ ഈ ലോകത്തിൽ നിന്ന് തിരികെ വിളിക്കുന്ന ദിവസമെത്തിയാലും ഈ ലോകത്തിലെ സ്ത്രീകളെല്ലാം പുരുഷന്മാരെ മെത്തയിൽ സുഖിപ്പിക്കാൻ മാത്രമുള്ളതാണെന്ന ചിന്ത അവന്റെ മനസ്സിൽ നിന്നും മായുകയില്ല.

ഇതിനിടെ കൊച്ചു സുൽത്താന മഹയെ കണ്ട് അവളുടെ സമീപത്തേക്കോടി. അവൾ തികഞ്ഞ ആധികാരികതയോടെ മുറിയിലേക്ക് നടന്ന് വരികയായിരുന്നു. തന്റെ ഭാവി, തന്റെ ജീവിതം, തന്റെ സ്വന്തം നിയന്ത്രണത്തിലാണെന്ന് ആ മുഖത്തെഴുതിവച്ചിട്ടുണ്ടായിരുന്നു. അതിന്റേതായിരുന്നു ആ ആധികാരികതയും ആത്മവിശ്വാസവും. ഓരോ വർഷം കഴിയുംതോറും കൂടുതൽ സുന്ദരിയായിക്കൊണ്ടിരിക്കുന്ന മകളെ കണ്ട് എല്ലാവരുടേയും കണ്ണുകൾ അവളിലേക്ക് തിരിഞ്ഞു.

ഈ സായാഹ്നത്തിലെങ്കിലും മഹ ഞങ്ങളുടെ നാടിന്റെ പോരായ്മകളും പാരമ്പര്യത്തിലുള്ള കുറവുകളും പൊലിപ്പിച്ച് കാണിക്കുന്നവളാകല്ലേ എന്ന് അള്ളാഹുവിനോട് പ്രാർത്ഥിച്ചു.

മഹ വരുന്നതും എന്റെ സഹോദരൻ ശ്രദ്ധിച്ചിരിക്കുന്നു. പുത്രിമാർ രണ്ടുപേരുമൊന്നിച്ചും അലിക്ക് അത്ര സന്തോഷകരമായ സൗഹൃദമല്ല ഉള്ളത്. ഒരുപക്ഷേ അവന്റെ പുത്രിമാരേക്കാൾ കൂടുതൽ ഊഷ്മളമായ സ്നേഹം നൽകിയാണ് ഞങ്ങൾ മഹയേയും അമാനിയേയും വളർത്തിയത് എന്നതുകൊണ്ടായിരിക്കാം ഇത്. അവരെ സ്നേഹിക്കുന്നുണ്ട് എന്ന് ഞങ്ങളുടെ പുത്രിമാർക്കുമറിയാമായിരുന്നു. അവരുടെ അഭിപ്രായങ്ങൾക്ക് ഞങ്ങൾ വില കല്പിക്കുന്നുണ്ടെന്നും അവർക്കറിയാമായിരുന്നു. അലിയുടെ പുത്രിമാരാകട്ടെ അവരുടെ അച്ഛനായ അലിയോടുള്ള ഭയത്തിലാണെന്നും ജീവിച്ചിരുന്നത്.

പുത്രിമാർ തമ്മിൽ വഴക്കടിക്കാറുണ്ടെന്നത് അലിക്കുമറിയാം. അത് എന്നെ വിഷമിപ്പിക്കാറുണ്ടെന്നും അതുകൊണ്ട് തന്നെ മഹ വരുന്നത് കണ്ടപ്പോൾ 'സുൽത്താന, മഹ വന്നിരിക്കുന്നു എന്നത് ഞാൻ മറന്നുപോയി. മഹ വന്നിരിക്കുന്നു എന്ന് വച്ചാൽ നിന്റെ വീട്ടിൽ വഴക്കും തുടങ്ങിയിരിക്കുന്നു എന്നല്ലേ? ഞാൻ പറഞ്ഞത് കേട്ട് നീ കോപിക്കുമെന്നെനിക്കറിയാം, അത് മറന്ന് കള കൊച്ചനുജത്തീ..."

ഇതും കൂടി കേട്ടപ്പോൾ എന്റെ കോപം ഇരട്ടിച്ചു. എന്റെ ശരീരത്തിൽ നിന്നും ചൂട് നാലുപാടും വമിക്കുന്നത് അറിഞ്ഞു. അവന്റെ മുഖത്ത് നോക്കിയൊന്നാട്ടുവാൻ നാക്ക് ചൊറിഞ്ഞു. പക്ഷേ അത് സംഭവിക്കുന്നതിനു മുമ്പ് സാറ ഞങ്ങളുടെ അടുത്തെത്തി. അവൾ പൊടുന്നനെ രംഗം ശാന്തമാക്കി. 'അലി, നിനക്കിഷ്ടപ്പെട്ട ചില അറബി വിഭവങ്ങൾ ഇന്ന് ഞങ്ങളിവിടെ ഉണ്ടാക്കിയിട്ടുണ്ട്.' എന്നിട്ട് നാലുപാടും നോക്കി 'സീതയെവിടെ?' എന്നു ചോദിച്ചു.

സീത അലിയുടെ ഏറ്റവും പുതിയ ഭാര്യയാണ്. അലിയുടെ എട്ടാമത്തെ വിവാഹമാണിത്. അച്ഛനെ പോലെ അലിക്കും ഒരു സമയത്ത് നാല് ഭാര്യമാരെ മാത്രമേ അനുവദിച്ചിട്ടുള്ളൂ. അത് ഇസ്ലാം നിയമമാണ്. എന്നാൽ ഇവർ രണ്ടു പേർക്കും തനിക്കിഷ്ടപ്പെടാത്ത ഭാര്യയെ മൊഴിചൊല്ലി വേറെയൊന്നിനെ കെട്ടുന്ന സ്വഭാവമുണ്ട്. അങ്ങനെ വിവാഹം കഴിക്കുന്നത് എപ്പോഴും മൊഴിചൊല്ലിയ ഭാര്യയേക്കാൾ വളരെ പ്രായം കുറഞ്ഞ ഒരുവളെയായിരിക്കും.

സിറിയയിൽ നിന്നുള്ള ഒരു ദരിദ്ര സുന്നി കുടുംബത്തിൽ നിന്നുള്ളവളാണ് സീത. ദമാസ്കസിലെ ഒരു കഫേയിൽ വച്ച് അലിയുടെ പുത്രന്മാരിൽ ഒരാളായ സൽമാൻ സീതയുടെ സഹോദരനുമായി പരിചയപ്പെട്ടു. തന്റെ സഹോദരി അതിസുന്ദരിയാണെന്നും അതിനാൽ അവളുടെ ശരീരഭാരത്തിനു തുല്യം സ്വർണ്ണം മെഹറായി നൽകുന്ന ഒരുവനായി തന്റെ മാതാപിതാക്കൾ കാത്തിരിക്കുകയാണെന്നും അയാൾ സൽമാനോട് പറഞ്ഞു. സൽമാൻ അപ്പോൾ വിവാഹപ്രായമായിട്ടുണ്ടായിരുന്നു. ഒരു സിനിമാതാരത്തിനേക്കാൾ സൗന്ദര്യമുണ്ടായിരുന്ന സീതയിൽ അയാൾക്ക് താത്പര്യം ജനിച്ചു. ഒരു ഫോട്ടോ കാണിക്കാമോ എന്ന് സഹോദരനോട് ചോദിച്ചു. ഫോട്ടോ കണ്ടതും അയാളിൽ പ്രണയം ജനിച്ചു. ഏതൊരു യുവാവിന്റേയും മനം കവരുന്ന രൂപമായിരുന്നു സീതയുടേത്. ഫോട്ടോ

കീശയിലിട്ട് അയാൾ സിറിയയിൽ നിന്നും മടങ്ങി. സൗദിയിൽ വന്നപ്പോൾ ഈ കഥയെല്ലാം തന്റെ അച്ഛനോട് പറഞ്ഞു.

അലിക്കും ഇതിൽ താത്പര്യം തോന്നി. അലിയുടെ താത്പര്യം വ്യത്യസ്തമായിരുന്നു. സീതയുടെ സൗന്ദര്യം സത്യമാണെന്നറിഞ്ഞപ്പോൾ അവൾക്ക് എത്ര പ്രായമുണ്ട് എന്ന് അലി അന്വേഷിച്ചു. തന്റെ മകൻ സൽമാനെക്കാൾ മൂന്ന് വയസ്സ് പ്രായക്കൂടുതലുണ്ട് സീതയ്ക്ക് എന്നറിഞ്ഞപ്പോൾ അലി അത്രയും സ്വർണ്ണം മെഹറായി നൽകുവാനാകില്ലെന്ന് തീർത്ത് പറഞ്ഞു. സൽമാന് അന്ന് 21 വയസ്സായിരുന്നു പ്രായം. അത്രയും സ്വർണ്ണത്തിന്റെ വിലയേക്കാൾ പലമടങ്ങ് അധികം പണം അലി എല്ലാ മാസവും അനാവശ്യ ചിലവുകൾക്കായി ചിലവാക്കാറുണ്ടായിരുന്നു എന്നതും സത്യമാണ്.

സൽമാൻ വളരെയധികം തവണ അഭ്യർത്ഥിച്ചുവെങ്കിലും അലി അതൊന്നും ഗൗനിച്ചില്ല. ഒരാഴ്ച കഴിഞ്ഞപ്പോൾ അലി തന്റെ ഒരു ദൂതനെ സിറിയയിലേക്കയച്ച് താനും സീതയുമൊത്തുള്ള വിവാഹം നിശ്ചയിച്ചു. ഒരു വിഷമവുമില്ലാതെ ചോദിച്ച തുക മെഹർ നൽകി. സീതയുടെ ശരീരഭാരത്തിനു തുല്യമായ സ്വർണ്ണം എന്നായിരുന്നു കണക്ക്. സീത നല്ല ഉയരമുള്ളവളായിരുന്നു എന്നതിനാൽ തന്നെ ഭാരവുമുണ്ടായിരുന്നു.

ഇതറിഞ്ഞ സൽമാൻ കോപിച്ച് കൊട്ടാരം വിട്ടിറങ്ങി എന്നാണെന്നോട് സാറ പറഞ്ഞത്. ഇനി സൗദി അറേബ്യയിലേക്ക് തിരികെ വരില്ലെന്നും അയാൾ അറിയിച്ചുവത്രെ. ഒരുപക്ഷേ അതിനു ശേഷം അയാൾ തന്റെ അച്ഛനോട് സംസാരിച്ചിട്ടേയുണ്ടാകില്ല. അതിനയാളെ കുറ്റപ്പെടുത്തുവാനാകില്ലല്ലോ.

അലിയാകട്ടെ ഇതിനെ ചിരിച്ച് തള്ളുകയായിരുന്നു. എന്റെ സഹോദരന് ഹൃദയം എന്നൊന്നില്ല എന്ന കഥ കേട്ടപ്പോൾ സാറയോട് ഞാൻ പറഞ്ഞു. മിക്കവാറും പുരുഷന്മാർ സ്വന്തം പുത്രന്മാരെ സന്തുഷ്ടരാക്കുവാനാണ് ശ്രമിക്കുക. ഇവിടെ അലി സ്വയം അവനെ മുന്നിൽ പ്രതിഷ്ഠിച്ചിരിക്കുന്നു, സ്വന്തം മകനേക്കാൾ ഉപരിയായി അവൻ സ്നേഹിക്കുന്നത് അവനെതന്നെയാണ്.

ആദ്യമൊക്കെ എനിക്ക് സീതയോട് എന്തോ അനുകമ്പയുണ്ടായിരുന്നു. എന്റെ സഹോദരൻ വിവാഹം കഴിക്കുന്ന ഏതൊരു സ്ത്രീയെ പ്രതിയും എനിക്കാവികാരമുണ്ടാകാറുണ്ട്. അവൾക്ക് ഇത്രയധികം ധനമുള്ളിടത്തേക്ക് വിവാഹിതയായതിലുള്ള സന്തോഷമുണ്ടായിരുന്നു എന്നു തോന്നി. അതുകൊണ്ട് തന്നെ കുംഭം പോലുള്ള തന്റെ ഭർത്താവിന്റെ ശരീരമോ അയാൾക്ക് തന്നെക്കാൾ മുപ്പതു വയസ്സെങ്കിലും കൂടുതലുണ്ടെന്നതോ അവൾക്കൊരു പ്രശ്നമായി തോന്നുന്നില്ലെന്നും. ഒരിക്കൽ എന്റെ മരുമക്കളിലൊരാളുടെ വീട്ടിലെ വിരുന്നിനിടയ്ക്ക് 'എന്റെ വീട്ടുകാർ ആഘോഷിക്കുകയാണ്, കാരണം അവർക്ക് ലഭിച്ചിരിക്കുന്നത് നിധിയാണ്. മെഹറായി ലഭിച്ച സ്വർണ്ണം ഉപയോഗിക്കണ്ട എന്ന് അലി അവരെ അറിയിച്ചിട്ടുണ്ട്. അവർക്കായി ഒരു നല്ല വീട് പണിത് കൊടുത്തു.

എന്റെ സഹോദരങ്ങളെല്ലാം ഇപ്പോൾ സ്കൂളിൽ പോകുന്നുണ്ട്. എന്റെ മൂന്ന് സഹോദരങ്ങൾക്ക് വിവാഹത്തിനു വേണ്ട മെഹർ നൽകിയതും എന്റെ നല്ലവനായ ഭർത്താവ് തന്നെ. അവർ ഒരു വർഷത്തിനുള്ളിൽ വിവാഹിതരാകും അവൾ പറഞ്ഞു.

അലി സീതയോട് പ്രണയാതുരമായി പെരുമാറുമെന്ന് എനിക്ക് തോന്നിയിരുന്നില്ല. എന്നാൽ സീതയുടെ കാര്യത്തിൽ അലി പ്രത്യേകം ശ്രദ്ധിക്കുന്നുണ്ടെന്നാണ് സാറ കണ്ടെത്തിയത്. അവരുടെ കിടപ്പറയിൽ കാര്യങ്ങളെല്ലാം എങ്ങനെ പോകുന്നു എന്നതിന്റെ തെളിവാണ് എന്റെ സഹോദൻ തന്റെ പുതിയ ഭാര്യയ്ക്ക് ഇത്രയും ശ്രദ്ധ നൽകുന്നതിനു കാരണം എന്ന് ഞാനൂഹിക്കുന്നു. സീതയും അത്ര അസന്തുഷ്ടയായി കണ്ടില്ല. അതിനാൽ ഞാൻ എന്റെ അനുകമ്പ മറ്റുള്ളവർക്കായി മാറ്റി വച്ചിരിക്കുന്നു. മറ്റുള്ളവർ എന്ന് പറഞ്ഞാൽ സത്യമായും അത് ആവശ്യ മുള്ളവർ.

ഇതിനിടയിൽ എന്തോ വലിയ ഒരു ആരവം കേട്ടു. ഞാൻ വാതിൽ ക്കലേക്ക് നോക്കി. അച്ഛൻ മുറിയിലേക്ക് കടന്നുവരുന്നു. അച്ഛന് പ്രായ മേറെയായിരിക്കുന്നു. എങ്കിലും നിവർന്നാണ് നടപ്പ്. ഇരുഭാഗത്തും ഓരോ വേലക്കാരുണ്ട്. ഇരുവരും ഓരോ കൈകളിൽ താങ്ങിയിരിക്കുന്നു. മൂന്നാ മതൊരാൾ അച്ഛൻ പുറകോട്ട് മറിഞ്ഞ് വീഴാതിരിക്കുവാൻ തൊട്ടു പുറ കിൽ നടക്കുന്നു. അച്ഛൻ ജീവിതത്തിന്റെ അവസാനകാലത്തിലേക്കെ ത്തിയിരിക്കുന്നു. ഞങ്ങൾ തമ്മിൽ യുദ്ധങ്ങൾ പലതുമുണ്ടായിട്ടുണ്ട്. എന്നാൽ അവസാനമായപ്പോഴേക്കും ഇരുവരും തണുത്തിരിക്കുന്നു. ഏതൊരു പുത്രിയേയും പോലെ ഞാനും അച്ഛന്റെ സ്നേഹം ഇപ്പോഴും കാംക്ഷിക്കുന്നു.

അച്ഛൻ മുറിയിലേക്ക് പ്രവേശിച്ചതും എല്ലാവരും അച്ഛനെ പൊതിഞ്ഞു. അച്ഛന്റെ ഇന്നത്തെ രൂപം കണ്ടപ്പോൾ എന്റെ കണ്ണ് നിറഞ്ഞു. നീണ്ട് നിവർന്ന് ആരോഗ്യദൃഢഗാത്രനായ അദ്ദേഹം ഇപ്പോൾ വല്ലാതെ മെലി ഞ്ഞിരിക്കുന്നു. ക്ഷീണവുമുണ്ട്. ഈയിടെയായി അച്ഛനെക്കുറിച്ച് ഞാൻ നല്ലതു മാത്രം ചിന്തിക്കുന്നു. അദ്ദേഹത്തോട് ഇത്തിരി അനുകമ്പ ഇപ്പോൾ തോന്നിത്തുടങ്ങിയിരിക്കുന്നു. മാത്രമല്ല അദ്ദേഹത്തിനോടും നന്ദി പറയുവാൻ കാരണമുണ്ട് എന്നും തോന്നിത്തുടങ്ങിയിരിക്കുന്നു. ഈ ഭൂ മിയിൽ പല നല്ല മനുഷ്യരും ജീവിക്കുന്നതിന് അച്ഛൻ സഹായം നൽകി യിട്ടുണ്ട്.

അലിയെപ്പോലെ അച്ഛനും തനിക്കേറ്റവും ഇഷ്ടം കുറഞ്ഞ ഭാര്യയെ മൊഴിചൊല്ലുന്നതിൽ വിദഗ്ധനായിരുന്നു. അങ്ങനെ മൊഴി ചൊല്ലി പുതി യൊരു ഭാര്യയെ കൊണ്ടുവരുവാനുള്ള അവസരമൊരുക്കും. അച്ഛൻ പന്ത്രണ്ട് വിവാഹം കഴിച്ചിട്ടുണ്ട്. ഇതിൽ ഒമ്പത് ഭാര്യമാരിൽ കുട്ടികളു ണ്ടായി. ഇരുപത്തിയേഴ് പുത്രിമാരും ഇരുപത് പുത്രന്മാരും. അതിൽ നാല്പത്തിയഞ്ച് പേർ ഇന്നും ജീവിച്ചിരിപ്പുണ്ട്. അച്ഛന്റെ മക്കൾ അച്ഛന് പേരക്കുട്ടികളെ നൽകി, അവർ അടുത്ത തലമുറയിലേക്കുമെത്തി നിൽക്കുക യാണിപ്പോൾ. ഞങ്ങളുടെ കുടുംബം ധാരാളം പണം സമ്പാദിച്ചിട്ടുണ്ട്

എന്നത് ഉപകാരപ്രദമായി. ഇത്രയധികം പേർക്ക് അല്ലെങ്കിൽ ഭക്ഷണത്തിനു തന്നെ ബുദ്ധിമുട്ടാകുമായിരുന്നു. ഭക്ഷണം മാത്രമല്ലല്ലോ, വിദ്യാഭ്യാസം, വസ്ത്രം, പാർപ്പിടം എല്ലാം വേണ്ടതല്ലേ!

പുത്രിമാരെ ഒരിക്കലും സ്നേഹിക്കാത്ത ഒരച്ഛനായിരുന്നു എന്റേതെങ്കിലും വീട്ടുകാർക്കാവശ്യമുള്ളതെല്ലാം നൽകിയിരുന്ന ഒരാളായിരുന്നു എന്നത് മറക്കാനാകില്ല. അതും ഒരു വലിയ കാര്യമാണല്ലോ. അച്ഛന്റെ പുത്രന്മാരും അവരുടെ പുത്രന്മാരും അച്ഛനെ അകമഴിഞ്ഞ് സ്നേഹിക്കുന്നു. അതിനു കാരണവുമുണ്ട്. ആണായി പിറന്നവർക്കെല്ലാം അദ്ദേഹം സ്നേഹം വാരിക്കോരി കൊടുത്തിട്ടുണ്ട് എന്നതാണ് ആ കാരണം.

വർഷങ്ങൾക്കു മുമ്പ് ഒരു തമാശയായി എന്റെ മക്കൾ അച്ഛന് സ്വർണ്ണം പൂശിയ ആഭരണങ്ങളാൽ നിറഞ്ഞ ഒരു സിംഹാസനം സമ്മാനമായി നൽകിയിരുന്നു. അദ്ദേഹം ഒരിക്കലും സൗദി അറേബ്യയുടെ രാജാവാകില്ല എന്നറിയാമെന്നും എന്നാൽ അവരുടെ കണ്ണിൽ അദ്ദേഹമാണ് രാജാവെന്നതിനാലാണ് ഇങ്ങനെയൊരു സമ്മാനം നൽകുന്നതെന്നും അവരന്ന് അച്ഛനോട് പറഞ്ഞിരുന്നു. സ്വർണ്ണനിറമുള്ള ഇരിപ്പിടവും കറുത്ത കാലുകളുമുണ്ടായിരുന്നു ആ സിംഹാസനത്തിന്. വളരെ സുന്ദരമായ ഒരു സിംഹാസനമായിരുന്നു അത്. അതു കണ്ട് വിരുന്നിന് വന്നവരുടെയെല്ലാം ചർച്ച അതിനെക്കുറിച്ചായി. അതിൽ പതിച്ചിരിക്കുന്ന രത്നങ്ങളും മറ്റും യഥാർത്ഥമാണെന്ന് പലരും ധരിച്ചു. എന്നാൽ സത്യമതല്ലായിരുന്നല്ലോ.

ആ സിംഹാസനം അച്ഛൻ അതിനു മുമ്പ് കണ്ടിട്ടില്ല. എന്നാൽ ഇപ്പോൾ അത് കണ്ടപ്പോൾ അദ്ദേഹത്തിന്റെ കണ്ണ് വിടർന്നു. അതിലിരിക്കണമെന്ന് അദ്ദേഹം അബ്ദുള്ളയോട് ആംഗ്യം കാണിച്ചു.

അച്ഛൻ ആ വിശിഷ്ട സിംഹാസനത്തിലിരുന്നപ്പോൾ കുട്ടികളെല്ലാം കൈയടിച്ചു. തന്റെ മുന്നിൽ പുഞ്ചിരിച്ച് നിൽക്കുന്ന കുട്ടികളുടെ സമുദ്രത്തെ കണ്ട് അദ്ദേഹത്തിനും സന്തോഷമായി. ഒരു രാജാവിനെപ്പോലെ അച്ഛനിരുന്നു. ആ നിമിഷത്തിൽ അച്ഛൻ തന്റെ പുത്രിമാർക്കും അവരുടെ പുത്രിമാർക്കുമെല്ലാം നിറഞ്ഞ ചിരി സമ്മാനമായി കൊടുത്തു.

എനിക്ക് സന്തോഷമായി. അദ്ദേഹത്തിന്റെ ഈ പ്രായത്തിൽ വളരെ അതുല്യവും അപൂർവ്വവുമായ ഒരു നിമിഷം സമ്മാനിക്കാനായല്ലോ എന്ന് ഞാൻ സന്തോഷിച്ചു. വൃദ്ധനായതിൽ വളരെ ദുഃഖിതനും കുപിതനുമാണദ്ദേഹം എന്ന് സാറ പറയുന്നുണ്ടായിരുന്നു.

അപ്പോഴേക്കും അബ്ദുള്ളയും അമാനിയും മുറിയിൽ നിന്ന് പുറത്തു കടക്കുകയും ഉടൻ തന്നെ അവരുടെ മക്കളേയും കൊണ്ട് തിരികെ വരികയും ചെയ്തു. അബ്ദുള്ളയുടെ പക്കൽ ഫൈസലുണ്ടായിരുന്നു. ഖാലിദ് അമാനിയുടെ കൈയിലും. ഞാൻ അവരെ കണ്ട് പുഞ്ചിരിക്കുന്ന അച്ഛനെ തന്നെ നോക്കി നിന്നു. എന്റെ പേരക്കുട്ടികളെ കണ്ടപ്പോൾ അദ്ദേഹത്തിനും സന്തോഷമായിരിക്കുന്നു. ഇത് കണ്ട് അത്യുത്സാഹത്തോടെ കൊച്ചു സുൽത്താന എന്റെ അച്ഛന്റെ സമീപത്തേക്കോടി. ഇത്

കണ്ടതും അച്ഛൻ എന്റെ ഈ പേരക്കുട്ടിയെ അപമാനിക്കുമോ എന്ന ഭയം എന്നെ ഗ്രസിക്കുകയും ചെയ്തു. ഞാൻ കുട്ടിയായിരുന്നപ്പോൾ അച്ഛൻ പലവട്ടം അപമാനിച്ചിട്ടുള്ളതാണല്ലോ.

എന്നാൽ അച്ഛനെ അങ്ങനെ ഭയക്കണമെന്നോ അപമാനിക്കപ്പെടുമെന്നോ കൊച്ചു സുൽത്താനക്കറിയില്ലായിരുന്നു. അവൾ ഈ മുത്തശ്ശനേയും സിംഹാസനവും കണ്ട ഉത്സാഹത്തിലായിരുന്നു. അവൾ ഒരു നിമിഷം ആലോചിച്ച് നിന്നു. പിന്നെ എല്ലാവരേയും അദ്ഭുതപ്പെടുത്തിക്കൊണ്ട് അച്ഛനെ ആദരപൂർവ്വം വണങ്ങി.

അച്ഛൻ അത് കണ്ട് സന്തോഷത്തോടെ നിറഞ്ഞ് ചിരിച്ചു. ഈ നിമിഷത്തിൽ താൻ തന്നെയാണ് സൗദിയിലെ രാജാവെന്ന് അച്ഛൻ കരുതിയെന്ന് തോന്നി. അച്ഛൻ കൊച്ചു സുൽത്താനയുടെ തലമുടി തഴുകി. മുഖം തടവി. അവളെ അഭിനന്ദിച്ചു. സുൽത്താനയുടെ മുഖം സന്തോഷം കൊണ്ട് വിടർന്നു. അത് കണ്ട് അബ്ദുള്ളയുടെ മുഖവും സന്തോഷത്താൽ ചുവന്നു. ബന്ധുക്കളെല്ലാം ഇതു കണ്ട് കൈയടിക്കുവാനും ആർപ്പുവിളിക്കുവാനും തുടങ്ങി. ഒരു കാലത്ത് അസാധ്യമെന്ന് കരുതിയിരുന്ന ഒരു കാഴ്ചയാണവർ അപ്പോൾ കണ്ടിരിക്കുന്നത്. ഒരു പെൺകുട്ടിയെ അച്ഛൻ പരസ്യമായി അഭിനന്ദിച്ചിരിക്കുന്നു, അവളെ സ്നേഹിച്ചിരിക്കുന്നു.

അതു കണ്ട് കരീം എന്റെ സമീപത്തെത്തി. എന്റെ അരയിൽ കൈ ചുറ്റി. എന്നിട്ട് അരക്കെട്ടിൽ നന്നായൊന്നമർത്തി. ഞങ്ങൾ പരസ്പരം കണ്ണിലേക്ക് നോക്കി. ഞങ്ങൾ ഇരുവരും വളരെ സന്തോഷത്തിലായിരുന്നു എന്ന് പറയാതെ അറിഞ്ഞു. ജീവിതം കൃത്യതയാർന്നതാണെന്ന തോന്നലുണ്ടാക്കുന്ന നിമിഷങ്ങളിൽ ഒന്നാണിത്, അതേ ജീവിതത്തിലെ തിരഞ്ഞെടുത്ത നിമിഷങ്ങളിൽ ഒന്ന്.

മൂന്ന്

അച്ഛൻ

കഴിഞ്ഞ അനവധി വർഷങ്ങളിൽ രണ്ട് വിപരീതവികാരങ്ങൾ ഒന്നിച്ചുണ്ടാകാറുണ്ട്. ദുഃഖവും സന്തോഷവും ഒന്നിച്ച്. അന്നത്തെ ആ സായാഹ്നത്തിൽ കുടുംബബന്ധങ്ങൾ സുന്ദരമായി ഏകോപിച്ച് വരികയായിരുന്നു. അത് സാഹോദര്യത്തിന്റെ അപൂർവ്വ സ്നേഹം പ്രദാനം ചെയ്തു. പുത്രിമാരെ എനിക്കറിയാവുന്നതുകൊണ്ട് ആ സായാഹ്നവിരുന്നവസാനിക്കും മുമ്പ് അവർ തമ്മിൽ എന്തെങ്കിലും വഴക്കുണ്ടാകുമെന്നും അത് ആ ആഘോഷത്തെ അലങ്കോലമാക്കുമെന്നും ഭയക്കുന്നുമുണ്ടായിരുന്നു. അത് സംഭവിച്ചാൽ എന്റെ സന്തോഷത്തെ അത് തല്ലിക്കെടുത്തും അങ്ങനെ ഉണ്ടാകരുതേ എന്ന് ആഗ്രഹിച്ചുകൊണ്ടേയിരിക്കുന്നുണ്ടായിരുന്നു.

വിരുന്നിന് വൈകിയാണ് പലരുമെത്തിയതെങ്കിലും അവരുടെ ആഗമനം സദസ്സിന് ഉണർവ്വും സന്തോഷവും നൽകി. സാറയുടെ എല്ലാമെല്ലാമായ ഭർത്താവ് ആസാദ് തന്റെ മകൾ നഷയുടെ കൈ പിടിച്ച് അകത്തേക്ക് കയറി വന്നു.

നഷ എന്റെ സഹോദരിയുടെ രണ്ടാമത്തെ സന്താനമാണ്. അമാനി ജനിച്ച അതേ ദിവസമാണവളും ജനിച്ചത്. ഇവർ രണ്ടു പേർക്കും എന്നും അനേകം വ്യക്തിത്വപ്രശ്നങ്ങളുണ്ടായിരുന്നു. എനിക്ക് അമാനിയെക്കുറിച്ച് ബുദ്ധിമുട്ടുകളുണ്ടായിരുന്നത് പോലെ സാറയ്ക്ക് നഷയെക്കുറിച്ചും പ്രശ്നങ്ങളുണ്ടായിരുന്നു. സാറയുടെ പ്രശസ്തമായ ക്ഷമയെ പലപ്പോഴും നഷ പരീക്ഷിച്ചിട്ടുണ്ട്.

യുവതിയായ നഷയുടെ ഒരു ചിത്രം വരയ്ക്കുക ബുദ്ധിമുട്ടാണ്. ഒരു സുനാമിയുടെ കരുത്തും ഊർജ്ജവും എങ്ങനെ വിവരിക്കുവാനാകും? തന്റെ ബാല്യത്തിൽ വളരെയധികം ശബ്ദമുണ്ടാക്കിയിരുന്ന ഒരു കുട്ടി, കൗമാരത്തിൽ വന്യമൃഗങ്ങളുടേതുപോലെ കരുത്തും ധൈര്യവുമുണ്ടായിരുന്ന ഒരു കുട്ടി, എന്നൊക്കെ അവളെക്കുറിച്ച് പറയാം. എന്നാൽ അവളുടെ പത്തൊമ്പതാം വയസ്സിൽ അദ്ഭുതം സംഭവിച്ചു. അവൾക്ക് പത്തൊമ്പത് തികഞ്ഞ അതേ ദിവസം നഷ എല്ലാവർക്കും മാതൃകയാകാവുന്ന മകളായി. അവളുടെ ക്ഷിപ്രകോപം എങ്ങോ പോയിമറഞ്ഞു. ബുദ്ധി

വൈഭവം തെളിഞ്ഞ് കണ്ടു. അതുവരേക്കും സൗദിയിൽ സ്ത്രീകൾക്ക് വിലക്കപ്പെട്ട കാര്യങ്ങൾ ചെയ്യുവാനായി ഉപയോഗിച്ചിരുന്ന ഊർജ്ജം മുഴുക്കെ പഠനത്തിനായി ഉപയോഗിച്ചു തുടങ്ങി. പെട്ടെന്ന് ഭൂമിയിലേക്കെത്തിയ സൂര്യപ്രകാശം പോലെ. നഷ തന്റെ അമ്മയെപ്പോലെ തന്നെ എല്ലാം തികഞ്ഞ ഒരു സ്ത്രീയായി മാറി.

സ്കൂളിൽ പഠിക്കുന്ന കാലത്ത് പഠനത്തിൽ നഷ വളരെ മോശമായിരുന്നു. ഒരു രാജകുമാരിയായിരുന്നില്ലെങ്കിൽ അവളെ സൗദി അറേബ്യയിലെ ഒരു സ്കൂളിലും തുടരുവാൻ അനുവദിക്കില്ലായിരുന്നു. എന്നാൽ അന്നത്തെ ദിവസത്തിനു ശേഷം അവൾ ക്ലാസ്സിൽ ഒന്നാമതെത്തുവാൻ തുടങ്ങി. തന്റെ സഹപാഠികളെയൊക്കെ അവൾ പിന്തള്ളി. ആർക്കിടെക്ചർ പഠിക്കുവാനായിരുന്നു നഷയ്ക്ക് താത്പര്യം. സൗദി അറേബ്യയിൽ അതിന് ഉതകുന്ന ഒരു സ്ഥാപനമില്ലാത്തതിനാൽ അമേരിക്കൻ ഐക്യനാടുകളിലേക്ക് പോകുകയും അവിടെ നിന്ന് ഈ വിഷയത്തിൽ ബിരുദം നേടുകയും ചെയ്തു. അതിനു ശേഷം അമേരിക്കയിൽ തുടർന്നില്ല. നഷ സൗദി അറേബ്യയിലേക്ക് മടങ്ങിവന്നു. തന്റെ കഴിവുകൾ ജെദ്ദയിലെ വിവിധ കെട്ടിടങ്ങളുടെ രൂപകല്പനയ്ക്കായി വിനിയോഗിച്ചു. അതുല്യമാണീ കെട്ടിടങ്ങൾ. അവളുടെ ഈ മാറ്റം സാറയേയും അദ്ഭുതപ്പെടുത്തി. ഇപ്പോൾ എപ്പോഴും തന്റെ ജോലിയെക്കുറിച്ച് മാത്രമേ സംസാരിക്കാറുള്ളൂ എന്ന് സാറ പറയുന്നു.

എന്നാൽ സാറയുടെ മനസ്സിൽ ഇപ്പോഴും ഒരു ദുഃഖം ബാക്കിയുണ്ട്. നഷ വിവാഹം എന്ന വിഷയത്തിൽ വലിയ താത്പര്യം പ്രകടിപ്പിക്കുന്നില്ല. ജോലി ചെയ്യുന്നതിനോടൊപ്പം തന്നെ ഭാര്യയും അമ്മയുമാകാം എന്ന് പല തവണ അവളുടെ അച്ഛൻ ആസാദ് അവളെ ഉപദേശിച്ച് നോക്കിയെങ്കിലും അനുകൂലമായ ഒരു മറുപടി അവളിൽ നിന്നും ഇപ്പോഴും വന്നിട്ടില്ല. ഒരു രാജകുടുംബാംഗമായതും തന്റെ പുത്രിമാരും അവരുടെ രംഗത്ത് ഉന്നതവിജയം കൈവരിക്കണമെന്ന് ആഗ്രഹിക്കുന്ന ഒരു അച്ഛന്റെ മകളായതും നഷയുടെ ഭാഗ്യമാണ്.

വിവാഹം എന്ന വിഷയത്തിലെത്തുമ്പോൾ ഞാനും സാറയും ഭാഗ്യവതികളാണെന്ന് കരുതുന്നു. സ്നേഹം, വിവാഹം, കുട്ടികൾ എന്നീ വിഷയങ്ങളിലെത്തുമ്പോൾ ഏകദേശം തുല്യസ്വഭാവം വച്ചുപുലർത്തുന്ന രണ്ട് സഹോദരങ്ങളെ ഭർത്താക്കന്മാരായി ലഭിച്ചത് ഭാഗ്യം തന്നെയാകണം. പുത്രിമാരുടെ കാര്യത്തിൽ ഒരു ലിംഗവിവേചനം ആസാദോ കരീമോ ഇതുവരേയും കാണിച്ചിട്ടില്ല.

അമാനിയുടേയും നഷയുടേയും ജന്മദിനം ഒന്നായതുകൊണ്ട് അവർ തമ്മിൽ മാനസികമായും ഇതേ അടുപ്പമുണ്ടാകും എന്നാണ് സാറ വിശ്വസിക്കുന്നത്. അമാനി വിവാഹിതയായതും അമ്മയായതും കണ്ട സാറ അതേ സന്തോഷം തനിക്ക് നഷയും നൽകുമെന്ന് സ്വപ്നം കണ്ടു തുടങ്ങി. അമാനി വിവാഹിതയായത് നഷയിൽ എന്തെങ്കിലും പ്രഭാവമുണ്ടാക്കാതിരിക്കില്ല എന്നും കരുതി. 'അമാനിയും ഖാലിദും കുഞ്ഞും

എന്നൊക്കെ നിന്റെ വീട്ടിൽ വരുന്നോ അന്നൊക്കെ നീ നഷയെ നിന്റെ വീട്ടിലേക്ക് ക്ഷണിക്കണം സുൽത്താന' എന്ന് അവൾ കൂടെക്കൂടെ പറയുമായിരുന്നു.

എന്നാൽ സാറയുടെ ഈ ആവശ്യം ചിരിയാണുണർത്തിയത്. അമാനിയുടെ ചരിത്രത്തെ നഷയുടേതുമായി കൂട്ടിക്കുഴയ്ക്കുകയായിരുന്നു. അമാനിയുടെ ചരിത്രത്തിലെ സത്യം മറന്ന് വച്ചിരിക്കുന്നു. കുട്ടിക്കാലത്ത് അമാനിയും നഷയും കളിക്കൂട്ടുകാരായിരുന്നു. അത് അവരെ പലപ്പോഴും ഒന്നിച്ച് വിട്ടിരുന്നതുകൊണ്ട് മാത്രമാണ്. എന്നാൽ എന്ന് മക്കയിൽ വച്ച് അമാനി അള്ളാഹുവിന്റെ വിളികേൾക്കുകയും അത് ജീവിത രീതിയായി സ്വീകരിക്കുകയും ചെയ്തുവോ അന്ന് അവരുടെ സൗഹൃദത്തിലും വിള്ളൽ വീണു. അത് അമാനിയുടെ തെറ്റായിരുന്നു. അമാനി തന്റെ ചിന്തകളുടെ ലോകത്തിലേക്ക്, തന്റെ മാർഗ്ഗത്തിലേക്ക് നഷയേയും കൊണ്ടുവരുന്നതിനായി ആകാവുന്ന തരത്തിൽ ശല്യം ചെയ്തു തുടങ്ങി. എന്നാൽ ഈ ശ്രമങ്ങളെയെല്ലാം നഷ എതിർത്തു. അവസാനം അമാനിയുടെ രീതികളോട് അവൾക്ക് ഒട്ടും ഇഷ്ടമല്ലാതായി. അമാനിയുടെ സംസാരവും പെരുമാറ്റവും കുടുംബത്തിലെ പല അംഗങ്ങൾക്കും അരോചകമായിട്ടുണ്ടായിരുന്നു. ഉറക്കെയുറക്കെയുള്ള വിമർശനങ്ങൾ സ്വന്തം സഹോദരങ്ങൾക്ക് പോലും സഹിക്കാനാകാതായിട്ടുണ്ടായിരുന്നു.

ഒരിക്കൽ അമാനിയിൽ നിന്നും രക്ഷപ്പെടുവാൻ ശ്രമിക്കുന്നതിനിടയിൽ സഹോദരി നൂറയുടെ മകൾ റാണ മരണത്തിന്റെ വക്കിലെത്തിപ്പെട്ട സംഭവം മറക്കുവാനാകില്ല.

അന്ന് നൂറയെ കാണാൻ പോയപ്പോൾ അമാനിയേയും മഹയേയും കൂടെ കൊണ്ടുപോയിരുന്നു. ഞങ്ങളുടെ മക്കൾ ഒന്നിച്ച് കളിക്കുവാൻ തുടങ്ങിയപ്പോൾ ഞാനും നൂറയും സന്തോഷത്തോടെ സംസാരിച്ചിരുന്നു. അൽ സഉദ് കുടുംബത്തിലെ വിശേഷങ്ങൾ പറഞ്ഞും രസിച്ചുമിരുന്നു. ആയിരക്കണക്കിന് അമ്മാവന്മാരും വല്യച്ഛന്മാരും ഇളയച്ഛന്മാരും അമ്മായിമാരുമെല്ലാമായി പറഞ്ഞുരസിക്കുവാൻ കഥകളനവധി എന്നും ഞങ്ങൾക്കുണ്ടായിരുന്നു. പലപ്പോഴും ഇങ്ങനെ പഴയ കഥകളോർത്തും ഇന്നത്തെ കഥകൾ പറഞ്ഞു ഇരിക്കാറുണ്ട്. ചിലപ്പോൾ അമ്മയെ ഓർക്കാറുണ്ട്. അമ്മ എന്ന അദ്ഭുതസ്ത്രീയുടെ കഥകൾ അയവിറക്കാറുണ്ട്. നല്ലതും ചീത്തയും എന്നും പറഞ്ഞുതന്ന് പഠിപ്പിച്ചത് അമ്മയായിരുന്നു. മാത്രല്ല ക്ലിപ്തസ്വഭാവമുള്ള അച്ഛനിൽ നിന്നും തന്റെ പത്ത് പുത്രിമാരെ സംരക്ഷിച്ച് നിർത്തിയിരുന്നതും അമ്മയായിരുന്നു.

അമാനിക്ക് മതഭ്രാന്ത് തുടങ്ങി ഒന്നരവർഷത്തിനു ശേഷമായിരുന്നു എന്റെ ഈ സന്ദർശനം. ലോകത്തിലെ ഏറ്റവും ശാന്തസ്വഭാവമുള്ള സ്ത്രീകളിൽ ഒരാളാകണം നൂറ. ഞങ്ങളെ അവൾ സന്തോഷപൂർവ്വം സ്വീകരിച്ചു. ഞങ്ങളോടൊപ്പം ചായ കുടിക്കുവാൻ അവളുടെ രണ്ട് മക്കളെ

കൂടി വിളിച്ചു. ചായക്കൊപ്പം സാൻഡ്‌വിച്ചുമുണ്ടായിരുന്നു. അതിന്റെ രുചി ഞങ്ങൾക്കെല്ലാമിഷ്ടപ്പെട്ടു. ഞങ്ങൾ അതിനെക്കുറിച്ച് പറയുകയും ചെയ്തു. ബ്രിട്ടനിലെ ചില ഹോട്ടലുകളിൽ വൈകുന്നേരത്തെ ചായ ക്കൊപ്പം നൽകപ്പെടുന്ന സാൻഡ്‌വിച്ചിന്റെ അതേ രുചിയായിരുന്നു ഇതിനും.

നൂറ തന്റെ കുട്ടികൾക്ക് നല്ല പെരുമാറ്റരീതികൾ പലതും പഠിപ്പിച്ച് കൊടുത്തിട്ടുണ്ട്. അതുകൊണ്ടുതന്നെ സാധാരണ നിലയിൽ ശബ്ദമു ണ്ടാക്കാറുള്ള എന്റെ മക്കളും നല്ലപിള്ള ചമഞ്ഞിരിപ്പായിരുന്നു. അവരും സാൻഡ്‌വിച്ച് ആസ്വദിക്കുകയായിരുന്നു. അങ്ങനെ ആ സന്ദർശനം വളരെ നല്ല രീതിയിലാണ് തുടങ്ങിയത്.

ചായ കഴിഞ്ഞപ്പോൾ ഞങ്ങൾ ആചാരമനുസരിച്ച് 'അൽഹംദുലി ല്ലാഹ്' പറഞ്ഞു. എന്നാൽ അമാനി മാത്രം അവിടെ നിർത്തിയില്ല ആവൾ 'അൻഅം അള്ളാ അലൈക്കും കാതെ അള്ളാ ഖൈർകം' എന്നു തുടർന്നു. ഞങ്ങളുടെ ആതിഥേയയ്ക്ക് സൗഖ്യം നൽകണേ എന്ന് പ്രാർത്ഥിച്ചു. ഇത് നൂറയെ സന്തോഷിപ്പിച്ചു. അവൾ അമാനിയെ നോക്കി പുഞ്ചിരിച്ചു.

എനിക്ക് അത് സന്തോഷമായി എന്നറിയിക്കുവാനായി അവളുടെ കാൽ മുട്ടിൽ തടവി.

അപ്പോൾ നൂറയുടെ ഒരു ശ്രീലങ്കക്കാരി പരിചാരിക മുറിയിലേക്ക് കയറി വന്ന് പ്ലേറ്റുകളും നാപ്കിനുകളും എടുത്ത് മാറ്റി. മറ്റൊരു പരിചാ രിക ചൂടുവെള്ളവുമായി വന്നു. അവർ അത് ഞങ്ങളുടെ കൈവിരലിലേ ക്കൊഴിച്ച് കൈകൾ വൃത്തിയാക്കുവാൻ സഹായിച്ചു. കൈകഴുകിയ വെള്ളം മറ്റൊരു പാത്രത്തിലേക്ക് ശേഖരിക്കുന്നുണ്ടായിരുന്നു. ഞങ്ങൾ വെള്ളമെടുത്ത് ചുണ്ടും വായും കഴുകി. കൈകളിലേയും മുഖത്തേയും വെള്ളം തുടയ്ക്കുവാനായി ഒരു തുണി തന്നു.

വീണ്ടും സാധാരണ ശീലമനുസരിച്ച് മറ്റൊരു പരിചാരിക മുറിയി ലേക്ക് വന്നു. അവൾ കുന്തിരിക്കം പുകച്ചുകൊണ്ടാണ് വന്നത്. ഞങ്ങൾ വലതുകൈകൊണ്ട് ആ പുക ഞങ്ങളിലേക്ക് വരുവാനായി ഒന്ന് മാടി. പിന്നെ നാലാമതൊരു പരിചാരിക വന്നു. അവർ ഞങ്ങളുടെ കൈകളി ലേക്ക് സുന്ദരമണമുള്ള അത്തർ ഒഴിച്ച് തന്നു.

ഇത്രയുമായപ്പോഴേക്കും ഞങ്ങളിലെ ക്ഷീണമെല്ലാം എങ്ങോ പോയി മറഞ്ഞിരുന്നു. സായാഹ്നസന്ദർശനം സുന്ദരമായി തുടങ്ങിയിരിക്കുന്നു. ഇനി വളരെ അധികം നേരം സംസാരിച്ചിരിക്കാമെന്ന് ആഗ്രഹിച്ചു.

ഇടയ്ക്കു വച്ച് നൂറയുടെ മകൾ റാണ എഴുന്നേറ്റ് ലിപ്സ്റ്റിക്ക് ഒന്ന് നേരെയാക്കിട്ട് വരട്ടെ എന്ന് അനുവാദം ചോദിച്ചു. തിരികെ വരുമ്പോൾ അവളുടെ കൈയിൽ ഒരു ആഭരണപ്പെട്ടിയുണ്ടായിരുന്നു. അവൾ വന്ന പാടെ മഹയോട് ഇത് നോക്ക് എന്ന് പറഞ്ഞ് അത് തുറന്ന് കാണിച്ചു. ഈ കല്ലുകൾ കണ്ടാൽ രത്നമാണെന്ന് തോന്നുമെങ്കിലും അവ യഥാർത്ഥ രത്നമല്ല. ഞാനിപ്പോൾ ശരിക്കുള്ള രത്നം വാങ്ങാറേയില്ല. അത് പണം അനാവശ്യമായി ചെലവാക്കലാണെന്ന് അമ്മ പറയുന്നു.

മണ്ണിൽ നിന്നെടുക്കുന്ന എണ്ണ പിന്നെ വീണ്ടും അതുപോലെ കാണില്ല എന്ന് അമ്മ എപ്പോഴും ഓർമ്മിപ്പിക്കും. അവൾ ചിരിച്ചുകൊണ്ട് തുടർന്നു.

"നീ പറഞ്ഞത് സത്യമാണ് റാണ" മഹ സമ്മതിച്ചു.

മഹയ്ക്ക് കുട്ടിക്കാലം തൊട്ടേ നമ്മൾ പാഴാക്കുന്ന പ്രകൃതിവിഭവങ്ങളെക്കുറിച്ച് അഭിപ്രായങ്ങളുണ്ടായിരുന്നു. തനിക്ക് ആവശ്യമുള്ളതിലും കൂടുതൽ ഒരിക്കലും ചോദിക്കാത്ത ഒരു കുട്ടിയായിരുന്നു എന്നും മഹ. അതിനാൽ തന്നെ റാണയുടെ വാക്കുകൾ അവൾക്കിഷ്ടമായി. അവൾ പറഞ്ഞ കാര്യങ്ങളോട് മഹയ്ക്ക് ബഹുമാനം തോന്നി. നമ്മുടെ ആശയങ്ങൾ പങ്കുവയ്ക്കുന്നവരെ നമുക്കെല്ലാം ഇഷ്ടപ്പെടുമല്ലോ.

മഹ പ്രകീർത്തിച്ചപ്പോൾ അന്നത്തെ സായാഹ്നത്തിൽ താനും ഒരു പ്രധാനഭാഗമാണെന്ന ചിന്ത റാണയിലുമുണ്ടായി. അവൾ സുന്ദരമായി ചിരിച്ചു. അവളങ്ങനെ ചിരിച്ചപ്പോൾ എല്ലാവരും അവളുടെ ലിപ്സ്റ്റിക് ശ്രദ്ധിച്ചു. കുറച്ച് കടുത്ത നിറമായിരുന്നു അതിന്. നിയോൺ പോലെ തിളങ്ങുന്നുണ്ടായിരുന്നു. സാധാരണ നിലയിൽ യാഥാസ്ഥിതിക സൗദി കുടുംബങ്ങളിൽ ഉപയോഗിക്കാത്ത തിളങ്ങുന്ന ചുവപ്പും നീലയും കലർന്ന ഒരു നിറം.

ഈ നിമിഷത്തിൽ അതുവരേക്കും സുന്ദരവും സന്തോഷഭരിതവുമായിരുന്ന സന്ദർശനം പെട്ടെന്ന് ഭയാനകവും വളരെ അസുഖകരവുമായ ഒരനുഭവമായി മാറി. അമാനി വളരെ താഴ്ന്ന എന്നാൽ ഉറച്ച സ്വരത്തിൽ "റാണ, വൃത്തികെട്ട നീലനിറത്തിലുള്ള കൺമഷിയും ബീഭത്സമായ ലിപ്സ്റ്റികുമെല്ലാമായി നിന്നെ പൊതിഞ്ഞിരിക്കുന്നത് പാപമാണ്. സഹോദരീ, ഒരു മുസ്ലീം എന്ന നിലയിൽ അള്ളാഹുവിനാൽ നിഷേധിക്കപ്പെട്ടയാതൊന്നും നീ ഇനി ഉപയോഗിക്കരുത്." കഠോരമായ, വേദനയുണ്ടാക്കുന്ന വാക്കുകളാകണം അത് എന്നവൾ ഉദ്ദേശിച്ചിരുന്നു എന്ന് ആ സ്വരത്തിൽ നിന്നും വ്യക്തമായിരുന്നു.

ലജ്ജകൊണ്ട് എന്റെ തല താഴ്ന്നു. "അമാനി! നിന്റെ സഹോദരിയോട് മാപ്പ് പറയ്." ഞാൻ നൂറയെ നോക്കി. നൂറ അമാനിയുടെ വാക്കുകൾ വിശ്വസിക്കുവാനാകാതെ ആശ്ചര്യപ്പെട്ടിരിക്കുകയായിരുന്നു. "നൂറ, എന്റെ മകൾ ചെയ്ത തെറ്റിന്, അവളുപയോഗിച്ച വാക്കുകൾക്ക് മാപ്പ് നൽകുക."

"എനിക്ക് വേണ്ടി മാപ്പൊന്നും പറയണ്ട, അമ്മേ." "അള്ളാഹുവിന്റെ കല്പനയ്ക്കനുസരിച്ച് ജീവിക്കുവാൻ അവളെ സഹായിക്കുക മാത്രമാണിപ്പോൾ ഞാൻ ചെയ്യുന്നത്. ഒരു വിശ്വാസിയുടെ ജീവിതം ജീവിക്കുവാൻ റാണയെ സഹായിക്കാൻ അമ്മയും എന്നോടൊപ്പം നിൽക്കണം." അമാനി എഴുന്നേറ്റ് റാണയുടെ സമീപത്തേക്ക് നീങ്ങുവാൻ തുടങ്ങി. റാണ കരഞ്ഞുകൊണ്ട് മുറിയിൽ നിന്നും പുറത്തേക്കോടി. എന്റെ മകളുപയോഗിച്ച വാക്കുകൾ അവളെ വല്ലാതെ വേദനിപ്പിച്ചിരിക്കുന്നു.

താൻ കേട്ടതും കണ്ടതും വിശ്വസിക്കുവാനാകാതെ നൂറ അമാനിയെ തന്നെ നോക്കിയിരിക്കുകയായിരുന്നു. ആരേയും വേദനിപ്പിക്കാത്ത

മനസ്സുള്ള ഒരുവളാണ് നൂറ. അതുപോലെ ചിന്തിച്ച് പ്രവർത്തിക്കുവാൻ മക്കളേയും അവൾ പഠിപ്പിച്ചിട്ടുണ്ട്. നൂറ കൈകൾ കുത്തി എഴുന്നേറ്റു. എന്നിട്ട് അവൾക്ക് എത്ര വേഗത്തിൽ നടക്കാമോ അത്രയും വേഗത്തിൽ റാണ പോയ വാതിലിനടുത്തേക്ക് നടന്നു. "റാണ... മോളേ... നീ ഇവിടെ വാ..."

മഹ എഴുന്നേറ്റ് നിന്ന് തന്റെ സഹോദരിയെ തള്ളിമാറ്റി. മഹ നല്ല ഉയരവും ആകാരവുമുള്ളവളാണ്. എന്നാൽ അമാനി അങ്ങനെയല്ല.

"അമാനി..നിനക്ക് ഭ്രാന്തായോ അതോ നീ വെറും നീചയായോ?" മഹ ചോദിച്ചു. എന്നിട്ട് എനിക്ക് നേരെ തിരിഞ്ഞ് "ഇവളൊരു നികൃഷ്ട യാണ് അമ്മേ."

ഞാനും അത് സമ്മതിച്ച് തലയാട്ടി. അമാനിയുടെ വാക്കുകൾ ക്രൂര മായിരുന്നു എന്നതിൽ എനിക്കും സംശയമില്ലായിരുന്നു. സ്വന്തം ചിന്ത കൾ ശരിയെന്ന് അവൾ എത്ര അഗാധമായി വേണമെങ്കിലും കരുതട്ടെ, ഇങ്ങനെയൊരു പെരുമാറ്റം ന്യായീകരിക്കുവാനാകുന്നതല്ല.

ആ സായാഹ്നസന്ദർശനത്തെ വീണ്ടും സന്തോഷത്തിന്റെ പാതയി ലേക്ക് എങ്ങനെ കൊണ്ടുവരണമെന്ന് വലിയ നിശ്ചയമില്ലാതെ ഞാൻ നിന്നു. അപ്പോൾ റാണയുടെ ഉറക്കെയുള്ള കരച്ചിൽ കേട്ടു. അത് എന്റെ ഹൃദയത്തെ പൂർണ്ണമായും തകർത്തു. കഴിഞ്ഞ ഒരു വർഷത്തിനുള്ളിൽ റാണയ്ക്ക് സന്തോഷകരമല്ലാത്ത പല അനുഭവങ്ങളിലൂടേയും കടന്നു പോകേണ്ടി വന്നിട്ടുണ്ട് എന്ന് നൂറ ഒരിക്കൽ പറഞ്ഞത് അപ്പോൾ ഓർത്തു. ആദ്യം മുഖം മുഴുക്കെ മുഖക്കുരു വന്ന് നിറഞ്ഞു. എന്തു കൊണ്ടിത്രയധികമുണ്ടായി എന്ന് വിദഗ്ധർക്ക്പോലും മനസ്സിലായില്ല. അത് മറയ്ക്കുവാനായി റാണ രാവും പകലുമില്ലാതെ മൂടുപടം ധരിക്കു വാൻ തുടങ്ങി. തന്റെ മുറിയിലേക്ക് വല്ലപ്പോഴും പ്രവേശിക്കാറുള്ള വേല ക്കാരികൾ പോലും മുഖക്കുരു കാണാതിരിക്കുവാനായി ഉറങ്ങുമ്പോഴും മൂടുപടം ധരിക്കുമായിരുന്നു എന്നാണ് അവളുടെ അമ്മ പറഞ്ഞത്. ആ മുഖക്കുരു മാറുന്നതിനു മുമ്പ്, കട്ടിയുള്ള മൂടുപടത്തിലൂടെ വ്യക്തമായി കാണാനാകാത്തതിനാൽ ഒരിക്കൽ അലിയുടെ വീട്ടിൽ വച്ച് മാർബിൾ പടികളിൽ തട്ടിത്തടഞ്ഞ് വീണു. മൂക്കിന്റെ എല്ലൊടിഞ്ഞു. അന്നുമുതൽ റാണയുടെ മൂക്കിനൊരു വളവുണ്ട്. മുഖത്തിനു വന്ന ഈ രൂപമാറ്റം അവളെ വേദനിപ്പിക്കുവാൻ തുടങ്ങി. മണിക്കൂറുകളോളമിരുന്ന് കരയു വാൻ ആരംഭിച്ചു. താൻ ഒരു വിരൂപയായിരിക്കുന്നു എന്നാണിപ്പോൾ അവളുടെ മനസ്സിൽ. വിരൂപയായതിനാൽ ആരും വിവാഹം കഴിക്കില്ല എന്നവൾ വിശ്വസിക്കുന്നു. രാജകുമാരിയാണെന്നതും ധനികയാണെന്ന തും ആരും ഗൗനിക്കില്ലെന്നും തന്റെ വൈരൂപ്യം വിവാഹജീവിതത്തെ ബാധിക്കുമെന്നും വിശ്വസിക്കുന്നു.

തന്റെ സൗന്ദര്യത്തെക്കുറിച്ച് ഒരു സ്ത്രീക്ക് തന്റേതായ അഭിപ്രായ മുള്ളപ്പോൾ അതിൽ ഇടപെട്ട് ടിപ്പണികൾ നൽകിയ അമാനിയുടെ

പെരുമാറ്റരീതി അരോചകമായി തോന്നി. അതും സ്വന്തം രൂപത്തെക്കുറിച്ച് ഇപ്പോൾ വല്ലാതെ ദുഃഖിച്ചിരിക്കുകയാണെന്ന് കുടുംബത്തിൽ എല്ലാവർക്കുമറിയാവുന്ന ഒരു അംഗത്തെക്കുറിച്ച്.

അപ്പോഴും കുപിതയായി നിന്നിരുന്ന അമാനിയെ ഞാൻ വീട്ടിലേക്ക് തിരികെ അയച്ചു. ഡ്രൈവറെ വിളിച്ച് വീട്ടിലെത്തിക്കുവാൻ ആവശ്യപ്പെട്ടു. തന്റെ ഈ പെരുമാറ്റരീതിക്ക് അനന്തരഫലങ്ങളുണ്ടാകുമെന്ന് അപ്പോൾ അവളോട് പറഞ്ഞില്ല. മറ്റുള്ളവരോട് ക്രൂരത കാണിക്കുന്നത് കരീമിന് ഒട്ടും ഇഷ്ടമില്ലാത്ത ഒരു കാര്യമാണ്. അതിനാൽ അമാനിയുടെ ഈ പെരുമാറ്റ രീതിയറിഞ്ഞാൽ കരീം കുപിതനാകും.

ഞാനും മഹയും പിന്നീട് നൂറയുടെ ഒരു ഡ്രൈവറെ വിളിച്ച് തിരികെ പോകാമെന്നായിരുന്നു തീരുമാനം. അതിനു മുമ്പ് റാണയോട് മാപ്പ് പറയണം. അവൾ സുന്ദരിയാണെന്ന് ബോധ്യപ്പെടുത്തണം. അവളണിഞ്ഞിരുന്ന ലിപ്സ്റ്റിക് ഞാനും അണിയാൻ കൊതിക്കുന്ന നിറമുള്ളതാണെന്ന് പറയണം. അന്ന് തിരികെ പോകുമ്പോൾ തന്നെ ആ നിറത്തിലുള്ള ലിപ്സ്റ്റിക് വാങ്ങണമെന്നും അടുത്ത തവണ റാണയെ കാണാനിടവരുമ്പോൾ അപ്പോൾ ആ ലിപ്സ്റ്റിക്കിടണമെന്നും മനസ്സിൽ കരുതി.

എന്നാൽ ഇപ്പോൾ ഞങ്ങൾ മറ്റൊരു അപായത്തിനു മുന്നിലായിരിക്കുന്നു. റാണയെ കാണാനില്ല. വീട് മുഴുക്കെ തിരഞ്ഞിട്ടും അവളെ കാണാതായപ്പോൾ എനിക്കും നൂറയ്ക്കും ഭ്രാന്ത് പിടിച്ചതുപോലെയായി. വീട്ടിലെ വേലക്കാരെല്ലാം മുക്കും മൂലയും അരിച്ച് പെറുക്കി. അലമാരകൾ തുറന്ന് നോക്കി. ബാത്ത്ടബുകളിലും കുളിമുറികളിലും നോക്കി. സ്ത്രീകൾക്കായുള്ള തോട്ടത്തിലെ ഓരോ കുറ്റിച്ചെടിക്കടിയിലും പരതി. എവിടെയും കണ്ടെത്തിയില്ല. എന്റെ മകളുടെ കഠോരവാക്കുകൾ കേട്ട് സഹോദരീപുത്രി കടുംകൈ എന്തെങ്കിലും ചെയ്തിട്ടുണ്ടാകുമോ എന്ന് ഭയന്നു. അങ്ങനെയുണ്ടായെങ്കിൽ പിന്നെ ഞാൻ ആ ദുഃഖത്തിൽ നിന്നും ഒരിക്കലും കരകയറില്ല എന്ന് അറിയാമായിരുന്നു.

മൂന്ന് മണിക്കൂർ തിരഞ്ഞു. പെട്ടെന്ന് വീടിനെ മുഴക്കിക്കൊണ്ട് മഹയുടെ ഒച്ചകേട്ടു. “റാണ ഇവിടെയുണ്ട്. ഇതാ ഇവിടെ, റാണ ഇവിടെയുണ്ട്.” അവൾ അലറുകയായിരുന്നു.

ഞാനും നൂറയും പരസ്പരം നോക്കി. ”അള്ളാഹുവിന് സ്തുതി. റാണയെ കണ്ടു!“ നൂറ കരഞ്ഞു.

എന്നാൽ ഞങ്ങളെ കാത്തിരിക്കുന്നുണ്ടായിരുന്നത് അതിഭീകരമായ മറ്റൊരു വാർത്തയായിരുന്നു. മഹയുടെ സ്വരം കേട്ട വഴിയെ ഞങ്ങൾ രണ്ടു പേരും ഓടി. അവരുടെ കൊട്ടാരത്തിന്റെ ആ ഭാഗത്തേക്ക് അതിനു മുമ്പ് ഞാൻ പോയിട്ടില്ല. ഒരു വലിയ മുറിയിൽ നിന്നാണ് മഹയുടെ ശബ്ദം വരുന്നത്. അവിടെയെത്തിയപ്പോൾ എന്റെ ഹൃദയം നിലച്ചുപോകുമോ എന്നുപോലും ഭയന്നു. അത് കലവറയായിരുന്നു. അതിൽ ഏഴ് റഫ്രിജറേറ്ററുകളും പത്ത് വലിയ ഫ്രീസറുകളുമുണ്ടായിരുന്നു.

അതിൽ ഒരു ഫ്രീസർ ആയിടെ വാങ്ങിയതാണ്. ഭക്ഷണസാധനങ്ങളൊന്നും നിറച്ചിട്ടില്ല. റാണ ഒരു പുതപ്പെടുത്ത് പുതച്ച് അതിനുള്ളിൽ കയറിക്കിടന്നു. ഫ്രീസറിൽ സാധനങ്ങൾ നിറയ്ക്കുന്നതിനു മുമ്പ് അതിന്റെ നിർമ്മാതാക്കൾ അതിന്റെ ചൂട് ഒരു നിശ്ചിത നിലയിലേക്ക് താഴേണ്ടതുണ്ട് എന്നറിയിച്ചിരുന്നു. അതിനായി കാത്തിരിക്കുകയായിരുന്നു വേലക്കാർ. നൂറയുടെ ഭർത്താവ് അദ്ദേഹത്തിന്റെ ആവശ്യത്തിനായി ഒരു വലിയ പുതപ്പ് വാങ്ങിയിരുന്നു. അൽ സഉദ് കുടുംബത്തിലെ ഏറ്റവും ഉയരമുള്ള, ആകാരമുള്ള പുരുഷന്മാരിൽ ഒരാളായിരുന്നു നൂറയുടെ ഭർത്താവ്. അതിനാൽ അദ്ദേഹത്തിന്റെ ആവശ്യങ്ങൾക്ക് വാങ്ങുന്ന എല്ലാ വസ്തുക്കളും അതിനനുസരിച്ച് വലുതായിരിക്കും. ഭാഗ്യമെന്ന് പറയട്ടെ റാണ എടുത്തത് ആ പുതപ്പായിരുന്നു. റാണ അതിനകത്ത് കയറിക്കിടന്നപ്പോൾ പുതപ്പിന്റെ ഒരു ഭാഗം ഫ്രീസറിന്റെ വാതിലിൽ കുടുങ്ങി. വാതിൽ പൂർണ്ണമായും അടഞ്ഞില്ല. അത് അകത്തേക്ക് ശുദ്ധവായു പ്രവേശിക്കുന്നതിന് സഹായിച്ചു. റാണ ശ്വാസം മുട്ടി മരിക്കാതിരിക്കുവാനും!

തന്റെ മകളുടെ ശരീരത്തിൽ നിന്നും നൂറ പുതപ്പ് മാറ്റിയപ്പോൾ എനിക്ക് തേങ്ങലടക്കുവാനായില്ല. അവളുടെ മുഖവും കൈകളും തണുപ്പടിച്ച് നീലനിറമായിട്ടുണ്ടായിരുന്നു. ഞാൻ ഉറക്കെ കരഞ്ഞേക്കുമോ എന്ന ഭയത്താൽ വായ് കൈ കൊണ്ട് അടച്ച് പിടിച്ചു. റാണയുടെ കണ്ണുനീർ കട്ടിയായി ഐസ് തുണ്ടുകളായി മുഖത്ത് ഒട്ടിപ്പിടിച്ചിരിക്കുന്നു. വർഷങ്ങളായി ഗുഹയിലേക്ക് ഇറ്റുവീണ് ഉറഞ്ഞ് കട്ടിയായ ഐസ് കട്ടകൾ ഞാനും കരീമും ഒരിക്കൽ യൂറോപ്പ് സന്ദർശനത്തിനിടയ്ക്ക് കണ്ടിട്ടുണ്ട്. അതുപോലുണ്ടായിരുന്നു അപ്പോൾ അവളുടെ മുഖം.

എന്റെ ജീവിതത്തിൽ ഇത്രയും ഹതാശയായ ഒരു നിമിഷം ഉണ്ടായിട്ടില്ല. തണുത്തുറഞ്ഞ് കട്ടിയായ റാണയുടെ മുഖവും നൂറയുടെ മുഖത്ത് പ്രത്യക്ഷപ്പെട്ട ഭയവും എന്നിലെ ജീവൻ ചോർത്തിക്കളഞ്ഞു. അമാനി അപ്പോൾ അടുത്തില്ലാതിരുന്നത് നന്നായി. അല്ലെങ്കിൽ ഒരുപക്ഷേ ഞാനവളെ മർദ്ദിക്കുമായിരുന്നു.

മഹയും രണ്ട് വേലക്കാരികളും കൂടി റാണയെ അവളുടെ അമ്മയുടെ മെത്തയിലെത്തിച്ചു. അവൾക്ക് മീതെ അഞ്ച് പുതപ്പുകളിട്ടു. നൂറ ആ പുതപ്പുകൾക്കിടയിലൂടെ മകളുടെ അടുത്തെത്തി അവളെ കെട്ടിപ്പിടിച്ച് കിടന്നു. അവളുടെ മുഖം ചുംബനങ്ങൾ കൊണ്ട് പുതപ്പിച്ചു. റാണയ്ക്ക് ചൂടുള്ള സൂപ്പും ചായയും കൊടുത്തു. അപ്പോൾ ഞാനും മഹയും യാത്ര ചോദിച്ചു. ദുഃഖം താങ്ങാനാകാതെ ഞങ്ങൾ ഇരുവരും അപ്പോൾ കൈകോർത്ത് പരസ്പരം താങ്ങായി.

അന്ന് കരീം അമാനിക്ക് എന്ത് ശിക്ഷയാണ് നൽകിയതെന്ന് ഓർത്തിരിക്കുവാൻ എനിക്കിപ്പോഴാകുന്നില്ല. അതൊന്നും ശ്രദ്ധിക്കുവാനുള്ള മാനസികാവസ്ഥയിലല്ലായിരുന്നു ഞാൻ. എന്നാൽ അന്നുമുതൽ മറ്റാരെയെങ്കിലും അധിക്ഷേപിക്കുമ്പോൾ അമാനി ഒന്ന് ശ്രദ്ധിച്ച് സംസാരിക്കുവാൻ തുടങ്ങി. തന്റെ സ്വന്തം വീട്ടുകാരെ മാത്രം അധിക്ഷേപിക്കുവാൻ

തുടങ്ങി. അവർക്ക് അവളോട് ചെറുത്ത് നിൽക്കുവാനുള്ള കരുത്തുണ്ടായിരുന്നല്ലോ.

അന്നുമുതൽ അമാനിയുടെ അടുത്ത് ചെല്ലുന്നത് റാണ ഒഴിവാക്കി. അവളെ കുറ്റപ്പെടുത്തുവാനാകില്ലല്ലോ. അമാനിയുടെ വിവാഹത്തിന് അതിനാൽ തന്നെ നൂറയുടെ മക്കളാരും പങ്കെടുത്തില്ല. അതെന്തുകൊണ്ടെന്ന് എനിക്ക് മനസ്സിലാകും. തന്റെ കഠിനവാക്കുകൾ തന്റെ ശിരസ്സിൽ തന്നെയാണ് പതിച്ചത് എന്ന് അമാനി ഇപ്പോഴും മനസ്സിലാക്കിയെന്ന് തോന്നുന്നില്ല.

അന്നത്തെ ആ പ്രഹരത്തിൽ നിന്നും ഞാൻ എഴുന്നേറ്റിട്ടില്ല. നൂറ മരണംവരേക്കും എന്നെ സ്നേഹിച്ചുവെങ്കിലും എന്റെ മനസ്സിൽ അന്നത്തെ സംഭവത്തിന്റെ ലജ്ജ എന്നുമുണ്ടായിരുന്നു. നൂറ മരണത്തിനോടടുത്ത നിമിഷത്തിൽ അവളുടെ മെത്തയിലിരുന്നും ഞാനിതു പറഞ്ഞ് കരഞ്ഞു. ഞാനവളോട് മാപ്പപേക്ഷിച്ചു. അപ്പോൾ അവൾ എന്റെ കൈകളെടുത്ത് എന്റെ ചുണ്ടിൽ വച്ചതും അവളത് എന്നേ മറന്നിരിക്കുന്നു എന്ന് പറഞ്ഞതും ഞാനൊരിക്കലും മറക്കില്ല.

നൂറ ഞങ്ങളെ വിട്ടുപോയിട്ട് വർഷങ്ങളായിരിക്കുന്നു. എന്റെ സ്വകാര്യനഷ്ടങ്ങളിൽ ഒന്നാണത്. എന്റെ എല്ലാമായ അമ്മയുടെ മരണത്തിനു ശേഷം അമ്മയ്ക്ക് പകരമായി നിന്നത് എന്നും നൂറയായിരുന്നു.

നൂറയെക്കുറിച്ചുള്ള ചിന്തകളിൽ നിന്നും ഞാൻ വർത്തമാനകാലത്തിലേക്കുണർന്നു. മുന്നിൽ വിരുന്നിന്റെ തിരക്കാണിപ്പോൾ. ഞാൻ സാറയെ തിരഞ്ഞു. അവൾ അമാനിയേയും നഷയേയും കൂടുതലടുത്ത് ഇടപഴകുവാൻ പ്രേരിപ്പിക്കുകയാകും എന്നെനിക്കറിയാമായിരുന്നു. എന്നാൽ അമാനിയെ എനിക്കറിയാമായിരുന്നതുകൊണ്ട് അത്തരമൊരു ശ്രമത്തിന് ഞാനെതിരായിരുന്നു. നഷയും അമാനിയും രണ്ട് വ്യത്യസ്ത പാതകൾ തിരഞ്ഞെടുത്തവരാണ്. ഇരുവരും അവരുടെ പാതകളിലെ ശരി കാണുന്നു. അതിൽനിന്നും വ്യതിചലിക്കുവാൻ തയ്യാറില്ലാത്തവരാണവർ. അതിലൊരുവൾക്ക് സ്വതന്ത്രയായ സ്ത്രീയാകണം, തന്റെ തൊഴിലിൽ പൂർണ്ണമായും തന്നെത്തന്നെ അർപ്പിക്കണം. എന്നാൽ മറ്റേയാൾക്ക് ഭർത്താവിനെ സേവിക്കലും അയാളുടെ കുട്ടികൾക്ക് അമ്മയാകലുമാണ് ജീവിതം. അവർ തിരഞ്ഞെടുത്ത പാതകളിൽ ഇരുവരും സന്തുഷ്ടരാണ്. എനിക്ക് സാധ്യമാകും എന്ന് വർഷങ്ങളായി കരീം ഉപദേശിച്ചുകൊണ്ടിരുന്ന ഒരു കാര്യം ചെയ്യുവാൻ ഈയ്യിടെയായി ശീലിച്ചിരിക്കുന്നു. മാറ്റാനാകാത്തതിനെ മാറ്റുവാനായി നാക്കിട്ടലക്കാതിരിക്കുക എന്നതാണത്.

സാറ വിരുന്നുകാർക്കിടയിലൂടെ നഷയെ അന്വേഷിച്ച് നീങ്ങുന്നത് ഞാൻ കണ്ടു. അവളെ അമാനിയുടെ അടുത്തെത്തിക്കുക എന്നത് തന്നെയാണ് സാറയുടെ ലക്ഷ്യം. അവളുടെ കൈയിൽ അപ്പോൾ കൊച്ചുഖാലിദുണ്ട്. അവൾ ഖാലിദിനെ നഷയുടെ ചുണ്ടോടടുപ്പിച്ചു. ആ സുന്ദരനെ ക്കണ്ടാലെങ്കിലും തനിക്കും അതുപോലെ ഒരു കുഞ്ഞിന്റെ അമ്മയാകണമെന്നൊരു ചിന്ത നഷയുടെ മനസ്സിലുണ്ടാകും എന്നാണവൾ

കരുതുന്നത്. താൻ സ്നേഹിക്കുന്നവർക്കെല്ലാം സന്തോഷം നല്കുവാൻ എന്തൊക്കെ ചെയ്യുവാനാകുമോ അതെല്ലാം ചെയ്യുവാൻ സാറ എപ്പോഴും തയ്യാറാകും അതിനവൾക്ക് ശരിയെന്ന് തോന്നുന്നത് അവൾ ചെയ്തു കൊണ്ടിരിക്കുകയും ചെയ്യും.

സാറയെപ്പോലെ സ്നേഹമുള്ള ഒരുവളെ എനിക്ക് സഹോദരിയായി ലഭിച്ചതിൽ അള്ളാഹുവിനോട് നന്ദി പറയട്ടെ.

സാറയിൽ നിന്നും എന്റെ ശ്രദ്ധയകറ്റിയത് സ്ത്രീകളുടെ ഇടയിൽ നിന്നും പെട്ടെന്നുണ്ടായ ഒരാരവമാണ്. ഇതാ പ്രതീക്ഷിക്കാത്ത ഒരു അതിഥി വന്നു കയറിയിരിക്കുന്നു. അത് മുനീറയാണ്. എന്റെ മരുമകൾ. ദീർഘകാലമായി ദുഃഖിതയാണവൾ. അവളാണിന്ന് ഞാൻ പോലും പ്രതീക്ഷിക്കാതെ കയറിവന്നിരിക്കുന്നത്. ഞാനവളുടെ അടുത്തേക്ക് നടന്നു. "മുനീറ... എന്റെ ഏറ്റവും വിശേഷപ്പെട്ട അതിഥി ഇന്ന് നീയാണ് മുനീറ."

അവളുടെ കനിഷ്ഠ പുത്രനെ നോക്കി ഞാനൊന്ന് തലയാട്ടി. അവനാണിപ്പോൾ എന്റെ മരുമകളുടെ രക്ഷാകർത്താവ്.

വർഷങ്ങൾക്ക് ശേഷം മുനീറ സന്തോഷത്തോടെ എന്നെ നോക്കി പുഞ്ചിരിക്കുകയും തലയാട്ടുകയും ചെയ്തു. അവൾ എന്റെയടുക്കലെത്തി ആലിംഗനം ചെയ്തു. കവിളിൽ ഉമ്മവച്ചു. 'നന്ദി... അമ്മായി... നന്ദി... എന്നെ ക്ഷണിച്ചതിനും നന്ദി... അതിനു ശേഷം ആദ്യമായാണ് ഞാൻ പുറത്തിറങ്ങുന്നത്... അറിയാമല്ലോ... നടന്നതെല്ലാം.."

ഞങ്ങളുടെ കണ്ണുകൾ പരസ്പരം സംസാരിച്ചു. എനിക്ക് മനസ്സിലായി എന്ന് കണ്ണടച്ചു. അവളുടെ ഭർത്താവിന് ഹൃദയസ്തംഭനം വരികയും മരിക്കുകയും ചെയ്തപ്പോൾ അയാളുടെ അധീനതയിലുള്ള പല സ്ത്രീകളും സ്വതന്ത്രരാകുമല്ലോ എന്നോർത്ത് ഞാനും എന്റെ സഹോദരിമാരും ആഹ്ലാദിച്ചു എന്ന് മാത്രം മുനീറയോടപ്പോൾ പറഞ്ഞില്ല! നാലുമാസം മുമ്പ് ഒരു ദിവസം ഈ ലോകത്തിലെ വെറുക്കപ്പെട്ടവരിൽ ഒരുവനായ ഹാദിയുടെ സമയം അവസാനിപ്പിക്കുവാൻ അള്ളാഹു തീരുമാനിക്കുകയായിരുന്നു. എന്റെ സഹോദരൻ അലിയുടെ ഏറ്റവും അടുത്ത സുഹൃത്തായിരുന്നു ഏറ്റവും കശ്മലനായ ഹാദി. ഹാദി മരിച്ചപ്പോൾ എന്റെ പ്രിയ മരുമകൾ ആ കശ്മലനിൽ നിന്നും സ്വതന്ത്രനായിരിക്കുന്നു.

ഞങ്ങളുടെ കുടുംബം പണ്ടൊരിക്കൽ ഈജിപ്തിലെ കെയ്റോ നഗരത്തിൽ അവധിക്കാലമാഘോഷിക്കുവാൻ പോയപ്പോഴാണ് ഹാദിയെ ആദ്യമായി ശ്രദ്ധിച്ചത്. അയാളും അലിയും കൂടി അന്ന് കന്യകയായ ഒരു കൊച്ചു കുട്ടിയെ അവളുടെ അമ്മയ്ക്ക് പണം കൊടുത്ത് വാങ്ങി. അവരുടെ കാമാർത്തി പൂർത്തീകരിക്കുന്നതിനാണവർ ഈ കുട്ടിയെ വാങ്ങിയത്. അതിനുശേഷം ഒരിക്കലും മനുഷ്യത്വമെന്നൊന്നില്ലാത്ത തന്റെ പ്രകൃതത്തിൽ ഹാദി ഒരിക്കലും മാറ്റം വരുത്തിയിട്ടില്ല. സത്യത്തിൽ ഓരോ വർഷം കഴിയും തോറും അയാൾ കൂടുതൽ ദുഷ്ടനാകുകയായിരുന്നു. ആനന്ദത്തെപ്പോലും വളച്ചൊടിച്ചു. അയാളുടെ ആകർഷണ

വലയത്തിലെത്തിയ സ്ത്രീകളുടെ മേൽ അയാൾ എന്നും അതിക്രൂരവും അക്രമാസക്തവുമായ നിയന്ത്രണം കൈവശം വച്ചു.

അതുകൊണ്ട് മാത്രമായിരിക്കണം അയാൾക്ക് അലിയുടെ കനിഷ്ഠ പുത്രി മുനീറയിലും ആകർഷണം തോന്നിയത്. അയാൾക്ക് ഒഴിവാക്കാനാകാത്ത ഒരു കാന്തശക്തി അവളിലുണ്ടായിരുന്നു. മുനീറ ലജ്ജാവതിയായിരുന്നു. തന്റെ അച്ഛന്റെ ചെയ്തികൾ കണ്ട് വളർന്ന അവൾക്ക് അതിനാൽ തന്നെ എല്ലാ പുരുഷന്മാരോടും ഭയമായിരുന്നു. കൗമാരകാലാരംഭം മുതൽക്കേ മുനീറയ്ക്ക് വിവാഹം എന്നതേ ഭയമായിരുന്നു. സൗദിയിൽ എല്ലാ സ്ത്രീകളും അനുവർത്തിക്കേണ്ട സത്യപാത എന്ന് എല്ലാവരും വിശ്വസിക്കുന്ന വിവാഹം കഴിക്കുക, ഭാര്യയാകുക, അമ്മയാകുക എന്നതിൽനിന്നും എന്നെ ഒഴിവാക്കണം എന്നവൾ അന്നേ അഭ്യർത്ഥിച്ചിരുന്നു.

എന്നാൽ ഒരു ദിവസം അലി തന്റെ കൂട്ടുകാരനും നിർദ്ദയനുമായ ഹാദിക്ക് തന്റെ പുത്രിയുടെ കരം വാഗ്ദാനം ചെയ്തു. അവന്റെ മകളുടെ സ്വഭാവരീതികൾ കണക്കിലെടുക്കണമെന്നും അത് കണക്കിലെടുത്ത് ഈ തീരുമാനത്തിൽ നിന്നും പിന്മാറണമെന്നും ഞാനും സാറയും അവനോട് അഭ്യർത്ഥിച്ചു. ഞങ്ങളുടെ കുടുംബത്തിലെ ഏറ്റവും അധീരയായ കുട്ടിയായിരുന്നു മുനീറ. അവളുടെ ഭയത്തെക്കുറിച്ച് പറഞ്ഞപ്പോൾ അലി അതിനെ ചിരിച്ച് തള്ളി. കിടപ്പറയിലെത്തുമ്പോൾ ആ ഭയം ഹാദി ഇല്ലാതാക്കിക്കൊള്ളുമെന്നാണപ്പോൾ അലി പറഞ്ഞത്. രാവോ പകലോ എന്നൊന്നില്ലാതെ ഏത് സമയത്തും ലൈംഗിക ബന്ധത്തിനാവശ്യപ്പെടുന്ന ഒരുവനായിരുന്നു ഹാദി. അങ്ങനെയുള്ള ഒരുവനെ കിട്ടിയാൽ തന്റെ പുത്രി അധികം താമസിയാതെ ശരിയായി ചിന്തിച്ചു തുടങ്ങും എന്ന് അലി വിശ്വസിച്ചു. അലി തീരുമാനിച്ചു കഴിഞ്ഞിരുന്നു. മുനീറയുടെ ശരീരത്തിന്റെ ഉടമ അങ്ങനെ ഹാദിയായി.

മുനീറയുടെ കഷ്ടകാലവും അന്നാരംഭിച്ചു.

തന്റെ ഭർത്താവിനെക്കുറിച്ചുള്ള ഭയത്തിൽ മുങ്ങി അവൾ വർഷങ്ങളോളം ജീവിച്ചു. ഹാദിയാകട്ടെ മുനീറയ്ക്ക് ലൈംഗികബന്ധത്തിലുള്ള ഭയം കണ്ട് മതിമറന്നു. ഹാദി ആറ് വിവാഹം കഴിച്ചു. എന്നാൽ മരിക്കും വരേക്കും ഒരു ഭാര്യയെ മാത്രം മൊഴിചൊല്ലാതെ സൂക്ഷിച്ചു, അത് മുനീറയെയായിരുന്നു.അവളാകട്ടെ തന്റെ ആയുസ്സ് മുഴുക്കെ അയാളിൽ നിന്നും എങ്ങനെ ഒളിക്കണമെന്നാലോചിച്ച് കഴിഞ്ഞു. തന്നെ ഉപദ്രവിക്കരുതെന്ന് ഹാദിയോട് കെഞ്ചി. എന്നാൽ അവൾ എത്രയധികം താണപേക്ഷിച്ചുവോ അത്രയും ഹാദിക്കും ആവേശമായി, അവളോട് മോശമായി പെരുമാറി. മർദ്ദിച്ചു.

ഇടയ്ക്കപ്പോഴോ മുസ്ലീം ജനതയ്ക്ക് നിഷിദ്ധമായ ആത്മഹത്യ എന്നതും മുനീറ സ്വീകരിക്കുമോ എന്നുപോലും ഞങ്ങൾ സംശയിക്കുകയുണ്ടായി. വല്ലാതെ ദുഃഖിതയായിരുന്ന കാലത്തൊരിക്കൽ അവൾ ഒരു കവിതയെഴുതി. അവളുടെ ഹൃദയവേദന അപ്പാടെ ഒപ്പിയെടുത്തതായിരുന്നു ആ കവിത. അതവൾ സാറയ്ക്ക് കൈമാറി.

മുനീറയുടെ കവിത ഞാൻ മനഃപാഠമാക്കിയിരുന്നു. ഒരിക്കൽ മരുഭൂമിയിൽ വച്ചാണാദ്യമായി ആ കവിത വായിച്ചത്. അതിനു ശേഷം പല തവണ അതിലെ വരികൾ സ്വയം ഉരുവിടുന്നത് ഞാനറിഞ്ഞു! നികൃഷ്ടത കണ്ട് മടുത്തതിൽ നിന്നുമാണാവാക്കുകൾ പുറത്തേക്കെത്തിയിരിക്കുന്നത്. ഈ വരികൾ പലപ്പോഴും എന്റെ കണ്ണ് ഈറനണിയിച്ചിട്ടുണ്ട്. എനിക്ക് അപ്പോഴൊക്കെ പ്രിയമരുമകൾ മുനീറയെ ഓർമ്മവന്നിട്ടുണ്ട്. അവളെയപ്പോൾ ആ ക്രൂരൻ ഏത് തരത്തിലുള്ള ലൈംഗിക പീഡനത്തിനാകും ഇരയാക്കുന്നത് എന്ന് ആലോചിക്കാറുണ്ട്.

ജീവനോടെ കുഴിച്ച് മൂടപ്പെട്ടു

മുനീറ അൽ സൗദ് രാജകുമാരിയുടെ കവിത

പുഞ്ചിരി എന്തെന്നറിയുവാൻ മാത്രം
ഞാൻ ജീവിച്ചിട്ടുണ്ട്

സുന്ദരമായ വാഗ്ദാനങ്ങൾ മുന്നിൽ കാണുന്ന
ഒരു കൊച്ചു പെൺകുട്ടിയുടെ ജീവിതം ഞാൻ ജീവിച്ചിട്ടുണ്ട്

സ്ത്രീത്വത്തിന്റെ ഊഷ്മളത അനുഭവിച്ചറിയാവുന്ന
ഒരു കൊച്ചു പെൺകുട്ടിയായി ഞാൻ ജീവിച്ചിട്ടുണ്ട്

ഒരു നല്ല മനുഷ്യന്റെ സ്നേഹം കാംക്ഷിക്കുന്നവളായി
ഞാൻ ജീവിച്ചിട്ടുണ്ട്

വാഗ്ദാനങ്ങൾ വെട്ടിച്ചുരുക്കപ്പെട്ട ഒരുവളുടെ ജീവിതം
ഞാൻ ജീവിച്ചിട്ടുണ്ട്

സ്വപ്നങ്ങൾ തച്ചുടക്കപ്പെട്ട ഒരുവളുടെ ജീവിതം
ഞാൻ ജീവിച്ചിട്ടുണ്ട്

ഓരോ പുരുഷനോടുമുള്ള ഭയം മാത്രമറിഞ്ഞുള്ള
ജീവിതം ഞാൻ ജീവിച്ചിട്ടുണ്ട്

ദുഷ്ടമായ ലിംഗബന്ധത്തിന്റെ ഭയത്തിലൂടെ കടന്നുപോകുന്ന
ജീവിതം ഞാൻ ജീവിച്ചിട്ടുണ്ട്

പുരുഷന്റെ രൂപത്തിൽ വരുന്ന ചെകുത്താനെ
കാണുവാനും ഞാൻ ജീവിച്ചിട്ടുണ്ട്,

അവൻ എന്റെ പ്രവൃത്തികളെല്ലാതിനേയും ഭരിക്കുന്നു

ആ പുരുഷനു മുന്നിൽ യാചകിയായി
ഞാൻ ജീവിച്ചിട്ടുണ്ട്,

എന്നെയൊന്ന് വെറുതെ വിടണേ എന്ന്
ഞാനവനോട് അഭ്യർത്ഥിച്ചിട്ടുണ്ട്

ഒരു പുരുഷനായി ആനന്ദിക്കുന്ന ഭർത്താവിന്റെ
ജീവിതത്തിനു സാക്ഷിയാകുവാനും ഞാൻ ജീവിച്ചിട്ടുണ്ട്

എന്നെയേല്പിച്ച പുരുഷനാൽ ബലാത്സംഗം ചെയ്യപ്പെടുന്നത്
കാണുവാനും ഞാൻ ജീവിച്ചിട്ടുണ്ട്

രാവു മുഴുക്കെ ബലാത്സംഗത്തിനിരയാകുവാൻ
ജീവിച്ചിട്ടുണ്ട്

ജീവനോടെ കുഴിച്ച് മൂടപ്പെടുവാൻ മാത്രമായി
ഞാൻ ജീവിച്ചിട്ടുണ്ട്

എന്നെ സ്നേഹിക്കുന്നവരെന്ന് അവകാശപ്പെടുന്നവർ
എന്നെ കുഴിച്ച് മൂടുവാൻ സഹായിക്കുന്നതെന്തുകൊണ്ടെന്നദ്ഭു
തപ്പെടുവാനും ഞാൻ ജീവിച്ചിട്ടുണ്ട്

ഇതിലൂടെയെല്ലാം ജീവിച്ചിട്ടും ഇന്നുമെനിക്ക്
ഇരുപത്തിയഞ്ചായിട്ടില്ല.

ഇന്ന് മുനീറയ്ക്ക് ഈ വാക്കുകളിലൊതുക്കേണ്ട ദുഃസ്വപ്നങ്ങളൊന്നുമില്ല. മുനീറയ്ക്ക് മുക്തി ലഭിച്ചിരിക്കുന്നു. ഹാദി ചത്തു പോയിരിക്കുന്നു. അയാൾ മണലിനടിയിൽ ഇപ്പോൾ അന്തിയുറങ്ങുന്നു. ഇനി അയാൾക്ക് പെൺകുട്ടികളേയും സ്ത്രീകളേയും ബലാത്സംഗം ചെയ്യുവാനാകില്ല. എന്റെ ജീവിതകഥയെഴുതുന്ന ഈ പുസ്തകത്തിലൂടെ മുനീറയുടെ കവിത ഇന്ന് ലോകം മുഴുക്കെ വായിക്കപ്പെടുകയും ചെയ്യുന്നു. എവിടേക്കും തിരിയുവാനില്ലാത്ത, സഹായമൊന്നും ലഭ്യമല്ലാത്ത, സ്ത്രീകളെ സഹായിക്കുക എന്നതാണെന്റെ ജീവിത ലക്ഷ്യമെന്ന് ഈ കവിത ഓർമ്മിപ്പിക്കുന്നു. അവളുടെ വാക്കുകൾ, സഹായം ആവശ്യമുള്ള സ്ത്രീകളിൽ നിന്നും മുഖം തിരിക്കാതിരിക്കുവാൻ കരുത്തരായ മറ്റു സ്ത്രീകളേയും സഹായിക്കുമാറാകട്ടെ എന്നും പ്രതീക്ഷിക്കുന്നു.

സന്തോഷത്തിന്റെ ലോകത്തിലേക്ക് മുനീറയെ സ്വാഗതം ചെയ്യുവാൻ എന്റെ സഹോദരിമാരും മരുമക്കളും ഒന്നിച്ച് ഓടിവരുന്നത് ഞാൻ കണ്ടു. “എന്റെ മക്കൾ എന്നെ അവധിയാഘോഷിക്കുവാൻ യൂറോപ്പിലേക്ക് കൊണ്ടുപോകുന്നു” എന്ന് മുനീറ അറിയിച്ചപ്പോൾ സത്യമായും ഞങ്ങളെല്ലാം സന്തോഷിച്ചു. “ഞാൻ ലണ്ടനിലേക്ക് പോകും. അവിടെ നിന്ന് പാരീസിലേക്കും!” മുനീറ പറഞ്ഞു.

ഇത് ഞങ്ങൾക്കെല്ലാവർക്കും വളരെയധികം സന്തോഷം നൽകി. തന്നോടൊപ്പം യാത്ര ചെയ്യുവാൻ ഹാദി ഒരിക്കലും മുനീറയെ അനുവദിച്ചിരുന്നില്ല. അയാളും കുടുംബവും പലപ്പോഴും അവധിയാഘോഷിക്കുവാൻ വിദേശരാജ്യങ്ങളിലേക്ക് പോകുക പതിവായിരുന്നു. അങ്ങനെ കൊണ്ടുപോയാൽ ഒരുപക്ഷേ തന്റെ ഭാര്യ പാശ്ചാത്യ നാടുകളിലെ ഏതെങ്കിലും മനുഷ്യാവകാശ സംഘടനയുമായി ബന്ധപ്പെടുമോ എന്നയാൾ ഭയന്നിരുന്നു എന്നെനിക്ക് തോന്നുന്നു, ഞാനങ്ങനെ വിശ്വസിക്കുന്നു. എന്നാൽ ഇപ്പോൾ ഇതാ മുനീറ പല രാജ്യങ്ങളും സന്ദർശിക്കുവാനും സുന്ദരമായ പല നഗരങ്ങളും കാണുവാനും തയ്യാറെടുക്കുന്നു. അതും അവളെ സ്നേഹിക്കുന്ന അവളുടെ മക്കൾക്കൊപ്പം. വർഷങ്ങളായി

വായിൽ നിന്ന് ഒരു വാക്ക് പോലും പുറത്ത് വരാത്ത മുനീറയാണിന്ന് എല്ലായിടത്തും ഓടി നടന്ന് സംസാരിക്കുന്നത്. അവൾ മനസ്സിലുള്ള തെല്ലാം തുറന്ന് പറയുന്നു. “ആദ്യമെനിക്ക് പാരീസിൽ പോകണം. അവിടെയുള്ളതെല്ലാം കണ്ട് തീർത്തിട്ട് വേണം ലണ്ടനിൽ പോകാൻ. അവിടെയുള്ള എല്ലാ മ്യൂസിയങ്ങളും എനിക്ക് കാണണം!” അവൾ വളരെ ഉത്സാഹത്തിലായിരുന്നു.

“ഇത്രയും നല്ലൊരു സ്ത്രീയുടെ ജീവിതം ഇത്രയും കാലം അവരെല്ലാം കൂടി പാഴാക്കിയല്ലോ” ഞാൻ പിറുപിറുത്തു. എന്നാൽ ഇപ്പോൾ അവളുടെ ബന്ധനങ്ങളെല്ലാം തകർന്നിരിക്കുന്നു. അവൾക്കിനി ജീവിതം ആസ്വദിക്കാം. മുനീറയുടെ പുഞ്ചിരിക്കുന്ന മുഖത്തിൽ നിന്നും കണ്ണെടുക്കുക ബുദ്ധിമുട്ടായി. എന്റെ രണ്ടാമത്തെ സഹോദരി റീമയുടെ മകൻ, മുപ്പതുവയസ്സുള്ള മുഹമ്മദ്, എപ്പോഴത്തേയും പോലെ സന്തോഷവാനായി എന്റെയടുക്കലെത്തിയപ്പോൾ മുനീറയിൽ നിന്നും ശ്രദ്ധയകറ്റുകയല്ലാതെ മാർഗ്ഗമില്ലെന്നായി. റീമയും ഇന്ന് ഞങ്ങളോടൊപ്പമില്ല. മുഹമ്മദിന്റെ കൈയിൽ അപ്പോൾ എന്റെ അമ്മയുടെ വലിയ ഒരു ഫോട്ടോയുണ്ടായിരുന്നു. അത് കണ്ടപ്പോൾ ഞാൻ തല കറങ്ങി വീഴുമോ എന്ന് തോന്നി.

ഫോട്ടോയിൽ അമ്മ യുവതിയായിരുന്നു. അവരുടെ വിവാഹസമയത്തെപ്പോഴോ എടുത്തതായിരിക്കണം ആ ഫോട്ടോ. എങ്കിലും അമ്മയെ തിരിച്ചറിയുവാൻ എനിക്കൊട്ടും ബുദ്ധിമുട്ടുണ്ടായില്ല.

അമ്മയുടെ പടം കണ്ടതും ഞാൻ ഉറക്കെ കരഞ്ഞു. ശബ്ദം കേട്ട് അതുവരേക്കും മുറി നിറഞ്ഞ് നിന്നിരുന്ന ആരവം പെട്ടെന്ന് നിലച്ചു. ‘അമ്മ...’ ഞാൻ തേങ്ങുകയായിരുന്നു. ഉച്ചത്തിൽ തന്നെ തേങ്ങുകയായിരുന്നു. ‘അമ്മ..’ കരച്ചിൽ കേട്ടവർ ഞാൻ നോക്കുന്നിടത്തേക്ക് നോക്കി. അവർക്ക് എന്റെ കരച്ചിലിന്റെ കാരണം മനസ്സിലായി. കരയാൻ മതിയായ കാരണമുണ്ടായിരുന്നല്ലോ. ഞാനൊരു കൊച്ചുകുട്ടിയായിരുന്ന കാലത്ത് മരിച്ചുപോയതാണെന്റെ പ്രിയ അമ്മ. അവരുടെ ഒരു ഫോട്ടോപോലും ഞാനിതുവരേക്കും കണ്ടിട്ടില്ല. അങ്ങനെയൊന്നില്ലെന്ന് തന്നെയായിരുന്നു എന്റെ വിശ്വാസം. അമ്മ ജീവിച്ചിരുന്ന കാലത്ത് മനുഷ്യരുടെ ചിത്രമെടുക്കുന്നത് വിലക്കപ്പെട്ട കാര്യങ്ങളിൽ പെട്ടതായിരുന്നു. അക്കാലത്ത് സൗദിയിലെ മുസ്ലീം സ്ത്രീകളിൽ അധികമാരും ഫോട്ടോ എടുക്കാറില്ല. തന്റെ ഒരു ഫോട്ടോ എടുക്കുവാൻ അമ്മ ആഗ്രഹിച്ചിരുന്നു എന്നെനിക്ക് തോന്നുന്നില്ല. ആരെങ്കിലും ക്യാമറയുമായി നടക്കുന്നത് കണ്ടാൽ അവരിൽ നിന്നും അമ്മ അകന്ന് നിന്നിരിക്കുവാനാണ് സാധ്യത.

“ഇതെന്താണിത് സുൽത്താന.” എന്ന് ചോദിച്ച് കരീം എന്റെ സമീപത്തേക്ക് ഓടിയെത്തി. അപ്പോഴാണ് ഞാൻ കണ്ട കാഴ്ച കരീം കണ്ടത്. കരീം റീമയുടെ മകൻ മുഹമ്മദിനു നേരെ തിരിഞ്ഞു. “മുഹമ്മദ്? എന്താണിത്? എന്താ...” കരീം ചോദിച്ചു.

തന്റെ പ്രവൃത്തിയിൽ മുഹമ്മദ് തൃപ്തനായിരുന്നു. തന്റെ കൈയിലുള്ള ചിത്രം ഒരു വലിയ അഭിമാനമായി അവൻ കണ്ടു. അതവന്റെ മുഖത്ത് കാണാമായിരുന്നു. അതിലേറെ തൃപ്തനായിരുന്നു താനപ്പോൾ സൃഷ്ടിച്ച അലങ്കോലത്തിലവൻ. അവൻ ചിരിക്കുവാനും എന്റെ അച്ഛനെ നോക്കി ആംഗ്യം കാണിക്കുവാനും തുടങ്ങി. അച്ഛനാകട്ടെ കരീം നൽകിയ സിംഹാസനത്തിലിരുന്ന് ചിരിക്കുകയായിരുന്നു. 'മുത്തശ്ശനോട് ചോദിക്ക്... അദ്ദേഹമാണിതിനു പിന്നിൽ' മുഹമ്മദ് പറഞ്ഞു.

അച്ഛനോ? ഞാൻ വൃദ്ധനായ അച്ഛനെ തുറിച്ച് നോക്കി. അച്ഛൻ തന്റെ ആരാധകർക്ക് നടുക്കിരിക്കുന്നു. തന്റെ പുത്രിമാരെല്ലാം അപ്പോൾ അമ്മയുടെ അപൂർവ്വ ചിത്രത്തിനു ചുറ്റിലും വട്ടമിടുകയാണെന്നത് അച്ഛൻ കണ്ടിട്ടില്ല. അപ്പോൾ എന്റെ മനസ്സിൽ അച്ഛനിതുവരേക്കും ഞങ്ങളെയൊന്നും ഈ ചിത്രം കാണിച്ചില്ലല്ലോ എന്നൊരു ദേഷ്യവും വന്നു.

എന്നാൽ ആ ദേഷ്യം പാതിനിമിഷത്തിനുള്ളിൽ എങ്ങോ പോയി മറഞ്ഞു. അത്രയും നല്ലൊരു ചിത്രം സൂക്ഷിച്ചുവച്ചതിൽ അച്ഛനോട് നന്ദി പറയണമെന്ന് തോന്നി. മനസ്സിൽ അപ്പോൾ എന്തൊക്കെ വികാരങ്ങൾ ഒന്നിച്ചെത്തി എന്നറിയില്ല.

അപ്പോഴേക്കും സാറയും എന്റെ മറ്റു സഹോദരിമാരും എന്റെ സമീപത്തെത്തിയിരുന്നു. സാറയുടെ കൈ അമ്മയുടെ ചിത്രത്തിൽ തഴുകി, അമ്മയുടെ മുഖം തഴുകി.

“അമ്മ...” അവൾ മന്ത്രിച്ചു. അവളുടെ ചുണ്ടുകൾ വികാരാധീനത കൊണ്ട് വിറ കൊള്ളുന്നുണ്ടായിരുന്നു.

ചിത്രത്തിൽ അമ്മ യുവതിയായിരുന്നുവെങ്കിലും ഞങ്ങൾ സഹോദരിമാരെല്ലാം പൊടുന്നനെ അമ്മയെ തിരിച്ചറിഞ്ഞു.

“അമ്മ തന്നെ” ദുനിയ പറഞ്ഞു. അവൾ ഒന്നുകൂടി ഉറപ്പിക്കുകയായിരുന്നു. അപ്പോൾ, ആ വിരുന്നിനെത്തിയതിനു ശേഷം ആദ്യമായി, തന്റെ വിലകൂടിയ നെക്ലസിനെ മറന്നു.

ഹാഫിയ കരഞ്ഞുകൊണ്ട് തന്റെ മകന്റെ കൈകളിലേക്ക് മറിഞ്ഞ് വീണു. ഹാഫിയയ്ക്ക് സംസാരിക്കാനാകുന്നുണ്ടായിരുന്നില്ല.

തഹാനി തല കുലുക്കിക്കൊണ്ട് നിൽക്കുന്നുണ്ടായിരുന്നു. അവൾ തന്റെ മൂത്തപുത്രിയെ മാടി വിളിച്ചു. “നിന്റെ മുത്തശ്ശിയെ കാണ്” എന്ന് പറഞ്ഞു.

മഹയും അമാനിയും അബ്ദുള്ളയും അവിടെയെത്തി. എത്ര അടുത്ത് നിൽക്കാമോ അത്രയും അടുത്ത് അവർ നിന്നു “ഇത് മുത്തശ്ശിയാണോ?” അദ്ഭുതം പൂണ്ട ശബ്ദത്തിൽ അബ്ദുള്ള ചോദിച്ചു.

എനിക്കെന്റെ ശബ്ദം തിരികെ കിട്ടി. “അതേ മക്കളെ, ഇത് നിങ്ങളുടെ മുത്തശ്ശിയാണ്. ഈ ലോകത്തിൽ ഇന്നു വരേക്കും ജീവിച്ചിട്ടുള്ളതിൽ ഏറ്റവും കരുണയുള്ള അമ്മ. ഏറ്റവും നല്ല അമ്മ.”

മഹയും അമാനിയും കണ്ണു തുടയ്ക്കുന്നത് കണ്ടു.

“മുത്തശ്ശി സുന്ദരിയായിരുന്നു. ഒരു സിനിമാ നടിയെപ്പോലെ” മഹ മന്ത്രിച്ചു.

ഞാൻ ശബ്ദമില്ലാതെ ചിത്രത്തിൽ തന്നെ നോക്കി നിന്നു. അമ്മയുടെ സുന്ദരമുഖത്തിൽ മാത്രം ശ്രദ്ധിച്ചു. കുട്ടിയായിരുന്നപ്പോൾ അമ്മ ഇത്ര സുന്ദരിയാണെന്ന് ഒരിക്കലും കരുതിയിരുന്നില്ല. അമ്മ, എന്റെ അമ്മ, അത്ര മാത്രമേ അന്ന് മനസ്സിലുണ്ടായിരുന്നുള്ളൂ. എന്നാൽ ഇപ്പോൾ ഞാൻ അമ്മയുടെ അതേ സൗന്ദര്യം അവരുടെ പത്തിൽ എട്ട് പുത്രിമാരിലും കാണുന്നു. ഈ എട്ട് പുത്രിമാർക്കും ഇത്രയും സൗന്ദര്യം ലഭിച്ചത് അമ്മയിൽ നിന്നാണെന്ന് മനസ്സിലാക്കുന്നു. ആ ചിത്രത്തിൽ ഒന്നുകൂടി സൂക്ഷിച്ച് നോക്കി. ഓർമ്മയിൽ നിന്നും പലതും മാഞ്ഞുപോയിരിക്കുന്നു. വർഷങ്ങളനവധിയായില്ലേ? അമ്മയുടെ മുഖത്തിന്റെ വലത് ഭാഗത്ത് ഒരു കാക്കപ്പുള്ളിയുണ്ടായിരുന്നത് മറന്നു. ചുണ്ടുകൾക്ക് മീതെയായിരുന്നു അത്. എത്ര സുന്ദരമായിരുന്നു അമ്മയുടെ ചുണ്ടുകൾ എന്നും മറന്നിരിക്കുന്നു. ഇന്നത്തെ കാലത്ത് പല യുവതികളും ഇങ്ങനെയൊരു ചുണ്ട് ലഭിക്കുവാനായി വേദനിക്കുന്ന പല ചികിത്സാ രീതികളിലൂടേയും കടന്നുപോകുന്നു. പെട്ടെന്ന് എനിക്ക് കൊച്ചു സുൽത്താനയുടെ ചുണ്ടുകൾ ഓർമ്മവന്നു. അവൾക്ക് അമ്മയുടെ അതേ ചുണ്ടുകളാണ് ലഭിച്ചിരിക്കുന്നത്. അപ്പോൾ എനിക്കെന്തോ സന്തോഷം തോന്നി. ഇനി മുതൽ കൊച്ചു സുൽത്താനയുടെ ചുണ്ടുകൾ കാണുമ്പോൾ അമ്മയെ ഓർക്കുമല്ലോ എന്ന സന്തോഷം.

അമ്മയുടെ ആ വിടർന്ന കണ്ണുകളുടെ അഴകും മറന്നുപോയിരിക്കുന്നു. ഈ കണ്ണുകൾ ഇന്നും ഞാൻ കാണുന്നുണ്ട്. എന്റെ സഹോദരി സാറയ്ക്ക് ലഭിച്ചിരിക്കുന്നത് ഇതേ കണ്ണുകളാണ്. ആശ്ചര്യപ്പെടുത്തിയ മറ്റൊരു കാര്യം ചിത്രത്തിൽ അമ്മയുടെ തല മറച്ചിരുന്നില്ല എന്നതായിരുന്നു. അപ്പോഴാണ് എന്റെ കറുത്തിരുണ്ട മുടി അമ്മയിൽ നിന്നും ലഭിച്ചതാണെന്ന് ഓർത്തത്.

അമ്മ ഇപ്പോഴും ഞങ്ങളിലെല്ലാവരിലും ജീവിക്കുന്നു!

ഞാൻ കണ്ണടക്കാതെ ചിത്രത്തിൽ നോക്കി നോക്കി നിന്നു. മറക്കാത്തതായി ഒന്നേ ഉണ്ടായിരുന്നുള്ളൂ. അമ്മയുടെ സുന്ദരമായ ആ പുഞ്ചിരി.

പെട്ടെന്ന് എനിക്ക് സങ്കടം സഹിക്കവയ്യാതായി. കുഴഞ്ഞ് വീഴുമെന്നായി. കരീമും അബ്ദുള്ളയും താങ്ങിയില്ലായിരുന്നുവെങ്കിൽ വീണുപോകുമായിരുന്നു. അവർ എന്നെ അടുത്തുള്ള കസേരയിലിരുത്തി. ഞാനപ്പോഴും “അമ്മ... അമ്മ... അമ്മ..” എന്ന് കരഞ്ഞുകൊണ്ടേയിരിക്കുകയായിരുന്നു. അപ്പോൾ ആഗ്രഹിച്ചതുപോലെ അമ്മയുടെ ഒരു സ്പർശത്തിനായി ഞാനെന്റെ ജീവിതത്തിൽ കൊതിച്ചിട്ടില്ല.

മുഹമ്മദ് അമ്മയുടെ ചിത്രവുമായി അച്ഛന്റെ അടുത്തേക്ക് നടക്കുവാൻ തുടങ്ങി. ഞാൻ ഒരുവിധത്തിൽ എഴുന്നേറ്റ് നിന്നു. ആ ചിത്രം എന്റെ കണ്ണിൽ നിന്നും മായാതിരിക്കുവാനായിരുന്നു ശ്രമം. കരീമും

അബ്ദുള്ളയും എന്നെ നടക്കാൻ സഹായിച്ചു. ഞാനും എന്റെ സഹോദരിമാരും ഒന്നിച്ച് മുഹമ്മദിനു പുറകെ അച്ഛന്റെ സമീപത്തേക്ക് നടന്നു.

“മുത്തശ്ശാ... താങ്കൾ പറഞ്ഞത് പോലെ ഇതാ ഞാൻ ആ ചിത്രം ഇവിടെ കൊണ്ടുവന്നിരിക്കുന്നു. ഈ ചിത്രം കണ്ടാൽ ഇവിടെ ഒരാഘോഷമുണ്ടാകും എന്നല്ലേ എന്നോട് പറഞ്ഞത്. എന്നാൽ ഇവിടെ ഞാനിപ്പോൾ ഈ പെണ്ണുങ്ങളെയൊക്കെ കരയിച്ചോ എന്നാണെനിക്ക് സംശയം.”

അച്ഛൻ ഒന്ന് നിവർന്നിരുന്നു. എന്നിട്ട് തന്റെ പുത്രിമാരെല്ലാവരേയും നോക്കി. എല്ലാവരും കണ്ണ് തുടയ്ക്കുകയായിരുന്നു. അവരുടേത് സന്തോഷവും ദുഃഖവും കലർന്ന കണ്ണുനീരായിരുന്നു. അവരുടെ അമ്മ അവരുടെ സമീപത്തുനിന്ന് യാത്രയായിട്ട് വർഷങ്ങൾ അനവധി കഴിഞ്ഞുവല്ലോ എന്ന ദുഃഖം.

അച്ഛൻ അവിടെ കൂടിയിരുന്നവരിലൂടെ തിരഞ്ഞു. അവസാനം ആ കണ്ണുകൾ എന്റെ മുഖത്തെത്തിയപ്പോൾ നിന്നു. “സുൽത്താന... ഇവിടെ വാ മോളേ..” അച്ഛൻ വിളിച്ചു.

എന്നെ മാത്രം തിരഞ്ഞെടുത്തതിൽ എനിക്കെന്തോ വിഷമം തോന്നി. എന്നാലും ഞാൻ അച്ഛന്റെ സമീപത്തേക്ക് നടന്നു. അച്ഛന്റെ അടുത്ത് മുട്ടുകുത്തി നിന്നു. അച്ഛനോട് അടിയറവ് പറയുകയായിരുന്നില്ല ഞാനപ്പോൾ, ഞാൻ വല്ലാതെ ക്ഷീണിതയായിരുന്നതിനാൽ നിവർന്ന് നിൽക്കാൻ എനിക്ക് വയ്യായിരുന്നു. “ഞാനിവിടെയുണ്ട് അച്ഛാ..”

“സുൽത്താന...ഞാൻ എന്റെ ആയുസ്സിന്റെ അവസാനത്തിലെത്തുകയാണ്” വളരെ ശാന്തമായ സ്വരത്തിൽ അച്ഛൻ പറഞ്ഞുതുടങ്ങി. “കഴിഞ്ഞ കുറച്ച് വർഷങ്ങളായി ചെയ്തതിനെക്കുറിച്ചെല്ലാം ഞാൻ ഓർക്കുകയായിരുന്നു... അല്ലെങ്കിൽ ചെയ്യാതിരുന്നതിനെക്കുറിച്ച് ഓർക്കുകയായിരുന്നു”

ഞാൻ തലയാട്ടി. അല്ലാതെ എന്ത് ചെയ്യണമെന്ന് എനിക്കറിയില്ലായിരുന്നു.

അച്ഛൻ അമ്മയുടെ ചിത്രത്തിലേക്ക് കുറച്ചു നേരം നോക്കിയിരുന്നു. ആ ചിത്രം അപ്പോഴും മുഹമ്മദിന്റെ കൈയിൽ തന്നെയായിരുന്നു.

“സുൽത്താന... നിന്റെ അമ്മ മരിച്ചുകൊണ്ടിരിക്കുകയാണെന്ന് അവൾക്ക് മനസ്സിലായപ്പോൾ ഒരു ദിവസം എന്നെ വിളിച്ചു. ഞാൻ ചെന്നു. അവൾ സത്യമായും മരണത്തിനോടടുക്കുകയാണെന്ന് മനസ്സിലായപ്പോൾ എനിക്കും ദുഃഖം സഹിക്കാനാകാതായി. അവൾ നല്ലൊരു സ്ത്രീയായിരുന്നു. നല്ലൊരു ഭാര്യയായിരുന്നു. നല്ല അമ്മയായിരുന്നു. അത്രയും വർഷങ്ങളുടെ ബന്ധത്തിനിടയ്ക്ക് തനിക്കായി വളരെ കുറച്ച് കാര്യങ്ങളേ നിന്റെ അമ്മ എന്നോട് ആവശ്യപ്പെട്ടിട്ടുള്ളൂ. എന്നാൽ മരണശയ്യയിൽ വച്ച് അമ്മ എന്നോട് രണ്ട് ആവശ്യങ്ങൾ ഉന്നയിച്ചു.” അച്ഛൻ ഒന്ന് നിർത്തി.

“നിന്റെ അമ്മയ്ക്ക് പതിനൊന്ന് മക്കളേയും ഒരുപോലെ ഇഷ്ടമായിരുന്നു. മറ്റു മക്കളേക്കാൾ കൂടുതലായി നിന്നെ അമ്മ സ്നേഹിച്ചിരുന്നു

എന്നെനിക്ക് തോന്നുന്നില്ല." അച്ഛൻ വീണ്ടും നിർത്തി. എന്റെ സഹോദരിമാരെ നോക്കി ഒന്ന് പുഞ്ചിരിച്ചു. "പക്ഷേ, സുൽത്താന, നിന്റെ അമ്മയ്ക്ക് നിന്നെയോർത്തായിരുന്നു വിഷമമെന്ന് അപ്പോഴേക്കും അമ്മമാരായിക്കഴിഞ്ഞിരുന്ന നിന്റെ മറ്റെല്ലാ സഹോദരിമാർക്കും മനസ്സിലാകും. നീ അമ്മയുടെ ഏറ്റവും ഇളയ കുഞ്ഞല്ലേ."

"ഞാൻ നിന്റെ കാര്യങ്ങൾ പ്രത്യേകം ശ്രദ്ധിക്കണം എന്ന് അമ്മ ആവശ്യപ്പെട്ടു. നീ നിന്റെ ആയുഷ്കാലം മുഴുക്കെ ഒരു വലിയ ദുഃഖവും പേറി ജീവിക്കുമെന്ന് അമ്മ സ്വപ്നം കണ്ടുവത്രെ. കാരണം ഒരമ്മയെ നഷ്ടപ്പെടുവാനുള്ള പ്രായം അന്ന് നിനക്കായിട്ടുണ്ടായിരുന്നില്ല എന്നത് തന്നെ. ഒരമ്മയുടെ സഹായം എന്നും ആവശ്യമുള്ള, വൈകാരികത വളരെയധികമുള്ള ഒരു കുട്ടിയാണ് നീയെന്നും അവൾ മനസ്സിലാക്കിയിരുന്നു എന്നു തോന്നുന്നു."

"അമ്മയുടെ രണ്ടാമത്തെ ആവശ്യം അവരുടെ ഏക ഫോട്ടോഗ്രാഫ് ഞാൻ നിനക്ക് സമ്മാനിക്കണം എന്നായിരുന്നു. ഒരു വിദേശി ഫോട്ടോഗ്രാഫറാണീ ചിത്രമെടുത്തത്. ഇംഗ്ലണ്ടുകാരനായിരുന്നു അയാൾ. ഞങ്ങളുടെ വിവാഹം കഴിഞ്ഞ് ഒരു മാസം കഴിഞ്ഞപ്പോഴായിരുന്നു അത്. അതിനുശേഷം ആരേയും ഞാൻ അവളുടെ ഒരു ചിത്രമെടുക്കാൻ അനുവദിച്ചിട്ടില്ല. ഈ ചിത്രം ആരും കാണാതെ സൂക്ഷിച്ച് വച്ചിരിക്കുകയായിരുന്നു. ഞാനും അവളുമല്ലാതെ ഇത് ആരും കണ്ടിട്ടില്ല." അച്ഛൻ കണ്ണടച്ചു. പഴയ ഓർമ്മകൾ അയവിറക്കുകയായിരുന്നു അച്ഛനപ്പോൾ. അമ്മ നവവധുവായി തന്റെ ജീവിതത്തിലേക്ക് കയറിവന്ന നാളുകൾ ഓർക്കുകയായിരുന്നു. സ്വപ്നങ്ങൾക്ക് ഭംഗം വരുത്തുന്നതിനായി അച്ഛൻ ചുമയ്ക്കുവാൻ തുടങ്ങി. നിർത്താതെ ചുമച്ച് തുടങ്ങി. അതൊന്ന് നിൽക്കാൻ ഏതാനും നിമിഷങ്ങളെടുത്തു. പല വേലക്കാരും ഉറുമാലുകളുമായി മുന്നോട്ട് വന്നു. ഒരാൾ പുറം തലോടിക്കൊടുത്തു.

അവസാനം അച്ഛൻ കഥ പൂർത്തിയാക്കി. "അമ്മയുടെ ആഗ്രഹങ്ങൾ നടപ്പിലാക്കാം എന്ന് വാക്ക് കൊടുത്തു സുൽത്താന. നിന്നോട് ഒരിക്കലും കർക്കശമായോ പരുഷമായോ സംസാരിക്കില്ലെന്ന് അമ്മയ്ക്ക് ഉറപ്പ് കൊടുത്തു. നിന്റെ വിവാഹദിനം ഈ ചിത്രം നിനക്ക് സമ്മാനമായി നല്കാം എന്നും അവൾക്ക് ഉറപ്പ് കൊടുത്തു. മക്കൾക്കെല്ലാം തന്നെക്കുറിച്ച് എപ്പോഴും ഓർമ്മയുണ്ടാകുവാനായി ഈ ചിത്രം വിശേഷപ്പെട്ട ഒരിടത്ത് വയ്ക്കണമെന്ന് അവൾ ആഗ്രഹിച്ചിരുന്നു. താനൊരു യുവതിയായിരുന്ന കാലത്ത് എങ്ങനെയായിരുന്നു എന്ന് മക്കളെല്ലാം കാണണമെന്നും അവളാഗ്രഹിച്ചിരുന്നു.

നിന്നോട് ചില സമയങ്ങളിൽ നീരസമുണ്ടായിട്ടുണ്ടെങ്കിലും സുൽത്താന, അതെന്തുകൊണ്ടെന്ന് മനസ്സിലായിട്ടില്ല. അവൾക്ക് നൽകിയ ആദ്യ വാഗ്ദാനം ഞാൻ പാലിച്ചിട്ടുണ്ട് എന്ന് എനിക്ക് തോന്നുന്നു. പലപ്പോഴും വഴിവിട്ടുള്ള പെരുമാറ്റങ്ങൾക്ക് താക്കീത് നൽകേണ്ട അവസരങ്ങളുണ്ടായെങ്കിലും ഞാൻ അതിനെ ഗൗരവമായി സമീപിച്ചില്ല. വിവാഹത്തിനുമുമ്പ് നിന്റെ ഭർത്താവാകാൻ പോകുന്നയാളെ

നേരിൽ കാണുവാനും അനുവദിച്ചു. നിന്റെ ചില സ്വഭാവങ്ങൾ എനിക്കിഷ്ടപ്പെട്ടില്ലെങ്കിലും ഞാനതിന് നിനക്ക് കഠിന ശിക്ഷയൊന്നും നൽകിയില്ല. ഇതെല്ലാം നിന്റെ അമ്മയ്ക്ക് കൊടുത്ത വാക്ക് പാലിക്കുവാൻ മാത്രമായിരുന്നു.

"പക്ഷേ, സുൽത്താന, ഈ ചിത്രം നിനക്ക് സമ്മാനിക്കുവാൻ എനിക്കായില്ല. അത് വേണമെന്ന് വച്ച് ചെയ്തതല്ല. ഞാനതിനെക്കുറിച്ച് മറന്നുപോയി. അവളുടെ മരണശേഷം ഈ ചിത്രം സൂക്ഷിച്ചിരുന്ന രഹസ്യസ്ഥലത്തു നിന്നും എടുത്ത് മറ്റൊരു സുരക്ഷിത സ്ഥാനത്തേക്ക് മാറ്റി. പിന്നെ മറന്ന് പോയി. ഈയ്യിടെ ചില വേലക്കാർ പെട്ടിയിൽ ഭദ്രമായി അടച്ച് വച്ചിരിക്കുന്ന ഈ ചിത്രം കണ്ടു. അതെന്റെയടുത്ത് കൊണ്ടുവന്നു. പെട്ടി അവർ തുറന്നിരുന്നില്ല. പെട്ടിയിൽ എന്താണെന്നും അവർക്കറിയില്ലായിരുന്നു. ഇതൊന്ന് തുറന്ന് നോക്കിക്കോട്ടെ എന്നവർ എന്നോട് അപേക്ഷിച്ചു. ഇങ്ങനെയൊരു പെട്ടിയുടെ കാര്യം എനിക്കും ഓർമ്മയുണ്ടായിരുന്നില്ല. എന്നാൽ അത് തുറന്നപ്പോൾ ഒരായിരം ഓർമ്മകൾ എന്നെ തേടി വന്നു.

അപ്പോൾ വർഷങ്ങൾക്ക് മുമ്പ് ഞാൻ നിന്റെ അമ്മയ്ക്ക് കൊടുത്ത രണ്ടാമത്തെ വാഗ്ദാനവും എനിക്കോർമ്മ വന്നു.

അതിനാൽ ഞാൻ ഈ ചിത്രം ഭംഗിയായി ഫ്രെയിം ചെയ്തു. ഇതാ ഇത് ഇന്ന് മുതൽ നിന്റേതാണ്. നിന്റെ വീട്ടിൽ സൂക്ഷിക്കുവാൻ. നിനക്ക് ഇന്ന് മുതൽ എന്നും നിന്റെ അമ്മയെ കാണാം."

ഞാനും അച്ഛനും തമ്മിൽ അത്ര സ്നേഹത്തോടെയുള്ള ഒരു ബന്ധമായിരുന്നില്ല അതുവരേക്കും എന്ന് ആ മുറിയിൽ അപ്പോഴുണ്ടായിരുന്ന എല്ലാവർക്കും നല്ല ബോധ്യമുണ്ടായിരുന്നു. അതിനാൽ തന്നെ അച്ഛൻ പറഞ്ഞ് നിർത്തിയപ്പോൾ ആ മുറിയിൽ നിശ്ശബ്ദത നിറഞ്ഞു നിന്നു. ഇത്രയും വർഷം അച്ഛൻ പുത്രിമാരേക്കാൾ ഉപരിയായി പുത്രന്മാരെ സ്നേഹിച്ചതിന് ഈ നിമിഷത്തിലും ഞാൻ അച്ഛനെ ശപിക്കുമോ എന്നായിരുന്നു അപ്പോൾ എല്ലാവരുടേയും മനസ്സിൽ.

ഞാനത് ചെയ്തില്ല. മനസ്സിൽ അപ്പോൾ വലിയൊരു ശാന്തത പടർന്ന് നിന്നു. അത്രയും വർഷം എന്നിലേക്ക് ഞാൻ ആവാഹിച്ചെടുത്ത ദേഷ്യം ഒന്നിച്ച് ആവിയായി പോയതുപോലെ തോന്നി. എനിക്കിപ്പോൾ അച്ഛനോട് ദേഷ്യമില്ല, വിദ്വേഷവുമില്ല അച്ഛൻ മരണത്തിനോടടുക്കുകയാണല്ലോ എന്ന് മനസ്സ് ദുഃഖിച്ചു. ഇതുപോലൊരു അടുപ്പം, അനുഭവം, കരീമും തന്റെ പുത്രിമാരും തമ്മിലുള്ള അടുപ്പം പോലുള്ള ഒരനുഭവം എനിക്ക് ലഭിച്ചില്ലല്ലോ എന്ന് ഞാൻ ദുഃഖിച്ചു. കണ്ണ് നിറഞ്ഞൊഴുകി.

"ഞാൻ ഒരു നല്ല മകളല്ലാതായതിൽ എന്നോട് ക്ഷമിക്കൂ അച്ഛാ..."

വൈകാരികത അധികമായോ എന്ന് അപ്പോഴേക്കും അച്ഛനും തോന്നിത്തുടങ്ങിയിരുന്നു. "സാരമില്ല മകളേ...നിന്നെ മുറിയിലിട്ടടയ്ക്കുകയോ

വടിയെടുത്ത് അടിക്കുകയോ ചെയ്യാത്ത ഒരു നല്ല അച്ഛനായിരുന്നു എന്ന് മാത്രം നീ എന്നും ഓർത്താൽ മതി.”

ഞാൻ കണ്ണടച്ചു. അച്ഛനെ സംബന്ധിച്ചിടത്തോളം ശാരീരികമായി ഉപദ്രവിക്കാത്ത അച്ഛന്മാരെല്ലാം നല്ല അച്ഛന്മാരാണ്!

എന്തുകൊണ്ടെന്നറിയില്ല എന്റെ മുഖത്ത് ഒരു പുഞ്ചിരി വിടർന്നു. അപ്പോൾ ജീവിതത്തിലാദ്യമായി അച്ഛനെന്ന ആ വ്യക്തിയോട് ഇത്തിരി സ്നേഹം തോന്നി. മനസ്സിൽ ഇത്തിരി സന്തോഷവും. എഴുന്നേറ്റ് നിന്ന് അച്ഛനെ കെട്ടിപ്പിടിച്ചു “എനിക്ക് അച്ഛനെ ഇഷ്ടമാണ്.”

അതുകണ്ട് കൂടി നിന്നവരൊക്കെ കൈയടിച്ചു. ഞാൻ പുഞ്ചിരിച്ചു കൊണ്ട് തന്നെ അവർക്ക് നേരെ തിരിഞ്ഞു. അവരെല്ലാം എന്റെ ചെയ്തി അംഗീകരിക്കുന്നുണ്ടെന്ന് ഉറപ്പുവരുത്തുവാൻ ഓരോരുത്തരേയും ശ്രദ്ധിച്ചു. എന്നാൽ അലിയുടെ മുഖത്ത് മാത്രം വെറുപ്പ് പ്രതിഫലിച്ചു കണ്ടു. അപ്പോഴാണ് ഇത്രയും വർഷം അച്ഛന്റെ മനസ്സിൽ എന്നോടുള്ള വിദ്വേഷം ആളിക്കത്തിച്ചിരുന്നത് ഇവനാണെന്ന് ഉത്തമബോധ്യമുണ്ടായത്.

അച്ഛനുമായി ഞാൻ സമരസപ്പെട്ടിരിക്കുന്നു. എന്നാൽ സഹോദരനുമൊത്തുള്ള അങ്കം ഇനിയും തുടരും.

അലിയോട് ഞാൻ നിന്നെ അവഗണിക്കുന്നു എന്ന മട്ടിൽ കൈകൊണ്ട് ആംഗ്യം കാണിച്ചു. എന്നിട്ട് മകൻ അബ്ദുള്ളയോട് മുഹമ്മദിൽ നിന്നും ആ ചിത്രം ഏറ്റുവാങ്ങുവാൻ ആവശ്യപ്പെട്ടു. അതിനുശേഷം സഹോദരിമാരോട് “ഈ ചിത്രം നമ്മളെല്ലാവരുടേതുമാണ്. ഇത് ഈ വീട്ടിൽ എവിടെ സ്ഥാപിക്കണമെന്ന് നമ്മളെല്ലാവരും ഒന്നിച്ച് തീരുമാനിക്കും. നിങ്ങളൊക്കെ ഈ വീട്ടിലേക്ക് വന്ന് കയറിയാൽ ആദ്യം തന്നെ കാണാനാകുന്ന ഒരു സ്ഥലമായിരിക്കണം അതിനായി തിരഞ്ഞെടുക്കുന്നത്.”

സഹോദരിമാർ എല്ലാവരും അപ്പോൾ എന്നോടൊത്ത്, എന്നെപ്പോലെ സന്തോഷിക്കുകയായിരുന്നു. അമ്മയ്ക്ക് എന്നും എന്നെപ്രതി വിഷമമുണ്ടായിരുന്നുവെന്ന് അവരും അംഗീകരിച്ചു. അതിൽ അവർക്ക് ഒട്ടും അസൂയയില്ലായിരുന്നു എന്നും പറഞ്ഞു.

വിരുന്ന് കഴിഞ്ഞ് പിരിഞ്ഞുപോകുമ്പോൾ അലി മാത്രം യാത്ര ചോദിച്ചില്ല. വിരുന്നിന് നന്ദിയും പറഞ്ഞില്ല. ആ സായാഹ്നത്തിന്റെ പ്രത്യാഘാതമോ പിന്തുടർച്ചയോ ആയി അലിയിൽ നിന്നും ചില പ്രതികരണങ്ങൾ പ്രതീക്ഷിക്കേണ്ടതാണെന്ന് മനസ്സിലായി എങ്കിലും അത് മനസ്സിൽ അപ്പോൾ സൂക്ഷിക്കേണ്ടതില്ല എന്ന് തീരുമാനിച്ചു. ഭാവിയിൽ വന്നേക്കാം എന്നു കരുതുന്ന ഒന്ന് മൂലം അപ്പോഴുള്ള സന്തോഷം നശിപ്പിക്കേണ്ടതില്ലല്ലോ!

എന്റെ ജീവിതത്തിലെ ഏറ്റവും നല്ല സായാഹ്നങ്ങളിൽ ഒന്നായിരുന്നു അത്. ഉറങ്ങാൻ പോകുന്നതിനു മുമ്പ് ഞാനും കരീമും തോട്ടത്തിലൂടെ

ഒന്ന് നടന്നു. ഞങ്ങൾ ഞങ്ങളുടെ വീട്ടുകാരെക്കുറിച്ചും അവരുമൊത്ത് കഴിഞ്ഞ സുന്ദര ദിനങ്ങളെക്കുറിച്ചും സംസാരിച്ചു.

അന്ന് എനിക്ക് എന്റെ ജീവിതത്തിൽ പരാതിപ്പെടാനായി ഒന്നും കാണാൻ കഴിഞ്ഞില്ല. ഒരുപക്ഷേ അതും, അങ്ങനെയൊരു ദിവസവും ആദ്യമായിരിക്കണം. എന്റെ മനസ്സ് അപ്പോൾ ശാന്തമായിരുന്നു. എന്റെ ചുറ്റിലുമുള്ള ശാന്തത എനിക്കിഷ്ടമായി. 'അള്ളാഹുവിന് നന്ദി" എന്ന് ഞാൻ പ്രാർത്ഥിച്ചു. രാവിന്റെ സൗന്ദര്യത്തിൽ ഞാൻ പുതച്ചു. ഒരിക്കലും വിശ്രമിക്കാതെ പിടച്ചുകൊണ്ടിരുന്ന എന്റെ ആത്മാവിന് അന്ന് വലിയ ശാന്തതയും സന്തോഷവും തോന്നി.

നാല്

അതെ, സ്ത്രീകൾക്കും ഭരിക്കാം

കുട്ടിക്കാലം തൊട്ടേ എനിക്ക് പല അസാധാരണമായ അനുഭവങ്ങളുമുണ്ടായിട്ടുണ്ട്. ഒന്ന് കണ്ണടച്ച് തുറക്കും മുമ്പ് അസാധാരണങ്ങളായ നല്ല അനുഭവങ്ങളും ചീത്ത അനുഭവങ്ങളും മാറി മാറി വന്നിട്ടുമുണ്ട്. ഞാൻ ഒരു പെൺകുട്ടിയായിരുന്നതിനാലും എന്റെ ജീവിതം ഭരിക്കുവാൻ എനിക്കുള്ള അവകാശത്തിനായി പടവെട്ടുകയാലുമാണ് കുട്ടിക്കാലത്തെ പ്രശ്നങ്ങൾ മിക്കവാറും ഉടലെടുത്തത്. പുരുഷാധിപത്യം നിലനിൽക്കുന്ന ഒരു സമൂഹത്തിൽ ഇത് ഒരു നല്ല കാര്യമല്ല. എന്റെ ജീവിതത്തിലേക്ക് കടന്നു വന്നിട്ടുള്ള ഓരോ പുരുഷനും പ്രത്യേകിച്ചും അച്ഛനും സഹോദരനും എന്നെ ഭരിക്കുക എന്നത് അവരുടെ അവകാശമാണെന്ന് കരുതി. അതിനാവശ്യമെങ്കിൽ അക്രമത്തിന്റെ മാർഗ്ഗം ഉപയോഗിക്കാമെന്നും. അവർ എത്ര ശിക്ഷ നൽകിയിട്ടും പടവെട്ടുന്ന സ്വഭാവത്തിൽ മാറ്റം വരുത്തിയില്ല. എന്തുകൊണ്ടായിരിക്കാമിത്? കാരണം ലളിതമാണ്: എന്റെ ജീവിതത്തെ സംബന്ധിച്ച തീരുമാനങ്ങൾ എനിക്കെടുക്കണമായിരുന്നു. എന്റെ ഭാവി, വിധി, എനിക്ക് തന്നെത്താൻ രൂപപ്പെടുത്തണമായിരുന്നു.

വിവാഹം കഴിഞ്ഞിട്ടും ഒരു പുത്രന്റേയും രണ്ട് പുത്രിമാരുടേയും അമ്മയായിട്ടും പ്രശ്നങ്ങൾ തുടർന്നു. സത്യത്തിൽ നല്ലതും ചീത്തയും മാറിമാറി വരുന്നതിന്റെ വേഗം കൂടുകയാണുണ്ടായത്. ഭർത്താവിന്റെ നിയമങ്ങൾ അപ്പാടെ പെട്ടെന്ന് സ്വീകരിക്കുന്ന ഒരു ഭാര്യയല്ല ഞാൻ. ജീവിതവുമായി ബന്ധപ്പെട്ട എല്ലാതിലും എന്റെ അഭിപ്രായത്തിനു വിലയുണ്ടാകണം എന്ന് കരുതുന്നു. ജീവിതത്തിലേതിനു മാത്രമല്ല, മകന്റേയും പെൺമക്കളുടേയും ജീവിതത്തെ ബാധിക്കുന്നതിലും എന്റെ അഭിപ്രായത്തിനു വിലയുണ്ടാകണം. കരീം ഈ വിഷയത്തിൽ ബുദ്ധിയുള്ളവനാണെന്നതിൽ നന്ദി പറയട്ടെ. വിവാഹജീവിതത്തിൽ ഒരു വ്യക്തിക്ക് മാത്രം അധികാരമുണ്ടായാൽ അത് സന്തോഷങ്ങളെ പെട്ടെന്ന് നമ്മിലേക്കടുപ്പിക്കില്ലെന്ന് കരീമിനറിയാം. അതുകൊണ്ടുതന്നെ ഞങ്ങൾ പുത്രിമാരെ സ്വന്തം അഭിപ്രായങ്ങളും ഇഷ്ടങ്ങളും രേഖപ്പെടുത്തുവാനും ജീവിതം സ്വയം ജീവിക്കുവാനും പഠിപ്പിച്ചു.

അവരുടെ അഭിപ്രായങ്ങൾ തുറന്ന് പറയുന്നതിൽ രണ്ടു പെൺമക്കളും ഒരിക്കലും മടി കാണിച്ചിട്ടില്ല, പരാജയപ്പെട്ടിട്ടില്ല. രണ്ടുപേരും ഒരു പോലെ

അഭിപ്രായങ്ങൾ തുറന്ന് പറയുന്നവരായതിനാലും രണ്ടുപേരും ഒരുപോലെ പിടിവാശിക്കാരായതിനാലും ജീവിതത്തിൽ പല ബുദ്ധിമുട്ടുകളുമുണ്ടാക്കിയിട്ടുണ്ട്.

അബ്ദുള്ളയും അമാനിയും വിവാഹിതരായി മറ്റു വീടുകളിലേക്ക് താമസം മാറ്റിയെങ്കിലും മഹ സൗദിയിൽ നിന്നും വളരെ ദൂരെ മാറി താമസിക്കുവാൻ തീരുമാനിച്ചുവെങ്കിലും വൈകാരിക സംഘട്ടനങ്ങൾ തുടർന്നു കൊണ്ടേയിരുന്നു.

എന്നാൽ ഈ സംഘട്ടനങ്ങൾക്ക് അതിന്റേതായ മൂല്യവുമുണ്ട്. കാരണം, ഇന്ന് വീട്ടിലെ ഓരോ അംഗവും സ്ത്രീകളുടെ വികാരങ്ങൾ മാനിക്കപ്പെടേണ്ടതാണെന്ന അഭിപ്രായക്കാരായിട്ടുണ്ട്. വ്യക്തിഗത സ്വാതന്ത്ര്യങ്ങൾ വേലിയേറ്റങ്ങളുണ്ടാക്കുന്നു. ചുറ്റിലുമുള്ള പുരുഷന്മാർ കൊടുങ്കാറ്റാകുമ്പോൾ സ്ത്രീകൾ പൊതുവേ ശാന്തരായി, അധികം ഒന്നിലും ഇടപെടാതെ, അസന്തുഷ്ടരായി ജീവിതം തള്ളിനീക്കുന്നു. ഞാനും കരീമും അബ്ദുള്ളയെ സ്നേഹിക്കുന്നുണ്ട്. എന്നാൽ അതേ സ്നേഹം ഞങ്ങൾ ഞങ്ങളുടെ പുത്രിമാർക്കും നൽകുന്നു. എന്റെ വീട്ടിൽ സ്ത്രീകൾ കാര്യങ്ങൾ തീർത്ത് പറയുന്നവരാണ്, നിശ്ചയദാർഢ്യമുള്ളവരാണ്. പുരുഷന്മാർ പൊതുവേ അതിനാൽ തന്നെ സ്വസ്ഥതയും ആകാംക്ഷ കുറഞ്ഞവരുമായിരിക്കുന്നു. കരീമും അബ്ദുള്ളയും കഴിവതും സംഘട്ടനങ്ങൾ ഒഴിവാക്കുവാൻ ശ്രമിക്കുന്നു. എന്നാൽ പുത്രിമാരാകട്ടെ തങ്ങളുടെ ശത്രുവിനു നേരെ, അതാരുമാകട്ടെ, ആക്രമണോത്സുകതയോടെ പാഞ്ഞടുക്കുന്നു. ഈ സ്വഭാവവ്യത്യാസം മൂലം പലപ്പോഴും ഞങ്ങളുടെ പുത്രന്റെ ആഗ്രഹങ്ങൾക്ക് കടകവിരുദ്ധമായ തീരുമാനങ്ങളുണ്ടായിട്ടുണ്ട്. ഇത് ഒരു സാധാരണ സൗദി കുടുംബത്തിൽ സംഭവിക്കുന്ന ഒന്നല്ല. സൗദി രാജകുടുംബത്തിലും സംഭവിക്കുന്നതല്ല. അവിടെ പുരുഷന്മാരുടേതാണ് തീരുമാനം. അവർ ഉന്നതകുലജാതരായി നിലനിൽക്കുന്നു. അവർക്ക് മുന്നിൽ ഏത് പ്രിയരാജകുമാരിയും തല കുനിക്കും. രാജകുമാരന്റെ ഇംഗിതങ്ങൾക്ക് കീഴ്പ്പെടും.

ഈ വീട് ഭരിക്കുന്നത് പെണ്ണുങ്ങളാണെന്ന് പ്രിയ പുത്രൻ അബ്ദുള്ള പലപ്പോഴും പരാതിപ്പെടാറുണ്ട്. പുത്രനെ എപ്പോഴൊക്കെ പുത്രിമാർ രണ്ടുപേരും ചേർന്ന് പരാജയപ്പെടുത്തിയോ, അഭിപ്രായങ്ങളെ ഖണ്ഡിച്ചുവോ, അപ്പോഴൊക്കെ "ഈ കൊട്ടാരം ഭരിക്കുന്നത് പെണ്ണുങ്ങളല്ലേ" എന്നവൻ മുറുമുറുക്കുന്നത് കേൾക്കാറുണ്ട്.

അവന്റെ വേദന മനസ്സിലാകുന്നുണ്ടെങ്കിലും വീട്ടിൽ ജനാധിപത്യം നിലനിൽക്കുന്നു എന്നതിൽ എനിക്കും കരീമിനും സന്തോഷമുണ്ട്. ജനാധിപത്യം നിലനിൽക്കുന്നതിനാൽ പുരുഷന്മാരെപ്പോലെ തന്നെ കുടുംബ കലഹങ്ങളിൽ വിജയിക്കുവാൻ സ്ത്രീകൾക്കും അവസരം ലഭിക്കുന്നു.

ഇതൊക്കെ എന്തോ ആകട്ടെ, പലപ്പോഴും വീട്ടിൽ നടക്കുന്ന കലാപങ്ങൾ ഭർത്താവിനെ വല്ലാതെ വേദനിപ്പിക്കാറുണ്ടെന്നത് സത്യം മാത്രമാണ്.

ഓരോ വർഷം കഴിയുംതോറും പരസ്പരം വഴക്കടിക്കുകയും ഒരിക്കലും യോജിക്കാതിരിക്കുകയും ചെയ്യുന്ന പുത്രിമാരുടെ സ്വഭാവത്തിൽ അദ്ദേഹത്തിന്റെ മനം കൂടുതൽ നീറുന്നത് കാണുന്നു. സ്വന്തം മക്കളിൽ നിന്നും ഒളിച്ചോടിയാലോ എന്നുപോലും കരീം ചിന്തിച്ച ചില നിമിഷങ്ങളുണ്ടായിട്ടുണ്ട്.

കരീമിന് ഇങ്ങനെയൊരു ആശയം ആദ്യം മനസ്സിലുദിച്ചത് അമാനിയുമായി ബന്ധപ്പെട്ട ഒരു സംഭവത്തിന്റെ പശ്ചാത്തലത്തിലാണ്. അന്ന് തൈഫിലെ ഞങ്ങളുടെ വീട്ടിൽ അബ്ദുള്ളയും ഭാര്യയും അമാനിയും ഭർത്താവുമുണ്ടായിരുന്നു. വേനൽ വന്നാൽ സൗദി സർക്കാരും മിക്കവാറും അൽ സഊദ് കുടുംബവും റിയാദിന്റെ ചൂടിൽ നിന്നും ഒളിച്ചോടി തൈഫിലെ തണുപ്പ് തേടും.

വേനലായാൽ സഊദ് കുടുംബത്തിലുള്ളവർ റിയാദിലെ ചൂടിൽ നിന്നും ഓടിയൊളിച്ച് തൈഫിലെത്തും. അവിടെ ഇത്തിരി തണുപ്പുണ്ടാകും. സമുദ്രനിരപ്പിൽ നിന്നും 1800 മീറ്റർ ഉയരത്തിലുള്ള ഒരു പട്ടണമാണിത്. അതുകൊണ്ട് തന്നെ നല്ല കാലാവസ്ഥയാണ്. മുന്തിരി പോലുള്ള പഴവർഗ്ഗങ്ങൾക്കും തേനിനും പ്രസിദ്ധമാണിവിടം. കുട്ടിക്കാലം തൊട്ട് സൗദിയിലേ ചൂടുകാലം എല്ലാവർഷവും ചെലവഴിച്ചിട്ടുള്ളത് തൈഫിലാണ്. അങ്ങനെ ഞങ്ങൾ റിയാദിലെ ചൂടിൽ നിന്നും ജെദ്ദയിലെ ഉഷ്ണത്തിൽ നിന്നും രക്ഷ നേടുന്നു. റിയാദിനേക്കാൾ ചെറിയ പട്ടണമാണ് തൈഫ് എന്നതിനാലും ഈ അവധിക്കാലം ആനന്ദകരമാകുന്നു. സൗദിയുടെ സാംസ്കാരിക തലസ്ഥാനമായ തൈഫിൽ ഇന്ന് സ്ഥിരതാമസക്കാരായി അര ദശലക്ഷം പേരിൽ കൂടുതലുണ്ടാകില്ല. എന്നാൽ റിയാദിൽ ഇത് അഞ്ച് ദശലക്ഷത്തിലധികമാണ്.

അമാനി അതിഭക്തയാണെന്നതിനാൽ ഞങ്ങളോടൊപ്പമുള്ളപ്പോൾ ഞങ്ങളുടെയെല്ലാം ഓരോ ചെയ്തിയേയും സസൂക്ഷ്മം വീക്ഷിക്കുന്നുണ്ടാകുമെന്നും അതിനെയെല്ലാം മതത്തിന്റെ ചട്ടക്കൂടിൽ നിന്നുകൊണ്ടുള്ള വിമർശനങ്ങൾക്ക് വിധേയമാക്കുമെന്നും അറിയാം. ദിവസത്തിൽ അഞ്ച് നിസ്കാരം എന്നത് അമാനി ഒരിക്കലും മറക്കാറില്ല, മാറ്റി വയ്ക്കാറില്ല, ഒഴിവാക്കാറില്ല. സത്യത്തിൽ അമാനി ഇതിനുമപ്പുറത്തേക്ക് കടന്ന് ദിവസം എട്ട് നിസ്കാരം എന്നാക്കിയിരിക്കുന്നു. അള്ളാഹുവിനെ പ്രീതിപ്പെടുത്താനായിരിക്കണം അവളത് ചെയ്യുന്നത്. ഒരിക്കൽ ഞങ്ങളെല്ലാം ഒന്നിച്ച് തൈഫിലുണ്ടായിരുന്നപ്പോൾ രണ്ടു ദിവസം തുടർച്ചയായി അബ്ദുള്ള ഫജർ നിസ്കാരത്തിനെഴുന്നേറ്റില്ല എന്നവൾ ശ്രദ്ധിച്ചു. സൂര്യോദയത്തിനു മുമ്പുള്ള നിസ്കാരമാണിത്.

രണ്ടാം ദിവസമായപ്പോൾ അമാനിക്ക് തന്റെ അനിഷ്ടം മറച്ച് വയ്ക്കുവാനായില്ല. ഇരുപത്തിനാലു മണിക്കൂറായി അവൾ അത് പുറത്തുവിടാതെ സൂക്ഷിച്ചിരിക്കുകയായിരുന്നു. നിസ്കാരപ്പായയിൽ നിന്നും നിസ്കാരം പാതിയായപ്പോൾ, എഴുന്നേറ്റ് നേരെ ചെന്നത് അബ്ദുള്ളയുടെ മുറിയിലേക്ക്. ഉറക്കെ അബ്ദുള്ളയുടെ മുറിയുടെ വാതിലിൽ ഇടിക്കുവാൻ

തുടങ്ങി. “അബ്ദുള്ള... നാണമില്ലേ നിനക്ക്... നിസ്കാരം കഴിഞ്ഞ് പോരേ നിന്റെ ഉറക്കം...” അവൾ ഒച്ചവയ്ക്കുവാൻ തുടങ്ങി.

ഈ ബഹളമെന്തിനെന്ന് മനസ്സിലാകാതെ അബ്ദുള്ളയുടെ ഭാര്യ സൈൻ വാതിൽ തുറന്നു. വീട്ടിൽ എന്തോ അപകടം സംഭവിച്ചോ എന്നായിരുന്നു അവളുടെ ഭയം. കൊച്ചു സുൽത്താനയും ഒച്ച കേട്ട് ഞെട്ടിയെഴുന്നേറ്റ് കരയുവാനും തുടങ്ങി. അവളുടെ അമ്മയ്ക്ക് പെട്ടെന്ന് എന്തോ അസുഖമായിരിക്കുന്നു എന്നാണവൾ കരുതിയത്. പാതിയുറക്കത്തിൽ, പാതി വസ്ത്രം ധരിച്ച് അബ്ദുള്ള തന്റെ മെത്തവിട്ടെഴുന്നേറ്റ് വന്നു. എന്താണ് സംഭവിക്കുന്നത് എന്നതിനെക്കുറിച്ച് അവനൊന്നുമറിയില്ലായിരുന്നു. തന്റെ സഹോദരി പരിധി ലംഘിക്കുന്നു എന്ന് അവൻ ഉടൻ വിളംബരം ചെയ്തു. സാധാരണ നിലയിൽ കോപിഷ്ഠനാകാത്ത അബ്ദുള്ള വല്ലാതെ കുപിതനായി. തന്റെ ഇളയ സഹോദരിക്ക് നേരെ കയർക്കുവാൻ തുടങ്ങി. മുഖം ചുവന്ന് തുടുത്ത് “അമാനി... നിന്റെ നാക്ക് പുഴുത്ത് പോകട്ടെ” എന്ന് ആക്രോശിച്ചു. ഇത്രയും പറഞ്ഞ് തിരിഞ്ഞ് നിന്ന് വീണ്ടും “അമാനി നീ പ്രാർത്ഥിക്ക്... നിന്റെ വായിൽ ഒരു വണ്ട് വന്നിരിക്കാതിരിക്കാൻ പ്രാർത്ഥിക്ക്...” എന്നവസാനിപ്പിച്ചു.

പ്രത്യേകിച്ചും നിസ്കാര സമയങ്ങളിൽ, മുഖവും വായും കൈകളും കാൽപാദങ്ങളും വൃത്തിയോടെ സൂക്ഷിക്കണം എന്നത് മുസ്ലീം മതത്തിന്റെ നിഷ്കർഷയാണ്. അതിനാൽ തന്നെ അബ്ദുള്ളയുടെ രണ്ടാമത്തെ വാചകം അമാനിയെ അപമാനിക്കുന്നതിനു തുല്യമായി. ദീർഘകാലമായി സഹോദരിയുടെ ഇത്തരത്തിലുള്ള പീഡനം സഹിച്ചിരുന്ന മകൻ തുറന്നടിച്ചിരിക്കുന്നു.

ഇത്രയും പറഞ്ഞ് അബ്ദുള്ള മകളേയും ഭാര്യയേയും മുറിക്കകത്താക്കി വാതിലടച്ചു. വാതിലടയ്ക്കുന്നതിനു മുമ്പ് “അമാനി, എപ്പോഴും നിന്റെ ഭരണം നടക്കുമെന്ന് കരുതണ്ട” എന്ന് കൂട്ടിച്ചേർത്തത് ഞാൻ കേട്ടു.

അവന്റെ കോപം കണ്ടപ്പോൾ സത്യത്തിൽ സന്തോഷമാണ് തോന്നിയത്. സഹോദരിയുടെ മർക്കടമുഷ്ടിക്ക് മുന്നിൽ എപ്പോഴും അടിയറവ് പറയുന്നില്ലല്ലോ എന്ന സന്തോഷം.

മറ്റുള്ളവരുടെ വികാരങ്ങൾ മനസ്സിലാക്കുന്നതിൽ അമാനി എന്നും പരാജയപ്പെട്ടിരുന്നുവെങ്കിൽ സ്വന്തം കാര്യത്തിലേക്കെത്തുമ്പോൾ അവൾ അങ്ങനെയായിരുന്നില്ല. അവൾ വാവിട്ട് നിലവിളിക്കുവാൻ തുടങ്ങി. അവളുടെ അച്ഛന്റെയടുത്ത് പരാതിയുമായെത്തി. അബ്ദുള്ള യാതൊരു കാരണവുമില്ലാതെ തന്നെ അപമാനിച്ചു എന്നവൾ പ്രഖ്യാപിച്ചു. തന്റെ പ്രിയ സഹോദരനെ സ്വർഗ്ഗത്തിന്റെ പാതയിലേക്ക് നയിക്കുവാൻ ശ്രമിച്ചു എന്നൊരു കുറ്റം മാത്രമേ ചെയ്തിട്ടുള്ളൂ എന്നായിരുന്നു അവളുടെ പക്ഷം.

അച്ഛനെ അവളുടെ പക്ഷമാക്കുവാൻ അമാനി ശ്രമിക്കുന്നത് കണ്ടു. ഞാൻ അവളുടെ വാക്കുകൾ ശ്രദ്ധിച്ച് കേട്ടു. ഇത് അനുവദിക്കില്ലെന്ന് നേരത്തെ തീരുമാനിച്ചതായിരുന്നു. ബഹുമാനമാർജ്ജിക്കുവാൻ ഏറ്റവും ഉചിതമായ മാർഗ്ഗം സ്വയം വിശ്വാസമുണ്ടാകുക, എതിർപ്പുകളെ

ധൈര്യപൂർവ്വം നേരിടുക എന്നാണെന്റെ വിശ്വാസം. കാര്യങ്ങൾ വല്ലാതെ കൈവിട്ട അവസ്ഥയിലല്ലെങ്കിൽ എന്റെ സ്ത്രീസഹജ സ്വഭാവങ്ങളിൽ അഭയം തേടാറില്ല. കരയുകയോ പരാതിപ്പെടുകയോ ചെയ്യാറില്ല. തെറ്റ് സ്ത്രീകളും ചെയ്യാറുണ്ട് എന്നറിയാം. അമാനിയാകട്ടെ ഒന്നിൽ കൂടുതൽ തവണ ഇത് പ്രകടമാക്കുകയും ചെയ്തിരിക്കുന്നു.

മകൾ പറഞ്ഞതെല്ലാം കരീം ശ്രദ്ധിച്ച് കേട്ടു. എന്നാൽ അവൾ പറഞ്ഞത് അതുപോലെ വിശ്വസിക്കുവാൻ കരീമും തയ്യാറായില്ല. മുമ്പ് പലപ്പോഴും കരീമിന് അങ്ങനെയുള്ള അബദ്ധങ്ങൾ സംഭവിച്ചിട്ടുണ്ട്. "അബ്ദുള്ള ഇങ്ങനെ പൊട്ടിത്തെറിക്കുവാൻ കാരണമാക്കിയ നിന്റെ വാക്കുകളും പ്രവൃത്തികളും എന്തൊക്കെയായിരുന്നു എന്ന് ആദ്യം പറയ്."

അച്ഛൻ തന്റെ പക്ഷം ചേർന്ന് സഹോദരനെതിരെ തിരിയില്ലെന്ന് മനസ്സിലാക്കിയപ്പോൾ അമാനിക്ക് സത്യമായും കരച്ചിൽ വന്നു. രംഗം ശാന്തമാക്കുവാൻ കരീമിന് കുറച്ച് അദ്ധ്വാനിക്കേണ്ടി വന്നു. എന്നാൽ അതിനിടയിൽ ഒരിക്കൽ പോലും കരീം അബ്ദുള്ളയോട് ഇതിനെക്കുറിച്ച് ചോദിച്ചില്ല. അമാനിയുടേത് അധികവും കെട്ടുകഥകളാണെന്ന് കരീമിനും മനസ്സിലായിരുന്നു.

അമാനി തിരികെ നിസ്കാരപ്പായിലേക്ക് പോകുകയും പ്രാതലിന് ഒപ്പമുണ്ടാകാം എന്ന് അബ്ദുള്ള വാക്ക് നൽകുകയും ചെയ്തതിനു ശേഷം കരീം എന്നോട് മുറിയിലേക്ക് വരാൻ ആവശ്യപ്പെട്ടു. കരീം ക്ഷീണിതനായി തോന്നി. വാതിലടച്ച് കരീം എന്നോട് മന്ത്രിക്കുവാൻ തുടങ്ങി "ഞാൻ ഇവരുടെ ഇടയിൽ നിന്നും രക്ഷപ്പെട്ടെങ്കിലോ എന്നാലോചിക്കുകയാണ് സുൽത്താന... എന്നും വഴക്ക് മാത്രമായി ജീവിക്കുന്ന ഈ കുട്ടികളുടെ ഇടയിൽ നിന്നും നമുക്ക് രക്ഷപ്പെടാം."

കരീം പറഞ്ഞതിന്റെ പൊരുൾ എനിക്ക് മനസ്സിലായില്ല. "എന്താണുദ്ദേശിച്ചത് പ്രിയനേ...?"

"വിഷമിക്കണ്ട. വർഷത്തിൽ ഒരിക്കൽ നമുക്ക് കുട്ടികളെ കാണാം. ഫ്രാൻസിലേയോ മറ്റോ കടൽ തീരത്ത് എവിടെയെങ്കിലും വച്ച് ഒരു തവണ. വേണമെങ്കിൽ വർഷത്തിലൊരിക്കൽ അവരുമൊന്നിച്ച് ഒരു അവധിക്കാലവുമാകാം. ശേഷിച്ച ദിവസങ്ങളിൽ നമ്മൾ ഇരുവരും മാത്രം മതി. കുട്ടികൾ വേണ്ട. എന്നും വഴക്കടിച്ചുകൊണ്ടിരിക്കുന്ന ഈ കുട്ടികളുടെ ഇടയിൽ നിന്നും രക്ഷപ്പെട്ടേ പറ്റൂ." കരീമിന്റെ മുഖത്ത് ആശങ്കയുണ്ടായിരുന്നു. വളരെ ഗൗരവത്തോടെയാണ് പദ്ധതി അവതരിപ്പിക്കുന്നത്. "നിനക്ക് എവിടെ ജീവിക്കുവാനാണിഷ്ടം എന്ന് പറയ്. അങ്ങനെയുള്ള സ്ഥലങ്ങളുടെ ഒരു പട്ടികയുണ്ടാക്കാം. നമുക്ക് അവിടെ ഒരു വീട് വാങ്ങാം. എന്നാൽ ഇതൊന്നും കുട്ടികളറിയണ്ട."

ഭർത്താവിനോട് യാതൊരു ബഹുമാനക്കുറവുമില്ല. എന്നാൽ അദ്ദേഹത്തിന്റെ ഈ പദ്ധതി കേട്ടപ്പോൾ ചിരി അടക്കുവാനായില്ല. കുട്ടികൾ പലപ്പോഴും അനാവശ്യ രംഗങ്ങൾ സൃഷ്ടിക്കുന്നുണ്ടെങ്കിലും അവരിൽ നിന്ന് അകന്ന് നിൽക്കുവാൻ എനിക്കാകില്ല. ഏതാനും ആഴ്ചകളിലധികം

അവരെ കാണാതിരിക്കുവാനാകില്ല. എന്റെ കുട്ടികളേയും പേരക്കുട്ടികളേയും ഞാൻ ജീവനു തുല്യം സ്നേഹിക്കുന്നു. അതുകൊണ്ട് മാത്രം ഈ നിമിഷത്തിൽ കരീമിന്റെ തീരുമാനത്തിന് എതിരാകുമെന്ന് ഉറപ്പിച്ചു.

കരീമിനെ ആലിംഗനം ചെയ്തു. അദ്ദേഹം പരവശനാണെന്നു മനസ്സിലായി. അദ്ദേഹത്തെ ശാന്തനാക്കി. "പകൽക്കിനാവ് കാണുന്ന പ്രാണേശ്വരാ...എന്റെ ശരീരത്തിൽ നിങ്ങളെല്ലാം ഒരു വെളുത്ത തുണി പുതപ്പിക്കുന്ന അന്നുവരേക്കും ഞാൻ ഈ കുട്ടികളുടെ നാടകങ്ങളും കണ്ട് ജീവിച്ചോട്ടെ, അവർക്കിടയിലുണ്ടാകട്ടെ."

തീരുമാനത്തിനോട് കരീമിന് ഒട്ടും യോജിപ്പുണ്ടായിരുന്നില്ല. അതുകൊണ്ട് തന്നെ ദിവസങ്ങളോളം പിണങ്ങി നടക്കുകയും ചെയ്തു. ഇത് കണ്ട് ഇതിനുത്തരവാദി നിങ്ങൾ കുട്ടികളാണെന്ന് മക്കളോട് പറഞ്ഞു. അവരുടെ നിത്യേനയുള്ള വഴക്കുകൾ മൂലം അച്ഛൻ വല്ലാതെ പരവശനാണെന്ന് അറിയിച്ചു. ആ പരവശതമൂലം എല്ലാവരേയും ഉപേക്ഷിച്ച് പോയാലോ എന്ന് അദ്ദേഹം ചിന്തിച്ചു തുടങ്ങിയിരിക്കുന്നതായും അവരെ അറിയിച്ചു. ഇത് കാര്യങ്ങൾ സുഗമമാക്കി. പിന്നെ മാസങ്ങളോളം അമാനി നല്ല കുട്ടിയായി.

ഒരു വർഷം കഴിയും മുമ്പ് സഹോദരങ്ങൾ തമ്മിൽ വീണ്ടും വഴക്കുകൾ സാധാരണമായി. ഇത്തവണ രണ്ട് സഹോദരിമാർ തമ്മിലായിരുന്നു അധികവും. കുട്ടികളുടെ വഴക്കുകൾ മാതാപിതാക്കൾ എന്ന നിലയിൽ ഞങ്ങളെ ബുദ്ധിമുട്ടിക്കുന്നുണ്ട്. ഒരു സുനാമിക്ക് ശേഷം ഒന്നിനു പുറകെ ഒന്നായി ഭീകരമായ തിരമാലകൾ അലച്ച് കയറുന്നത് പോലെയാണിത്.

കുടുംബത്തിൽ ഉണ്ടാകുന്ന എല്ലാ പ്രശ്നങ്ങളുടേയും ഉത്തരവാദിത്വം കുട്ടികളുടെ തലയിൽ വച്ച് കെട്ടാനാകില്ല. ചിലപ്പോൾ മറ്റു ബന്ധുക്കളും ഇതിനു കാരണക്കാരാകാറുണ്ട്. അതുകൊണ്ടുതന്നെ എന്റെ ജീവിതത്തിൽ ഏറ്റവും നല്ല സായാഹ്നങ്ങളിൽ ഒന്നാകേണ്ടുന്ന ഒന്ന് കണ്ണീരിലവസാനിച്ചതിൽ അദ്ഭുതപ്പെടേണ്ടതുമില്ലല്ലോ.

ഈ സംഭവത്തിലെ കഥാപാത്രങ്ങൾ മകൾ മഹയും സഹോദരൻ അലിയുടെ മകൾ മെദീനയുമാണ്. ഞാൻ അനുഭവിച്ചിട്ടുള്ളതിൽവച്ച് ഏറ്റവും വിഷമകരമായ ഒന്നായിരുന്നു അവർ സൃഷ്ടിച്ചെടുത്തത്. ഈ സംഭവത്തിനു ശേഷം അലി ഞങ്ങളോട് കുപിതനാകുകയും അവന്റെ ശല്യം ഏത് നിമിഷവും പ്രതീക്ഷിക്കാമെന്ന ചിന്ത ഞങ്ങളിലുണ്ടാകുകയും ചെയ്തു.

എന്റെ വീട്ടിൽ വച്ചുണ്ടായ വിരുന്നിന്റെ മൂന്നാം ദിവസമാണീ സംഭവം. മഹ യൂറോപ്പിലേക്ക് തിരികെ പോകുവാൻ ഇനിയും ആഴ്ചകൾ അനവധി ബാക്കിയുണ്ട്. മഹയും അമാനിയും പരസ്പരം വഴക്കടിക്കില്ലെന്നും വഴക്കില്ലാതെ എന്നോടും എന്റെ ചേച്ചിമാരോടും ഒപ്പമിരുന്ന് അമ്മയുടെ ചിത്രം എവിടെ സ്ഥാപിക്കണം എന്ന ചർച്ചയിൽ പങ്കെടുക്കാമെന്നും സമ്മതിച്ചിരുന്നു.

ഞാനും ചേച്ചിമാരും ഞങ്ങളുടെ ഒമ്പത് പുത്രിമാരും ഒന്നിച്ച് ഈ ചർച്ചയ്ക്കായി ഒരു സമയം നിശ്ചയിച്ചു. ഒരു ദിവസം ഉച്ചകഴിഞ്ഞ് എല്ലാവരും ചായയ്ക്കായി ഒത്തുകൂടുമെന്നായിരുന്നു തീരുമാനം. അമ്മയെ ഓർക്കുവാനുള്ള ഒരു അവസരവും കൂടിയാകും ഇത് എന്നും തീരുമാനിച്ചിരുന്നു.

എല്ലാവരും പ്രതീക്ഷയോടെ നോക്കിയിരുന്ന ആ സായാഹ്നം വന്നെത്തി. ചേച്ചിമാരും മക്കളും നിശ്ചയിച്ച സമയത്തിനു മുമ്പേ എത്തിച്ചേർന്നു. അതുവരേക്കും ഞാൻ മുറിയുടെ ഒരു മേശയ്ക്ക് മുകളിൽ വച്ചിരുന്ന സ്വർണ്ണത്തിന്റെ ക്ലോക്കിൽ കണ്ണും നട്ട് "എല്ലാവരും സമയത്തിന് വന്നാൽ മതിയായിരുന്നു" എന്ന് ആശങ്കപ്പെട്ടിരിക്കുകയായിരുന്നു. (വിരുന്നുകളിൽ വൈകിയെത്തുന്നതിന് കുപ്രസിദ്ധരാണ് സൗദിക്കാർ. വിരുന്നിനു മാത്രമല്ല, ഏതൊരവസരത്തിലും അവർ കൃത്യനിഷ്ഠ പാലിക്കാറേയില്ല. വിദേശികൾ ഞങ്ങളുടെ ഈ സ്വഭാവത്തെക്കുറിച്ച് പരാതിപ്പെടാറുണ്ടെന്ന് കേട്ടിട്ടുണ്ട്.)

ഇടയ്ക്ക് വച്ച് സാറ മൊബൈൽ പരതി – "കുട്ടികളെ വിളിക്കാം."

തന്റെ കുട്ടികളെല്ലാം ഒന്നിച്ചാണ് വരുന്നത് എന്ന് സാറ പറഞ്ഞിരുന്നു. അവരുടെ ഏറ്റവും വിശ്വസ്തനായ ഒരു ഇന്തോനേഷ്യക്കാരൻ ഡ്രൈവറെയാണതിനവർ ചുമതലപ്പെടുത്തിയിരിക്കുന്നത്. അവളുടെ ഫോണിൽ നിന്നും കുട്ടികളുടെ സന്തോഷം കേൾക്കാനായി. സാറയുടെ പുത്രിമാർ എന്നും ചങ്ങാതികളാണ്, എപ്പോഴൊക്കെ ഒന്നിച്ചാകുവാൻ അവസരം ലഭിക്കുന്നുവോ അപ്പോഴൊക്കെ അവർ അത് ആഘോഷമാക്കുന്നു.

കുട്ടികളുടെ ബഹളത്തിനിടയിൽ സാറയുടെ മുഖം ചുളിയുന്നത് കണ്ടു. ഒന്ന് നിശ്വസിച്ചതിനു ശേഷം "അവർ ട്രാഫിക്കിൽ പെട്ടിരിക്കുന്നു."

റിയാദിൽ ട്രാഫിക്ക് തിരക്കുകൾ ഞങ്ങൾക്ക് ഓർമ്മവച്ച കാലം തൊട്ടേയുള്ളതാണ്. ഇത് സ്ഥായിയാണെന്നും ഇതിൽ നിന്നു മോചനമില്ലെന്നും ഒരു തോന്നൽ ഈയിടെയായി ഉണ്ടായി തുടങ്ങിയിരിക്കുന്നു. പ്രശ്നത്തിനൊരു പോംവഴി കാണാനായി പല കമ്മറ്റികൾക്കും രൂപം കൊടുത്തിട്ടുണ്ട്. അവർ നിരന്തരം ട്രാഫിക് നിയന്ത്രണങ്ങളെക്കുറിച്ച് പഠിച്ചുകൊണ്ടിരിക്കുന്നു. എന്നാൽ ഇപ്പോഴും ട്രാഫിക് പഴയത് പോലെ തന്നെ. അൽ സഊദ് കുടുംബാംഗങ്ങൾക്ക് പോലും ഈ ട്രാഫിക് തിരക്കുകളിൽ നിന്നും മോചിതരാകുവാനാകുന്നില്ല. ട്രാഫിക്കിൽ നിന്നും രക്ഷപ്പെട്ട് യാത്ര ചെയ്യണമെങ്കിൽ അയാൾ രാജാവാകണം, ചുരുങ്ങിയത് കിരീടാവകാശിയായ രാജകുമാരനെങ്കിലുമാകണം. അപ്പോൾ മാത്രമേ കട്ടപിടിച്ച് ട്രാഫിക്കിൽ നിന്നും ഇത്തിരി മോചനം ലഭിക്കുവാൻ അധികാരമുള്ളൂ.

"കുട്ടികളാണീ പ്രശ്നമെല്ലാമുണ്ടാക്കുന്നത് എന്നാണ് ആസാദിന്റെ അഭിപ്രായം" സാറ പറഞ്ഞ് തുടങ്ങി. "ഈ പ്രദേശത്ത് ഏറ്റവും കൂടുതൽ

റോഡ് അപകടങ്ങൾ ഉണ്ടാകുന്നത് നമ്മുടെ രാജ്യത്താണെന്ന് ഒരിക്കൽ തുർകി ബിൻ അബ്ദുള്ള ആസാദിനോട് പറയുകയുണ്ടായത്രെ."

"ശരിയായിരിക്കാം. നാലഞ്ച് തലമുറകൾക്കുള്ളിൽ നമ്മുടെ ഈ തല സ്ഥാനം ഒരു കൊച്ച് ഗ്രാമത്തിൽ നിന്നും ഒരു വലിയ പട്ടണമായില്ലേ. അങ്ങനെ ഇത്രപെട്ടെന്ന് വലിയ നഗരമായ ഗ്രാമങ്ങൾ അനവധിയുണ്ടാകില്ല. അതുകൊണ്ടായിരിക്കണം ഇങ്ങനെയുള്ള കണക്കുകൾ ഇവിടെ നിന്ന് വരുന്നത്."

സാറയുടെ മനസ്സിലും വാക്കുകളിലും പെട്ടെന്ന് ആസാദിൽ നിന്നും പകർന്ന് കിട്ടിയ വഴിയപകടങ്ങളുടെ കണക്കുകൾ നിറഞ്ഞു. അതുകൊണ്ട് അവൾ ഞാൻ പറയുന്നത് കേൾക്കുന്നുണ്ടായിരുന്നില്ല. "ഇതിലും കഷ്ടം എന്താണെന്നറിയോ സുൽത്താനാ... വഴിയപകടങ്ങളിൽ ഏറ്റവും കൂടുതൽ പേർ കൊല്ലപ്പെടുന്ന രാജ്യമാണ് നമ്മുടേതത്രെ. ഒരു രസത്തിന് വഴിയിലേക്ക് വണ്ടിയുമെടുത്തിറങ്ങുന്ന ചെറുപ്പക്കാരാണിതിൽ അധികവും കൊല്ലപ്പെടുന്നത്. അവർ ഇരുചക്രവാഹനമെടുത്ത് വഴിയിൽ അഭ്യാസങ്ങൾ കാണിക്കുന്നു. അത് വളരെയധികം ട്രാഫിക് പ്രശ്നങ്ങൾ ഉണ്ടാക്കുന്നുണ്ടത്രെ."

"തുർക്കിക്ക് എന്തായാലും ഇത്തരം കാര്യങ്ങളെക്കുറിച്ച് നല്ല അറിവുണ്ടാകാതിരിക്കുവാനാകില്ലല്ലോ." ഞാൻ യോജിച്ചു.

അബ്ദുള്ള രാജാവിന്റെ മക്കളിൽ ഒരാളാണ് തുർക്കി. റിയാദ് പ്രദേശത്തിന്റെ മന്ത്രിയാണദ്ദേഹം. അതിനാൽ ഇത്തരം കാര്യങ്ങൾ അദ്ദേഹം അറിഞ്ഞിരിക്കേണ്ടതുമാണ്. മാത്രമല്ല, യുവാക്കൾ വഴിയിൽ ഇരുചക്രവാഹനങ്ങളുമായി അഭ്യാസം നടത്തുന്നതിനെക്കുറിച്ച് ഞാനും വളരെയധികം കേട്ടിട്ടുണ്ട്.

"സൗദിയിലെ ആൺകുട്ടികളെല്ലാം വെറുതെയിരുന്ന് മുഷിയുകയാണ്. അതുകൊണ്ടാണീ വികൃതികൾക്ക് അവരിറങ്ങുന്നത്.' ഞാൻ ആധികാരികമായി പറഞ്ഞ് നിർത്തി. എന്നിട്ട് "അവർക്ക് ഇവിടെ ചെയ്യുവാനായി എന്ത് ജോലിയുണ്ട്?"

''അതെ. ഞാനും കുറേ കഥകൾ കേട്ടിരിക്കുന്നു." സാറ യോജിച്ചു.

"നമുക്ക് ഈ വിഷയം വിടാം. സന്തോഷകരമായ എന്തിനെക്കുറിച്ചെങ്കിലും സംസാരിക്കാം." മകന്റെ മൃതശരീരത്തിനു മുന്നിലിരുന്ന് കരയുന്ന സൗദി അമ്മയെക്കുറിച്ച് ചിന്തിക്കുവാനുള്ള മാനസികാവസ്ഥയിലല്ലായിരുന്നു അപ്പോൾ ഞാൻ. ആ കുട്ടികൾ സ്വഭാവദൂഷ്യങ്ങളൊന്നുമുള്ളവരായിരുന്നില്ല. അവർ വെറുതെയിരുന്ന് മുഷിഞ്ഞ് തങ്ങളുടെ വണ്ടിയുമെടുത്ത് പുറത്തിറങ്ങുന്നു. എന്നിട്ട് വഴിയിൽ അഭ്യാസങ്ങൾ കാണിക്കുന്നു. സ്വന്തം കുഴിമാടം കുഴിക്കുന്ന ജോലി എളുപ്പമാക്കുന്നു.

സംസാരം തുടരുന്നതിനു മുമ്പ് ഞാൻ വേലക്കാരികളിലൊരാളോട് ചായ കൊണ്ടുവരാൻ പറഞ്ഞു.

"നമുക്ക് അമ്മയെക്കുറിച്ച് സംസാരിക്കാം." എനിക്കാവേശമായി.

അത് സാറയ്ക്കും സന്തോഷം നൽകി. “അച്ഛന്റെ ആ വേലക്കാരൻ അമ്മയുടെ ചിത്രം കണ്ടെടുത്തത് നമ്മുടെ ഭാഗ്യമെന്ന് കരുതിയാൽ മതി.” സാറ പറഞ്ഞു.

“അതെ അതെ.” ഞാൻ സമ്മതിച്ചു.

അച്ഛന്റെ ശരീരഭാഷയിൽ നിന്നും അദ്ദേഹം ഇനി അധികനാൾ ഈ ലോകത്തുണ്ടാകില്ലെന്ന് ഞങ്ങൾക്കെല്ലാം മനസ്സിലാകുന്നുണ്ടായിരുന്നു. ആ വേലക്കാരൻ ഈ ചിത്രം കണ്ടെടുക്കുന്നതിനു മുമ്പാണ് അച്ഛൻ മരിച്ചുപോയതെങ്കിൽ അമ്മയുടെ ചിത്രം ഞങ്ങളൊന്നും കാണുകയില്ലായിരുന്നു.

“അമ്മ ഇത്രയ്ക്ക് സുന്ദരിയാണെന്ന് അന്നൊന്നും കരുതിയിരുന്നേയില്ല.” ഞാൻ പറഞ്ഞു. അമ്മയുടെ പത്ത് പുത്രിമാരിൽ സാറയ്ക്ക് മാത്രമേ അത്രയും സൗന്ദര്യമുള്ളൂ എന്ന് മനസ്സിൽ കരുതുകയും ചെയ്തു. എന്നാൽ അമ്മയുടെ ഹൃദയവിശാലത ഒരുപക്ഷേ പത്ത് പേർക്കും ഒരുപോലെ പകർന്ന് കിട്ടിയിട്ടുണ്ട്. ശരീരപ്രകൃതിയിൽ മരിച്ചുപോയ സഹോദരിമാർ രണ്ടു പേരും നൂറയും റീമയും കൂടുതൽ അച്ഛന്റെ സാദൃശ്യമുള്ളവരായിരുന്നു എന്ന് പറയാം.

സാറ ഒന്ന് ചിരിച്ചു. “നീ അന്ന് കുട്ടിയായിരുന്നു സുൽത്താനാ. അമ്മ മരിക്കാറാകുമ്പോഴുള്ള ഓർമ്മയല്ലേ നിനക്കുള്ളൂ. നിനക്കാകട്ടെ അപ്പോൾ എല്ലാവരും വൃദ്ധരാണെന്നാണ് തോന്നിയിരുന്നതും. അൽ സഉദ് കുടുംബത്തിലെ ഏറ്റവും സുന്ദരിമാരിൽ ഒരാളാണ് അമ്മ എന്ന് എന്നും എനിക്കറിയാമായിരുന്നു. അമ്മയുടെ ഈ സൗന്ദര്യം കുടുംബത്തിൽ ചർച്ചയായിരുന്നു എന്ന് പലരും എന്നോട് പറഞ്ഞിട്ടുണ്ട്.”

അമ്മയുടെ സൗന്ദര്യം ഓർത്തുകൊണ്ടു തന്നെ ഞങ്ങൾ ചായ കുടിച്ചു. അത്രയും പ്രശാന്തമായ സുന്ദരത ഞാനെങ്ങനെ കാണാതെ പോയി എന്നും ചിന്തിച്ചു. പതിനൊന്ന് പ്രസവിച്ചതിനു ശേഷവും എത്ര സ്ത്രീകൾ ഇങ്ങനെ സുന്ദരികളായി തന്നെയിരുന്നിട്ടുണ്ടാകും എന്നു ചോദിക്കുവാനായി വായ് തുറന്നപ്പോഴേക്കും വാതിൽക്കൽ മറ്റു ചേച്ചിമാരുടെ കലപില കേട്ടുതുടങ്ങി. ഞാനും സാറയും ഒന്നിച്ച് ചെന്ന് അവരെ എതിരേറ്റു. ജീവിതത്തിലെ ഏറ്റവും നല്ല ദിവസങ്ങളിൽ ഒന്നാണിന്ന്.

ഒരു വേലക്കാരിയെ വിളിച്ച് മഹയേയും അമാനിയേയും അവരുടെ മുറിയിൽനിന്നും തേടിപ്പിടിച്ച് കൊണ്ടുവരാനാവശ്യപ്പെട്ടു. അമാനി വിവാഹിതയും മഹ താമസം യൂറോപ്പിലേക്ക് മാറ്റുകയും ചെയ്തുവെങ്കിലും ഇപ്പോഴും അവരിരുവർക്കും ഞങ്ങളുടെ വീട്ടിൽ അവരുടേതായി വലിയ മുറികളുണ്ട്. അവർക്ക് എപ്പോൾ വേണമെങ്കിലും വരാനും അതുപയോഗിക്കുവാനുമുള്ള സൗകര്യത്തിനാണിത്. വീട്ടിലെ മുറി വേണ്ടെന്ന് വച്ചിരിക്കുന്നത് അബ്ദുള്ള മാത്രമാണ്. അബ്ദുള്ള സ്വന്തമായി പണിതീർത്ത വീട് ഞങ്ങളുടെ വീടിന് സമീപത്ത് തന്നെയാണ്. അതിനാൽ അവൻ സൗദിയിലുണ്ടെങ്കിൽ എന്നും വന്നു കാണും.

ഞാനും സാറയും ഒന്നിച്ച് സഹോദരിമാരേയും മക്കളേയും സ്വീകരിച്ചു. സാറയുടെ പുത്രിമാർ വളരെ സന്തോഷത്തിലായിരുന്നു, വലിയ ഒച്ചപ്പാടോടെയാണവർ അകത്തേക്ക് വന്നത്. റിയാദിലെ ട്രാഫിക്കിൽ നിന്നും ഞങ്ങൾ രക്ഷപ്പെട്ടേ എന്നും അവർ വിളിച്ച് കൂവി. ശബ്ദായമാനമായ ഈ ആഗമനം എല്ലാവർക്കും വളരെ ആനന്ദകരമായി.

അമാനിയും മഹയും അകത്തേക്ക് വരുന്നത് കണ്ടപ്പോൾ ആദ്യം അവരുടെ മാനസിക നില എങ്ങനെ എന്നാണ് ശ്രദ്ധിച്ചത്. അവരിരുവരും സന്തോഷത്തിലാണെന്നത് എന്നേയും സന്തോഷിപ്പിച്ചു. "ഇന്ന് എന്തായാലും നല്ലൊരു ദിവസമാകും." ഞാൻ സഹോദരിമാരോടും കുട്ടികളോടും ഉച്ചത്തിൽ പ്രഖ്യാപിച്ചു.

പിന്നെ റീമയുടെ മകൻ, മുഹമ്മദ് വരുന്നതും കാത്തിരുന്നു. അവനോടൊപ്പം അബ്ദുള്ളയുമുണ്ടാകും. അവരിരുവരും അരമണിക്കൂറിനുള്ളിൽ എത്തിച്ചേരുമെന്ന് അറിഞ്ഞു. എല്ലാം തിരക്കിട്ട് പൂർത്തിയാക്കാൻ താത്പര്യമില്ലായിരുന്നു. അതിനാൽ അവിടെ കൂടിയിരിക്കുന്ന പെണ്ണുങ്ങൾക്ക് ആ സമാഗമം ആഘോഷമാക്കി, വിശേഷങ്ങൾ പങ്കിട്ട് സമയം കൊല്ലാൻ അവസരമൊരുക്കി. അമ്മയുടെ ചിത്രം എവിടെ സ്ഥാപിച്ചാലും അതിന്റെ മേൽനോട്ടം അബ്ദുള്ളയും റീമയുടെ മകനും ചേർന്ന് നടത്തും എന്ന് തീരുമാനിച്ചിരുന്നു. ആ ചിത്രം ഇപ്പോൾ, താത്കാലികമായി മുറിയുടെ ഒരു മൂലയിൽ വച്ചിരിക്കുന്നു. പച്ചപട്ടുകൊണ്ട് പൊതിഞ്ഞാണത് അവിടെ സൂക്ഷിച്ചിരിക്കുന്നത്. ആ പട്ട് മാറ്റി അതിനെ എല്ലാവർക്കും കാണിക്കുന്ന ഒരു ചടങ്ങും മനസ്സിൽ കണ്ടിരുന്നു.

സംസാരം കൊടുമ്പിരികൊണ്ടിരിക്കുന്നതിനിടയിൽ ദുനിയ "ഇനി എനിക്ക് അമ്മയുടെ മുഖം എങ്ങനെയായിരുന്നു എന്നോർത്തെടുക്കാൻ ബുദ്ധിമുട്ടുണ്ടാകില്ലല്ലോ. അതിനു ഞാൻ അള്ളാഹുവിനോട് നന്ദി പറയുന്നു."

"സത്യം." ഞാൻ യോജിച്ചു. "ഞാനിനി മണിക്കൂറുകളോളം ഈ ചിത്രത്തിൽ കണ്ണുനട്ട് അമ്മയുടെ സൗന്ദര്യം ആസ്വദിച്ചിരിക്കും. അമ്മയെക്കുറിച്ച് പല ഓർമ്മകളും നമ്മിലെത്തിക്കുവാൻ ഇത് സഹായിക്കും."

പെട്ടെന്ന് അലിയുടെ മൂന്നാം ഭാര്യയിലെ പുത്രി മെദീന വിചിത്രമായ ഒരു ശബ്ദമുണ്ടാക്കി. അവൾക്ക് ശ്വാസംമുട്ടിയിട്ടുണ്ടാകുമോ എന്നു ഭയന്നു. ശ്രദ്ധ അവളിലേക്ക് തിരിഞ്ഞു. അവൾക്ക് അവളുടെ അച്ഛമ്മയുടെ ചിത്രം കണ്ടപ്പോൾ മനസ്സിൽ വികാരങ്ങളുടെ വേലിയേറ്റമുണ്ടായിക്കാണും എന്നാണ് കരുതിയത്. മെദീന വളരെ കുറച്ച് തവണ മാത്രമേ ഇങ്ങനെയുള്ള സംഗമങ്ങളിൽ വന്ന് ചേർന്നിട്ടുള്ളൂ. എന്നേയോ മക്കളേയോ അത്രയ്ക്ക് ഇഷ്ടമൊന്നും അവൾക്കില്ലെന്ന് കുട്ടിക്കാലം തൊട്ടേ പ്രഖ്യാപിച്ചിരുന്ന മരുമക്കളിൽ ഒരാളായിരുന്നു മെദീന. അവളുടെ അച്ഛൻ എനിക്കെതിരെ പുറപ്പെടുവിച്ചിരുന്ന ആരോപണങ്ങൾ എല്ലാം അവളും വിശ്വസിച്ചിരിക്കും എന്ന് വിശ്വസിച്ചു.

അങ്ങനെയാകുന്നതിൽ അദ്ഭുതപ്പെടേണ്ടതുമില്ലല്ലോ. മിക്ക മനുഷ്യരും അവരെ കുട്ടിക്കാലം തൊട്ട് എന്ത് ചൊല്ലിപഠിപ്പിക്കുന്നുവോ അതാണ് സത്യമെന്ന് കരുതുന്നവരല്ലേ? അതുകൊണ്ട് തന്നെ എനിക്ക് മെദീനയോട് വിദ്വേഷമൊന്നും തോന്നാറുമില്ല. പകരം ആ വിദ്വേഷം ഇതിന് കുറ്റക്കാരനായ അലിക്ക് നേരെ തിരിച്ചു വിടുന്നു.

ഈ കുടുംബസമാഗമത്തിലേക്ക് മെദീന എത്തിയത് അദ്ഭുതപ്പെടുത്തി എന്നതും സത്യമാണ്. അവൾക്ക് പക്വത വന്നിരിക്കുന്നുവെന്നും എന്നോടും മറ്റു കുടുംബാംഗങ്ങളോടും സൗഹൃദം സ്ഥാപിക്കാൻ അവൾ കരുതുന്നുവെന്നും അതിനാലാണ് അവളിവിടെ എത്തിയിരിക്കുന്നതെന്നും കരുതി. അതിൽ സന്തോഷിക്കുകയും ചെയ്തു.

ഞാനിതൊക്കെ ചിന്തിച്ചിരിക്കുന്നതിനിടയിൽ മെദീന ചാടിയെഴുന്നേറ്റു. അവൾ അമ്മയുടെ ചിത്രമിരുന്നിടത്തേക്ക് നടക്കുന്നത് കണ്ട് ഞങ്ങളെല്ലാം ആശ്ചര്യപ്പെട്ടു. ആ ചിത്രം അപ്പോഴും പച്ചപ്പട്ടിൽ പൊതിഞ്ഞ് വച്ചിരിക്കുകയായിരുന്നു. അവൾ ആ പട്ട് വലിച്ച് മാറ്റി. പിന്നെ ഞങ്ങളെയെല്ലാം ആശ്ചര്യത്തിന്റെ കൊടുമുടിയിലെത്തിച്ച് എന്നെ തുറിച്ചു നോക്കി "ഈ ചിത്രം ഉടൻ ഞങ്ങളുടെ കൊട്ടാരത്തിലെത്തും. അച്ഛൻ പറയുന്നത് ഇത് ഞങ്ങളുടേതാണെന്നാണ്. അച്ഛമ്മയുടെ ഏകമകന്റെ വീട്ടിലാണീ ചിത്രമിരിക്കേണ്ടത്" എന്നാക്രോശിച്ചു.

എന്റെ ശരീരം വിറയ്ക്കുവാൻ തുടങ്ങി. എന്തു പറയണമെന്നറിയാതെ സ്തബ്ധയായി. മെദീനയുടേത് അവളുടെ അച്ഛന്റെ അതേ ശരീരപ്രകൃതിയാണ്. അവൾ എന്നോട് ആക്രോശിച്ചപ്പോൾ കണ്ണുകളിൽ ഭീഷണിയുണ്ടായിരുന്നു. അലി കോപിഷ്ഠനാകുമ്പോൾ മുഖഭാവം എങ്ങനെയാകുമോ അതുപോലെ തന്നെയായിരുന്നു ഇപ്പോൾ മെദീനയുടേത്.

മെദീനയുടെ ഭാവമാറ്റം കണ്ട് സാറ ചാടിയെഴുന്നേറ്റു. അവൾ, പതിവിനു വിപരീതമായി കുറച്ചുച്ചത്തിൽ സംസാരിക്കുവാൻ തുടങ്ങി. അവൾ അങ്ങനെ, അത്രയുച്ചത്തിൽ സംസാരിക്കുന്നത് വളരെ അപൂർവ്വമായേ ഞങ്ങളെല്ലാം കേട്ടിട്ടുള്ളൂ. "വായടയ്ക്ക് മെദീന. ഇനി സംസാരിക്കരുത്." എന്ന് മാത്രമേ സാറ പറഞ്ഞുള്ളൂ.

ഞാനപ്പോൾ ശ്രദ്ധിച്ചത് മെദീനയുടെ വലിയ കൂർത്ത പല്ലുകളായിരുന്നു. ഞാൻ ഉച്ചത്തിൽ നിശ്വസിച്ചു.

"പറ്റില്ല അമ്മായി." മെദീനയും സ്വരം കടുപ്പിച്ചു. സാറയോട് ഞങ്ങളുടെ വീട്ടിലെ ആരും അങ്ങനെ ഇതുവരേക്കും സംസാരിച്ചിട്ടില്ല. "എന്റെ അച്ഛനെ പ്രതിനിധീകരിച്ചാണിന്ന് ഞാനിവിടെ വന്നിരിക്കുന്നത്. ഈ ചിത്രത്തിന്റെ യഥാർത്ഥ ഉടമ എന്റെ അച്ഛനാണ്. സഹോദരിമാരുടെയെല്ലാം രക്ഷാധികാരി എന്റെ അച്ഛനാണ്. വീട്ടിലെ ഏക ആൺതരിയും അച്ഛനാണ്. ഈ ചിത്രം അച്ഛൻ അച്ഛന്റെ കൊട്ടാരത്തിൽ സൂക്ഷിക്കും. ഇതൊന്ന് കാണാനായി എല്ലാ വർഷവും അച്ഛൻ സഹോദരിമാരെയെല്ലാം ക്ഷണിക്കും."

മെദീന വീണ്ടും ഞങ്ങളെ അദ്ഭുതപ്പെടുത്തി. നല്ല കായികക്ഷമത യുള്ള പെൺകുട്ടിയാണവൾ. തന്റെ സാഹോദരന്മാരെവരെ അവൾ ശാരീരികമായി ആക്രമിക്കാറുണ്ടായിരുന്നു എന്ന് കേട്ടറിവുണ്ട്. അവൾ അമ്മയുടെ ചിത്രമെടുത്ത് ഒരു നിമിഷാർദ്ധത്തിനുള്ളിൽ മുറിക്ക് വെളി യിൽ കടന്നു. ചിത്രം അവളപ്പോൾ തലയ്ക്ക് മീതെ ഉയർത്തിപ്പിടിച്ചിരി ക്കുകയായിരുന്നു.

"അവളതും കൊണ്ട് ഓടിപ്പോകുന്നു. എന്തെങ്കിലും പെട്ടെന്ന് ചെയ്യണം." എന്റെ മരുമക്കളിൽ ഒരാൾ ശബ്ദമിട്ടു.

ഞങ്ങളെല്ലാം ഒന്നിച്ച് കരഞ്ഞു. ഞാൻ വീട്ടിൽ അപായമറിയിക്കുവാ നായി സ്ഥാപിച്ചിരിക്കുന്ന അലാം അമർത്തി. അതിന്റെ ശബ്ദം കുറച്ച് ദൂരെവരെ കേൾക്കാം. എന്നാൽ ഞങ്ങളുടെ കണ്ണ് വെട്ടിച്ച് അപ്പോഴേക്കും മെദീന പുറത്ത് കടന്നിരുന്നു.

ഞാൻ അവൾക്ക് പുറകെയോടി. എന്നേക്കാൾ വേഗത്തിലോടാനാ കുന്ന മഹ എന്നെക്കടന്ന് അവൾക്ക് പുറകിലെത്തി. എനിക്ക് പുറകെ വീട്ടിലുണ്ടായിരുന്ന പെണ്ണുങ്ങളെല്ലാമെത്തി. കാര്യങ്ങൾ പെട്ടെന്നാണ് നീങ്ങിയിരുന്നത്. അടുത്ത നിമിഷത്തിൽ അതിഭീതിയിലാക്കിയ ഒരു കാഴ്ച കണ്ടു. എന്റെ മകളും മെദീനയും തമ്മിൽ ദ്വന്ദ്വയുദ്ധമാരംഭിച്ചിരി ക്കുന്നു!

ഈ യുദ്ധത്തിനിടയിൽ അവർ അമ്മയുടെ ചിത്രം കേട് വരുത്തുമോ എന്ന് ഞാൻ ഭയന്നു. "മഹ...ചിത്രം കേട് വരുത്തരുത്."

മഹ എന്റെ മുന്നറിയിപ്പ് കേട്ടു. അവൾ മെദീനയുടെ കഴുത്തിൽ മുറുക്കിയിരുന്ന കൈ ഒന്നയച്ചു. അല്ലെങ്കിൽ ആ ചിത്രം ഞങ്ങളുടെ മുറ്റത്തെ കല്ലിൽ വീണുടയുമായിരുന്നു. ഈ അവസരം മുതലെടുത്ത് മെദീന ചിത്രവും കൊണ്ട് അവളുടെ അച്ഛന്റെ പുതിയ റോൾസ് റോയി സിന്റെ പുറകിലെ സീറ്റിൽ ചാടിക്കയറി.

എപ്പോൾ വേണമെങ്കിലും അവിടെ നിന്ന് രക്ഷപ്പെടേണ്ടി വരുമെന്നും അതിനായി വണ്ടി സ്റ്റാർട്ട് ചെയ്ത് നിർത്തണമെന്നും അവൾ ഡ്രൈവ റോട് ചട്ടം കെട്ടിയിരുന്നു. അതുകൊണ്ട് തന്നെ അലിയുടെ ഡ്രൈവർ സാധാരണ വണ്ടി പാർക്ക് ചെയ്യുന്നിടത്തല്ല അന്ന് വണ്ടി നിർത്തിയിരു ന്നത്. വണ്ടിയുടെ എഞ്ചിൻ പ്രവർത്തിക്കുന്ന ശബ്ദം കേട്ടു. മെദീന അപ്പോ ഴേക്കും വണ്ടിക്കകത്തേക്കെത്തിയിരുന്നു. വണ്ടി അനങ്ങി. ആദ്യം മെല്ലെ, പിന്നെ നിമിഷാർദ്ധത്തിനുള്ളിൽ വഴിയിലേക്ക്. വണ്ടിയുടെ വാതിലിൽ കയറിപ്പിടിക്കുവാൻ മഹ ഒരു ശ്രമം നടത്തുന്നത് കണ്ട് എന്റെ ഹൃദയം ഒരു നിമിഷം നിലച്ചു പോയി. അവൾക്ക് അതിനായില്ല എന്നതിൽ അപ്പോൾ സന്തോഷം തോന്നി. അവളതിൽ കയറിപ്പിടിക്കുകയും കാലു തെറ്റി വീഴുകയും എന്തെങ്കിലും അപകടം സംഭവിക്കുകയുമായിരുന്നെ ങ്കിൽ അത് എന്നെ എത്ര വേദനിപ്പിക്കുമായിരുന്നു എന്നു പറയേണ്ടതി ല്ലല്ലോ. അങ്ങനെ സംഭവിക്കാത്തതിന് ഞാനപ്പോൾ തന്നെ അള്ളാഹു വിനോട് നന്ദി പറഞ്ഞു.

ഏതാനും നിമിഷം മുമ്പ് വരെ ചിന്തിക്കാനാകാത്ത ഒരു സംഭവം നടന്നിരിക്കുന്നു. അമ്മയുടെ അമൂല്യചിത്രവുമായി ആ വണ്ടി കണ്ണിൽ നിന്നും മറഞ്ഞിരിക്കുന്നു.

ഈ ഭീകരദൃശ്യം കൊണ്ട് മതിയായില്ല എന്ന മട്ടിൽ ഞങ്ങൾ മുറ്റത്ത് ഒത്തുകൂടി. പെട്ടെന്ന് മഹ എന്റെ സഹോദരിമാരിൽ ഒരുവളുടെ മെഴ് സിഡസ് കാറിനടുത്തേക്കോടി. അതിന്റെ ഡ്രൈവിങ്ങ് സീറ്റിൽ ചാടിക്കയറി. ഡ്രൈവർമാരിൽ മിക്കവരും അപ്പോൾ വിശ്രമിക്കുകയായിരുന്നു. അവർ പുറത്ത് തോട്ടത്തിലിരുന്ന് ചായ കുടിക്കുകയായിരുന്നു. അതുകൊണ്ട് തന്നെ അവിടെ മകളെ തടയുവാൻ ആരുമുണ്ടായില്ല. വീടിന്റെ ഗേറ്റിനകത്താകയാൽ ഡ്രൈവർമാരിൽ മിക്കവരും വണ്ടിയുടെ ചാവി വണ്ടിയിൽ തന്നെ വച്ച് പോയിരുന്നു.

സാറയുടെ പുത്രിമാരിൽ ഒരാൾ നിലവിളിക്കുവാൻ തുടങ്ങി "ഇതാ മഹ വണ്ടിയെടുത്ത് പോകുന്നു."

ഞാൻ കൈകൊണ്ട് വായ് പൊത്തിപ്പിടിച്ചു. എന്തു ചെയ്യണമെന്നാറിയാത്ത അവസ്ഥയിലായി. ശബ്ദം പുറത്ത് വരുന്നില്ല.

അമാനി എന്റെ സമീപത്തെത്തി. "ഞാൻ അച്ഛനെ വിളിക്കാം."

കണ്ണടയ്ക്കുന്നതിനു മുമ്പ് ഞാൻ കണ്ട ഏറ്റവും ഭീകരമായ കാഴ്ച, സൗദിയിൽ സ്ത്രീകൾക്ക് വിലക്കപ്പെട്ട കാര്യം, വണ്ടിയോടിക്കുക എന്നത്, മഹ ചെയ്യുന്നതാണ്. അതും ആവശ്യത്തിലധികം വേഗത്തിൽ.

"വല്ലാത്ത സ്പീഡിലാണവൾ പോകുന്നത്. ഇങ്ങനെ പോയാൽ എന്തിലെങ്കിലുമിടിക്കാൻ സാധ്യതയുണ്ട്." ദുനിയ നിലവിളിച്ചു.

"ഇല്ല. അവൾ നല്ല ഡ്രൈവറാണ്." സാറ പിറുപിറുത്തു. "അവൾക്ക് ഒന്നിനേയും ഭയമില്ല. അവൾ മെദീനയെ പിടികൂടി, അമ്മയുടെ ചിത്രവുമായി തിരികെ വരും."

കരീം ഓഫീസിൽ നിന്നുമിറങ്ങി അലിയുടെ വീട്ടിലേക്ക് തിരിച്ചിരിക്കുന്നു എന്ന ശുഭവാർത്തയുമായി അപ്പോഴേക്കും അമാനി വീണ്ടും എന്റെ സമീപത്തെത്തി. അലിയുടെ കൊട്ടാരം ഞങ്ങളുടേതിൽ നിന്നും അധികം ദൂരെയല്ല. ഞാൻ ഒന്ന് ആശ്വസിച്ചു. ഈ ദുരന്തം ശുഭപര്യവസായിയായി കലാശിക്കുവാൻ കരീം വേണ്ടത് ചെയ്യും എന്നെനിക്ക് തോന്നി.

സഹോദരിമാരോടും അവരുടെ മക്കളോടും ഇപ്പോൾ നിങ്ങളെല്ലാം തിരികെ പോകുന്നതാണ് നല്ലതെന്നും അമ്മയുടെ ചിത്രം തിരികെ ലഭിച്ചാലുടൻ നമ്മളെല്ലാം വീണ്ടും ഒത്തുചേരുമെന്നും സാറ ഉപദേശിക്കുന്നത് കേട്ടു. അപ്പോൾ എല്ലാവരും ഒന്നിച്ച് ആഘോഷപൂർവ്വം അത് യഥാസ്ഥാനത്ത് സ്ഥാപിക്കും എന്നും പറയുന്നുണ്ടായിരുന്നു.

ആ അവസരത്തിൽ സഹോദരനോ മക്കളോ കൊട്ടാരവളപ്പിൽ പ്രവേശിക്കാതിരിക്കുവാൻ സുരക്ഷാഭടന്മാരെ നിയോഗിക്കും എന്ന് പറയുന്നതിൽ നിന്നും ഞാൻ എന്നെ വിലക്കി.

ഈ സമയത്താണ് അബ്ദുള്ളയും മുഹമ്മദും എത്തിച്ചേർന്നത്. അവരെ സ്വീകരിക്കുവാനാണ് ഞങ്ങളെല്ലാം മുറ്റത്ത് ഒത്തുകൂടിയിരിക്കുന്നത് എന്നാണ് അവർ കരുതിയത്. എന്നാൽ ഞങ്ങളുടെ കരച്ചിലും കണ്ണീരും കണ്ടപ്പോൾ അവരും അന്ധാളിച്ചു. നടന്നതെല്ലാം അവരോട് പറഞ്ഞു. ഇത് ഭീതിജനകം എന്നൊരു ഭാവം അവരുടെ മുഖത്ത് വന്നെങ്കിലും ഇതിനെതിരെ പടപൊരുതുവാനുള്ള നിശ്ചയദാർഢ്യം അവരിരുവരും പെട്ടെന്നെടുത്തു. അവർ അവരുടെ വണ്ടി ലക്ഷ്യമാക്കി ഓടി. വണ്ടി ഞങ്ങളെ കടന്ന് പോയപ്പോൾ "വിഷമിക്കേണ്ട, അലിയുടെ വീടിനടുത്ത് വച്ച് ഞങ്ങൾ അച്ഛനോടൊപ്പം ചേർന്ന് കൊള്ളാം. മുത്തശ്ശിയുടെ ചിത്രം ഞങ്ങൾ കൊണ്ടുവരും" എന്ന് അബ്ദുള്ള തല പുറത്തേക്കിട്ട് വിളിച്ച് പറഞ്ഞു.

അബ്ദുള്ളയെ ഈ യുദ്ധത്തിലെക്കെറിഞ്ഞുകൊടുക്കുന്നത് അത്ര നന്നായിരിക്കില്ല എന്ന് മനസ്സെന്നോട് പറയുന്നുണ്ടായിരുന്നുവെങ്കിലും എന്തെങ്കിലും പറയുവാനോ ചെയ്യുവാനോ ആകും മുമ്പേ അവന്റെ വണ്ടി പുറത്തേക്കെത്തിക്കഴിഞ്ഞിരുന്നു.

അപ്പോഴേക്കും വീട്ടിലെ വേലക്കാരും ഡ്രൈവർമാരുമെല്ലാം അവിടെ ഒത്തുകൂടി. അവരും ഭയന്നിരിക്കുന്നു. ഞാനും സാറയും അവരെ സമാധാനിപ്പിക്കുവാൻ തുടങ്ങി. ഞങ്ങളുടെ ഉച്ചത്തിലുള്ള കരച്ചിൽ കേട്ടാണവർ ഭയന്നിരിക്കുന്നത്. ചുറ്റിലും എല്ലാം അലങ്കോലപ്പെട്ട് കിടക്കുന്നു. ഡ്രൈവർമാരും വേലക്കാരും ഒച്ചവയ്ക്കുന്നു. വേലക്കാരികൾ കരയുന്നു. അവരിൽ ചിലർ രാജാവ് മരിച്ചു പോയി എന്ന് കരുതിയിരിക്കുന്നു. മറ്റുള്ളവരാകട്ടെ രാജ്യത്തിനു നേരെ എന്തോ ആക്രമണമുണ്ടായിരിക്കുന്നു എന്നും കരുതി.

ദേശീയ ദുരന്തങ്ങൾ ഒന്നുമുണ്ടായിട്ടില്ലെന്ന് അവർക്ക് മനസ്സിലാകുവാൻ ഏതാനും നിമിഷങ്ങളെടുത്തു. ഇതൊരു കുടുംബപ്രശ്നമാണെന്നും പെട്ടെന്ന് എന്തെങ്കിലും ചെയ്യേണ്ട ഒന്നാണെന്നും അവർക്ക് മനസ്സിലായി.

ഞങ്ങൾ കൊട്ടാരത്തിനകത്തേക്ക് കയറി. എന്തെങ്കിലും വാർത്ത എവിടെനിന്നെങ്കിലും വരുന്നതിനായി കാത്തിരുന്നു. അതിനായി വളരെയധികം സമയം കാത്തിരുന്നോ എന്ന് അദ്ഭുതപ്പെട്ടു.

അവസാനം ഞങ്ങളുടെ പ്രിയപ്പെട്ടവരെല്ലാം എത്തിച്ചേർന്നു. എന്നാൽ എല്ലാം ശുഭമായിരുന്നില്ല എന്ന് ആദ്യനോട്ടത്തിൽ ഞങ്ങൾക്ക് തോന്നി. കരീമും അബ്ദുള്ളയും മഹയും വണ്ടിയിൽ നിന്നിറങ്ങിയപ്പോൾ അമാനി ഭയം കൊണ്ട് നിലവിളിച്ചു. അവരുടെ ശരീരത്തിൽ രക്തം പുരണ്ടിരിക്കുന്നു. അപ്പോൾ ഞങ്ങൾ കണ്ട രംഗം അതാണ്. അവരുടെ മുഖത്തുനിന്നും കൈകളിൽ നിന്നും രക്തം പോലെയുള്ളതെന്തോ ഒഴുകി വീഴുന്നു. കാർ അപകടത്തിൽ പെട്ടിരിക്കുമോ എന്നായിരുന്നു ആദ്യ ചിന്ത. എനിക്ക് നിന്നിടത്തുനിന്ന് അനങ്ങാൻ പറ്റാതായി. അതിലുമുപരിയായി കാലുകൾക്ക് ശരീരത്തെ താങ്ങിനിർത്തുവാനുള്ള കരുത്ത് നഷ്ടപ്പെടുന്നത് അറിഞ്ഞു. ഞാൻ വല്ലാതെ ഭയന്നിരിക്കുന്നു!

ഒരുവിധത്തിൽ അവർക്ക് നേരെ നോക്കി നിന്നു. ഇവരിൽ ആർക്കാണ് കൂടുതൽ പരിക്ക്? ഞാൻ കരീമിനെ നോക്കി. എന്ത് പറയണമെന്നറിയാതെ നിൽക്കുകയാണ് കരീം. "എന്ത് പറ്റീ..." ഞാൻ വിക്കി.

കരീം ശ്വാസത്തിനായി ബുദ്ധിമുട്ടുന്നത് അറിഞ്ഞു. എന്നാലും കരീം കൈകൾ നീട്ടി. കരീമിന്റെ കൈത്തലം കാണാറായി. അതും ചുവന്നിരിക്കുന്നു.

സാറയും ഭയന്നിരിക്കുന്നു. "എന്ത് പറ്റീ എന്ന് പറയൂ."

"അച്ഛാ...പരിക്കെന്തെങ്കിലും പറ്റിയോ.." അമാനി നിലവിളിക്കുവാൻ തുടങ്ങി.

"ഇല്ല. ഞങ്ങൾക്കാർക്കും ഒരു പരിക്കുമില്ല." അവസാനം കരീം പറഞ്ഞൊപ്പിച്ചു.

അത് കേട്ടപ്പോൾ എന്റെ ആശയക്കുഴപ്പം വർദ്ധിച്ചു. ഞാൻ അബ്ദുള്ളയെ ചൂണ്ടി "പിന്നെ ഈ ചോര എവിടെനിന്ന് വന്നു?"

ഇവർ മൂന്ന് പേരും കൂടി മെദീനയെ അപായപ്പെടുത്തിയോ, അവൾക്ക് പരിക്കേല്പിച്ചോ എന്നായിരുന്നു അടുത്ത ഭയം. അതല്ലെങ്കിൽ ഇവർ അലിയെ ആക്രമിച്ചിട്ടുണ്ടാകും എന്ന്. അന്യായങ്ങൾക്കെതിരെ പട പൊരുതുന്നവളാണെങ്കിലും കുട്ടികളെ പിച്ചുകയും അവരുടെ ചെവി പിടിച്ച് തിരിക്കുകയുമെല്ലാം ചെയ്തിട്ടുണ്ടെങ്കിലും ഒരിക്കലും അക്രമം ചെയ്യരുത് എന്ന അഭിപ്രായക്കാരിയാണ് ഞാൻ.

മഹ അടിമുതൽ മുടിവരെ ആ ചുവന്ന വെള്ളത്തിൽ മുങ്ങിയിട്ടുണ്ട്. അവളാണവസാനം കാര്യങ്ങൾ പറഞ്ഞത്. "ഇത് രക്തമല്ല അമ്മേ. ഇത് ചുവന്ന ചായമാണ്. അമ്മയുടെ പ്രിയ ജ്യേഷ്ഠനും അയാളുടെ ആ ചെകുത്താൻ മകളും പിന്നെ അനേകം പുത്രന്മാരും ചേർന്ന് ഞങ്ങളെ ഈ ചായത്തിൽ മുക്കി."

അവൾ പറഞ്ഞത് പെട്ടെന്ന് മനസ്സിലായില്ല. "പെയിന്റോ" ഞാൻ ചോദിച്ചു.

അബ്ദുള്ള വിശദീകരിച്ചു. "അതെ അമ്മേ. ഞങ്ങളെത്തിയപ്പോഴേക്കും മഹ മെദീനയിൽ നിന്നും ചിത്രം പിടിച്ച് വാങ്ങിക്കഴിഞ്ഞിരുന്നു. ഞങ്ങൾ ഉടൻ തന്നെ ചിത്രം അച്ഛന്റെ വണ്ടിയിൽ ഒളിപ്പിച്ചു. പ്രശ്നം അവസാനിച്ചല്ലോ എന്നു കരുതി മുഹമ്മദ് പിരിഞ്ഞുപോയി. ഞങ്ങൾ മൂന്നു പേരും കൂടി അവിടെ നിന്ന് ദുനിയവല്യമ്മയുടെ കാർ എങ്ങനെ തിരികെ കൊണ്ട് വരാം എന്നു ചർച്ച ചെയ്യുകയായിരുന്നു. മഹയെക്കൊണ്ട് അതോടിപ്പിക്കുവാനാകില്ലല്ലോ. ആ സമയത്ത് ഒരു പറ്റം കള്ളന്മാർ കുറ്റിക്കാട്ടിൽ നിന്നും പ്രത്യക്ഷപ്പെട്ടു. അവർ ഞങ്ങളിരിക്കുന്നിടത്തേക്കെത്തി ഞങ്ങളുടെ ശരീരത്തിലേക്ക് ഈ ചായമൊഴിച്ചു."

ഇങ്ങനെയൊരു രംഗം ഊഹിക്കുവാൻ പോലുമാകുന്നില്ല. ഒന്നും മിണ്ടാനാകാതെ ഞാൻ കുറച്ച് നേരമിരുന്നു.

പെയിന്റുകളെക്കുറിച്ച് നല്ല അറിവുള്ളവളാണ് സാറ. വീടിന്റെ ചുമരുകളിൽ ചായമടിക്കുവാൻ ഉപയോഗിക്കുന്നവയെക്കുറിച്ച് വരെ അവൾക്കറിയാം. ഒന്നാലോചിച്ച് അവൾ 'ഇത് വാട്ടർ ബെയ്സ്ഡ് പെയ്ന്റ് ആണോ?" എന്ന്.

സാറയുടെ ഈ ചോദ്യം ഞങ്ങൾ ആസ്വദിച്ചു. പെട്ടെന്ന് ഞങ്ങളെല്ലാം പൊട്ടിച്ചിരിച്ചു.

"വാട്ടർ ബെയ്സ്ഡ്?" അബ്ദുള്ളയ്ക്ക് മനസ്സിലായില്ല.

കരീം ചിരി അവസാനിപ്പിക്കുവാൻ പാടുപെടുന്നുണ്ടായിരുന്നു. ഒരു വിധത്തിൽ ചിരിയൊന്നടക്കി കരീം മകനോട് "ആ... അലി നിന്റെ മേൽ ഇത് കോരിയൊഴിക്കുമ്പോൾ നിനക്ക് ഒന്ന് ചോദിച്ച് കൂടായിരുന്നോ ഇത് വാട്ടർ ബെയ്സ്ഡ് ആണോ അമ്മാവാ എന്ന്" കരീം ചിരിയുടെ പാതിയിൽ വച്ച് അബ്ദുള്ളയെ കളിയാക്കി.

അബ്ദുള്ള ചിരിച്ച് ചിരിച്ച് വെള്ള കാർപ്പെറ്റിൽ മലർന്ന് കിടന്നു. മഹയാകട്ടെ അവളുടെ ചായം പുരണ്ട കൈകൾ കൊണ്ട് എന്റെ പ്രിയപ്പെട്ട സോഫയിൽ അമർത്തി നിൽക്കുകയായിരുന്നു. ഏഷ്യയുടെ പല ഭാഗങ്ങളിൽ നിന്നായി ഞാൻ ശേഖരിച്ച അതിന്മേലിട്ടിരിക്കുന്ന തുണിയാണവൾ അപ്പോൾ നശിപ്പിച്ചത്.

എന്നാൽ ആ നിമിഷത്തിൽ അതെന്നെ ഒട്ടും ദുഃഖിപ്പിച്ചില്ല. പ്രിയപ്പെട്ട മൂന്നുപേരും സുരക്ഷിതരാണല്ലോ എന്ന സന്തോഷമായിരുന്നു അപ്പോൾ.

ഭാഗ്യമെന്ന് പറയട്ടെ, അവരുടെ ആത്മാഭിമാനമല്ലാതെ മറ്റൊന്നും വ്രണപ്പെട്ടിട്ടില്ല. സാറ ചോദിച്ചതുപോലെ അത് വാട്ടർ ബെയ്സ്ഡ് പെയ്ന്റ് തന്നെയായിരുന്നു. അതുകൊണ്ട് എന്റെ പ്രിയർക്ക് മൂന്ന് പേർക്കും ഏതാനും ദിവസത്തെ അദ്ധ്വാനം കൊണ്ട് അത് കഴുകി കളയുവാനായി. ഇങ്ങനെയൊരു ആക്രമണത്തിനായി അലിക്കും മക്കൾക്കും ഇത്രയധികം ചുവന്ന പെയ്ന്റ് എവിടെ നിന്ന് ലഭിച്ചു എന്ന് ഇപ്പോഴും ഞങ്ങൾ അദ്ഭുതപ്പെടാറുണ്ട്.

കുറച്ച് മാസങ്ങൾക്കുശേഷം ഒരിക്കൽ മെദീന അമാനിയെ വിളിച്ചു. അന്നത്തെ ആക്രമണത്തെക്കുറിച്ച് വമ്പ് പറയുക എന്നത് തന്നെയായിരുന്നു അവളുടെ ലക്ഷ്യം. അപ്പോൾ ഇത്രയും ചുവന്ന ചായം എവിടെ നിന്ന് ലഭിച്ചു എന്നും അവൾ പറയുകയുണ്ടായി. അലി തന്റെ സിറിയക്കാരി ഭാര്യയുടെ ആവശ്യപ്രകാരം ഒരു നൃത്തശാല പണിയുന്നുണ്ടായിരുന്നു. നൃത്തം പഠിക്കുന്നതിനായി അലിയുടെ ഭാര്യ സീത അർജന്റീനയിൽ നിന്നും ഒരു അദ്ധ്യാപികയെ കൊണ്ടുവന്നിരിക്കുന്നു. നൃത്തശാല നന്നായി അലങ്കരിക്കണമെന്നും അതിന് കടുത്ത വർണ്ണങ്ങൾ വേണമെന്നും അവൾ ആവശ്യപ്പെട്ടു. അങ്ങനെ അലങ്കരിക്കുന്നതിനായി കരുതിവച്ചിരുന്ന ചുവന്ന ചായമാണവർ ആക്രമിക്കുവാൻ ഉപയോഗിച്ചത് എന്ന് അവൾ വെളിപ്പെടുത്തി.

അമ്മയുടെ ചിത്രത്തിന് കേടുപാടൊന്നും സംഭവിച്ചിട്ടില്ല എന്നത് ഞങ്ങളെ സന്തോഷിപ്പിച്ചു. കരീമിന്റെ വണ്ടിയുടെ പുറകിലൊളിപ്പിച്ചില്ലായിരുന്നെങ്കിൽ അലിയും സംഘവും അത് ചുവന്ന ചായം കോരിയൊഴിച്ച് നശിപ്പിക്കുമായിരുന്നു. ആ ചിത്രം പിന്നെയൊരിക്കലും പുനഃസ്ഥാപിക്കുവാനാകാത്ത വിധം നശിച്ചുപോകുമായിരുന്നു. അങ്ങനെ അമ്മയുടെ പുത്രിമാരെല്ലാം വിലപ്പെട്ട നിധിയായി കണക്കാക്കിയിരുന്ന ആ ചിത്രം എന്നെന്നേക്കുമായി നഷ്ടപ്പെടുമായിരുന്നു.

അമ്മയുടെ ചിത്രം നശിച്ചുപോകുമായിരുന്നു എന്നത് എന്റെ ചേച്ചിമാരെ എല്ലാവരേയും ഒറ്റക്കെട്ടാക്കി, എന്നോടൊപ്പമാക്കി. അവരുടെ ഏകസഹോദരന്റെ പെരുമാറ്റത്തിൽ അസന്തുഷ്ടരായി അവരെല്ലാവരും. അവൻ, ആ ചിത്രം എന്റെ വീട്ടിൽ പ്രദർശിപ്പിക്കുന്നതിനേക്കാൾ താത്പര്യപ്പെട്ടത് അത് നശിപ്പിക്കുവാനാണല്ലോ. അലിയെ ഒരു പാഠം പഠിപ്പിച്ചേ മതിയാകൂ എന്നവർ ഒന്നിച്ച് പറഞ്ഞു. പുരുഷന്മാരല്ലെങ്കിലും ഞങ്ങൾ സ്ത്രീകൾ അവകാശങ്ങളൊന്നുമില്ലാത്തവരല്ല എന്ന് പ്രഖ്യാപിച്ചു. അങ്ങനെ ആദ്യമായി ഞങ്ങളുടെ വീട്ടിൽ സ്ത്രീകൾ ഭരണം കയ്യാളി.

തന്റെ അനുജന്റെ പെരുമാറ്റത്തിൽ സാറ വല്ലാതെ ദുഃഖിതയായി. അലിയുടേയും മെദീനയുടേയും നീചത്വം അവൾ അച്ഛനുമുന്നിൽ അവതരിപ്പിച്ചു. കഥ കേട്ടപ്പോൾ അച്ഛനും കോപിഷ്ഠനായി എന്നവൾ പറഞ്ഞു. അമ്മയുടെ ഇച്ഛക്കെതിരായാണ് അലിയും മെദീനയും പ്രവർത്തിച്ചത് എന്നും അച്ഛൻ അഭിപ്രായപ്പെട്ടു. അതിലുമുപരി അച്ഛൻ അമ്മയ്ക്ക് നൽകിയിരുന്ന ഉറപ്പ് ലംഘിക്കുവാനാണവർ ശ്രമിച്ചത്. അലിയും കുട്ടികളും കുടുംബത്തിന് നാണക്കേടുണ്ടാക്കി എന്നും അച്ഛൻ കൂട്ടിച്ചേർത്തുവത്രെ.

"സൗദിയിലെ സ്ത്രീകൾക്ക് എന്നും ഒരു രക്ഷകർത്താവും സംരക്ഷണവും വേണമെന്നാണ് എല്ലാവരും കരുതുന്നതമ്മേ, എന്നാൽ ഇപ്പോൾ ഇത് രണ്ടും വേണ്ടത് ഒരു പുരുഷനാണ്, എന്റെ അമ്മാവന്" എന്ന് അബ്ദുള്ള എന്നോട് പറഞ്ഞു. അത് എന്നെ സന്തുഷ്ടയാക്കുകയും ചെയ്തു.

"അതങ്ങനെ തന്നെ നിലനിന്നെങ്കിൽ എന്ന് ഞാൻ ആശ്വസിക്കുന്നു."

ഈ സംഭവം കൊണ്ട് ഒരു ഗുണവുമുണ്ടായി. ചീത്ത ചിന്തകൾ അധികവും ഉയർന്നത് അലിയിലായിരുന്നു എന്നും അല്ലാതെ അവന്റെ കൊച്ചുസഹോദരിയിലല്ലായിരുന്നു എന്നും മിക്കവർക്കും മനസ്സിലായി എന്നതാണത്. അതുവരേക്കും എല്ലാ സംഭവങ്ങളുടേയും ഉത്തരവാദിത്വം അവൻ എന്റെ തലയിൽ വച്ച് കെട്ടുകയായിരുന്നു. എന്നാൽ ഈ സംഭവം ആശ്വാസം നൽകുന്ന ഒന്നായി.

അടുത്ത തവണ അലിയെ കണ്ടപ്പോൾ അച്ഛൻ അലിയോട് കോപിച്ചു എന്നും ഞാനറിഞ്ഞു. അന്ന് അലിയോടൊപ്പം ഭക്ഷണം കഴിക്കുവാനും സ്നേഹപ്രകടനം എന്ന നിലയിൽ തന്റെ കൈയിൽ ചുംബിക്കുവാൻ അവസരം നൽകുവാനും അച്ഛൻ വിസമ്മതിച്ചു എന്നും അലിയാകട്ടെ എന്നും അച്ഛന്റെ ഓമനപുത്രനായാണിതുവരേക്കും ജീവിച്ചിട്ടുള്ളത്. അച്ഛന്റെ ഈ പെരുമാറ്റം അവനിൽ വലിയ വിഷമമുണ്ടാക്കിയത്രെ.

വിഷമം മാത്രമല്ല അലിയെ അദ്ഭുതപ്പെടുത്തുകയുമുണ്ടായി. ഈ വിഷമം തീർക്കുവാനായി അവൻ വിദേശത്തേക്ക് പോയി. എല്ലാം ഒന്ന് കെട്ടടങ്ങുന്നതുവരേക്കും സ്പെയിനിനിലേയും ഫ്രാൻസിലേയും കൊട്ടാരങ്ങളിൽ കഴിയുവാൻ അവൻ തീരുമാനിച്ചു.

എന്നാൽ അലിക്ക് ഇതിലൊന്നും യാതൊരു പശ്ചാത്താപവുമില്ലായിരുന്നു. ഞാൻ അന്ധയായി പോകുവാൻ പ്രാർത്ഥിക്കുവാൻ അവൻ കുടുംബാംഗങ്ങളോടെല്ലാം ആവശ്യപ്പെട്ടു എന്ന് ഞാനറിഞ്ഞു. സഹോദരൻ എന്നെ വെറുക്കുന്നു. ഞാൻ അമ്മയുടെ സുന്ദരചിത്രം കണ്ടാസ്വദിക്കരുത് എന്നാണവന്റെ മനസ്സിൽ ഇപ്പോഴും.

അവന്റെ ഈ പക കരീമിനും കുട്ടികൾക്കും എന്നും ബുദ്ധിമുട്ടുകൾ സൃഷ്ടിച്ചിട്ടുണ്ട്. അത് അവരുടെ ഭാവിയേയും ബാധിച്ചേക്കുമോ എന്നൊരു ഭയം എന്നും അവരിലുണ്ടായിരുന്നു. അവന്റെ പ്രാർത്ഥന എന്നിലും കുറച്ച് കാലത്തേക്ക് ഭയം ജനിപ്പിച്ചു എന്നു ഞാൻ സമ്മതിക്കട്ടെ. അന്നു മുതൽ കുറച്ച് കാലത്തേക്ക് തുടർച്ചയായി ഞാൻ കണ്ണ് പരിശോധിക്കുവാൻ തുടങ്ങി എന്നതും സത്യം. ഓരോ തവണയും പരിശോധന കഴിഞ്ഞ് ഇറങ്ങുമ്പോൾ ഡോക്ടർ എന്റെ കണ്ണ് പൂർണ്ണ ആരോഗ്യത്തോടെയിരിക്കുന്നു എന്നറിയിക്കുമ്പോൾ സന്തോഷം കൊണ്ട് തുള്ളിച്ചാടാറുണ്ടായിരുന്നു. അലിയുടെ പൈശാചിക പ്രാർത്ഥന കേൾക്കേണ്ടെന്ന് അള്ളാഹു തീരുമാനിച്ചു. കുട്ടിക്കാലം തൊട്ടുള്ള അവന്റെ ഓരോ പ്രവൃത്തിയും ഒരു നീചനാണെന്ന എന്റെ ചിന്തയ്ക്ക് അടിവരയിടുന്നതാണ്.

വർഷങ്ങളായി നിലനിൽക്കുന്ന ഈ അഭിപ്രായവ്യത്യാസവും അങ്കങ്ങളും ഒരുപക്ഷേ ഒരു ദിവസം അലി എനിക്കും എന്റെ വീട്ടുകാർക്കുമെതിരെ തിരിയുവാൻ കാരണമാക്കുമോ എന്ന് ഭയക്കുന്നു. അച്ഛൻ മരിച്ച് പോകുന്നത് വരേക്കും അലി കാത്തിരുന്നേക്കാം. അങ്ങനെയൊരു ചിന്ത അവന്റെ മനസ്സിലുണ്ടെങ്കിൽ ആ വിധി വരുമ്പോൾ നേരിടുക എന്നതല്ലാതെ മറ്റൊന്നും ചെയ്യാനില്ല.

അമ്മയുടെ ചിത്രം ഞങ്ങളുടെ വീട്ടിൽ സുരക്ഷിതമായിരിക്കണം എന്ന കാര്യത്തിൽ കരീം വിട്ടുവീഴ്ചയ്ക്കൊന്നും തയ്യാറായില്ല. അതിനായി കരീം ചില നിപുണരുടെ സഹായം തേടി. യൂറോപ്പിലെ മ്യൂസിയങ്ങളിൽ വിലകൂടിയ പെയ്ന്റിങ്ങുകൾക്ക് സംരക്ഷണം ഏർപ്പെടുത്തുന്നതിനു സഹായം നൽകിയിട്ടുള്ളവരാണവർ. അവരെ ഞങ്ങളുടെ കൊട്ടാരത്തിലേക്ക് കൊണ്ടുവന്നു. അമ്മയുടെ ചിത്രം അവിടെ നിന്ന് നീക്കം ചെയ്യുവാൻ ആരെങ്കിലും ശ്രമിച്ചാൽ ഉടൻ വലിയ ശബ്ദമുണ്ടാക്കുന്ന അലാം അവർ അവിടെ ഘടിപ്പിച്ചു.

അലിയോ, മെദീനയോ മറ്റാരെങ്കിലുമോ ഇനി അമ്മയുടെ ചിത്രം കട്ടെടുക്കുവാൻ ശ്രമിച്ചാൽ ഞങ്ങളുടെ ഈ സുരക്ഷാ സംവിധാനം കണ്ട് അവർ അദ്ഭുതപ്പെടും. അവർക്ക് ഇനി അങ്ങനെയൊരു അവസരം ലഭിക്കുവാൻ സാധ്യതേയില്ല എന്നത് ഇതിന്റെ മറ്റൊരു വശം. അലിയേയും

അലിയുടെ മക്കളേയും ഇനി മുതൽ ഞങ്ങളുടെ കൊട്ടാരവളപ്പിനകത്ത് പ്രവേശിപ്പിക്കരുത് എന്ന് ഇപ്പോൾ വേലക്കാർക്കെല്ലാം അറിയാവുന്നതാണ്.

അലിയെക്കുറിച്ച് ആശങ്കയും ഭീതിയുമുണ്ടെങ്കിലും ഇന്ന് യഥാർത്ഥ സന്തോഷം എന്തെന്ന് നല്ലവണ്ണമറിയാം. റിയാദിലെ വീട്ടിലുള്ള ദിവസങ്ങളിലെല്ലാം എനിക്ക് അമ്മയെ കാണാം. അമ്മയോട് എത്ര സ്നേഹം ഉണ്ടായിരുന്നുവെന്നും അമ്മയ്ക്ക് എന്നോട് എത്ര സ്നേഹമുണ്ടായിരുന്നുവെന്നും ആ സ്നേഹത്തിന്റെ കരുത്തെന്തായിരുന്നുവെന്നും ഇന്ന് അനുഭവിച്ചറിയുന്നു. അമ്മയുടെ സുന്ദരമുഖത്തേക്ക് നോക്കിയിരിക്കുമ്പോൾ അവർ ഇറങ്ങിവന്ന് എന്നെ ആലിംഗനം ചെയ്യുന്നതായി തോന്നുന്നു. ഞാനൊരു കൊച്ചുകുട്ടിയായിരുന്നപ്പോൾ അമ്മ എന്നെ എങ്ങനെ താലോലിച്ചിരുന്നുവോ അതേ സ്നേഹം ഇന്നും ലഭിക്കുന്നതായി തോന്നുന്നു. അമ്മ മണ്ണിനടിയിലേക്ക് പോയിട്ട് വർഷങ്ങൾ അനവധി കഴിഞ്ഞുവെങ്കിലും ഈ ചിത്രം കാണുമ്പോൾ അമ്മ കൂടെയുള്ളത് പോലെ. അമ്മയുടെ ആത്മാവ് എന്റെ ഊർജ്ജം വർദ്ധിപ്പിച്ചിരിക്കുന്നു. കുട്ടിക്കാലം തൊട്ട് ഞാൻ നടത്തിവരുന്ന യുദ്ധം തുടരുവാൻ അത് സഹായിക്കുന്നു. സഹായം ആവശ്യമുള്ള ഏതൊരു സ്ത്രീക്ക് നേരേയും സഹായഹസ്തമെത്തിക്കുവാൻ അതെനിക്ക് കരുത്തേകുന്നു.

ഒരു ദിവസം കാലത്ത് ഞാൻ അമ്മയെ നോക്കി പുഞ്ചിരിച്ച് "ഒരു ചുരുങ്ങിയ കാലയളവിൽ സൗദിയിലെ സ്ത്രീകൾ സ്വാതന്ത്ര്യത്തിന്റെ പാതയിലേക്ക് പിച്ചവച്ച് തുടങ്ങിയിരിക്കുന്നു അമ്മേ. പലരും ഇപ്പോൾ സ്വന്തം കാര്യങ്ങൾ നോക്കാൻ തുടങ്ങിയിരിക്കുന്നു" എന്ന് പറയുകയുണ്ടായി.

ഈ വാക്കുകൾ ഞാൻ ഉച്ചരിച്ച അതേ നിമിഷത്തിൽ അബ്ദുള്ള മുറിയിലേക്ക് കടന്നു വന്നു. അവൻ തൊട്ട് പുറകിൽ നിൽപുണ്ടായിരുന്നത് കണ്ടില്ല. അവനും മുത്തശ്ശിയുടെ ചിത്രത്തിലേക്ക് കണ്ണുനട്ട് പുഞ്ചിരിച്ച് നിൽക്കുകയായിരുന്നു. എന്റെ വാക്കുകൾ കേട്ട് അവൻ എന്നെ ആലിംഗനം ചെയ്തു.

"അതെ, മുത്തശ്ശി, അങ്ങയുടെ മകൾ സുൽത്താന പറഞ്ഞത് പൂർണ്ണമായും വിശ്വസിച്ചോളൂ... ഇപ്പോൾ സ്ത്രീകൾ ഭരിക്കുവാൻ തുടങ്ങിയിരിക്കുന്നു" എന്ന് പറഞ്ഞു.

അങ്ങനെ മനസ്സ് നിറയെ സന്തോഷവുമായി, സ്ത്രീകൾക്ക് ഇനിയും മെച്ചപ്പെട്ട ജീവിതം ലഭിക്കും എന്ന പ്രതീക്ഷയുമായി ഞാൻ യാത്ര തുടരട്ടെ.

അഞ്ച്

ഡോക്ടർ മീന: വിദ്യാഭ്യാസം എന്ന ധനം

വിദ്യാധനം സർവ്വധനാൽ പ്രധാനം എന്നാണ്. സമ്പാദിക്കപ്പെടുന്ന ധനം നഷ്ടപ്പെടാൻ സാധ്യതയുണ്ടെങ്കിലും വിദ്യ തിരിച്ചെടുക്കാനോ, നഷ്ട പ്പെടാനോ, റദ്ദാക്കുവാനോ ആകില്ല. മറ്റു നിക്ഷേപങ്ങളേക്കാൾ വളരെ വേഗത്തിൽ വളരുന്ന ഒരു നിക്ഷേപമാണ് വിദ്യാഭ്യാസം. ഒരിക്കലും തൃപ്തിപ്പെടുത്താനാകാത്ത ഒരു വിശപ്പിനെ പ്രോത്സാഹിപ്പിക്കുന്ന ഒന്നാണ് വിദ്യാഭ്യാസം. ഇതൊന്നുകൊണ്ട് മാത്രമാണ് ഞാൻ ജീവിതത്തിന്റെ സിംഹഭാഗവും 'വിദ്യാധനം സർവ്വധനാൽ പ്രധാനം' എന്ന ആശയത്തെ പ്രോത്സാഹിപ്പിക്കുവാനും പ്രചരിപ്പിക്കുവാനും ചെലവഴിച്ചത്.

എന്റെ നാട്ടിൽ സ്ത്രീകൾ ഇപ്പോഴും പല വെല്ലുവിളികളും നേരി ടുന്നുണ്ടെങ്കിലും അവരുടെ ദൈനംദിന ജീവിതചര്യകളിൽ പല മാറ്റങ്ങളും ഇപ്പോൾ വന്നിട്ടുണ്ട് എന്നത് അതിവിശിഷ്ടമായ ഒരു സത്യം മാത്രമാണ്.

ഞങ്ങളുടെ ഏറ്റവും പ്രധാന വിജയങ്ങളിലൊന്ന് വിദ്യാഭ്യാസത്തിന്റെ കാര്യത്തിലാണ്. സൗദി അറേബ്യയിൽ പെൺകുട്ടികൾക്കായി ആദ്യമായി ഒരു സ്കൂൾ തുറന്നത് 1956ലാണ്. എന്നുവച്ചാൽ സൗദിയിലെ സ്ത്രീ കൾക്ക് കഴിഞ്ഞ രണ്ട് തലമുറകളായി മാത്രമേ വിദ്യാഭ്യാസത്തിനുള്ള അവസരം ലഭ്യമായിട്ടുള്ളൂ എന്നർത്ഥം.

കുട്ടിക്കാലത്ത് വിദ്യാഭ്യാസം എന്നത് അതിധനികരിൽ ഒതുങ്ങി നി ന്നിരുന്ന ഒന്നായിരുന്നു. ഒരു സ്വകാര്യ അദ്ധ്യാപികയാണ് എന്നെയും സഹോദരിമാരേയും പഠിപ്പിച്ചത്. രാജകുടുംബത്തിലെ പെൺകുട്ടികളെ പഠിപ്പിക്കുവാനായി നിയമിതയായ ഒരു അദ്ധ്യാപികയായിരുന്നു അവർ. അതിധനികർക്ക് മാത്രമേ അങ്ങനെ സ്വകാര്യ അദ്ധ്യാപികമാരെ നിയമി ക്കുവാനുമാകുമായിരുന്നുള്ളൂ.

തന്റെ പുത്രിമാർക്കും വിദ്യാഭ്യാസം നൽകണമെന്ന് കരുതിയിരുന്ന വരും സൗദിയിൽ അപൂർവ്വമായിരുന്നു. പ്രധാന പരിഗണന എന്നും പുത്ര ന്മാർക്ക് എന്ത് വിദ്യാഭ്യാസം നൽകാം എന്നതായിരുന്നു. ഫൈസൽ രാജാവിന്റേയും അവരുടെ ഭാര്യയായ ഇഫ്ഫാത്തിന്റേയും വിവാഹം

ഞങ്ങളുടെ സാഹചര്യങ്ങളിൽ ആധുനികമെന്ന് വിളിക്കാവുന്നതാണ്. അവരുടെ വൈവാഹിക ജീവിതവും അങ്ങനെതന്നെയാണ്. അവരുടെ ജീവിതത്തിലെ എല്ലാ തീരുമാനങ്ങളിലും എന്നും ഭാര്യയും പങ്കാളിയായിരുന്നു. അവരാണ് പെൺകുട്ടികൾക്കും വിദ്യാഭ്യാസം എന്ന ചിന്ത പടർത്തി ഈ രംഗത്ത് ഒരു വിപ്ലവം തന്നെ സൃഷ്ടിച്ചത്.

എന്നാൽ രാജാവിന്റെ പരിശ്രമങ്ങൾ അനവധിയുണ്ടായെങ്കിലും സൗദിയിലെ മിക്ക പെൺകുട്ടികളും വായിക്കാനും എഴുതാനും പഠിച്ചതല്ലാതെ അതിനപ്പുറത്തേക്ക് വിദ്യാഭ്യാസമെത്തിച്ചില്ല. 1975ൽ ഫൈസൽ രാജാവ് തന്റെ അനന്തരവന്മാരിൽ ഒരാൾ കൊല്ലപ്പെട്ടതിനുശേഷം കാര്യങ്ങൾ വീണ്ടും മാറി മറിഞ്ഞു. സ്ത്രീവിദ്യാഭ്യാസം എന്ന മേഖലയിൽ വീണ്ടും നിശ്ചലാവസ്ഥയുണ്ടായി. എന്റെ കുട്ടിക്കാലത്ത് സ്ത്രീവിദ്യാഭ്യാസം എന്ന മേഖലയിലെ ലക്ഷ്യങ്ങൾ വളരെ ശോചനീയമായിരുന്നു. ഒരു പെൺകുട്ടിക്ക് ഒരു പി.എച്ച്.ഡി അല്ലെങ്കിൽ വൈദ്യരംഗത്ത് ബിരുദം എന്നത് അപ്രാപ്യമായ ഒന്നായിരുന്നു.

സ്ത്രീകൾക്ക് വൈദ്യരംഗത്തും ജോലി ചെയ്യുവാനാകും എന്നു മനസ്സിലായ നിമിഷം ഞാനോർക്കുന്നു. എന്നെയും സാറയേയും അമ്മയേയും ഒരു ഡെന്റിസ്റ്റിന്റെ സമീപത്തേക്ക് ഞങ്ങളുടെ കുടുംബ ഡ്രൈവർ കൊണ്ടുചെന്ന ദിവസമായിരുന്നു അത്. ആ ഡെന്റിസ്റ്റ് ഒരു സ്ത്രീയായിരുന്നു. ഞങ്ങൾ മൂന്നു പേർക്കും അന്ന് പല്ല് വേദനയായിരുന്നു. അമ്മയുടെ പുറക് വശങ്ങളിലുള്ള പല്ലുകൾ വല്ലാതെ കേട് വന്നിരുന്നു. സാറയുടെ തൊണ്ണ് ചുവന്ന് പഴുത്തിരിക്കുന്നു. ഞാനാകട്ടെ എന്തോ കടിച്ചപ്പോൾ പല്ലിന്റെ ഒരു തുണ്ട് പൊട്ടിപ്പോയിരിക്കുന്നു.

റിയാദിൽ ഡെന്റിസ്റ്റ് എന്ന നിലയിൽ അധികം സ്ത്രീകളില്ലാത്തത് ഞങ്ങൾക്ക് ചികിത്സ ലഭിക്കുന്നത് വൈകിപ്പിച്ചു. അമ്മയുടെ മൂടുപടമിടാത്ത മുഖവും വായും കാണാൻ ഒരു പുരുഷഡെന്റിസ്റ്റിനെ അച്ഛൻ അനുവദിക്കില്ലായിരുന്നു. എന്നാൽ പിൽക്കാലത്ത് ശരീരവേദന തുടങ്ങിയപ്പോൾ അമ്മയുടെ നഗ്നശരീരം പരിശോധിക്കുവാൻ ഒരു പുരുഷഡോക്ടറെ അനുവദിച്ചു എന്നത് വലിയ വിരോധാഭാസവുമാണെന്ന് പറയാതെ വയ്യ.

ഇതിനെക്കുറിച്ച് പിന്നീട് അച്ഛൻ തന്റെ ഒരു സഹായിയുമായി സംസാരിക്കുന്നത് താൻ കേട്ടു എന്ന് അമ്മ നൂറയോട് പറയുകയുണ്ടായത്രെ. വീട്ടിലെ സ്ത്രീകളുടെ ചികിത്സാകാര്യങ്ങൾ ശ്രദ്ധിക്കുവാനുള്ള ചുമതല ഈ സഹായിക്കായിരുന്നു. അച്ഛന്റെ നിർദ്ദേശം ഈ കാര്യങ്ങളിൽ വളരെ കണിശമായിരുന്നുവത്രെ. അമ്മ മൂടുപടം നീക്കുന്നത് അച്ഛൻ കർശനമായി വിലക്കിയിരുന്നു, എന്നാൽ ശരീരത്തിലെ വസ്ത്രം വേണമെങ്കിൽ അഴിച്ച് മാറ്റാം എന്നും നിർദ്ദേശമുണ്ടായിരുന്നു. ഒരു പുരുഷ ഡോക്ടർ അമ്മയുടെ മുഖം കാണാത്തിടത്തോളം കാലം ശരീരം കാണുന്നത് ലജ്ജാകരമല്ലെന്നായിരുന്നു അച്ഛന്റെ ന്യായം. ഇത് ഒരുപക്ഷേ ഞങ്ങളുടെ സംസ്കാരത്തിൽ മാത്രം കാണുന്ന പ്രത്യേകതയായിരിക്കണം!

മിക്കവാറും എല്ലാ മാസങ്ങളിലും ഒരു സ്ത്രീയെങ്കിലും ഭർത്താവ് അവരെ പരിശോധിക്കുവാൻ പുരുഷ ഡോക്ടറെ അനുവദിക്കാത്തതിനാൽ മരിച്ചുപോയി എന്ന വാർത്ത ഞങ്ങളെ തേടിയെത്താറുണ്ട് എന്നതും ഇതു പോലെ തന്നെ ആശ്ചര്യകരമാണ്.

റിയാദിൽ ആദ്യമായി ഒരു സ്ത്രീ ഡെന്റിസ്റ്റ് പ്രാക്ടീസ് ആരംഭിച്ചപ്പോൾ അച്ഛന്റെ ഈ സഹായി ഒട്ടും താമസിയാതെ ഞങ്ങൾക്ക് അവരെ സന്ദർശിക്കുവാനുള്ള അവസരമൊരുക്കി. എന്റെ ഓർമ്മ ശരിയാണെങ്കിൽ ഇവർ ലബനനിൽ നിന്നുള്ളവരായിരുന്നു. അവിടെ സ്ത്രീകൾക്ക് വിദ്യാഭ്യാസം എന്നതിൽ അത്ര പുതുമയൊന്നുമില്ല. അവരുടെ ശാന്തമായ മുഖവും അമ്മയുടേയും ഞങ്ങൾ രണ്ടു മക്കളുടെയും രോഗവിവരങ്ങൾ ശ്രദ്ധാപൂർവ്വം കേട്ടതും ഇന്നും ഓർക്കുന്നു. ഇന്ന് പക്വതയായപ്പോഴാണ് ഒരുപക്ഷേ അമ്മയുടേയും ഞങ്ങൾ രണ്ടു മക്കളുടേയും അന്നത്തെ അവസ്ഥയിൽ അവർക്ക് സഹതാപം തോന്നിയിരിക്കണം എന്ന ചിന്ത എന്നിലുണ്ടാകുന്നത്. എണ്ണപ്പണം കൊണ്ട് ധനികരായെങ്കിലും സൗദി സ്ത്രീകൾക്ക് വ്യക്തിസ്വാതന്ത്ര്യം എന്നൊന്നില്ലെന്ന് മറ്റ് അറബ് രാജ്യങ്ങളിലെ സ്ത്രീകൾ മനസ്സിലാക്കുന്നുണ്ട്. ഞങ്ങളുടെ അത്ര ധനികരല്ലാത്ത മറ്റ് അറബ് രാജ്യങ്ങളിലെ സ്ത്രീകൾ ഞങ്ങളുടെ സമ്പത്ത് കണ്ട് അസൂയപ്പെടുന്നുണ്ടാകാമെങ്കിലും ഞങ്ങളുടെ ജീവിതത്തിൽ ഏർപ്പെടുത്തിയിട്ടുള്ള, ജീവിതമാർഗ്ഗത്തിൽ തടസ്സങ്ങളായി നിലനിൽക്കുന്ന പ്രശ്നങ്ങളെയോർത്ത് അത്ര അസൂയപ്പെട്ടിട്ടുണ്ടാകില്ല.

ആ ദന്തഡോക്ടർക്ക് ഞങ്ങളെക്കുറിച്ച് എന്തു തോന്നിയിരുന്നാലും ഞാനും സാറയും അവരെക്കുറിച്ച് അസൂയയുള്ളവരായി എന്നത് സത്യം. അന്നുവരേക്കും അത്ര അറിവുള്ള ഒരു യുവതിയെ ഞങ്ങൾ കണ്ടുമുട്ടിയിട്ടില്ലായിരുന്നു. അന്നുവരേക്കും കണ്ടുമുട്ടിയിട്ടുള്ളവരെല്ലാം സ്വന്തം ജീവിതമാർഗ്ഗമായി ജോലിയില്ലാത്ത സ്ത്രീകളായിരുന്നു.

അന്ന് ഞാൻ കൊച്ചുകുഞ്ഞായിരുന്നുവെങ്കിലും സാറയ്ക്ക് കാര്യങ്ങൾ മനസ്സിലാകുന്ന പ്രായമായിട്ടുണ്ടായിരുന്നു. അവൾ ഡോക്ടറോട് പല ചോദ്യങ്ങളും ചോദിച്ചു. അവർ ഉപയോഗിക്കുന്ന പല യന്ത്രങ്ങളെക്കുറിച്ചും ചോദിച്ചു. എവിടെ നിന്നാണ് ബിരുദം നേടിയതെന്നാരാഞ്ഞു. മക്കൾ ഇത്രയധികം ചോദ്യങ്ങൾ ചോദിക്കുന്നത് കേട്ട് പരവശയായ അമ്മ അന്ന് കോപിക്കുകയും ചെയ്തു. അമ്മയുടെ ചിന്തയിൽ സൗദിയിലെ സ്ത്രീകൾ ഭാര്യയും അമ്മയുമാകുക എന്നതിൽ മാത്രം സന്തുഷ്ടരാകേണ്ടതാണ്. അതല്ലാതെ വീടിനു വെളിയിൽ ജോലിചെയ്യുവാൻ ആഗ്രഹിക്കുക എന്നത് വീട്ടുകാരെ ഭയചകിതരാക്കുന്നതാണ്, വിശ്വസിക്കുവാനാകാത്തതാണ്.

1960 കളിലും 1970 കളിലും ഞങ്ങൾ സ്ത്രീകൾ സ്വാതന്ത്ര്യത്തിലേക്ക് കൊച്ചുചുവടുകൾ വച്ചിരുന്നുവെങ്കിലും 1979ൽ എല്ലാം മാറി മറിഞ്ഞു. അന്നാണ് ഇറാനിൽ ഇസ്ലാമിക് വിപ്ലവം സംഭവിച്ചത്. ഇറാനിലെ

ഭരണാധികാരിയായിരുന്ന പല്ലവി രാജവംശജനായ ഷായെ വിപ്ലവകാരികൾ പുറത്താക്കി. ആയത്തൊള്ള ഖൊമേനി എന്ന ഇസ്ലാമിക് വിപ്ലവത്തിന്റെ നേതാവ് ഭരണം പിടിച്ചെടുത്തു. ആദ്യദിനം മുതൽക്കേ സ്ത്രീ സ്വാതന്ത്ര്യം എന്ന വിഷയം തനിക്ക് അത്ര രുചിക്കാത്തതാണെന്ന് വ്യക്തമാക്കിയ ഭരണാധികാരിയായിരുന്നു ഖൊമേനി. മതാദ്ധ്യക്ഷന്മാർ എന്നു കരുതുന്ന പുരുഷന്മാരിലെല്ലാം ഇങ്ങനെയുള്ള മനോഭാവം കാണാനാകും. ഇറാനിൽ സംഭവിച്ചതുപോലെ, അതിനു തത്തുല്യമായി, സൗദി അറേബ്യയിലും എന്തെങ്കിലും സംഭവിച്ചേക്കാം എന്ന് ഞങ്ങളുടെ കുടുംബത്തിലെ പുരുഷന്മാരും കരുതുവാനാരംഭിച്ചു. അള്ളാഹു തങ്ങളോട് മാത്രമേ സംസാരിക്കുന്നുള്ളൂ എന്ന് കരുതുന്ന അനേകം പുരുഷന്മാർ ഞങ്ങളുടെ നാട്ടിലുമുള്ളതിനാലാണ് എന്റെ വീട്ടിലെ പുരുഷന്മാർക്ക് ഇങ്ങനെ ഒരു തോന്നലുണ്ടായത്. അള്ളാഹുവിന്റെ സത്യം അറിയുവാൻ തനിക്ക് മാത്രമേ അർഹതയുള്ളൂ എന്ന് എല്ലാ പുരുഷന്മാരും കരുതുമ്പോൾ അനന്തമായ അഭിപ്രായവ്യത്യാസങ്ങളും ഉടലെടുക്കുന്നു.

ഖാലിദ് രാജാവും അദ്ദേഹത്തിന്റെ സഹോദരന്മാരും സൗദിയും ഇറാന്റെ വഴിയെ നീങ്ങുകയാണോ എന്ന് വിശ്വസിക്കുവാനാരംഭിച്ചു. 1979ന്റെ അവസാന നാളുകളിൽ കുടുംബവാഴ്ചയ്ക്കെതിരെ പ്രതിഷേധിച്ച ഒരു വിഭാഗം, മെക്കയിലെ വലിയ പള്ളിയിൽ ചിലരെ ബന്ദിയാക്കി വച്ചതോടെയാണീ ചിന്ത പ്രബലമായത്. പള്ളിയിൽ ബന്ദിയാക്കിയവരെ മോചിപ്പിക്കുവാനുള്ള യുദ്ധം രണ്ടാഴ്ച നീണ്ടുനിന്നു. തീവ്രവാദികളും ചില ബന്ദികളും അൽസഉദ് കുടുംബത്തിനു വേണ്ടി യുദ്ധം ചെയ്ത ചില പടയാളികളും ഇതിൽ കൊല്ലപ്പെട്ടു.

കുടുംബ ഭരണത്തിനെക്കുറിച്ചും രാജ്യത്ത് നടക്കുന്ന സംഭവങ്ങളെക്കുറിച്ചും തനിക്കുള്ള ആശങ്കകൾ ഖാലിദ് രാജാവ് മറ്റുള്ളവരുമായി പങ്കുവച്ചത് അച്ഛൻ പറഞ്ഞ് ഞങ്ങളറിഞ്ഞു. അച്ഛന്റെ വാക്കുകൾ ഓരോന്നും ഞാൻ സശ്രദ്ധം പെറുക്കിയെടുത്തു. ഖാലിദ് രാജാവ് തന്റെ ഭരണകർത്തവ്യങ്ങൾ വളരെ ഗൗരവത്തോടെ എടുത്ത ഒരു ഭക്തനായിരുന്നു. അതുകൊണ്ട് തന്നെ പല മുസ്ലീം സഹോദരന്മാരും പിന്തുടരുന്ന പാതയെക്കുറിച്ച് അദ്ദേഹത്തിന് വേവലാതിയുമുണ്ടായിരുന്നു.

വലിയ പള്ളിയിലെ ബന്ദി നാടകം അവസാനിക്കുകയും ശേഷിച്ച തീവ്രവാദികളെ തലയറുത്ത് കൊല്ലുകയും ചെയ്തതിനുശേഷം അൽസഉദ് കുടുംബത്തിലെ മുതിർന്നവർ മതതീവ്രവാദികളെ തൃപ്തിപ്പെടുത്തേണ്ടതെങ്ങനെ എന്ന ചർച്ചയാരംഭിച്ചു. അന്നാണ് ബന്ധുക്കളെന്ന് ഞാൻ അറിഞ്ഞിരുന്ന പലരും സൗദി സ്ത്രീകളിൽ നിക്ഷിപ്തമായിരുന്ന അവകാശങ്ങൾ കൂടി അടിയറവ് വയ്ക്കുന്ന തീരുമാനത്തിനു ഭാഗമായത്. സ്ത്രീകൾക്ക് നൽകുന്ന സ്വാതന്ത്ര്യം മതാദ്ധ്യക്ഷന്മാരുടെ കോപത്തിനിരയാക്കുന്നുവെന്നും അത് രാജഭരണത്തിന് ഭീഷണിയാകുന്നുവെന്നുമായിരുന്നു അതിനവർ പറഞ്ഞ ന്യായം. അന്നാണ്, സ്ത്രീ സ്വാതന്ത്ര്യം എന്ന വിഷയത്തിൽ ഞങ്ങൾ അതുവരേക്കും നേടിയ ചെറിയ

പുരോഗതി തടസ്സപ്പെട്ടത്. അന്നു മുതൽ സ്വാതന്ത്ര്യത്തിന്റെ കാര്യത്തിൽ വരൾച്ചയായിരുന്നു. ഇത് സ്വാതന്ത്ര്യശ്രമങ്ങൾക്ക് വളർച്ചയില്ലാതാകുവാൻ കാരണമാക്കി.

വർഷങ്ങൾ കഴിഞ്ഞതിനുശേഷമാണ് എന്റെ നാട്ടിൽ സ്ത്രീഡോക്ടർ മാർ ജോലി ചെയ്യുന്നു എന്ന വിവരം അറിയുന്നത്. അവരെല്ലാം അന്യ ദേശങ്ങളിൽ നിന്നും ഇവിടെ വന്ന് താമസമാക്കിയവരായിരുന്നു. ഇംഗ്ലണ്ട്, അമേരിക്ക, ഏഷ്യയുടെ മറ്റു ഭാഗങ്ങൾ എന്നിവിടങ്ങളിൽ നിന്നുള്ളവർ. എന്നെ സംബന്ധിച്ചിടത്തോളം ഞാനവരെ എണ്ണത്തിലെടുത്തില്ല. കാരണം അവർ സൗദി സ്ത്രീകളുടെ നില മെച്ചപ്പെടുന്നതിന്റെ ഉദാഹ രണങ്ങളായിരുന്നില്ല എന്നതു തന്നെ. അയൽരാജ്യങ്ങളിൽനിന്നും വന്നു ചേർന്ന അപൂർവ്വം അറബ് ഡോക്ടർമാരും ഇതിൽപെടുന്നു.

എന്നാൽ 2014 ആകുമ്പോൾ സ്ത്രീകൾ വീണ്ടും മുന്നോട്ട് നീങ്ങി ത്തുടങ്ങിയിരിക്കുന്നു. ഇന്ന് സൗദിയിലെ മിക്കവാറും പെൺകുട്ടികൾ വിദ്യാ ഭ്യാസം നേടുന്നുണ്ട്. പതിനാറ് പതിനേഴ് വയസ്സുവരേക്കെങ്കിലും വിദ്യാ ഭ്യാസം തുടരുന്നുണ്ട്. മാതാപിതാക്കൾ അനുവദിക്കുന്ന പക്ഷം വിദ്യാ ഭ്യാസം തുടരുകയും ഉന്നത ഉദ്യോഗങ്ങൾ വഹിക്കുകയും ചെയ്യുന്നു. അതിൽ ചിലർ ഡോക്ടർമാരുമായിരിക്കുന്നു. സൗദിയിൽ നിന്നും അനേകം സ്ത്രീകൾ ഇന്ന് കുട്ടികളുടെ രോഗങ്ങളിലും ദന്തരോഗങ്ങളിലും ചികിത്സ യ്ക്ക് വൈദഗ്ധ്യം നേടുന്നുണ്ട്. ചിലർ സ്ത്രീരോഗങ്ങളിൽ വൈദഗ്ധ്യം നേടുന്നു അല്ലെങ്കിൽ സ്ത്രീകളെ മാത്രം ചികിത്സിക്കുന്നവരാകുന്നു.

ഒരു സൗദി പെൺകുട്ടി എല്ലാ ബുദ്ധിമുട്ടുകളേയും തരണം ചെയ്ത് വൈദ്യശാസ്ത്രത്തിൽ ബിരുദം നേടി എന്നറിഞ്ഞാൽ അതിൽ എനി ക്കുള്ള സന്തോഷം മറച്ചു വയ്ക്കാറില്ല. അത് ആരുമാകട്ടെ ഞാനത് ആഘോഷിക്കും. കാരണം ബുദ്ധിമുട്ടുകൾ അത്രയ്ക്ക് കഠിനമായിരുന്നു അവിടെ. അങ്ങനെയുള്ള ഒരു സൗദി സ്ത്രീ ഡോക്ടറെ സന്ദർശിക്കുവാ നാകുന്നതിലും വലിയ സന്തോഷവും എനിക്കില്ല. അതുകൊണ്ട് തന്നെ അത്തരത്തിലുള്ള സൗദി സ്ത്രീ ഡോക്ടർമാരെ അന്വേഷിച്ച് റിയാദിൽ അലഞ്ഞിട്ടുണ്ട്. എന്നും പുതിയ ഡോക്ടർമാരെ കാണാൻ ശ്രമിച്ചിട്ടുമുണ്ട്. റിയാദിൽ മാത്രമല്ല ജെദ്ദയിലും തൈഫിലും ഞാനീ ശ്രമം തുടർന്നിട്ടുണ്ട്. ഈ മൂന്ന് നഗരങ്ങളിലാണല്ലോ മിക്കവാറും സമയം ചെലവഴിക്കുന്നത്. ഇങ്ങനെ തന്റെ ജീവിതലക്ഷ്യം നേടിയ സ്ത്രീകളെ ഞാൻ ആദരിക്കുന്നു. അവരുടെ പ്രവർത്തനശൈലി നിരീക്ഷിക്കാറുണ്ട്. അവർ ഞങ്ങളുടെ രാജ്യത്തിനകത്ത് നിലവിലുള്ള നിയമങ്ങൾക്കുള്ളിൽ നിന്ന് ഔദ്യോഗിക രംഗത്ത് എത്ര ശോഭിക്കുന്നു എന്നറിയുവാനാണീ നിരീക്ഷണം. വൈതരണികൾ ഇന്നും ഏറെയുണ്ടെന്ന് അറിയാം. ഈ സ്ത്രീകൾ തങ്ങളുടെ ജീവിതവുമായി എങ്ങനെ പൊരുത്തപ്പെടുന്നു എന്നറിയേണ്ടത് എന്റേകൂടി ആവശ്യമായി കരുതുന്നു. മാത്രമല്ല ഔദ്യോഗിക ലക്ഷ്യങ്ങൾ നേടുന്നതിനായി അവർ എത്ര ബുദ്ധിമുട്ടുന്നു എന്നും വിശകലനം ചെയ്യാറുണ്ട്.

ഇങ്ങനെയുള്ള സ്വകാര്യ അന്വേഷണങ്ങൾ ഏത് സ്ത്രീയെയും അവരുടെ ആഗ്രഹപൂർത്തീകരണത്തിന് സഹായിക്കണമെന്ന് തീരുമാന മെടുക്കുവാൻ എനിക്ക് സഹായകരമാകുന്നു. അതുപോലെ സ്ത്രീകളുടെ പൊതുവായ ജീവിതാവസരങ്ങൾ മെച്ചപ്പെടുത്തുവാൻ ചെയ്തുകൊണ്ടി രിക്കുന്ന പ്രയത്നങ്ങൾക്ക് ഏത് സംഘടനകൾ പിന്തുണ നൽകുമെന്നും അങ്ങനെയുള്ള ഏത് സംഘടനകളോടൊപ്പം നിൽക്കണമെന്ന് തീരുമാനി ക്കുവാനും സഹായിക്കുന്നു.

ഇത്രയും കാലത്തിനിടയിൽ രണ്ട് സ്ത്രീ ഡോക്ടർമാരോട് മാത്രമേ, എന്റെ പക്കലുള്ള ശ്രോതസ്സുകളും സമയവും പെൺകുട്ടികൾക്ക് വിദ്യാ ഭ്യാസം ലഭിക്കുക എന്ന വിഷയത്തിൽ ചെലവഴിക്കുവാൻ താത്പര്യമു ണ്ടെന്ന വിഷയം ചർച്ച ചെയ്തിട്ടുള്ളൂ. മനസ്സുകൊണ്ട് അനുമോദിക്കുന്ന ഒരു സ്ത്രീയുടെ സമീപത്താകുമ്പോൾ അവരോട് മനസ്സ് തുറക്കാതിരി ക്കുവാൻ എനിക്കാകില്ല എന്നത് ഇവിടെ സമ്മതിക്കട്ടെ. പല ക്ലേശങ്ങളും സഹിച്ച്, പല വൈതരണികളിലും മറികടന്ന്, നല്ല വിദ്യാഭ്യാസം നേടിയ, സൗദി അറേബ്യയിലെ സ്ത്രീകളോട് അനുമോദനം തോന്നാറുണ്ട്.

വൈദ്യശാസ്ത്ര രംഗത്ത് മൂന്നിടങ്ങളിൽ സൗദി സ്ത്രീകളെ സഹായി ക്കുവാനായിട്ടുണ്ട്. വിദ്യാഭ്യാസം ആഗ്രഹിക്കുന്ന പെൺകുട്ടികളെയും സഹായിക്കാറുണ്ട്. അവർ ഒരുപക്ഷേ ഈ മേഖലയിൽ ഉന്നത വിദ്യാ ഭ്യാസം നേടിയിട്ടുണ്ടാകാം. പ്രായോഗിക സഹായങ്ങൾ ആവശ്യമുള്ള ചില സ്ത്രീകൾക്കും അതെത്തിച്ചുകൊടുക്കുവാൻ സാധിച്ചിട്ടുണ്ട്. അവർ ഒന്നുകിൽ ഏതെങ്കിലും രാജകുടുംബാംഗങ്ങൾ അംഗങ്ങളായ ആശുപത്രി ബോർഡിനോട് വൈദ്യസഹായം ചോദിക്കുകയും ആ ബോർഡ് അത് രാജകുടുംബാംഗങ്ങളെ അറിയിക്കുകയും ചെയ്തതാകാം, അല്ലെങ്കിൽ തന്റെ പുത്രിമാരുടെ ജീവിതത്തെയോർത്ത് ഭയന്ന് ജീവിക്കുന്ന അമ്മമാരാകാം. ഇതിൽ ആദ്യത്തെ വിഭാഗത്തിൽ പെട്ട അപേക്ഷകൾ എന്റെയടുത്തെത്തിപ്പെടാറുണ്ട്. സ്ത്രീകളെ സംബന്ധി ക്കുന്ന വിഷയമായാൽ ഞാനെന്ന രാജകുമാരി ഉദാരമതിയാകുന്നു എന്നതിനാൽ ആ അപേക്ഷകൾ എന്നെത്തേടിയെത്താറുണ്ട്.

എന്നാൽ എന്നിൽ നിന്നും സഹായം നേടിയിട്ടുള്ളവർക്കാർക്കും അത് ഈ പുസ്തകങ്ങളിലൂടെ അറിയപ്പെട്ട സുൽത്താന രാജകുമാരിയുടെ സഹായമാണെന്ന് അറിയുവാൻ കഴിഞ്ഞിട്ടില്ല. പെൺകുട്ടികളുടെ വൈദ്യ സഹായങ്ങൾക്ക് ആവശ്യമായ പണമില്ലാത്തവർക്ക് സർക്കാരിന്റെ വിവിധ പദ്ധതികളിലൂടെ അതിനുള്ള സഹായമെത്തിക്കുന്ന ഒരു രാജകുമാരി എന്നു മാത്രമേ അവർക്ക് എന്നെക്കുറിച്ചറിയുകയുള്ളൂ.

എന്നാൽ ഈ രാജ്യത്ത് മാറ്റങ്ങൾ ഇനിയും പൂർണ്ണമായിട്ടില്ല. ഇന്നത്തെ പല സൗദി സ്ത്രീകളും ജീവിതം ബാല്യയൗവന കാലങ്ങളി ലേക്കാൾ സങ്കീർണ്ണമോ അപകടകാരിയോ ആയി കാണുന്നില്ല. എങ്കിലും ഇന്നും സ്ത്രീകൾക്കുമേൽ പുരുഷന്മാരുടെ ആധിപത്യം നിലനിൽക്കു ന്നുണ്ട്. അതിനെതിരെ പടപൊരുതേണ്ടുന്ന അനേകം സ്ത്രീകൾ

ഇവിടെയുണ്ട്. ഈ സ്ത്രീകൾ ഇന്നനുഭവിച്ചുകൊണ്ടിരിക്കുന്ന പല പ്രശ്നങ്ങളും കാണുമ്പോൾ, പണ്ട് കാലത്ത് ഞാൻ അനുഭവിച്ച പ്രശ്നങ്ങൾ തമാശകളെന്നും അത്ര ഗൗരവമില്ലാത്തതാണെന്നും തോന്നിപ്പോകുന്നു.

സൗദി സ്ത്രീകൾക്ക് ഒരു വൈദ്യബിരുദം നേടുക എത്ര ബുദ്ധിമുട്ടാണെന്ന് പറഞ്ഞുവല്ലോ. ഇനി ഒരു വിശിഷ്ട സ്ത്രീയുടെ കഥ പറയാം. എന്റെ ചിന്തകൾ പലപ്പോഴും ചെന്നവസാനിക്കാറുള്ളത് ഈ മഹദ്വ്യക്തിയിലാണ്. അവർ വളരെ ദുഃഖകരമായ പരിതഃസ്ഥിതിയിലാണ് ജനിച്ചതും ജീവിച്ചതും. എന്നാൽ സ്വന്തം ഇച്ഛാശക്തികൊണ്ട് വിദ്യാഭ്യാസം നേടുകയും അതുവഴി ഇരുളിൽ നിന്നും വെളിച്ചത്തിലേക്ക് സ്വയം നയിക്കപ്പെടുകയും ചെയ്തു. അവരെ ഞാൻ ഡോക്ടർ മീന എന്ന് വിളിക്കട്ടെ. അവർ ഒരു സൗദി സ്ത്രീയാണ്. സേവനം ചെയ്യുവാൻ എന്നും ആഗ്രഹിക്കുന്ന ഒരുവൾ. സൗദി അറേബ്യയിലെ സ്ത്രീകൾക്ക് ഏറ്റവും അവശ്യമായ മാറ്റങ്ങൾക്ക് തിരി കൊളുത്തുവാൻ എന്നും ആഗ്രഹിക്കുന്നവൾ.

2012ലാണ് ഞാൻ ഡോക്ടർ മീനയെ ആദ്യമായി കണ്ടുമുട്ടുന്നത്. അന്ന് എന്നേയും രാജകുടുംബത്തിലെ പതിനഞ്ചോളം സ്ത്രീകളേയും റിയാദിലെ ഒരു ആശുപത്രിയിൽവച്ച് നടന്ന ഒരു കോൺഫറൻസിൽ പങ്കെടുക്കുവാൻ ക്ഷണിച്ചിരുന്നു. സൗദിയിലെ പെൺകുട്ടികളുടെ വിദ്യാഭ്യാസമായിരുന്നു ചർച്ചാവിഷയം. അന്ന് എന്റെ വണ്ടിയോടിച്ചിരുന്നത് ബതാര എന്ന് പേരുള്ള ഒരു ഇന്തോനേഷ്യൻ ഡ്രൈവറായിരുന്നു. മദ്ധ്യവയസ്കനായ ഒരു മാന്യൻ. ഞാനദ്ദേഹത്തിനോട് വണ്ടി ആശുപത്രിയുടെ നേരെ മുന്നിൽ നിർത്തുവാൻ ആവശ്യപ്പെട്ടു. അവിടെ നിന്ന് ബോർഡ് റൂമിലേക്ക് എനിക്ക് എളുപ്പമെത്തുവാനാകും എന്നതിലായിരുന്നു അത്. ബതാര വർഷങ്ങളായി കരീമിന്റെ കൂടെയുണ്ട്. അദ്ദേഹം കരീമിന്റെ വിശ്വസ്തരിൽ ഒരാളുമാണ്. അതുകൊണ്ട് തന്നെ ഞാൻ സൗദി അറേബ്യയിലുള്ളപ്പോൾ സ്വകാര്യ യാത്രകൾക്ക് എന്നും ഡ്രൈവറായി വരാറുള്ളത് ബതാരയാണ്. തന്റെ ജോലി വളരെ ഗൗരവമായി എടുക്കുന്ന പ്രകൃതമാണദ്ദേഹത്തിന്റേത്.

അന്ന്, അദ്ദേഹം കൂടെയില്ലാതെ ഞാൻ ആശുപത്രിയിലേക്ക് പ്രവേശിക്കുവാൻ തുനിയുകയാണെന്നറിഞ്ഞപ്പോൾ ബതാര എതിർത്തു. ഞാൻ എത്തിച്ചേരേണ്ടിടത്ത് സുരക്ഷിതമായി എത്തുക എന്നത് തന്റെ കർത്തവ്യത്തിന്റെ ഭാഗമാണെന്ന് കരുതിയതിനാലാണിത്. പലപ്പോഴും അകത്തേക്ക് പ്രവേശിക്കുന്നതിനു മുമ്പ് അദ്ദേഹം ആ മുറിയിൽ പ്രവേശിച്ച് മുറിയാകെ പരിശോധിക്കുന്നത് കണ്ടിട്ടുണ്ട്. എന്നാൽ ആ മുറിയിൽ മൂടുപടം ധരിക്കാത്ത സ്ത്രീകൾ ആരെങ്കിലുമുണ്ടെങ്കിൽ ഇങ്ങനെ ചെയ്യുവാൻ അദ്ദേഹത്തിനാകാറില്ല. മറ്റു ചിലപ്പോൾ പറഞ്ഞതിലും കൂടുതൽ സമയം എവിടെയെങ്കിലും ചെലവഴിച്ചാൽ അദ്ദേഹം ജനലിന്റെയരികിൽ വന്ന് എത്തിനോക്കും. ഞാൻ സുരക്ഷിതയല്ലേ

എന്നാണദ്ദേഹം നോക്കുന്നത്. ഒരിക്കൽ ഇങ്ങനെ എത്തിനോക്കിക്കൊണ്ടിരിക്കുന്ന ബതാരയെക്കണ്ട് സ്ത്രീകൾ ബഹളം വയ്ക്കുകയുണ്ടായി. സ്ത്രീകളുടെ വലിയ കൂട്ടത്തിൽ നിന്നും എപ്പോഴൊക്കെ എന്നെ തിരിച്ചറിയുവാൻ സാധിക്കാതാകുന്നുവോ അപ്പോഴൊക്കെ അദ്ദേഹം വലിയ ഒച്ചപ്പാടുണ്ടാക്കിയിട്ടുണ്ട്. ആ ഒച്ചപ്പാട് കേട്ട് തീർത്തും യാഥാസ്ഥിതികരായ സ്ത്രീകൾ ഭയന്ന് ബോധരഹിതരായി വീണിട്ടുമുണ്ട്. അല്ലെങ്കിൽ അവർ ഓടിയൊളിച്ചിട്ടുണ്ട്. എന്റെ വേലക്കാരിൽ മിക്കവരും മൂടുപടമണിയാത്ത എന്റെ മുഖം കണ്ടിട്ടുണ്ട്. എന്റെ മാത്രമല്ല സാഹോദരിമാരുടേയും മഹയുടേയും മുഖം കണ്ടിട്ടുണ്ട്. എന്നാൽ സൗദിയിലെ മിക്ക സ്ത്രീകളും ഇത്ര സ്വാതന്ത്ര്യത്തോടെയല്ല ജീവിക്കുന്നത്. വീടിനകത്താകുമ്പോഴും മൂടുപടം ധരിക്കണമെന്ന് അവരുടെ കുടുംബാംഗങ്ങൾ നിഷ്കർഷിക്കുന്നു. അങ്ങനെ ഒരു ദിവസം ബഹളം വച്ചതിനു ശേഷം ഇനി അതുണ്ടാകരുതെന്ന് ബതാരയെ താക്കീത് ചെയ്യേണ്ടി വന്നു. ഞങ്ങളുടെ വീട്ടുകാരല്ലാത്തവരായുള്ള സ്ത്രീകൾ കൂടിയിരിക്കുന്നിടത്തേക്ക് വരരുത് എന്ന് ബതാരയെ താക്കീത് ചെയ്തു.

ഈ ആശുപത്രിയിൽ ഇതിനു മുമ്പും വന്നിട്ടുണ്ട്. അതുകൊണ്ട് തന്നെ എവിടേക്കാണ് പോകുന്നത്, എവിടെയാണ് യോഗം നടക്കുന്നത് എന്നൊക്കെ എനിക്ക് അറിയാമായിരുന്നു.

“എന്റെ കൂടെ വരണ്ട. വണ്ടി പാർക്കിൽ നിർത്തിയാൽ മതി ബതാര.” രാജകുടുംബാംഗങ്ങളുടെ വണ്ടികൾ പാർക്ക് ചെയ്യുവാനുള്ള സ്ഥലം അദ്ദേഹത്തിന് കാണിച്ചു കൊടുത്തു. വണ്ടി നിർത്തി ബതാര വന്ന് എനിക്ക് വാതിൽ തുറന്ന് തന്നു. എന്റെ അബായ പലപ്പോഴും എന്തിലെങ്കിലും ഉടക്കിക്കിടക്കുക പതിവാണ്. ബതാര അതിനാൽതന്നെ അങ്ങനെ എവിടെയെങ്കിലും കൊളുത്തിക്കിടക്കുന്ന അബായ കൊളുത്തിൽ നിന്നും മാറ്റും, എന്നിട്ട് വാതിൽ തുറന്ന് തരും. ഇതിൽ അപ്രിയമൊന്നും തോന്നിയിട്ടില്ല.

ഞാനിറങ്ങുമ്പോൾ അദ്ദേഹത്തിന്റെ മുഖം ആകാംക്ഷയാൽ ചുവന്നിരുന്നു. അതുകണ്ട് ചിരിക്കാനാകുമായിരുന്നില്ല. ചിരിച്ചാൽ അത് അദ്ദേഹത്തിനെ കളിയാക്കുന്നതിനു തുല്യമാകുമായിരുന്നു. അദ്ദേഹം ആശങ്കാകുലനും കോപാകുലനുമാണെന്നതിൽ ദുഃഖമുണ്ട്. എന്നാൽ ചില സമയങ്ങളിലെങ്കിലും എനിക്ക് ഒരു പുരുഷ സംരക്ഷണമില്ലാതെ ഒറ്റയ്ക്കാകേണ്ടിയിരിക്കുന്നു.

മുൻവശത്തെ വലിയ വാതിലിലൂടെ അകത്തേക്ക് പ്രവേശിച്ചപ്പോൾ ആരും എന്നെ ശ്രദ്ധിച്ചില്ല. ഞാൻ മൂടുപടം ധരിച്ചിരുന്നു. ആത്മവിശ്വാസത്തോടെ ഇടനാഴിയിലൂടെ നടന്നു. എവിടെയാണ് എത്തേണ്ടത് എന്നെനിക്കറിയാമായിരുന്നു. ഈ ആശുപത്രിയുടെ ബോർഡ് റൂമിൽ വച്ച് അനേകം യോഗങ്ങളിൽ പങ്കെടുത്തിട്ടുണ്ട്. അങ്ങനെ നടന്നുനീങ്ങുമ്പോൾ ഒരു സൗദി സ്ത്രീക്ക് എത്ര സ്വതന്ത്രയാണെന്ന ചിന്തയുണ്ടാകാമോ അത്രയും സ്വതന്ത്രയാണ് ഞാൻ എന്ന് തോന്നി. ഞാനൊരു അവധിയാഘോഷിക്കുകയാണെന്ന് തോന്നി. ചുറ്റിലും വീട്ടുകാരാലും വേലക്കാരാലും

നിറഞ്ഞ ഒരു വലിയ വീട്ടിൽ നിന്നും പുറത്തിറങ്ങിയതിന്റെ ആഘോഷമായിരുന്നു മനസ്സിനപ്പോൾ.

മുറിയിലേക്ക് പ്രവേശിച്ചപ്പോൾ ബന്ധുക്കളൊന്നും വന്നിട്ടില്ല. അവർ വൈകിയതായിരിക്കും എന്ന് ഉറപ്പിച്ചു. ഏറ്റവും അവസാനം വരുന്നത് അവരുടെ മൂല്യത്തെ കാണിക്കുന്നു എന്നൊരു ചിന്ത എന്റെ രാജകുടുംബത്തിൽ പലർക്കുമുണ്ട്. അങ്ങനെ അവസാനം വരുമ്പോൾ മറ്റുള്ളവരെല്ലാം തങ്ങൾക്കായി കാത്തിരിക്കുമല്ലോ. ഈ പെരുമാറ്റരീതി എനിക്കിഷ്ടമല്ല. പ്രായമായതിനുശേഷം ശ്രദ്ധിച്ചറിഞ്ഞ മറ്റൊരു കാര്യം കൂടിയുണ്ട്. ഗർവ്, അഹങ്കാരം എന്നിവ രാജകുടുംബാംങ്ങൾക്കിടയിലെ ഒരു അസുഖമാണെന്നതാണത്. ലോകമെമ്പാടുമുള്ള രാജകുടുംബാംഗങ്ങളിൽ ഈ മനോനില കാണുവാനാകും. അവർ സാധാരണ ജനങ്ങളിൽ നിന്നും ഒരു പടി ഉയർന്നവരാണെന്ന് പല നൂറ്റാണ്ടുകളായി ധരിച്ചിരിക്കുന്നു. യൂറോപ്പിലെ രാജകുടുംബാംഗങ്ങളും ഇതിൽ നിന്നും വ്യത്യസ്തരാണെന്ന് തോന്നുന്നില്ല.

പെട്ടെന്ന് പുറകിൽ കാലനക്കം കേട്ടു. ആരോ ധൃതിയിൽ നടന്നു വരുന്നു. ക്ഷണിക്കപ്പെട്ട അതിഥികളെ സ്വീകരിക്കുവാൻ ഒരു പെൺകുട്ടിയെ ഏർപ്പാടാക്കിയിരുന്നു. അവർ ഇത്തിരി നേരത്തേക്ക് എവിടേക്കോ മാറിപ്പോയതായിരുന്നു. ഒരു സൗദി യുവതിയായിരുന്നു അവർ. ഞാൻ അവരുടെ മുഖത്തേക്ക് നോക്കി. അവർ പരവശയായിരുന്നു എന്നു മനസ്സിലായി. ഒരു രാജകുടുംബാംഗം അകത്തേക്ക് പ്രവേശിച്ച സമയത്ത് തന്റെ ഇരിപ്പിടത്തിൽ ഉണ്ടാകാതെ പോയതിന്റെ ഭയം മുഖത്തുണ്ടായിരുന്നു. ആ ഭയം വ്യക്തമായി കാണാമായിരുന്നു. ഈ വീഴ്ചയിൽ ഞാൻ കുപിതയായേക്കുമോ എന്നവർ ഭയക്കുന്നു. എന്നാൽ എനിക്ക് ഒരു വിഷമവും തോന്നിയില്ല. അവളാകട്ടെ മുഖത്ത് വിശാലമായ ഒരു പുഞ്ചിരി നിറച്ചാണടുത്ത് വന്നത്. അത് എന്നെ കൂടുതൽ തൃപ്തയുമാക്കി.

ഞാനും അവളെ നോക്കി പുഞ്ചിരിച്ചു. എന്നാൽ അവളത് കണ്ടില്ല. ഞാൻ അപ്പോഴും മൂടുപടം ധരിച്ചിരുന്നുവല്ലോ. റിയാദിൽ പൊതുചടങ്ങുകളിൽ പങ്കെടുക്കുമ്പോൾ ധരിച്ചിരിക്കേണ്ട ഈ വസ്ത്രത്തെ ഞാൻ വെറുക്കുന്നു. റിയാദിലെ സമൂഹത്തിൽ മൂടുപടമണിയാത്ത സ്ത്രീകളെ അനഭിമതരായി കണക്കാക്കുന്ന പ്രവണത അവസാനിക്കുന്ന കാലം ഉടൻ വരുമെന്ന് പ്രതീക്ഷിക്കുന്നു. സ്ത്രീകൾ രണ്ടാംകിട പൗരന്മാരാണെന്നും അനഭിമതമായ ഒരു കാഴ്ച അവരിൽ നിന്നുമുണ്ടായാൽ അവരെ കല്ലെറിയാമെന്നും കൗമാരക്കാരായ ആൺകുട്ടികളെ പറഞ്ഞ് പഠിപ്പിക്കുന്ന അച്ഛന്മാരും മതാദ്ധ്യക്ഷന്മാരും ഇന്നും സൗദിയിലുണ്ട്. മുഖം മറയ്ക്കാതെ നടക്കുക എന്നത് ഈ അനഭിമത പെരുമാറ്റങ്ങളിൽ പെടുന്നു. ഇങ്ങനെ തീവ്രചിന്തകളുള്ള റിയാദികളുടെ മനസ്സ് ഉടൻ മാറുമെന്നും അത് കുറച്ച് കൂടി വിശാലമായ ചിന്തകളുള്ള ജെദ്ദയിലെ ജനങ്ങളുടേതിനോട് യോജിക്കുമെന്നും അതിനിനിയും കാലതാമസമുണ്ടാകില്ലെന്നും

ആത്മാർത്ഥമായി പ്രത്യാശിക്കുന്നു. അങ്ങനെയെങ്കിൽ മറയ്ക്കാത്ത മുഖം തെരുവിൽ ഒരു രംഗം ഇനിയും സൃഷ്ടിക്കുകയില്ലല്ലോ.

ഒരു രാജകുടുംബാംഗത്തെ സ്വാഗതം ചെയ്യുവാനായതിന്റെ സന്തോഷം ആ യുവതിയിൽ കണ്ടു. എന്നാൽ സംഭാഷണം ആരംഭിക്കുന്നതിൽ അവരിൽ ഒരു ലജ്ജയുണ്ടായിരുന്നു. അവൾ എന്റെ അബായ അഴിച്ച് മാറ്റുന്നതിന് സഹായിച്ചു. അവൾപോലുമറിയുന്നതിനു മുമ്പ് എന്റെ മൂടുപടവും മാറ്റി. എന്നിട്ട് "പുറത്തിറങ്ങുമ്പോൾ മൂടുപടം ധരിക്കാറുണ്ടോ" എന്ന് ഞാൻ അവളോട് ചോദിച്ചു. എതിർക്കുവാനുള്ള കരുത്ത് അവളിലുണ്ടോ എന്ന് എനിക്കറിയണമായിരുന്നു. അവളുടെ പ്രായത്തിൽ ഞാൻ എന്തിനേയും എതിർക്കുന്ന പ്രകൃതക്കാരിയായിരുന്നല്ലോ.

അവൾ അവ്യക്തമായി ഒന്ന് പുഞ്ചിരിച്ചു. എന്റെ ചോദ്യത്തിനാദ്യം അവൾ മറുപടി പറഞ്ഞില്ല. "എന്നോട് ക്ഷമിക്കണം രാജകുമാരി. എന്നെ ഒരു ജോലിക്കായി അവർ വിളിച്ചു. അതുകൊണ്ട് പോയതാണ്" എന്നാണവൾ പകരം പറഞ്ഞത്.

"അത് സാരമില്ല. എനിക്കപ്പോൾ ആരുടേയും സഹായം ആവശ്യമില്ലായിരുന്നു." എന്നിട്ട് അവളുടെ മുഖത്തേക്ക് നോക്കി "മൂടുപടത്തെക്കുറിച്ച് നിന്റെ അഭിപ്രായമെന്താണ്?"

ഈ തുറന്ന ചോദ്യവും പ്രകൃതവും കണ്ട് അവളൊന്നമ്പരന്നു. യുവതികളെ കാണുമ്പോൾ മൂടുപടം എന്ന വിഷയത്തെക്കുറിച്ച് ചർച്ച ചെയ്യുവാൻ ഞാൻ ഒരിക്കലും മടി കാണിക്കാറില്ല. സ്ത്രീകൾക്കെതിരായ അന്യായത്തിനെതിരെ പടപൊരുതുവാനുള്ള നിശ്ചയദാർഢ്യത്തിലുപരിയായി അവരുടെ വ്യക്തിത്വം തുറന്ന് കാണിക്കുന്ന മറ്റൊന്നും എനിക്കറിയില്ല. മൂടുപടം അതിലൊന്നാണ്. സ്വകാര്യമായ കാര്യങ്ങളിൽ ഒന്ന്. ഇസ്ലാം വിശ്വാസപ്രകാരം ഇത് ആവശ്യമെന്ന് പറഞ്ഞിട്ടില്ല. ഞങ്ങളുടെ വിശുദ്ധ പുസ്തകത്തെക്കുറിച്ച് അറിയാവുന്ന എല്ലാവർക്കും ഇതറിയാവുന്നതാണ്.

"പൊതുജനങ്ങൾക്ക് മദ്ധ്യത്തിലാകുമ്പോൾ ഞാൻ മൂടുപടം ധരിക്കുന്നു." അവൾ പറഞ്ഞു. എന്നിട്ട് ഒന്ന് ചുറ്റിലും നോക്കി. കുമ്പസാരിക്കുന്നത് പോലെ തുടർന്നു. "എന്നാൽ എനിക്ക് അത് ഇഷ്ടമല്ല." അവളുടെ വാക്കുകൾ അംഗീകരിക്കുന്നു എന്നൊരു പുഞ്ചിരി മുഖത്ത് വന്നു എന്നവൾ കണ്ടപ്പോൾ അവളും ചിരിച്ചു. "ഞാൻ മുഖം മറയ്ക്കാതെ നടന്നാൽ അച്ഛൻ എന്നെ കുറ്റപ്പെടുത്തില്ല. എന്നാൽ അമ്മയും സഹോദരങ്ങളും പറയുന്നത് ഈ മൂടുപടം രണ്ട് കാര്യങ്ങൾ ഒന്നിച്ച് ചെയ്യുന്നു എന്നാണ്. അത് വായിൽ ഈച്ചയും മറ്റും കയറാതെ നോക്കുന്നു അതിനോടൊപ്പം തന്നെ എന്റെ മനസ്സിലേക്ക് നിഷിദ്ധചിന്തകൾ വരാതെയും നോക്കുന്നു എന്ന്."

യോഗത്തിനെത്തിയ മറ്റുള്ളവരുടെ സമീപത്തേക്ക് നടന്നുപോകുമ്പോൾ "മൂടുപടം ഇത്രയ്ക്കിഷ്ടപ്പെടുന്ന പുരുഷന്മാരെല്ലാം മൂടുപടം ധരിച്ച് നടക്കുന്ന ഒരു ദിവസം കാത്തിരിക്കുകയാണ് ഞാൻ."

എന്റെ ഈ വാക്കുകൾ കേട്ട് അവൾ വാ പൊളിച്ചു. ഇത്രയും തുറന്ന് പറയുവാൻ തയ്യാറുള്ള ഒരു സൗദി രാജകുമാരിയെ കണ്ടതിൽ അവൾ സന്തുഷ്ടയാണെന്ന് എനിക്ക് പറയുവാനാകും.

മറ്റ് അംഗങ്ങളുടെ സമീപത്തേക്കെത്തുവാൻ തിരക്കായി. കൗമാരക്കാരായ പെൺകുട്ടികളെ സഹായിക്കുവാനായി നിർമ്മിക്കപ്പെട്ടിട്ടുള്ള ഒരു സമിതിയാണിത്. പ്രത്യേകിച്ചും വൈദ്യശാസ്ത്രത്തിൽ ബിരുദം നേടുവാൻ കാംക്ഷിക്കുന്ന യുവതികളെ പ്രോത്സാഹിപ്പിക്കുവാൻ. വിദ്യാർത്ഥിനികൾക്ക് അവരുടെ ലക്ഷ്യം നേടാൻ വേണ്ട പിന്തുണകൾ നൽകും എന്ന് ആരെങ്കിലും പറയുകയാണെങ്കിൽ അതിൽപരം സന്തോഷം മറ്റൊന്നും തരുന്നില്ല. ഞങ്ങളുടെ സർക്കാർ വിദ്യാഭ്യാസത്തിന് വലിയ മുൻഗണനന നൽകുന്നുണ്ടെങ്കിലും അറിവില്ലായ്മമൂലം പെൺകുട്ടികൾക്ക് വിദ്യാഭ്യാസം നൽകുന്നത് തെറ്റാണെന്ന് കരുതുന്ന വീടുകൾ അനവധി ഇന്നുമുണ്ട്. ഇങ്ങനെയുള്ള പുത്രിമാരെയാണ് നമ്മൾ സഹായിക്കേണ്ടത്.

ഈ സമയത്താണ് പിന്നീട് എന്റെ സുഹൃത്തായി മാറിയ ആ സ്ത്രീയെ കണ്ടത്. ഡോക്ടറുടെ വെള്ള കോട്ട് ധരിച്ചെത്തിയ ആ കുറിയ രൂപത്തെ ശ്രദ്ധിച്ചു. അവർ നേരെ നടന്ന് വരികയായിരുന്നു. അത്ര വലിയ ആകാരമുള്ള ഒരു സ്ത്രീയൊന്നുമല്ല. എന്നാൽ ഈ ഡോക്ടറുടെ സമീപത്ത് നിന്നപ്പോൾ ഞാൻ ഭീമാകാരയായി. അവരുടെ മുഖത്ത് സൗന്ദര്യവർദ്ധക വസ്തുക്കൾ ഒന്നുമുണ്ടായിരുന്നില്ല. മിക്കവാറും സ്ത്രീകൾ ഇവയില്ലാതെ പുറത്തിറങ്ങാറില്ലല്ലോ. എങ്കിലും അവർ സുന്ദരിയായിരുന്നു. സാധാരണ സൗദി സ്ത്രീകൾ നീളൻ മുടിയാണിഷ്ടപ്പെടാറുള്ളത്. ഇവരാകട്ടെ ഞാൻ കണ്ടിട്ടുള്ള ചില ഹോളിവുഡ് സിനിമകളിലെ നായികമാരെപ്പോലെ മുടി ബോബ് ചെയ്തിരിക്കുന്നു. എന്റെ മകൻ അബ്ദുള്ളയ്ക്ക് ഹോളിവുഡ് സിനിമകൾ ഇഷ്ടമാണ്. അതുകൊണ്ട് ഇടയ്ക്കൊക്കെ എനിക്കും അവ കാണുവാനുള്ള അവസരം ലഭിക്കാറുണ്ട്. അവിടെ കൂടിയിരുന്ന മറ്റു സ്ത്രീകളിൽ നിന്നും വ്യത്യസ്തമായി അവർ ആഭരണങ്ങളും അധികമൊന്നും ധരിച്ചിരുന്നില്ല. ഒരു വാച്ചൊഴികെ കൈയിന്മേൽ മറ്റൊന്നുമുണ്ടായിരുന്നില്ല.

ഞങ്ങൾ പരിചയപ്പെട്ടു. ഔപചാരികമായി ആശംസകൾ പറഞ്ഞു. അവരുമായി സംസാരിക്കുവാൻ ശ്രമിച്ചു. എന്നാൽ അവർ അധികം സംസാരിക്കാത്ത പ്രകൃതക്കാരിയായിരുന്നു. ഈ സൗദി ഡോക്ടർക്ക് ഗൗരവത്തോടെയുള്ള മുഖം മാത്രമല്ല ഗൗരവമുള്ള മനസ്സുമുണ്ടെന്ന് മനസ്സിലാക്കുവാൻ അധിക സമയമെടുത്തില്ല. ഇതു മാത്രമല്ല, രാജകുടുംബാംഗം എന്നത് അവരെ സംബന്ധിച്ചിടത്തോളം അത്ര വലിയ ഒരു കാര്യമാണെന്ന തോന്നലുമുണ്ടാക്കിയില്ല എന്ന് അവരുടെ പെരുമാറ്റം വിളിച്ച് പറഞ്ഞു. ഞാൻ ഈ മനോഭാവത്തെ ഇഷ്ടപ്പെടുന്നവളുമാണ്. ഈ ലോകത്തിൽ ആരും സ്വന്തം കഴിവുകൾ മൂലമല്ല ലൗകിക സുഖങ്ങളിലേക്ക് ജനിച്ച് വീഴുന്നത് എന്ന് വിശ്വസിക്കുന്നവളാണ് ഞാൻ. തീരുമാനമെടുക്കുന്നത് അള്ളാഹുവാണ്. അവൻ ആഗ്രഹിച്ചിരുന്നുവെങ്കിൽ എന്റെ

ജനനം സൗദിയിലെ ഏറ്റവും ദരിദ്രകുടുംബങ്ങളിൽ ഒന്നിലാകുമായിരുന്നു. അല്ലെങ്കിൽ സൗദിയിൽ നിന്നും വളരെ ദൂരെ എവിടെയെങ്കിലും.

അധികം താമസിയാതെ അതിഥികളെല്ലാം വന്നുചേർന്നു. എല്ലാവരും പരസ്പരം ആശംസകൾ നേർന്നു. ലഘുഭക്ഷണം കഴിച്ചു. പഴച്ചാറുകൾ കുടിച്ചു. യോഗം കൂടുവാൻ സമയമായി എന്ന അറിയിപ്പുണ്ടായി. ഞങ്ങളുടെ നാട്ടിൽ ജനിച്ച വലിയ ജീവിതസൗകര്യങ്ങളൊന്നുമില്ലാത്ത ചിലരുടെ ജീവിതകഥകൾ സഭയ്ക്ക് മുന്നിൽ അവതരിപ്പിക്കപ്പെടാൻ പോകുകയാണ്. എല്ലാ ബുദ്ധിമുട്ടുകളേയും തട്ടിമാറ്റി വലിയ ജീവിതവിജയം നേടിയവരാണിവർ. അനുഭവിച്ച ബുദ്ധിമുട്ടുകൾ എന്തൊക്കെയെന്ന് അവർ നേരിട്ട് രാജ്യത്തെ ധനിക കുടുംബാംഗങ്ങളായ ഞങ്ങളോട് പറയുന്നു. അതു കേട്ട് കഴിഞ്ഞാൽ ഇതുപോലെ ബുദ്ധിമുട്ടനുഭവിക്കുന്ന സൗദിയിലെ മറ്റു പെൺകുട്ടികളെ സഹായിക്കുവാൻ എന്തൊക്കെ ചെയ്യാനാകും എന്ന് ഞങ്ങൾക്ക് ആലോചിക്കാം.

അപ്പോഴാണ് ഡോക്ടർ മീനയാണ് ആദ്യമായി കഥ പറയുന്നത് എന്ന് അറിയുന്നത്. അവരുടെ കഥ കേൾക്കാൻ ആകാംക്ഷയായി. അവരുടെ കുറിയ ശരീരം തികഞ്ഞ ആത്മവിശ്വാസത്തോടെ വേദിയിലേക്ക് നടന്ന് കയറുന്നത് നോക്കിയിരുന്നു. ഈ സ്ത്രീയിൽ നിന്നും ഉപകാരപ്രദമായ, മൂല്യമുള്ള എന്തെങ്കിലും എനിക്ക് പഠിക്കുവാനാകും എന്നുറപ്പിച്ചു.

കൂടിയിരുന്നവരുടെ കൈയടിക്കിടയിൽ അവർ സ്വയം പരിചയപ്പെടുത്തി. പിന്നെ സ്വന്തം കഥ പറഞ്ഞു തുടങ്ങി. ഒരു പുഞ്ചിരിയോടെ സദസ്സിനെ ഒന്ന് കൈയിലെടുക്കുവാൻ ശ്രമിക്കാത്ത ഒരു പ്രാസംഗികയെ ആദ്യമായി കാണുകയാണ്. അവരുടെ കഥ ആരുടേയും ശ്രദ്ധ പിടിച്ചുപറ്റുന്നതായിരുന്നു. സൗദി അറേബ്യയിലെ ഹതാശയരായ പല സ്ത്രീകളുടേയും ജീവിതം എന്തെന്ന് തുറന്ന് കാണിക്കുന്ന കഥ. അവർ കഥ പറഞ്ഞ് തുടങ്ങിയപ്പോൾ മുതൽ ശ്രദ്ധ മുഴുവൻ അതിലായി. വളരെ ശക്തമായ ഒരു അവതരണ രീതിയായിരുന്നു അവരുടേത്.

''എന്റെ ജനനം, അതായത് ജീവിതത്തിന്റെ ആരംഭം ഒട്ടും ശുഭകരമായിരുന്നില്ല. ദരിദ്രമായ കുടുംബത്തിൽ, തീർത്തും ദരിദ്രരായവരുടെ നടുക്കാണ് ഞാൻ ജനിച്ചത്. ഇന്ന് അൽ - ഖർജ് എന്ന് വിളിക്കുന്ന പ്രദേശത്ത്.''

ഈ പ്രദേശത്തെക്കുറിച്ച് എനിക്ക് വളരെയധികമറിയാം. ചരിത്രാതീത കാലം മുതൽക്കേ, സൗദിയിലെ മറ്റു പല പ്രദേശങ്ങളെ അപേക്ഷിച്ച് കുറച്ചെങ്കിലും ഭാഗ്യശാലികളായിരുന്നു ഇവിടെയുള്ളവർ. അവിടെ മരുപ്പച്ചകൾ അനേകമുണ്ടായിരുന്നു. വിശാലമായ ഈ ഭൂപ്രദേശത്തെ വാഡി അൽ-ഖർജ് എന്നാണ് വിളിച്ചിരുന്നത്. വെള്ളം ലഭ്യമായതുകൊണ്ട് കുറച്ച് കൃഷിയൊക്കെയുണ്ടായിരുന്ന പ്രദേശമായിരുന്നു ഇത്. ഖർജിലെ ജനവിഭാഗത്തെക്കുറിച്ചുള്ള കഥകൾ അച്ഛൻ അലിക്ക് പറഞ്ഞുകൊടുക്കാറുള്ളത് ഓർത്തു. അച്ഛന്റെ അച്ഛൻ നജദ് കീഴ്പ്പെടുത്തിയപ്പോൾ ആ ഭരണത്തിനാദ്യം കീഴ്പ്പെടുവാൻ ഖർജ് നിവാസികൾ ഒരുക്കമായില്ല. എന്നാൽ

കീഴ്പ്പെടുത്തിക്കഴിഞ്ഞപ്പോൾ ഞങ്ങളുടെ ഭരണത്തിനോട് ഏറ്റവും കൂറുള്ള ജനതയായി അവർ. അതിനുശേഷം അച്ഛന്റെ അച്ഛനായ അബ്ദുൾ അസീസ് അൽ സഊദ് രാജാവിനോടൊപ്പം അവർ പല യുദ്ധങ്ങളിലും പങ്കെടുക്കുകയും മറ്റ് നാട്ടുരാജ്യങ്ങളെയെല്ലാം യോജിപ്പിച്ച് സൗദി അറേബ്യ എന്ന രാജ്യം സ്ഥാപിക്കുന്നതിന് പിന്തുണ നൽകുകയും ചെയ്തു. അന്നുമുതൽ ഞങ്ങളുടെ കുടുംബത്തിലുള്ളവരെല്ലാം ഖർജ് നിവാസികളെ വലിയ ബഹുമാനത്തോടെ കാണുന്നു. ഈ പ്രദേശത്തേക്ക് അതുകൊണ്ട് തന്നെ വഴികളും കെട്ടിടങ്ങളും വ്യാപാരങ്ങളുമായി പല വികസനങ്ങളും എത്തിച്ചേരുകയുമുണ്ടായിട്ടുണ്ട്, ഒരുപക്ഷേ രാജ്യത്തിന്റെ മറ്റു ഭാഗങ്ങളേക്കാൾ കൂടുതൽ.

ഡോക്ടർ മീന കഥ തുടർന്നു. "ഞാൻ ജനിച്ച ഗ്രാമത്തിലെ ആരെങ്കിലും അന്ന് എന്റെ മാതാപിതാക്കളുടെ നാലാമത്തേയും അവസാനത്തേയും സന്തതിയായ ഞാൻ സ്കൂളിൽ പോകുമെന്നും പഠനത്തെ ജീവനോളം സ്നേഹിക്കുമെന്നും എന്നെന്നും ഒരു വിദ്യാർത്ഥിയായിരിക്കുമെന്നും പറഞ്ഞിരുന്നുവെങ്കിൽ ജനം അവരെ കളിയാക്കുമായിരുന്നു. ഒരുപക്ഷേ അവർക്ക് നേരെ കല്ലെറിയുമായിരുന്നു."

വിശ്വസിക്കാത്തവരെ കല്ലെറിയുമായിരുന്നു എന്ന് പറഞ്ഞത് അവിടെയിരുന്നവരെല്ലാം ഇത്തിരി അതിശയോക്തി കലർന്ന ഫലിതമായി കണ്ടുവെങ്കിലും ഡോക്ടർ മീനയ്ക്ക് മുന്നിലിരുന്ന് ഒന്നടക്കി ചിരിക്കുവാൻ ആരും തയ്യാറായില്ല. അതിൽ തലക്കനം വല്ലാതെ പിടികൂടിയിട്ടുള്ള എന്റെ ചില ബന്ധുക്കളും ഉൾപ്പെടുന്നു.

"എന്റെ അമ്മയ്ക്ക് ജനിച്ച നാലാമത്തേയും അവസാനത്തേയും സന്തതിയായിരുന്നു ഞാൻ. നാലും പെൺകുട്ടികളായിരുന്നു."

സദസ്സിൽ അനുകമ്പയുടെ സീൽക്കാരമുണ്ടായി. ഒരു പെണ്ണ് നാലു പെറ്റു എന്നും നാലും പെണ്ണായിരുന്നു എന്നും കേൾക്കുമ്പോൾ ലഭിക്കുന്ന അനുകമ്പയാണിത്. ഞാൻ നിവർന്നിരുന്നു. പുത്രിമാർ മാത്രം ജനിച്ചു എന്നു കേട്ടപ്പോൾ അനുകമ്പയുടെ സ്വരമുതിർത്ത സദസ്സിനെ ഒന്ന് വീക്ഷിച്ചു. മനസ്സിൽ അപ്പോൾ കോപമാണുണ്ടായത്. ഒരമ്മ പെൺമക്കളെ മാത്രം പ്രസവിച്ചു എന്ന് കേട്ടാൽ അതിൽ ഇത്ര അനുകമ്പപ്പെടാൻ എന്തിരിക്കുന്നു? രണ്ട് പുത്രിമാരുടെ അമ്മ എന്ന നിലയിൽ ഇങ്ങനെയുള്ള പ്രതികരണങ്ങൾ വ്യക്തിപരമായി അപമാനിക്കുന്നവയാണെന്ന തോന്നലാണെന്നിലുണ്ടാകുന്നത്. ഞാൻ നാക്കടക്കി. കാരണം എതിരഭിപ്രായങ്ങൾ പറയുവാനുള്ള, ഒരു വാഗ്വാദത്തിനുള്ള, വേദിയായിരുന്നില്ല ഇത്.

"എന്റെ ജനനം ഒന്നുറപ്പാക്കി. എന്നെ പ്രസവിച്ച ഉടൻ അച്ഛൻ അമ്മയെ മൊഴിചൊല്ലുന്നു എന്നതാണത്. ജനിച്ചത് പെണ്ണാണെന്നറിഞ്ഞ അതേ നിമിഷം ഞാൻ നിന്നെ മൊഴിചൊല്ലുന്നു എന്ന് അച്ഛൻ മൂന്ന് തവണ ഉറക്കെപറഞ്ഞു. അമ്മയുടെ പക്കൽ പറക്കമുറ്റാത്ത മൂന്ന് പെൺകുട്ടികളുണ്ട്, നാലാമത്തേതിനെ പെറ്റിട്ടിരിക്കുന്നു. ഇപ്പോൾ മൊഴി

ചൊല്ലപ്പെട്ടിരിക്കുന്നു. അതിനായി അച്ഛൻ ഒരു ശ്വാസം പോലുമെടുത്തി ല്ലെന്നാണ് പിന്നീട് പലരും എന്നോട് പറഞ്ഞത്. ഒന്നിനു പുറകെ ഒന്നായി പെൺകുട്ടികളെ മാത്രം തന്ന് തന്റെ ജന്മം പാഴാക്കി എന്നാരോപിച്ച് അച്ഛൻ അമ്മയെ മൊഴിചൊല്ലി. നാലാമത്തേതും പെണ്ണായപ്പോൾ അച്ഛന്റെ നിരാശ കോപമായി. അച്ഛൻ പൈതലായ എന്നെ അമ്മയുടെ സമീപത്തുനിന്ന് തൂക്കിയെടുത്തു. അമ്മ ഭയന്ന് നിലവിളിച്ചു. അച്ഛൻ തന്റെ കൈകളിലിട്ട് എന്നെ ഊഞ്ഞാലാടിച്ച് ഞങ്ങളുടെ കുടിലിന്റെ പുറ ത്തെത്തി. എന്നെ ജീവനോടെ മരുഭൂമിയിൽ കുഴിച്ച് മൂടാൻ പോകുക യാണെന്നറിയിച്ചു. എന്നെ കുഴിച്ച് മൂടി തിരിച്ച് വന്നാൽ ബാക്കി മൂന്നെണ്ണ ത്തിനേയും താനത് തന്നെ ചെയ്യുമെന്നും അച്ഛൻ അറിയിച്ചു. അതിനായി തയ്യാറായി നിൽക്കാൻ അവരോട് ഉത്തരവിട്ടു. അവരെ മൂന്നുപേരേയും ഗ്രാമത്തിലെ കിണറ്റിലെറിയും എന്നായിരുന്നു ഭീഷണി. അങ്ങനെ നാലെണ്ണത്തിനേയും കൊല്ലും!

"ഒരു പുരുഷൻ - എന്റെ അച്ഛൻ - എന്നെയും എന്റെ മൂന്നു സഹോ ദരിമാരേയും ക്രൂരമായി കൊല്ലുമെന്ന് ഭീഷണിയുയർത്തുന്നു. ഞാനപ്പോൾ ഉറക്കെ കരഞ്ഞിരിക്കണം. അച്ഛൻ എന്നെ ഒരു കൈയിൽ നിന്നും മറു കൈയിലേക്കെറിഞ്ഞ് കളിച്ചപ്പോൾ എനിക്ക് വേദനിച്ചിരിക്കണം. എന്നാൽ അള്ളാഹുവിൽ നിന്നും അപ്പോൾ ഒരദ്ഭുതം സംഭവിച്ചു. അതുപോലെ പിന്നേയും അദ്ഭുതങ്ങൾ എന്റെ ജീവിതത്തിലുണ്ടായിട്ടുണ്ട്. ഒരു പുരുഷൻ എന്നെയും എന്റെ ചേച്ചിമാരേയും അപകടപ്പെടുത്തുവാൻ ഒരുമ്പെട്ടിറങ്ങിയിരിക്കുകയായിരുന്നു. അതേ നിമിഷത്തിൽ മറ്റു രണ്ട് പുരുഷന്മാർ ഞങ്ങൾ കുരുന്നുകളുടെ ജീവൻ രക്ഷിക്കുവാനായി മുന്നി ലെത്തി. പ്രവാചകനായ മുഹമ്മദിന്റെ വാക്കുകൾ ഞങ്ങൾക്ക് രക്ഷയായി. അച്ഛന്റെ സഹോദരന്മാരിൽ ഒരാളുടെ നാക്കിലൂടെയാണപ്പോൾ ആ വാക്കുകൾ പുറത്ത് വന്നത്. അച്ഛന്റെ ആ സഹോദരൻ അച്ഛനേക്കാൾ ജ്ഞാനിയായിരുന്നു. തന്റെ സ്വന്തം പുത്രിമാരിൽ ഇത്തിരി മൂല്യം കാണു വാൻ അദ്ദേഹത്തിനായിരുന്നു. രണ്ട് പുത്രിമാരാണദ്ദേഹത്തിനുണ്ടായി രുന്നത്. ഈ പുത്രിമാരുണ്ടാകുന്നതിനു മുമ്പ് അദ്ദേഹത്തിന്റെ ഭാര്യ അദ്ദേഹത്തിന് അഞ്ച് പുത്രന്മാരെ നൽകിയതിനാലാണ് അദ്ദേഹത്തിന് പുത്രിമാരോട് സ്നേഹം തോന്നിയത് എന്നൊരു സംസാരമുണ്ട്.

കാരണമെന്തുമാകട്ടെ, പ്രവാചകന്റെ വാക്കുകൾ ഉരുവിട്ട് അദ്ദേഹം അപ്പോൾ രക്ഷപ്പെടുത്തിയത് നാല് കുരുന്ന് ജീവനായിരുന്നു. പെൺ മക്കളെ നല്ല രീതിയിൽ വളർത്തുന്നവന് ശാന്തിയും സമാധാനവും ലഭിക്കും എന്ന് പ്രവാചകൻ പറഞ്ഞിരിക്കുന്നു. "ആർക്കെങ്കിലും പെൺമക്കളുണ്ടാ കുകയും അവളെ അയാൾ ജീവനോടെ കുഴിച്ച് മൂടാതിരിക്കുകയോ അവരെ നിസ്സാരരെന്ന് കരുതാതിരിക്കുകയോ തന്റെ പുത്രന്മാരാണിവ രേക്കാൾ മേന്മയുള്ളവരെന്ന് കരുതാതിരിക്കുകയോ ചെയ്യുകയാണെങ്കിൽ, സ്വർഗ്ഗരാജ്യം അവർക്കുള്ളതാകും." അച്ഛന്റെ ആ സഹോദരൻ അപ്പോൾ പറഞ്ഞ വാക്കുകൾ ഇതായിരുന്നു.

അച്ഛന്റെ സഹോദരൻ പ്രവാചകന്റെ വാക്കുകൾ പിന്നെയും ഉരുവിട്ടു കൊണ്ടിരുന്നു. അദ്ദേഹം അച്ഛനെ ആക്രമിക്കുവാനോ ഉപദേശിക്കുവാനോ തടുക്കുവാനോ പോയില്ല. എന്നാൽ പകരം അച്ഛന്റെ കൈയിൽ കിടന്ന് പിടഞ്ഞിരുന്ന എന്നെ എടുക്കുവാനായി കൈ നീട്ടി.

പ്രവാചകന്റെ വാക്കുകൾക്കെതിരായി പ്രവർത്തിച്ചവൻ എന്ന പഴി കേൾക്കുവാൻ അച്ഛനിഷ്ടമല്ലായിരുന്നു. എന്നെ തന്റെ സഹോദരനെ ഏല്പിക്കുന്നതിനു പകരം അച്ഛൻ എന്നെ അദ്ദേഹത്തിനു നേരെ വെറും നിലത്ത് കിടത്തി. വലിച്ചെറിഞ്ഞു എന്നു പറഞ്ഞാൽ കുറച്ചുകൂടി ശരിയാകുമെന്ന് തോന്നുന്നു. ഞങ്ങളെ ആ വീട്ടിൽ നിന്നും പുറത്താക്കുവാനുള്ള കാര്യപരിപാടികൾ പൂർത്തീകരിക്കുന്നതിനായി താനിപ്പോൾ പോകുന്നു എന്ന് പറഞ്ഞ് ഇറങ്ങിപ്പോയി. ഒരു ഉപകാരവുമില്ലാത്ത ഈ അഞ്ചുവയറൂട്ടുവാൻ തനിക്കാകില്ലെന്നും അത് മറ്റാരെങ്കിലും വേണമെങ്കിൽ ചെയ്തോട്ടെ എന്നും അച്ഛൻ വിളംബരം ചെയ്തു. മൊഴി ചൊല്ലിയ ഭാര്യയേയോ താൻ ജന്മം നൽകിയ നാല് പെൺകുട്ടികളേയോ ഒരു നോക്ക് കാണുവാൻ പോലും പിന്നെ അദ്ദേഹം ആഗ്രഹിച്ചില്ല.

അങ്ങനെ എന്നെ പ്രസവിച്ച് ഏതാനും മണിക്കൂറുകൾക്കുള്ളിൽ തന്നെ അമ്മയെ കിടന്നിരുന്ന മെത്തയോടെ പുറത്തിറക്കി. അതിനായി രണ്ട് സ്ത്രീകളെ അച്ഛൻ ഏർപ്പാട് ചെയ്തു. അമ്മയുടേതായതെല്ലാം അവർ പെറുക്കികെട്ടി. ഒരു വൈദ്യസഹായം പോലുമില്ലാതെയാണമ്മ എന്നെ പ്രസവിച്ചത്. അമ്മയുടേയും നാലുമക്കളുടേയുമായ എല്ലാ വസ്തുക്കളും അവരൊരു ഭാണ്ഡമാക്കി. വിവാഹം കഴിഞ്ഞ അന്നു മുതൽ തന്റെ വീടെന്ന് കരുതിയിടത്തുനിന്ന് അവരെല്ലാം കൂടി അമ്മയേയും നാലുമക്കളേയും പുറത്തിറക്കി.

അച്ഛൻ അപ്പോഴേക്കും തിരികെയെത്തിയിരുന്നു. ഒരു വണ്ടിയും കൊണ്ടാണച്ഛൻ വന്നത്. അമ്മയോട് പെൺകുട്ടികളുടെ കൂട്ടത്തേയും കൊണ്ട് വണ്ടിയുടെ പുറകിൽ കയറുവാൻ ആജ്ഞാപിച്ചു. അമ്മയെ തിരികെ അമ്മയുടെ മാതാപിതാക്കളെ ഏല്പിക്കുവാൻ പോകുകയാണ്. അമ്മയുടെ മാതാപിതാക്കൾക്ക് നൽകിയ മെഹർ തുകപോലും അച്ഛൻ തിരികെ ചോദിച്ചു. വിലകുറഞ്ഞ ഒരു മാല, ഒരു കൈവള, ഏതാനും ചെമ്മരിയാടുകൾ, പത്ത് കോഴി എന്നിങ്ങനെയായിരുന്നു കണക്ക്. എന്നാൽ അന്ന് അമ്മയുടെ മാതാപിതാക്കളുടെ പക്കൽ ചെമ്മരിയാടുകളുണ്ടായിരുന്നില്ല. കാരണം അതിനിടെ അവർ മൂന്ന് പുത്രിമാരെ വിവാഹം ചെയ്തുകൊടുത്തിരുന്നു. നാലുകോഴികളായിരുന്നു അവരുടെ ആകെയുള്ള അന്നത്തെ സമ്പാദ്യം. അവ വല്ലപ്പോഴും മുട്ടയിടും. അതായിരുന്നു അവർക്ക് ആകെ ലഭിച്ചിരുന്ന പോഷകാഹാരം.

അമ്മ പുറത്തിറങ്ങിയ വഴിയിൽ രക്തത്തുള്ളികൾ ഇറ്റുവീഴുന്നുണ്ടായിരുന്നു എന്ന് പിന്നീടാരോ എന്നോട് പറയുകയുണ്ടായിട്ടുണ്ട്. തനിക്ക് ഒരവസരം കൂടി തരണമെന്നും അഞ്ചാമത്തേത് എന്തായാലും ആൺകുട്ടിയാകുമെന്നും അമ്മ അച്ഛനോട് കരഞ്ഞപേക്ഷിക്കുന്നുമുണ്ടായിരുന്നുവത്രെ.

അതിനു മറുപടിയായി അച്ഛനിൽ നിന്നും അമ്മയ്ക്ക് ചെകിടടച്ച് ഒരു അടിയാണ് ലഭിച്ചത്.

അതിനു തൊട്ടുപുറകെ എന്റെ ജീവിതത്തിലെ രണ്ടാമത്തെ അദ്ഭുതം സംഭവിച്ചു. എന്റെ ജീവൻ രക്ഷിച്ച, എന്റെ ജീവൻ നിലനിർത്തിയ അദ്ഭുതം. വിശുദ്ധ ഖുർ-ആനിൽ എന്ത് പറഞ്ഞിരിക്കുന്നു എന്നത് ബാധകമല്ലാതെ നമ്മുടെ നാട്ടിൽ ഒരു പുരുഷൻ താനാണ് ഒരു കുട്ടിയുടെ രക്ഷാധികാരി എന്ന് ആ കുഞ്ഞ് ജനിച്ച ദിവസം ആധികാരികമായി പറഞ്ഞാൽ അത് ആരും നിഷേധിക്കുകയില്ലെന്നും നിശ്ശബ്ദം എല്ലാവരും അത് അംഗീകരിക്കുമെന്നതും നമുക്കെല്ലാവർക്കും അറിയാവുന്നതാണല്ലോ.

എന്നാൽ അള്ളാഹുവിനോട് നന്ദി പറയട്ടെ, അച്ഛൻ പുത്രിമാരുടെ രക്ഷാധികാരി സ്ഥാനം അവകാശപ്പെട്ടില്ല. അത് ആവശ്യപ്പെട്ടിരുന്നു എങ്കിൽ ആർക്കും അത് തടയുവാനാകുമായിരുന്നില്ല. അത് സംഭവിച്ചിരുന്നുവെങ്കിൽ ഞങ്ങളെയൊക്കെ കൊന്നുകളഞ്ഞിട്ടുണ്ടാകുമെന്നതിലും സംശയമൊന്നുമില്ല. അച്ഛന്റെ സഹോദരന് എന്നും ഞങ്ങളുടെ ജീവന് കാവൽ നിൽക്കുന്ന സുരക്ഷാഭടനാകുവാൻ കഴിയില്ലല്ലോ. ഭയന്ന് കരഞ്ഞിരുന്ന ചേച്ചിമാരേയും അപ്പോൾ ജനിച്ചു വീണ എന്നെയും അച്ഛൻ അമ്മയോടൊപ്പം പോകാനനുവദിച്ചു എന്നതിന് ഞാൻ അള്ളാഹുവിനോട് ഒരിക്കൽ കൂടി നന്ദി പറയട്ടെ.

യാത്രയിലുടനീളം അമ്മയെ അച്ഛൻ ശപിച്ചുകൊണ്ടേയിരുന്നു എന്ന് അമ്മ പറയുന്നു. അമ്മയെ അച്ഛൻ അമ്മയുടെ മാതാപിതാക്കൾക്ക് മുന്നിൽ തള്ളിയിട്ടു. അങ്ങനെ ആർക്കും വേണ്ടാത്ത നാലുപെൺകുട്ടികളുമായി മൊഴിചൊല്ലപ്പെട്ട അമ്മ അമ്മയുടെ മാതാപിതാക്കളുടെ വീട്ടിലെത്തി.

തങ്ങളുടെ മകളേയും പേരക്കുട്ടികളേയും സ്വാഗതം ചെയ്യുന്നതിനു പകരം എന്റെ മുത്തച്ഛനും മുത്തശ്ശിയും ഒന്നിച്ച് അച്ഛനുമൊത്ത് വഴക്കിടുവാനും ഞങ്ങൾ കുട്ടികളേയും ഞങ്ങളുടെ അമ്മയേയും ഉടൻ അവിടെ നിന്ന് തിരികെകൊണ്ടുപോകണമെന്ന് ആവശ്യപ്പെടുവാനും തുടങ്ങി. തങ്ങളുടെ മകൾക്കും പേരക്കുട്ടികൾക്കും നൽകാനുള്ള ഭക്ഷണം അവരുടെ പക്കലില്ലെന്ന് തീർത്ത് പറഞ്ഞു. എന്നാൽ അച്ഛൻ അവരേയും ശപിച്ചു. പെൺകുട്ടികളെ മാത്രം പ്രസവിക്കുവാൻ കഴിവുള്ള ഒരു പെണ്ണിനെ തന്റെ തലയിൽ വച്ചുകെട്ടിയെന്ന് അവരെ പഴിചാരി.

ഇന്നും പലർക്കും അറിവില്ലാത്തതുപോലെ അച്ഛനും പുരുഷന്റെ ബീജമാണ് കുഞ്ഞിന്റെ ലിംഗം നിർണ്ണയിക്കുന്നത് എന്ന് അറിയില്ലായിരുന്നു. വിദ്യാഭ്യാസം എന്നൊന്നില്ലാത്ത അച്ഛന്റെ മനസ്സിൽ കുട്ടികൾ വരുന്നത് പെണ്ണിന്റെ ശരീരത്തിൽ നിന്നാണ്. അതുകൊണ്ടു തന്നെ കുഞ്ഞുമായി ബന്ധപ്പെട്ട എല്ലാത്തിനും ഉത്തരവാദിത്വം പെണ്ണിനാണ് എന്നായിരുന്നു.

അച്ഛൻ തന്റെ വണ്ടിയിൽ കയറി തിരികെ പോകുന്ന കാഴ്ച ഭയത്തോടെ, ചങ്കിടിപ്പോടെ അമ്മയുടെ മാതാപിതാക്കൾ കണ്ടു. അന്നുമുതൽ അവർ അമ്മയുടെ ശത്രുക്കളായി. അവരിരുവരും വാതിൽക്കൽ നിന്ന്

ഞങ്ങൾ അകത്ത് കടക്കുന്നത് തടയുവാൻ ശ്രമിച്ചു. അമ്മയോട് യാതൊരു കാരണവശാലും അകത്തേക്ക് പ്രവേശിപ്പിക്കുകയില്ല എന്നറിയിച്ചു. റിയാദിൽ പോയി ഏതെങ്കിലും സർക്കാർ അഗതി മന്ദിരത്തിൽ അഭയം തേടിക്കൊള്ളുവാൻ പറഞ്ഞു. കുട്ടികളേയും കൂടെ കൂട്ടിക്കൊള്ളുവാൻ ആവശ്യപ്പെട്ടു. അമ്മ ഒട്ടും നാണമില്ലാതെ വീടിനുള്ളിലേക്ക് തള്ളി ക്കയറുവാൻ ശ്രമിച്ചു. അവർ അമ്മയെ തള്ളിയിട്ടു വാതിലടച്ചിടുവാൻ ശ്രമിച്ചു.

എന്റെ ഏറ്റവും മുതിർന്ന സഹോദരി സൂത്രശാലിയായിരുന്നു. ഞങ്ങ ളുടെ ഗ്രാമത്തിലേക്ക് സന്ദർശനത്തിനെത്തിയ ബദുക്കൾ പറയുന്ന കഥ കളോട് അവൾക്ക് എന്നും വലിയ താത്പര്യമായിരുന്നു. പ്രത്യേകിച്ചും സൂചിക്കുഴയിലൂടെ കടന്ന ഒട്ടകത്തിന്റെ കഥ. കൂടാരത്തിനകത്തേക്ക് തലയിടാൻ അവസരം കൊടുത്താൽ ഒട്ടകം പിന്നെ അതിന്റെ ശരീരവും അകത്താക്കുമെന്നാണാ കഥ. അതുകൊണ്ട്, അതേ സൂത്രം പ്രയോഗി ക്കുവാനായി താനെങ്ങനെയെങ്കിലും ഈ 'കൂടാരത്തിൽ' പ്രവേശിക്കണ മെന്ന് ചേച്ചി തീരുമാനിച്ചു. രംഗം അത്ര സുഖകരമല്ലെന്ന് മനസ്സിലാക്കിയ അവൾ മുത്തശ്ശിയുടെ കാലിൽ പിടിച്ച് തൂങ്ങി. മുത്തശ്ശിയുടെ ശ്രദ്ധ അവളി ലേക്കായി. മുത്തശ്ശി അവളെ തന്നിൽ നിന്നും അകറ്റുവാനായി അവളെ അടിക്കുവാൻ തുടങ്ങി. എന്നാൽ അവരുടെ കരങ്ങൾക്ക് അച്ഛന്റെ കര ങ്ങളുടെയത്ര കരുത്തില്ലായിരുന്നുവെന്നും അതിനാൽ ആ പ്രഹരം തനിക്ക് അത്ര വേദനിച്ചില്ലെന്നും അവൾ പിന്നീട് പറയുകയുണ്ടായി. അപ്പോൾ അവളുടെ കണ്ണുകളിൽ അച്ഛൻ ഭാര്യയേയും മക്കളേയും എങ്ങനെ പ്രഹരിച്ചിരുന്നു എന്നതിന്റെ ഭീതിയുണ്ടായിരുന്നു. അതുകൊണ്ട് അവളെ തന്നിൽ നിന്നകറ്റുവൻ മുത്തശ്ശിക്കായില്ല. അമ്മ ഈ അവസരം മുത ലാക്കി, തന്റെ പിതാവിനെ തള്ളിമാറ്റി അകത്തേക്ക് പ്രവേശിച്ചു. അമ്മ എന്നെ ഒരു പഴംതുണിയിൽ പൊതിഞ്ഞ് കഴുത്തിൽ ഞാത്തിയിട്ടിരുന്നു. മറ്റു രണ്ട് സഹോദരിമാരും അമ്മയുടെ വസ്ത്രത്തിൽ തൂങ്ങിയാടുന്നു ണ്ടായിരുന്നു."

അത്രയും പറഞ്ഞ് കഴിഞ്ഞപ്പോൾ ഡോക്ടർ മീന ഒന്ന് നിർത്തി. അപ്പോൾ ആദ്യമായി അവരുടെ മുഖത്ത് ഒരു പുഞ്ചിരി കണ്ടു. "അതെ ബദുക്കളുടെ ആ കഥ സത്യമാണ്. എന്റെ ചേച്ചിയാണിവിടെ ഒട്ടകത്തിന്റെ മൂക്കായത്. ഞങ്ങളെല്ലാം പിന്നെ ശരീരമായി. ഞങ്ങളെല്ലാം അകത്തെത്തി."

ഇത് കേട്ട് ഞങ്ങളെല്ലാം ഒന്ന് നിശ്വസിച്ചു. അമ്മയ്ക്കും നാലു മക്കൾക്കും തലയ്ക്ക് മുകളിൽ ഒരു കൂരയെങ്കിലും ലഭിച്ചുവല്ലോ എന്നാ യിരുന്നു ആ നിശ്വാസത്തിന്റെ അർത്ഥം. എന്റെ ജീവിതത്തിലും എനിക്ക് കണ്ണുനീരണിഞ്ഞ അനുഭവങ്ങൾ അനേകമുണ്ട്. എന്നാൽ ഡോക്ടർ മീനയെ അപേക്ഷിച്ച് ഞാൻ ഭാഗ്യവതിയാണ്. ഡോക്ടർ മീന ഇപ്പോൾ വിവരിച്ചതുപോലൊരു ജീവിതം എനിക്ക് ഊഹിക്കുവാൻ പോലുമാകു ന്നില്ല. അനേകം സൗദി സ്ത്രീകളുടെ ദുഃഖഭരിതമായ ജീവിതകഥകൾ കേട്ടിട്ടുണ്ട്. എന്നാൽ ഇതുപോലൊന്ന് ആദ്യമായിരുന്നു. സ്വാതന്ത്ര്യ മില്ലെങ്കിൽ ആർക്കും എന്തും എപ്പോൾ വേണമെങ്കിലും സംഭവിക്കാം.

ഒരു നിമിഷത്തെ ഇടവേളയ്ക്കു ശേഷം ഡോക്ടർ മീന കഥ പുനരാരംഭിച്ചു. ആ ഒരു നിമിഷത്തിനുള്ളിൽ അവിടെ കൂടിയിരുന്നവർ ഒരായിരം വാക്കുകൾ പരസ്പരം പറഞ്ഞ് തീർത്തു.

“തന്റെ മാതാപിതാക്കളുമായി വാഗ്വാദങ്ങളിലേർപ്പെടേണ്ടതില്ല എന്ന് അമ്മ തീരുമാനിച്ചു. തന്റെ ജീവനേക്കാൾ സ്നേഹിക്കുന്ന നാലുപുത്രിമാരാണിപ്പോൾ തന്റെ സമ്പാദ്യമെന്ന് അമ്മയ്ക്ക് അറിയാമായിരുന്നു. അവിടെ നിന്ന് ഇറങ്ങിയാൽ തനിക്കൊരു കിടപ്പാടമുണ്ടാകില്ലെന്നും അമ്മയ്ക്കറിയാമായിരുന്നു. അതുകൊണ്ട് വഴക്കടിക്കുന്നതിനു പകരം അമ്മ ഒരു മൂലയിൽ തളർന്ന് വീണു. അവിടെ കിടന്നുറങ്ങി. എന്റെ സഹോദരിമാരും അമ്മയുടെ സമീപത്ത് കിടന്നുറങ്ങി. ഉറങ്ങുന്നതിനു മുമ്പ് അവർ തങ്ങളുടെ കാലുകൾ പരസ്പരം കൂട്ടിക്കെട്ടി. ആ കെട്ട് അമ്മയുടെ കാലിൽ കെട്ടി, അങ്ങനെ പരസ്പരം ബന്ധിച്ച് അവർ കിടന്നുറങ്ങി. അമ്മയുടെ മാതാപിതാക്കൾ വൃദ്ധരായിട്ടുണ്ടായിരുന്നു, അവർക്ക് ഞങ്ങൾ അഞ്ച് പേരേയും ഒന്നിച്ചുയർത്തി പുറത്തിടുവാനുള്ള കരുത്തില്ലായിരുന്നു. അതും ഞങ്ങൾക്ക് ഭാഗ്യമായി.

അന്ന് രാത്രി മുഴുക്കെ തന്റെ മാതാപിതാക്കൾ തന്നെയും കുട്ടികളേയും എങ്ങനെ പുറത്താക്കാം എന്നാലോചിക്കുകയായിരുന്നതിനാൽ താൻ അന്ന് രാത്രി ഒരു നിമിഷം പോലും ഉറങ്ങിയില്ലെന്ന് അമ്മ പറയാറുണ്ട്.

“അപ്പോൾ മൂന്നാമത്തെ അദ്ഭുതമുണ്ടായി. എന്റെ ജീവൻ നിലനിർത്തിയ മൂന്നാമത്തെ അദ്ഭുതം. ആദ്യത്തേത് എന്റെ അച്ഛന്റെ സഹോദരൻ പ്രവാചകന്റെ വാക്കുകൾ ഉദ്ധരിച്ചപ്പോഴാണുണ്ടായത്. രണ്ടാമത്തേത് അച്ഛൻ ഈ പെൺകുട്ടികളുടെ രക്ഷാകർതൃത്വം ആവശ്യപ്പെടാത്തതായിരുന്നു. മൂന്നാമത്തേത് എന്റെ ചേച്ചിയുടെ മനസ്സിൽ പെട്ടെന്ന് ഒട്ടകത്തിന്റെ കഥ ഓർമ്മവന്നതായിരുന്നു. അതുവഴി ഞങ്ങളുടെ തലയ്ക്ക് മുകളിൽ ഒരു കൂരയുണ്ടായി. ഞങ്ങളെ ആ വീട്ടിലുള്ളവർക്ക് ആവശ്യമില്ലായിരുന്നുവെങ്കിലും അത് ഞങ്ങളുടെ വീടായി.

വൈദ്യശാസ്ത്ര ബിരുദം നേടിയ സ്ത്രീ എന്ന നിലയിൽ എന്നെ ഈ മുറിയിലേക്കെത്തിക്കുകയും നിങ്ങളോട് സംസാരിക്കുവാൻ അവസരമൊരുക്കുകയും ചെയ്യുന്നതിനു മുമ്പുണ്ടായ അവസാനത്തെ അദ്ഭുതമായിരുന്നില്ല അത്. ഈ രാജ്യത്ത് ഈ ബിരുദം നേടിയ സ്ത്രീകൾ അധികമില്ലല്ലോ.

എന്റെ അമ്മയുടെ മാതാപിതാക്കൾ ഞങ്ങളെ കൊല്ലാൻ തയ്യാറാക്കിയ പദ്ധതികളൊന്നും വിജയിക്കാത്തത് നാലാമത്തെ അദ്ഭുതമായിരുന്നു. അമ്മ വല്ലാതെ ക്ഷീണിതയായിരുന്നു. മക്കളാകട്ടെ കൊച്ചു കുട്ടികളും. അവർക്ക് വേണമെങ്കിൽ ഞങ്ങൾ അഞ്ചുപേരേയും ഒന്നിച്ച് ചുട്ടു കൊല്ലാമായിരുന്നു. അല്ലെങ്കിൽ അതിലും ക്രൂരമായി എന്തു വേണമെങ്കിലും ചെയ്യാമായിരുന്നു. എന്നാൽ അവരുടെ മനസ്സിൽ അങ്ങനെയൊരു ചിന്ത പോയില്ല. അവർക്ക് ഞങ്ങൾ ഇറങ്ങിപ്പോയാൽ മതിയായിരുന്നു.

അതല്ലാതെ വളരെ ക്രൂരമായി ഞങ്ങളെ ഇല്ലാതാക്കുവാനുള്ള മനഃസ്ഥിതി അവരിലുണ്ടായില്ല."

ഡോക്ടർ മീന വീണ്ടും ഒരു ഇടവേളയെടുത്തു. ചുറ്റിലും ഒന്ന് കണ്ണോടിച്ചു. അവിടെ ഇനിയും ആരോ എത്താനുണ്ടല്ലോ എന്നതായിരുന്നു അപ്പോഴത്തെ മുഖഭാവം. ഒന്ന് തിരഞ്ഞതിനു ശേഷം അവരുടെ കണ്ണുകൾ എന്റെ മുഖത്തുടക്കി നിന്നു. എന്റെ സിരകളിൽ ഒരു പുതിയ ഊർജ്ജം അപ്പോൾ നിറഞ്ഞൊഴുകുന്നതറിഞ്ഞു. അവിചാരിതമായി, സാധാരണമല്ലാത്ത, എന്തോ അപ്പോൾ എന്നിൽ സംഭവിച്ചതുപോലെ തോന്നി. എന്നാൽ ആ ഊർജ്ജപ്രവാഹം എന്നെ ക്ഷീണിതയാക്കിയില്ല.

അവർ എന്റെ മുഖത്തു നിന്ന് കണ്ണെടുക്കാതെ സംസാരം തുടർന്നു. "ഞാൻ അദ്ഭുതങ്ങളിൽ വിശ്വസിക്കുന്നു. നിങ്ങളുടെ മുന്നിൽ ഞാൻ നിൽക്കുന്നതേ ഒരദ്ഭുതമാണ്. പല പുരുഷന്മാരും അള്ളാഹു ഇരിക്കുന്നതേ അയാളുടെ തലയ്ക്കുള്ളിലാണെന്ന മട്ടിൽ അള്ളാഹുവിന്റെ ഇംഗിതങ്ങളെക്കുറിച്ച് സംസാരിക്കുന്നത് നിങ്ങൾ പലരും കേട്ടിരിക്കും. അജ്ഞാനികളായ നമ്മുടെ നാട്ടിലെ പല പുരുഷന്മാരും അങ്ങനെ എന്നോടും പറഞ്ഞിട്ടുണ്ട്. അള്ളാഹുവിന് സ്ത്രീകളേക്കാൾ പ്രിയം പുരുഷന്മാരോടാണെന്ന് പലരും എന്നോട് പറഞ്ഞിട്ടുണ്ട്. എന്നാൽ അത് എങ്ങനെ സാധ്യമാകും, എങ്ങനെ സത്യമാകും?

ഞാൻ ജനിച്ച ദിവസം അള്ളാഹുവാണ് ഞങ്ങൾ അഞ്ച് പെണ്ണുങ്ങളുടെ ജീവൻ രക്ഷിച്ചത്. എന്റെ അമ്മയുടെയും ഞങ്ങൾ നാല് സഹോദരിമാരുടേയും ജീവൻ അള്ളാഹുവിന്റെ അദ്ഭുതം ഒന്നുകൊണ്ട് മാത്രമാണ് രക്ഷപ്പെട്ടത്.

"പിറ്റേന്ന് അമ്മയുടെ അച്ഛൻ അയൽവാസികളെ കാണാനിറങ്ങി" എന്ന് അമ്മ കഥ തുടർന്നു. "അമ്മയെ വിവാഹം കഴിക്കുവാൻ തയ്യാറാകുന്ന ഒരാളെ കണ്ടെത്താണദ്ദേഹം ഇറങ്ങിയത്. ഒരു പുരുഷനായാൽ മതി എന്നതായിരുന്നു യോഗ്യതയായി നിശ്ചയിച്ചത്. എന്നാൽ ആരും അതിന് തയ്യാറായില്ല. ഇവളെ കെട്ടാൻ ആരും തയ്യാറായില്ല എന്ന് അമ്മയുടെ അച്ഛൻ തിരികെ വന്ന് പരാതിപ്പെട്ടതായി അമ്മ ഓർക്കുന്നു. ഒരു വൃദ്ധനെപ്പോലും കിട്ടിയില്ല. തലയിൽ കഷണ്ടി കയറിയ ഒരുവനെപ്പോലും കിട്ടിയില്ല. പല്ലുമുഴുക്കെ കൊഴിഞ്ഞുപോയ ഒരുവനെപ്പോലും കിട്ടിയില്ല. നാലുപെൺകുട്ടികളുടെ അമ്മയായ ഒരു പെണ്ണിനെ ആരു കെട്ടും?

അതുകൊണ്ട് ഞങ്ങളുടെ ജീവിതത്തിൽ ചില മാറ്റങ്ങൾ, നല്ല മാറ്റങ്ങൾ, സംഭവിച്ചു എന്ന് പറയാം. ചില കാര്യങ്ങളിൽ ബുദ്ധിമുട്ടുകൾ വർദ്ധിക്കുകയും ചെയ്തു. അമ്മയുടെ മാതാപിതാക്കൾ അവർക്ക് എപ്പോഴൊക്കെ കോപം തോന്നിയോ അപ്പോഴൊക്കെ ഞങ്ങളെ മർദ്ദിച്ചു. ഞങ്ങളുടെ സാമീപ്യം അവരൊട്ടും ഇഷ്ടപ്പെട്ടില്ല. അമ്മയോട് ഒരു മനുഷ്യസ്ത്രീയോടുള്ള സമീപനമായിരുന്നില്ല അവരുടേത്. സ്വാഗതാർഹമല്ലാത്ത ഒരു

വസ്തു വീട്ടിൽ കിടക്കുന്നതുപോലെയായിരുന്നു അമ്മയെ അവർ കണ്ടത്. അതൊരു ചെറിയ വീടായിരുന്നു. വെയിലിൽ ഉണക്കിയ ഇഷ്ടികയാൽ നിർമ്മിക്കപ്പെട്ട ഒന്ന്. മൂന്ന് മുറികളാണതിനുണ്ടായിരുന്നത്. രണ്ടുപേർക്ക് കഷ്ടിച്ച് ജീവിക്കാവുന്ന വീട് പെട്ടെന്ന് ജനസമുദ്രത്താൽ വിമ്മിഷ്ടപ്പെടുന്നത് പോലെ തോന്നിപ്പിച്ചു.

എന്നാൽ ഞങ്ങൾ നന്ദിയുള്ളവരായിരുന്നു. ഞങ്ങൾക്ക് തലചായ്ക്കാൻ ഒരു വീടും കഴിക്കുവാൻ ഭക്ഷണവും ലഭിച്ചുകൊണ്ടിരുന്നു. വളർന്നുകൊണ്ടിരിക്കുന്ന ഞങ്ങൾ കുട്ടികൾക്ക് മതിയായ ഭക്ഷണം ലഭ്യമായിരുന്നില്ല എന്ന സത്യം ഞാൻ മറയ്ക്കുന്നില്ല."

ഡോക്ടർ മീന വീണ്ടും നിർത്തി. കൈകൾ ആകാശത്തേക്കുയർത്തി. "ഞാൻ വളർച്ച മുരടിച്ചവളായി. എന്റെ മറ്റു സഹോദരിമാർക്കും വലിയ ആകാരമൊന്നുമില്ല. കുട്ടിക്കാലത്ത് മതിയായ പോഷകാഹാരങ്ങൾ ലഭിക്കാത്തതുകൊണ്ട് ഇന്ന് എനിക്ക് നിങ്ങളുടെ മുഖം കാണണമെങ്കിൽ തല നല്ലവണ്ണം ഉയർത്തി നോക്കേണ്ടി വരുന്നു. ഞങ്ങൾ നാലുപേരും സാധാരണ വളർച്ചയുള്ളവരായില്ല. ഞങ്ങൾ എന്നും വിശന്ന് കരഞ്ഞു. വിശപ്പ് മാത്രമാണ് എപ്പോഴും ഞങ്ങളറിഞ്ഞത്.

അമ്മയ്ക്ക് തന്റെ പുത്രിമാരെ എല്ലാവരേയും ഒരുപോലെ വലിയ ഇഷ്ടമായിരുന്നു എന്ന് എനിക്കറിയാം. പലപ്പോഴും മുറിയുടെ മറ്റൊരു മൂലയിലിരുന്ന് എന്നെത്തന്നെ നോക്കുന്ന അമ്മയെ കണ്ടിട്ടുണ്ട്. അമ്മയുടെ മുഖത്ത് അപ്പോൾ ദുഃഖം ഇരുട്ടായി മൂടിയിട്ടുണ്ടാകും. എന്നാൽ അമ്മ ഞങ്ങളെ സ്വന്തം ജീവനേക്കാളധികം സ്നേഹിച്ചു. അമ്മ, അമ്മയുടെ മാതാപിതാക്കൾക്ക് അടിമയായിരുന്നു. അതുകൊണ്ട് തന്നെ തന്റെ മക്കൾക്ക് അവരർഹിക്കുന്ന ഒന്നും നൽകാൻ അമ്മയ്ക്കായില്ല. അമ്മ എന്നും ക്ഷീണിതയായിരുന്നു. അത്രയ്ക്കധികം ജോലി അമ്മ ഒറ്റയ്ക്ക് ചെയ്യാറുണ്ടായിരുന്നു. ഞങ്ങൾ കുട്ടികളുടെ കാര്യങ്ങൾ നോക്കേണ്ട ഉത്തരവാദിത്വം ഞങ്ങളുടെ ജ്യേഷ്ഠ സഹോദരിക്കായിരുന്നു. അവൾക്കന്ന് ആറുവയസ്സായിരുന്നു പ്രായം. എനിക്ക് അമ്മയിൽനിന്നും ചേച്ചിമാരിൽ നിന്നും ആവോളം സ്നേഹം ലഭിച്ചിരുന്നു എങ്കിലും നാല് പെൺകുട്ടികളുള്ള ഒരു വീട്ടിൽ സാധാരണയായി കണ്ടുവരുന്ന കളിയും ചിരിയും ഞങ്ങളുടെ വീട്ടിലില്ലായിരുന്നു. അമ്മ ഞങ്ങളെ ഉറക്കാനായി ഒരു പാട്ട് പാടി തന്നത് ഞങ്ങൾക്ക് ഓർമ്മയേയില്ല. അതുപോലെ ഒരു കഥ പറഞ്ഞ് തന്നതും ഓർമ്മയില്ല.

അമ്മയുടെ മാതാപിതാക്കൾക്ക് ഞങ്ങളെ കാണുന്നതേ അപശകുനമെന്ന തോന്നലുണ്ടായിരുന്നു. വീട്ടിലുള്ള ഭക്ഷണമെല്ലാം വാരി വലിച്ച് തിന്നുന്ന ആർത്തിപണ്ടാരങ്ങൾ എന്നാണവർ ഞങ്ങളെക്കുറിച്ച് പറഞ്ഞിരുന്നത്. ഞങ്ങൾ വായിലേക്കിട്ടിരുന്ന ഓരോ തുണ്ട് ഭക്ഷണത്തേയും അവർ വെറുപ്പോടെ നോക്കിയിരുന്നു. വളർന്നുകൊണ്ടിരുന്ന ഞങ്ങൾ കഴിച്ചുകൊണ്ടിരുന്ന ഓരോ തുണ്ട് ഭക്ഷണത്തോടും അവർ ദുർമുഖം കാണിച്ചു, വെറുത്തു, തരാൻ വിമുഖത കാണിച്ചു. ശരീരമാസകലം നരച്ച

മുടിയുള്ള അവർ ജനിച്ചതേ വൃദ്ധരായാണോ എന്ന് ഞങ്ങൾ ശങ്കിച്ചു. രണ്ട് വയസ്സ് പ്രായമാകുമ്പോഴേക്കും ഞാൻ എല്ലാത്തിനേയും ഭയപ്പെടാൻ തുടങ്ങി എന്ന് എനിക്ക് അമ്മയും ചേച്ചിമാരും പിന്നീട് പറഞ്ഞ് തന്നിട്ടുണ്ട്. എനിക്ക് ഏറ്റവും ഭയം ആ രണ്ട് വൃദ്ധജനങ്ങളെയായിരുന്നു എന്നും അവർ കൂട്ടിച്ചേർക്കുന്നു. അവർ എപ്പോഴും എന്നെ തുറിച്ച് നോക്കിക്കൊണ്ടിരിക്കുകയാണോ എന്ന് ശങ്കിച്ചു. വിശന്ന് അമ്മയുടെ ഉടുപ്പിൽ പിടിച്ച് നടക്കുന്നത് കാണുമ്പോഴൊക്കെ ഹൃദയം തകരാറുണ്ടായിരുന്നു എന്ന് അമ്മ പറയുന്നു. എനിക്ക് തന്ന റൊട്ടിയുടെ തുണ്ടുകൾ ചവച്ച് തിന്നുമ്പോൾ അത് ആ വൃദ്ധജനങ്ങൾ കാണാതിരിക്കുവാനായി അമ്മയുടെ ഉടുപ്പിനുള്ളിൽ ഒളിച്ചിരിക്കുമായിരുന്നത്രെ. ചിലപ്പോഴെങ്കിലും അമ്മ എനിക്ക് പുഴുങ്ങിയ മുട്ടയോ, ഒട്ടകത്തിന്റെ ഇറച്ചിയോ തരാറുണ്ടായിരുന്നു. അതെ, എന്റെ ബാല്യകാലസ്മരണകളിൽ വിശപ്പല്ലാതെ മറ്റൊന്നുമില്ല.

ആ ആദ്യകാലങ്ങളിൽ അമ്മ വല്ലാതെ കഷ്ടപ്പെട്ടു. മക്കൾക്ക് ഭക്ഷണം എങ്ങനെ നൽകും എന്ന ചിന്ത മാത്രമായിരുന്നു അമ്മയ്ക്കപ്പോഴും. ഉത്സവങ്ങളും മറ്റുമായാൽ ചില ബന്ധുക്കൾ ദരിദ്രരായ ഈ കുട്ടികളെയും ബന്ധുവിനേയും ഓർക്കാറുണ്ടത്രെ. അന്ന് ഭക്ഷണം കുറച്ച് കൂടുതൽ ലഭിക്കും. അവരുടെ വീട്ടിൽ ബാക്കി വന്നതെല്ലാം അവർ സ്വരുക്കൂട്ടി ഒരു പ്ലാസ്റ്റിക് പാത്രത്തിലാക്കി വാതിൽക്കൽ അതിനായി കാത്തിരിക്കുന്ന എന്റെ ചേച്ചിയുടെ കാൽക്കൽ വച്ച് പോകും. ചേച്ചി, ഏതെങ്കിലും സഹൃദയർ ഞങ്ങൾക്ക് എന്തെങ്കിലും ഭക്ഷണം കൊണ്ടുവരും എന്ന് മനസ്സിൽ കരുതി തന്നെയാണവിടെ ഇരിക്കാറുള്ളത്. അങ്ങനെ ലഭിക്കുന്ന ഭക്ഷണത്തിലെ ഇറച്ചിക്കഷണങ്ങൾക്കായി ഞങ്ങൾ തെരുവ് നായ്ക്കളെപ്പോലെ കടിപിടികൂടാറുണ്ടായിരുന്നു എന്നും അമ്മ പറയുന്നു.

അതിനിടയിൽ മുത്തശ്ശി ഒരു മരപ്പലകയിൽ അടിച്ച് വച്ചിരുന്ന തുരുമ്പ് പിടിച്ച ഇരുമ്പാണിയിൽ ചവുട്ടി. അത് പഴുത്തു. മുത്തശ്ശി മരിച്ചു. ഇതിനുശേഷം ഞങ്ങളുടെ ജീവിതത്തിൽ ചില മാറ്റങ്ങൾ വീണ്ടുമുണ്ടായി. ഭാര്യ മരിച്ചതിനുശേഷം മുത്തച്ഛൻ ആദ്യമായി അമ്മയെ ഒരു ഭാരമെന്ന നിലയിൽ നിന്നും ഒരു സഹായം എന്ന നിലയിൽ കാണുവാൻ തുടങ്ങി. തന്റെ ഭാര്യ എന്ന ആദ്യ അടിമയുടെ സ്ഥാനം ഏറ്റെടുക്കാവുന്ന മറ്റൊരു ജന്തു എന്ന നിലയിൽ! ഒരു പുരുഷായുസ്സു മുഴുക്കെ അയാളുടെ അടിമയായി ജീവിച്ചവളായിരുന്നു മുത്തശ്ശി.

ദൈനംദിന ജീവിതം എന്നാലും ബുദ്ധിമുട്ട് തന്നെയായിരുന്നു. വിദ്യാഭ്യാസം എന്നാൽ എന്തെന്ന് തന്നെ അറിയില്ലായിരുന്നു. അമ്മ കുട്ടിയായിരുന്ന കാലത്ത് പെൺകുട്ടികൾക്ക് വിദ്യാഭ്യാസം നൽകുക എന്നതിനെക്കുറിച്ച് ആരും ചിന്തിക്കാറേയില്ലായിരുന്നു. ഗ്രാമപ്രദേശങ്ങളിൽ പ്രത്യേകിച്ചും ചിന്താഗതി ഇതായിരുന്നു. ഇത് മാത്രമായിരുന്നു. നഗരങ്ങളിലെ ധനിക കുടുംബങ്ങളിൽ നിന്നുള്ള പെൺകുട്ടികളിൽ ചിലരെങ്കിലും അന്ന് അക്ഷരം പഠിക്കുന്നവരായി ഉണ്ടായിരുന്നു എന്ന് ഞാൻ പിന്നീട് മനസ്സിലാക്കി. അവർ പ്രാഥമിക വിദ്യാലയത്തിൽ ചേർന്നിരുന്നു.

എന്റെ അമ്മയ്ക്ക് സ്വന്തം പേരുപോലും എഴുതാനാകുമായിരുന്നില്ല. ഒന്ന് ഫോൺ ചെയ്യാൻ അറിയില്ല. വിശുദ്ധ ഖുർ-ആൻ വായിക്കാനറിയില്ല. ഏതൊരു ഇസ്ലാം വിശ്വാസിയുടേയും ഏറ്റവും വലിയ ആഗ്രഹങ്ങളിൽ ഒന്നാണ് വിശുദ്ധ ഖുർ-ആൻ വായിക്കുക എന്നത്."

ഡോക്ടർ മീന അപ്പോഴും എന്നെത്തന്നെ നോക്കുകയായിരുന്നു. അവർ എന്നിൽനിന്നും കണ്ണെടുക്കുന്നില്ല. അതുകൊണ്ട് തന്നെ അവരുടെ ആ വാക്കുകൾ എന്നോടാണെന്ന് വ്യക്തമായും മനസ്സിലാകുന്നുണ്ടായിരുന്നു.

"പ്രിയപ്പെട്ട രാജകുമാരി, പെൺകുട്ടികൾ മനസ്സിന് അന്ധത ബാധിച്ചവരാണെന്ന് നമ്മുടെ മതത്തിൽ ഒരിടത്തും പറഞ്ഞിട്ടില്ല. ഒരു വികാരവുമില്ലാത്ത ചില പുരുഷന്മാർ സൃഷ്ടിച്ചെടുത്ത നിയമമാണിത്. സ്ത്രീകളെ അജ്ഞരായി തന്നെ നിലനിർത്തിയാൽ, അവർ പുരുഷന് എന്നും അടിമയായിരിക്കും. അതല്ലാതെ സ്ത്രീയുടെ പക്കൽ മറ്റു മാർഗ്ഗമൊന്നുമില്ലെന്ന് വരും. അമ്മയ്ക്ക് എഴുതാനും വായിക്കാനും അറിയില്ലായിരുന്നുവെങ്കിലും അമ്മ വിഡ്ഢിയല്ലായിരുന്നു. അമ്മ, അമ്മയുടെ അച്ഛനെ കാണാൻ വന്ന പുരുഷന്മാർ സംസാരിക്കുന്നത് ശ്രദ്ധിച്ചിരുന്നു. അവരുടെ സംഭാഷണ ശകലങ്ങളിൽ നിന്നും തനിക്കാവശ്യമുള്ള അറിവ് നേടി. ആ പുരുഷന്മാരുടെ മുഖം അമ്മ ഒരിക്കലും കണ്ടിട്ടില്ല. കാരണം കുടുംബത്തിന്റെ മാനം കാക്കാൻ അമ്മ എന്നും ഒളിച്ചിരിക്കേണ്ടതുണ്ടായിരുന്നു. ആ പുരുഷന്മാർ വീട്ടിലെത്തുന്നതിനു മുമ്പ് അവർക്കാവശ്യമുള്ള ഭക്ഷണം പാകം ചെയ്ത് വയ്ക്കുവാൻ മുത്തശ്ശൻ അമ്മയോട് ഉത്തരവിടും. അമ്മ അത് പാകം ചെയ്ത് ഒരു കീറിയ പായയിൽ നിരത്തി വയ്ക്കും. അഴുക്ക് നിറഞ്ഞ തറയിൽ, കീറിയ പായിൽ, ഭക്ഷണം നിരത്തി അമ്മ അകത്തേക്ക് വലിയും. എന്നിട്ട് അവിടെയിരുന്ന് അവരുടെ സംഭാഷണം ശ്രദ്ധിക്കും.

പല രസകരമായ സംഭാഷണങ്ങളും അമ്മയ്ക്ക് അവിടെയിരുന്ന് കേൾക്കാനായി. അതിലൊരാൾ തന്റെ പേരക്കുട്ടികൾ പെൺകുട്ടികൾക്കായുള്ള സ്കൂളിൽ പോകുന്ന കാര്യം പറഞ്ഞു. ആ സ്കൂൾ റിയാദിലായിരുന്നു. ഞങ്ങളുടെ ഗ്രാമത്തിൽ നിന്നും മൂന്ന് മണിക്കൂർ യാത്രചെയ്താലേ റിയാദിലെത്തുകയുള്ളൂ. ഞങ്ങളുടെ ഗ്രാമത്തിലും ഒരു സ്കൂളുണ്ട്. അവിടെ ആൺകുട്ടികൾ ഖുർ ആൻ ഓതാൻ പഠിക്കുന്നു. അവിടെ പെൺകുട്ടികൾക്ക് പ്രവേശനമില്ല. പിന്നെയൊരു സംഭാഷണത്തിൽ രാജകുടുംബം പണിതുകൊണ്ടിരിക്കുന്ന അഗതിമന്ദിരത്തെക്കുറിച്ച് അമ്മ അറിഞ്ഞു. വിദ്യാഭ്യാസം നേടാതെ തന്റെ മക്കളുടെ ജീവിതത്തിൽ ഒരു മാറ്റവും വരില്ലെന്ന് മനസ്സിലാക്കുവാനുള്ള ബുദ്ധി അമ്മയ്ക്കുണ്ടായിരുന്നു. അങ്ങനെ വിദ്യാഭ്യാസം ലഭിക്കണമെങ്കിൽ ഞങ്ങളെ നഗരത്തിലെത്തിക്കണമെന്നും അമ്മയ്ക്ക് മനസ്സിലായി. ഇതിനിടയിൽ ഗ്രാമത്തിലെ വൃദ്ധരിൽ പലരും എന്റെ മൂത്ത ചേച്ചിമാർക്കായി വിലപേശി തുടങ്ങിയിരുന്നു. തന്റെ മക്കൾ ആരുടെയെങ്കിലും അടിമയാകുക എന്ന ചിന്ത അമ്മയെ വീണ്ടും ഭയപ്പെടുത്തി. അതിനാൽ മാത്രം അമ്മ കുറച്ച് ധൈര്യം സംഭരിച്ച് അമ്മയുടെ സഹോദരന്മാരിൽ ഒരാളോട് റിയാദ് വരെ പോകാനും

മുത്തശ്ശന്റെ പേരിൽ അഗതിമന്ദിരത്തിൽ ഒരു മുറിക്കായി അപേക്ഷ നൽകുവാനും അഭ്യർത്ഥിച്ചു.

ഇതിനോടും മുത്തച്ഛന്റെ ആദ്യ പ്രതികരണം പറ്റില്ല, നടക്കില്ല എന്ന് തന്നെയായിരുന്നു. എന്നാൽ അമ്മ ഒരു മാസം തുടർച്ചയായി ആവശ്യപ്പെട്ടുകൊണ്ടിരുന്നു. ഇതിനിടയിൽ മുത്തച്ഛന് ചില ആരോഗ്യ പ്രശ്നങ്ങളുണ്ടായി. അദ്ദേഹത്തിന് കൂടെക്കൂടെ നെഞ്ചുവേദന അനുഭവപ്പെട്ടു തുടങ്ങി. ക്ഷീണിതനായി തുടങ്ങി. നല്ല വൈദ്യസഹായം വേണമെങ്കിൽ ഒരു വലിയ നഗരത്തിൽ താമസിക്കുന്നതാണ് നല്ലതെന്ന് ചിന്ത അപ്പോൾ അദ്ദേഹത്തിനുമുണ്ടായി. അക്കാലങ്ങളിൽ ഗ്രാമങ്ങളിൽ ആരോഗ്യ ശുശ്രൂഷ വളരെ മോശമായിരുന്നു. അങ്ങനെ അവസാനം മുത്തച്ഛൻ ശരി എന്ന് സമ്മതം മൂളി. അങ്ങനെ മുത്തച്ഛനും ഞങ്ങൾക്കുമായി നഗരത്തിൽ ഒരു മുറി ലഭിച്ചു. ഞങ്ങൾ ഗ്രാമത്തിൽ നിന്നും നഗരത്തിലേക്ക് ചേക്കേറി. അവിടെ അവസരങ്ങൾ അനവധിയായിരുന്നു.

അമ്മ വിദ്യാവിഹീനയായിരുന്നു. എന്നാൽ തന്റെ പുത്രിമാർക്ക് നല്ലത് വരണം എന്ന ആഗ്രഹമുണ്ടായിരുന്നു. തന്റെ മക്കളുടെ ഭാവിയെക്കുറിച്ച് പദ്ധതികളിടുന്നതും അതിനെക്കുറിച്ച് ചിന്തിക്കുന്നതും അമ്മ ഒരിക്കലും നിർത്തിവച്ചില്ല. നഗരത്തിലെത്തിയപ്പോൾ അമ്മ മുത്തച്ഛനെക്കൊണ്ട് അവിടെ തന്റെ പൗത്രിമാർക്ക് വിദ്യാഭ്യാസത്തിനുള്ള അവസരമെന്തെങ്കിലുമുണ്ടോ എന്നന്വേഷിപ്പിച്ചു. അതിനായി നിർബന്ധിച്ചു. അമ്മയുടെ നിർബന്ധത്തിന് മുത്തച്ഛൻ വഴങ്ങി. അതിനുമുമ്പ് തന്റെ മക്കൾക്ക് വിദ്യാഭ്യാസം ലഭിച്ചാലേ അവർക്ക് ഇസ്ലാം അനുശാസിക്കുന്ന, അനുവദിക്കുന്ന, ജോലിചെയ്യുവാനാകുകയുള്ളൂവെന്നും അങ്ങനെ ജോലി ചെയ്താലേ അവർക്ക് പണം ലഭിക്കുകയുള്ളൂവെന്നും ആ പണത്തിനെല്ലാം ഉടമ മുത്തച്ഛനായിരിക്കുമെന്നും അമ്മയ്ക്ക് അദ്ദേഹത്തെ ബോധിപ്പിക്കേണ്ടി വന്നു. മുത്തച്ഛൻ അത്യാഗ്രഹിയായിരുന്നു. അതിനാൽ അദ്ദേഹം ഇങ്ങനെ പണം തന്റേതാക്കുവാനുള്ള മാർഗ്ഗത്തിലേക്ക് തിരിഞ്ഞു.

അങ്ങനെ അമ്മയ്ക്ക് തന്റെ ഇളയ മൂന്ന് പുത്രിമാരെ സ്കൂളിലയയ്ക്കുവാനായി. ഞങ്ങളിൽ ഏറ്റവും മുതിർന്നവൾക്ക് വിദ്യാഭ്യാസത്തിൽ താത്പര്യമില്ലെന്ന് അറിയിച്ചു. ആ താത്പര്യക്കുറവ്, പന്ത്രണ്ട് വയസ്സായിട്ടും എഴുതാനും വായിക്കുവാനും അറിയാത്തതിന്റെ വൈക്ലബ്യത്തിൽ നിന്നുമുണ്ടായതാണെന്ന് ഞാൻ വിശ്വസിക്കുന്നു. തന്റെ ഇളയ സഹോദരിമാരോടൊപ്പം താനും ഒന്നാം ക്ലാസിൽ നിന്നും തുടങ്ങേണ്ടി വരുമെന്ന് അവൾക്കറിയാമായിരുന്നു. അവർക്കൊപ്പമുണ്ടാകുന്നതെല്ലാം കൊച്ചു കുട്ടികളാകും. അങ്ങനെ കൊച്ചുകുട്ടികളുടെ കൂടെയിരുന്ന് പഠിക്കേണ്ടി വരിക എന്നത് അവളെ സംബന്ധിച്ചിടത്തോളം അപമാനമായിരുന്നു. അതിനാൽ അവൾ വീട്ടിൽ തന്നെ കഴിഞ്ഞു. ദുഃഖകരമായിരുന്നു അത്. എന്നാൽ അമ്മയെ സഹായിച്ച് വീട്ടിൽ കഴിയുവാൻ അവൾ തീരുമാനിച്ചു.

എന്റെ രണ്ട് ചേച്ചിമാർക്കും സ്കൂൾ, പഠനം എന്നീ വിഷയങ്ങളിൽ വലിയ താത്പര്യമൊന്നുമുണ്ടായിരുന്നില്ല. അവർ വായിക്കാനും എഴുതാനും കണക്ക് കൂട്ടുവാനും പഠിച്ചു. വിദ്യാഭ്യാസത്തിന്റെ കാര്യത്തിൽ

എനിക്ക് വലിയ താത്പര്യമായിരുന്നു. ഞങ്ങൾ നാലു സഹോദരിമാരിൽ എനിക്കായിരുന്നു ഏറ്റവും താത്പര്യം. പഠിക്കുക എന്നതിനെ ഞാൻ പ്രണയിച്ചു. എന്റെ ചോദ്യങ്ങൾക്കുള്ള, അവസാനിക്കാത്ത ചോദ്യങ്ങൾക്കുള്ള, ഉത്തരം തേടി നിർത്താതെ വായിച്ചു. ക്ലാസ്സിൽ വരുന്നതിൽ ഏറ്റവും ദരിദ്രയായ കുട്ടി ഞാനാണെന്ന് എല്ലാവർക്കുമറിയാമായിരുന്നു. കീറിപ്പറിഞ്ഞ, മുഷിഞ്ഞ വസ്ത്രമാണെപ്പോഴും ധരിച്ചത്. അദ്ധ്യാപികമാർ ദാരിദ്ര്യത്തെ ഒരു കുറവായി കണ്ടില്ല. പഠിക്കുവാനുള്ള ആർത്തിയെ ഇരുകൈയും നീട്ടി സ്വീകരിക്കുകയും ചെയ്തു.

എനിക്ക് പങ്കുവയ്ക്കുവാൻ കഥകളനവധിയുണ്ട്. ഒരു ഡോക്ടറാകുന്നതിനു മുമ്പ്, അതിനായി, അനേകം വർഷം ഞാൻ ജോലി ചെയ്തു. ആ കഥകൾ ഇനിയൊരിക്കൽ നമുക്ക് കണ്ടുമുട്ടുവാനാകുകയാണെങ്കിൽ പങ്കുവയ്ക്കാം. എന്നാൽ ഇപ്പോൾ ഇത്രമാത്രം പറയുന്നു. ഇതാ ഒരു ഡോക്ടറായി ഞാൻ നിങ്ങളുടെ മുന്നിൽ നിൽക്കുന്നു. ഇത്രയും ദരിദ്രയായ ഒരു പെൺകുട്ടി ഡോക്ടറാകണമെന്നാരെങ്കിലും പറഞ്ഞാൽ അവരെ ഗ്രാമത്തിലുള്ളവർ കളിയാക്കുമായിരുന്നു എന്ന് ഞാൻ പറഞ്ഞത് ഇതുകൊണ്ടാണ്! ഇത് എന്റെ കഥയിലൂടെ നിങ്ങൾക്കെല്ലാം മനസ്സിലായിട്ടുണ്ടാകും എന്ന് കരുതട്ടെ. ഇപ്പോൾ ഞാൻ വിവാഹിതയാണ്. നല്ലവനായ ഒരു ഭർത്താവുണ്ടെനിക്ക്. അദ്ദേഹം ഞങ്ങളുടെ രണ്ട് പുത്രന്മാരെ എത്ര സ്നേഹിക്കുന്നുവോ അത്ര തന്നെ ഞങ്ങളുടെ ഏക മകളേയും സ്നേഹിക്കുന്നു. ഞാനിന്ന് ജീവിക്കുന്നത് എന്റെ മക്കൾക്ക് വേണ്ടിയാണ്. അതിനോടൊപ്പം മറ്റുള്ളവരെ സഹായിക്കുവാനായും ജീവിക്കുന്നു. സൗദി മക്കളുടെ ശരീരത്തിലെ അസുഖങ്ങൾ മാറ്റിയെടുക്കുന്നു. അങ്ങനെ അവരെ പഠിക്കുവാൻ പ്രാപ്തരാക്കുന്നു. എന്റെ അമ്മ സഹിച്ചതുപോലെ നമ്മുടെ രാജ്യത്തെ വരുംതലമുറയിലെ പെൺകുട്ടികൾ സഹിക്കരുത് എന്ന ലക്ഷ്യം നേടുന്നതിനായി അവരെ സഹായിക്കുന്നു. അമ്മ മാത്രമല്ല, ഞാൻ സഹിച്ചതുപോലേയും അവർക്ക് സഹിക്കേണ്ടി വരരുത്. ഞാൻ അല്ലെങ്കിൽ ഇന്നും ഇതുപോലെ സഹിച്ചുകൊണ്ടേയിരിക്കുന്ന മറ്റു സൗദി പെൺകുട്ടികളെപ്പോലെ. അങ്ങനെ ദുരിതങ്ങളനുഭവിക്കുന്ന അനേകം പെൺകുട്ടികളെ നിത്യവും കാണാറുണ്ട്.

എന്റെ കഥ നിങ്ങളോട് പറയാൻ അവസരം ലഭിച്ചതിൽ സന്തോഷമേയുള്ളൂ. നമ്മുടെ സൗദി പുത്രിമാരേയും സഹോദരിമാരേയും സഹായിക്കുവാൻ തയ്യാറുള്ള നല്ല മനസ്സുള്ളവരാണ് നിങ്ങളെല്ലാം. നിശ്ചയദാർഢ്യമുള്ള ഒരു മനസ്സുമായി ജീവിച്ച അമ്മയുടെ കഥ നിങ്ങളോട് പറയുവാനായതിലും സന്തോഷമുണ്ട്. തനിക്കെന്ത് വേണമെന്നതിനെക്കുറിച്ച് അമ്മ ഒരിക്കലും ചിന്തിച്ചിട്ടില്ല. അവരുടെ ചിന്തയിൽ അവരുടെ പുത്രിമാർ മാത്രമേ ഉണ്ടായിരുന്നുള്ളൂ.

എന്റെ അമ്മ ഒരു മഹദ് വനിതയാണ്. അവരും ഞാനും ഒന്നു ചേർന്ന്, ഒരു മനസ്സും ഒരാത്മാവുമായി. ഇരുണ്ട യുഗങ്ങളിൽ നിന്നും വന്ന ഈ സ്ത്രീയെ, ഞങ്ങളൊന്നിച്ച്, പന്ത്രണ്ട് വർഷം കൊണ്ട് വെളിച്ചമുള്ള നവയുഗത്തിലേക്കെത്തിച്ചു. ഇന്ന് ഇവിടെ നിന്ന് പോകുമ്പോൾ നിങ്ങളുടെ

മനസ്സിൽ ഈ വാക്കുകൾ മായാതെ കിടക്കുമാറാകട്ടെ. ഈ ചിന്ത എന്നും മനസ്സിലുണ്ടാകട്ടെ. എഴുത്തും വായനയും അറിയാത്ത ഒരു സ്ത്രീയുടെ മകളാണ് ഞാൻ. അവരുടെ പേരുപോലുമെഴുതാനോ വായിക്കുവാനോ അവർക്കറിയില്ല. ഇന്ന് ഞാൻ ഒരു ഡോക്ടറാണ്. പല ജീവനും രക്ഷപ്പെടുത്തുവാനുള്ള നിപുണത നേടിയ ഡോക്ടർ. അള്ളാഹുവിൽ നിന്നുള്ള ഏറ്റവും മഹത്തരമായ അദ്ഭുതം ഇതാണെന്ന് ഞാൻ കരുതുന്നു."

സദസ്സ് ഏതാനും നിമിഷം നിശ്ശബ്ദമായിരുന്നു. കേട്ട കഥ വിശ്വസിക്കുവാൻ എല്ലാവരും ഇത്തിരി സമയമെടുത്തോ എന്നു തോന്നിപ്പോയി. ഞാൻ എഴുന്നേറ്റ് കൈയടിച്ച് തുടങ്ങിയപ്പോൾ ഒട്ടും താമസിയാതെ മറ്റുള്ളവരും അതിനോടൊപ്പം ചേർന്നു. ഞങ്ങൾക്ക് കേൾക്കുവാനാകുന്നതിൽ ഏറ്റവും ആശ്ചര്യജനകമായ കഥകളിൽ ഒന്നാണിപ്പോൾ കേട്ടിരിക്കുന്നത് എന്ന് ഉറപ്പായിരുന്നു. ഒരമ്മയുടെ സ്നേഹം മൂലമുണ്ടായ അദ്ഭുതം. ഒരു നിമിഷം വൈകിയിരുന്നുവെങ്കിൽ മരുഭൂമിയിൽ ജീവനോടെ കുഴിച്ചു മൂടപ്പെടുമായിരുന്ന ഒരു കൊച്ചു പെൺകുട്ടിക്ക് വിദ്യാഭ്യാസം മൂലമുണ്ടായ മാറ്റത്തിന്റെ അദ്ഭുതം.

തന്റെ മകളുടെ വിജയം ആഘോഷിക്കുവാൻ ഡോക്ടർ മീനയുടെ അച്ഛൻ ജീവിച്ചിരിപ്പുണ്ടായിരുന്നെങ്കിൽ നന്നായിരുന്നു എന്നാണപ്പോൾ എന്റെ മനസ്സിൽ വന്ന ചിന്ത. ഒരു നവജാത ശിശുവിനെ മരുഭൂമിയിൽ കൊണ്ടുപോയി, കൈകൊണ്ട് മണൽ വാരി, ആ കുഞ്ഞിനെ അതിലിട്ട് മൂടാനും അങ്ങനെ വായുവിനു പകരം മണൽ ശ്വസിച്ച് ആ കുഞ്ഞിനെ മരിക്കാനനുവദിക്കുവാനും തീരുമാനിച്ചവനാണദ്ദേഹം. അതൊരു ഭീകര മരണമാകുമായിരുന്നു. എന്നാൽ ഇപ്പോൾ തന്റെ മകൾ ഇത്രയും ഉന്നതമായ വിദ്യാഭ്യാസം നേടി പലരാലും ബഹുമാനിക്കപ്പെടുന്നത് കാണുമ്പോൾ അദ്ദേഹത്തിന്റെ മനസ്സ് എന്തുപറയും?

ഡോക്ടർ മീന സ്റ്റേജിൽ നിന്നിറങ്ങി, ഇത്തിരി നേരം കൂടെയുള്ളവരോട് സംസാരിച്ച് നിന്നു. അവരെ ആരാധനാപൂർവ്വം നോക്കിക്കണ്ട സ്ത്രീകളുടെ വലയത്തിനു നടുക്കായി അവരപ്പോൾ. മുഖത്തൊരു പുഞ്ചിരിപോലുമില്ലാതെ അവർ സംസാരിച്ചുകൊണ്ടിരുന്നു. അവരിൽ നിന്നും പ്രസരിച്ചുകൊണ്ടിരുന്ന, ഈ ലോകത്തിനോടുള്ള സ്നേഹം ഞാനറിയുന്നുണ്ടായിരുന്നു. വലിയ ലക്ഷ്യങ്ങളുള്ള ഒരു വ്യക്തിയാണവർ. അതിനാൽ ഒന്ന് പുഞ്ചിരിച്ച് പാഴാക്കുവാൻ അവരുടെ പക്കൽ സമയമില്ല.

അവിടെ നിന്നും ഇറങ്ങുന്നതിനു മുമ്പ് സ്വകാര്യമായി അവരോടൊന്ന് സംസാരിക്കുവാൻ എനിക്കായി.

ഈ കുറിയ സ്ത്രീ എന്റെ കൺമുന്നിൽ ഭീമാകാരം പൂണ്ട് നില്പായി. അവർ എന്റെ കൈയിൽ കൈവച്ച് "നല്ല കാര്യങ്ങളോട് താങ്കൾക്കുള്ള അഭിനിവേശം എന്റെ ഹൃദയത്തെ സ്പർശിക്കുന്നതായി എനിക്ക് തോന്നി രാജകുമാരി. താങ്കളിൽ നിന്നും അനേകമടി ദൂരെയാണപ്പോൾ ഞാൻ നിന്നിരുന്നതെങ്കിലും എനിക്കങ്ങനെ തോന്നി. അതുകൊണ്ട് മാത്രമാണ്

താങ്കളുടെ മുഖത്തു നിന്നും എനിക്ക് കണ്ണുകളടർത്തിയെടുക്കുവാനാകാതായത്. നമ്മുടെ ഈ സൗദി ലോകത്തിൽ അനേകം മാറ്റങ്ങൾ കൈവരിക്കുവാൻ നിങ്ങളിരുവർക്കുമാകുമെന്ന് അള്ളാഹു എന്നോട് പറയുന്നതുപോലെ തോന്നി. അങ്ങനെ മാറ്റങ്ങൾ വരുത്തുവാനായി അനേകം സൗദി ദരിദ്ര യുവതികളെ സഹായിക്കുവാൻ, അവരെ ജിവിതത്തിൽ ഒരു ലക്ഷ്യസ്ഥാനത്തെത്തിക്കുവാൻ നമ്മളിരുവരും ഒന്നിച്ച് നിന്നാലാകും എന്ന് അള്ളാഹും പറയുന്നതായി തോന്നി." ഇത് പറയുമ്പോഴും അവരുടെ കണ്ണുകൾ എന്റെ കണ്ണ് തിരയുന്നുണ്ടായിരുന്നു. എന്നിട്ട് "താങ്കൾ ഞാൻ പറഞ്ഞതിനോട് യോജിക്കുന്നുണ്ടോ?"

എന്നിലപ്പോൾ എന്തോ ഭൂതോദയമുണ്ടായി. അതിന്റെ കുളിര് ഞാനനുഭവിച്ചു. സൗദി സ്ത്രീകളുടെ ജീവിതത്തിൽ മാറ്റങ്ങൾ വരുത്തുവാനുള്ള മാർഗ്ഗമാരായുന്ന എന്റെ പാതയിൽ, ഈ സ്ത്രീയുമൊത്തുള്ള സമാഗമം വലിയ മാറ്റങ്ങൾ വരുത്തുന്നു, ഇതൊരു വഴിത്തിരിവാകുന്നു എന്നെനിക്ക് മനസ്സിലായി. "ഉവ്വ്, ഡോക്ടർ മീന. ഉവ്വ്." ഞാൻ പറഞ്ഞു.

ഡോക്ടർ മീന എന്നാൽ കരുത്താണെന്ന്, വലിയൊരു ശക്തിയാണെന്ന് എനിക്കുറപ്പായിരുന്നു. ഞങ്ങളൊന്നിച്ച് നിന്നാൽ ഞങ്ങൾ സ്നേഹിക്കുന്ന ഈ രാജ്യത്തെ അനേകം ജീവനുകൾക്ക് നല്ല നാളെ കാണിക്കുവാനാകും എന്നും പലരുടേയും ജീവിതം മാറ്റി മറിക്കുവാനാകും. പല പെൺകുട്ടികളുടേയും സ്വപ്നം സാക്ഷാത്കരിക്കുവാൻ. ഞങ്ങളുടെ ലക്ഷ്യത്തിലെത്തുവാൻ വലിയ ബലപ്രയോഗമൊന്നും ആവശ്യമില്ല. മനസ്സിന്റെ, ചിന്തകളുടെ, മാറ്റത്തിലൂടെ വന്നുചേരുന്ന മാറ്റമാണിത്. സ്വതന്ത്ര ഭാവി എന്ന പന്ഥാവിലേക്കുള്ള മാർഗ്ഗം വിദ്യാഭ്യാസം മാത്രമാകുന്നു. ഈ സ്വപ്നം ഒരു സ്ത്രീക്ക് മറ്റൊരു സ്ത്രീയിലേക്ക് പകർന്ന് നൽകുവാനാകും. എല്ലാവരും സ്വതന്ത്രരാകുന്നതുവരേക്കും അങ്ങനെ പകർന്നുകൊണ്ടേയിരിക്കുവാനാകും. അമ്മ മകളിലേക്ക്... സഹോദരി സഹോദരിയിലേക്ക്... സുഹൃത്ത് സുഹൃത്തിലേക്ക്.

ആറ്

നാദിയ: ഈ സ്വാതന്ത്ര്യത്തിന്റെ മൂല്യമെന്ത്?

ഡോക്ടർ മീന അനന്യസാധാരണമായ ഒരു സ്ത്രീയാണെന്ന് ആദ്യമേ മനസ്സിലായി. കുടുംബത്തിലെ പുരുഷന്മാർ ഭരിക്കുന്ന എന്റെ നാടിനെക്കുറിച്ചുള്ള അറിവിന്റെ വ്യാപ്തി വർദ്ധിപ്പിക്കുവാൻ അവർക്കാകും എന്നും മനസ്സിലായി. സാധാരണക്കാരായ സൗദി സ്ത്രീകൾക്ക് മുന്നിൽ, ഞാൻ സ്നേഹിക്കുന്ന രാജ്യം പണിതുയർത്തി നിർത്തിയിരിക്കുന്ന രാക്ഷസരൂപികളായ പ്രതിബന്ധങ്ങളെക്കുറിച്ച് കൂടുതൽ മനസ്സിലാക്കുവാനും ഈ സൗഹൃദം ഉപകരിക്കും. യുദ്ധവീരനായിരുന്നുവെങ്കിലും വലിയ സ്വാധീന ശക്തിയായിരുന്ന മുത്തച്ഛൻ അബ്ദുൾ അസീസ് അൽ സൗദ് രാജാവ് ഒന്നിച്ച് ചേർത്തുണ്ടാക്കിയ, വിശാലമായ മരുഭൂമിയാണീ രാജ്യം.

സാധാരണ നിലയിൽ ഞങ്ങളിരുവരും സ്വകാര്യ നമ്പറുകൾ ആർക്കും കൈമാറാറില്ല. എന്നാൽ അന്ന് ആശുപത്രിയിൽ നിന്നും ഇറങ്ങുന്നതിനു മുമ്പ് ഇരുവരും നമ്പർ കൈമാറി. തമ്മിൽ വളരാനിരുന്ന സൗഹൃദം അന്നേ മനസ്സിൽ വേരൂന്നി എന്നതിന്റെ തെളിവായിരുന്നു ഇത്. ഞങ്ങളുടെ കുടുംബത്തിൽ പെട്ടവരല്ലാത്തവരുമായി അടുത്ത സൗഹൃദത്തിലേർപ്പെടുമ്പോൾ ഒരു രാജകുമാരി എന്ന നിലയിൽ ശ്രദ്ധാലുവായിരിക്കേണ്ടതുണ്ട്. ഡോക്ടർ മീനയാകട്ടെ കുട്ടിക്കാലം തൊട്ടേ അപരിചിതരോട് ഒരുതരം അവിശ്വാസമുള്ള വ്യക്തിയുമാണ്. അവർ കടന്നുപോയിട്ടുള്ള വ്യക്തിപരമായ ബുദ്ധിമുട്ടുകളാണീ അവിശ്വാസത്തിന്റെ ആധാരം. എന്നാൽ ഞങ്ങളിരുവർക്കും എന്തെന്നറിയാത്ത ഒരു ആത്മബന്ധം തോന്നി. അത്, ഞങ്ങളുടെ കണ്ണുകളുടക്കിയ ആ നിമിഷത്തിൽ തന്നെ സൗഹൃദം ഊട്ടിയുറപ്പിക്കുന്നതിന് കാരണമാക്കി. അവർ സംസാരിച്ചുകൊണ്ടിരുന്നതിനിടയിലാണിത് സംഭവിച്ചത്. അവരുടെ നിശ്ചയദാർഢ്യവും സ്വഭാവവും എടുത്തുകാണിക്കുന്ന ആത്മഭാഷണമായിരുന്നു അതെങ്കിലും ഹൃദയസ്പർശിയായിരുന്നു.

ജീവിതത്തിൽ നാലുതവണ ഇതുപോലെ അപരിചിതരുമായി മാനസിക അടുപ്പം തോന്നിയിട്ടുള്ള സന്ദർഭങ്ങൾ ഉണ്ടായിട്ടുണ്ട്.

ജീവിതത്തിന്റെ ഗതിയിൽ മാറ്റം വരുത്തിയിട്ടുള്ള അതുല്യ സ്ത്രീകളാ യിരുന്നു ഇവർ നാലുപേരും. എന്നാൽ ഡോക്ടർ മീനയെപ്പോലെ ഇത്രയും തീവ്രമായ പ്രഭാവം ആരുമുണ്ടാക്കിയിട്ടില്ല.

റിയാദിലെ കൊട്ടാരത്തിൽ വച്ച് വീണ്ടും കാണാമെന്ന് ഞങ്ങൾ തീരു മാനിച്ചു. അടുത്തയാഴ്ച എന്നായിരുന്നു സമയം നിശ്ചയിച്ചത്. പിരിയുന്ന തിനു മുമ്പ് അവരുടെ തോളുപിടിച്ച് എന്നിലേക്കടുപ്പിച്ച് ആത്മാർത്ഥമായി ആലിംഗനം ചെയ്തു. ഇത് ചെയ്തപ്പോൾ ഡോക്ടർ മീന പെട്ടെന്ന് പുറ കോട്ട് വലിഞ്ഞു. അവരുടെ ഈ പ്രതികരണത്തിൽ വിഷമം തോന്നി യില്ല. ഞാൻ പുഞ്ചിരിച്ചു. ഈ സൗഹൃദം വളരെ സാവധാനത്തിൽ, നല്ല ക്ഷമയോടെ വളർത്തിയെടുക്കേണ്ട ഒന്നാണെന്ന് അപ്പോൾ മനസ്സെന്നോട് മന്ത്രിക്കുന്നുണ്ടായിരുന്നു. ഇത് വളരെ പ്രധാനപ്പെട്ട ഒരു സൗഹൃദമായി രിക്കുമെന്നും പക്വമാകാൻ ഒരുപക്ഷേ സമയമെടുത്തേക്കുമെന്നും മനസ്സു പറഞ്ഞു. മിക്കവാറും അവസരങ്ങളിൽ ഞാൻ ഒരു രാജകുമാരിയുമൊത്ത് സൗഹൃദത്തിലാകുവാൻ തിരക്കുകൂട്ടുന്നവരുടെ മദ്ധ്യത്തിലാകാറാണ് പതിവ്. എന്നാൽ ഡോക്ടർ മീനയിലേക്കെത്തിയപ്പോൾ അതിൽ ചില വ്യത്യാസങ്ങൾ കാണുന്നു. ഒരുപക്ഷേ ഈ കാരണം കൊണ്ടാകാം അവരുമൊത്തുള്ള സൗഹൃദം കൂടുതൽ മൂല്യമുള്ളതാണെന്ന് തോന്നി യത്. ഒരു രാജകുടുംബാംഗത്തിൽ നിന്നും എന്തെങ്കിലും സൗജന്യങ്ങൾ അവർ പ്രതീക്ഷിക്കുന്നില്ല. പകരം ഞാനുമൊത്തുള്ള സൗഹൃദത്തിലൂടെ അവർ കാംക്ഷിക്കുന്നത് മറ്റു സ്ത്രീകളെ അവരുടെ കഴിവുകൾ പൂർണ്ണ മായും ഉപയോഗിക്കുന്നതിന് സഹായിക്കുന്നതിൽ എന്റെ സഹായം തേടുക എന്നത് മാത്രമായിരുന്നു.

അവരുടെ ആരാധകരായ മറ്റനേകം സ്ത്രീകൾ അവരെ കാണാനായി സമീപമെത്തിയപ്പോൾ ഞങ്ങൾ യാത്ര പറഞ്ഞു. തീർത്തും അന്തർമുഖി യായാണ് പെരുമാറ്റമെങ്കിലും അവർ അപ്പോൾ മറ്റുള്ളവരെ ആകർഷി ക്കുന്ന കാന്തമായിട്ടുണ്ടായിരുന്നു.

പുറത്ത് കടക്കുന്നതിനുമുമ്പ് മറ്റു രാജകുടുംബാംഗങ്ങളോട് യാത്ര പറഞ്ഞു. പിന്നെ സുഹൃത്തുക്കളോടും. ഇവിടേക്ക് വരുമ്പോൾ കണ്ട യുവതിയെ അപ്പോഴും വാതിൽക്കൽ കണ്ടു. അവരപ്പോൾ ക്ഷമയോടെ എന്റെ കറുത്ത വസ്ത്രങ്ങളും മൂടുപടവും പിടിച്ച് നില്പായിരുന്നു. ഞാനവരെ നോക്കി പുഞ്ചിരിച്ചു. അതേസമയം ഈ മൂടുപടം വീണ്ടും ധരിക്കണമല്ലോ എന്നോർത്ത് ഒന്ന് മുഖം വക്രിച്ച് കാണിക്കുകയും ചെയ്തു. ശരീരം മറയ്ക്കുന്ന അബായ ധരിക്കുന്നതിൽ എതിർപ്പോ മടിയോ ഇല്ല. തലയിൽ തട്ടമിടുന്നതിനും ബുദ്ധിമുട്ടില്ല. ഒരു മുസ്ലീം സ്ത്രീ വസ്ത്രധാരണത്തിൽ ഒതുക്കം കാണിക്കണമെന്ന് ഞങ്ങളുടെ മതം അനു ശാസിക്കുന്നു. എന്നാൽ ഈ മൂടുപടത്തിന് ഇസ്ലാമുമായി ബന്ധമൊന്നു മില്ല. സ്ത്രീകളെ ഒറ്റപ്പെടുത്തി നിർത്തുക, അവർ പൊതുജനമദ്ധ്യത്തിലേ ക്കിറങ്ങുമ്പോൾ ശരീരവും തലയും മുഖവുമെല്ലാം മറയ്ക്കുക, എന്ന തുർക്കിയിലെ ഓട്ടോമാനുകളുടെ ഈ ശീലത്തെ ആദ്യം സ്വീകരിച്ച ആ

പുരുഷനെ ഒന്ന് കണ്ടുകിട്ടിയിരുന്നുവെങ്കിൽ എന്ന് ആഗ്രഹിച്ചുപോയി. ആ പുരുഷൻ ആരുമായിരുന്നുകൊള്ളട്ടെ, അയാളാണ് ഞങ്ങളുടെ നാട്ടിലെ പുരുഷന്മാരെ സ്വാധീനിച്ചത് എന്നതും അത് സൗദി സ്ത്രീകളെ, തങ്ങളുടെ നിയന്ത്രണത്തിൽ നിർത്തുവാനുള്ള ഉപാധിയാക്കിയെന്നതും സത്യമാണ്. വെറുക്കപ്പെട്ട ഈ മൂടുപടമുപയോഗിച്ച് ഇന്ന് സൗദി അറേബ്യയിലും മറ്റ് അനേകം മുസ്ലീം രാജ്യങ്ങളിലും മതമൗലികവാദികളും പുരോഹിതരും സ്ത്രീകൾ സ്വതന്ത്രമായ ജീവിതം നയിക്കുന്നതിനെ തടയിടുന്നു. മൂടുപടമിടുന്ന ഞങ്ങൾ മദ്യപന്മാരെപ്പോലെ അല്ലെങ്കിൽ മയക്കുമരുന്ന് ഉപയോഗിക്കുന്നവരെപ്പോലെ അവലക്ഷണം പിടിച്ചവരാണെന്ന നിലയിൽ വീക്ഷിക്കപ്പെടുന്നു. തെരുവിലെ കുഴികൾ വ്യക്തമായി കാണാനാകാത്തതിനാൽ നടക്കുമ്പോൾ തട്ടിത്തടഞ്ഞ് വീഴുന്നു. അതിലുമുപരിയായി, പലപ്പോഴും സന്ധ്യാസമയത്ത് നടക്കുന്ന വഴിയപകടങ്ങളിൽ അകപ്പെടുന്നതും മൂടുപടം ധരിച്ച സ്ത്രീകളാണ്. സന്ധ്യാസമയത്ത് അതിവേഗം വരുന്ന വാഹനങ്ങളെ ഞങ്ങൾക്ക് പെട്ടെന്ന് കാണാനാകാത്തതിനാലാണിത് സംഭവിക്കുന്നത്. മാത്രമല്ല, കറുത്ത മൂടുപടം ധരിക്കുവാൻ നിർബന്ധിതയായ ഒരു സ്ത്രീക്കും സുരക്ഷിതമായി വണ്ടിയോടിക്കുവാനാകും എന്ന പ്രതീക്ഷ വച്ചുപുലർത്തുകയും ചെയ്യേണ്ടതില്ല!

ആ യുവതി എനിക്ക് യാത്രാമംഗളം നേരുന്നതിനിടയിൽ അവർ എന്റെ കാതിൽ "രാജകുമാരീ, താങ്കൾ പറഞ്ഞതിനെക്കുറിച്ച് ആലോചിക്കുകയായിരുന്നു. അതിനോടൊപ്പം ഇന്ന് ഡോക്ടർ മീനയും മറ്റുള്ളവരും പറഞ്ഞ കഥകളും കൂട്ടിച്ചേർത്തു. താങ്കളും ഡോക്ടറും ഒന്നിച്ച് എന്റെ മനസ്സിൽ വെളിച്ചം കടത്തിവിട്ടിരിക്കുന്നു. അതിനാൽ ഒരു തീരുമാനത്തിലെത്തി. ഇനി മുതൽ ഞാൻ ധൈര്യമായി എന്റെ സഹോദരന്മാരേയും അമ്മയേയും നേരിടും. ഒരു വിട്ടുവീഴ്ചയുമുണ്ടാകില്ല. ഈ മൂടുപടം ധരിക്കുന്ന ഏർപ്പാടിന് ഒരറുതിയുണ്ടാക്കണം. അതുണ്ടാക്കുകയും ചെയ്യും. എന്റെ സഹോദരന്മാരോടും അമ്മയോടും ഇതിനെക്കുറിച്ച് സംസാരിക്കുവാനും അവരെ നിർബന്ധിച്ച് അനുസരിപ്പിക്കുവാനും അച്ഛനോട് പറയും. അങ്ങനെ ജീവിതത്തിൽ ഈ കറുത്ത മൂടുപടത്തിന് സ്ഥാനമില്ലാതാകും!"

അത് സ്വീകാര്യമാണെന്ന് ഞാൻ പുഞ്ചിരിച്ചു. വ്യക്തിഗത തീരുമാനങ്ങൾ സ്വയം എടുക്കുവാൻ പ്രാപ്തയാകുന്ന, അതിന്റെ സന്തോഷവും കരുത്തുമറിയാവുന്ന, ഒരു യുവതിയാണെന്റെ മുന്നിലപ്പോൾ നിൽക്കുന്നത്. ഇനിയും ബന്ധപ്പെടണമെന്ന് ഞാനവരോട് പറഞ്ഞു. അത് പറയുക മാത്രമല്ല, അന്ന് രണ്ടാം തവണയും അതുവരേക്കും തീർത്തും അപരിചിതയായ ഒരാൾക്ക് ടെലിഫോൺ നമ്പർ കൈമാറുകയും ചെയ്തു.

ഈ യുവതിയുടെ നിശ്ചയദാർഢ്യം കണ്ടപ്പോൾ മനസ്സിൽ വലിയ സന്തോഷമുണ്ടായി. അത് എന്റെ ചലനങ്ങളിൽ പ്രതിഫലിച്ചു. ഇങ്ങനെ

അമിതമായി സന്തോഷിക്കുന്നത് പലപ്പോഴും പിന്നീട് പാകപ്പിഴകളെ ഉണർത്താറുണ്ടെന്ന് എനിക്കറിയാം. ആ മൂടുപടം വലിച്ചുകീറിക്കളയു കയും സഹോദരന്മാർക്ക് ലഭിക്കുന്ന അതേ ബഹുമാനം അവൾക്കും ലഭിക്കുകയും ചെയ്യുന്നതുവരേക്കും ഇനി അവരുടെ കുടുംബത്തിൽ ശാന്തി എന്നതുണ്ടാകുക ബുദ്ധിമുട്ടാണ്.

ഞാൻ തിരിഞ്ഞ് നടന്നു. വിശ്വസ്തനായ സാരഥി ബതാരയെ ലക്ഷ്യം വച്ച് മൂടുപടത്തിനകത്തു നിന്ന് അപ്പോൾ ഞാനൊരു രംഗം കണ്ടു. സാധാരണമായി കണ്ടുവരുന്ന ഒരു രംഗം. ഒരു സൗദി പുരുഷൻ മുന്നിൽ നടക്കുന്നു, അതിനു പുറകിൽ മൂടുപടം ധരിച്ച നാലു സ്ത്രീകളും. ഈ നാലുപേരും അയാളുടെ ഭാര്യമാരാണോ? അതോ സഹോദരിമാരോ? പുത്രിമാരോ? ആർക്കും ഒന്നും ഉറപ്പിച്ച് പറയുവാനാകില്ല. എന്നാൽ തീർച്ച യുള്ള ഒരു കാര്യമുണ്ട്. ആ നാലു സ്ത്രീകളുടേയും ജീവിതത്തെ ബാധി ക്കുന്ന എല്ലാ കാര്യങ്ങളിലും തീരുമാനമെടുക്കുന്ന ഉത്തരവാദിത്വം അയാളിൽ നിക്ഷിപ്തമാണ് എന്നതാണത്. എണ്ണത്തിൽ കൂടുതൽ പെൺ കുട്ടികളെ പ്രസവിച്ചാൽ അയാളുടെ ഭാര്യ, ഭാര്യയായി തുടരുമോ? ഭാര്യയെ മൊഴിചൊല്ലിക്കഴിഞ്ഞാൽ പിന്നെ ഭാര്യയ്ക്ക് അവരുടെ മക്കളെ കാണാനുള്ള അവകാശമുണ്ടാകുമോ? അയാളൊടൊപ്പമിരുന്ന് ഭക്ഷണം കഴിക്കുവാനുള്ള അവകാശം അയാളുടെ ഭാര്യയ്ക്കുണ്ടോ? അതോ അയാൾ കഴിച്ചതിനു ശേഷമുള്ള എച്ചിലാണോ അവൾക്ക് ലഭിക്കുന്നത്? ഭാര്യയ്ക്ക് അസുഖമാണെങ്കിൽ അവൾക്ക് ഒരു ഡോക്ടറെ സന്ദർശിക്കു വാനുള്ള അനുവാദമുണ്ടോ? അയാളുടെ പുത്രിമാർക്ക് സ്കൂളിൽ പോകാ നുള്ള അനുവാദമുണ്ടോ? ഉണ്ടെങ്കിൽ, അങ്ങനെ നേടിയ വിദ്യാഭ്യാസ മുപയോഗിച്ച് എന്തെങ്കിലും ജോലി ചെയ്യുവാനും വരുമാനമുണ്ടാക്കു വാനും അവർക്ക് അനുമതിയുണ്ടോ? ആ പുത്രി ഒരു മാസശമ്പളം നേടുകയാണെങ്കിൽ തുക അച്ഛൻ തട്ടിയെടുക്കുമോ? അവൾക്ക് സ്വന്തം ഇഷ്ടത്തിനെന്തെങ്കിലും വാങ്ങണമെന്ന ആഗ്രഹമുണ്ടായാൽ അച്ഛൻ അതിന് തടയിടുമോ? തന്റെ പുത്രിമാർക്ക് ഭർത്താവിനെ തിരഞ്ഞെടു ക്കുമ്പോൾ അതിൽ അഭിപ്രായം പറയുവാൻ അമ്മയ്ക്ക് അനുവാദ മുണ്ടോ? മകളെ ഒരു കിഴവന്, അവൾ വെറുക്കുകയും വിശ്വസിക്കാതി രിക്കുകയും ചെയ്യുന്ന ഒരു കിഴവന്, വിവാഹം ചെയ്തുകൊടുക്കില്ലെന്ന് ഉറപ്പുണ്ടോ?

സത്യത്തിൽ ഈ സ്ത്രീകൾക്ക് മുകളിൽ അബ്ദുള്ള രാജാവിന് വലിയ അധികാരമൊന്നുമില്ല. സൗദിയിൽ സ്ത്രീകളുമേൽ അധികാരമുള്ളത് അവരുടെ ഭർത്താക്കന്മാർക്കും അച്ഛന്മാർക്കും മാത്രമാണ്.

സൗദി അറേബ്യ എന്ന രാജ്യത്തിലെ എല്ലാ കുടുംബങ്ങളിലും ഈ ഏകാധിപത്യം നിറഞ്ഞ് നിൽക്കുന്നത് കാണാം. ഓരോ പുരുഷനും ഒരു രാജാവെന്ന നിലയിൽ തീരുമാനങ്ങളെടുക്കുവാൻ അധികാരമുണ്ട്. ആർക്കും അതിനെ ചോദ്യം ചെയ്യുവാനാകില്ല. തന്റെ വീട്ടിലെ ഏക

ഛത്രാധിപതി പുരുഷനാകുന്നു. ചെങ്കടൽ തീരത്തുള്ള ഒരു കൊട്ടാരത്തിലാകട്ടെ, മരുഭൂമിക്ക് നടുക്കുള്ള ഒരു കൊച്ചു കുടിലിലാകട്ടെ, നിയമം ഇത് തന്നെയാണ്, അധികാരം പുരുഷന്റേത് മാത്രമാണ്.

ഇതിൽ നിന്നും വ്യത്യസ്തമായി വിദേശികൾ പൂർണ്ണ ആത്മവിശ്വാസത്തോടെ ആശുപത്രിയുടെ ഇടനാഴികളിലൂടെ നടക്കുന്ന കാഴ്ചയും ഞാൻ കണ്ടു. ചില ജീവനക്കാർ വെള്ള അല്ലെങ്കിൽ നീല യൂണിഫോം ധരിച്ചിരുന്നു. അത് ഡോക്ടർമാരുടേയും നഴ്സിന്റേയും യൂണിഫോമുകളാണ്. മറ്റു ചിലർ സാധാരണ വസ്ത്രങ്ങളണിഞ്ഞിരിക്കുന്നു. അവർ അഡ്മിനിസ്ട്രേറ്റീവ് വിഭാഗത്തിൽ ജോലി ചെയ്യുന്നവരാകണം. ഒരു വിദേശി പുരുഷജീവനക്കാരനും എന്നെയൊന്ന് നോക്കിയതുപോലുമില്ല. എന്നാൽ അവരിലെ സ്ത്രീകളിൽ പലരും കണ്ണിൽ ഇത്തിരി അനുകമ്പയോടെ എന്നെ നോക്കുന്നത് കണ്ടു.

അവരിൽ ഒരു സ്ത്രീ ഇത്തിരി കൂടുതൽ നേരം തുറിച്ചു നോക്കി. അവരുടെ കണ്ണുകളിൽ എന്നോടുള്ള അനുകമ്പയുണ്ടായിരുന്നു. ഞാനവരെ ഒന്ന് അദ്ഭുതപ്പെടുത്തി. അവർക്ക് സമീപം ചെന്ന്, തോളിൽ കൈവച്ച് "ഈ മൂടുപടം എനിക്കിഷ്ടമാണെന്ന് കരുതിയോ? സത്യത്തിൽ ഞാനിതിനെ വെറുക്കുന്നവളാണ്." എന്ന് പറഞ്ഞു. ഇംഗ്ലീഷിലാണ് ഞാനവളോട് ഇത് പറഞ്ഞത്. "ഒരു ദിവസം സൗദി മരുഭൂമിയിൽ മൂടുപടങ്ങൾ കത്തിക്കുന്ന ഒരു ആഘോഷം ഞാൻ നടത്തും. അത് കാണാൻ അതിഥിയായി താങ്കളും വരണം," എന്നവസാനിപ്പിച്ചു.

ആശ്ചര്യംകൊണ്ട് അവർക്ക് ശ്വാസം നിലച്ചു എന്നു തോന്നി. അവർ ഇടനാഴിയിലൂടെ പെട്ടെന്ന് തെന്നിപ്പോയി. മൂടുപടങ്ങൾ കത്തിച്ചു കളയുമെന്ന പ്രതിജ്ഞ അവർക്ക് ഇഷ്ടമായി എന്നു തോന്നുന്നു. അത് കണ്ട് അവിടെ നിന്ന് പുഞ്ചിരിച്ചു. ആരോടെങ്കിലും അവൾ ചെന്ന് ഈ കഥ പറഞ്ഞാൽ, കറുത്ത മൂടുപടം ധരിച്ച ഒരു സൗദി വനിത വന്ന് തന്നോട് മൂടുപടങ്ങളെല്ലാം കത്തിച്ചു കളയുമെന്ന് പറഞ്ഞുവെന്ന കഥ പറഞ്ഞാൽ, അതാരും വിശ്വസിക്കില്ലെന്ന് എനിക്കറിയാമായിരുന്നു. ഒരു സൗദി വനിത മൂടുപടത്തിനെതിരെ യുദ്ധം പ്രഖ്യാപിച്ചിരിക്കുന്നു എന്ന് പറഞ്ഞാൽ അതാരും വിശ്വസിക്കില്ലെന്ന് എനിക്കുറപ്പായിരുന്നു.

വണ്ടികൾ പാർക്ക് ചെയ്യുന്നിടത്തെത്തിയപ്പോൾ ബതാര വിമ്മിട്ടപ്പെട്ട് ഉലാത്തുന്നത് കണ്ടു. എന്നെ കണ്ടപ്പോൾ അദ്ദേഹം തലയാട്ടിക്കൊണ്ട് വണ്ടിയിലെത്തി. തിരികെ അദ്ദേഹത്തിന്റെ ശ്രദ്ധയിലെത്തി എന്നതിൽ അദ്ദേഹം ആശ്വാസം കൊള്ളുന്നുണ്ടെന്ന് അറിഞ്ഞു. ബതാര വളരെ വിശ്വസ്തനാണ്, അർപ്പണബോധമുള്ളവനുമാണ്. അദ്ദേഹത്തെ ഇത്തിരി നേരം ആശങ്കാകുലനാക്കിയതിൽ വിഷമമുണ്ടായിരുന്നു.

മടക്കയാത്രയിൽ ചിന്ത മുഴുവൻ ഡോക്ടർ മീനയുമൊത്തുള്ള സൗഹൃദത്തിന്റെ ഭാവി എന്തായിരിക്കും എന്നായിരുന്നു. അന്ന് കരീമിനും വളരെ പ്രധാനപ്പെട്ട ഒരു മീറ്റിങ്ങുണ്ടായിരുന്നു. അതുകൊണ്ട് കരീമിനെ

കാണാനും തിടുക്കമായി. ഞങ്ങളുടെ കുടുംബത്തിലെ മറ്റ് പലരും ആ മീറ്റിങ്ങിൽ പങ്കെടുക്കുന്നുണ്ടായിരുന്നു. അവർ അവിടെ ചർച്ച ചെയ്യുന്ന വിഷയമെന്തായിരിക്കുമെന്ന് എനിക്കറിയില്ല. എന്നാൽ ഞാൻ പൊതുവേ ജിജ്ഞാസുവാണ്. അതിനാൽ ആ ചർച്ചയിൽ എന്തൊക്കെയുണ്ടായി എന്നറിയുവാനുള്ള ആകാംക്ഷ കൂടുതലായി.

ഞങ്ങളുടെ വിവാഹം കഴിഞ്ഞിട്ടിപ്പോൾ അനേക വർഷങ്ങളായിരിക്കുന്നു. തമ്മിൽ എല്ലാ കാര്യങ്ങളും പങ്കുവയ്ക്കുന്നു. അതിനാൽ ഈ ബന്ധം സുദൃഢമാകുന്നു. എല്ലാം തുറന്ന് പറയാറുണ്ട്. ഞങ്ങൾ തമ്മിൽ രഹസ്യങ്ങളില്ല. പെരുമാറ്റത്തിലും സൗന്ദര്യത്തിലും ഇപ്പോഴും പഴയ ആകർഷകത്വം കരീം പുലർത്തുന്നതായി തോന്നാറുണ്ട്. മുടി കുറച്ചൊന്ന് നരച്ചിരിക്കുന്നു എന്നതൊഴിച്ചാൽ കരിമീനിപ്പോഴും പ്രായമായിട്ടില്ല. ഭാരം വർദ്ധിച്ചിട്ടില്ല. കരീമിന്റെ മറ്റ് അടുത്ത ബന്ധുക്കളിൽ നിന്നും തീർത്തും വ്യത്യസ്തമായ ഒരു കാര്യമാണിത്. മാത്രമല്ല കരീമിന്റെ തലയിൽ ഇപ്പോഴും നിറയെ മുടിയുണ്ട്. വെറുതെ മടിപിടിച്ചിരിക്കുന്ന പ്രകൃതം കരീമിന് പണ്ടേയില്ല. ഒരിക്കലും മറ്റുള്ളവരെ മുഷിപ്പിക്കുകയുമില്ല. അവധിയില്ലാത്ത ദിവസങ്ങളിൽ കരീം ജോലിയുമായി തിരക്കിലായിരിക്കും. അതിനാൽ തന്നെ പഴയ ബുദ്ധികൂർമ്മത ഇപ്പോഴും നിലനിർത്തുന്നു. അതിൽ ഇപ്പോൾ ഏത് യുവാവിനോടും കരീമിന് കിടപിടിക്കുവാനുമാകും. ഇങ്ങനെ ഒരു ഭർത്താവിനെ ലഭിച്ചത് ഭാഗ്യമാണെന്ന് തന്നെ കരുതുന്നു. നല്ല ഭർത്താവ് മാത്രമല്ല, നല്ലൊരു അച്ഛൻ കൂടിയാണദ്ദേഹം.

ഇതിനു നേർവിപരീതമാണ് പല ബന്ധുക്കളുടേയും കഥ. കൗമാരത്തിൽ വിവാഹിതരായവരാണവരും. വീട്ടുകാർ ആലോചിച്ചുറപ്പിച്ച വിവാഹങ്ങളായിരുന്നു അതെല്ലാം. എന്നാൽ ഇപ്പോൾ അവർക്ക് തങ്ങളുടെ പുരുഷന്മാർ മുഷിപ്പന്മാരായി തോന്നിത്തുടങ്ങിയിരിക്കുന്നു. എനിക്ക് അങ്ങനെ യാതൊരു ദുഃഖവുമില്ല. ഞാനും കരീമും വിവാഹിതരായപ്പോൾ ഞാനും വളരെ ചെറുപ്പമായിരുന്നു. എന്നാൽ ഞങ്ങൾ തമ്മിൽ അന്നു മുതൽ ഇന്നുവരെ ഒരേ ഐക്യം നിലനിർത്തിയിട്ടുണ്ട്.

ഈ രാജ്യം വാഴുന്ന അൽ സൗദ് കുടുംബത്തിലെ മൂന്നാം തലമുറയിൽ പെട്ടവരാണ് കരീമും അദ്ദേഹത്തിന്റെ സഹോദരങ്ങളും. ആദ്യ തലമുറ എന്റെ മുത്തച്ഛനിൽ തുടങ്ങി. അതായത് അബ്ദുൾ അസീസ് അൽ സൗദ് രാജാവിൽ. അദ്ദേഹമാണ് ഈ രാജ്യം ഒന്നാക്കിയതും അതിന്റെ രാജാവായി ഭരണമാരംഭിച്ചതും. മരണംവരേക്കും വളരെ ബുദ്ധിപൂർവ്വം രാജ്യകാര്യങ്ങൾ മുന്നോട്ട് കൊണ്ടുപോയത് അദ്ദേഹമായിരുന്നു. സൗദി അറേബ്യയിൽ ഭരണം അച്ഛനിൽനിന്ന് പുത്രനിലേക്ക് (പുത്രന്മാരിലേക്ക്) കൈമാറ്റം ചെയ്യപ്പെടുന്നു. അതിനാൽ അദ്ദേഹം നിര്യാതനായപ്പോൾ രണ്ടാം തലമുറ ഭരണഭാരമേറ്റു. ഈ തലമുറയിലുള്ളവരാണ് എന്റെ അച്ഛൻ, കരീമിന്റെ അച്ഛൻ മുതൽപേർ. അവർ കിരീടാവകാശികളാണ്. അച്ഛന്റെ ആറു സഹോദരന്മാർ രാജാക്കന്മാരായിട്ടുണ്ട്. ഇവരെല്ലാം തന്നെ

ഒന്നിനൊന്ന് വ്യത്യസ്തരായിരുന്നു. ആ വ്യത്യസ്തത കണ്ടാൽ ഇവരൊക്കെ ഒരച്ഛന്റെ മക്കളാണോ എന്നു പോലും സംശയിച്ചുപോകും. രണ്ടാം തലമുറയിലെ രാജാക്കന്മാരിൽ പെട്ടവരാണ് സൗദ് രാജാവ്, ഫൈസൽ രാജാവ്, ഖാലിദ് രാജാവ്, ഫഹദ് രാജാവ് എന്നിവരും ഇപ്പോഴത്തെ രാജാവായ അബ്ദുള്ള രാജാവും. അടുത്ത ഊഴം സൽമാൻ എന്റെ വലിയച്ഛന്റേതാണ്. അദ്ദേഹമാണിപ്പോൾ കിരീടാവകാശമുള്ള രാജകുമാരൻ. എനിക്കറിയാവുന്നവർക്കെല്ലാം സൽമാൻ രാജകുമാരനോട് വലിയ ആദരവും ബഹുമാനവുമുണ്ട്. അള്ളാഹു എന്നെങ്കിലും അദ്ദേഹത്തെ രാജാവാക്കുകയാണെങ്കിൽ, ഞങ്ങളുടെ ഇപ്പോഴത്തെ രാജാവായ അബ്ദുള്ളയെപ്പോലെ തന്നെ ഇദ്ദേഹവും ബുദ്ധികൂർമ്മതയും ജ്ഞാനവുമുള്ള ഒരു നല്ല രാജാവാകും എന്ന് ഞങ്ങൾക്കെല്ലാം ഉറപ്പുമുണ്ട്.

എന്നാൽ രണ്ടാം തലമുറയിലെ രാജകുമാരന്മാർക്കെല്ലാം പ്രായമേറെയായി തുടങ്ങിയിരിക്കുന്നു. രാജ്യഭാരമേറ്റു വാങ്ങുവാൻ അവർക്കിനിയാകുമോ എന്നുറപ്പില്ല. അതിനാൽ അധികം താമസിയാതെ മൂന്നാം തലമുറ ആ സ്ഥാനത്തേക്കെത്തും. ആ തലമുറ ഭരണം കയ്യാളിത്തുടങ്ങുമ്പോൾ സ്ത്രീകളുടെ അവകാശങ്ങളെ സംബന്ധിച്ച കാര്യങ്ങളിൽ വലിയ വ്യത്യാസമുണ്ടാകുമെന്ന് പ്രതീക്ഷിക്കുന്നു. സ്ത്രീ സ്വാതന്ത്ര്യം സംബന്ധിച്ച കാര്യങ്ങളിലേക്കെത്തുമ്പോൾ ഈ തലമുറയ്ക്ക് കൂടുതൽ വ്യക്തമായ കാഴ്ചപ്പാടുണ്ടെന്നത് തന്നെകാരണം.

അച്ഛന്റെ മരിച്ചുപോയ സഹോദരങ്ങളെ ഓർക്കുമ്പോൾ ദുഃഖം തികട്ടാറുണ്ട്. അവരെല്ലാം നല്ല കരുത്തുള്ളവരായിരുന്നു. എന്റെ അച്ഛനും ഇപ്പോൾ പ്രായമേറെയായിരിക്കുന്നു. ആയുസ്സിന്റെ അവസാന നാളുകളിലേക്കെത്തി തുടങ്ങിയിരിക്കുന്നു. ഈയിടെയായി മനസ്സിൽ അദ്ദേഹത്തിനോടിത്തിരി പ്രിയം കൂടുന്നത് അറിയുന്നുണ്ട്. അതുപോലെ എന്നോടുള്ള അദ്ദേഹത്തിന്റെ പെരുമാറ്റത്തിലും അയവും മാർദ്ദവവും വന്നിരിക്കുന്നു. എന്നാൽ ഈ പുതിയ സൗഹൃദം, സ്നേഹം ആസ്വദിക്കുവാൻ ഇപ്പോൾ ഞങ്ങൾക്ക് അധികം സമയം ലഭിക്കാറില്ല. അദ്ദേഹത്തെ ഇടയ്ക്കിടെ സന്ദർശിക്കുവാനും കുറച്ചുകൂടി അടുപ്പം സ്ഥാപിക്കുവാനും സന്തോഷമേയുള്ളൂ. എന്നാൽ ഇപ്പോഴും പുത്രിമാരെ വെറുതെ സന്ദർശിക്കുക എന്നൊരു സ്വഭാവം അച്ഛനില്ല. ഈ പ്രായത്തിൽ ആ സ്വഭാവത്തിൽ ഒരു മാറ്റം വരുമെന്ന പ്രതീക്ഷ ഇനിയില്ലതാനും.

കൊട്ടാരത്തിന്റെ പടിവാതിൽക്കലെത്തിയപ്പോഴാണ് ഇത്തരം ചിന്തകളിൽ നിന്നും ഉണർന്നത്. നല്ല ചൂടുള്ള ദിവസമായിരുന്നു അത്. അതിനാൽ ക്ഷീണിതയായിരുന്നു. കുടിക്കുവാൻ തണുത്തതെന്തെങ്കിലും ലഭിച്ചാൽ നന്നായിരുന്നു എന്നൊരു തോന്നലുണ്ടായി.

വീട്ടിലേക്ക് കയറിയപ്പോൾ കണ്ടത് കരീം എന്നെ കാത്തിരിക്കുന്നതായിരുന്നു. കാത്തിരുന്ന് ക്ഷമ നശിച്ചിരിക്കുന്നു എന്ന് തോന്നി.

മീറ്റിങ്ങിനെക്കുറിച്ച് എന്തെങ്കിലും ചോദിക്കുന്നതിനുമുമ്പ് തന്നെ കരീം തന്റെ മീറ്റിങ്ങിനെക്കുറിച്ച് പറഞ്ഞുതുടങ്ങിക്കൊണ്ട് എന്നെ അദ്ഭുതപ്പെടുത്തി.

ഞാൻ എന്റെ മൂടുപടവും മറ്റ് ഉടുപ്പുകളും വലിച്ചൂരി ഒരു കസേരയിലിരുന്നു. ഒരു ഗ്ലാസ് പഴച്ചാർ വരുത്തി. അവിടെയിരുന്നാൽ ഭർത്താവിനെ അനുമോദിക്കാനാകും, അദ്ദേഹം പറയുന്നതെല്ലം ആസ്വദിച്ച് കേൾക്കാനാകും.

ഞാനിരുന്നു എന്ന് ഉറപ്പായപ്പോൾ കരീം സംസാരിച്ചു തുടങ്ങി. അദ്ദേഹം സന്തുഷ്ടനായിരുന്നു എന്ന് വാക്കുകളും ശരീരഭാഷയും സ്പഷ്ടമാക്കി. "സുൽത്താനാ, നിനക്കായി എന്റെ പക്കൽ ചില നല്ല വാർത്തകളുണ്ട്!" എന്നാണദ്ദേഹം തുടങ്ങിയത്.

പ്രതീക്ഷയോടെ കാത് കൂർപ്പിച്ചു. കരീമിന്റെ മുഖത്തേക്ക് നോക്കി. ഈ നല്ല വാർത്ത എന്താണാവോ!

"സ്ത്രീകളുമായി ബന്ധപ്പെട്ട എല്ലാ പ്രശ്നങ്ങൾക്കും അറുതിവരാൻ പോകുന്നു എന്നെനിക്ക് ഉറപ്പുണ്ട്. എല്ലാം പെട്ടെന്ന് അപ്രത്യക്ഷമാകുന്നതുപോലെ അവസാനിക്കില്ലെങ്കിലും ഈ കാര്യങ്ങളിൽ കാര്യമായ പുരോഗതി പ്രതീക്ഷിക്കാം." കരീം പുഞ്ചിരിച്ചു. ആ പുഞ്ചിരിയിൽ എന്നോടുള്ള സ്നേഹം ചാലിച്ചുവച്ചിരുന്നു. "നമ്മുടെ മോൾ മഹയ്ക്ക് ഇനി പരാതി പറയുവാൻ അവസരം ലഭിക്കില്ല, സുൽത്താനാ!"

ഇത് എന്റെ താത്പര്യത്തെ വർദ്ധിപ്പിച്ചു "അതെന്താണാവോ പ്രിയനേ?"

"ഇന്ന് ഞാൻ കണ്ടത് ഈ നാടിന്റെ ഭാവിയാണ് സുൽത്താനാ. അതേ സൗദി അറേബ്യയുടെ ഭാവി. എനിക്ക് വലിയ സന്തോഷമായി. നമ്മുടെ പുത്രിമാരേയും പൗത്രിമാരേയും പൊതു ജീവിതത്തിലേക്കെത്തിക്കണമെന്ന് ചർച്ചയെത്തിയപ്പോൾ അതിനെതിരെ ഒരുവാക്ക് പോലും ആരും പറഞ്ഞില്ല. നമ്മുടെ 22 ബന്ധുക്കളുണ്ടായിരുന്നു അവിടെ. അവരെല്ലാവരും ഏകസ്വരത്തിൽ നമ്മുടെ നാടിനെ പുറകോട്ട് വലിക്കുന്നത് ഇവിടത്തെ മതാദ്ധ്യക്ഷന്മാരും തീവ്രവാദികളുമാണെന്ന അഭിപ്രായം പറയുകയുണ്ടായി. സൗദിയിലെ പുരുഷന്മാർക്ക് അവരുടെ ഭാര്യമാരേയോ പുത്രിമാരേയോ തുറുങ്കിലടയ്ക്കുവാനും കൊല്ലാനുമുള്ള അധികാരമുണ്ടെന്നും കാറോടിച്ചു എന്ന കുറ്റം ചുമത്തി സ്ത്രീകളെ കോടതികൾ ചാട്ടകൊണ്ടടിക്കുവാൻ ശിക്ഷിക്കാറുണ്ടെന്നും കേട്ട് ഇന്ന് ലോകം നമ്മെ കളിയാക്കുന്നു, അപമാനിക്കുന്നു, കോടതികൾക്ക് ഭ്രാന്താണെന്ന് പറയുന്നു.

ആസാദിന്റെ മകൾ നഷ ഒരു മീറ്റിങ്ങിനെത്തിയാൽ അവളെ കാണാതിരിക്കുവാൻ ഒരു പർദ്ദയ്ക്കപ്പുറത്തിരിക്കണം എന്ന് പറയുന്നത് അവിശ്വസനീയമാണ്. നല്ല ബുദ്ധിയും കഴിവുമുള്ള കുട്ടിയാണവൾ. എന്നാൽ

പുരുഷന്മാർ പങ്കെടുക്കുന്ന യോഗങ്ങളിൽ, ചർച്ചകളിൽ അവരോടൊപ്പമിരിക്കുവാൻ അവൾക്കാകുന്നില്ല. ഒരു സ്ത്രീയുടെ അടുത്തിരുന്ന് ചർച്ച ചെയ്താൽ അതൊരു അപമാനമായി പുരുഷന്മാർ കരുതുന്നുവത്രെ. ജോലിയിൽ അതിനിപുണയാണവൾ. ജോലി ചെയ്യുന്ന സ്ഥാപനത്തിൽ ഏറ്റവും കഴിവുള്ള ജീവനക്കാരിൽ ഒരാൾ. ആ സ്ഥാപനത്തിൽ പമ്പര വിഡ്ഢികളായ രണ്ട് മൂന്ന് പേരുണ്ടെന്ന് ആസാദ് പറയുന്നു. അവരാണ് പർദ്ദയ്ക്ക് പുറകിലിരുന്നേ സംസാരിക്കാവൂ എന്ന് നിഷ്കർഷിക്കുന്നത്. അപ്പുറത്ത് നടക്കുന്ന സംഭാഷണങ്ങൾ കേൾക്കാനായാൽ സംസാരിക്കുവാൻ അനുവാദമുണ്ട്. എന്നാൽ സ്വരം താഴ്ത്തി സംസാരിക്കണമെന്നും ചിരിക്കുവാൻ പാടില്ലെന്നും ഇതേ കൂട്ടരുടെ ആജ്ഞയുമുണ്ടത്രെ. ഒരു സ്ത്രീ അടുത്തിരുന്ന് ചിരിക്കുകയോ സന്തോഷിക്കുകയോ ചെയ്താൽ അത് അവരിൽ കാമമുയർത്തുവാൻ സാധ്യതയുണ്ടെന്നാണവരുടെ പക്ഷം. എന്നുവച്ചാൽ ഈ മനുഷ്യർ മൃഗങ്ങളിൽ നിന്നും വളരെയൊന്നും വ്യത്യസ്തരല്ല എന്ന് തന്നെ. ഒരു യുവതിയെ സംബന്ധിച്ചിടത്തോളം ഇത് തീർത്തും അപമാനകരമാണ്, പരിഹാസ്യവുമാണ്.

ഈ കാര്യങ്ങൾ ആസാദ് തന്റെ ചില മാനേജർമാരിൽ നിന്നാണറിഞ്ഞത്. അത് അറിഞ്ഞ നിമിഷത്തിൽ തന്നെ തന്റെ മകൾ അന്ന് മുതൽ മേശയുടെ തലപ്പത്ത്, അതായത് അദ്ധ്യക്ഷസ്ഥാനത്തിരിക്കുമെന്ന് ആസാദ് കല്പിച്ചു. തുറന്ന്, ഉച്ചത്തിൽ സംസാരിക്കുവാനും മനസ്സിലുള്ളത് അതുപോലെ പറയാനും അവൻ അവളോട് പറഞ്ഞു. തന്റെ കല്പനയെ എതിർക്കുന്നവരെ സ്ഥാപനത്തിൽ നിന്നും പറഞ്ഞുവിടാൻ ആസാദ് തീരുമാനിച്ചിട്ടുമുണ്ട്."

ഇത് കേട്ടപ്പോൾ അടഞ്ഞ് പോയത് എന്റെ ശബ്ദമാണ്. കേട്ടത് വിശ്വസിക്കുവാനായില്ല. ഈ പഴഞ്ചൻ രീതികൾക്കെതിരെ പ്രതികരിക്കണമെന്ന് എന്നും ഭർത്താവിനോടും അദ്ദേഹത്തിന്റെ സഹോദരനോടും പറയാറുള്ളതാണ്. അവരുടെ കരുത്തുറ്റ ശബ്ദം സമൂഹത്തിലെ സ്ത്രീകളുടെ ഉന്നമനത്തിനായി മുഴക്കണമെന്ന് ആവശ്യപ്പെടാറുണ്ടായിരുന്നു. എന്നാൽ ഇതിനുമുമ്പ് ആസാദും കരീമും സ്ത്രീകളെ പ്രതിരോധിക്കുന്നതിൽ നിന്നും ഒഴിഞ്ഞുമാറുകയാണ് പതിവ്. എതിർപ്പുകളുണ്ടാക്കുന്ന കാര്യങ്ങളിൽ ഉൾപ്പെടാൻ വലിയ താത്പര്യമില്ലെന്നായിരുന്നു അവർ അതിനു പറഞ്ഞിരുന്ന ന്യായം.

ശബ്ദം തിരിച്ച് കിട്ടിയപ്പോൾ ഭർത്താവ് പ്രതീക്ഷിച്ചതുപോലെ അദ്ദേഹത്തെ പുകഴ്ത്തിയില്ല. പകരം പണ്ട് പറയാറുള്ളത് ഓർമ്മിപ്പിച്ചു. "ഇത്രയും കാലം നിങ്ങളെവിടെയായിരുന്നു? ഏതെങ്കിലും പാറക്കെട്ടിനടിയിലോ മണലിലോ ഒളിച്ചിരിക്കുകയായിരുന്നോ? എത്ര വർഷമായി ഞാനീ കാര്യം നിങ്ങളൊടെല്ലാം പറയുന്നു. പ്രതികരിക്കണമെന്ന് അഭ്യർത്ഥിക്കുന്നു. താങ്കളും ആസാദും രാജകുമാരന്മാർ എന്ന പദവി ഉപയോഗിച്ച് ഇതിനുമുമ്പ് പ്രതികരിച്ചിരുന്നുവെങ്കിൽ കാര്യങ്ങളിൽ വലിയ മാറ്റം വരുമായിരുന്നു."

എന്റെ ഇത്തരം വാക്കുകളെ കരീം ഇതിനു മുമ്പൊക്കെ വാഗ്വാദങ്ങളാക്കുകയും എതിർക്കുകയുമായിരുന്നു പതിവ്. എന്നാൽ ഇന്ന് എന്റെ വാക്കുകൾ കേട്ട് കരീം പുഞ്ചിരിച്ചു. മനസ്സറിഞ്ഞ് ക്ഷമ ചോദിച്ചു. "നീ പറഞ്ഞത് ശരിയാണ്, സുൽത്താനാ. ഞാനും ബന്ധുക്കളും സഹോദരനുമെല്ലാം തെറ്റായ മാർഗ്ഗത്തിലായിരുന്നു. വർഷങ്ങൾക്കുമുമ്പേ പ്രതികരിക്കേണ്ടതായിരുന്നു. പകരം ആ വിഡ്ഢികൾക്ക് നമ്മെ നയിക്കുവാൻ അവസരം നൽകി. ഈ രാജ്യത്തെ നയിക്കുവാൻ അവസരം നൽകി. കുടുംബത്തിന്റെ പിന്തുണയില്ലാതെ, ഈ മതാദ്ധ്യക്ഷന്മാരേയും തീവ്രവാദികളേയും നേരിടുവാനുള്ള ചുമതല രാജാവിൽ മാത്രം നിക്ഷിപ്തമാക്കി. ഇനി നമ്മുടെ രാജാവ് ഒറ്റയ്ക്കാകില്ല. ഇന്ന് എല്ലാവരും ഒരു പ്രതിജ്ഞയെടുത്തു. രാജാവിന് ഇക്കാര്യത്തിൽ ഞങ്ങളുടെ പിന്തുണയുണ്ടാകുമെന്ന് അറിയിക്കും എന്നായിരുന്നു ആ പ്രതിജ്ഞ. സമീപഭാവിയിൽ നമ്മൾ ഈ സാമൂഹികവ്യവസ്ഥിതിയിൽ മാറ്റം വരുത്തിയില്ലെങ്കിൽ, ഭരണം ഈ തലമുറയിൽ നിന്നും ഞങ്ങളുടെ തലമുറയിലെക്ക് മാറുമ്പോൾ അത് ഞങ്ങൾ ചെയ്തിരിക്കും. ഈ രാജ്യത്ത് വലിയ മാറ്റങ്ങൾ ഞങ്ങൾ വരുത്തും."

"നല്ലത്." എനിക്കപ്പോൾ അത്രയേ പറയുവാനായുള്ളൂ. "നല്ലത്."

കരീം എന്റെ സമീപത്തിരുന്നു. കണ്ണിൽ നിറയെ സ്നേഹവുമായി എന്നെ നോക്കി. പിന്നെ കരീം പറഞ്ഞ വാക്കുകൾ വലിയ ആശ്വാസം നൽകുന്നതായിരുന്നു, സന്തോഷം നൽകുന്നതായിരുന്നു. അങ്ങനെയുള്ള വാക്കുകൾ അപൂർവ്വമായേ വരാറുള്ളൂ. "നമ്മൾ വിവാഹിതരായതിൽ എനിക്ക് വലിയ സന്തോഷമുണ്ട് സുൽത്താന." ഇതുപറഞ്ഞ് അദ്ദേഹം എന്റെ കൈയിൽ ചുംബിച്ചു. "നമ്മളുടെ ജീവിതത്തിലും ചില സമയങ്ങളിൽ കാറ്റും കോളുമുണ്ടായിട്ടുണ്ട് എന്നെനിക്കറിയാം. പക്ഷേ ഈ ജീവിതം എത്ര സുന്ദരമാണ്." അദ്ദേഹം എഴുന്നേറ്റു. എന്റെ കൈ പിടിച്ച് വലിച്ചു. "വാ.. നമുക്ക് നിന്റെ അമ്മയുടെ ചിത്രത്തിനടുത്തേക്ക് പോകാം. അമ്മയെ കാണുന്നത് നിനക്കിഷ്ടമാണെന്ന് എനിക്കറിയാം."

പിന്നെ ഞാൻ ഡോക്ടർ മീനയുമായുള്ള സൗഹൃദം മൊട്ടിട്ട കഥ പറഞ്ഞപ്പോൾ കരീം അത് ശ്രദ്ധാപൂർവ്വം കേട്ടു. അവരുടെ കഥ കരീമിനും ഇഷ്ടമായെന്നും അതദ്ദേഹത്തിന്റെ മനസ്സിൽ തട്ടിയെന്നും തോന്നി. ഇതിനു മുമ്പ് എപ്പോഴെങ്കിലും കരീം ഒരു സൗദി സ്ത്രീയുടെ വിഷമതകളുടെ ആധിക്യവും ആഴവും പരപ്പും മനസ്സിലാക്കിയിട്ടുണ്ട് എന്ന് ഞാൻ വിശ്വസിക്കുന്നില്ല. എന്നാൽ ഇപ്പോൾ, വിവാഹശേഷം ആദ്യമായി, എന്റെ പങ്കാളി, ഞാൻ എന്നെന്നും മനസ്സിൽ വലിയ മൂല്യത്തോടെ കൊണ്ടുനടന്നിരുന്ന ആഗ്രഹങ്ങൾക്ക് ഒപ്പം നിൽക്കുന്നത് കണ്ടു. ഇതിന്റെ കാരണം മനസ്സിലായില്ല. എന്നാൽ സ്ത്രീകളുടെ പ്രശ്നങ്ങൾ കരീം ഗൗരവത്തോടെ കാണാൻ തുടങ്ങി എന്നതുതന്നെ എനിക്ക് ലഭിച്ച വലിയ ബഹുമതികളിൽ ഒന്നായിരുന്നു.

പിന്നെ ഏതാനും ദിവസങ്ങൾ കഴിഞ്ഞൊരു ദിവസം ഞാൻ ഡോക്ടർ മീനയെ കാറയച്ച് വീട്ടിലേക്ക് വരുത്തി. അപ്പോൾ നടക്കുന്ന ചർച്ചകളുടെ ഭാഗമാകുവാൻ സഹോദരി സാറയേയും ക്ഷണിച്ചു. അമാനിയോടും മഹയോടും വീട്ടിലുണ്ടാകണമെന്നും പറഞ്ഞു. രാജകുടുംബാംഗങ്ങളല്ലാത്ത സ്ത്രീകളുടെ ജീവിതത്തെക്കുറിച്ച് മക്കൾ കൂടുതൽ അറിഞ്ഞിരിക്കണം എന്ന ആഗ്രഹം മൂലമാണ് ഇങ്ങനെ അഭ്യർത്ഥിച്ചത്. ഇങ്ങനെയുള്ളവരിൽ അധികവും പ്രത്യേക പദവികളോ സമ്പത്തോ ഇല്ലാത്തവരാണ്. സൗദി സ്ത്രീകളുടെ ഇന്നത്തെ അവസ്ഥയെക്കുറിച്ച് വാക്കുകളിലൂടെ അവർ കേൾക്കുന്നതിലും നല്ലത് അവരെ നേരിൽ കാണുകയും അവരുമായി സംസാരിക്കുകയുമാണെന്ന് കരുതി.

സ്ത്രീകളുമായി അമാനിക്കുള്ള ബന്ധം മിക്കവാറും രാജകുടുംബാംഗങ്ങളിൽ ഒതുങ്ങി എന്നത് സത്യമായിരുന്നു. മഹയ്ക്കാകട്ടെ സൗദിയിൽ നിന്നും മാറി താമസമായ അന്നുമുതൽ സൗദി സ്ത്രീകളുടെ ഹൃദയസ്പന്ദനം നഷ്ടമാകുകയും ചെയ്തിരിക്കുന്നു.

ഞങ്ങളുടെ യോഗത്തിനു സമയമായി. ഡോക്ടർ മീനയ്ക്കൊപ്പം മറ്റൊരു യുവതിയും ഉണ്ടായിരുന്നു എന്നത് എന്നെ അദ്ഭുതപ്പെടുത്തി. എന്നാൽ എതിർപ്പൊന്നും കാണിക്കാതെ തന്നെ ഞാൻ അദ്ഭുതാവസ്ഥയിൽ നിന്നും പുറത്തുവന്നു. ഡോക്ടർ മീനയെ വിശ്വാസമായിരുന്നു. അങ്ങനെ അവിചാരിതമായി, മുന്നറിയിപ്പില്ലാതെ ഒരു അതിഥിയുമായി ഡോക്ടർ മീന എത്തണമെങ്കിൽ അതിന് തക്കതായ കാരണമുണ്ടാകുമെന്ന് അറിയാമായിരുന്നു.

അതിഥികൾ രണ്ടുപേരും മൂടുപടമണിഞ്ഞിരുന്നില്ല. ഇതും ആശ്ചര്യമായി. ഇതുകണ്ട് സന്തോഷിച്ചു. രാജ്യത്തെ പുരുഷന്മാരാൽ അടിച്ചേല്പിക്കപ്പെട്ട, വിവേകമില്ലാത്ത ഇത്തരം നിയമങ്ങൾ ലംഘിക്കുന്നവരെ കണ്ടാൽ സന്തോഷിക്കും. ഡോക്ടർ മീന മനസ്സ് വായിച്ചു എന്നു തോന്നുന്നു. അവർ എന്റെ ചോദ്യത്തിനുത്തരം പറഞ്ഞുകൊണ്ടാണ് സംഭാഷണം ആരംഭിച്ചത്.

“മുഖം മറയ്ക്കാതെ വന്നതിൽ ക്ഷമ ചോദിക്കുന്നു രാജകുമാരീ. വീട്ടിൽ നിന്നും നേരെ നടന്ന് കയറിയത് താങ്കളയച്ച കാറിലേക്കാണ്. ഞങ്ങൾ അതിനാൽ ആരേയും അപകീർത്തിപ്പെടുത്തിയിട്ടില്ല. താങ്കളും താങ്കളുടെ വേലക്കാരുടേയും ഡ്രൈവർമാരുടേയും മുന്നിൽ മൂടുപടമിട്ട് ചെല്ലാറില്ലെന്നാണ് അറിവ്. ഞങ്ങളും ഇതാ മുഖം മറയ്ക്കാതെ വന്നിരിക്കുന്നു.” കൈകൊണ്ട് ആംഗ്യം കാണിച്ചായിരുന്നു സംസാരം.

“വിശദീകരണത്തിന്റെ ആവശ്യമില്ല. ഈ കാഴ്ച സന്തോഷമാണ് നൽകുന്നത് ഡോക്ടർ മീന.”

ഡോക്ടർ മീനയ്ക്കൊപ്പമുണ്ടായിരുന്ന യുവതിയുടെ പേര് നാദിയ എന്നായിരുന്നു. അവൾ സുന്ദരിയായിരുന്നു. നല്ല കറുത്ത മുടി, ഇരുണ്ട കണ്ണുകൾ, സുന്ദരമായ ചർമ്മം. അവൾ ഡോക്ടർ മീനയിൽ നിന്നും

വ്യത്യസ്തമായി മുഖത്തൊരു സന്തോഷമൊക്കെയുള്ളവളായിരുന്നു. ഒട്ടും സമയം പാഴാക്കാതെ അവൾ ഞങ്ങളുമായി ഇടപഴകുവാനും തുടങ്ങി.

“മറ്റൊരു അതിഥി കൂടെയുള്ളത് ബുദ്ധിമുട്ടായില്ലെന്ന് കരുതുന്നു രാജകുമാരീ.”

“ഒരിക്കലുമില്ല. എന്റെ സഹോദരി സാറയും മക്കളായ മഹയും അമാനിയും ഉടനെത്തും.” ഞാൻ ക്ലോക്കിലേക്ക് നോക്കി. “എത്തേണ്ട സമയമായി. അതുവരെ നമുക്ക് സംസാരിച്ചിരിക്കാം. നിങ്ങളെക്കുറിച്ച് കൂടുതലറിയുവാൻ എനിക്ക് താത്പര്യമുണ്ട്.”

ചായ വന്നു. അത് പകർന്ന് നൽകുന്നതിനിടയിൽ “സഹായം ഏറ്റവും കൂടുതൽ ആവശ്യമുള്ള സ്ത്രീകളാരെന്നതിനെക്കുറിച്ച് നാദിയ നമുക്ക് പറഞ്ഞു തരും.” “ഞാനോ താങ്കളോ ജീവിതത്തിൽ കണ്ടിട്ടുപോലുമില്ലാത്ത, കാണാൻ സാധ്യതയില്ലാത്ത അനേകം സ്ത്രീകളെ നാദിയക്കറിയാം. നാദിയ ഒരു സാമൂഹികപ്രവർത്തകയാണ്. ഞാൻ ജോലി ചെയ്യുന്ന ആശുപത്രിക്ക് വേണ്ടിയാണിവരും ജോലി ചെയ്യുന്നത്. അപമര്യാദയോടെയുള്ള പെരുമാറ്റത്തിന്റെ ഇരകളായിരിക്കുന്ന സ്ത്രീകളേയും കുട്ടികളേയും കണ്ടെത്തി അവരെ സഹായിക്കുക എന്നതാണിവളുടെ ജോലി. അങ്ങനെയുള്ള പല പെൺകുട്ടികളേയും ഇവർ കണ്ടുമുട്ടുന്നുണ്ട്. അവരെയൊന്നും അവരുടെ വീട്ടിൽ നിന്നും ഇറക്കിക്കൊണ്ടുവരുവാനോ അല്ലെങ്കിൽ അക്രമിയായ പിതാവിനെതിരേയോ സഹോദരനെതിരേയോ പൊലീസിൽ പരാതിപ്പെട്ട് കേസെടുപ്പിക്കുവാനോ ഇവൾക്ക് അധികാരമില്ല എന്നത് നിർഭാഗ്യകരമാണ്. അതേസമയം തീർത്തും നിർഭാഗ്യകരവും ദുഃഖകരവുമായ സാഹചര്യങ്ങൾ നമുക്ക് ചൂണ്ടിക്കാണിച്ച് തരുവാൻ ഇവൾക്കാകും. അപ്പോൾ താങ്കൾക്ക് ആ കേസുകളിൽ ഇടപെട്ട് മാനസികമായി തകർന്നിരിക്കുന്ന ഇരകളെ സമാശ്വസിപ്പിക്കുവാനാകും. ഒരു സൗദി ഡോക്ടർ എന്ന നിലയിൽ എനിക്ക് ആ കുടുംബവുമായി സംസാരിക്കുവാനാകും. അവർ ഞാൻ പറയുന്നത് കേൾക്കും. വീട്ടുകാരുടെ ആവശ്യങ്ങൾ നിറവേറ്റുവാൻ വേണ്ട പണം ചെലവഴിക്കുവാൻ താങ്കൾക്കാകും. അപ്പോൾ ചെറുപ്രായത്തിൽ പെൺകുട്ടികളെ വിവാഹം കഴിച്ചയക്കേണ്ടതിന്റെ ആവശ്യം ആ കുടുംബത്തിന് തോന്നുകയില്ല. മിക്കപ്പോഴും മെഹർ പണത്തിനായി മാത്രമാണ് അവർ ഇങ്ങനെ പെൺകുട്ടികളെ വിവാഹം കഴിപ്പിച്ചയയ്ക്കുന്നത്. നമുക്കൊരുമിച്ച് ആ കുടുംബങ്ങളോട് ഈ പെൺകുട്ടികളെ സ്കൂളിലയയ്ക്കുവാനും വിവാഹിതയാകാതെ നിർത്തുവാനും നിർബന്ധിക്കുവാനാകും.”

ഞാൻ സമ്മതിച്ച് തലയാട്ടി.

ഡോക്ടർ മീന പറഞ്ഞത് ശരിയാണ്. ഇംഗ്ലീഷ് വർത്തമാനപത്രങ്ങളിൽ പലപ്പോഴും ഇങ്ങനെ ഗുരുതരമായി പീഡിപ്പിക്കപ്പെട്ട പെൺകുട്ടികളുടെ കഥകൾ വരാറുണ്ട്, ഞാൻ വായിച്ചിട്ടുണ്ട്. അറബി പത്രങ്ങൾ

മതാദ്ധ്യക്ഷന്മാരുടെ കോപം ഭയന്ന് ഇത്തരം കാര്യങ്ങൾ മറച്ചുവയ്ക്കും. മതാദ്ധ്യക്ഷന്മാർ എപ്പോഴും പീഡിപ്പിച്ചവനോടൊപ്പമാകും. പത്രപ്രവർത്തകർക്ക് ഇത്തരം കോപാകുലരായ പുരുഷന്മാരുടെ ശ്രദ്ധ തന്നിലേക്കാകർഷിക്കപ്പെടാൻ മനസ്സുണ്ടാകില്ല. അങ്ങനെ സത്യസന്ധമായ വാർത്തകൾ കൊടുത്ത ചില പത്രപ്രവർത്തകരെ കള്ളക്കേസുകളിൽ കുടുക്കി അറസ്റ്റ് ചെയ്ത വാർത്തകളും ഞാൻ കേട്ടിട്ടുണ്ട്.

ഇങ്ങനെയുള്ള ഓരോ വാർത്ത വായിക്കുമ്പോഴും മുറിവേൽക്കുകയോ കൊല്ലപ്പെടുകയോ ചെയ്യുന്നതിനു മുമ്പ് ഇരയായ പെൺകുട്ടിക്ക് എന്തുകൊണ്ട് സഹായമൊന്നും ലഭിച്ചില്ല എന്ന് ഞാൻ അദ്ഭുതപ്പെടാറുണ്ട്.

"ചിന്തിക്കാൻ കെല്പില്ലാത്ത മാതാപിതാക്കൾ മൂലം വിദ്യാഭ്യാസം നിഷേധിക്കപ്പെടുന്ന പെൺകുട്ടികളുടെ കാര്യത്തിൽ എനിക്ക് പ്രത്യേക താത്പര്യമുണ്ട്. നമ്മളൊന്നിച്ച് നിന്നാൽ അവരുടെ ജീവിതത്തിൽ പല പരിവർത്തനങ്ങളും കൊണ്ടുവരാനാകും." ഒന്ന് മുന്നോട്ടാഞ്ഞിരുന്ന് ഞാൻ പറഞ്ഞു.

ഇത് പറഞ്ഞപ്പോൾ ഡോക്ടർ മീനയും നാദിയയും പരസ്പരം നോക്കുന്നതും അവരുടെ ഉള്ളിൽ സന്തോഷം നിറയുന്നതും കണ്ടു.

നാദിയ എന്നെ നോക്കി പുഞ്ചിരിച്ചു. "അങ്ങനെയുള്ള ഒരു പെൺകുട്ടിയെ നോക്കിയാണ് താങ്കളിത് പറഞ്ഞത് രാജകുമാരീ."

അപ്പോൾ മഹ മുറിയിലേക്ക് കടന്നു വന്നു. ആവശ്യത്തിൽ കൂടുതലുറങ്ങി അവളുടെ മുഖമെല്ലാം വല്ലാതെ ചീർത്തിട്ടുണ്ടായിരുന്നു. മുറിയിലേക്ക് കയറിയപ്പോഴാണവൾ അവിടെ അതിഥികളിരിക്കുന്നത് ശ്രദ്ധിച്ചത്. അതിനാലായിരിക്കണം കലഹപ്രിയയായ അവൾ അപ്പോൾ എന്തെങ്കിലും പറഞ്ഞ് എന്നോട് കലഹിക്കാതെ നല്ലകുട്ടിയായി എനിക്കരികിലിരുന്നത്. അവൾ ഡോക്ടർ മീനയോടും നാദിയയോടും സ്വാഗതം പറഞ്ഞ് വണങ്ങി.

മുട്ടുവരെയുള്ള അയഞ്ഞ ട്രൗസറും അതുപോലെ അയഞ്ഞ ഒരു ടോപ്പുമായിരുന്നു അവളുടെ വേഷം. മറ്റ് സൗദി സ്ത്രീകൾക്ക് മുന്നിലെത്തുമ്പോൾ സാധാരണ നിലയിൽ സൗദി സ്ത്രീകൾ ഇത്തരം വസ്ത്രം ധരിക്കാറില്ല. അതിനാൽ അവസരത്തിനൊത്ത വസ്ത്രധാരണ രീതിയല്ലായിരുന്നു അവളുടേത്. താനൊരു യൂറോപ്പുകാരിയാണെന്നാണ് മഹ വിശ്വസിക്കുന്നതെങ്കിലും സൗദി അറേബ്യയിലുള്ള ദിവസങ്ങളിൽ ഞങ്ങളുടെ സംസ്കാരത്തെ ബഹുമാനിക്കണമെന്ന് അവൾക്കറിയാം. അവളുടെ മുഖത്ത് മേയ്ക്കപ്പുമുണ്ടായിരുന്നു. എന്തെങ്കിലും പ്രത്യേക അവസരങ്ങളിലല്ലാതെ അവൾ അങ്ങനെ മേയ്ക്കപ്പിടാറില്ല. തന്റെ ചുറ്റിലുമുള്ളവരെ അമ്പരപ്പിക്കുക എന്നത് മഹ പലപ്പോഴും ഇഷ്ടപ്പെട്ടിരുന്ന ഒരു കാര്യമാണ്. ഇന്ന് അങ്ങനെയൊരു അവസരമാണെന്ന് തോന്നുന്നു.

ഡോക്ടർ മീനയും നാദിയയും മഹയുടെ യൂറോപ്യൻ ശൈലി കണ്ട് ഒന്നമ്പരന്നുവെങ്കിലും അതിനെക്കുറിച്ച് അവരൊന്നും പറഞ്ഞില്ല. അതും എന്നെ സന്തോഷിപ്പിച്ചു.

മഹ എത്തി അധികം താമസിയാതെ അമാനിയും സാറയും ഒന്നിച്ചെത്തി. അവരിരുവരും മൂടുപടം ധരിച്ചിരുന്നു. അമാനിയുടെ വസ്ത്രധാരണരീതി അതിഥികളുടെ ശ്രദ്ധയാകർഷിച്ചു, അവർ കൺപുരികമൊന്ന് ചുളിച്ചു. വന്നുകയറിയ ഉടൻ സാറ തന്റെ കനം കുറഞ്ഞ മൂടുപടവും അബായയുമെല്ലാം അഴിച്ചുമാറ്റിയെങ്കിലും അമാനിക്ക് അതെല്ലാം വലിയൊരു ചടങ്ങായിരുന്നു. ശരീരം വളരെയധികം വസ്ത്രം കൊണ്ട് മറയ്ക്കുക എന്നത് അവൾക്ക് ഇഷ്ടപ്പെട്ട ഒരു കാര്യമായിരുന്നല്ലോ.

അമാനി ആദ്യം മുഖം മറച്ചിരുന്ന രണ്ട് മൂടുപടങ്ങൾ അഴിച്ച് മാറ്റി. ഈയിടെയായി അവൾ രണ്ട് മൂടുപടങ്ങളണിഞ്ഞ് തുടങ്ങിയിരിക്കുന്നു. മരുഭൂമിയിൽ നിന്നുള്ള കാറ്റടിച്ച് ഒരു മൂടുപടം പറന്ന് തന്റെ മുഖത്തിന്റെ ഏതെങ്കിലും ഭാഗം ആരെങ്കിലും കാണാനിടയാകുമോ എന്ന ഭയത്താലാണിങ്ങനെ രണ്ടെണ്ണം ധരിക്കുന്നത്. ഏറ്റവും കട്ടികൂടിയ തുണികൊണ്ടാണവൾ തട്ടമുണ്ടാക്കുന്നത്. തട്ടം നീക്കിയപ്പോൾ കറുത്തിരുണ്ട് നീണ്ട അവളുടെ മുടി തലയിൽ ഒട്ടും ഭംഗിയില്ലാതെ പറ്റിപ്പിടിച്ച് കിടപ്പായിരുന്നു.

ഏറ്റവും മോശം തുണിയാണവൾ ഈയിടെയായി ഉപയോഗിക്കുന്നത്. മതാദ്ധ്യക്ഷന്മാരിൽ ചിലർ സ്ത്രീകൾ ഉപയോഗിക്കുന്ന വസ്ത്രങ്ങളിൽ അലങ്കാരങ്ങൾ പാടില്ലെന്നും അവ ആകർഷകങ്ങളാകരുതെന്നും എവിടേയോ എഴുതിയത് വായിച്ചു. അതിനു ശേഷമാണ് ഇത്തരം തുണിത്തരങ്ങളിൽ ചേക്കേറിയത്. വസ്ത്രം മൂന്നിടത്ത് സൂചികൊണ്ട് കുത്തി നിർത്തിയിരുന്നു. അപകടവശാൽ പോലും വസ്ത്രം, അബായ, പൊങ്ങുകയോ അതിനകത്തവളിട്ടിരിക്കുന്ന തുണികൾ കാണുകയോ ചെയ്യരുത് എന്ന ആവശ്യത്തിനായാണീ സൂചികൾ. അതിലൊന്ന് ഒരു നൂലിലുടക്കി ചുറ്റിപ്പിണഞ്ഞ് കിടന്നിരുന്നതിനാൽ സൂചികൾ നീക്കം ചെയ്യുവാൻ സമയമേറെയെടുത്തു.

ഇസ്ലാമിലെ ഏറ്റവും തീവ്രചിന്താഗതിക്കാരായ മതാദ്ധ്യക്ഷന്മാർ പോലും അവരുടെ ഭാര്യമാരോട് രണ്ട് മൂടുപടമണിയണമെന്നും അബായയും മറ്റ് കറുത്ത വസ്ത്രങ്ങളും അതിനടിയിലുള്ള വസ്ത്രങ്ങളുമായി സൂചികൊണ്ട് തുന്നിപ്പിടിപ്പിച്ചിരിക്കണമെന്നും നിഷ്കർഷിക്കാറില്ല എന്നാണെന്റെ അറിവ്. ഈ അറിവ് ശരിയാകണമെന്നില്ല. അത്തരം മതാദ്ധ്യക്ഷന്മാരോ അവരുടെ ഭാര്യമാരോ എന്റെ സുഹൃദ്‌വലയത്തിലില്ല.

അവസാനം കൈകളിലണിഞ്ഞിരുന്ന തടിച്ച കറുത്ത ഗ്ലൗസുകൾ കൂടി അഴിച്ച് മാറ്റിയപ്പോൾ അവൾ വിജയശ്രീലാളിതയെപ്പോലെ എന്റെ മുഖത്തേക്കൊന്ന് നോക്കി. ഈ ഗ്ലൗസുകൾ എനിക്കിഷ്ടമല്ലായിരുന്നു. അവ കണ്ടപ്പോൾ എന്റെ മനമൊന്ന് പുളഞ്ഞു. ചാടിയെഴുന്നേറ്റ് ആ ഗ്ലൗസെടുത്ത് കീറിക്കളയണമെന്ന ഒരാഗ്രഹമുണ്ടായി. പക്ഷേ പുത്രിമാരിരുവരും ഇന്ന് പ്രായപൂർത്തിയായവരാണ്. അതിനാൽ ഇപ്പോൾ അത്തരം തീരുമാനങ്ങളെടുക്കുന്നതിൽ നിന്നും ഞാൻ എന്നെ വിലക്കിയിരിക്കുന്നു. അങ്ങനെയുള്ള പ്രവൃത്തികൾക്ക് മുമ്പ് രണ്ടുതവണ ആലോചിക്കുന്നു.

സ്വന്തം തീരുമാനങ്ങൾ എടുക്കുവാൻ അവരെ അനുവദിക്കുന്നു. തെറ്റുകൾ ചെയ്യുവാനും അതിൽ നിന്ന് പഠിക്കുവാനും അനുവദിക്കുന്നു.

ഇത്രയും യാഥാസ്ഥിതികമായ രീതിയിൽ വസ്ത്രം ധരിക്കുന്നതിൽ എനിക്കുള്ള എതിർപ്പ് അമാനിക്ക് അറിയാവുന്നതാണ്. ഇപ്പോൾ എന്റെ മുന്നിൽ വച്ച് ഇതെല്ലാം അഴിച്ചുമാറ്റുമ്പോൾ എന്റെ മനസ്സിലെ വെറുപ്പിനെ ഇരട്ടിപ്പിക്കുകയാണവൾ ചെയ്യുന്നത് എന്ന് അവൾക്കും മനസ്സിലാകുന്നുണ്ട്.

ഇത്രയും അഴിച്ച് മാറ്റിയതിനു ശേഷം പുറത്തു കടന്ന് കാലിലെ തടിച്ച കറുത്ത ഷൂസ് അഴിച്ച് മാറ്റി. എന്റെ ജീവിതത്തിൽ ഇത്രയും അനാകർഷകമായ ഒരു ഷൂസ് കണ്ടിട്ടില്ല. അവളത് എല്ലാവരും കാണത്തക്ക രീതിയിൽ തന്നെ അവിടെ പ്രദർശിപ്പിച്ചു. ഇത്രയും അനാകർഷകമായ ഷൂസാണ് താൻ ധരിക്കുന്നത് എന്ന് എല്ലാവരും അറിയണം എന്നവൾ ആഗ്രഹിച്ചിരുന്നു എന്ന് വ്യക്തം. കാൽമുട്ടുവരെ നീളുന്ന കറുത്ത സോക്സ് അഴിച്ച് മാറ്റിയില്ല.

ഈ അഭ്യാസങ്ങൾ കണ്ടുകണ്ടിരുന്ന് ഞാൻ ക്ഷീണിച്ചു. എല്ലാം കഴിഞ്ഞപ്പോൾ എഴുന്നേറ്റ് അവളെ സ്നേഹപൂർവ്വം ആലിംഗനം ചെയ്തു. പലപ്പോഴും ഇത്തിരി വട്ടുള്ളതുപോലെ പെരുമാറുന്നുവെങ്കിലും എനിക്കവളെ ഇഷ്ടമാണ്. എന്നിൽ എത്ര സ്നേഹമുണ്ടോ അതെല്ലാം നൽകാറുമുണ്ട്.

സാറ സ്വയം പരിചയപ്പെടുത്തി. അപ്പോൾ അതിഥികളിരുവരും അമാനിയുടെ വസ്ത്രധാരണ രീതിയിൽ അമ്പരന്നിരിക്കുകയായിരുന്നു. അവർ എന്നേയും അമാനിയേയും മാറി മാറി നോക്കിക്കൊണ്ടിരിക്കുകയായിരുന്നു. ഇത്രയും വ്യത്യസ്തസ്വഭാവമുള്ള പുത്രിമാർ എനിക്കുണ്ടെന്നത് അവർക്ക് വിശ്വസിക്കുവാനാകുന്നില്ല. അതുപോലെ തന്നെ മൂടുപടത്തെ ഇത്രയധികം വെറുക്കുന്ന ഒരു രാജകുമാരി അതിനെ സർവാത്മനാ സ്വീകരിക്കുന്ന ഒരു മകൾക്ക് ജന്മം നൽകി എന്നതും വിശ്വസിക്കുവാനാകുന്നില്ല. ജീവിതം ഇത്രയധികം വിചിത്രമാകാൻ യാതൊരു സാധ്യതയുമില്ല!

ഇതിനെ അവഗണിച്ച് സാധാരണ രീതിയിൽ പെരുമാറുകയാണ് നല്ലതെന്ന തീരുമാനത്തിൽ ഞാനെത്തി. അതുകൊണ്ട് തന്നെ ഇതിനെക്കുറിച്ചൊരു ചർച്ച തുടങ്ങിവച്ചില്ല. അങ്ങനെ ഒരു ചർച്ച തുടങ്ങിയാൽ അത് അവസാനിക്കുന്നത് മഹയും അമാനിയും തമ്മിലുള്ള വഴക്കിലാകും എന്നും അറിയാം.

എന്റെ ബുദ്ധിമുട്ട് നാദിയയ്ക്ക് മനസ്സിലായി എന്ന് തോന്നി. അവൾ ഞങ്ങൾ നിർത്തി വച്ച സംഭാഷണത്തിലേക്ക് തിരികെ പോയി. അവർ സാറ, അമാനി, മഹ എന്നിവരെ നോക്കി സംസാരം തുടർന്നു. "നിങ്ങളുടെ അമ്മയും ഡോക്ടറും സഹായമാവശ്യമുള്ള പെൺകുട്ടികളെ എങ്ങനെ കണ്ടെത്തുവാനാകും എന്നതിനെക്കുറിച്ച് ചർച്ച ചെയ്യുകയായിരുന്നു." നാദിയ പുഞ്ചിരിച്ചു. "ശാരീരികമായി പീഡിപ്പിക്കപ്പെടുകയോ

ദ്രോഹിക്കപ്പെടുകയോ ചെയ്യപ്പെട്ടിട്ടുള്ള പെൺകുട്ടികളെ കണ്ടുപിടിക്കുക എളുപ്പമാണെന്ന് നിങ്ങളുടെ അമ്മ പറയുകയായിരുന്നു. എന്നാൽ ഇതിലും കൂടുതൽ സഹായം ആവശ്യമുള്ളത് മാനസികമായി പീഡിപ്പിക്കപ്പെടുന്നവർക്കാണെന്നും പറഞ്ഞു. മാതാപിതാക്കൾക്ക് പുരോഗമന ചിന്താഗതിയില്ലാത്തതിനാൽ വിദ്യാഭ്യാസം നിഷേധിക്കപ്പെട്ട പെൺകുട്ടികളെക്കുറിച്ചും എന്നോടാരാഞ്ഞു. പിന്നെ അങ്ങനെയുള്ള ഒരു പെൺകുട്ടിയോടാണ് അവർ ഇപ്പോൾ സംസാരിച്ചുകൊണ്ടിരിക്കുന്നത് എന്ന് രാജകുമാരി മനസ്സിലാക്കി."

"താങ്കളോ?" മഹയ്ക്ക് അദ്ഭുതമായി. നാദിയയെ കണ്ടാൽ നല്ല സാമ്പത്തിക ഭദ്രതയുള്ള ഒരു വീട്ടിലെ അംഗമാണെന്ന് തോന്നും. അവൾ ഒന്നുകിൽ ഒരു പണ്ഡിതന്റെ അല്ലെങ്കിൽ ധനികനായ ഒരു വ്യാപാരിയുടെ മകളാകണം. വിദ്യാഭ്യാസം നേടാൻ അത്ര ബുദ്ധിമുട്ടുകളൊന്നും സഹിക്കേണ്ടി വന്നിട്ടില്ലാത്ത ഒരു യുവതിയെപ്പോലെയായിരുന്നു അവരുടെ അതുവരേക്കുമുള്ള പെരുമാറ്റം.

"അതെ. ഞാൻ തന്നെ. ഞാനാണാ പെൺകുട്ടി. എന്റെ ജീവിതത്തിലെ ആ മോശം തുടക്കം എന്റെ ഔദ്യോഗികജീവിതത്തിൽ സഹായിച്ചു. സഹായം ആവശ്യമുള്ള പെൺകുട്ടികളെ കണ്ടെത്തുക എന്നത് ഇപ്പോൾ എളുപ്പമാണ്. കാരണം, സ്വയം അങ്ങനെയൊരു ജീവിതം ജീവിച്ചിട്ടുള്ളതാണെന്നത് തന്നെ. വർഷങ്ങളോളം അങ്ങനെ ജീവിച്ചിട്ടുണ്ട്. വിദ്യാഭ്യാസം മിക്കവാറും നിഷേധിക്കപ്പെട്ട അവസ്ഥയിലെത്തി. ചെറുപ്രായത്തിൽ തന്നെ വിവാഹിതയാകേണ്ടി വരും എന്ന അവസ്ഥയുമുണ്ടായി."

"നമ്മുടെ വലിയ ആശുപത്രികളിലൊന്നിൽ സാമൂഹികസേവകയായി ജോലി ചെയ്യുകയാണിപ്പോൾ നാദിയ." നല്ല മനുഷ്യരോടും ബഹുമാന്യരായ മനുഷ്യരോടും എന്നും പ്രതിപത്തിയുണ്ടായിരുന്ന അമാനിയും ഇതുപോലെ എന്നെങ്കിലും ഒരു സ്ത്രീപക്ഷ പ്രവർത്തകയാകും എന്ന് ഞാനപ്പോൾ ആഗ്രഹിക്കുന്നുണ്ടായിരുന്നു. ഇത് അത്രയെളുപ്പം സംഭവിക്കാവുന്ന ഒന്നല്ലെന്നും അറിയാം. താനും മറ്റ് സ്ത്രീകളും സ്വന്തം ജീവിതത്തിന്റെ അധിപകളാകണം എന്ന് തിരിച്ചറിയാനാകുന്ന തരത്തിലുള്ള എന്തെങ്കിലും ഒരു സംഭവം അമാനിയുടെ ജീവിതത്തിലുണ്ടായാലേ ഇത് സംഭവ്യമാകുകയുള്ളൂ.

സ്ത്രീകളുടെ അവകാശങ്ങളെക്കുറിച്ച് എന്നും വാചാലയായിട്ടുള്ള മഹയ്ക്ക് കൂടുതലറിയുവാനുള്ള ജിജ്ഞാസ വർദ്ധിച്ചു. വീട്ടിൽ ഇത്രയും ബഹുമാന്യരായ അതിഥികളെ ക്ഷണിച്ചുവരുത്തിയതിൽ അനുമോദിക്കുന്നതുപോലെ അവളെന്നെ നോക്കി. പിന്നെ നാദിയയോട് "താങ്കളുടെ കഥയൊന്ന് പറയാമോ."

അതുകേട്ട് നാദിയ ഡോക്ടർ മീനയെ നോക്കി. പറയൂ എന്ന് ഡോക്ടർ തലയാട്ടി. പിന്നെ പൂർണ്ണ താഴ്മയോടെ "പറയട്ടെ രാജകുമാരീ" എന്നെന്നോട് അനുവാദം ചോദിച്ചു.

"തീർച്ചയായും. ഞാനും ആ കഥകേൾക്കാൻ വെമ്പിയിരിക്കുകയാണ്." പിന്നെ സാറയുടെ നേരെ തിരിഞ്ഞ് "എനിക്കും അധികമൊന്നുമറിയില്ല."

സാറ മുന്നോട്ടാഞ്ഞിരുന്നു. "താങ്കളുടെ കഥയൊന്ന് കേൾക്കാൻ ഞാനും തയ്യാറായി നാദിയ."

നാദിയയുടെ സ്വരത്തിൽ പിരിമുറുക്കമേയില്ലായിരുന്നു. ആ സ്വരം കേട്ടാൽ തന്റെ ജീവിതത്തിലെ ഏറ്റവും വിഷമമേറിയ കാലഘട്ടത്തെക്കുറിച്ചാണവൾ പറയുന്നത് എന്ന് തോന്നില്ലായിരുന്നു.

"ഞങ്ങളുടേത് ഒരു ധനിക കുടുംബമല്ല. എന്നാൽ സർക്കാറിന്റെ സഹായങ്ങളുള്ളതുകൊണ്ട് വലിയ വിഷമങ്ങളില്ലാതെ സന്തോഷപൂർവ്വം ജീവിച്ചിരുന്നു. പച്ചക്കറിയും പൂച്ചെടികളും വളർത്തുന്ന വലിയ കൃഷിയിടങ്ങൾ അച്ഛനുണ്ട്. വലിയ എന്നാൽ അതിവിശാലമായവ. അതിൽ കൃഷിയിറക്കുന്നതേ പണച്ചിലവുള്ള കാര്യമാണ്. റിയാദിൽ നിന്നും ഒരു മണിക്കൂർ കാറോടിച്ചാൽ ഈ കൃഷിയിടങ്ങളിലെത്തുവാനാകും. കർഷകരാകുവാൻ കഴിവുള്ള സൗദി നിവാസികളെ സർക്കാർ സഹായിക്കുന്നുണ്ട്. അവരെ പച്ചക്കറിയും പൂക്കളും വളർത്തുന്നതിന് സഹായിക്കാറുണ്ട്. അങ്ങനെ സർക്കാരിന്റെ ധനസഹായം അച്ഛനും ലഭിക്കുന്നു. അച്ഛനിപ്പോൾ നെതർലാണ്ടിലേക്ക് പൂക്കൾ കയറ്റി അയയ്ക്കുന്നുണ്ട്." അവൾ നിർത്തി. ഞങ്ങളെയെല്ലാം നോക്കി പുഞ്ചിരിച്ചു. "നിങ്ങൾക്കെല്ലാം അത് ഊഹിക്കാനാകുന്നുണ്ടോ? അച്ഛൻ ഇപ്പോൾ യൂറോപ്പിലേക്ക് പൂക്കൾ കയറ്റി അയയ്ക്കുന്നു എന്ന് പറയുമ്പോൾ ജനം അമ്പരക്കുന്നു, ആശ്ചര്യപ്പെടുന്നു."

ഞാൻ തലയാട്ടി. അവളുടെ പുഞ്ചിരിക്ക് പകരമായെന്നവണ്ണം ഒരു പുഞ്ചിരി സമ്മാനിച്ചു. ഈ കൃഷിയിടങ്ങളെക്കുറിച്ച് എനിക്കുമറിയാം. രാജകുമാരന്മാരിൽ രണ്ട് പേർക്ക് എണ്ണപ്പണമല്ലാതേയും സൗദിക്ക് മറ്റു വരുമാന മാർഗ്ഗങ്ങളുണ്ടാകണം എന്ന ചിന്തിച്ചിരുന്നു എന്ന് ഒരിക്കൽ കരീം പറഞ്ഞിരുന്നു. എങ്കിലും ഏതൊരു രാജ്യത്തിനും ലഭിക്കാവുന്ന ഏറ്റവും നല്ല ധനസ്രോതസ്സ് എണ്ണയാണ്. അതിനാൽ ആ രംഗത്തെ വികസനത്തിലാണ് നമ്മൾ ശ്രദ്ധ കേന്ദ്രീകരിക്കേണ്ടതും. ഈ രണ്ട് രാജകുമാരന്മാരും എണ്ണവ്യാപാരത്തിൽ നിന്നും അവർക്ക് ലഭിച്ച ലാഭത്തിൽ നിന്നും ദശലക്ഷക്കണക്കിന് ഡോളർ മരുഭൂമിയിൽ കൃഷിയിറക്കുവാനായി മുതൽ മുടക്കിയിരിക്കുന്നു. ആ ഭാഗങ്ങളിൽ വെള്ളമില്ല, കൃഷിക്കനുയോജ്യമായ മണ്ണില്ല. എല്ലാം മറ്റിടങ്ങളിൽ നിന്നും കൊണ്ടുവരണം. അവിടത്തെ കൃഷിയിടങ്ങളിൽ വിളഞ്ഞ പൂക്കൾക്കും പച്ചക്കറിക്കും കർഷകർക്ക് ലഭിക്കുന്ന വില അവർ ചെലവാക്കിയതിന്റെ അഞ്ചിലൊന്നേ വരുന്നുണ്ടായിരുന്നുള്ളൂ. ഈ പൂക്കൾക്കും പച്ചക്കറിക്കും സർക്കാർ സബ്സിഡി നൽകുന്നുണ്ടായിരുന്നു. സബ്സിഡി എന്ന വാക്കിനെപ്പോലും അപമാനിക്കുന്നത്ര ഉയർന്ന തുകയാണതിന് സബ്സിഡി നൽകിയിരുന്നത്. എന്നിട്ടും ഈ

രണ്ട് രാജകുമാരന്മാരും തങ്ങളുടെ ദൗത്യം ഒരു പരാജയമാണെന്ന് സമ്മതിക്കുവാൻ തയ്യാറല്ലായിരുന്നു. അതുകൊണ്ടുതന്നെ ഇത്തരത്തിലുള്ള ബുദ്ധിശൂന്യമായ വ്യാപാരാവശ്യങ്ങൾക്കായി സർക്കാറിന്റെ ഖജനാവിലെ പണം വിനിയോഗിക്കപ്പെട്ടു. ആ പണം കർഷകരെ ഏല്പിച്ച് ഇനി നിങ്ങൾ മരുഭൂമിയിൽ കൃഷി ചെയ്യണ്ട എന്ന് പറയുകയാകും ഉത്തമം എന്നായിരുന്നു കരീമിന്റെ അഭിപ്രായം. എന്നാൽ ഇപ്പോൾ നാദിയയുടെ മുഖം കണ്ടപ്പോൾ, അവളുടെ മുഖത്തെ അഭിമാനം കണ്ടപ്പോൾ ചില സൗദി കുടുംബങ്ങൾക്കെങ്കിലും ഈ പണം ധനികരാകുവാനുള്ള അവസരം നൽകിയിട്ടുണ്ടെന്നും അവരെന്തോ ചെയ്യുന്നുണ്ടെന്ന വിശ്വാസം അവരിലുണ്ടാക്കുവാൻ സഹായിച്ചിട്ടുണ്ടെന്നും മനസ്സിലായി.

നാദിയ കഥ തുടർന്നു. "വീട്ടിലെ ഏറ്റവും ഇളയ കുഞ്ഞാണ് ഞാൻ. ഏക പെൺകുട്ടിയും. എനിക്ക് നാല് ജ്യേഷ്ഠന്മാരുണ്ട്. നാല് സഹോദരന്മാരെ നൽകുക വഴി അമ്മയ്ക്ക് ജീവിതത്തിൽ ലഭിക്കേണ്ടുന്ന എല്ലാ ആനന്ദങ്ങളും അനുഭവിച്ച് കഴിയുകയായിരുന്നു. എന്നോടും അമ്മയ്ക്ക് സ്നേഹമുണ്ട്. എന്നാൽ എന്റെ സഹോദരന്മാരോടുള്ള അത്ര സ്നേഹമില്ല. പക്ഷേ അച്ഛൻ അങ്ങനെയായിരുന്നില്ല. എന്റെ സഹോദരന്മാരെ സ്നേഹിച്ചതുപോലെ തന്നെ അച്ഛൻ എന്നേയും സ്നേഹിച്ചു. ഒരു പുത്രി ജനിക്കുന്നത് അത്ര മോശം കാര്യമായി അച്ഛൻ കരുതിയിരുന്നില്ല. അതുപോലെ എനിക്ക് ശരിയായ വിദ്യാഭ്യാസം ലഭിക്കുന്നത് മോശം കാര്യമാണെന്നും കരുതിയില്ല."

അച്ഛൻ എനിക്കുവേണ്ടി എന്തൊക്കെ നന്മകൾ പദ്ധതിയിട്ടുവോ അതിനെല്ലാം തീർത്തും എതിരായ അഭിപ്രായമുള്ളവരായിരുന്നു അമ്മയും സഹോദരന്മാരും. ഞാൻ സ്കൂളിൽ ചേർന്ന് പഠിക്കണമെന്ന് അച്ഛൻ നിർബന്ധിച്ചു. സഹോദരന്മാരെപ്പോലെ സ്കൂളിൽ പോകണമെന്ന് അച്ഛൻ പറഞ്ഞു. ഇത് കേട്ടപ്പോൾ അമ്മ ദുഃഖിതയായി. സഹോദരന്മാർക്ക് വിറളി പിടിച്ചു. ഈ വിഷയം എപ്പോഴൊക്കെ ചർച്ചയ്ക്കെടുത്തുവോ അപ്പോഴൊക്കെ അവർ ഇതിനെ ശക്തിയുക്തം എതിർത്തു. പുതിയ ആശയങ്ങളുമായി ഞാൻ വീടിന്റെ മാനം കെടുത്തും എന്നായിരുന്നു അവരുടെ വാദം. ഞാൻ പൊതുസ്ഥലങ്ങളിലും വേണ്ടിവന്നാൽ ടെലിവിഷനിലും പ്രത്യക്ഷപ്പെടുമെന്നും അവർ ആശങ്കപ്പെട്ടു. അതും മൂടുപടമില്ലാതെ പ്രത്യക്ഷപ്പെടും എന്നാണവർ പറഞ്ഞത്. അതുകൊണ്ട് പ്രായമായാലുടൻ എന്നെ വിവാഹം കഴിച്ചയയ്ക്കണമെന്നും അനേകം കുട്ടികളുടെ അമ്മയാകണമെന്നും സഹോദരന്മാരും അമ്മയും ആവശ്യമുയർത്തിത്തുടങ്ങി. എല്ലാ പെണ്ണുങ്ങളും ആഗ്രഹിക്കുന്നത് ഇത്രമാത്രമാണെന്നായിരുന്നു അവർക്ക് അതിനുള്ള ന്യായം. ചോദ്യം ചെയ്യാതെ അവരെ, അവരുടെ ഈ അഭിപ്രായത്തെ, ഞാൻ അനുസരിക്കണമെന്നും ആവശ്യപ്പെട്ടു. അതല്ല എതിർക്കുവാനാണെന്റെ ഭാവമെങ്കിൽ എന്നെ കിടപ്പുമുറിയിൽ അടച്ചിടുമെന്ന് ഭീഷണിപ്പെടുത്തി. അതായത് ഞാൻ അവരുടെ തടവുകാരിയായി മാറുമെന്ന്!

ഇത്രയും കേട്ടപ്പോഴേ മഹയുടെ മുഖത്ത് കുമിഞ്ഞ് കൂടിക്കൊണ്ടിരുന്ന കോപം എനിക്ക് കാണാമായിരുന്നു. അവൾ നാദിയയുടെ സഹോദരന്മാരേയോ അമ്മയേയോ അപമാനിക്കും വിധത്തിൽ ഒന്നും പറഞ്ഞില്ല എന്നത് ആശ്വാസകരമായിരുന്നു.

നാദിയയുടെ മുഖത്ത് ദുഃഖം നിഴൽ വീഴ്ത്തി. "അമ്മ എന്തുകൊണ്ടിങ്ങനെയുള്ള ന്യായങ്ങളുമായെത്തി എന്ന് മനസ്സിലാകുന്നില്ല. ഒരു ദരിദ്ര കുടുംബത്തിലാണമ്മ ജനിച്ചത്. പത്തുവയസ്സുവരെ വിദ്യാഭ്യാസം നേടുകയും ചെയ്തു. അമ്മേയ്ക്ക് കുറച്ചൊക്കെ വായിക്കാനറിയാം. കുറച്ചൊക്കെ എഴുതാനും. തീർത്തും പാരമ്പര്യ ചിന്തകളുള്ള ഒരു ഭാര്യയാണെന്റെ അമ്മ. അമ്മയ്ക്ക് 14 വയസ്സുള്ളപ്പോഴാണ് അച്ഛനുമായുള്ള വിവാഹം. ചെറുപ്രായത്തിലേ വിവാഹം കഴിച്ച് ഒരു പുരുഷന്റെ സംരക്ഷണത്തിലാകുന്നതാണ് ഏതൊരു പെണ്ണിനും നല്ലതെന്ന് അമ്മ കരുതുന്നു.

"ഏതൊരു തീരുമാനത്തിനും അച്ഛനെ ആശ്രയിക്കുന്നവളാണ് അമ്മ. ഈ വിഷയത്തിലൊഴികെ അച്ഛന്റെ ഇഷ്ടത്തിനെതിരായി അമ്മ ഒരിക്കലും ഒരക്ഷരം പറഞ്ഞിട്ടില്ല. എന്നെ ചെറുപ്രായത്തിൽ തന്നെ വിവാഹം കഴിച്ചയയ്ക്കണമെന്ന കാര്യത്തിൽ അമ്മ വാശി പിടിച്ചു. വിദ്യാഭ്യാസം നേടിയ പെൺകുട്ടികൾ ഒട്ടും കൊള്ളാത്ത ഭാര്യമാരും അമ്മമാരുമാകുന്നു എന്ന് അമ്മയുടെ ഒരു സഹോദരൻ അമ്മയോട് പറഞ്ഞിട്ടുണ്ടത്രെ. വിദ്യാഭ്യാസം നേടിയാൽ എന്റെ ശ്രദ്ധ കുടുംബകാര്യങ്ങളിൽ നിന്നും അകന്നു പോകുമെന്നും കരുതി. തനിക്ക് മറ്റൊന്നും അറിയാത്തതിനാൽ നല്ലൊരു ഭാര്യയും അമ്മയുമാകുക എന്നതിൽ നിന്നും തന്റെ മനസ്സ് ഒരിക്കലും ചഞ്ചലപ്പെടാറില്ലെന്ന് പറയുന്നതിൽ അമ്മയ്ക്ക് അഭിമാനം തോന്നാറുണ്ട്. അമ്മയുടെ വാശിക്ക് മുന്നിൽ അവസാനം അച്ഛൻ കീഴടങ്ങി. എനിക്ക് പതിന്നാല് വയസ്സുള്ളപ്പോൾ പത്തൊമ്പത് വയസ്സുള്ള ഒരു യുവാവിനെ വരനായി കണ്ടെത്തി. എന്റെ ഒരു അമ്മായിയുടെ സുഹൃത്തിന്റെ മകനായിരുന്നു അദ്ദേഹം. ഞാനദ്ദേഹത്തെ കണ്ടിട്ടേയില്ല."

ഒന്ന് നെടുവീർപ്പിട്ട് നാദിയ തുടർന്നു.

"ഞാൻ ദിവസങ്ങളോളം മുറിയടച്ചിട്ടിരുന്ന് കരഞ്ഞു. എന്റെ മേൽ അടിച്ചേല്പിക്കപ്പെടുന്ന ജീവിതത്തെയോർത്ത് പ്രതിഷേധിക്കുകയായിരുന്നു. ഈ പ്രതിഷേധവും കരച്ചിലുമൊന്നും അമ്മയുടെ മനസ്സിളക്കിയില്ല. അച്ഛനാകട്ടെ ഇനി അമ്മയും എന്റെ സഹോദരന്മാരുമായി വഴക്കടിച്ചിട്ട് കാര്യമില്ല എന്ന തീരുമാനത്തിലുമെത്തിയിരുന്നു."

മഹയുടെ വീർപ്പുമുട്ടൽ എനിക്ക് കാണാമായിരുന്നു. മനസ്സിലുള്ളത് ഒന്ന് തുറന്ന് പറയുവാൻ വെമ്പുകയാണവൾ. അത് ചെയ്യാതെ അവളിപ്പോൾ അമാനിയെ നോക്കിയിരിക്കുന്നു. ഇത്തരം ചിന്തകളുമായി തന്റെ സഹോദരിയും ഒത്തുപോകുന്നല്ലോ എന്ന ദുഃഖം മഹയുടെ മനസ്സിലുണ്ട്. സ്ത്രീകളോടുള്ള പെരുമാറ്റം എങ്ങനെയാകണം എന്നതിലും സ്ത്രീകൾ എപ്പോഴും പുരുഷന്മാരാൽ ഭരിക്കപ്പെടണം എന്നതിലും അമാനിക്കുള്ള

അഭിപ്രായം മഹയെ എപ്പോഴും ഭ്രാന്ത് പിടിപ്പിച്ചിരുന്നു. സ്ത്രീകൾ പുരുഷന്മാരാൽ ഭരിക്കപ്പെടുകയാണുത്തമം എന്ന അഭിപ്രായക്കാരിയാണ് അമാനി. ഇന്ന് ഇതാ രണ്ടാം തവണയും എന്റെ മകൾ വായ് തുറക്കാതെ, അഭിപ്രായം പറയാതെയിരുന്നിരിക്കുന്നു. എനിക്കതിൽ സന്തോഷം തോന്നി. "ഇപ്പോൾ വിവാഹബന്ധം വേർപെടുത്തിയിരിക്കുകയാണോ?" എന്ന് മാത്രം അവൾ ചോദിച്ചു.

"അല്ല. മൊഴി ചൊല്ലിയതല്ല. വിവാഹം നടക്കേണ്ടതിന്റെ ഒരു മാസം മുമ്പ് ഒരു അപകടം സംഭവിച്ചു. അത് എന്നെ രക്ഷപ്പെടുത്തി. എന്റെ ഭാവി വരൻ ഹൈവേയിലൂടെ അതിവേഗം കാറോടിച്ച് പോകുകയായിരുന്നു. തന്റെ ഗ്രാമത്തിലേക്കുള്ള യാത്രയായിരുന്നു. ഇടയ്ക്ക് വച്ച് കാർ നിയന്ത്രണം വിട്ടു. ഒരു വലിയ ട്രക്കുമായി കൂട്ടിയിടിച്ചു. അദ്ദേഹം സംഭവസ്ഥലത്ത് വച്ചു തന്നെ മരിച്ചു. അദ്ദേഹത്തിന്റെ മരണത്തിൽ എനിക്ക് ഒട്ടും സന്തോഷം തോന്നിയില്ല. എന്നാൽ അത് എന്റെ മനസ്സിനൊരു ആശ്വാസം നൽകി എന്നത് തീർച്ച. ഞാൻ രക്ഷപ്പെട്ടു എന്ന ആശ്വാസം. ഒരു അപരിചിതനെ വിവാഹം കഴിക്കേണ്ടി വന്നില്ല, കൊച്ചുനാളിലേ അമ്മയാകേണ്ടി വന്നില്ല, സ്വതന്ത്രമായ ഒരു ജീവിതത്തെക്കുറിച്ച് പ്രതീക്ഷയില്ലാതിരിക്കേണ്ടതില്ല. ഒരു മാസം കഴിയും മുമ്പ് സഹോദരന്മാരും അമ്മയും കൂടി എനിക്ക് വീണ്ടും വരനെ അന്വേഷിക്കുവാൻ തുടങ്ങി. എന്നാൽ ഈ തിരച്ചിൽ നിർത്തിവയ്ക്കുവാൻ അച്ഛൻ ആജ്ഞാപിച്ചു. അത്രയും ചെറുപ്പത്തിൽ എന്നെ വിവാഹിതയാക്കരുതെന്ന് അള്ളാഹു നൽകിയ സൂചനയാണീ അപകടം എന്ന് അച്ഛൻ വിശ്വസിച്ചു. അതുപോലെ എന്റെ ഇഷ്ടത്തിനെതിരായി വിവാഹം കഴിപ്പിച്ചയയ്ക്കരുത് എന്നതിന്റേയും. പഠനം തുടരുവാൻ വേണ്ട ഏർപ്പാടുകൾ അച്ഛൻ ചെയ്തു. ആ യുവാവിന്റെ മരണം കാണിക്കുന്നത് യുവതികൾക്ക് തുടർന്ന് ജീവിക്കുവാൻ സ്വന്തമായ ഒരു മാർഗ്ഗം കണ്ടെത്തുവാനുള്ള പ്രാപ്തിയുണ്ടാകണമെന്നാണെന്ന് പറഞ്ഞു. വിവാഹം വിജയമായില്ലെങ്കിലും പെൺകുട്ടികൾക്ക് തുടർന്ന് ജീവിക്കുവാനാകണം എന്നായിരുന്നു അച്ഛന്റെ അഭിപ്രായം. ആ യുവാവ് മരിക്കുന്നതിനു മുമ്പ് ഞങ്ങളുടെ വിവാഹം കഴിഞ്ഞിരുന്നെങ്കിൽ, ഞാനൊരു അമ്മയായിരുന്നെങ്കിൽ, എന്റെ അവസ്ഥ എന്താകുമായിരുന്നു എന്ന് അച്ഛൻ ചോദിച്ചു. അപ്പോൾ ഞാൻ എങ്ങനെ എന്റേയും എന്റെ കുഞ്ഞിന്റേയും കാര്യങ്ങൾ മുന്നോട്ട് കൊണ്ടുപോകും?

അച്ഛന്റെ തീരുമാനം അമ്മയെ കുപിതയാക്കി. പക്ഷേ എനിക്ക് തുടർന്ന് പഠിക്കുവാനായി. പഠനത്തിൽ മോശമല്ലായിരുന്നു. അതിനാൽ അച്ഛൻ എന്നെ കോളേജിൽ ചേർത്തു. സാമൂഹികശാസ്ത്രത്തിലായിരുന്നു ബിരുദം. ബിരുദമെടുത്ത ഉടൻ തന്നെ ഒരു സാമൂഹ്യപ്രവർത്തകയായി ജോലി ലഭിച്ചു. ഇപ്പോൾ സഹായിക്കാൻ ആരുമില്ലാത്ത പെൺകുട്ടികളെ സഹായിച്ചുകൊണ്ടിരിക്കുന്നു. ജ്ഞാനിയായ ഒരു അച്ഛനെ ലഭിച്ചതിൽ അള്ളാഹുവിനോട് നന്ദി പറയട്ടെ."

നാദിയയുടെ കഥ കേട്ടുകൊണ്ടിരുന്നവരിൽ അമാനി ഒഴികെ ശേഷിച്ച വരെല്ലാം ആ യുവാവിന്റെ മരണത്തിൽ ശോകം പ്രകടിപ്പിച്ചു, അവൾ നല്ല രീതിയിൽ സ്കൂൾ വിദ്യാഭ്യാസം പൂർത്തിയാക്കിയതിൽ അനു മോദിച്ചു. ഇതിനോടൊന്നും അത്രയ്ക്ക് യോജിക്കുവാനായില്ലെങ്കിലും അമാനിയുടെ മുഖത്തും അപ്പോൾ നാദിയയോട് ഒരു അനുകമ്പ പ്രത്യക്ഷ പ്പെട്ടു. എല്ലാ ഇസ്ലാം വിശ്വാസികളും അത് പുരുഷനോ സ്ത്രീയോ ആകട്ടെ, ജ്ഞാനം നേടിയിരിക്കണം എന്നാണ് പ്രവാചകൻ പറഞ്ഞിരി ക്കുന്നത് എന്ന് അമാനി പറഞ്ഞു. എന്നിട്ടവൾ എന്റെ മുഖത്തേക്ക് നോക്കി. "എന്നുവച്ചാൽ നാദിയ വിദ്യാഭ്യാസം നേടുന്നതിനെ അള്ളാഹു അനു വദിച്ചിരിക്കുന്നു എന്നാണ്."

"പ്രവാചകന്റെ വാക്കുകൾക്ക് അള്ളാഹുവിന് സ്തുതി." ഡോക്ടർ മീനയാണ് മറുപടി പറഞ്ഞത്. അപ്പോൾ ആദ്യമായി അവർ എന്റെ മകളെ അനുകമ്പയോടെ, താങ്കൾ പറഞ്ഞതിനെ അനുകൂലിക്കുന്നു എന്ന മുഖ ഭാവത്തോടെ ഒന്ന് നോക്കി.

മകളുടെ മനസ്സിൽ അപ്പോൾ എന്തൊക്കെ ചിന്തകളുണ്ടായിരുന്നു എന്ന് അള്ളാഹുവിന് മാത്രമേ അറിയുകയുള്ളൂ. എന്നാൽ "ആരും തന്റെ ഇംഗിതത്തിനെതിരായി വിവാഹം കഴിക്കരുത്" എന്ന് അവൾ മനസ്സി ലാക്കി തുടങ്ങണം എന്ന് മാത്രമേ എന്റെ മനസ്സിലപ്പോഴുണ്ടായിരുന്നുള്ളൂ.

നാദിയ സംസാരം നിർത്തി. ഒരു കവിൾ ചായ കുടിച്ചു. വിദ്യാഭ്യാസം നേടിയെങ്കിലും അവളപ്പോഴും അവളുടെ വീട്ടിൽ തന്നെയായിരുന്നു താമസം. സൗദിയിൽ ഒരു സ്ത്രീക്കും സ്വതന്ത്രമായി ഒറ്റയ്ക്ക് താമസി ക്കുവാൻ അനുവാദമില്ല. അവൾ ചെയ്യുന്ന ജോലിയോടും അവളുടെ ജീവിത രീതികളോടും തീർത്തും എതിർപ്പുള്ളവരായിരുന്നു അവളുടെ അമ്മയും സഹോദരന്മാരും. അതുകൊണ്ട് തന്നെ അവളെ ദ്രോഹിക്കു ന്നതിനുള്ള അവസരമൊന്നും അവർ പാഴാക്കിയില്ല.

"എനിക്ക് വിദ്യാഭ്യാസമുണ്ടെങ്കിലും അമ്മയോ സഹോദരന്മാരോ എന്നെ ബഹുമാനിക്കുന്നില്ല." നാദിയ തുടർന്നു. "ഞാൻ ചെയ്യുന്ന ജോലിയെ അവർ കളിയാക്കുന്നു, താഴ്ത്തിക്കെട്ടുന്നു. രാജ്യം മുഴുക്കെ ഞാൻ ചീത്ത ആശയങ്ങളും ചിന്തകളും പ്രചരിപ്പിക്കുകയാണെന്ന് പറയുന്നു. എന്റെ മൂന്ന് സഹോദരന്മാർ ഇപ്പോൾ വിവാഹിതരാണ്. അവർക്ക് സ്വന്തമായി ജോലിയുണ്ട്. അതിനാൽ എന്റെ ദൈനംദിന ജീവിതത്തിൽ ഇടപെടുവാൻ അവരുടെ പക്കൽ അത്ര സമയമില്ല. എന്നാൽ അവസാനത്തെയാൾ ഇപ്പോഴും ഞങ്ങളോടൊത്ത് വീട്ടിലുണ്ട്. അവനും അമ്മയും ഒന്നിച്ച് എന്നെ ജോലിയിൽനിന്നും പുറത്താക്കുവാൻ എന്തൊക്കെ മാർഗ്ഗങ്ങളുണ്ടെന്ന് അന്വേഷിക്കുകയാണിപ്പോൾ. ഞാൻ നിസ്സഹായയയാകണം എന്നാണവരുടെ ആഗ്രഹം. അങ്ങനെയാകുമ്പോൾ വീണ്ടും ഒരു വിവാഹത്തിന് ഞാൻ സമ്മതിക്കും. എനിക്ക് വണ്ടിയോടി ക്കുവാൻ അനുവാദമില്ല. സഹോദരൻ മിക്കപ്പോഴും ജോലിസ്ഥലം വരെ

കൊണ്ടുചെന്നാക്കുവാൻ വിസ്സമ്മതിക്കുന്നു. വൈകിയെത്തണം എന്ന് തീരുമാനിച്ചിരിക്കുന്നു. എന്റെ സമയനിഷ്ഠയില്ലായ്മയെക്കുറിച്ച് ഇതിനിടെ മേലുദ്യോഗസ്ഥൻ പരാതിപ്പെടുകയുമുണ്ടായി.

“സഹായിക്കുവാൻ ഞാനഭ്യർത്ഥിച്ചാൽ അമ്മ അത് കേട്ടില്ലെന്ന് നടിക്കും. ഞാൻ വിഷമിക്കുന്നത്, ദുഃഖിക്കുന്നത്, കാണുമ്പോൾ അമ്മ സന്തോഷിക്കും. നിരാശയാകണം മുമ്പൊന്നുമില്ലാത്തതുപോലെ അവരിപ്പോൾ കുപിതയാകുന്നതിനു കാരണം. ഒരു ദിവസം മുഴുവൻ ജോലി ചെയ്ത് വീട്ടിലെത്തിയാലുടൻ അമ്മ എന്റെ നേരെ കോപിച്ചെത്തും. അത്താഴമുണ്ടാക്കണം, പാത്രം കഴുകി വൃത്തിയാക്കണം, വീട് വൃത്തിയാക്കണം എന്നൊക്കെ ശകാരിക്കും. എന്റെ ജോലിഭാരം വർദ്ധിപ്പിക്കാനായി വീടുമുഴുക്കെ അഴുക്കാക്കി വയ്ക്കും. ഞാൻ വൃത്തിയാക്കിയത് അമ്മയ്ക്കിഷ്ടപ്പെട്ടില്ലെങ്കിൽ മുഖത്തടിക്കും. അമ്മയ്ക്കാകട്ടെ ചെയ്യുന്ന ജോലിയിൽ ഒരിക്കലും തൃപ്തി വരാറുമില്ല. എന്റെ ജീവിതം ദുസ്സഹമാകണം എന്ന് മാത്രമേ അമ്മയ്ക്കിപ്പോൾ ചിന്തയുള്ളൂ. അങ്ങനെയായാലേ ഞാൻ വിവാഹത്തിന് സമ്മതിക്കുകയുള്ളൂ എന്ന് അമ്മ കരുതുന്നു. എന്നാൽ കീഴടങ്ങുവാൻ ഞാൻ തയ്യാറല്ല.”

“നാദിയ, താങ്കളുടെ മേലുദ്യോഗസ്ഥനുമായി സംസാരിക്കുവാൻ എന്നെയൊന്ന് അനുവദിക്കണം.” ഡോക്ടർ മീന ഇടയ്ക്ക് കയറി പറഞ്ഞു.

നാദിയ തലയാട്ടി. “എന്നെ അവർ ജോലിയിൽ നിന്നും പിരിച്ചുവിടും എന്ന ഘട്ടമെത്തിയാൽ ഞാൻ താങ്കളുടെ സഹായം തേടാം.”

ഇത് കേട്ടപ്പോൾ ഡോക്ടർ മീനയുടെ മുഖത്ത് എന്തോ വേവലാതി കണ്ടു. “നമ്മൾ പരസ്പരം സഹായിക്കേണ്ടവരാണ്.”

ഞാൻ പ്രശ്നത്തിന് പരിഹാരം കണ്ടു. “ഇന്നു മുതൽ ഞാൻ എന്റെ കാറും ഡ്രൈവറേയും അയയ്ക്കും. താങ്കൾക്ക് ഇനി മുതൽ ജോലിക്ക് പോകാൻ സഹോദരനെ ആശ്രയിക്കേണ്ടി വരില്ല.” ഞാൻ പറഞ്ഞു.

“അത് വളരെ അധികമായിപ്പോയി രാജകുമാരീ” എന്നായിരുന്നു നാദിയയുടെ പ്രതിഷേധം.

“അല്ല. അത് മാത്രമല്ല. എന്റെ വീട്ടുകാർക്കിവിടെ അനേകം കാറുകളുണ്ട്. അനേകം ഡ്രൈവർമാരുമുണ്ട്. അവരെല്ലാം മിക്കപ്പോഴും ജോലിയില്ലാതെ ഇരിക്കുകയാണ്. ഇന്നുമുതൽ നാദിയയ്ക്ക് സ്വന്തമായി ഒരു ഡ്രൈവറുണ്ടാകും.”

“ഇത് ഞാൻ എന്റെ മാതാപിതാക്കൾക്ക് എങ്ങനെ വിശദീകരിച്ച് കൊടുക്കും?” നാദിയ ചോദിച്ചു.

ആ ചോദ്യം ന്യായമായിരുന്നു. ഞാനിതിൽ ഇടപെടുന്നു എന്ന് അവളുടെ വീട്ടുകാരെ അറിയിക്കുവാൻ താത്പര്യമില്ല. അപ്പോൾ അവരുടെ ചിന്ത മറ്റൊരു വഴിക്ക് നീങ്ങും. നാദിയയ്ക്ക് ഒരു കാമുകനുണ്ടെന്ന്

പറയും. അങ്ങനെ സംഭവിച്ചാൽ അത് അവളുടെ ജീവിതം കൂടുതൽ ദുഷ്കരമാക്കും.

"എങ്കിൽ മറ്റൊരു ആശയം പറയാം. ഡോക്ടർ മീന, ഞാൻ താങ്കൾക്ക് ഒരു കാറും ഡ്രൈവറേയും തരുന്നു. ഒരു ഡ്രൈവർ എന്നും താങ്കളുടെ കീഴിലുണ്ടാകും. അയാളുടെ സേവനം താങ്കൾക്ക് എങ്ങനെ വേണമെങ്കിലും ഉപയോഗിക്കാം. ഒരു ഡ്രൈവറില്ലാതെ വിഷമിച്ച് നിൽക്കുന്ന യുവതികളെ സഹായിക്കുവാൻ ഈ ഡ്രൈവറുടെ സേവനം ഡോക്ടർക്ക് ഉപയോഗിക്കാം."

"അത് നല്ലൊരു പോംവഴിയാണ് രാജകുമാരീ. ഒരു സൗദി വനിതാ ഡോക്ടർ തന്റെ കാറും ഡ്രൈവറും ജോലിക്കെത്തുവാനും തിരികെ പോകുവാനും ബുദ്ധിമുട്ടുന്ന യുവതികളെ സഹായിക്കുവാനായി ഉപയോഗിക്കുന്നതിൽ ആരും തെറ്റ് കാണുകയില്ല."

ഇത് കേട്ട് നാദിയ വിടർന്ന് പുഞ്ചിരിച്ചു. അവളുടെ മനസ്സിന് അത് വലിയൊരു ആശ്വാസമായി എന്നെനിക്കുറപ്പായി.

അപ്പോൾ മഹ വായ് തുറക്കുവാൻ തുനിയുന്നത് കണ്ടു. എല്ലാ സൗദി സ്ത്രീകൾക്കും വണ്ടിയോടിക്കുവാനുള്ള അനുവാദം ലഭിക്കണം എന്നവൾ തുറന്ന് പറയുവാൻ പോകുകയാണെന്ന് മനസ്സിലായി. മഹ അത് പറഞ്ഞാലുടൻ അതിനെതിർവാദവുമായി അമാനി രംഗത്തെത്തും. ഇപ്പോൾ മഹയും അമാനിയുമായുള്ള ഒരു വാഗ്വാദം കേട്ടിരിക്കുവാനുള്ള മാനസികാവസ്ഥയിലല്ല ഞാൻ. അതിനാൽ പെട്ടെന്ന് വിഷയം മാറ്റി. വിഷയം മാറ്റുന്നതിനു മുമ്പ് മഹയുടെ കാലിൽ നന്നായൊരു പിച്ച് കൊടുത്തു. "അതെ, ഈ പ്രശ്നത്തിന് പരിഹാരമായിരിക്കുന്നു. ഇനിയും നമ്മുടെ പക്കൽ പ്രശ്നങ്ങൾ അനവധിയുണ്ട്. നമുക്ക് സ്ത്രീകൾക്കായുള്ള തോട്ടത്തിൽ ഒന്ന് ഉലാത്താം."

ഞങ്ങൾ വീടിന്റെ അകത്തളങ്ങളിൽ നിന്നും പുറത്തിറങ്ങി. ഞങ്ങൾ ആറ് സൗദി സ്ത്രീകൾ സാവധാനത്തിൽ തോട്ടത്തിലൂടെ നടന്നു. പൂക്കളേയും പച്ചപ്പിനേയും പ്രകീർത്തിച്ചു. തോട്ടത്തിന്റെ പുറക് വശത്ത് ഒരു വലിയ പക്ഷിക്കൂടുണ്ട്. പക്ഷികൾ കലപില കൂട്ടുന്നതും ഒട്ടും സങ്കീർണ്ണമല്ലാത്ത അവരുടെ ജീവിതം ആസ്വദിക്കുന്നതും കണ്ടുനിൽക്കുക നല്ലൊരു നേരമ്പോക്കാണ്. ഈ പക്ഷികളെ പരിപാലിക്കുന്ന പരിചാരകരുടെ ചുമതല അമാനിക്കാണ്. അതിനാൽ പക്ഷികൾക്ക് നല്ല ഭക്ഷണം ലഭിക്കുന്നുണ്ട്, അവ പൂർണ്ണ ആരോഗ്യത്തോടെയിരിക്കുന്നുമുണ്ട്.

ഇത്തരം അവസരങ്ങളിൽ അമാനിയുടെ മുഖം വീക്ഷിക്കുക നല്ല രസമാണ്. തന്റെ മകന്റെ അല്ലെങ്കിൽ ഈ പക്ഷികളുടെ, അല്ലെങ്കിൽ ഏതെങ്കിലും മൃഗത്തിന്റെ അടുത്താകുമ്പോൾ മാത്രമേ അവളുടെ മുഖത്ത് പൂർണ്ണ ആനന്ദം ഞാൻ കാണാറുള്ളൂ. മൃഗങ്ങളോടും പക്ഷികളോടും അവൾക്കുള്ള സ്നേഹം വളർന്ന് വലുതാകുമ്പോൾ താനേ കുറഞ്ഞുകൊള്ളും എന്നാണ് അവളുടെ കുട്ടിക്കാലത്ത് കരീം പറയാറുള്ളത്.

എന്നാൽ ഈ സ്നേഹം അവൾ മരിച്ച് മണ്ണടിയുന്നതുവരേക്കും കൂടെയുണ്ടാകും എന്ന് ഇന്നെനിക്ക് ഉറപ്പാണ്.

ഞങ്ങൾ തോട്ടത്തിൽ ഒരു ബഞ്ചിലിരുന്നു. കൂട്ടത്തിൽ അമാനി മാത്രമുണ്ടായിരുന്നില്ല. അവിടെയിരുന്ന് ഞങ്ങൾ ഭാവി പരിപാടികൾ ആസൂത്രണം ചെയ്തു. ആശുപത്രി അധികൃതർ സഹായം വാഗ്ദാനം ചെയ്തിട്ടുള്ള കുടുംബങ്ങളുണ്ട്. അവർക്ക് സഹായമെത്തിക്കുവാനുള്ള ചുമതല നാദിയയെ ഏല്പിക്കാറുണ്ട്. അങ്ങനെയുള്ള കുടുംബങ്ങളെക്കുറിച്ചുള്ള വിവരം കൈമാറാമെന്ന് നാദിയ പറഞ്ഞു. ഇതിനായി ഒരാഴ്ചയ്ക്കകം ഞങ്ങളെല്ലാം വീണ്ടും ഒത്തുകൂടുമെന്നും തീരുമാനമായി. നാദിയയ്ക്ക് സഹായിക്കുവാനാകാത്തവരെ നാദിയ എന്റെയോ ഡോക്ടർ മീനയുടേയോ അടുത്തേക്കയയ്ക്കും. അങ്ങനെ ഞങ്ങൾ മൂന്നുപേരും കൂടി അനേകം പെൺകുട്ടികളേയും സ്ത്രീകളേയും സഹായിക്കും.

ഞങ്ങൾക്ക് യാത്ര പറയേണ്ടുന്ന സമയമായി. ഞങ്ങൾ പടിക്കലേക്ക് നടന്നു. അതിനിടയിൽ നാദിയ തന്റെ ബാഗ് തുറന്ന് അതിൽ നിന്നും കുറച്ച് കടലാസുകൾ പുറത്തെടുത്തു. അവളത് ബാഗിനകത്ത് മടക്കി വച്ചിരിക്കുകയായിരുന്നു. അതിൽ എനിക്കുള്ള എന്തെങ്കിലും വിവരങ്ങളായിരിക്കും എന്നാണ് കരുതിയത്. നാദിയ തിരിഞ്ഞത് അമാനിക്കും മഹയ്ക്കും നേരെയായിരുന്നു. അവരിത്തിരി പുറകിലായിരുന്നു. നാദിയ അവരുടെ സമീപമെത്തി. നാദിയ പറഞ്ഞ വാക്കുകൾ എനിക്ക് പൂർണ്ണമായും കേൾക്കുവാനായില്ല. ആ കടലാസുകൾ അവർ അമാനിയെ ഏല്പിച്ചത് കണ്ടു. എന്നിട്ട് അമാനിയുടെ കൈകൾക്ക് മുകളിൽ മഹയുടെ കൈകൾ വച്ചു. രണ്ട് മക്കളും തമ്മിൽ ഒരു ഇഴയടുപ്പമുണ്ടാക്കുകയോ ഒരു സത്യം ചെയ്യിക്കുകയോ ചെയ്യുകയാണ് നാദിയ എന്ന് തോന്നിപ്പോയി. നാദിയ അവർ രണ്ടുപേരോടും എന്തോ പറഞ്ഞു.

മനസ്സിലെ ആകാംക്ഷ ചിറകടിച്ചുയർന്നു. എന്നാൽ ഒന്നും പറഞ്ഞില്ല. നാദിയ വീട്ടിൽ നിന്നും പോകുന്നതുവരേക്കും ഞാനൊന്നും പറഞ്ഞില്ല. അവർ പോയപ്പോൾ ഞാൻ മക്കളെ നോക്കി. “നാദിയ എന്താണ് തന്നത്?”

‘അറിയില്ല അമ്മേ’ അമാനി പറഞ്ഞു. “എന്തൊക്കെയോ കുത്തിക്കുറിച്ച കുറച്ച് കടലാസുകൾ. നമുക്കിവിടെയിരുന്ന് വായിക്കാം.”

“അതെ, ഇവിടെയിരുന്ന് അത് വായിക്കാം.”

“തീർച്ചയായും, നല്ല ആശയം.” സാറയും യോജിച്ചു. സാറയിലും ആകാംക്ഷ നിറഞ്ഞിരിക്കുന്നു.

അമാനി എന്നും ഏകാധിപത്യ സ്വഭാവമുള്ളവളായിരുന്നു. കടലാസുകൾ അവൾ കൈയിൽ വച്ചു. എന്നിട്ട് വായിക്കുവാൻ തുടങ്ങി. വായിച്ച കടലാസുകൾ ഓരോന്നായി അവൾ മഹയ്ക്ക് കൈമാറി. എന്റെ മക്കളിരുവരും സാവധാനത്തിലേ വായിക്കാറുള്ളൂ. ഇത് ക്ഷമയെ പരീക്ഷിക്കുന്നതായിരുന്നുവെങ്കിലും കാത്തിരുന്നു. നേരത്തെ പറഞ്ഞതുപോലെ കാലം

കടന്നുപോയി മക്കളെല്ലാം പ്രായപൂർത്തിയായപ്പോൾ അവർക്ക് വേണ്ട ബഹുമാനം നൽകുവാൻ ഞാൻ പഠിച്ചിരിക്കുന്നു - എങ്കിലും ചിലപ്പോഴെങ്കിലും എനിക്ക് അവരുടെമേൽ അധികാരമില്ലല്ലോ എന്നൊരു ദുഃഖം മനസ്സിനെ അലട്ടാറുണ്ടെന്നത് മറച്ചുവയ്ക്കുന്നുമില്ല.

അവസാനം മഹ കടലാസുകൾ എനിക്ക് കൈമാറി.

സൗദി അറേബ്യയിലെ സ്ത്രീകളുടെ ഇന്നത്തെ അവസ്ഥയെക്കുറിച്ച് നാദിയ എന്ത് കരുതുന്നു എന്നായിരുന്നു ആ കടലാസുകളിൽ. ഈ കടലാസുകൾ എനിക്ക് തരാനായി എഴുതിയതാണെന്ന് ഉറപ്പുണ്ട്. സംസാരിക്കുവാൻ ഒരു അവസരം ലഭിച്ചില്ലെങ്കിൽ ഈ കടലാസുകൾ എന്നെ ഏല്പിക്കണം എന്ന് അവൾ തീരുമാനിച്ചിട്ടുണ്ടാകണം. ആ കടലാസുകളിൽ എഴുതിയിരുന്നത് ഇവിടെ പകർത്തട്ടെ.

“സ്വാതന്ത്ര്യമെന്തെന്ന് അറിയാത്ത ഒരു സ്ത്രീ എത്ര അസന്തുഷ്ടയാണ്?

ഈ ചോദ്യം പലപ്പോഴും ഞാൻ എന്നോട് ചോദിച്ചിട്ടുണ്ട്. സ്വാതന്ത്ര്യം എന്തെന്ന് അറിഞ്ഞിട്ടില്ലാത്ത ഒരു സ്ത്രീ എത്ര അസന്തുഷ്ടയാണ്? അങ്ങനെയുള്ള സ്ത്രീകൾക്ക് സ്വാതന്ത്ര്യത്തിനു പകരം എന്ത് നൽകുവാനാകും? സ്വാതന്ത്ര്യത്തിനു പകരമാകുന്ന അർത്ഥവത്തായ ഒരു ഇടപാടാണോ ഭൗതിക സുഖസൗകര്യങ്ങൾ? ചിലരെങ്കിലും അതെ എന്ന് വിശ്വസിക്കുന്നുണ്ടാകാം. അതാണല്ലോ സൗദി സ്ത്രീകൾക്ക് മുന്നിൽ വച്ചിരിക്കുന്ന ‘സൗജന്യം’. ശബ്ദിക്കാതിരിക്കുക, സ്വാതന്ത്ര്യം വേണമെന്ന് ആവശ്യപ്പെടാതിരിക്കുക, അങ്ങനെയെങ്കിൽ തലചായ്ക്കാൻ ഒരിടവും ഭക്ഷണവും ലഭിച്ചുകൊണ്ടിരിക്കും. അതിന് ബുദ്ധിമുട്ടുണ്ടാകില്ല. ഇങ്ങനെ നിഷ്ക്രിയരായിരുന്നാൽ നിങ്ങൾ സ്വാതന്ത്ര്യത്തിന്റെ രുചി അറിയാനിട വരില്ല.

ഞാൻ ഒരു സാമൂഹികപ്രവർത്തകയാണ്. കഴിഞ്ഞ മൂന്ന് വർഷങ്ങളായി സൗദി കുടുംബങ്ങളുമായി അടുത്തിടപഴകുന്നു. ഈ മൂന്ന് വർഷങ്ങൾക്കുള്ളിൽ, ഇടപഴകിയിട്ടുള്ള സ്ത്രീകളുടെ ജീവിതത്തിൽ നിന്നും ഞാനെന്റെ ജീവിതത്തിൽ അറിയുവാൻ ആഗ്രഹിച്ചിരുന്നതിലും അധികം കാര്യങ്ങൾ മനസ്സിലാക്കിയിരിക്കുന്നു. സൗദി സ്ത്രീകൾക്ക് ഒരു ദിവസത്തെ സ്വാതന്ത്ര്യത്തിനു പകരമായി എന്ത് വില നൽകണം എന്ന് പലപ്പോഴും ചോദിച്ചിട്ടുണ്ട്. നമുക്ക് നമ്മുടെ ഇഷ്ടത്തിനനുസരിച്ച് സ്വതന്ത്രമായി ജീവിക്കുവാനാകുന്നതിലും അതിന്റെ സുഖം അനുഭവിക്കുന്നതിലും വലുതായി അല്ലെങ്കിൽ അതിനോട് കിടപിടിക്കുന്ന യാതൊന്നുമില്ലെന്ന് വിശ്വസിക്കുന്നു.

ചാൾസ് ഡിക്കൻസിന്റെ, രണ്ട് നഗരങ്ങളുടെ കഥ എന്ന പുസ്തകം തുടങ്ങുന്ന വാചകത്തിലും മികച്ച രീതിയിൽ സൗദി സ്ത്രീകളുടെ ജീവിതത്തെ വിശദീകരിക്കുവാനാകില്ല എന്ന്, വ്യക്തിപരമായ അനുഭവങ്ങളിലൂടേയും ചിന്തകളിലൂടേയും വായനയിലൂടേയും ഇന്ന് വ്യക്തമായിരിക്കുന്നു. ഏറ്റവും നല്ല സമയമായിരുന്നു എങ്കിലും ഏറ്റവും മോശം

സമയമാണിത് എന്നാണ് ചാൾസ് ഡിക്കൻസ് പറയുന്നത്. ജ്ഞാനമുണ്ട്, വിഡ്ഢിത്തമുണ്ട്, അവിശ്വാസവും ആശങ്കയുമുണ്ട്, ഇരുട്ടുണ്ട്, വെളിച്ച മുണ്ട്, പ്രതീക്ഷയുണ്ട്, നിരാശയുണ്ട്. ഇതേ വാക്കുകൾ സൗദി സ്ത്രീ കളുടെ കാര്യത്തിലും സത്യമാണെന്ന് വിശ്വസിക്കുന്നു.

വിശദീകരിക്കുവാൻ അനുവദിക്കണം. ഒരു ആശുപത്രിയുമായി ബന്ധ പ്പെട്ട് ജോലി ചെയ്യുന്ന സാമൂഹികപ്രവർത്തക എന്ന നിലയിൽ ഏറ്റവും മികച്ചും ഏറ്റവും മോശമായതും കണ്ടുകൊണ്ടിരിക്കുന്നു. നല്ലത് കാണു മ്പോൾ മനസ്സിൽ പ്രതീക്ഷയുടെ നാമ്പ് വിരിയുന്നു. എന്നാൽ ചീത്ത കാണുമ്പോൾ ഭയവും കഠിന വേദനയുമുണ്ടാകുന്നു. സൗദി അറേബ്യ യിലെ സ്ത്രീകൾക്ക് ലഭിച്ചിട്ടുള്ളതിൽ ഏറ്റവും നല്ല കാലമാണിത്. കാരണ മുണ്ട്, ഇപ്പോൾ സ്ത്രീകളുടെ ജീവിതവുമായി ബന്ധപ്പെട്ട ഓരോ വിജയ ഗാഥകൾക്കും ശേഷം, മരുഭൂമിയിൽ നിന്നും ഉറപൊട്ടി വരുന്ന തെളി നീരു പോലെ പ്രതീക്ഷയുടെ ഉറവയൊഴുകുവാൻ തുടങ്ങുന്നു. എന്നാൽ ഈ ഉറവ വഴിതെറ്റിക്കുന്നതാകുന്നു. കാരണം സൗദി അറേബ്യയുടെ മണലിനടിയിൽ തെളിനീരില്ലെന്ന സത്യം നമുക്കെല്ലാം അറിയാവുന്ന താണെന്നതു തന്നെ. ഈ ഉറവ ഏത് നിമിഷം വേണമെങ്കിലും വറ്റി വരണ്ടു പോകാം എന്ന് നമുക്കെല്ലാം അറിയാം. ഇത് വീണ്ടും വരണ്ട മണൽപരപ്പാകാം. സൗദിയിൽ, തങ്ങളുടെ അധീനത്തിലുള്ള സ്ത്രീകൾ ബഹുമാന്യതയോടെ ജീവിക്കുന്നത് കാണാൻ ആഗ്രഹിക്കാത്ത അനേകം പുരുഷന്മാർ ഇപ്പോഴുമുണ്ടെന്നതാണിതിനു കാരണം. അതിനാൽ നമ്മളിൽ സന്തോഷത്തിനോടൊപ്പം ഇത്തിരി മാനസിക പിരിമുറുക്കവു മുണ്ട്. നമ്മുടെ ഇപ്പോഴത്തെ കൊച്ചുകൊച്ചു സ്വാതന്ത്ര്യങ്ങൾ ഏത് നിമിഷ ത്തിൽ വേണമെങ്കിലും അപ്രത്യക്ഷമായേക്കാം എന്ന പിരിമുറുക്കം. നമ്മുടെ കാലടികളിൽ നിന്നും ഏത് നിമിഷത്തിൽ വേണമെങ്കിലും അവയെ പറിച്ചെറിഞ്ഞേക്കാം. ഇത് മുമ്പും സംഭവിച്ചിട്ടുണ്ട്. അങ്ങനെ സംഭവിച്ചിട്ട് അനേക വർഷങ്ങളൊന്നുമായിട്ടില്ല. എന്നേക്കാൾ ഇരുപത്തി യഞ്ച് വയസ്സ് പ്രായക്കൂടുതലുള്ള ഒരു ബന്ധു എനിക്കുണ്ട്. ഒരിക്കൽ, അതായത് 1970 കളിൽ സൗദി സ്ത്രീകളിൽ ഇതുപോലെ പ്രതീക്ഷ ഉയർ ന്നിരുന്നുവെന്ന് അവർ എന്നോട് പറയുകയുണ്ടായി. അക്കാലങ്ങളിൽ പക്ഷേ ചില രാഷ്ട്രീയ പ്രവർത്തനങ്ങൾ നമ്മുടെ സർക്കാരിനെ ഭീഷണി പ്പെടുത്തി. ഇറാനിലെ ഷാ സർക്കാർ വീണതും മെക്കയിൽ ആക്രമണ മുണ്ടായതും അക്കാലത്തായിരുന്നു. അതായത് 1979 ൽ. അപ്പോൾ സൗദി യിലെ മതാദ്ധ്യക്ഷന്മാരെ ശാന്തരാക്കുവാൻ നമ്മുടെ സർക്കാർ സൗദി സ്ത്രീകളുടെ സ്വാതന്ത്ര്യം ബലി നൽകി. സൗദി സ്ത്രീകളുടെ വ്യക്തി സ്വാതന്ത്ര്യമെന്ന വിഷയത്തെ അത് അനേക വർഷം പുറകോട്ട് തള്ളി മാറ്റി.

ഇത് ഏറ്റവും മോശപ്പെട്ട കാലം കൂടിയാണ്. കാരണമുണ്ട്. ഈ പ്രതീക്ഷ എല്ലാവർക്കും വളരെ ആശയക്കുഴപ്പമുണ്ടാക്കുന്നതാണ്. അതിനാൽ മോശം പെരുമാറ്റം മറ നീക്കി പുറത്തു വരുന്നു. ഇന്ന്

പഠിക്കുവാനും ജോലി ചെയ്യുവാനും അതുവഴി ഇത്തിരി സമ്പാദിക്കുവാനും തങ്ങളുടെ സ്വാതന്ത്ര്യം ഉപയോഗപ്പെടുത്താം എന്ന് സൗദി സ്ത്രീകൾ ചിന്തിച്ച് തുടങ്ങിയിരിക്കുന്നു. എന്നാൽ അതേ സമയം, സ്ത്രീകൾക്ക് സ്വാതന്ത്ര്യം നല്കരുതെന്നും നൈസർഗ്ഗികാവകാശങ്ങൾ നൽകരുതെന്നും വാദിക്കുന്ന പുരുഷന്മാർ കൂടുതൽ ആർജ്ജവത്തോടെ സ്ത്രീകൾക്ക് ലഭിച്ചിരിക്കുന്ന സ്വാതന്ത്ര്യങ്ങളെ തടയിടുവാനും തല്ലിക്കെടുത്തുവാനും പ്രയത്നിച്ചുകൊണ്ടിരിക്കുന്നു. സ്ത്രീസ്വാതന്ത്ര്യ വിഷയത്തിൽ വന്നിട്ടുള്ള വേലിയേറ്റം ഒരുപക്ഷേ അവർക്കെതിരെ തിരിയുമോ എന്നവർ ഭയക്കുന്നു. തങ്ങളുടെ കൈയിലുള്ള നിയന്ത്രണങ്ങൾ നഷ്ടപ്പെടുമോ എന്നും ഭയക്കുന്നു. സ്ത്രീകളുടെ മനസ്സിൽ നിന്നും പ്രതീക്ഷകൾ തുടച്ചുമാറ്റുവാനായി അവർ അവരുടെ ആശയങ്ങൾ അടിച്ചേല്പിക്കുവാൻ ശ്രമിക്കുന്നു. സ്ത്രീകളുടെ മനസ്സിൽ ഇതാ ഇപ്പോൾ പുതിയ ആശയങ്ങളും ജ്ഞാനവും വികസിച്ച് പുഷ്പിക്കുന്നതേയുള്ളൂ. ശാരീരികമായ മുറിവുകളേറ്റിട്ടുള്ള പല യുവതികളുമായി ഞാൻ സംസാരിച്ചിട്ടുണ്ട്. തങ്ങളുടെ ഭർത്താക്കന്മാർ തങ്ങളെ മർദ്ദിക്കുന്നു എന്ന് സമ്മതിക്കുവാൻ അവർക്ക് ഭയമാണ്. വിദ്യാഭ്യാസം തുടരണമെന്ന് അവർ ആവശ്യപ്പെട്ടതിന്, ഒരു ജോലിക്ക് പോകണമെന്ന ആഗ്രഹം പറഞ്ഞതിന്, ഒരു കോളേജിൽ പോയി ബിരുദം നേടണം എന്ന് തുറന്നു പറഞ്ഞതിന് മരണത്തെ മുഖാമുഖം കാണുന്നത് വരേക്കും തല്ലിച്ചതച്ച കഥകൾ തുറന്ന് പറയുവാൻ അവർക്ക് ഭയമാണ്. അതുമല്ലെങ്കിലുള്ള കാരണം, കൗമാരത്തിൽ നിന്നും പുറത്തു കടന്നിട്ട് മതി കുട്ടികൾ എന്ന് ഭർത്താവിനോട് ആവശ്യപ്പെട്ടതാകും. അപ്പോഴും ലഭിക്കുന്നത് മർദ്ദനമാണ്.

നമ്മുടെ നാട്ടിൽ ഇത് ജ്ഞാനമുദിച്ചിരിക്കുന്ന കാലമാണ്. സ്ത്രീകളെ സഹായിക്കുവാൻ തന്റെ അധികാരം ഉപയോഗിക്കുന്ന ഒരു രാജാവ്, അബ്ദുള്ള രാജാവ്, നമുക്കുണ്ട് എന്നതിനാലാണ് ഞാനങ്ങനെ അഭിപ്രായപ്പെട്ടത്. സൗദി പൗരന്മാരെ സംബന്ധിച്ചിടത്തോളം അവർ ഏറ്റവും ബഹുമാനിച്ചിരുന്ന രാജാവ് ഫൈസൽ രാജാവായിരുന്നു എന്ന് എന്നോട് പലരും പറഞ്ഞ് തന്നിട്ടുണ്ട്. എന്നാൽ അദ്ദേഹത്തിന്റെ മഹത്ത്വമറിയുവാൻ അന്ന് ഞാൻ ജനിച്ചിട്ടുണ്ടായിരുന്നില്ല. എന്റെ ഹീറോ, അബ്ദുള്ള രാജാവ് തന്നെയാണ്. സൗദിയിലെ സ്ത്രീകൾക്ക് മര്യാദയുള്ള ഒരു ജീവിതം സമ്മാനിക്കുവാൻ പൂർവ്വികരായ രണ്ട് രാജാക്കന്മാരും ചെയ്തതിലും അധികം നമ്മുടെ രാജാവ് ചെയ്യുന്നുണ്ട് എന്ന് ഉറപ്പുണ്ട്.

എന്നാൽ ഇത് വിഡ്ഢിത്തരങ്ങളുടേയും കാലമാണ്. സ്ത്രീകളുടെ കാര്യത്തിലെത്തുമ്പോൾ പുരോഗമനത്തെ തിരസ്കരിക്കുന്ന അനേകം യുവാക്കൾ നമ്മുടെ നാട്ടിലിന്നുമുണ്ട് എന്നതിനാലാണത്. ഇത്തരത്തിലുള്ളവരാണ് ഇന്നത്തെ 'പുതിയ' മതഭ്രാന്തന്മാർ. അവരിൽ മിക്കവരും യുവാക്കളാണ്. ആക്രമണോത്സുകതയുള്ളവരാണ്. തെരുവിൽ നടന്ന് ഏതൊരു സ്ത്രീയേയും ശല്യം ചെയ്യുവാൻ അവർക്ക് അധികാരമുണ്ടെന്ന് കരുതുന്നു. മൂടുപടമണിഞ്ഞ സ്ത്രീകളെപ്പോലും ചിലപ്പോൾ വെറുതെ

വിടാറില്ല. ആജ്ഞാനുവർത്തികളായ, വിധേയത്വമുള്ള സ്ത്രീകൾ എന്നത് തങ്ങളുടെ അധികാരമാണെന്ന് കരുതുന്നു. ഈ യുവാക്കൾക്ക് അഭയം നൽകുന്നത് വൃദ്ധരായ മതാദ്ധ്യക്ഷന്മാരാണ്. സ്ത്രീകൾക്ക് വീടിനു പുറത്തിറങ്ങുവാൻ പോലും അനുവാദമില്ലാതിരുന്ന ആ ഇരുണ്ട യുഗത്തിലേക്ക് നമ്മുടെ രാജ്യം തിരികെ പോകണം എന്നാഗ്രഹിക്കുന്നവരാണിവർ. സ്ത്രീകൾ പർദ്ദയണിയണമെന്ന്, ഒറ്റയ്ക്കാകണമെന്ന് ആവശ്യപ്പെടുമ്പോൾ അവരുടെ കണ്ണിൽ ഭ്രാന്ത് വിളയാടുന്നത് നമുക്ക് കാണാനാകും. അതിന്റെ ന്യായം നോക്കാൻ അവർക്ക് ഇഷ്ടമല്ലെന്നു തോന്നുന്നു. കാരണങ്ങൾ തിരക്കാറില്ലെന്ന് തോന്നുന്നു. ഒരായിരം നാഴിക ദൂരേക്കുള്ള നടത്തം തുടങ്ങുന്നത് ആദ്യ ചുവടിലൂടെയാണെന്നൊരു ചൊല്ല് കേട്ടിട്ടുണ്ട്. എല്ലാ സ്ത്രീകൾക്കും ആ ആദ്യചുവട് വയ്ക്കാവുന്നതാണ്. അത് അവരെ സ്വാതന്ത്ര്യത്തിലേക്ക് നയിക്കും.

അവിശ്വാസം വിളയാടുന്ന കാലമാണിത്. വിശ്വാസമെന്നത് ഇല്ലാത്ത കാലം. പണ്ടത്തെ പോലെ എല്ലാം മറഞ്ഞിരിക്കുന്ന ഒരു കാലത്തിലല്ല ഇന്ന് നമ്മൾ ജീവിക്കുന്നത്. എന്റെ മുത്തശ്ശിയോ അമ്മയോ അവരുടെ കുട്ടിക്കാലത്ത് ഭീകര കഥകൾ അനവധിയൊന്നും കേട്ടിരുന്നില്ല. ചില മർമ്മരങ്ങൾ മാത്രമേ അവരുടെ സമീപമെത്തിയിരുന്നുള്ളൂ. എന്നാൽ ഇന്നത്തെ സ്ഥിതി വ്യത്യസ്തമാണ്. വർത്തമാന പത്രങ്ങൾ ഇങ്ങനെയുള്ള കാര്യങ്ങളെക്കുറിച്ച് എഴുതി തുടങ്ങിയിരിക്കുന്നു. ആശുപത്രിയിൽ ജോലി ചെയ്യുന്നവർക്ക് ഇതിനെ കുറിച്ച് സംസാരിക്കുവാൻ ധൈര്യം ലഭിച്ച് തുടങ്ങിയിരിക്കുന്നു. ചില സ്ത്രീകളുടെ ജീവിതം എത്ര ദുഷ്കരവും ദുഃഖം നിറഞ്ഞതും ഭീതിജനകവുമാണെന്ന് ആദ്യം കാണുന്നവർ മേൽ പറഞ്ഞ രണ്ട് വിഭാഗങ്ങളുമാണ്. ചില പുരുഷന്മാരിലുള്ള ദുഷ്ട് നിറഞ്ഞ പ്രകൃതം ഞങ്ങൾ കാണുന്നു. അവർ സ്ത്രീകളോട് എങ്ങനെയൊക്കെ പെരുമാറുന്നു എന്ന് ഞങ്ങൾ കാണുന്നു. ക്രൂരത ഒന്ന് കൊണ്ട് മാത്രമാണിവർ ഇത് ചെയ്യുന്നത്. ഒരനുഭവം പറയാം. ഞാനീയിടെയായി ഒരമ്മയെ സമാശ്വസിപ്പിക്കുവാൻ ശ്രമിക്കുകയാണ്. അമ്മയുടെ മകളെ അവളുടെ അച്ഛൻ, ഈ സ്ത്രീയുടെ ഭർത്താവ്, ബലാത്സംഗം ചെയ്ത് കൊന്നു. ഒരു മൗലവിയായ ഇദ്ദേഹത്തിന് നിയമം നൽകിയ ശിക്ഷ എട്ട് മാസം തടവാണ്. അഞ്ചുവയസ്സുള്ള ഒരു കുട്ടിയെ, സ്വന്തം മകളെ, പീഡിപ്പിച്ച് കൊന്നതിനുള്ള ശിക്ഷയാണത്. ബലാത്സംഗത്തിനിടയ്ക്ക് ആ കുട്ടിയുടെ നട്ടെല്ല് തകർന്നിരുന്നു. അച്ഛൻ തന്റെ ലിംഗം തള്ളിക്കയറ്റുവാൻ ശ്രമിച്ചതിന്റെ ബലമായി മലദ്വാരം പൊട്ടിപ്പൊളിഞ്ഞിരുന്നു. കുഞ്ഞിന്റെ ഗുഹ്യഭാഗത്തുനിന്നും നിലയ്ക്കാതെ രക്തമൊഴുകിയപ്പോൾ അയാൾ ആ കുഞ്ഞിനെ തീയിനു മുകളിൽ കാണിച്ചു, അവിടമാകെ പൊള്ളിച്ചു. ഇത്രയും ക്രൂരമായ കൃത്യത്തിന് ആകെ ലഭിച്ച ശിക്ഷ ഏതാനും മാസത്തെ ജയിൽ വാസം. ക്രൂരത കാണിച്ചത് സ്വന്തം മകളോടാണെന്നിട്ടും ഇത്രയേ ശിക്ഷയുള്ളൂ. എന്നാൽ ശിക്ഷാവിധി കേട്ടപ്പോൾ മതാദ്ധ്യക്ഷന്മാർക്ക് വേവലാതിയായി. ശിക്ഷ അധികമായിപ്പോയി എന്നാണവരുടെ

അഭിപ്രായം. ഒരു പുരുഷന് തന്റെ അധീനത്തിലുള്ള സ്ത്രീകളോട് എങ്ങനെ വേണമെങ്കിലും പെരുമാറാൻ അധികാരമുണ്ടെന്ന് അവർ വാദിക്കുന്നു. അതിനെതിരായി ശിക്ഷ വിധിക്കുവാൻ ആർക്കും അധികാരമില്ലെന്നും അവർ പറയുന്നു. ഒരച്ഛന് മകളെ പീഡിപ്പിക്കുവാനും ക്രൂരമായി ഉപദ്രവിച്ച് കൊല്ലുവാനും അധികാരമുണ്ട്, എന്നാൽ അമ്മയ്ക്ക് കുഞ്ഞിനെ ആ ക്രൂരതയിൽ നിന്നും രക്ഷിക്കുവാൻ അധികാരമില്ല!

ഈ ഭീകരത വർത്തമാന പത്രങ്ങളിൽ വന്നിരുന്നു. എന്നാൽ ഇന്നും സൗദി അറേബ്യയിൽ നിലനിൽക്കുന്ന ഒരു സത്യമുണ്ട്. നിയമത്തേയും നീതിന്യായവ്യവസ്ഥയേയും പേടിക്കാതെ ഏതൊരു പുരുഷനും തന്റെ അധീനത്തിലുള്ള സ്ത്രീകളോട് എങ്ങനെ വേണമെങ്കിലും പെരുമാറാമെന്ന സത്യം. എന്ത് ക്രൂരതയും കാണിക്കാമെന്ന സത്യം. ഇങ്ങനെയൊരു ക്രൂരകൃത്യത്തിനു ശേഷം ഏതാനും മാസം ജയിലിൽ കിടക്കുക എന്നത് ഒരു ശിക്ഷയാണോ? അല്ല! ഇതിലൊരു മാറ്റം ഞാൻ പ്രതീക്ഷിക്കുന്നില്ല. ഒരു പുരുഷനും തന്റെ വീട്ടിലെ സ്ത്രീപ്രജകളും തമ്മിലുള്ള ബന്ധത്തിൽ, അഭിപ്രായ വ്യത്യാസങ്ങളിൽ, ഇടപെടുവാൻ ഇന്ന് സർക്കാരിനു പോലും താത്പര്യമില്ല.

ഈ കുഞ്ഞിന്റെ കഥയോളം സൗദി സ്ത്രീകളെ വേട്ടയാടിയിട്ടുള്ള മറ്റൊരു കഥയുണ്ടാകില്ല. അമ്മയിൽ നിന്നും വേർപെടുത്തി, സ്വന്തം അച്ഛനുണ്ടാക്കിയ തടവറയിൽ വച്ച്, അച്ഛനാൽ ലൈംഗികമായി പീഡിപ്പിക്കപ്പെട്ട് കൊല്ലപ്പെട്ട ഒരു അഞ്ച് വയസ്സുകാരിയുടെ കഥ. ആ കുട്ടി നിസ്സഹായയായിരുന്നു. ആർക്കും അവളെ സഹായിക്കുവാനുമായില്ല. പൊതുജനം ഒന്നിച്ച് നിലവിളിച്ച് ബഹളം വച്ചിട്ടും ശിക്ഷ എന്നത് ഏറ്റവും മൃദുവായിരുന്നു. അപര്യാപ്തമായിരുന്നു. ജയിൽ അധികാരികൾ പോലും ഈ കുറ്റവാളിയോട് അനുകമ്പാപൂർവ്വം പെരുമാറി എന്നാണ് ഞാനറിഞ്ഞത്. സത്യത്തിൽ അയാൾക്ക് ഒരു ശിക്ഷയേ ലഭിച്ചില്ല. ജയിലിലുള്ള ഏതാനും മാസങ്ങൾ അയാൾ അവിടെ ഹീറോ ആയിരുന്നു. ശിക്ഷ എന്നത് പൊതുജനത്തിന്റെ കണ്ണിൽ പൊടിയിടുവാനുള്ള ഒരു വിദ്യ മാത്രമായിരുന്നു. സൗദിയിലെ സ്ത്രീകളിൽ പലർക്കും നല്ല കഥകളും അനേകം പറയുവാനുണ്ട്. സന്തോഷത്തിന്റെ കഥകളുമുണ്ട്. എന്നാൽ ദുഃഖപര്യവസായിയായ, ദുഃഖം മാത്രമുള്ള കഥകൾ അവയ്ക്ക് മേൽ ചാരം മൂടിക്കുന്നു.

ഇങ്ങനെ മുറിപ്പെട്ട സ്ത്രീകൾക്ക് വേണ്ട സഹായമെത്തിക്കുന്ന എന്റെ ജോലിക്കിടയിൽ ഇതുപോലെയുള്ള കഥകൾ അനവധി തേടിയെത്താറുണ്ട്. എന്നാൽ അവയിലൊന്നിലും ശരിയായ നീതി നടപ്പാക്കുവാൻ ആകില്ലല്ലോ, എനിക്കധികാരമില്ലല്ലോ എന്നോർത്ത് ഞാൻ ലജ്ജിക്കുന്നു. പലപ്പോഴും ഞാൻ ചെയ്യുന്ന പ്രവൃത്തി മറ്റുള്ളവരിൽ നിന്നും മറച്ച് വയ്ക്കേണ്ടി വരുന്നു. എന്റെ പേരുപോലും രഹസ്യമാക്കി വയ്ക്കേണ്ടി വരുന്നു. ഈ രഹസ്യങ്ങളെല്ലാം വെളിപ്പെടുത്തുന്നത് ഞാനാണെന്ന് എന്റെ സ്ഥാപനമോ, വീട്ടുകാരോ അറിഞ്ഞാൽ അതെന്റെ ജീവിതം

തകർക്കും. അമ്മ കിടപ്പിലാകും. വിദ്യാഭ്യാസം ചെയ്യിക്കുവാനുള്ള തീരുമാനം ശരിയായിരുന്നോ എന്ന് അച്ഛൻ ചിന്തിക്കുവാൻ തുടങ്ങും. വായ് അടപ്പിക്കേണ്ടത് അത്യന്താപേക്ഷിതമാണെന്ന് സഹോദരന്മാർ തീരുമാനിക്കും. ഏതെങ്കിലും ഒറ്റപ്പെട്ട സ്ഥലത്ത് ഒറ്റയ്ക്ക് താമസിക്കുവാനായി എന്നെ തള്ളിമാറ്റും. എന്റെ ശേഷിച്ച ജീവിതത്തിൽ പിന്നെ എന്നും ഒറ്റയ്ക്കാകും, ഏകയാകും. എനിക്ക് അത് താങ്ങാനാകാതാകും.

നമ്മളെല്ലാമൊന്നിച്ച് ഒരു ശക്തിയായി പ്രവർത്തിക്കേണ്ടതുണ്ടെന്ന് കരുതുന്നു. അതിനാലാണ് ഞാൻ ആരാധിക്കുന്ന ഡോക്ടർ മീനയുടെ സഹായം തേടുന്നത്. അതിനോടൊപ്പം അഭയത്തിനായി, ആശ്രയത്തിനായി, മറ്റൊരിടത്തേക്കും തിരിയാനില്ലാത്ത അനേകം യുവതികളെ സഹായിക്കുവാനാകുന്ന രാജകുമാരിയുടേയും സഹായം തേടുന്നു.

ഒരു ജീവനെങ്കിലും രക്ഷിക്കുവാനുള്ള സ്വാതന്ത്ര്യം എനിക്കില്ലെങ്കിൽ പിന്നെ എന്നെ സംബന്ധിച്ചിടത്തോളം ഈ ജീവിതത്തിൽ അർത്ഥമില്ല.

ഞാനും കരഞ്ഞു. സാറയും കരഞ്ഞു. മഹയുടെ മുഖം കോപം കൊണ്ട് ചുവന്നിരുന്നു. അമാനി ഒന്നും പറഞ്ഞില്ല. അവൾ അമ്മയുടെ ഫോട്ടോയിലേക്ക് നോക്കി നിൽക്കുകയായിരുന്നു. കാലത്തിലൂടെ പുറകോട്ട് നടന്ന് അമ്മയുടെ സ്ഥാനത്തെത്തുവാൻ അവൾ കൊതിക്കുന്നത് പോലെ തോന്നി.

“ഈ കുട്ടിക്ക് ബുദ്ധിയുണ്ട്. അവൾ പറയുന്നത് സത്യവുമാണ്.” ഞാൻ പറഞ്ഞു. “നമ്മൾ സൗദി സ്ത്രീകൾക്ക് സ്വാതന്ത്ര്യത്തിനു പകരമായി ഇവർ എറിഞ്ഞു തരുന്നത് സ്വകാര്യ സുഖങ്ങളുടെ എച്ചിലാണ്.”

അപ്പോൾ കരീമും അബ്ദുള്ളയും മുറിയിലേക്കെത്തി. മുറിയിലെ പെണ്ണുങ്ങളെല്ലാം കരയുന്നത് കണ്ട് അവരമ്പരന്നു. കരയാത്തവരുടെ മുഖത്ത് നിരാശയുണ്ടായിരുന്നു.

ഞാൻ വല്ലാത്തൊരു മാനസികാവസ്ഥയിലായിരുന്നു. അതിനാൽ എന്റെ ഏറ്റവും അടുത്തുള്ള രണ്ട് പുരുഷന്മാരേയും ഞാനാക്രമിച്ചു. ‘കരീം, അബ്ദുള്ള നിങ്ങൾ തരുന്ന എച്ചിലെടുത്ത് ചെങ്കടലിലെറിഞ്ഞേക്കൂ!’ എന്നലറി ഞാൻ മുറിവിട്ട് പോയി.

കരീമിന് എന്റെ പുറകെ വരണമെന്ന് ആഗ്രഹമുണ്ടായിരുന്നു. എന്നാൽ മഹ വഴി തടഞ്ഞു. “അമ്മ പറഞ്ഞത് ശരിയാണ്.” അവൾ പറഞ്ഞു. അവളും എനിക്ക് പുറകെ നടന്നു തുടങ്ങി. ഇടയ്ക്ക് ഒന്ന് തിരിഞ്ഞ് നോക്കി. പുച്ഛത്തോടെ തന്റെ സഹോദരന് ഒരു നോട്ടം സമ്മാനിച്ചു.

“നിങ്ങളെയൊക്കെയോർത്ത് ലജ്ജ തോന്നുന്നു.” എന്ന് സാറ പറഞ്ഞു. ഇതും കൂടിയായപ്പോൾ എന്താണ് സംഭവിക്കുന്നത് എന്നതിനെക്കുറിച്ച് തിട്ടമില്ലാതെ പാവം ഭർത്താവും മകനും പ്രതിമ കണക്കെ നിന്നുപോയി. ഞങ്ങളുടെ കുടുംബത്തിലെ ഏറ്റവും സൗമ്യയായ സ്ത്രീയാണ് സാറ. ഏറ്റവും നല്ല വാക്കുകൾ വരുന്നതും എപ്പോഴും അവളിൽ

നിന്നാണ്. അവളിൽ നിന്ന് ഇങ്ങനെയൊരു പഴി എന്തുകൊണ്ട് എന്ന് അവർക്ക് മനസ്സിലായില്ല.

ആ രണ്ട് പുരുഷന്മാരുമുള്ള മുറിയിൽ നിൽക്കാൻ അപ്പോൾ അമാനിക്ക് മാത്രമേ കരുത്തുണ്ടായുള്ളൂ. അവൾ നാദിയ എഴുതിയ കടലാസുകൾ അവർക്ക് കൈമാറി എന്ന് ഞാൻ പിന്നീട് അറിഞ്ഞു. അവളെഴുതിയ വാക്കുകൾ വായിച്ച് കരീമും അബ്ദുള്ളയും ദുഃഖിതരായി എന്നും.

സ്വാതന്ത്ര്യം അടുത്തെത്തി എന്ന തോന്നലുണ്ടായ അനേകനിമിഷങ്ങൾ സൗദി അറേബ്യയിലെ സ്ത്രീകൾക്കുണ്ടായിട്ടുണ്ട്. വരുമെന്ന് കരുതിയിരുന്ന സ്വാതന്ത്ര്യം ഞങ്ങളെ ഭരിച്ചിരുന്ന പുരുഷന്മാർ അവസാന നിമിഷത്തിൽ ഞങ്ങളിൽ നിന്നും തട്ടി മാറ്റി. എന്നാൽ മാറ്റത്തിനുള്ള സമയം ഇതാ എത്തിച്ചേർന്നിരിക്കുന്നു. ധൈര്യം എന്നത് ഒരു പകർച്ചവ്യാധിയാണ്. ഇപ്പോഴിതാ ആയിരക്കണക്കിന് സൗദി വനിതകൾ ഭയത്തിന്റെ ആവരണത്തെ തകർത്ത് സ്വാതന്ത്ര്യം വേണം എന്ന് മുറവിളി കൂട്ടുവാനുള്ള വിവേകം കാണിച്ചു തുടങ്ങിയിരിക്കുന്നു. സത്യമായ സന്തോഷമുണ്ടാകണമെങ്കിൽ സ്വാതന്ത്ര്യം അനിവാര്യമാണ്.

ഏഴ്

ഒരു കൊച്ചു പെൺകുട്ടിയിൽ നിന്നുള്ള പാഠങ്ങൾ

അച്ഛനമ്മമാരുടെ മാതാപിതാക്കളും പേരക്കുട്ടികളും തമ്മിലുള്ള ബന്ധമാണത്രെ ഈ ലോകത്തിൽ ഏറ്റവും മികച്ച, കൃതൃതയാർന്ന ബന്ധം. ഇതെന്നോട് എന്റെ ഒരു കാനഡക്കാരി സുഹൃത്ത് പറഞ്ഞതാണ്. ഇത് സത്യമാണെന്ന് കരുതുന്നു. ഞാനും കരീമും ഞങ്ങളുടെ മക്കളെ മൂന്നു പേരേയും അകമഴിഞ്ഞ് സ്നേഹിക്കുന്നുണ്ടെന്നത് സത്യമാണ്. എന്നാൽ അതിന് പൂർണ്ണ കൃതൃത എന്നൊന്ന് വന്നിരുന്നുവോ എന്ന് എനിക്കിപ്പോഴും സംശയമുണ്ട്. എന്നാൽ ഞങ്ങളുടെ പേരക്കുട്ടി കൊച്ചു സുൽത്താനയിലെത്തുമ്പോൾ കാര്യം മാറുന്നു. അതുപോലെ തന്നെ മറ്റ് രണ്ട് പേരക്കുട്ടികളിലേക്കെത്തുമ്പോഴും. ഫൈസൽ, ഖാലിദ് എന്നാണവരിരുവരുടേയും പേരുകൾ. ഞങ്ങൾ ഈ പേരക്കുട്ടികൾക്കായി നീക്കിവയ്ക്കുന്ന ഓരോ നിമിഷവും പൂർണ്ണമായും അതിനായി മാത്രം സമർപ്പിക്കപ്പെട്ടവയാണ്.

ഖാലിദും ഫൈസലും ഇപ്പോഴും പിച്ചവച്ച് നടക്കുന്ന പ്രായമാണ്. അതുകൊണ്ട് അവരുമായി ഞങ്ങളുടെ സൗഹൃദം അത്ര വളർന്നിട്ടില്ല. അവരെ കളിപ്പിക്കുക, കൊഞ്ചിക്കുക, വാരിപ്പുണരുക എന്നിവയിൽ ഒതുങ്ങുന്നു ഇപ്പോഴും ആ സൗഹൃദം. എന്നാൽ കൊച്ചു സുൽത്താനയിലേക്കെത്തുമ്പോൾ കാര്യങ്ങളിൽ വലിയ മാറ്റം കാണാം. ആ ബന്ധം ഇത്തിരി ഗഹനമാണ്, സങ്കീർണ്ണവുമാണ്. അവൾ ഞങ്ങളോട് ഒരിക്കലും ഒരു കൊച്ചുകുട്ടിയുടെ മനോഭാവത്തോടെ, വാശിയോടെ, പെരുമാറിയിട്ടില്ല എന്നതാണിതിന് കാരണം.

വലിയ കണ്ണുകളുണ്ടവൾക്ക്. ജനിച്ചപ്പോൾ മുതൽ ചുറ്റിലും നടക്കുന്നതെല്ലാം ആ വലിയ കണ്ണുകളിലൂടെ വലിച്ചെടുത്ത്, തന്നേക്കാൾ പ്രായമുള്ളവരുടെ ലോകത്തിനടുത്തെത്താൻ അവൾക്കായിട്ടുണ്ട്. അതിനാൽ അവളടുത്തുണ്ടെങ്കിൽ പലപ്പോഴും ഞാൻ ശ്രദ്ധിച്ചേ സംസാരിക്കാറുള്ളൂ. എന്റെ കൈയിലിരിക്കുന്ന കുഞ്ഞിന് അതിന്റെ പ്രായത്തിൽ കവിഞ്ഞ ബുദ്ധികൂർമ്മതയുണ്ടെന്ന് എന്റെ മനസ്സെന്നോട് പറയും. ഞാൻ പറയുന്ന

ഓരോ വാക്കും അവൾ ശേഖരിച്ച് വയ്ക്കും. അതിന്റെ അർത്ഥം വിവേചിച്ചറിയും. മുലകുടി മാറാത്ത പ്രായത്തിലേ അവളങ്ങനെയാണ്. ആ പ്രായത്തിൽ നിന്നും പിച്ചവച്ച് നടക്കുന്ന പ്രായത്തിലെത്തിയപ്പോൾ ചുറ്റിലും നടക്കുന്ന എല്ലാ കാര്യങ്ങളും സശ്രദ്ധം നിരീക്ഷിക്കുവാൻ തുടങ്ങി. ഒരു സ്വകാര്യ ഡിറ്റക്ടീവിന്റെ ഭാവമാണപ്പോൾ അവൾക്ക്. അപ്പോഴും പ്രായത്തിൽ കവിഞ്ഞ ബുദ്ധി പ്രകടിപ്പിക്കുമായിരുന്നു. അക്കാലങ്ങളിൽ പ്രായത്തിന് നല്ലതല്ലാത്ത അതിമധുരമുള്ളതും ആരോഗ്യത്തിന് ഹാനികരമായേക്കാവുന്നതുമായ ഭക്ഷണം നൽകുന്നതിൽ നിന്നും ഞങ്ങൾ വിലക്കിയിരുന്നു. അങ്ങനെ വിലക്കപ്പെടുമ്പോൾ അതിനായി വാശിപിടിക്കുക സാധാരണ കുട്ടികളുടെ സ്വഭാവമാണല്ലോ. എന്നാൽ ഞങ്ങൾ കഴിക്കരുത്, കഴിക്കണ്ട, എന്ന് പറഞ്ഞ ഭക്ഷണത്തിനായി ഇവൾ ഒരിക്കലും വാശിപിടിച്ചിട്ടില്ല. പകരം, അങ്ങനെയുള്ള അവസരങ്ങളിൽ, ഞങ്ങളുടെ ശ്രദ്ധ പിടിച്ചുപറ്റാവുന്നിടത്ത് നിൽക്കും. എന്നിട്ട് കണ്ണുകൾ കൊണ്ട് തന്റെ ആഗ്രഹം എന്തുകൊണ്ട് പൂർത്തീകരിച്ച് തരണം എന്ന് വിശദമാക്കും. നാലുവയസ്സുള്ളപ്പോൾ ഒരിക്കൽ "ജീവിതത്തിൽ എല്ലാതിന്റേയും രുചി ഞാനറിഞ്ഞിരിക്കണം" എന്ന് ആധികാരികതയോടെ മുതിർന്നവരോട് പറഞ്ഞുതന്നത് ഞാൻ മറക്കില്ല. അത്തരം അവസരങ്ങളിൽ അവളുടെ കൊച്ചുസ്വരം, ഉത്കണ്ഠാജനകമായ മുഖം, എന്നിൽ സ്നേഹമുണർത്തും. അപ്പോഴും എന്റെ മനസ്സിലെ വിനോദത്തെ, സന്തോഷത്തെ തടയിട്ട് നിർത്തുവാൻ കിണഞ്ഞ് പരിശ്രമിക്കും.

കൊച്ചുസുൽത്താനയുടെ ഇങ്ങനെയുള്ള സവിശേഷ ഗുണങ്ങളെക്കുറിച്ച് ഞാനും കരീമും പല തവണ സംസാരിച്ചിട്ടുണ്ട്. പൂർണ്ണ ശ്രേഷ്ഠത കൈവരിച്ചരെക്കുറിച്ച് ഐക്യരാഷ്ട്ര സഭ രേഖപ്പെടുത്തുന്നുവെങ്കിൽ അതിൽ ഇവളെ ഉൾപ്പെടുത്താം. കൊച്ചു സുൽത്താന മധുരമൂറുന്ന വാക്കുകളിൽ സംസാരിക്കുന്നു, മനുഷ്യത്വമുള്ളവളാണ്, ശ്രദ്ധയുള്ളവളാണ്, ആശ്രയിക്കാവുന്നവളാണ്, കാര്യഗൗരവമുള്ളവളാണ്, ബഹുമാനിക്കുന്നവളും ബഹുമാനിക്കപ്പെടാവുന്നവളുമാണ്. "നിന്റെ വീട്ടിലെ ഏറ്റവും നല്ല ഗുണങ്ങൾ എല്ലാം ഒന്നിച്ച് പാരമ്പര്യമായി ലഭിച്ചിരിക്കുന്നത് നിന്റെ പേരുള്ള നമ്മുടെ പേരക്കുട്ടിക്കാണ്" എന്ന് കരീം എന്നോട് പറയാറുണ്ട്.

കരീം പറഞ്ഞത് ശരിയാണ്. അവളുടെ അച്ഛൻ, ഞങ്ങളുടെ മകൻ, അബ്ദുള്ളയുടെ ഗുണങ്ങൾ എന്നിവ അവൾക്ക് ലഭിച്ചിട്ടുണ്ട്. മുത്തച്ഛന്റെ അതായത് എന്റെ ഭർത്താവായ കരീമിന്റെ കഠിനാദ്ധ്വാനം ലഭിച്ചിട്ടുണ്ട്. ഞങ്ങളുടെ കൊട്ടാരങ്ങളിലൊന്നിൽ, രാജകുടുംബാംഗങ്ങൾക്കായുള്ള ഒരു സ്കൂളുണ്ട്. അതിലാണവൾ പഠിക്കുന്നത്. പഠനം അവളെ സംബന്ധിച്ചിടത്തോളം വളരെ ഗൗരവമുള്ള വിഷയമാണ്. ഇക്കാര്യത്തിൽ അവളെ ഞങ്ങൾ സാറയുമായി താരതമ്യപ്പെടുത്താറുണ്ട്. സാറ, എന്നും ക്ലാസ്സിൽ ഒന്നാം സ്ഥാനത്തെത്തിയിരുന്നവളായിരുന്നു. ക്ലാസ്സിലെ ഏറ്റവും ബുദ്ധിശാലിയും. സാറയെപ്പോലെ ശാന്തയുമാണ് കൊച്ചുസുൽത്താന. എന്നിൽ അർപ്പിതമായിരിക്കുന്ന സാമൂഹികസേവന അവബോധം പലപ്പോഴും

കൊച്ചു സുൽത്താനയും പ്രകടമാക്കാറുണ്ട്. അതിനോടൊപ്പം സ്വന്തം അമ്മായി, മഹയെപ്പോലെ ഒരിക്കലും കളങ്കപ്പെടുത്തുവാനാകാത്ത നിശ്ചയദാർഢ്യവുമുണ്ട്.

സാറയുടെ പേരക്കുട്ടി ഞങ്ങളുടെ വീട്ടിൽ അതിഥിയായി വന്ന ഒരു ദിവസം ഓർക്കുന്നു. അവളുടെ പേരും സാറ എന്നു തന്നെയാണ്. കൊച്ചു സാറയും കൊച്ചു സുൽത്താനയും ഒന്നിച്ച് കളിക്കുകയായിരുന്നു. അബ്ദുള്ളയും അവന്റെ ഭാര്യ സൈനും ഫ്രാൻസിലേക്ക് പോയിരുന്നതി നാൽ കൊച്ചു സുൽത്താന ഞങ്ങളോടൊപ്പമായിരുന്നു.

തന്റെ പേരക്കുട്ടി അത്ര അച്ചടക്കമൊന്നുമില്ലാത്തവളാണെന്ന് തുറന്ന് സമ്മതിക്കുന്നതിൽ സാറയ്ക്ക് വൈമനസ്യമൊന്നുമില്ല. കൊഞ്ചിച്ച്, ലാളിച്ച് വഷളാക്കി എന്നാണവൾ പറയുക. തന്റെ കാര്യം നേടാനായി അവൾ വാശിയുടെ ഏതറ്റംവരേയും പോകും. കൊച്ചുസാറയുടെ മാതാ പിതാക്കളും ഇതിനെക്കുറിച്ച് പരാതിപ്പെടാറുണ്ട്. സാറയും ആസാദും ഈ കുട്ടിയുടെ ഇത്തരം വാശികൾ നിർത്തിവയ്ക്കണം എന്ന് പലകുറി ഉപദേശിച്ചുവെങ്കിലും ആരും അതിന് ചെവി കൊടുത്തിട്ടില്ല.

സാറയുടെ പേരക്കുട്ടിക്ക് എന്റെയും എന്റെ പേരക്കുട്ടിക്ക് സാറ യുടേയും പേരായിരുന്നു നൽകേണ്ടിയിരുന്നത് എന്ന് ഞാനും സാറയും പലപ്പോഴും പറയാറുണ്ടായിരുന്നു. ഞങ്ങളുടെ പേരക്കുട്ടികൾക്ക് ലഭിച്ച സ്വഭാവങ്ങൾ മുത്തശ്ശിമാരുടെ സഹോദരിമാരിൽ നിന്നും കൈമാറി വന്നതാണോ എന്ന് അദ്ഭുതപ്പെടാറുണ്ടായിരുന്നു. എന്റെ കുടുംബത്തിൽ ഞാനറിയപ്പെടുന്നത് റൗഡി എന്നു തന്നെയാണ്. എന്നാൽ സാറയാകട്ടെ അതിന്റെ നേർവിപരീതവും. തീർത്തും ശാന്തയും വിവേകമുള്ളവളുമാണ് സാറ.

ഞാൻ പറയുന്ന കഥ നടക്കുമ്പോൾ സാറയുടെ കൊച്ചുമകൾക്ക് ആറുവയസ്സ്. കൊച്ചു സുൽത്താനയ്ക്ക് അന്ന് അഞ്ചുവയസ്സും. പ്രായം അനുസരിച്ചാണെങ്കിൽ കൊച്ചു സാറയ്ക്കാണ് കൂടുതൽ പക്വത കാണേ ണ്ടത്. കൊച്ചു സുൽത്താന തന്റെ ഒരു പാവയുമൊത്ത് കളിക്കുകയാ യിരുന്നു. അവൾക്ക് ഏറ്റവും ഇഷ്ടപ്പെട്ട കളിപ്പാട്ടമാണത്. വാൾട്ട് ഡിസ് നിയുടെ ജാസ്മിൻ എന്ന പാവ. ഒരിക്കൽ ഒരു മാസികയിൽ ജാസ്മിന്റെ ചിത്രം കണ്ടപ്പോൾ കൊച്ചു സുൽത്താനയ്ക്ക് അത് വളരെ ഇഷ്ടപ്പെട്ടു എന്ന് അബ്ദുള്ള ഞങ്ങളോട് പറഞ്ഞിരുന്നു. അതിനുശേഷം ഞാനും കരീമും ഒരിക്കൽ അമേരിക്കയിൽ പോയപ്പോൾ കാലിഫോർണിയയിലെ ഡിസ്നിവേൾഡിലേക്ക് പോയി. ഇങ്ങനെയുള്ള പാവകളെ വാങ്ങണം എന്നതു തന്നെയായിരുന്നു ആ യാത്രയുടെ ലക്ഷ്യം.

എല്ലാ പെൺകുട്ടികളേയും പോലെ പാവകളുമൊത്ത് കളിക്കുക കൊച്ചു സുൽത്താനയ്ക്കും ഇഷ്ടമായിരുന്നു. അവൾ അതിൽ രസിച്ചിരി ക്കാറുണ്ടായിരുന്നു. അന്നും അങ്ങനെ കളിച്ചുകൊണ്ടിരിക്കുകയായിരുന്നു.

പെട്ടെന്ന് കൊച്ചു സാറ ഓടിയെത്തി കൊച്ചു സുൽത്താനയുടെ കൈയി ലിരുന്ന ജാസ്മിനെ തട്ടിപ്പറിച്ചു. അവൾ അതും കൊണ്ട് ഓടിപ്പോയി.

ഇത് കണ്ട് കൊച്ചു സുൽത്താന അദ്ഭുതപ്പെട്ടു. എന്നാൽ അവളിൽ നിന്നും പ്രതിഷേധത്തിന്റെ ഒരു സ്വരം പോലും വന്നില്ല. കൊച്ചു സാറ ജാസ്മിന്റെ മുടി പിടിച്ച് വലിക്കുവാനും കീറിപ്പറിക്കുവാനും തുടങ്ങി. മുടി പറിഞ്ഞ് പോരുന്നില്ലെന്ന് കണ്ടപ്പോൾ അവൾ അതിന്റെ തുണി വലിച്ചു കീറുവാൻ തുടങ്ങി.

ഇത്രയുമായപ്പോഴേക്കും ഞാൻ എഴുന്നേറ്റു. ആ പാവയെ നശിപ്പി ക്കുന്നതിനു മുമ്പ് രക്ഷപ്പെടുത്തണം എന്ന് ഞാനുറപ്പിച്ചു. സാറ ഒച്ച വച്ചു. 'നിർത്ത് സാറ... അരുത്... നിർത്ത്' അവളുടെ മൃദുസ്വരം ആകാവു ന്നത്ര ഉച്ചത്തിലായിട്ടുണ്ടായിരുന്നു.

ഞാൻ ഒരു കൈ കൊണ്ട് ആ പാവയിൽ പിടിച്ചു, മറുകൈകൊണ്ട് കൊച്ചുസാറയെ തള്ളിമാറ്റി. എന്നാൽ കൊച്ചു സാറയും വാശിയിലായി രുന്നു. അവൾ പാവയ്ക്ക് മുകളിലുള്ള പിടി അയച്ചില്ല. പാവയെ വിട്ട് തന്നില്ല. പാവയെ അണിയിച്ചിരുന്ന ഉടുപ്പ് കീറുന്ന ശബ്ദം ഞാൻ കേട്ടു. ഞാനറിയാതെ എന്റെയുള്ളിൽ നിന്നും കോപത്തിന്റെ മുരൾച്ചയുയർന്നു. പാവ കേടായിരിക്കുന്നു എന്നുറപ്പായി.

ഈ സമയത്ത് കൊച്ചു സുൽത്താന തിരക്കൊട്ടും കൂട്ടാതെ സാവ ധാനത്തിൽ എഴുന്നേറ്റ് നിന്നു. അവൾ കൊച്ചു സാറയ്ക്ക് സമീപത്തേക്ക് നടന്നു തുടങ്ങി. വളരെ സാവധാനത്തിൽ തന്നെ അവൾ തന്റെ സഹോ ദരിയുടെ ചുമലിൽ കൈവച്ചു. സാറയുടെ കണ്ണിലേക്ക് നോക്കി ശാന്ത മായി ജാസ്മിൻ അമ്മയെ കാണാൻ കരയുന്നു. അവളെ വിട് എന്ന് പറഞ്ഞു. ആ വാക്കുകൾ ആർക്കും തള്ളിക്കളയുവാനാകില്ലായിരുന്നു, വികൃതിയായ കൊച്ചു സാറയ്ക്ക് പോലും.

കൊച്ചുസാറയുടെ പിടി അയഞ്ഞു. ജാസ്മിൻ എന്റെ കൈയിലേക്ക് വന്നു.

ഞാൻ കൊച്ചു സുൽത്താനയ്ക്ക് മുന്നിലിരുന്നു. ജാസ്മിന്റെ മുടിയും വസ്ത്രവും നിവർത്തി. "ജാസ്മിന് പരിക്കൊന്നും പറ്റിയിട്ടില്ല. ഉടുപ്പൊന്ന് കീറി അത്രയേയുള്ളൂ. അത് നമുക്ക് ശരിയാക്കാം." ഞാൻ കൊച്ചു സുൽത്താനയോട് പറഞ്ഞു.

കൊച്ചു സുൽത്താന തലയാട്ടി. എന്നിട്ട് "അവളാകെ ഭയന്നിരിക്കുന്നു. ഞാനവളെ കൊണ്ടുപോയി ഉറക്കട്ടെ." അപ്പോഴും അവളുടെ സ്വരം ശാന്ത മായിരുന്നു.

ആകർഷകമായി വിടർന്ന തവിട്ട് കണ്ണുകൾ കറുപ്പിച്ച് കൊച്ചു സുൽ ത്താന കൊച്ചു സാറയെ ഒന്ന് നോക്കി. എന്നിട്ട് "സാറ നിനക്കെപ്പോൾ വേണമെങ്കിലും എന്റെ ഏത് പാവയേയുമെടുത്ത് കളിക്കാം. എന്നാൽ ഇപ്പോൾ ജാസ്മിന് നല്ല സുഖമില്ല. ഞാൻ കളിക്കാൻ പിന്നെവരാം." എന്ന് പറഞ്ഞു.

ഇത്രയും പറഞ്ഞ് അവൾ അവളുടെ അമ്മായി സാറയെ ഒന്ന് ഉമ്മ വച്ചു. എന്നിട്ട് ജാസ്മിനെ കൈയിലേന്തി സാവധാനത്തിൽ മുറിയിൽ നിന്നും പുറത്തിറങ്ങി തന്റെ കിടപ്പുമുറിയിലേക്ക് പോയി. ഞാനവൾക്ക് പുറകെ പോയി. അവളറിയാതെ വാതിൽക്കൽ നിന്ന് അവളെന്ത് ചെയ്യുന്നു എന്നെത്തിനോക്കി. കൊച്ചു സുൽത്താന ജാസ്മിനെ കിടത്തി ഉറക്കുക യായിരുന്നു. "ജാസ്മിൻ മോളേ...ഈ ലോകത്തിൽ ചീത്ത മനുഷ്യരു മുണ്ട്. ഇന്നു മുതൽ ഞാൻ നിന്റെ കാര്യത്തിൽ ഇത്തിരി കൂടുതൽ ശ്രദ്ധിക്കാം." അവൾ പാവയോട് പറയുന്നുണ്ടായിരുന്നു.

ഇതു കേട്ട് എന്റെ കണ്ണുനിറഞ്ഞൊഴുകി. "കൊച്ചു സുൽത്താനയുടെ ആത്മാവ് ഈ ലോകത്തിലേക്കെത്തിയത് ഒരു കൊച്ചു കുട്ടിയായിട്ടല്ല, പക്വതയുള്ള പെണ്ണായിട്ടാണ്" എന്നാണ് കരീം പറയാറുള്ളത്. ആ വാക്കു കൾ അപ്പോൾ മനസ്സിലേക്കോടിയെത്തി.

ഒരിക്കൽ ഞങ്ങളുടെ കുടുംബം ഒരു പ്രതിസന്ധി നേരിട്ടു. അവി ചാരിതമായി മഹ നടത്തിയ ചില തിരഞ്ഞെടുപ്പുകളായിരുന്നു ഇതിനു കാരണം. ആ സമയത്ത് കൊച്ചു സുൽത്താനയാണ് ഞങ്ങളുടെ ചിന്തയെ നേരായ മാർഗ്ഗത്തിലെക്ക് നയിച്ചത്.

മഹയ്ക്ക് തന്റെ സഹോദരിയുടേയും സഹോദരന്റേയും കുട്ടികളെ വലിയ ഇഷ്ടമാണ്. കാണുന്നവർക്കും കേൾക്കുന്നവർക്കും ഇതിലവൾക്ക് ഏറ്റവും ഇഷ്ടം കൊച്ചു സുൽത്താനയോടാണെന്ന് വളരെ വ്യക്തമാകും. കൈക്കുഞ്ഞുങ്ങളെ കൈകാര്യം ചെയ്യേണ്ടിവരുമ്പോൾ മഹയ്ക്ക് ഒരു ആത്മവിശ്വാസക്കുറവുണ്ട്. അതുകൊണ്ട് കൂടിയായിരിക്കണം ഈ സ്നേഹവ്യത്യാസത്തിന് കാരണം. തന്റെ കൈയിൽ നിന്നും കൈ ക്കുഞ്ഞിന് എന്തെങ്കിലും അപകടം സംഭവിക്കുമോ എന്നൊരു ഭീതി എന്നും അവൾക്കുണ്ട്. തന്റെ കൈയിൽ കിടക്കുന്ന കുഞ്ഞിന് അവിടെ നിന്നും കുതറി നിലത്തേക്ക് തെറിച്ചുവീഴുവാനുള്ള ശക്തിയുണ്ടെന്നും അവൾ കരുതുന്നു. അങ്ങനെ വീണാൽ തന്റെ ശ്രദ്ധക്കുറവുകൊണ്ട് ആ കുഞ്ഞിനെന്തെങ്കിലും പരിക്ക് പറ്റിയേക്കാം എന്നവൾ ഭയക്കുന്നു. മഹയ്ക്ക് പുരുഷന്മാരോട് അത്രയ്ക്ക് വലിയ സ്നേഹമൊന്നുമില്ലെന്ന് എല്ലാവർക്കു മറിയാം. അതിനാൽ ഖാലിദിനോ, ഫൈസലിനോ തന്റെ കൈയിലിരി ക്കുമ്പോൾ എന്തെങ്കിലും പരിക്ക് പറ്റിയാൽ എല്ലാവരും തന്നെ പഴിചാരു മെന്ന് അവൾക്ക് ഉറപ്പുണ്ട്. തന്റെ ശ്രദ്ധക്കുറവുകൊണ്ടാണീ അപകടം പിണഞ്ഞതെന്ന് എല്ലാവരും പഴിചാരും. പുരുഷവർഗ്ഗത്തിൽ മഹയ്ക്ക് അച്ഛനോടും സഹോദരനോടും ഈ രണ്ട് മരുമക്കളോടും അമ്മാവനായ ആസാദിനോടും മാത്രമേ ബഹുമാനമുള്ളൂ.

മഹയ്ക്ക് പുരുഷ വർഗ്ഗത്തോടുള്ള ഈ ശത്രുതയെച്ചൊല്ലി കരീം എന്നും എന്നെ വിമർശിക്കാറുണ്ട്. ഞങ്ങളുടെ നാട്ടിലെ ആചാരങ്ങളെ ചോദ്യം ചെയ്തുകൊണ്ടിരിക്കുന്ന ഒരു അന്തരീക്ഷത്തിലാണ് മൂന്ന് മക്കളേയും വളർത്തിയത്. അവർ മൂന്നുപേരും അമ്മ പറഞ്ഞ

വാക്കുകളെ തീർത്തും വ്യത്യസ്തമായാണ് മനസ്സിലാക്കിയതും വ്യാഖ്യാനിച്ചതും. അവരുടെ കുട്ടിക്കാലം തൊട്ടേ ഞാനവരോട് സൗദി പൗരന്മാർക്കെല്ലാം ആൺപെൺ വ്യത്യാസമില്ലാതെ സർക്കാർ സംരക്ഷണം ലഭിക്കണമെന്നും അതുവഴി സ്വാതന്ത്ര്യത്തോടെയും ആത്മാഭിമാനത്തോടേയും ജീവിക്കാനാകണമെന്നുമുള്ള വാദമുഖം അവതരിപ്പിക്കാറുണ്ടായിരുന്നു. മാത്രമല്ല, ഒരു പുരുഷനും സ്ത്രീയേക്കാൾ ഉന്നതനായിരിക്കരുത്, സ്ത്രീയേക്കാൾ കൂടുതലായി ബഹുമാനിക്കപ്പെടരുത് എന്നും പറയാറുണ്ടായിരുന്നു.

സമത്വം എന്ന പാഠങ്ങൾ മകൻ അബ്ദുള്ള പൂർണ്ണമായും സ്വീകരിച്ചു, സ്വാംശീകരിച്ചു. അതുകൊണ്ടുതന്നെ മകന് സ്ത്രീകളോട് ബഹുമാനമുണ്ട്. അതായത് പുരുഷന്മാരെ എങ്ങനെ ബഹുമാനിക്കുന്നുവോ അതുപോലെ തന്നെ സ്ത്രീകളേയും ബഹുമാനിക്കുന്നു എന്നർത്ഥം. ആൺപെൺ വ്യത്യാസമില്ലാതെയുള്ള ഈ മനോഭാവം അവനെ ഒരു നല്ല മകനാക്കി, സ്നേഹമുള്ള ഭർത്താവാക്കി, വിവേകമുള്ള അച്ഛനാക്കി.

ഞാൻ പറഞ്ഞ വാക്കുകൾ മഹ എന്ന് പേരുള്ള എന്റെ ജ്യേഷ്ഠപുത്രിയും ശ്രദ്ധാപൂർവ്വം കേട്ടു. എന്നാൽ എന്റെ അഭിപ്രായം നാട്ടിൽ മാറ്റം വരണമെന്ന അഭിപ്രായം, അവൾ പൂർണ്ണമായും ഞാൻ പറഞ്ഞ അതേ നിലയിൽ സ്വീകരിച്ചില്ല. പകരം ചുറ്റുപാടുകളെല്ലാം നിരീക്ഷിച്ചു. ആൺകുട്ടികളെ വിദ്യാഭ്യാസം ചെയ്യിക്കുന്നതു പോലെ തന്നെയാണോ സ്ത്രീകളേയും വിദ്യാഭ്യാസം ചെയ്യിക്കുന്നത് എന്ന് ശ്രദ്ധിച്ചു. പലപ്പോഴും തന്റെ കൂട്ടുകാരികളെ അവരുടെ അച്ഛൻ അല്ലെങ്കിൽ സഹോദരന്മാർ അവരോട് മര്യാദയില്ലാതെ പെരുമാറുന്നത് കണ്ടു. അങ്ങനെ, സൗദി സർക്കാരിനെ സംബന്ധിച്ചിടത്തോളം നാട്ടിലെ സ്ത്രീകളുടെ കാര്യത്തിൽ വലിയ താത്പര്യമൊന്നുമില്ലെന്ന നിഗമനത്തിൽ എത്തിച്ചേർന്നു. അവളൊരു സ്ത്രീയായതിനാലാകണം ഇത് അത്ര രുചിച്ചില്ല. കൗമാരം മുതൽക്കേ സ്ത്രീകൾ അവരുടെ അവകാശത്തിനായി പൊരുതുകയാണെങ്കിൽ സൗദി അറേബ്യ സ്ത്രീകൾക്ക് ജീവിക്കുവാൻ കുറച്ചുകൂടി മെച്ചപ്പെട്ട ഒരിടമാകും എന്നൊരു വിശ്വാസം ഉടലെടുത്ത് തുടങ്ങി. എന്നാൽ എന്റെ നാട് മഹയെപ്പോലെയുള്ള ഒരു പെൺകുട്ടിയെ സ്വീകരിക്കുവാൻ തയ്യാറായിട്ടില്ലായിരുന്നു. അതിനാൽ അവൾക്ക് പരാജയം സുനിശ്ചിതമായിരുന്നു. തന്റെ കൂട്ടുകാരികളുടെയെല്ലാം ജീവിതത്തിൽ സംഭവിച്ചുകൊണ്ടിരുന്ന കാര്യങ്ങൾ അവളെ ദുഃഖിപ്പിച്ചു. അവർക്ക് പഠനം നിർത്തി സ്വന്തം ഇഷ്ടത്തിനെതിരായി വിവാഹം കഴിച്ച് ഭാര്യമാരാകേണ്ടി വന്നു, അല്ലെങ്കിൽ ചരിത്രാവശിഷ്ടങ്ങളിൽ മാത്രം ഇടം പിടിക്കേണ്ട ശീലങ്ങൾ അവരുടെ ജീവിതത്തെ അലട്ടി, ഇല്ലാതാക്കി. അങ്ങനെ ഒന്നിനു പുറകെ ഒന്നായി പരാജയം ഏറ്റുവാങ്ങിയ മഹ അവസാനം സൗദി അറേബ്യയിലെ പാരമ്പര്യരീതികളിൽനിന്നും ഓടിയൊളിച്ച് യൂറോപ്പിലെ സ്വതന്ത്രജീവിതം സ്വീകരിക്കുവാൻ തീരുമാനിച്ചു.

അമാനി എന്ന മൂന്നാമത്തെ സന്തതി ഇതിൽ നിന്നെല്ലാം വ്യത്യസ്തയാണ്. അവളെ വളർത്തിയത് പുരോഗമന ചിന്താഗതിക്കാരിയായ ഞാനെന്ന അമ്മയല്ല മറിച്ച് ഏതോ മതതീവ്രവാദിയാണെന്ന് തോന്നിപ്പോകും. എല്ലാ സ്ത്രീകളും ഒരു പുരുഷന്റെ സംരക്ഷണത്തിലും മേൽനോട്ടത്തിലും മാത്രം ജീവിക്കണമെന്ന അഭിപ്രായക്കാരിയാണവൾ. തന്റെ ഭർത്താവിനെ ഒരു ഏകാധിപതിയായി കാണുന്നതിൽ അവൾ അഭിമാനിക്കുന്നു. ഭർത്താവ് മാന്യനും സദ്ഗുണസമ്പന്നനുമായത് അമാനിയുടെ ഭാഗ്യമാകണം. അദ്ദേഹത്തിനു കീഴിൽ ജീവിക്കുക ബുദ്ധിമുട്ടുകളൊന്നുമുണ്ടാക്കിയില്ല. എന്നാൽ ഭർത്താവ് ഭാര്യയെ മർദ്ദിക്കുന്ന ഒരാളായിരുന്നുവെങ്കിൽ, കുടുംബവുമായി ബന്ധപ്പെടുവാൻ അമാനിയെ അനുവദിക്കാത്ത ഒരാളായിരുന്നുവെങ്കിൽ, രണ്ടാമത്തേയും മൂന്നാമത്തേയും ഭാര്യയെ സ്വീകരിക്കുവാൻ തയ്യാറായി നടക്കുന്ന ഒരാളായിരുന്നുവെങ്കിൽ, തന്റെ മകൻ ഖാലിദിനെ കൈവശം വച്ച് അമാനിയെ മൊഴിചൊല്ലുന്ന ഒരാളായിരുന്നുവെങ്കിൽ, അമാനിയുടെ ഈ പുരുഷമേധാവിത്വത്തിനോടുള്ള അംഗീകാരം എത്ര മധുരതരമാകുമായിരുന്നു എന്ന് ഞാനവളോട് പല തവണ ചോദിച്ചിട്ടുണ്ട്. അങ്ങനെ ഒരു അവസ്ഥയുണ്ടായാൽ ഞാനും കരീമും ഞങ്ങളുടെ മകളുടെ സംരക്ഷണത്തിനുണ്ടാകും എന്നതുറപ്പ്. എന്നാൽ അങ്ങനെ സംരക്ഷണമില്ലാത്ത അനേകം യുവതികൾ ഇന്ന് ഈ നാട്ടിലുണ്ട്. ഇതൊക്കെ ഞാൻ പറയാറുണ്ടെങ്കിലും ഇതൊന്നും അവളുടെ 'സ്ത്രീകൾ സ്വാതന്ത്ര്യം അർഹിക്കുന്നില്ല' എന്ന ചിന്താഗതിയിൽ കടുകിട മാറ്റം വരുത്താൻ ഇടയാക്കാറില്ല.

നേരത്തെ പറഞ്ഞതുപോലെ, എല്ലാ സ്ത്രീകളേയും പുരുഷന്മാർക്കൊപ്പം, തുല്യതയോടെ ബഹുമാനിക്കണം എന്ന അഭിപ്രായമുള്ളവനാണെന്റെ മകൻ. സ്ത്രീ സ്വാതന്ത്ര്യവിഷയത്തിൽ അവന്റെ ചിന്തകളുടെ ദൃഷ്ടാന്തമാണ് അവൻ തന്റെ ഭാര്യയോടും മകളോടും പെരുമാറുന്ന രീതി. മകന്റെ ഭാര്യ സൈൻ ഞങ്ങളെ ഒരു ചായസൽക്കാരത്തിനു വിളിച്ചപ്പോഴാണ് ഞങ്ങളുടെ കുടുംബം ആദ്യമായി ലൈല എന്ന് പേരുള്ള ഒരു യുവതിയെക്കുറിച്ചറിയുന്നത്. ക്ഷണം അന്ന് അമാനിക്കുമുണ്ടായിരുന്നു. എന്നാൽ അന്ന് അവൾ ഉപവസിക്കുവാൻ തീരുമാനിച്ചിരിക്കുന്നതിനാൽ പങ്കെടുക്കുന്നില്ലെന്ന് അറിയിച്ചു. അമാനിയെ സംബന്ധിച്ചിടത്തോളം ഇടയ്ക്ക് ഇങ്ങനെയുള്ള ദിവസങ്ങൾ കയറി വരുന്നത് അസാധാരണമല്ല. അതിനാൽ തന്നെ അവൾ വരുന്നില്ലെന്ന് പറഞ്ഞതിനെ എതിർപ്പുകളൊന്നുമില്ലാതെ സ്വീകരിച്ചു.

ഞാനും മഹയും അവരുടെ വീട്ടിലെത്തിയപ്പോൾ സൈൻ ഞങ്ങളെ വാതിൽക്കലെത്തി സന്തോഷപൂർവ്വം സ്വീകരിച്ചു. ലൈലയുമൊത്തുള്ള ഈ സമാഗമം ഞങ്ങളുടെ വീട്ടിൽ എന്തൊക്കെ മാറ്റങ്ങളുണ്ടാക്കുമെന്നും അത് ഞങ്ങളുടെ വീടിനെ എങ്ങനെ ബാധിക്കുമെന്നും അന്ന് ഒരു നിശ്ചയവുമില്ലായിരുന്നു. ലൈല അന്ന് ഞങ്ങൾക്ക് അപരിചിതയായിരുന്നു.

ലൈലയെക്കുറിച്ച് പറയുന്നതിനു മുമ്പ് സൈനിനെ പരിചയപ്പെടുത്താം. അവളും ഞങ്ങളുടെ കുടുംബത്തിലെ ഒരു വാത്സല്യഭാജനമാണ്. എന്റെ മരുമകളാണ്. സാധാരണ സൗദി സ്ത്രീകളിൽ നിന്നും വ്യത്യസ്തയാണവൾ. സുന്ദരിയാണ്, കാരുണ്യമുള്ളവളാണ്, പിന്നെ ആശ്ചര്യകരമായ ഒരു കഴിവുള്ളവളുമാണ്. അള്ളാഹു അവൾക്ക് പാടുവാനുള്ള കഴിവും അതിനുള്ള സ്വരവും നൽകിയിരിക്കുന്നു. അവൾ ആദ്യം പാടുന്നത് കേട്ടപ്പോൾ ഇതാരാണ് പാടുന്നത് എന്നുപോലും ശങ്കിച്ചു. കാരണം അത്രയും സുന്ദരമായ ഒരു സ്വരം അതുവരേക്കും കേട്ടിട്ടില്ലായിരുന്നു.

ആ ദിവസവും ഞാൻ മറക്കില്ല. ഞാനും കരീമും എന്തിനോ വേണ്ടി ജെദ്ദയിലേക്ക് പോയ ദിവസമായിരുന്നു അത്. അതെന്തിനാണെന്നിപ്പോൾ ഓർമ്മയില്ല. അവിടെയെത്തിയപ്പോഴാണ് ഞങ്ങൾ അബ്ദുള്ളയെ സന്ദർശിക്കുവാൻ തീരുമാനിച്ചത്. അവന്റെ വിവാഹം അപ്പോൾ കഴിഞ്ഞതേയുണ്ടായിരുന്നുള്ളൂ. ഞങ്ങളെത്തിയപ്പോൾ സൈൻ ഉണർന്നെഴുന്നേറ്റ് തയ്യാറായിട്ടില്ലെന്ന് അബ്ദുള്ള പറഞ്ഞു. അതിനാൽ ഞങ്ങൾ ചെങ്കടലിനഭിമുഖമായുള്ള മുറിയിലിരുന്ന് കടൽ കാണുകയായിരുന്നു. പെട്ടെന്ന് കൊട്ടാരത്തിൽ കിടപ്പുമുറികളുടെ ഭാഗത്തുനിന്ന് സുന്ദരമായ ഒരു ഗാനം ഒഴുകിയെത്തുവാൻ തുടങ്ങി.

ഇത് കേട്ട് കരീം ആശ്ചര്യപ്പെട്ടു. "ആരാണ് പാടുന്നത്?" കരീം അബ്ദുള്ളയോട് ചോദിച്ചു.

അബുള്ളയ്ക്ക് നാണമായി "പറയാതിരിക്കുകയല്ലേ നല്ലത് അച്ഛാ?"

ഹൃദയമൊന്ന് നിലച്ചുവോ എന്നു തോന്നി. പെട്ടെന്ന് മനസ്സിൽ വന്നത് അബ്ദുള്ള വീട്ടിലേക്ക് ഒരു വെപ്പാട്ടിയെ കൊണ്ടുവന്നിരിക്കുന്നു എന്നാണ്. പല യുവരാജകുമാരന്മാരും ഇങ്ങനെയുള്ള പ്രവൃത്തികളിൽ ഏർപ്പെടുന്നതായി കേട്ടിട്ടുണ്ട്. പ്രത്യേകിച്ചും തനിക്കിഷ്ടപ്പെട്ട പെണ്ണിനെ വിവാഹം കഴിച്ചതിനു ശേഷം. ഇങ്ങനെയുള്ള പ്രവൃത്തികൾ സ്വന്തം വിവാഹ ജീവിതത്തെ തകർക്കുന്ന ഒന്നാണെന്ന് അപ്പോൾ അവർ മറന്ന് പോകുന്നു.

"പറഞ്ഞേ പറ്റൂ, അബ്ദുള്ള" ഞാൻ പറഞ്ഞു.

"നിന്റെ വീട്ടിലുള്ള ഈ അപരിചിത ആരാണെന്ന് കണ്ടുപിടിക്കണം അബ്ദുള്ള" കരീം.

അബ്ദുള്ള അത് കേട്ട് അച്ഛനെ തുറിച്ചുനോക്കി. അപ്പോൾ ആ മുഖത്ത് ആശയക്കുഴപ്പമായിരുന്നു എന്നെനിക്കുതോന്നി. അവന്റെ ചുണ്ടിൽ ഒരു ചിരി വിടരുന്നത് കണ്ടു. വിവാഹശേഷം മകൻ വഴി തെറ്റിയിരിക്കുന്നോ എന്നും മനസ്സ് ശങ്കിച്ചു. അവൻ പരുക്കനായിരിക്കുന്നു. അവസാനം സംസാരിച്ചു തുടങ്ങി. "പറയുവാൻ എനിക്ക് അനുവാദം തരണം." തന്റെ പുതിയ വെളുത്ത തോബിൽ നിവർന്ന് നിന്ന് നടന്ന്

പോയി. അണിഞ്ഞിരുന്ന പുത്തൻ തോബ് ഓരോ കാൽവയ്പ്പിലും ചില യ്ക്കുന്ന ശബ്ദം ഞാൻ കേട്ടു.

ഞാനും കരീമും ആശ്ചര്യത്തോടെ പരസ്പരം നോക്കി. ഞങ്ങളുടെ മകനിതെന്ത് പറ്റി? മകന്റെ കൊട്ടാരത്തിൽ താമസമാക്കിയിരിക്കുന്ന ഈ അപരിചിത ആരാണ്? സൈൻ എവിടെപ്പോയി?

കാത്തിരുന്ന നിമിഷങ്ങൾ ഞങ്ങൾക്ക് മണിക്കൂറുകൾ പോലെ തോന്നി. അവസാനം തന്റെ നവവധുവിനോടൊപ്പം അബ്ദുള്ളയെത്തി. അവൾ ആകെ അമ്പരന്നു നാണിച്ചിരുന്നു. സൗദി പുരുഷന്മാരിൽ നിന്നും എപ്പോൾ വേണമെങ്കിലും കേൾക്കാമായിരുന്ന, തെറ്റായ മാർഗ്ഗത്തെ ക്കുറിച്ചുള്ള അറിയിപ്പ് എന്റെ മകനിൽ നിന്നും പ്രതീക്ഷിച്ചിരിക്കുകയായി രുന്നു അപ്പോൾ. എനിക്ക് കേൾക്കേണ്ടാത്ത വാക്കുകൾ അവന്റെ നാക്കിൽ നിന്നും വരുമെന്ന് ഭയന്നിരിക്കുകയായിരുന്നു.

ഞങ്ങളുടെ ഭയം കണ്ട് അബ്ദുള്ളയുടെ മുഖത്ത് പുഞ്ചിരി നിറഞ്ഞു. "ഈ സുന്ദരസ്വരത്തിന്റെ ഉടമയെ നിങ്ങൾക്ക് പരിചയപ്പെടുത്തി തരുന്ന തിൽ എനിക്ക് സന്തോഷമുണ്ട്. മറ്റാരുമല്ല, നിങ്ങളുടെ സ്വന്തം മരുമകൾ." അവൻ പറഞ്ഞു.

ഞാൻ ഒരു ദീർഘശ്വാസമെടുത്ത് എഴുന്നേറ്റ് നിന്നു. മകനേയും ഭാര്യയേയും ആലിംഗനം ചെയ്തു. "പാട്ടുപാടാൻ എവിടെനിന്ന് പഠിച്ചു സൈൻ നീ."

"പഠിച്ചിട്ടൊന്നുമില്ല." സൈൻ വിശദീകരിച്ചു. "കുട്ടിക്കാലത്തൊരിക്കൽ പാടാൻ തുടങ്ങി. പാടിപാടി സ്വരമുറച്ചു." അവൾ അപ്പോഴും ലജ്ജിക്കുന്നു ണ്ടായിരുന്നു. വളരെ താഴ്മയോടെ, ബഹുമാനത്തോടെയാണ് സംസാരി ച്ചിരുന്നത്. "ഒറ്റയ്ക്കാണെന്ന് ഉറപ്പുണ്ടെങ്കിൽ മാത്രമേ പാടാറുള്ളൂ" എന്ന് പറഞ്ഞ് അബുള്ളയെ ഒളികണ്ണിട്ട് നോക്കി. എന്നിട്ട് "പിന്നെ എന്റെ ഭർത്താവിനു വേണ്ടിയും" എന്നവസാനിപ്പിച്ചു.

അബ്ദുള്ള അപ്പോഴും പുഞ്ചിരിച്ച് നിൽക്കുകയായിരുന്നു. എന്റെ നെഞ്ചെരിച്ചിൽ അനാവശ്യമായിരുന്നു എന്ന് മനസ്സിലായി. മകനും ഭാര്യയും പരസ്പരം എത്ര സ്നേഹിക്കുന്നു എന്ന് കാണിച്ചു തന്നിരി ക്കുന്നു. "ഈ ലോകത്തിൽ ഇത്രയും സുന്ദരമായ സ്വരവുമായി ജനിച്ചിട്ടുള്ള അതിവിശിഷ്ടരിൽ വിശിഷ്ടയാണ് നീ." ഞാനവളോട് പറഞ്ഞു.

ഭർത്താവും വലിയ ഉത്സാഹത്തിലായി. കരീം ഓപ്പറ സംഗീതത്തിന്റെ ആരാധകനായിരുന്നു. മിലാനിലെ പ്രസിദ്ധമായ ടിയാത്രൊ അല്ല സ്കാലയിൽ പ്രമുഖസ്ഥാനമലങ്കരിക്കുവാനുള്ള കഴിവ് തന്റെ മരുമകൾ ക്കുണ്ട് എന്ന് കരീം പിന്നീടൊരിക്കൽ പറയുകയുണ്ടായി. ഇറ്റലി യിലെയെന്നല്ല ലോകത്തിലെ തന്നെ പ്രമുഖ ഓപ്പറ ഹൗസുകളിൽ ഒന്നാ ണിത്. ഒരു സൗദി കുടുംബവും തന്റെ മരുമകളെ ഇത്തരം പൊതു

പരിപാടികളിൽ പങ്കെടുക്കുവാൻ അനുവദിക്കുകയില്ല. എന്നാൽ സൗദി സ്ത്രീകൾക്കും അങ്ങനെയുള്ളതിലൊക്കെ പങ്കെടുക്കുവാനാകുന്ന ഒരു ദിനം വരുമെന്ന് ചിന്തിക്കുന്നതും ഒരു സന്തോഷമാണല്ലോ.

അതിനു ശേഷം പലപ്പോഴും ഞങ്ങൾ സൈനിനോട് പാടാൻ ആവശ്യപ്പെടാറുണ്ട്. സൈൻ നാണിച്ച് പിന്മാറും. പലപ്പോഴും അബ്ദുള്ള അവളെ പ്രോത്സാഹിപ്പിക്കുവാനായി സംഗീതമിടും. അവളുടെ ഈ അതുല്യ കഴിവ് ലോകത്തിനറിയില്ല. ഈ സുന്ദരസ്വരം അവൾ സ്വന്തം കുടുംബത്തെ മാത്രമേ കേൾപ്പിക്കാറുള്ളൂ. അവളുടെ സഹോദരന്മാർക്ക് പോലും ഈ കഴിവിനെക്കുറിച്ചറിയുകയില്ല. ആറു സഹോദരന്മാരുടെ നിഴലിലാണവൾ ബാല്യവും കൗമാരവും ചിലവിട്ടത്. അതിനാൽ അവരുടെ കുടുംബം ആൺകുട്ടികളുടെ പരാക്രമങ്ങൾ ശ്രദ്ധിക്കുകയായിരുന്നു. ഒരു പെൺകുട്ടിയുടെ സ്വരം കേട്ടാസ്വദിക്കുവാൻ അവരുടെ പക്കൽ സമയമുണ്ടായിരുന്നില്ല.

തന്റെ ഈ കഴിവിൽ സൈനിന് വലിയ മതിപ്പൊന്നുമില്ല. ഇതൊരു നേരമ്പോക്ക് എന്നല്ലാതെ ഒന്നുമല്ലെന്ന് അവൾ പറയുന്നു. ജീവിതത്തിൽ ഏറ്റവും പ്രാധാന്യമുള്ളവ ഭർത്താവും കുട്ടിയുമാണെന്നാണവളുടെ അഭിപ്രായം. ഞങ്ങളുടെ കുടുംബത്തിന്റെ പ്രധാനപ്പെട്ട ഒരു ഭാഗമാകുവാൻ ആത്മാർത്ഥമായി ശ്രമിക്കുന്നു. ഞങ്ങളെയെല്ലാം അകമഴിഞ്ഞ് സ്നേഹിക്കുന്നു. അത് തിരിച്ചും ലഭിക്കുന്നു. നല്ല ഉയരമുള്ളവളാണവൾ. മെലിഞ്ഞ ശരീരപ്രകൃതിയാണ്. കറുത്ത കണ്ണുകളുണ്ട്. അതിൽ കനിവിന്റെ തെളിമയുണ്ട്. സുന്ദരമായ ചിരിയുണ്ട്. അബ്ദുള്ളയെ വിവാഹം കഴിച്ച അന്നു മുതൽ ഞങ്ങളുടെയെല്ലാം വാത്സല്യഭാജനവുമാണ്. മകന് ഭാര്യയെ വലിയ മതിപ്പാണെന്ന് അറിയാം. അതവന് തിരിച്ചും ലഭിക്കുന്നുണ്ടെന്നും.

ഞങ്ങളുടേതിനേക്കാൾ യാഥാസ്ഥിതികമായ ഒരു കുടുംബപശ്ചാത്തലമാണ് സൈനിന്റേത്. എന്നാൽ അവൾക്ക് മാതാപിതാക്കളോട് വിദ്വേഷമോ ദേഷ്യമോ ഇല്ല. തന്നെ സഹോദരന്മാരേക്കാൾ കുറച്ച് കണ്ടതിനവൾക്ക് പരാതിയില്ല. അങ്ങനെ വളരുന്നതിനിടയ്ക്ക് സംഭവിച്ച പല കാര്യങ്ങളും അവളോർത്തെടുക്കാറുണ്ട്. വിലയില്ലാത്ത ഒരു വസ്തുവായി വളർന്ന് വന്ന കഥ. അങ്ങനെ ബുദ്ധിമുട്ടുകൾ സഹിച്ചിട്ടുള്ള മറ്റു സ്ത്രീകൾക്ക് വീട്ടുകാരോടൊരു വിദ്വേഷം കാണാറുണ്ട്. സൈനിൽ അത് കണ്ടിട്ടില്ല. വീട്ടുകാരോട് മാത്രമല്ല, ഈ സംസ്കാരത്തിനോടും രാജ്യത്തിനോടും യാതൊരു വിദ്വേഷവുമില്ല. സൈനിന് ഹൈസ്കൂൾ വിദ്യാഭ്യാസമുണ്ട്. അതിന് അള്ളാഹുവിനോട് നന്ദി പറയണം. അതിനാൽ തന്നെ വീടിനു വെളിയിലുള്ള പല കാര്യങ്ങളിലും താത്പര്യമുണ്ട്. അല്ലെങ്കിൽ വിദ്യാഭ്യാസമില്ലാത്ത ഒരു ഭാര്യയെ പേറി മകൻ മുഷിഞ്ഞ് പോകുമായിരുന്നു. അങ്ങനെയുള്ള ഭാര്യമാർക്ക് അവരുടെ മുടി, ആഭരണം, വസ്ത്രം, വീട്ടിലെ ഫർണിച്ചർ എന്നിങ്ങനെയുള്ള കാര്യങ്ങളിൽ മാത്രമേ താത്പര്യമുണ്ടാകാറുള്ളൂ. രാജകുടുംബത്തിലെ മറ്റ് സഹോദരങ്ങളിൽ നിന്നും വളരെ

വ്യത്യസ്തയാണ് സൈൻ. മറ്റുള്ളവരുടെ കണ്ണീരൊപ്പുന്നതിനായി എന്നും തന്റെ ഭർത്താവിനോടൊപ്പം നിൽക്കുന്നു.

എന്നാൽ ദുഃഖകരമെന്ന് പറയട്ടെ, സൗദിയിലെ മിക്കവാറും പുരുഷന്മാർ സ്ത്രീകളെ വീക്ഷിക്കുന്ന വിധം മൂലം സ്ത്രീകൾക്ക് പൊതുജീവിതത്തിൽ ഇടപെടുവാൻ വളരെ കുറഞ്ഞ അവസരങ്ങളേ ലഭിക്കാറുള്ളൂ. ഞങ്ങളുടെ അവസ്ഥകളിൽ മാറ്റം വരുത്തണമെന്ന് ആഗ്രഹിക്കുന്ന സ്ത്രീകൾക്ക് പോലും അവസരം വളരെ കുറവും.

രാജകുടുംബത്തിലെ വനിതകളെല്ലാം ജീവിതത്തിന്റെ അടിസ്ഥാന സൗകര്യങ്ങളിൽ യാതൊരു കുറവുമില്ലാത്തവരാണ്. എന്റെ സഹോദര സ്ഥാനത്തുള്ളവർക്കെല്ലാം തന്നെ അവരുടെ പക്കലുള്ള സമ്പത്ത് അവരിലേക്കെത്തിക്കുന്ന വിലകൂടിയ വസ്തുക്കളിൽ മാത്രമാണ് താത്പര്യം. നമ്മൾ നമ്മെക്കുറിച്ച് മാത്രം ചിന്തിക്കുമ്പോൾ ജീവിതം വിരസമാകുന്നു എന്ന് തിരിച്ചറിഞ്ഞിട്ടുണ്ട്. ഈ സ്വാർത്ഥത മഹ, അമാനി, സാറ, കൊച്ചു സുൽത്താന, സൈൻ എന്നിവരിലും എന്നിലും കണ്ടെത്തുവാനായിട്ടില്ല എന്നതിൽ സന്തോഷവുമുണ്ട്.

മകനും സൈനുമായുള്ള വിവാഹം ഒരു നിമിഷത്തെ ഭാഗ്യംകൊണ്ട് സംഭവിച്ചതാണ്. സൈനിനെക്കുറിച്ച് ഏതാനും വർഷം മുമ്പ് ഞങ്ങൾ കേട്ടിട്ടുണ്ട്. അന്ന് അവളുടെ ഒരു സഹോദരൻ ഒരു അപവാദത്തിൽ പെട്ടിരുന്നു. അദ്ദേഹം ആറു ഭാര്യമാരെ സ്വീകരിച്ചു. (ഞങ്ങളുടെ മത നിയമമനുസരിച്ച് നാലുഭാര്യമാരെ വരെ സ്വീകരിക്കുവാനേ പാടുള്ളൂ.) എന്നാൽ അന്നൊന്നും ഞങ്ങൾ സൈനിനെ കണ്ടിട്ടില്ല. അവളുടെ സഹോദരനുമായി ബന്ധപ്പെട്ടുണ്ടായ അപവാദം രണ്ടാമതൊരു കഥയ്ക്കും കാരണമാക്കി. ഇത് രണ്ടും ഇവിടെ പറയാമെന്ന് തോന്നുന്നു. തനിക്ക് ചുറ്റിലുമുള്ളവയാൽ ഒരു പുരുഷൻ മലീമസമാക്കപ്പെട്ടാൽ കുടുംബജീവിതമെന്നത് എത്ര ദുഷ്കരമാകും എന്നതിന്റെ ഉദാഹരണമാണീ കഥകൾ. ഈ അവസരങ്ങളിൽ സ്ത്രീസമത്വം എന്നത് വെറും സ്വപ്നമായി അവശേഷിക്കുന്നു.

സൈനിന്റെ ഈ സഹോദരൻ വിലക്കപ്പെട്ട കാര്യം ചെയ്തിരിക്കുന്നു എന്നെല്ലാവരും അറിഞ്ഞു. അപ്പോൾ അത്ര ധനികനല്ലാത്ത ഒരു ബന്ധുവിന് അസൂയയായി. അയാൾക്കും ഇതുപോലെ ആസ്വദിക്കുവാനാകുന്നില്ലല്ലോ എന്നായിരുന്നു ആ അസൂയയ്ക്ക് കാരണം. അയാൾക്ക് രണ്ട് ഭാര്യമാരേയുള്ളൂ. അസൂയയ്ക്ക് ഇത് മതിയായ കാരണമാണല്ലോ!

അയാളുടെ ആദ്യഭാര്യ രണ്ടാമത്തെ ഭാര്യയുമായി ചങ്ങാത്തത്തിലാണെന്ന് തോന്നിപ്പിച്ചു. എന്നാൽ ഈ ചങ്ങാത്തം മിഥ്യയായിരുന്നു. രണ്ടാമത്തെ ഭാര്യയെ ഒരു ദിവസം ആദ്യഭാര്യ വിരുന്നിന് വിളിച്ചു. ഭക്ഷണത്തിൽ ആദ്യഭാര്യ വിരേചനൗഷധങ്ങൾ കലർത്തി. രണ്ടാം ഭാര്യയ്ക്ക് കക്കൂസിൽ നിന്നും എഴുന്നേൽക്കാൻ സമയമില്ലാതായി. ഭർത്താവിനോടൊപ്പം ശയിക്കാനാകാതായി. ചതി തിരിച്ചറിഞ്ഞപ്പോൾ രണ്ടാം ഭാര്യ

കുപിതയായി. ആദ്യഭാര്യയുടെ വിലകൂടിയ വസ്ത്രത്തിനു മുകളിൽ തിളച്ച എണ്ണയൊഴിച്ചു.

ഈ രണ്ട് ഭാര്യമാരും കയ്യാങ്കളി തുടങ്ങി. പടിഞ്ഞാറൻ നാടുകളിലെ ടെലിവിഷൻ ഷോയിൽ കാണുന്ന പെണ്ണുങ്ങളെപ്പോലെ, മണ്ണിൽ കിടന്ന് അടികൂടുന്ന ഗുസ്തിക്കാരികളെപ്പോലെ, ഗുസ്തിപിടിച്ചു എന്നാണ് അവരിരുവരുടേയും ഫിലിപ്പീനി വേലക്കാരികൾ പറഞ്ഞത്. ഗുസ്തി കഴിഞ്ഞപ്പോൾ രണ്ട് പെണ്ണുങ്ങളുടെയും ശരീരത്തിൽ വസ്ത്രം എന്നത് നാമമാത്രമായി. രണ്ടുപേരും പരസ്പരം വസ്ത്രം വലിച്ച് കീറിയിരുന്നു. കണ്ടിരുന്ന വേലക്കാരികളെ അമ്പരപ്പിച്ചുകൊണ്ട് ഗുസ്തി പിടിച്ച് തളർന്നിരുന്നിരുന്ന രണ്ടുപേരും പെട്ടെന്ന് സംസാരിക്കുവാൻ തുടങ്ങി. സംസാരിച്ചു സംസാരിച്ച് ഇരുവരും സുഹൃത്തുക്കളായി. പരസ്പരം ചുംബിച്ചു. പിന്നേയും ചുംബിച്ചു. എന്നിട്ട് സ്വന്തം ഭർത്താവിനെ സ്നേഹിക്കുന്നതിനേക്കാൾ അധികം പരസ്പരം സ്നേഹിക്കും എന്ന് വാക്കുകൊടുത്തു. ഇവരിരുവരും ഇപ്പോൾ ജെദ്ദയിലെ ഒരു കൊട്ടാരത്തിൽ ഒന്നിച്ചാണ് താമസമെന്ന് കേൾക്കുന്നു. അവിടെ വച്ച് ഭർത്താവിനെ പീഡിപ്പിക്കുന്നു എന്നും കേൾക്കുന്നു. ഈ അവസ്ഥയെക്കുറിച്ച് അധികമാർക്കും അറിയാത്തത് അയാളുടെ ഭാഗ്യം. അല്ലെങ്കിൽ പൊതുജനത്തിന്റെ മുന്നിൽ വച്ച് എല്ലാവരും അയാളെ അധിക്ഷേപിക്കുമായിരുന്നു. ഭാര്യയെ ശിക്ഷിക്കുമായിരുന്നു. ഇനിയൊരു വലിയ അപവാദം പൊട്ടിപ്പുറപ്പെടുന്നതിനു മുമ്പ് ഈ പ്രശ്നം അങ്ങനെ കെട്ടടങ്ങുമെന്ന് വിശ്വസിക്കാം. ഈവക കാര്യങ്ങൾ വിലക്കപ്പെട്ടതാണെങ്കിലും കൊട്ടാരക്കെട്ടുകൾക്കുള്ളിൽ നിന്ന് വരുന്ന ഇത്തരം വാർത്തകളെ മിക്കവാറും രാജകുടുംബാംഗങ്ങൾ അവഗണിക്കാറുണ്ട്. അവയെ അധികം പൊലിപ്പിച്ച് മോശമാക്കാറില്ല. രാജകുടുംബാംഗങ്ങൾ ആരെങ്കിലും നടപടി ആവശ്യപ്പെടാത്ത പക്ഷം പുറത്തുനിന്നുള്ളവരും ഇതിൽ ഇടപെടില്ല. ഒരു പുരുഷനും സ്ത്രീയും തമ്മിലുള്ള എല്ലാ ഇടപാടുകളും അവരുടെ സ്വകാര്യകാര്യമായാണല്ലോ പരിഗണിക്കപ്പെടുന്നത്, പ്രത്യേകിച്ചും ശിക്ഷയുടെ കാര്യത്തിലെത്തുമ്പോൾ.

ഈ വാർത്ത പലർക്കും പല ആഴ്ചകൾ നേരംപോക്കിനുള്ള വക നൽകി എങ്കിലും ആർക്കും അയാളോട്, അവരോട്, അനുകമ്പ തോന്നിയില്ല. എന്റെ ലോകത്തിലുള്ളവർ മിക്കവരും ഈ പെരുമാറ്റത്തെ ശപിക്കും. ഏതൊരു പുരുഷനും തന്റെ അധീനതയിലുള്ള സ്ത്രീകൾക്കിടയിലുള്ള ബന്ധം ഇത്തരത്തിൽ കലാശിക്കരുതെന്ന് ആഗ്രഹിക്കും.

എന്നാൽ 'ആറു ഭാര്യമാരുടെ' കഥയിലേക്കെത്തുമ്പോൾ പ്രതികരണം വ്യത്യസ്തമായിരുന്നു. കുടുംബത്തിലെ കാർന്നവന്മാർ നടപടിയെടുത്തു. ഈ പ്രശ്നത്തിൽ അവർക്കും ചർച്ച വേണ്ടിവന്നു. മതാദ്ധ്യക്ഷന്മാർ ഇതിനകത്ത് കുടുങ്ങിക്കിടപ്പുണ്ടായിരുന്നു എന്നതിനാലാണത്. അതിലൊരു മൗലവി, ഇദ്ദേഹം രാജകുടുംബാംഗമായാലും അല്ലെങ്കിലും ആറു ഭാര്യമാരെ ഒന്നിച്ച് പുലർത്തുക എന്നാൽ, അതിനനുവദിക്കുക എന്നാൽ

തെറ്റായ ഒരു കീഴ്വഴക്കം സൃഷ്ടിക്കുകയാണെന്ന് പറഞ്ഞു. അങ്ങനെ ഒരാൾക്ക് അനുവദിച്ചുകൊടുത്താൽ പിന്നെ എല്ലാവരും അതാവശ്യപ്പെടും എന്ന് പറഞ്ഞു. അവസാനം സൈനിന്റെ സഹോദരന് രണ്ട് ഭാര്യമാരെ മൊഴിചൊല്ലേണ്ടി വന്നു. മൊഴിചൊല്ലുന്നതിനായി ആ ഭാര്യമാർക്ക് വലിയ തുക നഷ്ടപരിഹാരവും നൽകേണ്ടി വന്നു.

രണ്ട് ഭാര്യമാരോട് യാത്ര ചോദിച്ച നിമിഷത്തിൽ തന്റെ ജ്യേഷ്ഠൻ ഒരു കൊച്ചുകുഞ്ഞിനെപ്പോലെ വാവിട്ട് കരഞ്ഞുവെന്ന് സൈൻ അബ്ദുള്ള യോട് കുമ്പസാരിക്കുകയുണ്ടായി. അവർ കടൽമാർഗ്ഗം സൗദിയിൽ നിന്നും ബെയ്റൂട്ടിലെത്തി. രണ്ടുപേരും സിറിയക്കാരായിരുന്നു. അവിടേക്ക് മടങ്ങു കയായിരുന്നു. അവർ സഹോദരിമാരെപ്പോലെയാണ് കഴിഞ്ഞിരുന്നത്. അതിനാൽ വിവാഹമോചനത്തിനു ശേഷവും ഒന്നിച്ച് കഴിയുവാൻ തീരു മാനിക്കുകയായിരുന്നു.

രണ്ട് മുൻഭാര്യമാരും ഇറ്റലിക്കാരായ രണ്ട് സുന്ദരന്മാരുടെ ഭാര്യമാ രായത് പിന്നീട് സൈനിന്റെ സഹോദരനറിഞ്ഞു. അതറിഞ്ഞപ്പോൾ മുമ്പ് കരഞ്ഞതിനേക്കാൾ ഉച്ചത്തിൽ കരഞ്ഞു. ഈ ഇറ്റലിക്കാർ ഇരുവരും ബെയ്റൂട്ടിലേക്ക് വിനോദയാത്രക്കെത്തിയതായിരുന്നു. അവിടെ വച്ച് ചില തമാശകളാകാം എന്നു തീരുമാനിച്ചു. സൗദി രാജകുമാരന്റെ മുൻ ഭാര്യ മാരെ പരിചയപ്പെട്ടു. തമാശ വിവാഹത്തിലവസാനിച്ചു. ഇപ്പോൾ ആ ഇറ്റലിക്കാർ സൗദി രാജകുമാരൻ മൊഴിചൊല്ലിയതിനു നഷ്ടപരിഹാരമായി നൽകിയ തുകയുടെ പിൻബലത്തിൽ ആർഭാട ജീവിതം നയിക്കുന്നു.

അങ്ങനെ സൈനിന്റെ സഹോദരന്റെ ആവേശകരമായ കഥകൾ അന വധി ഞങ്ങൾ കേട്ടിട്ടുണ്ടെങ്കിലും സൈനിനെ കുറിച്ച് ഞങ്ങൾക്ക് ഒന്നു മറിയില്ലായിരുന്നു. ഒരിക്കൽ സാറ സൈനിന്റെ ഒരു അമ്മായിയുടേ വീട്ടിൽ കൂടിയ ഒരു വിവാഹത്തിൽ പങ്കെടുക്കാൻ പോയി. ആ അമ്മായിയുടെ ഭർത്താവ് അവരെ മൊഴിചൊല്ലിയിരുന്നു. അയാൾ ഒരു ഈജിപ്തുകാരി ഗായികയെ വിവാഹം കഴിച്ചു. അന്ന് ആ വിവാഹത്തിൽ ജനസംസാരം മുഴുക്കെ ആ ഗായികയെക്കുറിച്ചായിരുന്നു. മൊഴിചൊല്ലപ്പെട്ട ഭാര്യയെ ക്കുറിച്ച് ഇത്തിരിയെങ്കിലും ദുഃഖം സാറയ്ക്ക് മാത്രമേ ഉണ്ടായിരുന്നുള്ളൂ. ഈ മൊഴിചൊല്ലപ്പെട്ട ഭാര്യ, സൈനിന്റെ അമ്മായി, മറ്റൊരു രാജകുടും ബാംഗത്തെ വിവാഹം കഴിച്ചു. അയാളാകട്ടെ സ്ത്രീയായ ആരേയും പ്രണയിക്കുവാൻ തയ്യാറുള്ളവനായിരുന്നു. ആ വീട്ടിലെ പെണ്ണുങ്ങളുടെ കഥകൾ സാറയെ മുറിപ്പെടുത്തി. അതിനാൽ അവിടെയുള്ളവരെക്കുറി ച്ചൊക്കെ തിരക്കുവാൻ തുടങ്ങി. സ്ത്രീകളിൽ മിക്കവരും ശുദ്ധഗതി ക്കാരും കുലീനകളുമാണെന്ന് മനസ്സിലായി. സൈനുമായി പരിചയപ്പെടു ന്നതും ഈ സംഭാഷണങ്ങൾക്കിടയിലാണ്. സൈനുമായി സംസാരിച്ച പ്പോൾ അവളുടെ മാന്യത, സൗന്ദര്യം എന്നിവ സാറയ്ക്ക് ഇഷ്ടമായി. വിവാഹവിരുന്ന് കഴിഞ്ഞെത്തിയ ഉടൻ, താൻ അതിവിശിഷ്ടയായ ഒരു യുവതിയുമായി പരിചയത്തിലായി എന്ന് എന്നെ അറിയിച്ചു. അവൾ എന്റെ തോളിൽ കൈവച്ച് എന്റെ കണ്ണിലേക്ക് നോക്കി, "സുൽത്താനാ,

നിന്റെ മകന് ആ സുന്ദരി സൈനിനെ കണ്ടാൽ ഇഷ്ടപ്പെടും എന്ന് എനിക്കുറപ്പുണ്ട്."

അബ്ദുള്ള വിവാഹാന്വേഷണങ്ങൾക്ക് തയ്യാറെടുക്കുകയായിരുന്നു. നല്ലൊരു പെൺകുട്ടിയെ കണ്ടുപിടിച്ച് വിവാഹം കഴിച്ച്, കുടുംബജീവിതം തുടങ്ങുവാൻ തീരുമാനിച്ചിരിക്കുകയായിരുന്നു. സൗദിയിൽ ഇന്നും സ്ത്രീ കളും പുരുഷന്മാരും സമൂഹത്തിൽ ഒന്നിച്ച് ഇടപഴകാറില്ല. അതിനാൽ വീട്ടുകാരുടേയോ കൂട്ടുകാരുടേയോ സഹായമില്ലാതെ വിവാഹം നടക്കുക മിക്കവാറും അസാധ്യമാണ്.

അബ്ദുള്ള അവന്റെ ഇംഗിതം എന്നോട് പറഞ്ഞു. അവനു വിവാഹം കഴിക്കുവാൻ പറ്റിയ പ്രായത്തിലുള്ള, രാജകുടുംബാംഗങ്ങളായ പെൺ കുട്ടികളെ നിരീക്ഷിച്ചു തുടങ്ങി. എവിടെ ചെന്നാലും കണ്ണുകൾ തിരയു ന്നത് ഈ പ്രായത്തിലുള്ള പെൺകുട്ടികളെ മാത്രമായി. മകന് ഏറ്റവും മികച്ചത് വേണം എന്ന് ഏതൊരു അമ്മയും ആഗ്രഹിക്കുന്നതാണ്. അതി നാൽ വിജയം എന്നെ തേടി വന്നില്ല. കണ്ട പെൺകുട്ടികൾ ഒന്നുകിൽ മതിയായ വിദ്യാഭ്യാസമില്ലാത്തവരായിരുന്നു, അല്ലെങ്കിൽ സൗന്ദര്യമില്ലാ ത്തവരായിരുന്നു, അല്ലെങ്കിൽ ഏകമകന് യോജിക്കാത്തതായിരുന്നു. അമാനിയുടെ നാലോ അഞ്ചോ സുഹൃത്തുക്കൾ തന്റെ സഹോദരന് പറ്റിയ ജോടിയാകും എന്നറിയിച്ചു. വലിയ മതവിശ്വാസികളായിരുന്നു ഈ സുഹൃത്തുക്കൾ. എന്നാൽ അമാനിയുടെ നിർദ്ദേശം പെട്ടെന്ന് ആർക്കും സ്വീകരിക്കുവാനാകില്ല, വിശ്വസിക്കുവാനുമാകില്ല. ദിവസത്തിൽ എല്ലാ നേരവും പ്രാർത്ഥനയ്ക്കായി നീക്കിവയ്ക്കണം എന്ന് നിഷ്കർഷി ക്കുന്ന ഒരു ഭാര്യയെ താനാഗ്രഹിക്കുന്നില്ല എന്ന് അബ്ദുള്ളയും പറഞ്ഞു. വിശ്വാസിയും നല്ലവനുമാണെങ്കിലും ഈ കാര്യങ്ങളിൽ അമിതമായി ബന്ധനസ്ഥനാകുവാൻ അബ്ദുള്ള തയ്യാറല്ലായിരുന്നു.

സാറ വന്ന് പറഞ്ഞതിനുശേഷം ഞാനും സാറയും കൂടി സൈനിന്റെ അമ്മയെ സാറയുടെ വീട്ടിലേക്ക് ക്ഷണിച്ചു. രാജകുടുംബാംഗങ്ങൾ ക്കിടയിൽ ഇത് അപൂർവ്വമായി സംഭവിക്കുന്ന ഒന്നല്ല. ഇത്തരം കാര്യ ങ്ങളിൽ മുന്നിട്ടിറങ്ങുന്നതിന് സ്ത്രീകൾക്ക് പ്രത്യേക താത്പര്യമുണ്ടു താനും.

സൈനിന്റെ അമ്മയ്ക്ക് ആദ്യമാദ്യം ഇത്തിരി മടിയുണ്ടായിരുന്നു. എന്റെ നാട്ടിൽ വിവാഹപ്രായമെത്തിയ പെൺകുട്ടികളുടെ അമ്മമാർ സാധാരണ ഇങ്ങനെ തന്നെയാണ് പെരുമാറാറുള്ളത്. മകളെ സ്വീകരിക്കു വാനായി യുവാക്കളുടെ നീണ്ട നിര തന്നെയുണ്ട് എന്നറിയിക്കുകയാണ് ലക്ഷ്യം. തന്റെ ദിവസങ്ങളെല്ലാം ഈ ചർച്ചകൾക്കായി പലർക്കും വീതിച്ച് നൽകിയിരിക്കുകയാണെന്നും പറഞ്ഞുപോകും. ഇതെല്ലാം എനിക്കും അറിയാവുന്നതാണ്. അതുകൊണ്ട് തന്നെ സൈനിന്റെ അമ്മ ഞങ്ങളുടെ നിർദ്ദേശം സ്വീകരിക്കുവാൻ ഒരാഴ്ചയെടുത്തപ്പോൾ അദ്ഭുതം തോന്നി യില്ല.

ഒരാഴ്ച പെട്ടെന്ന് കടന്നുപോയി. സൈനിനെ കണ്ടപ്പോൾ ആശ്ചര്യ മല്ല, ആനന്ദം കലർന്ന ഒരു ആരാധനയാണ് തോന്നിയത്. സൈനിന്റെ സ്വഭാവത്തെക്കുറിച്ച് ആഴത്തിലറിയില്ലായിരുന്നുവെങ്കിലും അവൾ സുന്ദരി യാണെന്ന് സാറയോട് യോജിച്ചു. മാത്രമല്ല അവളിൽ എന്തോ ഒരു മാസ്മ രികതയുണ്ട്, അത് ഞങ്ങൾക്കൊരു താത്പര്യം ജനിപ്പിക്കുന്നു. ഇത്തര ത്തിലുള്ള വ്യക്തിത്വങ്ങൾ ദാമ്പത്യബന്ധം ദീർഘകാലം സുദൃഢമാക്കു മെന്ന് അനുഭവങ്ങളിൽ നിന്നറിയാം. സൗന്ദര്യം മാത്രം ദാമ്പത്യബന്ധത്തെ ദീർഘനാൾ നിലനിർത്തില്ല. അതിനുമപ്പുറം ഇരുവരിലും പരസ്പര പൂരക ങ്ങളാകുവാനുള്ള ഒരു മാസ്മരികതയുണ്ടാകണം.

സൈനിന്റെ ഫോട്ടോ മകനെ കാണിക്കണം എന്ന ആശയത്തോട് അവളുടെ വീട്ടുകാരും യോജിച്ചു. ആദ്യം സമ്മതം മൂളുവാൻ അബ്ദുള്ള യ്ക്ക് ഇത്തിരി പിരിമുറുക്കമുണ്ടായിരുന്നു. എന്നാൽ ആ ഫോട്ടോയിലേക്ക് തുറിച്ചു നോക്കി കുറച്ചു നേരമിരുന്ന ശേഷം അവൻ എന്റെ ചുണ്ടിൽ ഒരു ചിരി വിടരുവാൻ കാരണമുണ്ടാക്കി. “അമ്മേ, ഈ പെൺകുട്ടിയിൽ ഞാൻ എന്തോ ഒരു കൊച്ചു മാസ്മരികത കാണുന്നു. ഇവളെ ഒന്ന് കണ്ടാൽ കൊള്ളാമെന്ന് തോന്നുന്നു.”

എന്റെ മകൻ വിവാഹത്തിനു തയ്യാറെടുക്കുകയാണെന്ന് മനസ്സിലായി. ശരിയായ മനോഭാവത്തോടെയാണവൻ ഈ ദിശയിലേക്ക് നീങ്ങിക്കൊ ണ്ടിരിക്കുന്നതെന്നും. ശരിയായ മനോഭാവം എന്നാൽ, ആദ്യകാല പ്രണയ ദിനങ്ങൾക്ക് ശേഷവും പരസ്പരം താത്പര്യം നിലനിൽക്കും വിധത്തി ലുള്ള ഒരു ബന്ധത്തിലേക്ക് എന്നർത്ഥം.

അതിനു ശേഷം രണ്ട് കുടുംബങ്ങളും കൂടിയാലോചിച്ച് അബ്ദുള്ളയും സൈനും തമ്മിൽ ഒരു കൂടിക്കാഴ്ചയ്ക്കുള്ള അവസരമൊരുക്കി. വീട്ടിലെ പ്രായമായവരുടെ മേൽനോട്ടം ഈ കൂടിക്കാഴ്ചയ്ക്കുണ്ടായിരുന്നു. സാറ യുടെ വീട്ടിൽ വച്ചായിരുന്നു ഈ കൂടിക്കാഴ്ച.

ഈ ആദ്യസമാഗമം മകന്റെ മനസ്സിലുണ്ടായിരുന്ന ആഗ്രഹങ്ങൾക്കും അപ്പുറത്താണീ കുട്ടി എന്ന നിലയിലേക്ക് കാര്യങ്ങളെ എത്തിച്ചു. ഞാൻ സൈനിന്റെ വീട്ടിലെ സ്ത്രീകളുമായി സംസാരിച്ചുകൊണ്ടിരിക്കുകയാ യിരുന്നെങ്കിലും കണ്ണ് മകന്റെ മുഖത്തായിരുന്നു. സൈനിന്റെ മുഖത്ത് നാണമുണ്ടായിരുന്നു. എന്നാൽ അബ്ദുള്ള പൂർണ്ണ ആത്മവിശ്വാസത്തിൽ തന്നെയായിരുന്നു. ഈ രണ്ടു ഭാവങ്ങളും ലോകത്തിലെ പല സംസ്കാര ങ്ങളിലും അപരിചിതങ്ങളല്ലല്ലോ. അവർ ചുണ്ടനക്കാതെ, ശബ്ദം പുറത്ത് വിടാതെ, പരസ്പരം എന്താണ് മന്ത്രിച്ചതെന്ന് എനിക്കറിയില്ല. ഈ സമാഗമത്തിനു ശേഷം അബ്ദുള്ള എന്റെയും കരീമിന്റെയും അടുത്തെത്തി “ഞാനന്വേഷിക്കുന്ന പെൺകുട്ടി ഇത് തന്നെയാണ്. നിങ്ങളിരുവരും ചേർന്ന് ബാക്കി കാര്യങ്ങൾ അന്വേഷിച്ചുറപ്പിക്കൂ.”

ഞങ്ങളത് ചെയ്തു. സൈനിനോ അവളുടെ അമ്മയേക്കാ യാതൊരു താത്പര്യക്കുറവുമില്ലായിരുന്നു എന്നത് സന്തോഷിപ്പിച്ചു. പലപ്പോഴും

അമ്മമാരും പെൺമക്കളും അവരുടേതായ കടംകഥകളുമായി രംഗത്തവതരിക്കാറുണ്ട്. അങ്ങനെയൊക്കെ ചെയ്താൽ അവർക്ക് ലഭിക്കേണ്ട മെഹർ കുറച്ച് കൂട്ടിക്കിട്ടും എന്നാണവരുടെ ധാരണ. ഈ ബന്ധത്തിലെ രണ്ട് വിഭാഗങ്ങളും രാജകുടുംബാംഗങ്ങളായിരുന്നു. സൈനിന്റെ വീട്ടുകാർക്ക് പണം ഒരാവശ്യവുമല്ലായിരുന്നു. മറ്റൊരു സത്യം മകൻ അബ്ദുള്ളയ്ക്ക് ആദ്യനോട്ടത്തിൽ തന്നെ സൈനിനോട് എങ്ങനെ പ്രണയം തോന്നിയോ അതുപോലെ സൈനിന് അബ്ദുള്ളയോടും തോന്നി എന്നതാണ്.

അങ്ങനെ മകൻ അബ്ദുള്ള, ഞങ്ങളുടെ ബന്ധുകൂടിയായ സൈൻ അൽ സൗദിനെ വിവാഹം കഴിച്ചു. വലിയ നാട്യങ്ങളൊന്നുമില്ലാത്ത ഒരു വിവാഹമായിരുന്നു അത്. ജെദ്ദയിലെ ഒരു ആധുനിക ഹോട്ടലിൽ വച്ചായിരുന്നു വിവാഹം. മറ്റു സൗദി വിവാഹങ്ങളിലെപ്പോലെ സ്ത്രീകളെല്ലാം ബാൾ റൂമിൽ ഒത്തുകൂടി. പുരുഷന്മാർ ജെദ്ദയ്ക്ക് പുറത്ത്, മെക്കയിലേക്കുള്ള വഴിയിൽ നിർമ്മിച്ച പാർട്ടി ടെന്റുകളിലും.

നല്ലൊരു ചടങ്ങായിരുന്നു അത്. എല്ലാം കൃത്യതയോടെ നടന്നു. ഞാൻ കരഞ്ഞു. അത് സന്തോഷത്തിന്റെ കണ്ണീരായിരുന്നു. ഈ വാക്കുകൾ വളരെ പഴയതാണെന്നും പലരും ഉപയോഗിച്ചതാണെന്നുമറിയാം. എന്നാൽ അർത്ഥവത്തായ വാക്കുകളാണവ. മകനെ നഷ്ടപ്പെടുകയല്ല എന്നെനിക്കറിയാമായിരുന്നു. ഒരു മകളെ ലഭിക്കുകയാണെന്നും അറിയാമായിരുന്നു.

അങ്ങനെ സൈനിനെക്കൂടി ചേർത്ത് ഞാനും കരീമും ഞങ്ങളുടെ കുടുംബം വിപുലപ്പെടുത്തി. അവൾ വീട്ടിലെ പ്രധാന അംഗമായി. ഇനിയവൾ ഞങ്ങളെ മുത്തച്ഛനും മുത്തശ്ശിയുമായി അനുഗ്രഹിക്കും. മകന്റെ ഭാര്യയുമൊത്ത് നല്ലൊരു സൗഹൃദം എന്നും ആഘോഷിക്കുവാനായിട്ടുണ്ട് എന്നതിൽ വലിയ സന്തോഷമുണ്ടെനിക്ക്. തന്റെ കുഞ്ഞുങ്ങൾക്ക് നല്ലൊരു അമ്മയും അബ്ദുള്ളയ്ക്ക് നല്ലൊരു ഭാര്യയുമാണവൾ എന്ന് അറിയാം. സൗദി അറേബ്യയിലെ എല്ലാ രാജകുമാരിമാരിൽ നിന്നും ഒരു തിരഞ്ഞെടുപ്പ് നടത്തുവാൻ എന്നോടിപ്പോൾ ആരെങ്കിലും ആവശ്യപ്പെട്ടാൽ, ഇന്നും, ഇതിലും നല്ലൊരു യുവതിയെ മകന്റെ ഭാര്യയായി എനിക്ക് തിരഞ്ഞെടുക്കുവാനാകില്ല.

എന്നാൽ സൗദി അറേബ്യയിലെ എല്ലാ സ്ത്രീകളും സൈനിനെപോലെ ഭാഗ്യവതികളല്ല. സൗദിയിൽ ഇന്ന് വിവാഹമേ കഴിക്കാത്ത യുവതികളുടെ എണ്ണം വർദ്ധിച്ച് വരുന്നുണ്ട്. എന്റെ മകൾ മഹ, അതിലൊരുവളാണ്.

ഞാൻ ആദ്യം പറഞ്ഞതുപോലെ. സൈൻ, കൊച്ചു സുൽത്താന എന്നിവരിലൂടെയാണ് മഹ ലൈലയുമായി പരിചയപ്പെടുന്നത്. ലൈല ഒരു സൗദി യുവതിയാണ്. എന്റെ മഹയോട് താരതമ്യപ്പെടുത്താവുന്ന

സ്വഭാവരീതികളുള്ളവളുമാണ്. ഞങ്ങൾ സൈനുമായി സംസാരിച്ചുതുടങ്ങിയപ്പോഴാണ് കൊച്ചു സുൽത്താന മുറിയിലേക്ക് കയറി വരുന്നത്. അവളുടെ നീളൻ മുടി അപ്പോൾ പാറിക്കളിക്കുന്നുണ്ടായിരുന്നു. ഞാൻ ആ മുടി ശ്രദ്ധിച്ചു. അത് അവിടിവിടെ ചുരുട്ടി വച്ചിരിക്കുന്നു. മുടിയിൽ മൃഗങ്ങളുടെ ആകൃതിയിലുള്ള കൊച്ചു രത്നക്കല്ലുകൾ തുന്നിവച്ചിരിക്കുന്നു. ഈ മുടിയഴക് എനിക്കിഷ്ടമായി. ഞാനതിനെ പ്രകീർത്തിച്ചു. അപ്പോഴാണ് മഹ അത് ശ്രദ്ധിച്ചത്. "ആരാണീ മുടി ഇങ്ങനെ ഒരുക്കിയത്?" അവൾ സൈനിനോട് ചോദിച്ചു. "ഗംഭീരമായിരിക്കുന്നു."

"ലൈല എന്നാണവളുടെ പേര്. എന്റെ അമ്മയാണെന്നെ അവളുടെയടുത്ത് കൊണ്ടുപോയത്."

"അവൾ ലബനൻകാരിയാണോ?" മഹ ചോദിച്ചു. ഇങ്ങനെ ചോദിക്കുന്നതിനൊരു കാരണമുണ്ടായിരുന്നു. അതുവരേക്കും ഞങ്ങൾ പരിചയപ്പെട്ടിട്ടുള്ള ബ്യൂട്ടീഷ്യന്മാരിൽ മികച്ചവരെല്ലാം ലബനനിൽ നിന്നുള്ളവരായിരുന്നു. അവരിൽ ഒരുപാട് പേർ സൗദി അറേബ്യയിൽ ഇത്തരം സ്ഥാപനങ്ങൾ നടത്തുന്നുണ്ട്. എന്നെങ്കിലും ഏതെങ്കിലുമൊരു രാജകുമാരി തന്റെ കഴിവ് കണ്ടെത്തുമെന്നും തന്നെ അവരുടെ കൊട്ടാരത്തിലെ ബ്യൂട്ടീഷ്യനായി നിയമിക്കുമെന്നും അവരെല്ലാം എന്നും പ്രതീക്ഷിച്ചുകൊണ്ടിരിക്കുന്നു. അങ്ങനെ നിയമിതയായാൽ അവർക്ക് ഒരുപക്ഷേ ആ രാജകുമാരിക്കൊപ്പം ലോകം മുഴുക്കെ ചുറ്റിക്കറങ്ങുവാനുമാകും എന്നും അവർ പ്രതീക്ഷിക്കുന്നു.

എന്റെ കുട്ടിക്കാലത്ത് സൗദി അറേബ്യയിൽ സ്ത്രീകൾക്കായുള്ള ഇത്തരം സ്ഥാപനങ്ങൾക്ക് വിലക്കുണ്ടായിരുന്നു. സൗദിയിലെ മതപൊലീസുകാരാണിത് വിലക്കിയത്. ഒരു സ്ത്രീ തന്റെ സൗന്ദര്യം വർദ്ധിപ്പിക്കുന്നതിനായി ഇത്തരം കാര്യങ്ങൾ ചെയ്യുന്നത് ഇസ്ലാമിനെതിരാണെന്ന് അവർ പറഞ്ഞു. സ്ത്രീ എന്നും അള്ളാഹു അവർക്ക് എന്ത് നൽകിയോ അതിൽ തൃപ്തിപ്പെട്ടുകൊള്ളണം എന്നായിരുന്നു അവരുടെ കല്പന. അക്കാലങ്ങളിൽ മുതാവമാർ സംഘം ചേർന്ന് സ്ത്രീകൾക്ക് മാത്രമായുള്ള കടകൾക്ക് മുമ്പിൽ, ബഹളമുണ്ടാക്കുന്ന കാഴ്ച വിരളമേയല്ലായിരുന്നു. പലപ്പോഴും ഈ ബുദ്ധിശൂന്യർ ആ കടയിൽ ജോലി ചെയ്യുന്ന സ്ത്രീകളെയെല്ലാം അറസ്റ്റ് ചെയ്യും. ജോലി ചെയ്യുന്നവരെ മാത്രമല്ല, അവിടെ ആ സമയത്തുള്ള സ്ത്രീകളെയെല്ലാം പിടികൂടും. അവിടെ ജോലി ചെയ്യുന്നവർ തങ്ങളുടെ കുടുംബം പോറ്റാൻ വേണ്ടി മാത്രം ജോലിചെയ്യുന്നവരാണ്. അവിടെയെത്തുന്ന ഉപഭോക്താക്കളാകട്ടെ തങ്ങളുടെ മുടിയൊന്നൊതുക്കി കിട്ടുവാനായി അല്ലെങ്കിൽ പുരികമൊന്ന് ഭംഗി കൂട്ടുന്നതിനായി അതുമല്ലെങ്കിൽ നഖത്തിൽ ഇത്തിരി ചായം തേക്കുവാനായി വന്നവരും.

ഈവക ആശയങ്ങളിലും ചിന്താഗതികളിലും സൗദിയിൽ മാറ്റം വരുന്നുണ്ടെന്നത് അനുഗ്രഹമാകുന്നു. ഇന്ന് സൗദി സ്ത്രീകൾ ഒരു

സായാഹ്നം ബ്യൂട്ടി സലൂണിൽ കഴിക്കുന്നത് അത്ര അപൂർവ്വമായ ഒരു കാഴ്ചയല്ല.

തന്റെ അമ്മയോട് ചോദിച്ച ചോദ്യത്തിന് ഉത്തരം നൽകിയത് കൊച്ചു സുൽത്താനയാണ്. "അല്ല അമ്മായി, ലൈല നമ്മളെപ്പോലെയാണ്."

അവൾ പറഞ്ഞതിന്റെ അർത്ഥം എനിക്ക് മനസ്സിലായി. ഞാൻ നിറഞ്ഞ് പുഞ്ചിരിച്ചു. "സത്യമായും അവൾ സൗദിക്കാരിയാണോ?" ഞാൻ ചോദിച്ചു.

"അതെ. ഒരു സൗദി പെൺകുട്ടിയാണവൾ."

"അത് നന്നായി. ലോകം മാറുന്നുണ്ട്." ഞാൻ സന്തോഷപൂർവ്വം പ്രഖ്യാപിച്ചു. ഒരു സൗദി സ്ത്രീ മറ്റുള്ളവരുടെ കീഴിൽ ജോലി ചെയ്യുക എന്നത് അപൂർവ്വമായ കാഴ്ചയാണ്. സൗദി യുവതികൾ ജോലി ചെയ്യുന്നുണ്ട്. അവരിൽ പലരും തിരഞ്ഞെടുക്കുന്ന ജോലി അദ്ധ്യാപിക, ഡോക്ടർ, ഡെന്റിസ്റ്റ് (കുട്ടികൾക്കും സ്ത്രികൾക്കും മാത്രം സേവനം നൽകുന്നവർ എന്ന നിലയിൽ) എന്നിവയാണ്. മറ്റുള്ളവരുടെ സേവ ചെയ്യേണ്ട ജോലി തിരഞ്ഞെടുക്കുവാൻ അധികം വീട്ടുകാരൊന്നും പെൺമക്കളെ അനുവദിക്കാറില്ല. എന്നുവച്ചാൽ ഒരു നഴ്സ്, ബ്യൂട്ടീഷ്യൻ, വീട്ടുവേലക്കാരി എന്നീ ജോലികൾ ചെയ്യുവാൻ അവരെ അനുവദിക്കുകയില്ല എന്നർത്ഥം.

എന്നാൽ കഴിഞ്ഞ ഒരു വർഷത്തിനുള്ളിൽ സ്ത്രീകൾക്കായി ചില സ്ഥാപനങ്ങൾ തുറക്കപ്പെട്ടിട്ടുണ്ട്. ഇതിൽ അടിവസ്ത്രം വിൽക്കുന്ന കടകളും വലിയ നിലയിൽ നടക്കുന്ന സൗന്ദര്യവർദ്ധക വസ്തുക്കളുടെ വില്പനശാലകളും ഉൾപ്പെടുന്നു. എന്നാൽ ഒരു സൗദി മുടിവെട്ടുകാരി എന്നത് ഞാൻ ആദ്യമായി കേൾക്കുകയായിരുന്നു.

കൊച്ചു സുൽത്താനയുടെ വാക്കുകളെ സൈൻ അംഗീകരിച്ചു. "അതെ, സുൽത്താന പറഞ്ഞത് ശരിയാണ്. അവൾ നമ്മെപ്പോലെ ഒരു സൗദി സ്ത്രീയാണ്. രാജകുടുംബാംഗങ്ങളിൽ പലരും ഇന്ന് അവളെയാണ് സമീപിക്കുന്നത്. ചീർപ്പ് കൈയിൽ ലഭിച്ചാൽ അവളൊരു കലാകാരിയായി മാറുന്നു." സൈൻ പിന്നെ മുഖത്തിന്റെ ഭാവമൊന്ന് മാറ്റി. അവളുടെ കണ്ണിൽ കുസൃതിവന്നു. ചുണ്ടിൽ ചെറുചിരി വന്നു. എന്നിട്ട് തുടർന്നു. "നമ്മുടെ മെദീന അമ്മായിയുടെ തലയിൽ നിറയെ മുടിയുണ്ടാക്കിയത് അവളാണ്. ഇപ്പോൾ പുതിയ ഹെയർസ്റ്റൈലുമായി നടക്കുന്ന അമ്മായിയുടെ തലയിൽ നിറയെ മുടിയുണ്ടെന്ന് തോന്നും."

"സത്യമായും?" മഹ ചോദിച്ചു.

മെദീനയെ ഞങ്ങളുടെ കുടുംബത്തിൽ എല്ലാവർക്കും അറിയാം. എല്ലാവർക്കും അവളോട് സഹതാപമായിരുന്നു. കുട്ടിക്കാലം മുതൽക്കേ അവളുടെ മുടിക്ക് കനമില്ലായിരുന്നു. തലയിൽ പലയിടത്തും മുടിയുടെ

കനം കുറവ് തെളിഞ്ഞുകാണാം, കഷണ്ടി കയറിയതുപോലെ അവിട വിടെ പാടുകൾ കാണാം. തലയിൽ മതിയായ മുടിയില്ലെങ്കിൽ അത് സ്ത്രീകളെ സംബന്ധിച്ചിടത്തോളം ഒരു വലിയ പ്രശ്നമാണ്. പ്രത്യേ കിച്ചും അറബി സംസ്കാരത്തിൽ. പൊതുസ്ഥലങ്ങളിൽ ഞങ്ങൾ തല യിൽ തട്ടമിട്ടേ വരാറുള്ളൂ എങ്കിലും വീടിനകത്ത് അങ്ങനെയല്ല. സ്ത്രീ കൾക്ക് മാത്രമായുള്ള വിരുന്നുകളിൽ എല്ലാവരും അവരുടെ മുടിയഴക് കാണിക്കുവാനുള്ള വ്യഗ്രതയിലാകും. നീളൻ മുടിയിൽ പലവിധ ആഭരണ ങ്ങളുണ്ടാകും. അതിനെ എല്ലാവരും ശ്രദ്ധിക്കും, പുകഴ്ത്തും.

എന്നാൽ മെദീന മിക്കപ്പോഴും തട്ടം മാറ്റാറില്ല. കാരണം വ്യക്തമായി രുന്നു. ഏത് സംസ്കാരത്തിലും ക്രൂരമായ ഫലിതങ്ങൾ പറയുന്നവർ അനവധിയുണ്ടാകും. മാത്രമല്ല കൊച്ചുകുട്ടികൾ തുറിച്ച് നോക്കി നിൽക്കും. അവർ മെദീനയുടെ കഷണ്ടികയറിയ തലകണ്ട് ചിരിക്കും. അവർ ചിരിക്കുന്നത് കണ്ട് അവരുടെ അമ്മമാർ മക്കളുടെ ചെവി പിടിച്ച് തിരുമ്മും. അല്ലെങ്കിൽ കൈയിൽ പിച്ചും. അതുമല്ലെങ്കിൽ മറ്റേതെങ്കിലും വിധത്തിൽ ശിക്ഷിക്കും.

അറബി നാടുകളിൽ മാത്രമല്ല യൂറോപ്പിലും മെദീന ഇതിനായി ചികിത്സ തേടിയിരുന്നു. ഒരു പ്രയോജനവുമുണ്ടായില്ല. ഇത് ജന്മനാ ഉള്ള ചില പ്രശ്നങ്ങളാണെന്നും വിധി എന്ന നിലയിൽ സ്വീകരിക്കുകയാണ് നല്ലതെന്നും ഒരു ബ്രിട്ടീഷ് ഡോക്ടർ ഒരിക്കൽ അവളോട് പറയുക യുണ്ടായി. ഒരു ഈജിപ്തുകാരൻ ഡോക്ടർ പറഞ്ഞത്, സൗദി സ്ത്രീക ളുടെ മാനസിക പിരിമുറുക്കത്തിന്റെ അനന്തരഫലമാണിത് എന്നാണ്. സിറിയയിൽ നിന്നും ചികിത്സിക്കുവാനെത്തിയ ഒരു സംഘം ഡോക്ടർ മാർ, മെദീന ഉറക്കത്തിൽ മുടി പിടിച്ച് വലിക്കുന്നുണ്ടാകാം എന്നൊരു അഭിപ്രായം രേഖപ്പെടുത്തി.

മെദീനയാകട്ടെ തന്റെ പ്രശ്നത്തിനുള്ള പോംവഴി തിരഞ്ഞുകൊണ്ടേ യിരുന്നു. ഈ നിശ്ചയദാർഢ്യം ഞങ്ങൾ അഭിനന്ദിച്ചു. ചൂടാക്കിയ വെളി ച്ചെണ്ണയുപയോഗിച്ച് നിത്യവും നാലുമണിക്കൂർ തല തിരുമ്മുവാനായി മൂന്ന് സ്ത്രീകളെ അവൾ ജോലിക്ക് വച്ചിരിക്കുന്നു എന്നു ഞങ്ങൾ കേട്ടു. ഇങ്ങനെ തിരുമ്മിയാൽ തലയിലെ രക്തചംക്രമണത്തിൽ വ്യത്യാസം വരുമെന്നും അത് മുടി കിളിർക്കുവാൻ കാരണമാക്കുമെന്നും ആരോ അവളോട് പറഞ്ഞിരുന്നുവത്രെ. മാത്രമല്ല വെളിച്ചെണ്ണ തലമുടി വളരു വാൻ സഹായിക്കുമെന്നും അവളെ അവരറിയിച്ചു.

“തലയിലെ മുടി കൊഴിയുന്നതുകൊണ്ട് മുടിയുടെ കനം കുറയുന്ന പെണ്ണുങ്ങളെ സഹായിക്കുവാൻ ഈ ലൈലയുടെ പക്കൽ എന്തെങ്കിലും പ്രത്യേക സൂത്രങ്ങളുണ്ടോ?” മഹ ചോദിച്ചു.

കൊച്ചു സുൽത്താനയ്ക്കപ്പോൾ തന്റെ ഭാഗം അവതരിപ്പിക്കുവാൻ തിരക്കായി. സംസാരിക്കുവാൻ അവസരം കാത്ത് അവൾ ഒറ്റക്കാലിൽ നിന്നുതുടങ്ങി. ഇത് കണ്ട് സൈൻ തലയാട്ടി അവൾക്ക് സംസാരിക്കുവാൻ

അനുവാദം നൽകി. അപ്പോഴവൾ "ഉവ്വ്. അത് വളരെ ലളിതമാണെന്നാണ് ലൈല പറയുന്നത്. അതിനായി ഒരാൾ ആകെ ഓർക്കേണ്ടത് CCBB മാത്രമാണത്രെ."

"എനിക്ക് മനസ്സിലായില്ല. ഈ CCBB എന്ന് പറഞ്ഞാൽ എന്താണ് മോളേ?" ഞാൻ ചോദിച്ചു.

"ഈ വാക്കിന്റെ അർത്ഥം ഞങ്ങൾക്കും പറഞ്ഞുതാ... സുൽത്താന ക്കുട്ടീ." മഹയും ചോദിച്ചു.

അപ്പോൾ ഒട്ടൊന്ന് വൈക്ലബ്ല്യത്തോടെ കൊച്ചു സുൽത്താന വീണ്ടും അവളുടെ അമ്മയെ നോക്കി. അമ്മേ എന്ന് വിളിച്ചു.

സൈൻ ഉറക്കെ ചിരിച്ചു. "നിനക്കോർത്തെടുക്കുവാനാകും മോളേ, ശ്രമിക്ക്" എന്നവൾ കുട്ടിയെ പ്രോത്സാഹിപ്പിച്ചു.

"എനിക്കറിയാം. എനിക്കറിയാം." കൊച്ചു സുൽത്താന പറഞ്ഞു. "Cool Cut and Brush the Boar" അവൾ ഉച്ചത്തിൽ പറഞ്ഞു.

"എന്ത്?" മഹ ചിരിച്ചു.

"തലമുടിയുടെ കനം കുറയുന്നവർക്ക് ചെയ്യാനാകുന്ന ഒരു ലളിത മായ വിദ്യയാണത്. ഇത് കനം കുറയുന്നത് കുറയ്ക്കും. ഈ ബുദ്ധിമുട്ട് അനുഭവിക്കുന്ന സ്ത്രീകൾ സുൽത്താന പറഞ്ഞ നാലു വാക്കുകൾ Cool Cut Brush and Boar എന്നത് ഓർത്തിരിക്കണമെന്നാണ് ലൈല പറയു ന്നത്. എന്നുവച്ചാൽ തലമുടി എപ്പോഴും തണുത്തിരിക്കണം, ചൂടാക്ക രുത്. മുടി മുറിച്ച് ചെറുതായി വയ്ക്കണം, നീളം കൂട്ടിയിടരുത്. പിന്നെ മൃദുവായ ബ്രഷുകൊണ്ട് ചീകിയൊതുക്കണം."

"ലൈല ബുദ്ധിശാലിയാണെന്ന് തോന്നുന്നു. ഇത് രസകരമായിരി ക്കുന്നു." മഹ പറഞ്ഞു.

"അതെ അവൾ ബുദ്ധിശാലി തന്നെയാണ്." സൈൻ പറഞ്ഞു. "ജീവിതത്തിൽ പല പ്രശ്നങ്ങളേയും അഭിമുഖീകരിച്ചിട്ടുള്ള ഒരു സൗദി പെൺകുട്ടിയാണവൾ. മറ്റനേകം സൗദി സ്ത്രീകളെപ്പോലെ തന്നെ പ്രശ്നങ്ങളുടെ നടുക്ക് ജീവിച്ചിട്ടുള്ളവൾ. എന്നാൽ എല്ലാ അടിച്ചമർത്തലു കൾക്കെതിരേയും യുദ്ധം ചെയ്തു. സ്വന്തമായി ഒരു വ്യാപാരം എന്ന സ്വപ്നം സാക്ഷാത്കരിക്കുംവരേക്കും യുദ്ധം ചെയ്തു. ഈ രാജ്യത്തിൽ ഒരു സ്ത്രീക്ക് എത്ര സ്വതന്ത്രമായി ജീവിക്കുവാനാകുന്നുവോ അത്രയും സ്വതന്ത്രമായി ജീവിക്കണം എന്നവൾ ആഗ്രഹിക്കുന്നു. അതെ, അവസാനം അവൾ തന്നെ വിജയിയായി."

ഞാൻ മഹയെ നോക്കി. അവളുടെ കണ്ണിൽ തിളക്കമുണ്ടായിരുന്നു. ആഴ്ചകൾക്കുശേഷം എനിക്ക്, ഞങ്ങൾ സ്വീകരണമുറിയിലിരിക്കുമ്പോൾ മഹയുടെ വാക്കുകൾ ഓർമ്മവന്നു. "സൈൻ, അടുത്തതവണ നീയും സുൽത്താനക്കൊച്ചും ലൈലയുടെ കടയിൽ പോകുമ്പോൾ എനിക്കും വരണം."

അടുത്ത ഏതാനും ആഴ്ചകൾ മഹ പലതവണ തന്റെ യൂറോപ്പ് യാത്ര നീട്ടിവച്ച് ഞങ്ങളെ അദ്ഭുതപ്പെടുത്തി. ഒരു ദിവസം ഞാനും കരീമും ജെദ്ദയിലായിരിക്കും എന്ന് കരുതി അവൾ ലൈല എന്ന ബ്യൂട്ടീഷ്യനെ വീട്ടിലേക്ക് വണ്ടിയയച്ച് വരുത്തി. കുറച്ച് ദിവസം ഞങ്ങളുടെ വീട്ടിൽ താമസിക്കുവാൻ അവൾ ലൈലയെ ക്ഷണിച്ചു.

എന്നാൽ കരീമിനോടൊപ്പം ഞാൻ പോയിട്ടില്ലെന്ന് മഹയ്ക്കറിയില്ലായിരുന്നു. ഞാനപ്പോൾ കിടപ്പ് മുറിയിലുണ്ടായിരുന്നു. വയറിന് നല്ല സുഖമില്ലാതെ കിടക്കുകയായിരുന്നു.

പെട്ടെന്ന് എവിടെനിന്നെന്നറിയാതെ എന്നെത്തേടി അഹ്ലാദത്താൽ മതിമറക്കുന്ന സ്ത്രീ ശബ്ദങ്ങളെത്തി. ഞാനപ്പോൾ സന്തോഷം മാത്രമറിയുന്ന സ്ത്രീകളുള്ള ഏതോ മരുപ്പച്ചയിലാണോ എന്ന് തോന്നി. വീട്ടിൽ സന്ദർശകരുണ്ടാകുമെന്ന് കരുതിയില്ല. അതിനാൽ ഈ ശബ്ദം ഭാവനയാകും എന്നു തന്നെയാണ് കരുതിയത്. പിന്നെ മഹയുടെ സ്വരം കേട്ടു. അപ്പോൾ അവൾ ഏതെങ്കിലും വേലക്കാരിയോട് സംസാരിച്ച് ചിരിക്കുകയാകും എന്നു കരുതി. ഞങ്ങളോടൊത്ത് ജോലി ചെയ്യുന്നവരുടെ സ്വകാര്യ ജീവിതമറിയുവാനും അവരുമായി അതിനെക്കുറിച്ചൊക്കെ സംസാരിക്കുവാനും മഹയ്ക്ക് ഒരു പ്രത്യേക താത്പര്യമുണ്ടായിരുന്നു. വല്ലാതെ ബഹളമുണ്ടാക്കുന്നവളല്ല മകൾ എന്ന് സമാധാനിച്ച് കമിഴ്ന്ന് കിടന്നു. ശബ്ദം കേൾക്കാതിരിക്കുവാനായി ഒരു തലയിണ അമർത്തി.

ഏതാനും മണിക്കൂർ കഴിഞ്ഞപ്പോൾ പരിചയമില്ലാത്ത ഒരു സ്വരം കേട്ടു. എന്റെ ആകാംക്ഷ മെത്തയിൽ നിന്നെഴുന്നേല്പിച്ചു. കുട്ടിയുടെ വിരുന്നുകാരി ആരെന്നറിയുവാൻ പുറത്തിറങ്ങി.

അകത്തു നിന്ന് സംസാരം ഉറക്കെ കേൾക്കാമായിരുന്നു. ഞാൻ മഹയുടെ കിടപ്പ് മുറിയുടെ വാതിലിൽ മുട്ടി. പെട്ടെന്ന് സംസാരം നിന്നു. മഹ ഒരുപക്ഷേ വാതിൽ വരെ ഇഴഞ്ഞ് വന്നിട്ടുണ്ടാകണം. ഞാനവളുടെ കാലടിയൊച്ച കേട്ടില്ല. വാതിൽ തുറന്നു. എന്റെ മുഖം കണ്ട് അദ്ഭുതപ്പെട്ടു.

അവൾക്ക് അവളുടെ അമ്മയെ നല്ലവണ്ണമറിയാം. അകത്താരാണെന്നറിയുന്നതുവരേക്കും അമ്മ അവിടെ നിന്ന് പോകുകയില്ലെന്നറിയാം അതിനാൽ അവൾ വാതിൽ മലർക്കെ തുറന്നു. "അമ്മ അച്ഛനോടൊപ്പം ജെദ്ദയിലേക്ക് പോയി എന്നാണ് ഞാൻ കരുതിയത്."

"പോയില്ല. വയറിനു നല്ല സുഖമില്ല. യാത്ര ചെയ്യാൻ ബുദ്ധിമുട്ട് തോന്നി." ഞാൻ മഹയുടെ ആജാനബാഹുവായ ശരീരത്തിനപ്പുറത്തേക്കൊന്ന് എത്തിനോക്കുവാൻ ഒരു ശ്രമം നടത്തി. അവളുടെ അമ്മയേക്കാൾ ആറിഞ്ച് ഉയരവും ഇരുപത് കിലോ ഭാരവും കൂടുതലുണ്ടവൾക്ക്. ഞങ്ങളുടെ വീട്ടിൽ കരീം, അബ്ദുള്ള, മഹ എന്നിവർ വലിയ ആകാരമുള്ളവരാണ്, കരുത്തുള്ളവരാണ്, എന്നാൽ ഞാനും അമാനിയും കുറിയവരും കൃശഗാത്രരുമാണ്.

ഞാൻ മുറിക്കത്തേക്ക് കടന്നു. അവിടെ ഒരു യുവതിയിരിക്കുന്നു. നല്ല ചുറുചുറുക്കുള്ള യുവതി. അവളുടെ കൈയിൽ ഒരു കപ്പ് ചായയുണ്ട്.

ഞാൻ അടുത്ത് ചെന്നില്ല. എന്നാൽ പുഞ്ചിരിയോടെ അവൾക്ക് സ്വാഗതമോതി. "താങ്കളെ വേണ്ടവിധത്തിൽ സ്വാഗതം ചെയ്യാത്തതിന് എന്നോട് ക്ഷമിക്കണം. എന്റെ ഈ വയറിന്റെ അസുഖം മറ്റുള്ളവരിലേക്ക് പടർത്താൻ ഞാൻ ആഗ്രഹിക്കുന്നില്ല, അതിനാലാണ്."

അവൾ എഴുന്നേറ്റ് നിന്ന് വണങ്ങി. "താങ്കൾ എന്നും വളരെ ദയയുള്ളവളാണ് രാജകുമാരി."

"അമ്മേ, ഇത് എന്റെ സുഹൃത്ത് ലൈല. നിപുണയായ ബ്യൂട്ടീഷ്യനാണ്. ഇവളാണ് സൈനിന്റേയും സുൽത്താനയുടേയും മുടിയൊതുക്കിക്കൊടുത്തത്."

"അസ്സലാമു അലൈക്കും. അപ്പോൾ താങ്കളാണ് എന്റെ മരുമകളേയും പേരക്കുട്ടിയേയും ഇത്ര കണ്ട് പ്രീതിപ്പെടുത്തിയ ലൈല എന്ന കഥാപാത്രം അല്ലേ?" സൈൻ പറഞ്ഞുതന്ന കഥയോർത്ത് ഞാൻ തോളൊന്ന് കുലുക്കി. "എന്ന് മാത്രമല്ല, എന്റെ ബന്ധു മെദീനയുടെ ജീവിതത്തിൽ പുതിയ വെളിച്ചം കൊണ്ടുവന്നതും താങ്കളാണെന്ന് ഞാനറിഞ്ഞു. അവൾ കുട്ടിയായിരുന്ന കാലം തൊട്ട് മുടിയില്ല എന്ന് എന്നും അവളെ കളിയാക്കുമായിരുന്നു."

ലൈല ചിരിച്ചു. "ഈ വാക്കുകൾക്ക് നന്ദിയുണ്ട് രാജകുമാരി."

അവളുടെ കിടപ്പ് മുറിയിൽ നിന്നും സ്വീകരണമുറിയിലേക്ക് പോകാമെന്ന് മഹ പറഞ്ഞു. അവിടെയെത്തിയപ്പോൾ അവൾ വീണ്ടും ചായ കൊണ്ടുവരാൻ ആവശ്യപ്പെട്ടു. കൂടെ പലഹാരങ്ങളും പറഞ്ഞു. ഞാൻ കുട്ടികളിൽ നിന്നും ഇത്തിരി മാറിയാണിരുന്നത്. എന്റെ ശരീരത്തിലെ അണുക്കളെ അവരിലേക്ക് പകർത്തുവാൻ ആഗ്രഹിച്ചില്ല. എന്നാൽ രണ്ടു പേരേയും വ്യക്തമായി കാണാനാകുന്ന ഒരു ഇരിപ്പിടമാണ് തിരഞ്ഞെടുത്തത്.

"ലൈല, താങ്കളുടെ കഥ കേൾക്കാൻ എനിക്ക് താത്പര്യമുണ്ട്. താങ്കൾ സൗദി അറേബ്യയിലെ പല വൈതരണികളേയും തരണം ചെയ്തിട്ടുള്ള ഒരു അസാധാരണ യുവതിയാണെന്ന് ഞാൻ കേൾക്കുന്നു. ഇവിടെ സ്ത്രീകളെ തങ്ങളുടെ സ്വപ്നങ്ങളിൽ നിന്നും അകറ്റി നിർത്തുന്ന പല വ്യവസ്ഥകളുമുണ്ടല്ലോ." ഞാൻ പറഞ്ഞു. എന്നിട്ട് എന്റെ മകളെ നോക്കി. "സാധാരണ സൗദി വ്യവസ്ഥകളിൽ നിന്നും കെട്ടുപൊട്ടിച്ച് പുറത്ത് വരാൻ ശ്രമിക്കുന്ന യുവതികളെ ഞാൻ സഹായിക്കാറുണ്ട് എന്ന് മഹ പറഞ്ഞുകാണുമല്ലോ."

"ഇല്ല. എന്നോട് അങ്ങനെയൊരു കാര്യം സൂചിപ്പിച്ചില്ല."

മഹ അപ്പോൾ എന്നെ നോക്കി എന്തിനെന്നെ ഇതിലേക്ക് വലിച്ചിഴയ്ക്കുന്നു എന്നൊരു നോട്ടം. ഞാൻ തിരികെ എന്റെ മുറിയിൽ

പോകണം എന്നാണവൾ അപ്പോൾ ആഗ്രഹിക്കുന്നത് എന്ന് മനസ്സിലായി. ഞാൻ രംഗത്തു നിന്നും ഒഴിവായാൽ അവളുടെ സുഹൃത്തിനോടൊപ്പം ഇത്തിരി നേരം സംസാരിച്ചിരിക്കാം. എന്നാൽ ഞാൻ വ്യത്യസ്തയായ ഒരു അമ്മയാണ്. എനിക്ക് കുട്ടികളുടെ സുഹൃത്തുക്കളിൽ, അവരാരാണെന്നും എങ്ങനെയുള്ളവരാണെന്നും അറിയുന്നതിൽ, താത്പര്യമുണ്ട്. ആ ആകാംക്ഷ ഒരിക്കലും കെട്ടടങ്ങുകയില്ലെന്ന് അംഗീകരിച്ചിട്ടുമുള്ളതാണ്. അതിനാൽ കസേരയിൽ ചാരിയിരുന്നു. ഒരു ഗ്രീൻ ടീ നുണഞ്ഞു. അതെന്റെ വയറിന്റെ അസുഖം ശമിപ്പിക്കുമെന്ന് കരുതി.

"ലൈലയെ കണ്ടിട്ട് വളരെ ചെറുപ്പമാണെന്ന് തോന്നുന്നു, പ്രായമെത്രയായി എന്ന് പറയുന്നതിൽ വിരോധമുണ്ടോ?"

"ഇരുപത്തി മൂന്ന് വയസ്സ് കഴിഞ്ഞു രാജകുമാരി."

"കോളേജിൽ പഠിക്കുകയാണോ?"

ഇത് കേട്ട് മഹ പ്രതിഷേധിച്ചു. "അമ്മേ, ലൈല സ്വന്തമായി ഒരു സ്ഥാപനം നടത്തുകയാണെന്നറിയില്ലേ, പിന്നെ അവൾ എങ്ങനെ കോളേജിൽ പഠിക്കും?"

"ഓ... ഞാനത് മറന്നു."

"സാരമില്ല മഹ. എന്റെ ജീവിതത്തെക്കുറിച്ച് മഹയുടെ അമ്മയോട് പറയുവാൻ സന്തോഷമേയുള്ളൂ." ലൈല പറഞ്ഞു. മഹയ്ക്ക് അപ്പോഴേക്കും ക്ഷമ നശിച്ച് തുടങ്ങിയിരുന്നു. മഹയുടെ സ്വഭാവം എനിക്കറിയാം. അവൾ ചിലപ്പോൾ തന്റെ സുഹൃത്തിന്റെ കൈ പിടിച്ച്, എന്റെയടുത്തു നിന്ന് വലിച്ചുകൊണ്ടുപോകും.

"നീ പറഞ്ഞത് ശരിയാണ് മഹാ" ഞാൻ അതിഥിയെ ശ്രദ്ധിച്ചു. "ക്ഷമിക്കണം. പക്ഷേ താങ്കളെക്കുറിച്ച് സൈൻ വളരെയധികം കാര്യങ്ങൾ പറഞ്ഞുകഴിഞ്ഞു. അതിനാൽ കൂടുതൽ അറിയുവാൻ എനിക്ക് ആകാംക്ഷയും വർദ്ധിച്ചു." ഞാൻ ചിരിച്ചു. "ഈ പുരുഷന്മാരുടെ നീരാളിപ്പിടുത്തത്തിൽ നിന്നും ഏതെങ്കിലും സ്ത്രീ രക്ഷപ്പെട്ടു എന്നറിയുന്നത് എനിക്ക് ഇഷ്ടമാണ്. ഈ പുരുഷന്മാർ എന്ന വർഗ്ഗം സ്ത്രീകളെ അവരുടെ സ്വപ്നം പിന്തുടരുന്നതിൽ നിന്നും ബലമായി വിലക്കുന്നവരാണ്."

"എന്റെ സ്വപ്നസാക്ഷാത്കാരത്തിന് എന്നെ സഹായിച്ചത് ഒരു പുരുഷനാണ് രാജകുമാരി."

ഇത് കേട്ടപ്പോൾ ഞാൻ അദ്ഭുതപ്പെട്ടു എന്ന് നിങ്ങളിൽ ചിലരെങ്കിലും കരുതുന്നുണ്ടാകാം. എന്നാൽ അതുണ്ടായില്ല. ഈയിടെയായി തന്റെ പുത്രിമാരെ രഹസ്യമായെങ്കിലും വിദ്യാഭ്യാസം ചെയ്യിക്കുവാനും അവർക്ക് ഒരു തൊഴിൽ നേടിക്കൊടുക്കുവാനും തയ്യാറാകുന്ന പുരുഷന്മാരുടെ എണ്ണം വർദ്ധിച്ചു വരുന്നുണ്ട്. എന്നെ നിരാശപ്പെടുത്തുന്നത് ഇപ്പോഴും പുത്രിമാരെ വിദ്യാഭ്യാസം ചെയ്യിക്കുക എന്ന വിഷയത്തിന് തടയിടുന്നത് കൂടുതലും അമ്മമാരും സഹോദരിമാരുമാണെന്നതാണ്. വിവാഹം

കഴിക്കുക, അമ്മയാകുക എന്നതിൽ മാത്രം താത്പര്യം കാണുന്ന സ്ത്രീകളാണിക്കാലത്ത്, സ്ത്രീകൾ നേരിടുന്ന ബന്ധനങ്ങളിൽ നിന്നും മുക്തമാകുവാനുള്ള ശ്രമങ്ങൾക്ക് തടയിടുന്നത്, തടസ്സമാകുന്നത്. ചില സൗദി സ്ത്രീകളെങ്കിലും സൗദി പുരുഷന്മാരോളം സ്ത്രീകളും വിജയികളാകുന്നതിൽ ഭയക്കുന്നുണ്ടെന്ന് തോന്നുന്നു. അവർ ഒരു പക്ഷേ ഒരു പുരുഷന്റെ രക്ഷാകർതൃത്വത്തിൽ ജീവിക്കുവാൻ ഇഷ്ടപ്പെടുന്നവരാകാം. വിദ്യാഭ്യാസമില്ലാത്തതിനാൽ എല്ലാ ദിവസത്തേയും ഒരുപോലെ കാണുന്നവരാകാം. എന്നാൽ അവരുടെ ഈ മനോഭാവം മറ്റു സ്ത്രീകൾക്ക് ദ്രോഹമായി ഭവിക്കുകയാണെന്ന് അവരറിയുന്നില്ല, മനസ്സിലാക്കുന്നില്ല. മറ്റു സ്ത്രീകൾക്ക് ഈ ജീവിതം തടവറയ്ക്കുള്ളിലെ ജീവിതം പോലെയാണ് തോന്നുന്നത്. അവർക്ക് ഇത് ജീവിതമേയല്ല.

മറ്റുള്ളവരേക്കാളെല്ലാം നന്നായി എനിക്കിത് അറിയാം. എന്റെ മകൾ അമാനിയുടെ കൈയിൽ അധികാരമുണ്ടായിരുന്നെങ്കിൽ അവൾ തന്റെ സഹോദരി മഹയെ പഴയ പാരമ്പര്യരീതികളിൽ തളച്ചിടുമായിരുന്നു. എന്നാൽ അതേ അധികാരം എന്റെ മകൻ അബ്ദുള്ളയുടെ കൈയിലാണെങ്കിൽ അവൻ തന്റെ സഹോദരിക്കൊപ്പം നിന്ന് അവളെ സ്വന്തം തീരുമാനങ്ങളെടുക്കുവാൻ പ്രാപ്തയാക്കും.

മഹ വിവാഹിതയായി കുട്ടികളുണ്ടായി കാണണം എന്ന് തന്നെയാണെന്റേയും ആഗ്രഹം. എന്നാൽ ഇത് സംഭവ്യമല്ലെന്ന് വർഷങ്ങൾക്ക് മുമ്പേ ഞാൻ മനസ്സിലാക്കിയിരുന്നു. മുമ്പൊക്കെ ഇതിൽ വേവലാതിപ്പെട്ടിരുന്നു. ഇന്ന് മകൾക്ക് പ്രായപൂർത്തിയായിരിക്കുന്നു. ഒരു സ്ത്രീയായിരിക്കുന്നു. അവളിന്ന് യൂറോപ്പിലാണ് ജീവിക്കുന്നത്. അതിനാൽ എനിക്കിപ്പോൾ അതേ മാനസികാവസ്ഥയല്ല, വേവലാതിയില്ല. കരീമിന് മഹയുടെ ജീവിതരീതിയോട് പൊരുത്തപ്പെടാനായിട്ടില്ല എന്നതും ഞാനിവിടെ ദുഃഖത്തോടെ രേഖപ്പെടുത്തട്ടെ. പക്ഷേ, കരീം ഈ കാര്യത്തെക്കുറിച്ച് എന്തെങ്കിലും പറഞ്ഞ് വീട്ടിൽ കലഹമുണ്ടാക്കാറില്ല. എന്റെ ഭർത്താവിന് തല മണലിൽ താഴ്ത്തി ഇവിടെ ഒന്നും നടക്കുന്നില്ല, എന്റെ മകൾ ചെയ്യുന്നതിൽ അസ്വാഭാവികമായി ഒന്നുമില്ല എന്ന് അഭിനയിക്കുന്നതിൽ അസാമാന്യമായ കഴിവുണ്ട്. മഹയാകട്ടെ വിവാഹം, കുടുംബം എന്നീ വിഷയങ്ങളെക്കുറിച്ച് ചർച്ച ചെയ്യുവാനേ തയ്യാറല്ല.

ഒരു മാറ്റത്തിന്റെ സാധ്യതയെ ഞാൻ സ്വാഗതം ചെയ്യുന്നു എങ്കിലും എനിക്കെന്തോ സൗദി പെട്ടെന്ന് ആകെ തകിടം മറിയുന്നതായി തോന്നുന്നു. സ്ത്രീശാക്തീകരണ രംഗത്ത് ചില മാറ്റങ്ങളുടെ സൂചന ലഭിക്കുന്നുണ്ടെങ്കിലും ചില പുരുഷന്മാരെങ്കിലും സ്ത്രീകളെ പിന്തുണയ്ക്കുവാനും സ്ത്രീകളുടെ സുഹൃത്തുക്കളാകാനും തയ്യാറാകുന്നുണ്ടെങ്കിലും സ്ത്രീകളെ സഹായിക്കേണ്ട സ്ത്രീകൾ ഞങ്ങൾക്കെതിരാകുന്ന കാഴ്ച പലയിടത്തും കാണുന്നു.

മഹയെ നിരാശയാക്കിക്കൊണ്ട് ഞാൻ കൂടുതൽ കാര്യങ്ങൾ അന്വേഷിച്ചു. "ഞങ്ങളുടെ കുടുംബക്കാർക്കൊക്കെ താങ്കളെക്കുറിച്ച് മതിപ്പുണ്ടായിരിക്കുന്നു. അതുകൊണ്ടു തന്നെ താങ്കളുടെ കഥയൊന്ന് കേട്ടാൽ കൊള്ളാമെന്ന് എനിക്ക് തോന്നുന്നു. അതൊന്ന് ദയവായി പറയാമോ?"

എന്റെ ചോദ്യം കേട്ട് മഹ ദീർഘമായി ഒന്ന് നിശ്വസിച്ചു. എന്നിട്ട് കസേരയിൽ ചാഞ്ഞ് കിടന്നു. "ശരി അമ്മേ, ലൈല അമ്മയ്ക്കറിയേണ്ട തൊക്കെ ഒന്ന് പറഞ്ഞുകൊടുക്ക്. അല്ലെങ്കിൽ അമ്മ ഇങ്ങനെ ഓരോന്ന് ചോദിച്ചുകൊണ്ടിരിക്കും. നമുക്ക് ഇവിടെ നിന്ന് എഴുന്നേൽക്കാനുമാകില്ല."

എന്റെ മകളുടെ ധിക്കാരം കേട്ട് ലൈല ആശ്ചര്യപ്പെട്ടു. സൗദിയിൽ മക്കൾ ഇങ്ങനെ ധിക്കാരപൂർവ്വം മാതാപിതാക്കളോട് സംസാരിക്കാറില്ല. ലൈലയുടെ അദ്ഭുതം കണ്ട് ഞാൻ ചിരിച്ചു. "സാരമില്ല. ഞാനും എന്റെ കുട്ടികളും തമ്മിലുള്ള ബന്ധം അങ്ങനെയാണ് ലൈല. അവരുടെ മനസ്സിൽ എന്താണെന്ന് എപ്പോഴും എനിക്കറിയണം. അവർക്ക് അവരുടെ അമ്മയോട് കോപം തോന്നുന്നുവെങ്കിലും എനിക്ക് അവരുടെ മനസ്സിലുള്ള വാക്കുകൾ കേൾക്കണം."

ലൈല മഹയെ നോക്കി. മഹയുടെ ഈ പെരുമാറ്റരീതി താൻ അംഗീകരിക്കുന്നില്ലെന്ന് അവളുടെ കണ്ണുകൾ പറയുന്നുണ്ടായിരുന്നു. ഒരുപക്ഷേ ഈ യുവതിയുമൊത്തുള്ള സൗഹൃദം എന്റെ മകൾക്ക് ഗുണം ചെയ്തേക്കാം എന്നു ഞാൻ കരുതി. കാരണങ്ങളില്ലാതെ, പരിധികളില്ലാതെ സ്നേഹിക്കുന്ന ഒരമ്മയെ ലഭിക്കുക എന്ന ഭാഗ്യം എത്ര വലുതാണെന്ന് അവളെ ഓർമ്മിപ്പിക്കുവാൻ ഒരുപക്ഷേ അവളുടെ ഈ സൗഹൃദം കാരണമാക്കിയേക്കാം.

"ഞാൻ തീർത്തും ഒരു സാധാരണക്കാരിയാണ് രാജകുമാരി." ലൈല പ്രസ്താവിച്ചു. "സ്കൂളിൽ എന്റെ കൂടെയുണ്ടായിരുന്നവരിൽ മിക്കവരും ഞങ്ങളുടേത് പോലുള്ള വീടുകളിൽ നിന്നുമുള്ളവരായിരുന്നു. അവരുടെ ചിന്താഗതിയും എന്റേതിൽനിന്നും വളരെ വ്യത്യസ്തമായിരുന്നില്ല. അവർക്കും അവരുടെ ഭാവി തീരുമാനിക്കുന്നതിൽ ഒരു പങ്ക് സ്വയം വഹിക്കണമെന്ന ആഗ്രഹമുണ്ടായിരുന്നു. ഒരു പുരുഷനെ സേവിച്ച്, അയാളുടെ കുട്ടികളുടെ അമ്മയായി ജീവിതം അവസാനിപ്പിക്കുക എന്ന ആ പഴകിയ ആചാരത്തിനനുസരിച്ച് ജീവിക്കുവാൻ താത്പര്യമില്ലായിരുന്നു."

ഞാൻ തലയാട്ടി. വിദ്യാഭ്യാസം പെൺകുട്ടികളെ പുരുഷനും അയാളുടെ ആഗ്രഹങ്ങളുമാണ് സർവ്വപ്രധാനം എന്ന ചിന്തയിൽ നിന്നും പുറത്തു കടത്തും എന്ന് മനസ്സിലാകുന്നുണ്ടായിരുന്നു.

"മറ്റ് സൗദി മാതാപിതാക്കളെപ്പോലെ തന്നെ എന്റെ മാതാപിതാക്കളും സ്കൂൾ വിദ്യാഭ്യാസം നേടിക്കഴിഞ്ഞപ്പോൾ ഞാനറിയാത്ത ഒരു പുരുഷനെ ഭർത്താവായി സ്വീകരിച്ച് കുടുംബജീവിതം നയിക്കുവാൻ നിർബന്ധിച്ചു തുടങ്ങി. അച്ഛന്റെ ഗ്രാമത്തിലുള്ള പലരുടേയും പേരുകൾ

അവരുടെ മനസ്സിലുണ്ടായിരുന്നു. ഒരു പതിനേഴുകാരിയെ സംബന്ധിച്ചിട ത്തോളമവരെല്ലാം വൃദ്ധരായിരുന്നു. എനിക്ക് അങ്ങനെയൊരു വിവാഹം വേണ്ട എന്ന അഭിപ്രായമുണ്ടായിരുന്നു. ഞാൻ വിവാഹത്തെ എതിർത്തു. എന്റെ മേൽ വിവാഹം അടിച്ചേല്പിക്കപ്പെടും എന്ന സ്ഥിതിവിശേഷം വന്നെത്തുന്നതിനു തൊട്ടു മുമ്പ്, അമ്മ, എന്റെ യാചന കേട്ടു. എന്നാൽ അച്ഛൻ വിട്ടുവീഴ്ചയ്ക്കൊന്നും തയ്യാറായില്ല. ഒരു സ്ത്രീ പുരുഷന്റെ അധീനത്തിലായിരിക്കണം എന്നാണദ്ദേഹത്തിന്റെ വിശ്വാസം. അവൾ വീടിനുള്ളിൽ കഴിയണം. തന്റെ പുരുഷന്റെ കുഞ്ഞുങ്ങളെ പ്രസവിക്കണം. അല്ലെങ്കിൽ സ്ത്രീകൾ കുടുംബത്തിന് അപമാനമുണ്ടാക്കും എന്നൊക്കെ അദ്ദേഹം വിശ്വസിക്കുന്നു.

“ഞാൻ അധിക സമയവും മുറിയിൽ എന്റെ മെത്തയിൽ കഴിഞ്ഞു. വിഷാദരോഗിയെപ്പോലെയായി ഞാൻ. എന്റെ അവസ്ഥകണ്ട് ആത്മ ഹത്യ ചെയ്തേക്കുമോ എന്ന് അമ്മ ഭയന്നു. ഞാൻ വിവാഹിതയായി അനേകം കുട്ടികളുടെ അമ്മയായി കാണണം എന്നു തന്നെയായിരുന്നു അമ്മയുടേയും ആഗ്രഹമെങ്കിലും എന്റെ ആരോഗ്യത്തെക്കുറിച്ചുള്ള വേവലാതി അമ്മയെ എന്നോടൊപ്പം നിർത്തി. എന്നെ വിവാഹത്തിന് നിർബന്ധിക്കാതായി. എന്നാൽ അമ്മ നിസ്സഹായയായിരുന്നു. അച്ഛന്റെ ഇംഗിതത്തിനെതിരായി ഒന്നും ചെയ്യാൻ അമ്മയ്ക്കാകില്ലായിരുന്നു.

ലൈല ദീർഘമൗനമെടുത്തു. അവളുടെ കണ്ണ് നിറഞ്ഞൊഴുകുന്നു ണ്ടായിരുന്നു. മഹ അവളെ സമാധാനിപ്പിക്കുവാനായി കൈ തടവി. എന്റെ നേരെ കോപിച്ച് നോക്കി. സൗദി അറേബ്യയിലെ പാരമ്പര്യങ്ങൾക്കും നിയമങ്ങൾക്കും ഞാനാണുത്തരവാദി എന്ന് തോന്നും അവളുടെ ആ നോട്ടം കണ്ടാൽ.

പല്ലിറുമ്മി എന്റെ മകൾ “ചിലപ്പോൾ ഞാൻ എന്റെ സ്വന്തം രാജ്യത്തെ വെറുത്തുപോകാറുണ്ട്.”

“സാരമില്ല മഹ. കഴിഞ്ഞ കാലത്തെ വിഷമതകളെക്കുറിച്ചോർമ്മ വരുമ്പോൾ ചിലപ്പോൾ എന്റെ കണ്ണ് നിറയാറുണ്ട്. അന്ന് ഞാനിഷ്ടപ്പെ ടാത്തതെല്ലാം എനിക്കാവശ്യമില്ലാത്തതെല്ലാം എന്റെ ചുറ്റിലും എന്നെ ത്തേടി നടപ്പുണ്ടായിരുന്നു. ഏതെങ്കിലും ഒരു അപരിചിതന് എന്നെ കൂട്ടി ക്കൊടുക്കപ്പെടുമെന്നും അയാൾ എന്നെ മാതാപിതാക്കളിൽ നിന്നുമകറ്റി അയാളുടെ ഇംഗിതങ്ങൾ മാത്രം പൂർത്തീകരിക്കുന്നതിനുള്ള ഒരു ഉപക രണമാക്കുമെന്നും ഭയന്നിരുന്നു. അപ്പോൾ എന്നെ അദ്ഭുതപ്പെടുത്തി ക്കൊണ്ട് എന്റെ ജ്യേഷ്ഠസഹോദരൻ സഹായത്തിനായെത്തി. അതിനെ ഭാഗ്യമെന്ന് പറയട്ടെ. ദെഹ്റാനിലുള്ള സൗദി അരാംകൊയിലാണദ്ദേഹം ജോലി ചെയ്യുന്നത്.”

ഞാൻ പുഞ്ചിരിച്ചു. തലയാട്ടി. അരാംകൊ എന്ന പേര് എല്ലാവർക്കും സുപരിചിതമാണ്. ലോകത്തിലെ ഏറ്റവും വലിയ എണ്ണ ഉത്പാദനശാല യാണത്. ഏറ്റവും കൂടുതൽ എണ്ണപ്പാടമുള്ളത് ഈ സ്ഥാപനത്തിനാണ്.

ഘവാർ, ഷയ്ബാ എന്നീ എണ്ണപ്പാടങ്ങൾ ഇവരുടേതാണ്. ലോകത്തിലെ ഏറ്റവും മൂല്യമേറിയ കമ്പനിയാണിതിന്ന്. സാമ്പത്തിക നിപുണർ ഇതിന്റെ ഇന്നത്തെ മൂല്യം 10 ട്രില്ല്യൺ അമേരിക്കൻ ഡോളറാണെന്ന് കണക്കാക്കുന്നു. 1920 കളിലാണീ കമ്പനി സ്ഥാപിതമാകുന്നത്. അക്കാല ങ്ങളിൽ ഐക്യ അമേരിക്കൻ നാടിന്റെ സർക്കാർ മദ്ധ്യപൗരസ്ത്യ നാടു കളിൽ എണ്ണ പര്യവേഷണം നടത്തിക്കൊണ്ടിരിക്കുകയായിരുന്നു. 1932ൽ കാലിഫോർണിയയിലെ സ്റ്റാൻഡാർഡ് ഓയിൽ കമ്പനി ബഹ്റെയ്നിൽ എണ്ണ കണ്ടെത്തി. അത് അവരുടെ പര്യവേഷണം അടുത്തവർഷം അറേബ്യയുടെ മടിത്തട്ടിലേക്കെത്തിക്കുവാൻ സഹായിച്ചു. ആ വർഷം ഞങ്ങളുടെ സർക്കാർ അമേരിക്കക്കാർക്ക് പുതുതായി രൂപീകരിക്കപ്പെട്ട ഞങ്ങളുടെ നാട്ടിൽ എണ്ണ പര്യവേഷണത്തിനനുമതി നൽകി. ദഹ്റാ നിൽ എണ്ണ കണ്ടെത്തി. ധമ്മാം 7 എന്ന് പേരിട്ട കിണറിലാണാദ്യം എണ്ണ കണ്ടെത്തിയത്. ഏഴാമത് കുഴിച്ച കിണറായിരുന്നു അത്. അതിനാലാ ണതിനെ ധമ്മാം 7 എന്ന് വിളിച്ചത്.

ഏകദേശം 80 വർഷം മുമ്പ് അമേരിക്കക്കാർ ധഹ്രാനിൽ അവരുടെ സ്വന്തം പട്ടണം പണിതു. സൗദിയിലെ അവരുടെ എണ്ണവ്യാപാരത്തിന്റെ ഭരണസൗകര്യാർത്ഥം പണിത പട്ടണമായിരുന്നു അത്. അവിടെ സ്ത്രീ പുരുഷന്മാരെ പരസ്പരം വേർതിരിച്ച് നടത്തുന്നില്ല, താമസിപ്പിക്കുന്നില്ല. ഇന്നും ആധുനിക മനഃസ്ഥിതിയുള്ള പലർക്കും വിശ്വസിക്കുവാനാ കാത്ത ചില കാര്യങ്ങളുണ്ട്. 2014 എന്ന ഈ വർഷത്തിലും സൗദി അറേബ്യയിൽ സ്ത്രീകൾ മോഹിപ്പിക്കുന്നവരാണെന്ന ധാരണയുള്ള തിനാൽ സ്ത്രീകളെ സൗദി അറേബ്യയിലെ പൊതുജീവിതത്തിൽ എപ്പോഴും അകറ്റി നിർത്തുന്നുവെന്നും പലരും വിശ്വസിക്കുകയില്ല. എന്നാൽ ധഹ്രാൻ അരാംകൊയിൽ സ്ഥിതി വ്യത്യസ്തമാണ്. ഈ കൊച്ചു സമൂഹം സൗദി പുരുഷന്മർക്ക് നല്ലൊരു പാഠമാണെന്നാണ് എന്റെ അഭിപ്രായം.

ഞാനങ്ങനെ ചിന്തിച്ചുകൊണ്ടേയിരിക്കുന്നത് കണ്ട് ലൈല സംഭാ ഷണം നിർത്തി. ആ കുട്ടി എന്റെ മൗനത്തെ ബഹുമാനിക്കുകയായി രുന്നു. "തുടരൂ", ഞാൻ പ്രോത്സാഹിപ്പിച്ചു. "താങ്കളുടെ സഹോദരൻ അരാംകൊ കമ്പനിയുടെ പട്ടണത്തിലാണോ താമസിക്കുന്നത്?"

"അതെ, രാജകുമാരി. അവിടെ വച്ചാണദ്ദേഹം ജീവിതത്തിലെ ആധുനിക കാഴ്ചപ്പാടുകളുമായി പരിചയത്തിലാകുന്നത്. അവിടെ സ്ത്രീകളും പുരുഷന്മാരും ഒന്നിച്ച് ജോലി ചെയ്യുന്നു. സ്ത്രീകൾക്കും ഉത്പാദനക്ഷമതയോടെ കാര്യങ്ങൾ ചെയ്തു തീർക്കുവാനാകും എന്ന് അവിടെ വച്ച് സഹോദരൻ മനസ്സിലാക്കി. അവർക്കും സമൂഹത്തിന്റെ ഭാഗമായി നല്ല കാര്യങ്ങൾ ചെയ്യാനാകും എന്ന് മനസ്സിലാക്കി. അവർ വെറുതെയിരുന്ന് പുരുഷനെ ആകർഷിപ്പിച്ച് കണ്ണുകൾ കഴപ്പിക്കേണ്ട വരല്ലെന്നും. നമ്മുടെ സമൂഹത്തിലെ മിക്കവരും ഈ വിഡ്ഢിത്തം തലയിൽ പേറി നടക്കുന്നവരാണല്ലോ?

കമ്പനിയിൽ അവർ സ്ത്രീകളോട് പെരുമാറുന്ന രീതികൾ കണ്ട പ്പോൾ അത് സഹോദരന്റെ കണ്ണു തുറപ്പിച്ചു. അത് എന്റെ ഭാവി മാറ്റി മറിച്ചു. അമേരിക്കക്കാരുമൊത്തുള്ള പരിചയത്താൽ വീട്ടുകാർ കൂടി യാലോചിച്ചുള്ള വിവാഹം എന്നതിനെ ആദ്യമെതിർത്തു. അദ്ദേഹ ത്തിന്റേത് പ്രണയ വിവാഹമായിരുന്നു. കമ്പനിയിൽ തന്നെ ജോലി ചെയ്തിരുന്ന ഒരു സൗദി യുവതിയാണദ്ദേഹത്തിന്റെ ഭാര്യ. ഒരു സാധാരണ സൗദി സ്ത്രീയല്ല അവർ. കരുത്തയാണ്, അതിനാൽ തന്നെ ബഹുമാനമർഹിക്കുന്നവളുമാണ്. ആരെങ്കിലും അപമാനിക്കുവാൻ വന്നാൽ വെറുതെ കേട്ടിരിക്കുന്നവളല്ല. ജ്യേഷ്ഠന് ഒരു മകനും മകളു മുണ്ട്. ഞങ്ങളെയൊക്കെ ആശ്ചര്യപ്പെടുത്തുന്ന മറ്റൊരു കാര്യം ജ്യേഷ്ഠന് കൂടുതൽ ഇഷ്ടം മകളോടാണ് എന്നതാണ്. സ്ത്രീകളെ ബഹുമാനിക്കുന്ന ഒരു സ്ഥാപനത്തിൽ ജോലി ചെയ്തും താൻ പ്രണയിച്ച സ്ത്രീയെ വിവാഹം കഴിച്ചും സഹോദരൻ സാവധാനത്തിൽ നമ്മുടെ നാട്ടിലെ പുരുഷന്മാരെല്ലാം അകപ്പെട്ടിരിക്കുന്ന ആ 'സൗദി ഉറക്ക'ത്തിൽ നിന്നും ഉണർന്നു. അങ്ങനെ ഉറങ്ങുന്നവർ അവർക്ക് ചുറ്റിലുമുള്ള സ്ത്രീകളുടെ അസന്തുഷ്ടി കാണുന്നേയില്ലല്ലോ.

ഞാനങ്ങനെ എന്റെ ദുരിതജീവിതവുമായി മുന്നോട്ട് നീങ്ങിക്കൊണ്ടി രിക്കുകയായിരുന്നു. ചേട്ടൻ അതറിഞ്ഞു. വീട്ടിൽ വന്നു. അച്ഛനും ഞാനുമായുള്ള കിടമത്സരമെന്തുകൊണ്ടെന്നന്വേഷിച്ചു. എന്റെ ചിന്ത കളിൽ താത്പര്യം കാണിച്ചു. എന്നെ ഏറ്റവും അദ്ഭുതപ്പെടുത്തിയത് എന്റെ താത്പര്യം എന്താണെന്ന് ചോദിച്ചതാണ്. ലക്ഷ്യം എന്താണെന്നും ചോദിച്ചു. എങ്ങനെ പ്രതികരിക്കണം എന്ന് അറിയില്ലായിരുന്നു. അപ്പോഴാ ണദ്ദേഹത്തിന് ഞങ്ങളുടെ കുടുംബം മുഴുക്കെ എന്നെക്കുറിച്ച് പറയാറു ള്ളത് ഓർമ്മവന്നത്. മുടി കെട്ടിയൊതുക്കിവയ്ക്കുന്നതിൽ എനിക്കുള്ള പ്രത്യേക താത്പര്യത്തെക്കുറിച്ചായിരുന്നു അത്. പലരേയും അതിനായി സഹായിക്കാറുണ്ടായിരുന്നു. പലരും ഈ കഴിവിനെ പ്രകീർത്തിക്കാറു ണ്ടായിരുന്നു. പ്രത്യേകിച്ചും വിവാഹദിനത്തിൽ പലരും എന്നോട് സഹായമഭ്യർത്ഥിക്കാറുണ്ടായിരുന്നു. മറ്റു സ്ത്രീകളെ അവരുടെ സൗന്ദര്യത്തിനു മോടികൂട്ടുവാൻ സഹായിക്കുവാനാകണം എന്നാണെന്റെ ഇംഗിതമെന്ന് അദ്ദേഹത്തിനോട് പറയുന്നതിൽ സന്തോഷമേ ഉണ്ടായി രുന്നുള്ളൂ. മറ്റുള്ളവരുടെ മുടിയഴക് വർദ്ധിപ്പിക്കുന്നതിൽ ഒരു പ്രത്യേക താത്പര്യമുണ്ടായിരുന്നു. യഥാർത്ഥ കഴിവും അതായിരുന്നു.

ഞാൻ പറഞ്ഞുകൊണ്ടിരുന്നതെല്ലാം അദ്ദേഹം ശ്രദ്ധിച്ച് കേട്ടു. എന്റെ കാര്യങ്ങളിൽ അദ്ദേഹത്തിന് താത്പര്യമുണ്ടായിരുന്നു. എന്റെ ഭാവി സന്തോഷപ്രദമാകണമെന്നും ആഗ്രഹിച്ചിരുന്നു. ഇതിനൊരു നിവൃത്തിയുണ്ടാക്കുവാൻ തനിക്ക് ഇത്തിരി സമയം തരണമെന്ന് പറഞ്ഞു. എന്നോട് സംസാരിച്ചതിനു ശേഷം അമ്മയുമായി ദീർഘനേരം സംസാരിച്ചു. മകളെ സുരക്ഷിതയായി നിർത്തേണ്ടത് അമ്മയുടെ

ചുമതലയാണെന്ന് ഓർമ്മിപ്പിച്ചു. എന്റെ ഇഷ്ടത്തിനു വിപരീതമായി വിവാഹം കഴിച്ചയപ്പിക്കരുതെന്നും പറഞ്ഞു.

അദ്ദേഹത്തിന്റെ വാക്കുകൾ അമ്മയ്ക്കും കരുത്തായി. അദ്ദേഹത്തിന്റെ പിന്തുണയുണ്ടെന്നറിഞ്ഞപ്പോൾ അച്ഛനോട് എതിർത്ത് സംസാരിക്കാം എന്ന ധൈര്യമുണ്ടായി. ചേട്ടൻ അച്ഛനുമായും സംസാരിച്ചിരുന്നു. അമ്മയ്ക്ക് നൽകിയ അതേ സന്ദേശം അദ്ദേഹം അച്ഛനും നൽകിയിരുന്നു. ഈ സന്ദേശം ലഭിച്ച അച്ഛൻ കുപിതനായി. എന്നിൽ നിന്നും അകന്നു. അതിനോടൊപ്പം വിവാഹത്തെക്കുറിച്ച് സംസാരിക്കുന്നതും നിർത്തിവച്ചു. ചേട്ടൻ മറ്റൊരു കാര്യം കൂടി ചെയ്തു. രക്ഷാകർതൃത്വം അച്ഛനിൽ നിന്നും തന്നിലേക്ക് മാറ്റണമെന്ന് അച്ഛനോടാവശ്യപ്പെട്ടു. അത് നേടിയെടുക്കുകയും ചെയ്തു. ഒരു സ്ത്രീക്ക് തന്നോട് അനുകമ്പയുള്ള ഒരാളുടെ രക്ഷാകർതൃത്വത്തിലാകുന്നതിലും വലിയ സ്വാതന്ത്ര്യമില്ല. ആ ഭാഗ്യം വന്നത് ജേഷ്ഠസഹോദരനിലൂടെയാണ്.

ഒരു മാസം കഴിഞ്ഞ് ചേട്ടൻ എത്തി. ആ ദിവസം ഞാൻ മറക്കില്ല. ദുഃഖം നിറഞ്ഞ മുഖത്ത് നോക്കി അദ്ദേഹം "ഇനി വിഷമിക്കണ്ട സോദരീ. നിന്നോടൊപ്പമോടാൻ ഇനി ഞാനുണ്ട്. നമുക്കൊരുമിച്ച് ഇനി നിന്റെ സ്വപ്നം സാക്ഷാത്കരിക്കാം."

വ്യക്തമായ പദ്ധതിയുമായാണ് ചേട്ടൻ തിരികെ വന്നത്. ഒരു കൊച്ചു വ്യാപാരം തുടങ്ങാനായി എന്തൊക്കെ ചെയ്യണം എന്ന് നിയമമറിയാവുന്നവരോട് ചോദിച്ച് മനസ്സിലാക്കിയാണദ്ദേഹം വന്നത്. സ്ത്രീ സൗന്ദര്യ രംഗത്ത് പ്രവർത്തിക്കുന്നവരുമായി അടുത്തിടപഴകി ചെയ്യാവുന്ന ഒരു ജോലിയായിരിക്കണം ഞാൻ തിരഞ്ഞെടുക്കേണ്ടത് എന്ന് തീരുമാനിച്ചിരുന്നു. എന്റെ സ്വാഭാവിക കഴിവുകൾ അതുമായി ബന്ധപ്പെട്ടതാണെന്ന് തിരിച്ചറിഞ്ഞിരുന്നു. ആയിടെയായി മതാദ്ധ്യക്ഷന്മാർ ഇത്തരം കാര്യങ്ങളിൽ അത്ര കാർക്കശ്യമുള്ളവരായിരുന്നില്ല എന്നത് അദ്ദേഹത്തെ സന്തുഷ്ടനാക്കി. ഇടയ്ക്ക് വച്ച് സംസാരിച്ച ഒരു യുവ മൗലവി, സ്ത്രീകളെ ദൈവം എങ്ങനെ സൃഷ്ടിച്ചുവോ അതുപോലെ തന്നെ തുടരണമെന്നും ആ സ്വാഭാവികതയിൽ മാത്രം സന്തുഷ്ടരാകണമെന്നും പറഞ്ഞിരുന്നു എന്നും ചേട്ടൻ കൂട്ടിച്ചേർത്തു. ഒരു സ്ത്രീ തന്റെ മുടി കോതിയൊതുക്കി ഒരുക്കി വയ്ക്കരുത് എന്ന ആശയത്തിനോട് അദ്ദേഹം യോജിച്ചില്ല. സൗന്ദര്യവർദ്ധക വസ്തുക്കൾ ഉപയോഗിക്കരുത് എന്ന ആശയത്തിനോടദ്ദേഹം യോജിച്ചില്ല. ഇതെല്ലാം അള്ളാഹുവിന് നിരക്കാത്തതാണെന്നതിലും വിശ്വസിച്ചില്ല!

ആ മൗലവിയെ പറഞ്ഞ് മനസ്സിലാക്കുവാൻ ചേട്ടൻ ഒരു ശ്രമം നടത്തി. അത് വിജയിച്ചില്ല. അത്തരം ചിന്തകർക്ക് തങ്ങളുടെ ചിന്തയെ ചളിക്കുണ്ടിൽ നിന്നും പുറത്ത് കൊണ്ടുവരാനാകില്ലെന്ന് ചേട്ടൻ കരുതുന്നു.

സൗദി അറേബ്യയിലെ ടെക്നിക്കൽ ആൻഡ് വൊക്കേഷനൽ ട്രെയ്നിങ്ങ് കോർപറേഷൻ (TVTC) ഉടൻ തന്നെ സലൂണുകൾ തുടങ്ങാനായി സ്ത്രീകളെ അനുവദിച്ച് അതിനുള്ള ലൈസൻസ് നൽകി തുടങ്ങുമെന്ന്

ചേട്ടനറിഞ്ഞു. സൗദി അറേബ്യയിൽ തൊഴിലന്വേഷിച്ച് നടക്കുന്ന അനേകം യുവതികളുണ്ട്. അവർക്ക് ഇത് ഒരാശ്വാസമാകും. മാത്രമല്ല, വ്യാപാരാവശ്യത്തിനായി പണിത ഒരു കെട്ടിടത്തിൽ ഒരു മുറി വാങ്ങിക്കുവാനും അദ്ദേഹത്തിനായി.

ഇത്രയുമായപ്പോൾ ആഘോഷത്തിന്റെ ഭാഗമായുള്ള അത്താഴത്തിൽ എന്നോട് ചേരുവാൻ ആവശ്യപ്പെട്ടു. ആ അത്താഴത്തിൽ വച്ചാണ് എനിക്ക് വ്യാപാരം ചെയ്യുന്നതിനാവശ്യമുള്ള ലൈസൻസ് തന്നത്. ആ സലൂണിന്റെ ഉടമസ്ഥൻ എന്റെ ജ്യേഷ്ഠനാകും എന്നതിലുണ്ടായിരുന്നു. എന്നാൽ അത് പേരിനു മാത്രമാണെന്ന് എനിക്ക് ഉറപ്പ് നൽകി. നടത്തിക്കൊണ്ടുപോകേണ്ട ഉത്തരവാദിത്വം എന്റേതായിരിക്കും എന്നദ്ദേഹം പറഞ്ഞു. തുടങ്ങുവാൻ ആവശ്യമുള്ള പണം എനിക്ക് തന്നു. എന്റെ രക്ഷകർത്താവും അദ്ദേഹം തന്നെ ആയിരുന്നതിനാൽ സ്ത്രീകൾക്ക് മാത്രമായുള്ള ബാങ്കിൽ ഒരു അക്കൗണ്ട് തുടങ്ങുവാൻ ആവശ്യമുള്ള കടലാസുകളിൽ ഒപ്പിട്ട് തന്നു. അങ്ങനെ ഇപ്പോൾ എന്റെ പണം എനിക്ക് തന്നെ കൈകാര്യം ചെയ്യുവാനുള്ള അനുവാദമുണ്ടായിരിക്കുന്നു.

ഈ വാർത്ത എന്നെ സന്തോഷിപ്പിച്ചു. ജോലി ചെയ്യാൻ അനുവാദമുണ്ടെങ്കിലും ജോലി ചെയ്ത് ലഭിക്കുന്ന പണം കൈകാര്യം ചെയ്യാൻ അനുവാദമില്ലാത്ത അനേകം യുവതികളുടെ കഥകൾ അറിയാം. സ്വന്തം ശമ്പളം പോലും കൈപ്പറ്റുവാൻ അവർക്ക് അനുവാദമുണ്ടാകാറില്ല. സൗദി അറേബ്യയിലെ മിക്ക പിതാക്കന്മാരും പുത്രിമാരുടെ ശമ്പളം തനിക്ക് നേരിട്ട് നൽകണം എന്ന് ശഠിക്കുന്നവരാണ്. പല സ്ത്രീകളും അവർ സമ്പാദിക്കുന്നതിൽ നിന്നും ഒരൊറ്റ റിയാൽ പോലും കാണുന്നില്ല. അത് ഒരു കൊടുംപാതകമാണ്. സൗദി സ്ത്രീകളുടെ ഭരണം ഇവിടത്തെ പുരുഷന്മാരുടെ പക്കലാകുന്നിടത്തോളം കാലം അതങ്ങനെ തന്നെ തുടരുകയും ചെയ്യും."

ഇത്രയും പറഞ്ഞ് ലൈല ഉച്ചത്തിൽ ചിരിച്ചു. "കഴിഞ്ഞ മൂന്ന് വർഷമായി എന്റെ വ്യാപാരം അഭിവൃദ്ധിയിൽ തന്നെയാണ്. ഇന്ന് വീട്ടിൽ ആദ്യമുണരുന്നത് ഞാനാണ്. ജ്യേഷ്ഠൻ ജോലിക്ക് പോകുന്നതിനു മുമ്പ് ഞാൻ പ്രാതലുണ്ടാക്കി കൊടുക്കുന്നു.

എന്റെ മനസ്സിൽ ഇപ്പോൾ സന്തോഷം മാത്രമാണ്. എന്റെ സലൂണിൽ ഇപ്പോൾ ആറു കസേരകളുണ്ട്. ചുവരിൽ നിറയെ നീണ്ട കറുത്ത മുടിയുള്ള സ്ത്രീകളുടെ ചിത്രങ്ങളുണ്ട്. ഇതെല്ലാം ഒറ്റയ്ക്ക് നേടിയെടുത്തതാണെന്ന് ഇപ്പോഴും വിശ്വസിക്കുവാനാകുന്നില്ല. ഇതിലും വലിയൊരു സന്തോഷം കൂടിയുണ്ടെനിക്ക്. കടയിൽ ജോലി ചെയ്യുന്നത് നാല് സൗദി വനിതകളാണ്. നാലുപേരും മൊഴിചൊല്ലപ്പെട്ടവരാണ്. അവരുടെ വരുമാനം കൊണ്ടാണവരുടെ കുടുംബം കഴിയുന്നത് എന്നതാണാ സന്തോഷം. ഇത് ജീവിതത്തിൽ ഇരട്ടിമധുരം നൽകുന്നതാണ്.

ഇതെല്ലാം കൊണ്ടുതന്നെ സഹോദരനെ ബഹുമാനിക്കുകയും പ്രകീർത്തിക്കുകയും ചെയ്യുന്ന ഒരു സൗദി വനിതയാണ് ഞാൻ. എന്നെ സഹായിക്കാൻ അദ്ദേഹം മുന്നോട്ട് വന്നില്ലായിരുന്നുവെങ്കിൽ എന്റെ

പക്കൽ ഇന്ന് ഒരു റിയാൽ പോലുമുണ്ടാകില്ലായിരുന്നു. എന്റെ സ്വപ്ന ങ്ങളെ പിന്തുടരുവാൻ ആകില്ലായിരുന്നു. അവർക്കാവശ്യമുള്ള അടിസ്ഥാന സൗകര്യങ്ങൾ കരസ്ഥമാക്കുന്നതിന് മറ്റു സ്ത്രീകളെ സഹായിക്കുവാനും സ്നേഹം എന്തെന്നറിയാത്ത ഒരു വിവാഹത്തിൽ എന്റെ ജീവനൊടു ങ്ങുമായിരുന്നു. തന്നെ പിന്തുടരുകയാണ് ഇവളുടെ ജോലി എന്ന് കരു തുന്ന ഒരുവന്റെ ഭാര്യയായി ജീവിതം തള്ളി നീക്കേണ്ടി വരുമായിരുന്നു. അങ്ങാടിയിലേക്ക് നടന്ന് പോകുമ്പോൾ അയാളുടെ കാലടികൾ പിന്തു ടരുന്ന എനിക്ക് വഴിയിലെ തടസ്സങ്ങൾ മൂടുപടത്തിനിടയിലൂടെ വ്യക്ത മല്ലാത്തതിനാൽ തട്ടിത്തടഞ്ഞ് വീഴേണ്ടിവരുമായിരുന്നു. ഞാനയാളുടെ അടിമയാകുമായിരുന്നു. അയാൾക്ക് ഭക്ഷണം പാകം ചെയ്യുകയും വീട് വൃത്തിയാക്കുകയും ചെയ്യുന്ന ഒരടിമ. അതിനോടൊപ്പം വർഷാവർഷം കുഞ്ഞുങ്ങളെ പ്രസവിക്കുക കൂടിചെയ്യും. വിവാഹം കഴിക്കുവാൻ മാനസികമായി തയ്യാറെടുത്തിട്ടില്ലാത്ത എന്നെ സംബന്ധിച്ചിടത്തോളം അതൊരു ദുരിതമാകുമായിരുന്നു. എന്നെങ്കിലും ഒരു ദിവസം ഞാനും വിവാഹിതയാകുമെന്ന് എനിക്കറിയാം. എന്നാൽ ഇപ്പോൾ സ്വാതന്ത്ര്യ ത്തിന്റെ രുചി അറിയുവാനുള്ള അവസരമുണ്ടായിരിക്കുന്നു. എന്റെ വ്യാപാരം കെട്ടിപ്പടുക്കുവാൻ അവസരമുണ്ടായിരിക്കുന്നു. സ്വന്തമായി വസ്ത്രങ്ങൾ വാങ്ങുവാനാകുന്നു. വീട്ടുകാർക്ക് സമ്മാനങ്ങൾ നൽകു വാനാകുന്നു.

വ്യാപാരം നടത്തിക്കൊണ്ടുപോകുന്നത് തന്നെ ഒരു വിദ്യാഭ്യാസ മാണെന്നാണ് എന്റെ അഭിപ്രായം. ലോകത്തിൽ നിന്ന് പലരും നമ്മുടെ സൗദി അറേബ്യയിൽ ജോലി ചെയ്യുവാനായി എത്തിച്ചേരുന്നുണ്ട്. ഈ നാടുകളിലെയെല്ലാം സ്ത്രീകൾക്ക് തങ്ങളുടെ മുടിയുടെ അഴക് വർദ്ധി പ്പിക്കുവാനും നഖത്തിൽ പോളിഷിടുവാനും ഇവിടെ വന്നാലും ആഗ്രഹ മുണ്ടാകും. എന്റെ ജീവനക്കാരും അവരെ കൂടുതൽ സുന്ദരികളാക്കു വാനുള്ള മാന്ത്രിക വിദ്യയിലേർപ്പെട്ടുകൊണ്ടിരിക്കുമ്പോൾ ഈ സ്ത്രീ കൾ അവരുടെ രാജ്യങ്ങളെക്കുറിച്ചുള്ള പല കാര്യങ്ങളും പറഞ്ഞ് തരുന്നു."

ലൈല ഇത്രയും പറഞ്ഞ് മഹയെ നോക്കി. "വിദേശ രാജ്യങ്ങളിൽ അപകീർത്തികരമായ പലതും നടക്കുന്നുണ്ടെന്ന് ഞാനറിയുന്നു. സ്ത്രീ പുരുഷന്മാർ തമ്മിലുള്ള ബന്ധങ്ങൾ കേട്ട് എന്റെ കടയിൽ പലപ്പോഴും ഇക്കിളിയും അടക്കിപ്പിടിച്ച ചിരിയുമുണ്ടാകാറുണ്ട്. എന്നാൽ അതിൽ നിന്നൊക്കെ മനസ്സിലാക്കുന്നത് എനിക്കറിയാത്ത ഒരു വലിയ ലോകം പുറത്തുണ്ടെന്നതാണ്. എന്റെ കൈയിൽ ഒരു ദിവസം സൗദിക്ക് പുറത്ത് യാത്ര ചെയ്യുവാനുള്ള പണം വന്നുചേരും. അപ്പോൾ ഞാൻ മറ്റു രാജ്യങ്ങളും മറ്റു സംസ്കാരങ്ങളും കണ്ടറിയും. ഒരുപക്ഷേ അന്ന് ഞാനും മറ്റ് സംസ്കാരങ്ങളിലെ, സംസ്കാരത്തിൽനിന്നും വ്യത്യസ്തമായ സംസ്കാരങ്ങളുള്ളവരിലെ, പെൺകുട്ടികളെപ്പോലെ ഇത്തിരി കുസൃതി യൊക്കെ ഉള്ളവളാകില്ലെന്ന് എങ്ങനെ അറിയാം? എനിക്ക് സ്വന്തമായി ചിന്തിക്കുവാനുള്ള സ്വാതന്ത്ര്യം വന്നതിനാലാണ് ഇപ്പോൾ ഇങ്ങനെ ചിന്തിക്കുവാനാകുന്നത്. സ്വന്തമായി വ്യാപാരമില്ലായിരുന്നുവെങ്കിൽ

സ്ത്രീകൾക്കും തമാശയാകാമെന്നും സ്വാതന്ത്ര്യം ആസ്വദിക്കാമെന്നും മനസ്സിലാക്കില്ലായിരുന്നു.

അതാണ് എന്റെ കഥ രാജകുമാരീ."

"എത്ര സുന്ദരമായ കഥ ലൈല" ഞാൻ പറഞ്ഞു. "ഇനി നിനക്ക് ഒരു പുരുഷനെ ഭയപ്പെടാതെ സ്വന്തം ഭാവിയെക്കുറിച്ച് ചിന്തിക്കാം. നമ്മുടെ രാജ്യത്ത് ജനിക്കുന്ന ഓരോ പെൺകുട്ടിക്കും ഇതുപോലെ അവരുടെ സ്വപ്നം നേടിയെടുക്കാനാകട്ടെ എന്ന് ഞാൻ അള്ളാഹുവിനോട് പ്രാർത്ഥിക്കുന്നു." എന്റെ മകളെ നോക്കി. അവളപ്പോൾ ലൈലയെ തന്നെ നോക്കിയിരിക്കുകയായിരുന്നു. ഇതിനു മുമ്പൊരിക്കലും അവളുടെ മുഖം ഇങ്ങനെ വികസിച്ച് കണ്ടിട്ടില്ല. "മഹാ" ഞാനവളെ വിളിച്ചു.

"സോറി അമ്മേ. ലൈല കടന്നുപോയ ജീവിതത്തെക്കുറിച്ച് ചിന്തിക്കുകയായിരുന്നു. എന്ത് വലിയ അനീതിയാണിവിടത്തെ സ്ത്രീകൾ അനുഭവിക്കുന്നത്. ഒരു ജോലി ചെയ്യുവാൻ ആഗ്രഹിക്കുന്നതിനാൽ വിവാഹം നീട്ടിവയ്ക്കുന്നു എന്നതുകൊണ്ട് മാത്രം ഭയവും മാനസികാഘാതവും എത്രയനുഭവിക്കുന്നു അവരെന്ന് ഞാൻ ചിന്തിക്കുകയായിരുന്നു."

"നീ പറഞ്ഞത് ശരിയാണ്."

"അമ്മേ, വയർ ശരിയാകുന്നതുവരേക്കും വിശ്രമിച്ചോളൂ. മുറിയിൽ പോകാൻ ഞാൻ കൈ പിടിക്കണോ?"

എന്റെ മകൾ എന്നും കാര്യങ്ങൾ വെട്ടിതുറന്ന് പറയുന്നവളായിരുന്നു. അവളുടെ സൂചന എനിക്ക് മനസ്സിലായി. തന്റെ സുഹൃത്തിനോടൊപ്പം ഇത്തിരി സ്വകാര്യത വേണം. ഈ കാര്യങ്ങൾ വീണ്ടും അവളുമൊത്ത് ചർച്ച ചെയ്യണം. അതിനാൽ അവരോട് യാത്ര പറഞ്ഞ് മുറിയിലേക്ക് നടന്നു. മണിക്കൂറുകളോളം മെത്തയിൽ കിടന്ന് 'Memoirs from the Women's Prison' എന്ന പുസ്തകം വായിച്ചു. ഈജിപ്തുകാരിയായ നവൽ എൽ സാദവിയാണതെഴുതിയിരിക്കുന്നത്. ഡോക്ടറാണവർ, സ്ത്രീപക്ഷ പ്രവർത്തകയുമാണ്. സമൂഹം ബഹുമാനിച്ചിരുന്ന അവരെ ഈജിപ്തിലെ സ്ത്രീകൾക്കായുള്ള കാനാതിർ ജയിലിലടച്ചു. എനിക്കിഷ്ടപ്പെട്ട വനിതാ പ്രവർത്തകരിൽ ഒരാളാണിവർ. എന്നാൽ ഈ പുസ്തകത്തിൽ അപ്പോൾ എനിക്ക് ശ്രദ്ധ പിടിച്ച് നിർത്തുവാനായില്ല. ലൈലയുടെ മുഖത്തേക്ക് മകളയച്ച അനുകമ്പ നിറഞ്ഞ നോട്ടം മനസ്സിൽ നിറഞ്ഞ് നിൽക്കുകയായിരുന്നു.

മകളുടെ മനസ്സിൽ അപ്പോൾ എന്തായിരുന്നു?

ഇതിന്റെ ഉത്തരം അധികം താമസിയാതെ ലഭിക്കാനിരിക്കുകയായിരുന്നു.

ആഴ്ചകൾക്ക് ശേഷം ഒരു ദിവസം കരീം കുപിതനായി വീട്ടിൽ കയറി വന്നു. കരീമിനെ ഇങ്ങനെ സാധാരണ കാണാറില്ല. ഞാനപ്പോൾ

കണ്മഷിയിടുകയായിരുന്നു. പാരമ്പര്യമായി ഉപയോഗത്തിലുള്ള ഒരു കണ്മഷിക്കൂട്ടാണ് ഉപയോഗിക്കുന്നത്. മദ്ധ്യപൗരസ്ത്യ ദേശങ്ങളിലും ആഫ്രിക്കയിലും സ്ത്രീകൾ ഇത് സാധാരണ ഉപയോഗിക്കുന്നു. കരീമിന്റെ ശബ്ദം കേട്ട് ഞാനൊന്ന് പകച്ചു. കണ്മഷി കണ്ണിലെത്തുന്നതിനു പകരം നെറ്റിയിൽ പരന്നു.

"എന്തുപറ്റീ പ്രിയതമാ?"

"മഹ എന്തിനാണ് പദ്ധതിയിടുന്നത് എന്ന് നീ അറിഞ്ഞോ?"

"ഇല്ല എന്താണവളുടെ പദ്ധതി?" അപ്പോൾ മനസ്സിൽ എന്തോ ഒരു ഭീതി പരക്കുന്നുണ്ടായിരുന്നു.

"മഹ ആ മുടികെട്ടുന്ന പെണ്ണിനെ അവളുടെ കൂടെ യൂറോപ്പിലേക്ക് കൊണ്ടുപോകുന്നു."

എന്റെ ശബ്ദം നിലച്ചുപോയി. മഹ അവളെ അനുകമ്പയോടെ നോക്കിയിരുന്ന നോട്ടം മനസ്സിലേക്കോടിയെത്തി. അവളുടെ മനസ്സിൽ എന്തെങ്കിലും അരുതാത്ത ചിന്തകൾ അപ്പോൾ ഉണ്ടായിരുന്നോ എന്നൊരു അനാവശ്യചിന്തയുമുണ്ടായി. ഒരുപക്ഷേ ഇത് രണ്ട് യുവതികൾ തമ്മിലുള്ള ഒരു സ്വാഭാവിക സൗഹൃദം മാത്രമാകാം. എന്തായാലും മനസ്സിലപ്പോഴുള്ളത് ഭർത്താവിനോട് പറഞ്ഞില്ല.

"സുൽത്താനാ, ഈ വിവരം നിനക്കറിയാമായിരുന്നോ?"

"ഇല്ല കരീം. ഇല്ല. കരീമിൽ നിന്നാണ് ഞാനീ വിവരം അറിയുന്നത്. താങ്കളിത് പറയുന്നതിനു മുമ്പ് എനിക്കതിനെക്കുറിച്ച് ഒന്നുമറിയില്ലായിരുന്നു."

"നമ്മുടെ മകൾ പരിധി ലംഘിക്കുന്നു, സുൽത്താനാ. അവൾ യൂറോപ്പിലാകുമ്പോൾ അവളുടെ ഇഷ്ടം പോലെ എന്തെങ്കിലും ചെയ്തോട്ടെ. എന്നാൽ സൗദി അറേബ്യയിലാകുമ്പോൾ ചില മര്യാദകൾ പാലിക്കേണ്ടതുണ്ട്."

"അവൾ പരിധി ലംഘിച്ചെന്നോ? മഹ അങ്ങനെ പരിധി ലംഘിച്ച് പോകുമെന്ന് എനിക്ക് തോന്നുന്നില്ല."

"അവൾ ഒരു സൗദി സ്ത്രീയെ രാജ്യത്തിനു പുറത്തേക്ക് കൊണ്ടുപോകുവാൻ ശ്രമിക്കുന്നു."

"ആയിരിക്കാം. ആ സ്ത്രീയുടെ രക്ഷകർത്താവ് അതിനുള്ള അനുമതിയും നൽകിയിട്ടുണ്ടാകും. ആ സ്ത്രീക്കെന്താ യൂറോപ്പ് സന്ദർശിച്ചുകൂടേ? സത്യത്തിൽ ഈ യുവതിയെ ആദ്യം കണ്ട ദിവസം അവൾ എന്നോട് യാത്രചെയ്യുവാൻ ഇഷ്ടമാണെന്ന് പറഞ്ഞിരുന്നു. അവൾ ഇതിനു മുമ്പ് ഇത്തരം യാത്രയൊന്നും ചെയ്തിട്ടില്ലത്രെ."

"കരീം, താങ്കളെങ്ങനെയാണീ വിവരമെല്ലാം അറിഞ്ഞത്?"

"അമാനിയാണെന്നെ വിളിച്ച് പറഞ്ഞത്."

‘‘അമാനി?’’ ഇതെന്നെ അദ്ഭുതപ്പെടുത്തി. അനുജത്തിയോട് തന്റെ രഹസ്യങ്ങൾ പങ്കുവയ്ക്കുന്ന കൂട്ടത്തിലല്ല മഹ.

“മഹയ്ക്കും അവളുടെ ആ മുടിയൊതുക്കുന്ന സുഹൃത്തിനും വേണ്ടി എടുത്ത വിമാന ടിക്കറ്റുകൾ അവൾ അബദ്ധവശാൽ കാണുകയുണ്ടായത്രെ.”

ഏതാനും ദിവസം മുമ്പ് അമാനി വീട്ടിൽ വന്നിരുന്നത് ഞാനോർത്തു. അന്ന് അവൾ മഹ മുറിയിലുണ്ടോ എന്ന് ചോദിച്ചിരുന്നു. മഹ വീട്ടിലില്ലായിരുന്നു. മഹയെക്കുറിച്ച് അമാനി എന്തുകൊണ്ട് ചോദിച്ചു എന്നാലോചിച്ചാണ് ഞാൻ അവളുടെ മുറിയിലെത്തിയത്. അപ്പോൾ അമാനി അവിടെയുണ്ടായിരുന്നു. അവൾ മഹയുടെ സ്വകാര്യ കടലാസുകളിൽ എന്തോ പരതുന്നത് ഞാൻ ശ്രദ്ധിച്ചു. തന്റെ ഭർത്താവിനെ കാണിക്കാനായി ഒരു ഫോട്ടോഗ്രാഫ് തിരയുകയാണെന്നാണപ്പോൾ അമാനി പറഞ്ഞത്. എന്നാൽ തന്റെ സഹോദരിക്ക് മേൽ ചാരവൃത്തി നടത്തുകയായിരുന്നു എന്ന് ഇപ്പോഴാണ് മനസ്സിലായത്.

“അതു തന്നെ മതിയായ വിശദീകരണമായി എന്ന് തോന്നുന്നു കരീം. ഞാൻ പറഞ്ഞല്ലോ, മഹയുടെ ഈ സുഹൃത്തിനെ എനിക്കറിയാം. നല്ല കുട്ടിയാണവൾ. കഠിനാദ്ധ്വാനി. എല്ലാവരും ബഹുമാനിക്കുന്നവൾ. അവളും മഹയും സുഹൃത്തുക്കളാണ്, അല്ലാതൊന്നുമില്ല. അമാനി എങ്ങനെയൊക്കെ ചിന്തിക്കും എന്ന് കരീമിനറിയാമല്ലോ. തെറ്റില്ലാത്തതിലും അവൾ തെറ്റ് കാണും. മഹ വന്നാൽ നമ്മളിരുവർക്കും ഒന്നിച്ച് അവളോട് സംസാരിക്കാം.”

ആ നിമിഷത്തിൽ അമാനി മുറിയിലേക്കോടിക്കയറി. നടത്തത്തിന്റെ വേഗത മൂലം ഇസ്ലാം അനുശാസിക്കുന്ന വസ്ത്രങ്ങളായ അബായയും മൂടുപടവും പുറകോട്ട് പറക്കുന്നുണ്ടായിരുന്നു. അവ ശരീരത്തിൽ നിന്നും കൊഴിഞ്ഞ് പോയേക്കുമോ എന്നുപോലും തോന്നിപ്പോകുമായിരുന്നു ആ വരവ് കണ്ടാൽ.

“അമ്മേ, മഹ ഒരു കാമുകിയേയും കൊണ്ടുപോകുകയാണെന്നത് അമ്മ അറിഞ്ഞോ?”

എനിക്കെന്തെങ്കിലും ഉത്തരം നൽകാനാകും മുമ്പ് മഹ മുറിയിലെത്തി. അമാനി തന്നെക്കുറിച്ച് പറഞ്ഞ വാക്കുകൾ അവളും കേട്ടു. അത് കേട്ടമാത്രയിൽ മഹ അനുജത്തിയുടെ മുടിയിൽ കയറിപ്പിടിച്ചു. അവളെ മുറിയിൽ വലിച്ചിഴക്കുവാൻ തുടങ്ങി. അമാനി ഉച്ചത്തിൽ കരഞ്ഞു. ഞാനും കരീമും അവരെ പിടിച്ചുമാറ്റി.

എന്റെ ദേഷ്യം അപ്പോൾ അമാനിയോടായിരുന്നു. കരീമിന്റേത് മഹയോടും.

“ചേച്ചിയോട് മാപ്പ് പറയ്.” ഞാൻ അമാനിയോട് ആവശ്യപ്പെട്ടു. “ഇങ്ങനെ ധിക്കാരപരമായ, അനാവശ്യ ആരോപണങ്ങൾ ഉന്നയിക്കരുത്.”

“നീ ഞങ്ങളെയൊക്കെ നാണം കെടുത്തും.” കരീം തണുത്ത സ്വരത്തിൽ മഹയോട് പറഞ്ഞു.

അള്ളാഹുവിന്റെ സാക്ഷ്യം പോലെ ആ നിമിഷത്തിൽ അബ്ദുള്ളയും സൈനും കൊച്ചു സുൽത്താനയും മുറിയിലേക്ക് കയറി വന്നു. മുറിയിലുണ്ടായിരുന്ന ഒച്ചയും ബഹളവും അവരും കേട്ടിരിക്കുന്നു. അവർ മൂന്ന് പേരും അമ്പരന്നിരിക്കുന്നു.

“ഇവിടേക്കിപ്പോൾ വരരുത്.” ഞാൻ അബ്ദുള്ളയോട് ഉത്തരവിട്ടു. എന്നിട്ട് അമാനിയുടെ ചെവി പിടിച്ച് തിരിച്ചു. അവൾ വീണ്ടും ഉച്ചത്തിൽ കരയുവാൻ തുടങ്ങി. എന്റെ ആജ്ഞയും അവളുടെ കരച്ചിലും പിന്നേയും തുടർന്നു. അബ്ദുള്ള എന്റെ ഉത്തരവ് ലംഘിക്കുവാനും മുറിയിലേക്ക് വരാനും തീരുമാനിച്ചു. വീട്ടിൽ കള്ളൻ കയറിയിരിക്കുന്നുവെന്നും അവനോട് ഭാര്യയേയും കുട്ടിയേയും കൂട്ടി രക്ഷപ്പെടുവാനാണ് പറയുന്നതെന്നുമായിരുന്നു അവൻ ധരിച്ചത്. ഞങ്ങളെ തട്ടിക്കൊണ്ടുപോകാൻ ആരെങ്കിലും വരികയാണെങ്കിൽ അലാം സ്വിച്ചിൽ അമർത്തുകയാണുത്തമം എന്നൊരു തീരുമാനത്തിൽ ഇതിനു മുമ്പൊരിക്കൽ ഞങ്ങളെല്ലാം എത്തിയിരുന്നു.

മുറിയിലേക്ക് കയറി വന്ന മകൻ കണ്ടത് അച്ഛനും അമ്മയും ഓരോ അനുജത്തിമാരെ മുറുകെപ്പിടിച്ച് നിൽക്കുന്നതാണ്.

“എന്താണിവിടെ സംഭവിക്കുന്നത്?” അവൻ ചോദിച്ചു.

സൈനും കൊച്ചു സുൽത്താനയും ഈ രംഗം കണ്ട് അമ്പരന്ന്, ഭയന്ന്, നിൽക്കുന്ന കാഴ്ച കണ്ടപ്പോൾ എനിക്ക് ലജ്ജ തോന്നി. അവരിരുവരും വല്ലാതെ ഭയന്നിരുന്നു. കരീമും മഹയും അമാനിയും കൊച്ചു സുൽത്താന ഞങ്ങളുടെ ഈ യുദ്ധത്തിന്റെ സാക്ഷിയാകുന്നു എന്നത് അറിഞ്ഞു. അവരും പെട്ടെന്ന് പിടി വിട്ട് മാറി നിന്നു. എല്ലാവരും അദ്ഭുതപ്പെട്ടും ഭയപ്പെട്ടും എന്ത് പറയണമെന്നറിയാതേയും നിൽക്കുകയായിരുന്നു. ഒരു വിശദീകരണം നൽകേണ്ട ഉത്തരവാദിത്വം അവരെല്ലാം എന്നിലേല്പിക്കുകയാണെന്ന് തോന്നി. ആ വിഷമഘട്ടത്തിൽ നിന്നും ഞങ്ങളെ മുക്തമാക്കുവാനായി ഒരു വാക്കും നാക്കിലപ്പോൾ വന്നതുമില്ല.

കൊച്ചു സുൽത്താന തന്റെ സുന്ദരസ്വരത്തിൽ അവിടെ നടന്ന സംഭവം വിവരിച്ചപ്പോൾ ഞങ്ങളെല്ലാം ലജ്ജിച്ച് തല താഴ്ത്തി. “നിങ്ങൾ വഴക്കടിക്കുകയായിരുന്നു. ഞാൻ കണ്ടു” എന്ന് പറഞ്ഞ് അവൾ അച്ഛനെ നോക്കി, പിന്നെ അമ്മയെ നോക്കി. കരീമിനെ നോക്കി. അവസാനം എന്നെ നോക്കി. “അതെ, നിങ്ങൾ വഴക്കടിക്കുകയായിരുന്നു.”

ഞങ്ങളെല്ലാം അവളുടെ അടുത്തെത്തി. അവളുടെ വിശ്വാസം തിരിച്ചെടുക്കുവാൻ ശ്രമിച്ചു. അമാനിയും അപ്പോൾ കരയുകയായിരുന്നു. അവളാണീ ലജ്ജാവഹമായ രംഗം സൃഷ്ടിച്ചതിനുത്തരവാദി എന്നവൾക്ക് മനസ്സിലായിരുന്നു.

തീർത്തും നിരാശയോടെ ഞങ്ങളുടെ കൊച്ചു സുന്ദരി ഞങ്ങളെ നോക്കിയപ്പോൾ ഞങ്ങളുടെ ഹൃദയം തകർന്നുപോയി. അവളുടെ അമ്മയുടെ വിരൽ പിടിച്ച് വലിച്ച് അമ്മയെ മുറിക്ക് പുറത്തേക്ക് കൊണ്ടുപോയി. പോകുമ്പോൾ അവൾ തലയാട്ടിക്കൊണ്ട് "നിങ്ങൾ വഴക്കടിക്കുകയായിരുന്നു" എന്ന് പറഞ്ഞുകൊണ്ടേയിരുന്നു.

അബ്ദുള്ളയുടെ ഭാര്യയും മകളും അവരുടെ കൊട്ടാരത്തിലേക്ക് മടങ്ങി. അതിനു ശേഷം ഞങ്ങൾ അബ്ദുള്ളയോട് നടന്നതെല്ലാം വിവരിച്ചു. അവൻ എല്ലാം കേട്ടു. തന്റെ സഹോദരി മഹയെ കാണാനായി ഏതാനും മണിക്കൂറുകൾക്കുള്ളിൽ തിരിച്ചെത്തി. അവന്റെ മുഖത്തെ കോപം വ്യക്തമായിരുന്നു. അവൻ മഹയെ മുറിയിൽ ചെന്ന് കണ്ട് മണിക്കൂറുകളോളം സംസാരിച്ചു. ചർച്ച ചെയ്തതെന്താണെന്ന് അറിയില്ല.

അതിനുശേഷം കലങ്ങിമറിഞ്ഞ മനസ്സുമായി നിന്നിരുന്ന ഞങ്ങളുടെ അടുത്തേക്ക് അബ്ദുള്ളയെത്തി. ഞങ്ങളുടെ കുടുംബകലഹത്തിന് അവന്റെ ഭാര്യയും കുഞ്ഞും സാക്ഷികളായി എന്നതിൽ കുപിതനായിരുന്നു. ആ കോപം ന്യായവുമായിരുന്നല്ലോ. കോപം കാരണം ആ സംഭവത്തെക്കുറിച്ച് തന്റെ മനസ്സിലുള്ളതൊന്നും മറയ്ക്കാതെ സംസാരിച്ചു.

"ഇതെല്ലാം ആ അമാനി വരുത്തിവച്ചതാണ്. ഈ ലോകത്തിലുള്ളവരെല്ലാം എങ്ങനെ ജീവിക്കണമെന്ന് ആജ്ഞാപിക്കുവാനുള്ള അവകാശം അവൾക്കുണ്ടെന്നാണവളുടെ വിചാരം. ഇനിയും അവളുടെ ഇത്തരം പ്രവൃത്തികൾ ക്ഷമിക്കുവാൻ എനിക്കാകില്ല. ആരും അവളേയോ അവളുടെ വീട്ടിലെ ആരെയെങ്കിലുമോ ശാരീരികമായി ഉപദ്രവിക്കാൻ വരാത്തിടത്തോളം കാലം അവൾ അവളുടെ കാര്യം മാത്രം നോക്കിയാൽ മതി. ഇത് ഞാൻ പറഞ്ഞതായി അമാനിയെ അറിയിക്കണം. അവളെ ഇപ്പോൾ കണ്ടാൽ ഒരുപക്ഷേ ദേഷ്യം ഇരട്ടിച്ചേക്കുമെന്നതിനാൽ ഞാനവളെ കാണുന്നില്ല. ഇനിയും ഇതുപോലെ അപവാദം പരത്തുവാൻ ആഗ്രഹം തോന്നിയാൽ അതിനെതിരെ പ്രതികരിക്കുന്നത് അവളുടെ ഈ സഹോദരൻ നേരിട്ടാകുമെന്ന് പറഞ്ഞേക്കൂ."

ഇത് പറഞ്ഞ് അബ്ദുള്ള അച്ഛനെ തറപ്പിച്ച് നോക്കി. ഇതുപോലെ അച്ഛന്റെ മുഖത്തേക്ക് നോക്കുന്നത് ഞാൻ കണ്ടിട്ടില്ല. അമാനിയുടെ വാക്കുകൾ, അവൾ പറഞ്ഞ അപവാദങ്ങൾ അതേ പടി കരീം കേട്ടതുകൊണ്ടാണീ പ്രശ്നങ്ങളെല്ലാമുണ്ടായത് എന്ന് അബ്ദുള്ളയ്ക്കറിയാമായിരുന്നു. ആ നോട്ടത്തിന്റെ അർത്ഥവും അതായിരുന്നു.

കരീം അപ്പോൾ അബ്ദുള്ളയ്ക്കരികിലേക്ക് നീങ്ങി. അബ്ദുള്ള കൈ ഉയർത്തി ഇപ്പോൾ അച്ഛന്റെ ലാളന എനിക്ക് വേണ്ട എന്നാംഗ്യം കാണിച്ചു. കരീം അവനെ സമാധാനിപ്പിക്കുവാനായി തന്നെയാണടുത്തേക്ക് നീങ്ങിയതെന്ന് എനിക്കറിയാം. അബ്ദുള്ള അപ്പോൾ അച്ഛനോട്

പരുക്കനായി പെരുമാറുകയായിരുന്നില്ല, എന്നാൽ തന്റെ അഭിപ്രായം തുറന്ന് പറയുകയായിരുന്നു.

“എനിക്ക് അച്ഛനോട് ബഹുമാനവും സ്നേഹവുമുണ്ട്. എങ്കിലും പറയുവാനുള്ളത് പറഞ്ഞല്ലേ പറ്റൂ. അച്ഛൻ മഹയോട് മാപ്പ് ചോദിക്കണം. സത്യമായി അപഗ്രഥിച്ചാൽ മഹയും ആ പെൺകുട്ടിയും തമ്മിൽ പ്രണയമൊന്നുമില്ലെന്ന് അച്ഛന് മനസ്സിലാകും. അവർ സുഹൃത്തുക്കളാണ്. അത്രമാത്രം. അല്ല, അവർ കമിതാക്കളാണെങ്കിൽ അവൾ അത് മറച്ച് വയ്ക്കില്ല എന്നും അച്ഛനറിയാം. അവൾ കാര്യങ്ങൾ വെട്ടിത്തുറന്ന് പറയുന്നവളാണ്. നുണ പറയാറില്ല. ഒന്നിനെക്കുറിച്ചും നുണ പറയാറില്ല. ആരേയും ഉപദ്രവിച്ചിട്ടില്ല. അതിനാൽ തന്നെ ഈ വീട്ടിലുള്ള ആരും അവളേയും ഉപദ്രവിക്കരുത്. മറ്റുള്ളവരെ സ്വതന്ത്രമായി ജീവിക്കാൻ സഹായിക്കുക എന്നത് മാത്രമേ ചെയ്യുന്നുള്ളൂ. അത് അമ്മയ്ക്കും ഇഷ്ടപ്പെട്ട വിഷയമാണല്ലോ. അതുകൊണ്ട് താങ്കൾ അമ്മ ചെയ്യുന്ന പ്രവർത്തിയെ സ്നേഹിക്കുന്നതുപോലെ മഹ ചെയ്യുന്ന പ്രവർത്തിയേയും സ്നേഹിക്കണം.”

ഇത്രയും പറഞ്ഞ് അവൻ എന്റെ സമീപത്തേക്ക് നീങ്ങി. ഞാനൊന്ന് വിറച്ചു. അവൻ എന്നേയും വിമർശിച്ചേക്കുമെന്ന് ഭയന്നു. എന്നാൽ അതിനുപകരം അവൻ എന്നെ നോക്കി സ്നേഹത്തോടെ പുഞ്ചിരിച്ച് ആലിംഗനം ചെയ്യുകയാണുണ്ടായത്. മക്കളിൽനിന്നും ഒരിക്കലും മുഖം തിരിക്കാത്ത ഒരമ്മയാണിതെന്ന് അവനറിയാം. അവർ അവരുടെ ജീവിതത്തിൽ എന്ത് തീരുമാനമെടുത്താലും ഈ അമ്മ അവരിൽ നിന്നും മുഖം തിരിക്കില്ലെന്ന് അവനറിയാം. മഹയുമായി ഞാൻ തുറന്ന് സംസാരിക്കാത്തതിന് ന്യായമായ കാരണങ്ങളുണ്ടെന്നും അവനറിയാം. ഞങ്ങളുടെ സംസ്കാരത്തിൽ ഒരു പുരുഷനു പകരം സ്ത്രീയെ കാംക്ഷിക്കുന്ന സ്ത്രീ കൊടിയ പാപിയാകുന്നു. അവൾക്ക് ലഭിക്കുന്ന ശിക്ഷ അതികഠിനമാകുന്നു. ഞങ്ങളുടെ വീട്ടിൽ നിന്നും അങ്ങനെയൊരു വാർത്ത മറ്റൊരാളിലേക്കെത്തുകയും അയാളത് ഏതെങ്കിലും മൗലവിമാരുടെ ചെവിയിലെത്തിക്കുകയും ചെയ്താൽ പിന്നെ മഹയ്ക്ക് ഇവിടേക്ക് തിരിച്ച് വരിക അസാധ്യമാകും. വന്നാൽ അവൾ അപകടത്തിലാകും.

അങ്ങനെ തീർത്തും നിരാശനായി ഞങ്ങളുടെ മകൻ ഇറങ്ങിപ്പോയി. ഞങ്ങളാകട്ടെ എന്ത് സംസാരിക്കണമെന്നുപോലുമറിയാതെ സ്തബ്ധരായി ഇരുന്നു.

സംഭാഷണങ്ങൾ പുനരാരംഭിക്കാൻ പിന്നെയും ഒരു ദിവസമെടുത്തു. പിറ്റേന്ന് ഞങ്ങൾ കുട്ടികളെക്കുറിച്ച് സംസാരിച്ചു. ചില സുപ്രധാന തീരുമാനങ്ങളിലെത്തി. പുത്രിമാർ രണ്ടുപേരോടും ഗൗരവമായി ചില കാര്യങ്ങൾ ചർച്ച ചെയ്തേ മതിയാകൂ. ആദ്യം സംസാരിച്ചത് മഹയോടാണ്. ലൈലയോട് തനിക്ക് ഒരു ആകർഷണം തോന്നിയെന്ന് അവൾ സമ്മതിച്ചു. എന്നാൽ ലൈലയ്ക്ക് ആ വികാരം അതുപോലെ

പങ്കുവയ്ക്കുവാനാകുന്നില്ലെന്നും അവൾ പറഞ്ഞു. വിവാഹം മാറ്റിവയ്ക്കുവാൻ ലൈല തീരുമാനിച്ചിരുന്നുവെങ്കിലും ആ തീരുമാനത്തിന് മറ്റൊരു സ്ത്രീയോടുള്ള ആകർഷണം എന്നൊരു കാരണമില്ലായിരുന്നു. അവൾക്ക് അങ്ങനെ ഒരു വികാരവുമില്ലായിരുന്നു. മഹയുമൊത്ത് സൗഹൃദത്തിൽ കവിഞ്ഞ് യാതൊന്നും അവളാഗ്രഹിച്ചിരുന്നില്ല.

സത്യസന്ധരായ നല്ല മനുഷ്യരെ ബഹുമാനിക്കുന്ന പ്രകൃതമുള്ളവളാണ് മഹ. അതിനാൽ തന്നെ ലൈലയുമൊത്ത് നല്ലൊരു സൗഹൃദത്തിൽ അവളും തൃപ്തയായി. ലൈലയ്ക്ക് ലോകം കാണണമെന്ന് ആഗ്രഹമുള്ളത് അവൾക്കറിയാമായിരുന്നു. ആ ആഗ്രഹം പൂർത്തീകരിച്ച് കൊടുക്കണമെന്ന് ചിന്തിച്ചു. അതിനാൽ ലൈലയെ യൂറോപ്പിലേക്ക് ക്ഷണിച്ചു. ലൈലയുടെ രക്ഷകർത്താവായ സഹോദരൻ അതിനനുമതി നൽകി. ആവശ്യമുള്ള കടലാസുകളിൽ ഒപ്പിട്ട് കൊടുത്തു. ലൈല സ്ഥലത്തില്ലാത്തപ്പോൾ സ്ഥാപനത്തിന്റെ നടത്തിപ്പ് ഈജിപ്തുകാരിയായ ഒരു ജീവനക്കാരിയെ ഏല്പിക്കുവാനും വേണ്ട നടപടികൾ പൂർത്തിയാക്കിയിരുന്നു.

ഇത് കേട്ട് കരീമിന്റെ കണ്ണിൽ വെള്ളം നിറഞ്ഞു. അദ്ദേഹം മഹയോട് ക്ഷമ ചോദിച്ചു. അവരിരുവരുടേയും മനസ്സിൽ കാപട്യമില്ലാത്തതിനാൽ അവർ കൂടുതലടുത്തു. മഹയ്ക്ക് സ്ത്രീകളോടും പുരുഷന്മാരോടും ഏത് തരം വികാരമാണുള്ളതെന്ന് അറിഞ്ഞപ്പോൾ അത് കരീമിനെ അത്ര സന്തോഷിപ്പിച്ചില്ല എന്നത് സത്യം. എങ്കിലും മകളുടെ വികാരത്തെ അദ്ദേഹം അവമതിച്ചില്ല.

അമാനിയോട് സംസാരിക്കുവാനുള്ള ചുമതല കരീമിനെ ഏല്പിച്ചു. അവൾ എന്നും അച്ഛന്റെ കുട്ടിയായിരുന്നു. അമ്മ പറയുന്നത് അവൾ അവഗണിക്കാറേയുള്ളൂ. എന്നാൽ ആ ചർച്ച അത്ര ഗംഭീരമായില്ല എന്നാണ് കരീം അറിയിച്ചത്. മഹയുടെ കാര്യങ്ങൾ അവളുടേത് മാത്രമാണ്, എന്നാൽ അവളുടെ ഈ ബന്ധം വെറുമൊരു സൗഹൃദം മാത്രമാണെന്ന് താൻ കരുതുന്നില്ല എന്നാണ് അമാനി പറഞ്ഞതത്രെ. അമാനിയുടെ സംസാരരീതി കരീമിനേയും പ്രകോപിപ്പിച്ചു. അവളോട് യാത്ര പോലും പറയാതെയാണ് കരീം ഇറങ്ങിപ്പോന്നത്.

കൊച്ചു സുൽത്താനയുടെ ദുഃഖം എങ്ങനെ അകറ്റാം എന്നതായി പിന്നെയുള്ള ചിന്ത. വീട്ടിലുള്ളവർ പരസ്പരം യുദ്ധം ചെയ്യുന്ന കാഴ്ച അവൾ നേരിൽ കണ്ടിരിക്കുന്നു. അത് അവളുടെ മനസ്സിൽ വലിയ മുറിവുണ്ടാക്കിയിരിക്കുന്നു.

ഇവിടെ ഞങ്ങളുടെ സഹായത്തിനെത്തിയത് അബ്ദുള്ളയാണ്. താൻ തന്റെ മകളോട് സംസാരിച്ചുവെന്നും എല്ലാ മനുഷ്യരും എല്ലാം തികഞ്ഞവരല്ലെന്ന് അവളെ പറഞ്ഞ് മനസ്സിലാക്കിയെന്നും അബ്ദുള്ള പറഞ്ഞു. ചിലർ ചിലപ്പോൾ പെട്ടെന്ന് പ്രകോപിതരാകും. അവിചാരിതമായ രീതികളിൽ പെരുമാറും എന്നൊക്കെ അബ്ദുള്ള അവളെ പറഞ്ഞ് മനസ്സിലാക്കിയിരിക്കുന്നു.

എങ്കിലും ഒരാഴ്ചയോളം അവൾക്ക് ഞങ്ങളെ കാണണമെന്നേ തോന്നിയില്ല. അവസാനം അവളുടെ മനസ്സിലെ ദുഃഖമൊന്നടങ്ങി. താൻ സ്നേഹിക്കുന്നവർ എന്തായാലും അതുപോലെ തിരിച്ചും തന്നെ സ്നേഹിക്കുന്നുണ്ടെന്ന് അവൾ മനസ്സിലാക്കി. അവൾ വരുന്നത് കാത്തിരിക്കുകയായിരുന്നു ഞങ്ങൾ. ഏതോ വലിയ വിരുന്നിനു പോകുന്നതുപോലെ വിലകൂടിയ വസ്ത്രങ്ങളണിഞ്ഞ് അന്ന് ഞങ്ങൾ അവളെ കാത്തിരുന്നു, സ്വീകരിച്ചു. കൈയിൽ പൂച്ചെണ്ടുമായായാണവൾ ഞങ്ങളെ കാണാനെത്തിയത്. ഇതിനു മുമ്പ് ഞങ്ങളെയൊന്നും കണ്ടിട്ടേയില്ല എന്ന മട്ടിൽ അവൾ ഒരു നിമിഷം നിന്നു, പിന്നെ മഹയ്ക്കരികിലേക്കോടിയെത്തി പൂച്ചെണ്ട് നൽകി. "മഹ അമ്മായി, മറ്റുള്ളവരിൽ നിന്നും വ്യത്യസ്തമായാണ് അമ്മായി കാര്യങ്ങൾ കാണുന്നതും ചിന്തിക്കുന്നതുമെന്ന് അച്ഛൻ എന്നോട് പറഞ്ഞു. അതിന് മാറ്റമൊന്നും വരുത്തല്ലേ. എനിക്ക് അങ്ങനെയുള്ള അമ്മായിയെയാണിഷ്ടം" അവൾ പറഞ്ഞു.

ഇതുകേട്ട കരീം കരയുവാൻ തുടങ്ങി. അദ്ദേഹം മഹയേയും കൊച്ചു സുൽത്താനയേയും തന്റെ ബലിഷ്ഠകരങ്ങളിൽ ഒന്നിച്ച് വാരിയെടുത്തു. എന്റെ ഭർത്താവിങ്ങനെ കരഞ്ഞ അവസരങ്ങൾ വിരളമായേ ഞാൻ കണ്ടിട്ടുള്ളൂ. ഇപ്പോൾ അദ്ദേഹത്തിന്റെ കവിൾ നിറയെ കണ്ണുനീരായിരുന്നു.

അമാനി തന്റെ സഹോദരിയുടെ സമീപത്തേക്ക് നടക്കുന്നത് കണ്ട് ഞാനും കരീമും അദ്ഭുതപ്പെട്ടു. അമാനി കരയുന്നുണ്ടായിരുന്നു. അവൾ തന്റെ സഹോദരിയെ അള്ളിപ്പിടിച്ച് മാപ്പിരന്നു. ഏതാനും ദിവസം മുമ്പ് അച്ഛനുമായി വഴക്കിട്ട അമാനിയെയല്ല അപ്പോൾ ഞങ്ങളവിടെ കണ്ടത്. ഒരുപക്ഷേ താൻ വരുത്തിവച്ച വൈഷമ്യങ്ങളെക്കുറിച്ച് പിന്നീട് ചിന്തിച്ച് കാണും.

മഹ നിശ്ശബ്ദയായിരുന്നു. എന്നാൽ പരുക്കനായി പ്രതികരിച്ചില്ല. അവൾ തന്റെ അനുജത്തിയുടെ തോളിൽ തടവി. അമാനി കരഞ്ഞുകൊണ്ടുതന്നെ പിന്നെ ഞങ്ങൾ ഓരോരുത്തരുടേയും അടുത്തെത്തി. ഓരോരുത്തരോടും "എനിക്ക് ഒരവസരം കൂടി തരണം. ആരേയും വിമർശിക്കില്ല. എന്നോട് ക്ഷമിക്കണം" എന്ന് കണ്ണീരിനിടയിൽ അവൾ പറയുന്നുണ്ടായിരുന്നു.

കരീമും ഞാനും ഞങ്ങളുടെ മകളോട് ക്ഷമിച്ചിരുന്നു. അതവളോട് പറയുകയും ചെയ്തു. എന്നാൽ അമാനിയായതിനാൽ പ്രതീക്ഷിക്കുന്ന മാറ്റം, അവളിപ്പോൾ അവകാശപ്പെടുന്ന മാറ്റം സംഭവിക്കുമോ എന്ന് കാലത്തിനു മാത്രമേ പറയാനാകുകയുള്ളൂ എന്ന് ഞാൻ അപ്പോഴും മനസ്സിൽ പറയുന്നുണ്ടായിരുന്നു. മൂന്ന് കുട്ടികളിൽ പ്രവചിക്കുവാനാകാത്ത സ്വഭാവമുള്ളത് ഇവൾക്ക് മാത്രമാണ്. ശങ്കിച്ച മുഖവുമായി മഹയും അബ്ദുള്ളയും പരസ്പരം നോക്കുന്നതും കണ്ടു. അമാനിയുടെ ഇപ്പോഴത്തെ പ്രകൃതം എത്ര നേരം നീണ്ടുനിൽക്കും എന്നായിരുന്നു അവരുടെ മനസ്സിലും എന്നെനിക്ക് മനസ്സിലായി.

ഞങ്ങളുടെ അഭിപ്രായം അവളുടെ ചിന്താഗതിയെ മാറ്റിയിട്ടില്ലെങ്കിലും ഇപ്പോൾ എല്ലാവർക്കും അവൾ എന്ത്, എങ്ങനെ ചിന്തിക്കുന്നു എന്നറിയാമെന്നതിൽ ആശ്വാസം തോന്നുന്നു എന്നവൾ പിന്നീടൊരിക്കൽ പറയുകയുണ്ടായി.

മഹ എന്തല്ലയോ അതാകണമെന്ന് ഞങ്ങൾ ആഗ്രഹിച്ചതിൽ വിഷമം തോന്നി. അവൾ എങ്ങനെയാണോ അങ്ങനെ അവളെ സ്നേഹിക്കുവാൻ ഞങ്ങൾക്കാകും. ഞങ്ങളുടെ ലോകത്തിലെ തെറ്റുകൾക്കെതിരെ പൊരുതുവാനും അവയെ നേരായ മാർഗ്ഗത്തിലേക്കെത്തിക്കുവാനും കരുത്തും കഴിവുമുള്ളവളാണവൾ. എന്നാൽ സ്നേഹം എന്നതിനെ അതിന്റെ പൂർണ്ണ അർത്ഥത്തിൽ മനസ്സിലാക്കിത്തരാൻ ഈ ലോകത്തിൽ എട്ടുവർഷമായി മാത്രം ജീവിക്കുന്ന ഒരു കൊച്ചു പെൺകുട്ടിയുടെ സഹായം ഞങ്ങൾക്ക് വേണ്ടി വന്നു.

അള്ളാഹു മഹാനാകുന്നു.

എട്ട്

നമ്മൾ സഹായിക്കുന്നവർ മാർഗദർശനം നൽകുമ്പോൾ

എല്ലാ സ്ത്രീകൾക്കും പെൺകുട്ടികൾക്കും വിദ്യാഭ്യാസം സാധ്യമാക്കുക എന്ന ശ്രമത്തിലാണ് ഞാൻ. വിദ്യാഭ്യാസം മാത്രമല്ല സ്വാതന്ത്ര്യവും അവർക്ക് ലഭിക്കണം. എന്റെ ഈ ജോലിയിൽ മക്കളും പങ്കുചേരണമെന്ന് എന്നും ആഗ്രഹിച്ചിരുന്നു. എന്നാൽ പെട്ടെന്നൊരു ദിവസം ഇതിൽ അമാനി എന്നോടൊപ്പം ചേരുമെന്ന് ഞാൻ ചിന്തിച്ചിട്ടേയില്ല. എന്റെ ഈ ഇളയ പുത്രിയിൽ എന്തോ കാര്യമായി സംഭവിച്ചിരിക്കുന്നു. അടുത്തയിടെ നടന്ന സംഭവങ്ങൾ ചിന്താഗതിയിൽ മാറ്റങ്ങളുണ്ടാക്കി എന്ന് അവൾക്ക് തെളിയിക്കണമെന്ന് ആഗ്രഹമുണ്ടായതുപോലെ തോന്നുന്നു.

എനിക്ക് ഏറ്റവും അടുത്ത വിഷയം വിദ്യാഭ്യാസവുമായി ബന്ധപ്പെട്ടതായിരുന്നുവെങ്കിലും മകൾ അതിൽ ഒട്ടും തത്പരയായിരുന്നില്ല. അവളുടെ താത്പര്യം പക്ഷിമൃഗാദികളിൽ ഒതുങ്ങി നിൽക്കുകയായിരുന്നു. അത് കഴിഞ്ഞാൽ പിന്നെ താത്പര്യമുണ്ടായിരുന്നത് മതപണ്ഡിതരെന്ന് അവകാശപ്പെടുന്നവരുടെ വാക്കുകൾ കേൾക്കുന്നതിലായിരുന്നു. എന്നെ ഏറ്റവും ദുഃഖിപ്പിച്ചിരുന്നത് സ്ത്രീകൾക്ക് വിദ്യാഭ്യാസം എന്ന വിഷയത്തെ അവൾ എതിർത്തിരുന്നു എന്നതാണ്. മൗലവിമാർ പറയുന്നതാണവൾക്ക് ആപ്തവാക്യം. അവർക്കാകട്ടെ എന്റെ രാജ്യത്തെ സ്ത്രീകളും പെൺകുട്ടികളും വിദ്യാഭ്യാസം നേടുന്നതിൽ താത്പര്യമൊട്ടുമില്ലായിരുന്നു.

എന്നാൽ സ്വപ്നം ചിലപ്പോഴെങ്കിലും സാക്ഷാത്കരിക്കപ്പെടാറുണ്ടെന്ന് ഞാനിതാ കണ്ടെത്തിയിരിക്കുന്നു. അമാനി ഇതാ അവളുടെ അമ്മയെ സന്തോഷിപ്പിക്കുവാൻ തുടങ്ങുന്നു.

അന്ന് റിയാദിലെ ആശുപത്രിയിലെ കോൺഫറൻസിൽ വച്ച് ഡോക്ടർ മീനയേയും അതിനുശേഷം സാമൂഹികപ്രവർത്തകയായ നാദിയയേയും കണ്ടുമുട്ടിയതിനുശേഷം അവർ എന്നെ ഫോണിലൂടെയോ അല്ലാതെയോ ബന്ധപ്പെടുവാനായി ക്ഷമയോടെ കാത്തിരുന്നു. അവർക്ക് എപ്പോൾ വേണമെങ്കിലും വീട്ടിലേക്ക് കയറിവരാനുള്ള അനുവാദം നൽകിയിരുന്നു.

ഡോക്ടർ മീനയ്ക്ക് ഇപ്പോൾ കാറുണ്ട്, സ്വന്തമായി ഡ്രൈവറും. അതുകൊണ്ടു തന്നെ ഡോക്ടർക്ക് ഇപ്പോൾ യാത്ര ചെയ്യുവാൻ ബുദ്ധിമുട്ടൊന്നുമില്ലെന്ന് അറിയാം. അത് നാദിയയ്ക്കും ബാധകമായിരുന്നു. അവളെ ഇപ്പോൾ ഡോക്ടറുടെ കാറിൽ എന്നും ജോലിക്ക് കൊണ്ടുപോകുന്നു, ജോലി കഴിഞ്ഞ് അതേ കാറിൽ വീട്ടിലേക്കെത്തിക്കുന്നു. ഇതുമൂലം സഹോദരൻ അവളെ മനഃപൂർവ്വം ജോലിക്ക് വൈകി എത്തിച്ച് വിഷമിപ്പിച്ചിരുന്നതിന്റെ ആധിക്യം വല്ലാതെ കുറഞ്ഞിരിക്കുന്നു.

നാദിയ ആശുപത്രിയിലെ സാമൂഹികസേവന വിഭാഗത്തിൽ തുടരുമെന്ന് അന്ന് ഞങ്ങൾ മൂന്നുപേരും കൂടി തീരുമാനിച്ചിരുന്നു. അങ്ങനെ ആ ജോലിയിലിരുന്ന് സൗദി സ്ത്രീകൾ പീഡിക്കപ്പെടുന്ന വിവരങ്ങളറിയും. സഹായമാവശ്യമുള്ളവരെ കണ്ടെത്തും. അത് ഡോക്ടർ മീനയേയും എന്നെയും അറിയിക്കും. അപ്പോൾ ആ യുവതിയെ രക്ഷപ്പെടുത്തുവാൻ, അവൾ അകപ്പെട്ടിരിക്കുന്ന സാഹചര്യങ്ങളിൽ നിന്നും മുക്തയാക്കുവാൻ മതിയായ പ്രവർത്തനങ്ങളുമായി ഞങ്ങൾ മുന്നിട്ടിറങ്ങും. അങ്ങനെ അവളെ ശാരീരിക പരിക്കുകളിൽ നിന്നും മരണത്തിൽ നിന്നും രക്ഷപ്പെടുത്തും. ഞങ്ങളുടെ ആ സമാഗമത്തിനു ശേഷം ആഴ്ചകൾ പലത് കടന്നുപോയിരിക്കുന്നു. അതുകൊണ്ടു തന്നെ ഇനിയും ഡോക്ടറിൽ നിന്നും ഒരു വിവരവും ലഭിച്ചില്ലെങ്കിൽ ഞാൻ ഡോക്ടറെ വിളിച്ച് നാദിയയുടെ എന്തെങ്കിലും വിവരമുണ്ടോ എന്ന് ചോദിക്കുമെന്ന് തീരുമാനിച്ചു. സഹായം ആവശ്യമുള്ള അനേകം കുടുംബങ്ങളുണ്ടെന്ന് അറിയാമായിരുന്നതിനാൽ കർമ്മനിരതയാകുവാൻ വെമ്പൽ കൊള്ളുകയായിരുന്നു ഞാൻ.

ഇതിനിടെ വീട്ടിൽ പലതും നടന്നു. പല കാര്യങ്ങളും ചെയ്ത് തീർക്കുവാൻ എനിക്കുമായില്ല. എന്റെ സമയം ആവശ്യമുള്ള സ്ത്രീവിദ്യാഭ്യാസ പദ്ധതികൾ അനവധിയുണ്ട്. അതുകൊണ്ടു തന്നെ, ഞാൻ ഇടപെട്ടിട്ടുള്ള, പാലസ്തീനിലെ ഒരു വിദ്യാഭ്യാസ സ്ഥാപനത്തിൽ നിന്നും എന്റെ ഒരു ജീവനക്കാരൻ ചില വിവരങ്ങൾ കൈമാറിയപ്പോൾ, ആ ആഴ്ചയിലെ ശേഷിച്ച ദിനങ്ങൾ എന്റെ കൈയിലുള്ള അത്തരം ജോലികൾ പൂർത്തിയാക്കുന്നതിനായി നീക്കിവയ്ക്കും എന്ന് തീരുമാനിച്ചു. എനിക്കയാൾ അയച്ചുതന്നെ റിപ്പോർട്ട് പഠിച്ചുകൊണ്ടിരിക്കുകയായിരുന്നു. അപ്പോഴാണ് റിയാദിലെ വസതിയിലേക്ക് അമാനി കയറി വന്നത്. അത് ഒരു സാധാരണ സന്ദർശനമല്ല എന്ന് ആ വരവിൽ നിന്നേ വ്യക്തമായിരുന്നു.

വാതിലിൽ ഒന്ന് മുട്ടുകയോ അനുവാദം ചോദിക്കുകയോ ചെയ്യാതെ എന്റെ ഓഫീസ് മുറിയിലേക്ക് കയറി വന്നു. ഇത് കുട്ടിക്കാലം തൊട്ടുള്ള സ്വഭാവമാണ്. അത് ഒരിക്കലും വിഷമിപ്പിച്ചിട്ടുമില്ല. എന്റെ ജീവിതത്തിൽ ഏറ്റവും പ്രാധാന്യം നൽകുന്നത് കുട്ടികൾക്കാണെന്ന് അവർക്കറിയാം. അവർക്ക് എന്നെ ആവശ്യമുള്ളപ്പോൾ എന്റെ തിരക്കുകളും ജോലികളും മാറ്റിവയ്ക്കുമെന്നും അറിയാം. അവരുടെ സംഭാഷണം കേട്ടിരിക്കാൻ എപ്പോഴും തയ്യാറാണെന്നും.

“സബാഹ് അല്ഖൈർ, ഉമ്മി” മുഖത്ത് നിറഞ്ഞ പുഞ്ചിരിയുമായി അമാനി പറഞ്ഞു.

“സബാഹ് അൽനൂർ, എബ്നാ” ഞാൻ പ്രതികരിച്ചു. എഴുന്നേറ്റ് നിന്ന് അവളെ സ്വീകരിച്ചു. ആദ്യം അവളുടെ വലത് കവിളിൽ ചുംബിച്ചു. പിന്നെ ഇടത് കവിളിലും. ഒരാവർത്തികൂടി രണ്ട് കവിളിലും ചുംബിച്ചു. ഇത് സൗദി അറേബ്യയിലെ പാരമ്പര്യ രീതിയാകുന്നു.

അതിനുശേഷം അവളെ നോക്കി. അപ്പോൾ അവളോടൊപ്പം അവളുടെ മകനില്ലായിരുന്നു. “ഖാലിദ് എവിടെ?” മകൻ വിരൽതുമ്പിലോ അവൾക്ക് പുറകിലോ ഇല്ലാതെ അവളെ കാണുക അത്യപൂർവ്വമാണ്. തന്റെ മകനെ അഗാധമായി സ്നേഹിക്കുന്ന ഒരമ്മയാണെന്റെ മകൾ.

“എന്റെ അമ്മായിയമ്മയ്ക്ക് കൊച്ചുമക്കളെ കാണാനേ കിട്ടുന്നില്ലെന്ന് പരാതി. അതിനാൽ ഞാൻ ജോആനിനോടൊപ്പം ഖാലിദിനെ അവരുടെ അടുത്തേക്ക് പറഞ്ഞയച്ചു. ഇന്ന് എനിക്ക് കുറച്ച് ജോലിയുണ്ടായിരുന്നു, അതിനാലാണ് ഇന്ന് തന്നെ പറഞ്ഞയയ്ക്കാം എന്നു കരുതിയത്.”

“അത് നന്നായി മോളെ. ഖാലിദ് അവന്റെ മുത്തച്ഛനേയും മുത്തശ്ശിയേയും സന്തോഷിപ്പിക്കട്ടെ.” ഖാലിദിന്റെ ഇംഗ്ലീഷുകാരി ആയ ഒപ്പം പോയിട്ടുണ്ട് എന്നതിൽ സന്തോഷം തോന്നി. ഇതിനും ഒരു കാരണമുണ്ട്. എന്റെ മരുമകന്റെ അമ്മയ്ക്ക് കുട്ടികളെ ശ്രദ്ധിക്കുന്ന കാര്യത്തിൽ അത്ര താത്പര്യമില്ല. അവരുടെ ഭർത്താവിന്റെ മൂന്നാം ഭാര്യയാണവർ. ഇത്തിരി പ്രായമായാണ് അവർ അമ്മയായത്. ഒരേ ഒരു മകനേയുള്ളൂ. അതിനു ശേഷം പ്രസവിച്ചിട്ടില്ല. അവരുടെ ഏക മകൻ നല്ലവനാണ്, കരുണയുള്ളവനാണ്. മകന്റെ കാര്യങ്ങൾ അവർ ശ്രദ്ധിക്കാറേയില്ലെന്നത് ഞങ്ങൾക്കൊക്കെ അറിയാമായിരുന്നു. ധനിക എന്നതിന്റെ ലാഭമെടുത്ത് മകന്റെ കാര്യങ്ങൾ ശ്രദ്ധിക്കുന്നതിനായി നാലഞ്ച് നഴ്സുമാരെ നിയമിച്ചു. ആയമാരെ നിയമിച്ചു. അങ്ങനെ സ്വന്തം ഉത്തരവാദിത്വത്തിൽ നിന്നും മാറി നിന്നു. മകൻ മുല കുടിച്ചിരുന്ന കാലത്ത് മുല കൊടുക്കാനും ഒരു നഴ്സിനെ നിയമിച്ചിരുന്നുവത്രെ. കുഞ്ഞിന് മുല കൊടുക്കുന്നത് അർബുദത്തിനു കാരണമാക്കുമെന്ന് പഠനങ്ങൾ കാണിച്ചിട്ടുണ്ട് എന്നാണവർ അതിനു പറഞ്ഞ ന്യായം.

അറബി നാട്ടിലെ സ്ത്രീകൾക്ക് കുട്ടികളെ വലിയ ഇഷ്ടമാണ്. ചുറ്റിലും നിറയെ കുട്ടികളുണ്ടാകുന്നതാണവർക്ക് എന്നും താത്പര്യമുള്ള വിഷയം. എന്നാൽ അമാനിയുടെ അമ്മായിയമ്മ മറിച്ചായിരുന്നു. എന്തെങ്കിലും സൗകര്യമുണ്ടെങ്കിൽ അവർ കുട്ടികൾ അടുത്ത് വരുന്നത് തടഞ്ഞു. അതുകൊണ്ടു തന്നെ കൊച്ചു ഖാലിദിനെ കാണണമെന്ന് അവരാഗ്രഹിച്ചത് ഒരദ്ഭുതമായി. കൊച്ചു കുട്ടികൾ അടുത്ത് വന്നാൽ അവർക്ക് പിരിമുറുക്കം വർദ്ധിക്കുന്നു എന്നാണ് അവരെ പരിചയമുള്ളവരെല്ലാം എന്നോട് പറഞ്ഞിട്ടുള്ളത്. ഒരു ദിവസം വീട്ടിൽ കുട്ടികളെല്ലാംകൂടി ഒച്ച വച്ച് കളിച്ചപ്പോൾ അമാനിയുടെ അമ്മായിയമ്മയുടെ നിയന്ത്രണങ്ങളെല്ലാം തെറ്റി ബഹളമായെന്ന് ഒരിക്കൽ സാറ പറയുകയുണ്ടായി. സാറ ആ

രംഗത്തിന് സാക്ഷിയാണത്രെ. അതുകൊണ്ട് തന്നെ കൊച്ചു ഖാലിദ് ഇത്തിരി ജ്യൂസ് അവരുടെ ദേഹത്തേക്ക് തട്ടിത്തെറിപ്പിക്കുകയോ കാതണിയൊന്ന് പിടിച്ച് വലിക്കുകയോ ചെയ്താൽ അവരുടെ താളം തെറ്റുമെന്ന് ഉറപ്പായിരുന്നു. എന്റെ കൊച്ചുമകനാകട്ടെ ആഭരണങ്ങളും നീളമുള്ള മുടിയും വലിയ താത്പര്യമുണർത്തുന്ന വസ്തുക്കളാണെന്ന് അനുഭവമുണ്ട്. എന്നാൽ ഖാലിദിന്റെ ആയ ജോആൻ നിപുണയാണ്. അവന്റെ മുത്തശ്ശിയുടെ മടിയിൽ നിന്നും അവനെ എപ്പോൾ എടുത്തുമാറ്റണമെന്ന് കൃത്യമായി അറിയാം. അവന്റെ മുത്തശ്ശിക്ക് ഒന്ന് വിശ്രമിക്കുവാനായി അവനെ എപ്പോൾ ഉറക്കിക്കിടത്തണമെന്നും.

അമാനിക്ക് എന്ത് ജോലിയാണുണ്ടായിരുന്നത് എന്ന് ചോദിച്ചില്ല. സാധാരണ നിലയിൽ അവളുടെ ജോലികളെല്ലാം മതവുമായി ബന്ധപ്പെട്ടവയാകും. അതിൽ താത്പര്യമുള്ള സുഹൃത്തുക്കളുമൊത്താകും. അരുതാത്തതെന്ന് അവർ കരുതുന്ന സാമൂഹിക മര്യാദകളുടെയും പെരുമാറ്റ രീതികളുടേയും പട്ടിക സുഹൃത്തുക്കളുമൊത്ത് തയ്യാറാക്കലാകും. അങ്ങനെ പട്ടികയിട്ട് ഒരു നല്ല മുസ്ലീം എങ്ങനെ ജീവിക്കണം എന്ന് തീരുമാനിക്കലാകും.

മേശപ്പുറത്ത് കിടന്നിരുന്ന കടലാസുകൂമ്പാരത്തിലേക്ക് അമാനി കണ്ണോടിച്ചു. “എന്താണമ്മ ചെയ്യുന്നത്” എന്ന് ചോദിച്ചു.

ഈ ചോദ്യവും ആശ്ചര്യപ്പെടുത്തുന്നതായിരുന്നു. എന്റെ പദ്ധതികളെക്കുറിച്ച് അമാനി ഇതിനുമുമ്പ് ചോദിച്ചിട്ടില്ല. എന്റെ ഉത്തരത്തിന് താമസമൊട്ടുമുണ്ടായില്ല. “ഞാൻ എന്റെ ഒരു പ്രത്യേകാൽ പദ്ധതിയുടെ കാര്യങ്ങൾ പഠിക്കുകയാണ്.”

“എന്താണത്?”

മേശപ്പുറത്ത് കൂട്ടിയിട്ടിരുന്ന അനേകം കടലാസുകളിൽ ഒന്ന് ഞാൻ പുറത്തെടുത്തു. “ഈ പട്ടിക കണ്ടോ? സ്കൂളിൽ അടയ്ക്കുവാൻ പണമില്ലാത്തതിനാൽ സ്കൂൾ പഠനം അവസാനിപ്പിക്കേണ്ടി വരുന്ന ഒരു പറ്റം പലസ്തീനിപെൺകുട്ടികളുടെ പേരുകളാണിത്. ഈ കുട്ടികളുടെ വീടുകളിലേക്ക് ആവശ്യമുള്ള പണം അയയ്ക്കുവാൻ ഉപദേശിക്കുന്നതിനു മുമ്പ് അവരെക്കുറിച്ചുള്ള വിശദവിവരങ്ങൾ വായിച്ച് മനസ്സിലാക്കുകയാണ് ഞാൻ.”

അമാനി ഒരു കസേര വലിച്ചിട്ട് എനിക്ക് സമീപമിരുന്നു. “പലസ്തീനി പെൺകുട്ടികളോ?”

“അതെ. ഇത് എനിക്കിഷ്ടപ്പെട്ട പദ്ധതികൾ ഒന്നാണ്. വർഷങ്ങളായി ഞാനിതുമായി ബന്ധപ്പെട്ട് പ്രവർത്തിക്കുന്നു. ഇങ്ങനെ നൂറുകണക്കിന് പലസ്തീനി കുടുംബങ്ങളെ അവരുടെ കുട്ടികളുടെ വിദ്യാഭ്യാസകാര്യത്തിനായി സഹായിക്കുന്നു.”

“സത്യമായും?”

നിരാശയോടെ എന്റെ മകളുടെ മുഖത്തേക്ക് നോക്കി. ഇതിനു മുമ്പ് ഞാനും കരീമും ഒന്നിച്ച് പല തവണ പലസ്തീനി കുടുംബങ്ങളെക്കുറിച്ചും

ഞാൻ പിന്തുണയ്ക്കുന്ന പലസ്തീനി പെൺകുട്ടികളെക്കുറിച്ചും അവർക്ക് പണമയക്കേണ്ടതിന്റെ ആവശ്യകതയെക്കുറിച്ചും സംസാരിച്ചിട്ടുണ്ട്. എന്റെ കുട്ടികൾ അടുത്തുള്ളപ്പോൾ തന്നെയായിരുന്നു മിക്കപ്പോഴും ഇത്തരം ചർച്ചകൾ. മഹയും അബ്ദുള്ളയും അപ്പോൾ ചർച്ചകളിൽ താത്പര്യ മെടുക്കുകയും അതിൽ പങ്കെടുക്കുകയും ചെയ്യാറുണ്ടായിരുന്നു. പെൺ കുട്ടികളെക്കുറിച്ചും അവരുടെ കുടുംബങ്ങളെക്കുറിച്ചുമുള്ള വിവരങ്ങൾ ശേഖരിക്കുന്നതിന് പലപ്പോഴും മഹ എന്നെ സഹായിച്ചിട്ടുണ്ട്. പലപ്പോഴും ലബനനിൽ നിന്നും പാരീസിൽ നിന്നും പലസ്തീനിലേക്ക് പണമയ ച്ചിട്ടുള്ളത് അബ്ദുള്ളയാണ്. അവിടെ വച്ച് അവൻ അത് ചില ഏജൻസി കളെ ഏല്പിക്കും. അവർ അത് പലസ്തീനിലെത്തിക്കും. മേൽവിലാസ ക്കാർക്കെത്തിക്കും. പണം എങ്ങനെ എത്തിക്കുന്നു എന്നത് ഗോപ്യമാക്കി വയ്ക്കുവാൻ ഞങ്ങൾ ശ്രമിക്കാറുണ്ട്. പലസ്തീനികളെ സഹായിക്കു വാനായി വിദേശപണം വരുന്നതിൽ ഇസ്രായേലി സർക്കാരിനുള്ള അതൃപ്തിയാണിതിനു കാരണം. വിദ്യാഭ്യാസം പോലെയുള്ള ആവശ്യ ങ്ങൾക്കാണിങ്ങനെ പണമെത്തിക്കുന്നതെങ്കിൽ കൂടി ഇസ്രായേലി സർ ക്കാർ ജാഗരൂകരാകാറുണ്ട്.

"അതെ അമാനി. പുത്രിമാരുള്ള പല പലസ്തീനി കുടുംബങ്ങളേയും നിന്റെ അച്ഛനും ഞാനും ചില വർഷങ്ങളായി സഹായിക്കുന്നുണ്ട്. പല സ്തീനിലെ മാത്രമല്ല, ഈജിപ്ത്, യമൻ എന്നിവിടങ്ങളിലുള്ളവരേയും നമ്മൾ സഹായിക്കുന്നു. കൈവശം ധാരാളം പണമുള്ള ഏതൊരു മുസ്ലീമും അവശ്യം ചെയ്യേണ്ടതാണിത്. നമ്മൾ നമ്മുടെ സമ്പത്ത് മറ്റുള്ള വരെ സഹായിക്കുന്നതിനായി പങ്കുവയ്ക്കണം."

ഞാൻ പറയുന്നതെല്ലാം അമാനി ശ്രദ്ധിച്ച് കേൾക്കുന്നുണ്ടായിരുന്നു. അതിനാൽ സംഭാഷണം തുടർന്നു.

"ഒരുപക്ഷേ നിനക്കറിയില്ലായിരിക്കാം. സാറയും ചിത്ര പുസ്തക ങ്ങളും ചിത്രം വരയ്ക്കാൻ ആവശ്യമുള്ള മറ്റു വസ്തുക്കളും മറ്റ് മുസ്ലീം രാജ്യങ്ങളിലേക്ക് അയച്ചുകൊടുക്കാറുണ്ട്. കലയിൽ താത്പര്യമുള്ള പല കുട്ടികൾക്കും സ്കോളർഷിപ്പുകൾ വിതരണം ചെയ്തിട്ടുണ്ട്. അതിൽ ചില കുട്ടികൾ ഇപ്പോൾ യൂറോപ്പിൽ പഠിച്ചുകൊണ്ടിരിക്കുകയാണ്."

"നിന്റെ അച്ഛനും ഇതിൽ സഹായിക്കാറുണ്ട്. ലോകത്തിന്റെ പല ഭാഗങ്ങളിലും ചെറിയ ആശുപത്രികൾ പണിയുവാനായി കരീം ധന സഹായമെത്തിച്ചിട്ടുണ്ട്. ആരോഗ്യരംഗത്താണ് കരീമിന്റെ താത്പര്യം. നമ്മുടെ പക്കലുള്ള ധനം മറ്റുള്ളവരുമായി പങ്കുവയ്ക്കുവാൻ ആഗ്രഹി ക്കുന്ന ഒരു കുടുംബമാണ് നമ്മുടേത്. നമ്മുടെ പക്കലാകട്ടെ ആവശ്യ ത്തിൽ കൂടുതലുണ്ട് താനും."

"ഞാനെന്തെ ഇതെല്ലാം അറിയാതെ പോയത്?"

അവളിരിക്കുമ്പോൾ ഞങ്ങൾ നടത്തിയ പല ചർച്ചകളും ഓർമ്മവന്നു. മകൾ അതെല്ലാം ഇത്ര പെട്ടെന്ന് മറന്നുപോയോ എന്ന അദ്ഭുതമുണ്ടായി.

എന്നാൽ ഞാൻ ഒന്നും പറഞ്ഞില്ല. ചില കാര്യങ്ങൾ മാത്രം ഓർമ്മ വയ്ക്കുന്ന അവളുടെ സ്വഭാവത്തെക്കുറിച്ച് എപ്പോഴെങ്കിലും ഞങ്ങളാരെങ്കിലും ഓർമ്മിപ്പിച്ചാൽ അത് അവൾക്ക് വലിയ വേദനയാകാറുണ്ട്. അതുകൊണ്ട് വളരെ ശ്രദ്ധിച്ചാണ് സംസാരിച്ചത്. ഒരുപക്ഷേ എല്ലാവർക്കും വിദ്യാഭ്യാസം എന്ന ലക്ഷ്യത്തിലെത്തുവാൻ ഞങ്ങളോടൊപ്പം അമാനിയും കൈ കോർത്തേക്കാം. എന്തെങ്കിലും ഇഷ്ടമായാൽ അതിൽ പൂർണ സമർപ്പിതയാകുന്ന സ്വഭാവമാണ് അമാനിയുടേത്.

"എനിക്കറിയില്ല അമാനി. നിനക്കറിയാമെന്നാണ് ഞാൻ കരുതിയത്. എന്റെ താത്പര്യങ്ങളെക്കുറിച്ചും വിഷമതകൾ സഹിക്കുന്ന കുട്ടികളെ സഹായിക്കുന്നതിനെക്കുറിച്ചുമെല്ലാം നീ അറിഞ്ഞിരിക്കുമെന്ന് കരുതി. അങ്ങനെ സഹായിക്കുമ്പോൾ ആ കുട്ടി ഏത് ദേശത്തെയാണെന്ന് ശ്രദ്ധിക്കാറില്ല. നമ്മുടെ അയൽവക്കത്തുള്ള രാജ്യങ്ങളിലെല്ലാം ദാരിദ്ര്യം കൊടികുത്തിവാഴുന്നുണ്ടെങ്കിലും പലസ്തീനിലെ ജനങ്ങളാണ് ഇപ്പോൾ മറ്റുള്ള രാജ്യങ്ങളിലെ ജനങ്ങളേക്കാൾ കൂടുതൽ ബുദ്ധിമുട്ടുകൾ സഹിക്കുന്നത്. അവിടെ പല കുടുംബങ്ങൾക്കും ഒരു ജോലി കണ്ടെത്തുക എന്നത് തന്നെ ബുദ്ധിമുട്ടായിരിക്കുന്നു. അവിടെ നടക്കുന്ന യുദ്ധം മൂലം എല്ലാവരും ബുദ്ധിമുട്ടുന്നു. ഭക്ഷണത്തിനും പാർപ്പിടത്തിനുപോലും പല കുടുംബങ്ങളും. അതുകൊണ്ട് വിദ്യാഭ്യാസത്തെക്കുറിച്ചാലോചിക്കുവാൻ അവരുടെ പക്കൽ സമയമില്ല. വിദ്യാഭ്യാസം എന്നതിന് രണ്ടാം സ്ഥാനമേ ലഭിക്കുന്നുള്ളു."

"ബാക്കി കൂടി പറയൂ."

"തീർച്ചയായും. ജീവിതത്തിൽ മുന്നേറാൻ കഴിയുന്നവരെയാണ് സഹായിക്കുന്നത് എന്ന സന്തോഷം എനിക്കുണ്ട്. പലസ്തീനിവിദ്യാഭ്യാസരംഗത്തിന് ഒരു നീണ്ട ചരിത്രം തന്നെ പറയുവാനുണ്ട്. അവിടെ മിക്കവാറും മാതാപിതാക്കൾക്ക് മക്കൾ വിദ്യാഭ്യാസം നേടണമെന്ന ആഗ്രഹമുണ്ട്. വിദ്യാഭ്യാസത്തിന് അവർ വലിയ മൂല്യം കല്പിക്കുന്നുണ്ട്. പലസ്തീനി സമൂഹങ്ങളിൽ നിലവിലുള്ള രാഷ്ട്രീയ പരിതഃസ്ഥിതികളും ബഹളങ്ങളും കണക്കിലെടുക്കാതെ തന്നെ അവിടത്തെ കുട്ടികൾ സ്കൂളിൽ ചേരുന്നു. ലോകത്തില പല ഭാഗങ്ങളുമായി താരതമ്യപ്പെടുത്തിയാൽ സ്കൂളിൽ പോകുന്ന കുട്ടികളുടെ ശതമാനം ഉയർന്നത് തന്നെയാണെന്ന് കാണാനാകും. തങ്ങളുടെ പ്രഥമ പരിഗണന വിദ്യാഭ്യാസം നേടുക എന്നതിനാണെന്ന് പലസ്തീനി പെൺകുട്ടികൾ വിശ്വസിക്കുന്നു എന്ന് ഞാൻ പറഞ്ഞാൽ ഒരുപക്ഷേ അത് നിന്നെ അദ്ഭുതപ്പെടുത്തിയേക്കാം. ലോകത്തിന്റെ പല ഭാഗങ്ങളിലും സ്ഥിതി ഇതല്ല. അങ്ങനെയുള്ള പെൺകുട്ടികൾക്ക് വിദ്യാഭ്യാസ സൗകര്യങ്ങൾ എത്തിച്ചുകൊടുക്കുക എന്നത് എന്റെ ലക്ഷ്യമാകുന്നു. സഹായിക്കുന്ന പെൺകുട്ടിയോട് ഞാനൊന്നേ ആവശ്യപ്പെടാറുള്ളൂ. അവർ ബിരുദം നേടുകയും ജോലിയിൽ പ്രവേശിക്കുകയും ചെയ്താൽ അവരും അതുപോലെ മറ്റൊരു പെൺകുട്ടിയെ സഹായിക്കണം എന്ന് മാത്രം.

"ഇതൊന്നും അത്ര എളുപ്പമുള്ള സംഗതികളല്ല അമാനി. നിനക്ക് അതൊക്കെ ഊഹിക്കുവാൻ തന്നെ ബുദ്ധിമുട്ടുണ്ടാകും. സൗകര്യങ്ങൾ നിറഞ്ഞ ഒരു ജീവിതമേ നീ കണ്ടിട്ടുള്ളൂ. ജനിച്ച നിമിഷം മുതൽ നീ എന്താഗ്രഹിച്ചുവോ അത് നിനക്ക് ലഭിച്ചിട്ടുണ്ട്. ഒന്നിനും കുറവ് വന്നിട്ടില്ല. നിന്റെ മാതാപിതാക്കൾ നിന്നെ അകമഴിഞ്ഞ് സ്നേഹിച്ചിട്ടുണ്ട്. നിനക്കാവശ്യമുള്ളതിലധികം വസ്ത്രവും ഭക്ഷണവുമുണ്ട്. സ്വന്തം മുറികൾ എന്ന സ്വകാര്യതയുണ്ട്. നിനക്കാവശ്യമുള്ള പക്ഷികളേയും മൃഗങ്ങളേയും വളർത്തുവാനുള്ള സ്വാതന്ത്ര്യവും സൗകര്യവുമുണ്ട്. വിദ്യാഭ്യാസം നേടുന്നതിനായി നിന്നെ പ്രോത്സാഹിപ്പിച്ചിട്ടുണ്ട്.

എന്നാൽ നിന്റെ ജനനം പലസ്തീനിലായിരുന്നുവെങ്കിൽ ജീവിതം ഇങ്ങനെയൊന്നുമാകുമായിരുന്നില്ല. വെല്ലുവിളികൾ അനേകമുണ്ടാകുമായിരുന്നു. പലസ്തീനിലെ പെൺകുട്ടികളേയും അവരുടെ മാതാപിതാക്കൾ സ്നേഹിക്കുന്നുണ്ടാകും. പക്ഷേ അവർ ചിലപ്പോൾ അത്താഴ പട്ടിണിയായിട്ടായിരിക്കും ഉറങ്ങാൻ പോകുന്നത്. ഭക്ഷണത്തിനായി ഇത്തിരി പണം എവിടെ നിന്ന് ലഭിക്കും എന്ന് വേവലാതിപ്പെടുന്ന മാതാപിതാക്കളെ അവർ നിത്യവും കാണുന്നുണ്ടാകും. അനേകം പേരോടൊത്ത് കൊച്ചു കൂരകളിലാകും അവരുടെ താമസം. നാലും അഞ്ചും കുട്ടികൾ ഒന്നിച്ച് ഒരു മുറിയിലുറങ്ങുന്നുണ്ടാകും. സ്കൂളിൽ പോകണമെന്ന് അവർക്ക് ആഗ്രഹമുണ്ടെങ്കിലും അവിടെയെത്തിപ്പെടുവാനുള്ള വാഹന സൗകര്യമുണ്ടാകില്ല. യൂണിഫോമോ പുസ്തകമോ വാങ്ങുവാനുള്ള പണമുണ്ടാകില്ല. അവരുടെ അച്ഛന് ജോലിസ്ഥലം വരെ ചെല്ലുവാനാകാത്ത വിധം വീടിനും ജോലി സ്ഥലത്തിനുമിടയിൽ വേലിക്കെട്ടുകൾ സ്ഥാപിക്കപ്പെട്ടിട്ടുണ്ടാകും. ആ പ്രദേശത്തെ കുട്ടികൾക്ക് ഇത്തരം അനേകം പ്രശ്നങ്ങൾ, നമ്മളറിയാത്ത അനേകം പ്രശ്നങ്ങളുണ്ടാകും.

പലസ്തീനികൾക്ക് വിദ്യാഭ്യാസത്തിനോട് എന്നും പ്രിയമായിരുന്നു, താത്പര്യമായിരുന്നു. എന്നാൽ ദാരിദ്ര്യം മൂലം വിദ്യാഭ്യാസം അവർക്കരികിലെത്തുവാൻ മടിച്ച് നിന്നു. വലിയ കുടുംബങ്ങളാണവരുടേത്. സ്ഥിര ജോലി എന്നൊന്നില്ല. കുട്ടികളെ സ്കൂളിലയച്ച് പഠിപ്പിക്കുവാൻ, അവിടത്തെ ഫീസ് നൽകുവാൻ, മിക്കവാറും പേരുടെ കൈയിൽ പണമില്ല. ഒരു പെൺകുട്ടിക്ക് സഹോദരന്മാർ അനേകമുണ്ടാകാം. അങ്ങനെയുള്ള അവസരങ്ങളിൽ വീട്ടുകാർ ആൺകുട്ടികളുടെ വിദ്യാഭ്യാസത്തിന് മുൻഗണന നൽകും. ഇത് നമ്മുടെ മുസ്ലീം സംസ്കാരത്തിൽ കണ്ടുവരുന്ന പ്രവണതയാണല്ലോ. എന്നും ആൺകുട്ടികൾക്കാണ് പെൺകുട്ടികളേക്കാൾ മുൻഗണന."

അമാനിയുടെ കറുത്ത കണ്ണുകൾ ഈറനണിയുന്നത് കണ്ടു. ഏതെങ്കിലും ഒരു വളർത്തുമൃഗത്തിനു വേദനിക്കുന്നത് കണ്ടാൽ അവളുടെ കണ്ണ് ഇതുപോലെ ഈറനണിയാറുണ്ട്. ഇത് എനിക്ക് കൂടുതൽ പ്രതീക്ഷ നൽകി. നമ്മുടെ ലോകത്തിൽ നിലനിൽക്കുന്ന ലിംഗസമത്വമില്ലായ്മ എന്ന പ്രശ്നത്തിനുള്ള പരിഹാരത്തിലേക്കുള്ള ആദ്യ പടി

എല്ലാവർക്കും വിദ്യാഭ്യാസം നൽകുകയാണെന്ന് ഞാൻ ഉറച്ച് വിശ്വസിക്കുന്നു. ഈ വിശ്വാസത്തിനോടൊപ്പം എന്റെ കുട്ടികളും അതിനുള്ള പ്രവൃത്തികളിൽ പങ്കാളികളാകണം എന്നും ആഗ്രഹിക്കുന്നു. വിദ്യാഭ്യാസം നേടിയ വിഡ്ഢികൾ അനേകമുണ്ടിവിടെ എന്നത് സത്യം. അതിനിടയിലും വിദ്യാഭ്യാസമുള്ള പുരുഷന്മാർ തങ്ങളുടെ രക്ഷാകർതൃത്വത്തിലുള്ള സ്ത്രീകൾക്ക് വിദ്യാഭ്യാസം നൽകുന്നതിൽ താത്പര്യം കാണിക്കാറുണ്ട് എന്ന് ഞാൻ കണ്ടിട്ടുണ്ട്. വിദ്യാഭ്യാസമുള്ള ഒരു സ്ത്രീ ഏതൊരു സമൂഹത്തിനും ഒരു മുതൽക്കൂട്ടാണെന്ന് അവർ കരുതുന്നു. ഒരു സ്ത്രീക്ക് വിദ്യാഭ്യാസമുണ്ടെങ്കിൽ, എന്തെങ്കിലും കാരണവശാൽ അവരുടെ ഭർത്താവിന് കുടുംബത്തിനു വേണ്ട പിന്തുണ നൽകുവാനായില്ലെങ്കിൽ, പകരമാകുവാൻ കഴിയുന്നു. മാത്രമല്ല വിദ്യാഭ്യാസം നേടിയ സ്ത്രീ അവരുടെ പുത്രിമാരുടെ വിദ്യാഭ്യാസത്തിനായി പട നയിക്കുകയും ചെയ്യും.

"അങ്ങനെ ബുദ്ധിമുട്ടുകൾ അനുഭവിക്കുന്ന പെൺകുട്ടികൾക്ക് സ്കൂളിൽ തന്നെ തുടരുവാനും വിദ്യാഭ്യാസം നേടുവാനും അതുവഴി സ്വന്തം കുടുംബത്തെ സഹായിക്കുവാനുമാകുന്നതിനായി നിന്റെ അമ്മ, അമ്മയ്ക്കാകാവുന്നതെല്ലാം ചെയ്യുന്നു അമാനി. വിദ്യാഭ്യാസം നൽകുന്നത് അധികാരമാണ് അമാനി. എല്ലാവർക്കും വിദ്യാഭ്യാസം എന്ന മാർഗ്ഗം നമ്മെ എത്തിക്കുന്നത് ദാരിദ്ര്യത്തിന്റെ പാതയ്ക്ക് പുറത്തേക്കാണ്. അങ്ങനെ ഞാൻ വിശ്വസിക്കുന്നു."

അമാനി തലയാട്ടി. എന്നാൽ ഒന്നും പറഞ്ഞില്ല.

"അങ്ങനെ സഹായം ആവശ്യമുള്ള പെൺകുട്ടികളെ കണ്ടെത്തുന്നതിനായി ഇരുപത് പലസ്തീനി വിദ്യാഭ്യാസ പ്രവർത്തകരുടെ സഹായം തേടുന്നു. അവർ സ്കൂളിലുള്ള കുട്ടികളെ നിരീക്ഷിക്കുന്നു. അവരിൽ ആർക്കെങ്കിലും എന്തെങ്കിലും മാനസിക പിരിമുറുക്കം തോന്നിത്തുടങ്ങുകയോ, ഹാജർ നിലയിൽ കുറവ് വന്ന് തുടങ്ങുകയോ ചെയ്താൽ അതിന്റെ കാരണമന്വേഷിക്കുന്നു. അവർ അപ്പോൾ ആ പെൺകുട്ടിയോടും അവളുടെ വീട്ടുകാരോടും സംസാരിക്കുന്നു. ഇതിന്റെ കാരണമന്വേഷിക്കുന്നു. മിക്കപ്പോഴും അവരുടേത് ദരിദ്രകുടുംബങ്ങളാകും. വീട്ടിലെ അംഗസംഖ്യ കുറയ്ക്കുവാനായി പെൺകുട്ടികളെ പെട്ടെന്ന് വിവാഹം കഴിച്ചയയ്ക്കുവാൻ താത്പര്യപ്പെടുന്നവരാകും.

അങ്ങനെയൊക്കെ മുന്നോട്ട് നീങ്ങുന്നു. എല്ലാ വർഷവും സഹായം ആവശ്യമുള്ള പെൺകുട്ടികളുടെ പട്ടിക എന്റെ പക്കലെത്തുന്നു. കാര്യകാരണസഹിതം അവർ വിശദീകരണം നൽകിയിട്ടുണ്ടാകും. ഓരോ പ്രശ്നവും വിശദമായി വായിച്ച് മനസ്സിലാക്കുന്നു. സാധാരണ നിലയിൽ ചെയ്യുന്നത് ഈ പെൺകുട്ടികളുടെ വീട്ടുകാർക്ക് ആവശ്യമുള്ള പണം അയച്ച് കൊടുക്കുകയാണ്. അങ്ങനെ ചെയ്യുമ്പോൾ അവർ പെൺകുട്ടികളെ സ്കൂളിൽ നിന്നും പിൻവലിക്കില്ലെന്ന് ഉറപ്പ് വാങ്ങുന്നു. വളരെ അപൂർവ്വമായേ ഇങ്ങനെ വന്നിരിക്കുന്ന അപേക്ഷ തിരസ്കരിച്ചിട്ടുള്ളൂ.

എന്തെങ്കിലും പൊളിവചനം, വഞ്ചന, കാപട്യം അതിലുണ്ടെന്ന് അറിവായതിനാലായിരിക്കും ഈ തിരസ്കരണം. എന്നെയിങ്ങനെ സഹായമുള്ള പെൺകുട്ടികളിലേക്ക് നയിക്കുവാൻ നിയമിക്കപ്പെട്ടിട്ടുള്ളതിൽ രണ്ട് പേർ മാത്രമാണ് സത്യസന്ധത കാണിക്കാതിരുന്നിട്ടുള്ളത്. അവർ തന്ന പട്ടികയിലെ പല പേരുകളും വ്യാജമായിരുന്നു. അങ്ങനെ ഇല്ലാത്ത പേരുകൾ നൽകി ആ പണം തട്ടിയെടുക്കാനുള്ള ശ്രമമായിരുന്നു അവരുടേത്."

ഞാനിത്രയും പറഞ്ഞപ്പോൾ അമാനി എഴുന്നേറ്റ് എന്നെ കെട്ടിപ്പിടിച്ചു. ഒരമ്മയെ പൂർണ്ണമായും അറിഞ്ഞ് സ്നേഹിക്കുന്ന ഒരു മകളുടെ ആലിംഗനം.

"എനിക്ക് തെറ്റ് പറ്റി അമ്മേ. വിദ്യാഭ്യാസം എന്നത് വളരെ പ്രാധാന്യമുള്ള ഒന്നാണെന്ന് ഞാനിപ്പോൾ മനസ്സിലാക്കുന്നു."

അമാനി നിശ്ശബ്ദമായി എന്നെത്തന്നെ നോക്കി നിന്നു. അവളുടെ മനസ്സിൽ എന്തോ സംഘർഷം നടക്കുന്നുണ്ടെന്ന് മനസ്സിലായി. ഇതിൽ കൂടുതൽ എന്തെങ്കിലും തുറന്ന് പറയണോ എന്നാണ് ആ സംഘർഷമെന്നും മനസ്സിലായി. സംസാരിക്കുവാൻ അവളെ പ്രോത്സാഹിപ്പിക്കണമെന്നുണ്ടെനിക്ക്. അങ്ങനെയാകുമ്പോൾ അവളുടെ മനസ്സിലുള്ള ആശങ്കകളെ എന്റെ മനസ്സിലേക്ക് മാറ്റുവാനാകും. എന്നാൽ പ്രോത്സാഹിപ്പിച്ചില്ല. തീർത്തും സ്വതന്ത്രരായ രണ്ട് പുത്രിമാരെ ഇത്രയും വർഷം കൈകാര്യം ചെയ്തതിൽ നിന്നും അവരെ എപ്പോൾ നിർബന്ധിക്കണമെന്നും എപ്പോൾ അരുതെന്നും മനസ്സിലാക്കുവാനുള്ള പക്വത എനിക്കുണ്ട്.

ഈ അവസരത്തിൽ ക്ഷമയോടെ കാത്തിരിക്കുകയാണ് നല്ലതെന്ന് തീരുമാനിച്ചു.

അവസാനം അവൾ പുഞ്ചിരിച്ചു. മനസ്സിലുള്ളത് തുറന്ന് കുമ്പസാരിക്കുവാൻ തുടങ്ങി. "അമ്മേ, അന്ന് മഹയുമൊത്ത് വഴക്കുണ്ടാക്കിയതിനുശേഷം എന്റെ സ്വഭാവരീതികളെക്കുറിച്ച് ചിന്തിക്കുകയായിരുന്നു. എല്ലാവരും ഭയക്കുകയോ വെറുക്കുകയോ ചെയ്യുന്ന ഒരു വ്യക്തിയാകാൻ താത്പര്യമില്ല. അതിനാൽ എന്റെ പ്രവൃത്തികൾക്ക് കടിഞ്ഞാണിടണമെന്ന് അള്ളാഹുവിനോട് അപേക്ഷിച്ചുകൊണ്ടിരിക്കുന്നു. ചുരുങ്ങിയ പക്ഷമെന്റെ മനസ്സിലുള്ള ചിന്തകളെ പ്രകടമാക്കുമ്പോൾ മുമ്പിലത്തേത് പോലെ ആക്രമണോത്സുകതയെങ്കിലും കാണിക്കാതിരിക്കണമെന്ന്. അമ്മയും അച്ഛനും അബ്ദുള്ളയും മഹയും എന്നെ ഒഴിവാക്കുന്നുവെന്നറിയുന്നു. അതിൽ ദുഃഖമുണ്ട്. ഞാനിനി ആ തെറ്റുകൾ ആവർത്തിക്കില്ലെന്നും കൂടുതൽ ദയയുള്ളവളാകുമെന്നും അമ്മ മനസ്സിലാക്കണം."

വാക്കുകൾ എന്റെ നാക്കിൻ തുമ്പിലെത്തി. എനിക്ക് സംസാരിച്ചേ മതിയാകൂ എന്നായി. എന്നിട്ടും ഒന്നും പറഞ്ഞില്ല. അവൾ ഇനിയും എല്ലാം തുറന്ന് പറയണം എന്ന് മനസ്സാഗ്രഹിച്ചു. അതിനുശേഷമേ എന്തെങ്കിലും പറയുകയുള്ളൂ എന്നും തീരുമാനിച്ചു.

“വിദ്യാഭ്യാസത്തിന്റെ പ്രാധാന്യത്തെക്കുറിച്ചും എനിക്കിപ്പോൾ മനസ്സിലാകുന്നു. എന്റെ മനസ്സിലുണ്ടായിരുന്ന ധാരണകൾ മാറിയിരിക്കുന്നു. വർഷങ്ങളായി അമ്മ ഇതൊക്കെ എന്നോട് പറഞ്ഞുതുടങ്ങിയിട്ട്. എങ്കിലും നാദിയയേയും ഡോക്ടർ മീനയേയും കണ്ടുമുട്ടിയ അന്നു മുതൽ എനിക്കും എന്നെ കൂടുതൽ നല്ല കാര്യങ്ങളിലേക്ക് നയിക്കുവാനാകും എന്ന് കരുതിത്തുടങ്ങിയിരിക്കുന്നു..

നാദിയയെ രണ്ട് തവണ അവരുടെ ആശുപത്രിയിൽ ചെന്ന് കണ്ടു. അന്ന് അവർ എന്നെ ഏല്പിച്ച ആ കുറിപ്പ് ഓർമ്മയില്ലേ? ഞാനത് പല തവണ വായിച്ചു. ഓരോ തവണ വായിക്കുമ്പോഴും അവരുടെ ആത്മാർത്ഥത എന്നെ വല്ലാതെ സ്പർശിച്ചു. അവരെ കാണണമെന്നും അവരുടെ ജോലിയുമായി ബന്ധപ്പെട്ട വിവരങ്ങൾ അറിയണമെന്നും ആഗ്രഹമുണ്ടായി. ഒരു സാമൂഹിക പ്രവർത്തക എന്ന നിലയിൽ അവർ സഹായിക്കുന്ന ചില പെൺകുട്ടികളെ കാണണമെന്നും ആഗ്രഹിച്ചു.”

അമാനി നിർത്തി. എന്നിൽ നിന്നും എന്തോ പ്രതീക്ഷിക്കുന്നത് പോലെ എന്നെ നോക്കി. അതിനാൽ ഞാൻ വായ് തുറന്നു. “അത് ഗംഭീരമായിരിക്കുന്നു അമാനി. നീ നിന്റെ അമ്മയെ വല്ലാതെ സന്തോഷിപ്പിച്ചു ഇന്ന്.”

“ഞാൻ എന്നെത്തന്നെയാണ് സന്തോഷിപ്പിക്കുന്നത് അമ്മേ. നമ്മുടെ വിശ്വാസപ്രകാരം പുരുഷൻ വീടിന്റെ അധിപതിയാകണമെന്നാണെങ്കിലും സ്ത്രീകൾ വിദ്യാഭ്യാസം നേടുന്നതിൽ അപാകതയൊന്നുമില്ല. മാത്രമല്ല, പലപ്പോഴും സ്ത്രീക്ക് വിദ്യാഭ്യാസമുണ്ടെങ്കിൽ ജീവിതകാലം മുഴുക്കെ അധിക്ഷേപം സഹിച്ച് കഴിയേണ്ടി വരികയുമില്ലെന്ന് ഞാൻ സമ്മതിക്കുന്നു.”

എന്റെ മകൾ ഇപ്പോൾ വൈകാരികമായി ശരിയായ ദിശയിലായിരിക്കുന്നു. എന്നാൽ ആത്മീയമായും ബുദ്ധിപരമായും ഇപ്പോഴും വളരെ ശ്രദ്ധിച്ചാണ് നീങ്ങുന്നത്. എന്തായാലും ചില മൗലവിമാരിൽ നിന്നും നേടിയ തെറ്റായ അറിവുകളിൽ നിന്നും പുറത്ത് കടന്നു എന്നതിൽ സന്തോഷം തോന്നി. ഞങ്ങളുടെ വിശുദ്ധഗ്രന്ഥത്തിലെ വചനങ്ങൾ വളച്ചൊടിച്ച്, സ്ത്രീകൾ എന്നെന്നും പുരുഷന്റെ അടിമകളായിരിക്കുവാൻ ആഗ്രഹിക്കുന്നവരാണവർ. മറ്റ് സ്ത്രീകളെ സഹായിക്കുന്ന ജോലികളിൽ അമാനി കൂടുതൽ വ്യാപൃതയായാൽ, ഇത്തരം മതാദ്ധ്യക്ഷന്മാർ എങ്ങനെയാണ് തങ്ങളുടെ ഭാഷണങ്ങളെ വിശ്വാസ്യയോഗ്യമെന്ന് വരുത്തിത്തീർക്കുവാനായി വളച്ചൊടിക്കുന്നത് എന്ന് മനസ്സിലാകും. അവൾക്ക് ദൃഢതയുള്ള ഒരു സ്വഭാവം വളർന്ന് വരണം എന്ന ആഗ്രഹം മാത്രമേ എനിക്കുണ്ടായിരുന്നുള്ളൂ. അങ്ങനെയാകുമ്പോൾ ആരെ എത്ര വിശ്വസിക്കണം എന്ന് അറിയുവാനാകും. മാത്രമല്ല, ജീവിതത്തിലെ നല്ലതും ചീത്തയും അഭിമുഖീകരിക്കേണ്ടി വരുമ്പോൾ അതിനുള്ള കഴിവുണ്ടാകുകയും ചെയ്യും.

അന്നത്തെ ദിവസത്തിലെ ശേഷിച്ച സമയവും അതിനടുത്ത ദിവസത്തിലെ പാതിയും അവൾ പലസ്തീനി അഭ്യർത്ഥനകൾ

പരിശോധിക്കുന്നതിനായി എന്നെ സഹായിച്ചു. ഞങ്ങൾ വായിച്ചു കൊണ്ടിരുന്ന പെൺകുട്ടികളുടെ ജീവിതകഥകളിൽ കെട്ടുപിണയുവാൻ തുടങ്ങി. ഞങ്ങൾ അവരുടെ വിദ്യാഭ്യാസത്തിനായി നൽകുവാൻ ഉദ്ദേശിക്കുന്ന പണം സ്വീകരിച്ച് അവരെല്ലാം ഉയരങ്ങളിലേക്കെത്തുമെന്ന തിലും അവളുടെ മനസ്സിനാനന്ദം നൽകി. അതവളെ ഈ ജോലിയിൽ കൂടുതൽ ലയിക്കുവാൻ പ്രേരിപ്പിച്ചു.

തങ്ങളുടെ കുട്ടിക്കാലം മിക്കവാറും മുഴുക്കെ ദാരിദ്ര്യവും നിർഭാഗ്യവും മാത്രമനുഭവിച്ച രണ്ട് കഥകളുണ്ടായിരുന്നു അതിൽ. ആ കഥകൾ അമാനിയെ ആകർഷിച്ചു. അതിലൊരു പെൺകുട്ടിയുടെ പേര് താല എന്നായിരുന്നു. വിദ്യാഭ്യാസം പൂർത്തിയാക്കുവാനായി പണം അത്യാവശ്യമായി വേണമവൾക്ക്. ഞങ്ങൾ സഹായിച്ചില്ലെങ്കിൽ അവളുടെ ഭാവി, ഭൂതം പോലെ തന്നെ ഇരുളടഞ്ഞതാകും. അവൾക്ക് ആറുവയസ്സുള്ളപ്പോൾ അമ്മ മരിച്ചു. വീട്ടിലെ ഏക പെൺകുട്ടി എന്ന നിലയിൽ വീട്ടുജോലികളെല്ലാം അവൾ തന്നെ ചെയ്യേണ്ടി വന്നു. അതിൽ തന്റെ അച്ഛനും മൂന്ന് സഹോദരന്മാർക്കുമുള്ള പാചകവും ഉൾപ്പെടുന്നു. സഹായം ആവശ്യമുള്ള പെൺകുട്ടികളെല്ലാം എന്തുകൊണ്ട് ഈ സഹായം വേണമെന്ന് കാണിച്ച് ഒരു പേജിലുള്ള ഒരു കത്ത് അയക്കേണ്ടിയിരുന്നു. അവരുടെ ജീവിത കഥ അതിലവർ എഴുതണം. ഒരു സ്റ്റൂളിനു മുകളിൽ കയറി നിന്ന് ഭക്ഷണം പാചകം ചെയ്യുവാനുള്ള ബുദ്ധിമുട്ട് അവൾ വിവരിച്ചിരിക്കുന്നു. അവൾ കൊച്ചു കുഞ്ഞായിരുന്നതിനാൽ അടുപ്പിരിക്കുന്നിടത്തേക്ക് അവളുടെ കൈയെത്തില്ലായിരുന്നു. വെസ്റ്റ് ബാങ്കിലാണ് ആ കുടുംബം കഴിയുന്നത്. അവളുടെ അച്ഛന് ആ പ്രദേശത്തെ ഭക്ഷണവും വിഭവങ്ങളും വേണമെന്ന് നിർബന്ധമായിരുന്നു. കോഫ്ത ബി താഹിനി പോലുള്ള വിഭവങ്ങളാണയാൾ ആവശ്യപ്പെട്ടുകൊണ്ടിരുന്നത്. ഇറച്ചി ഉരുളകളാക്കി സോസിലിട്ട് വേവിച്ച് ചോറിനോടൊപ്പം നൽകുന്ന ഒരു വിഭവമാണിത്. തക്കാളിച്ചാറിൽ വേവിച്ച കോഫ്തയും അയാൾക്കിഷ്ടമായിരുന്നു. അതിനോടൊപ്പം ഉരുളക്കിഴങ്ങും. അവളുടെ അമ്മ ഗാസയിൽ നിന്നുള്ളവളായിരുന്നു. അതിനാൽ താലയുടെ സഹോദരന്മാർക്ക് പഥ്യം പലസ്തീനിന്റെ ആ പ്രദേശങ്ങളിൽ നിന്നുള്ള വിഭവങ്ങളായിരുന്നു.

കണ്ണുനീർ തടയുവാനാകാതെ അമാനിയുടെ കണ്ണ് ചുവന്നു. ആറു വയസ്സുള്ള ഒരു പെൺകുട്ടി, അമ്മയില്ലാത്ത ഒരു പെൺകുട്ടി, അഞ്ചു പേർക്ക് ഭക്ഷണം പാകം ചെയ്യുക എന്ന വിധിയോർത്ത് അവൾ കരഞ്ഞു. അവൾ വീട്ടിൽ അടിമയല്ലാതെ മറ്റാരുമല്ല. ഇത്രയും ജോലി ചെയ്യുന്ന അവൾ ഇപ്പോൾ നന്നേ ക്ഷീണിച്ചിരിക്കും. ഒരു വൃദ്ധയെപ്പോലെയിരിക്കും കണ്ടാൽ. അമ്മ മരിച്ചതിനു ശേഷം താലയ്ക്ക് ഒരു ജോടി പുതിയ ഉടുപ്പ് പോലും ലഭിച്ചിട്ടില്ല. തന്റെ ഒരു ബന്ധുവിന്റെ പഴയ വസ്ത്രമാണവൾ ധരിച്ചിരുന്നത്.

രണ്ടാമത്തേത് ഹീബ എന്നൊരു കുട്ടിയുടെ കഥയായിരുന്നു. അഞ്ച് സഹോദരിമാരിൽ ഏറ്റവും മുതിർന്നവളാണവൾ. ജോലിക്കിടയിൽ പല പരിക്കുകളും പറ്റിയ അവളുടെ അച്ഛന് ഇപ്പോൾ ജോലിയൊന്നും

ചെയ്യുവാനാകുന്നില്ല. ദാരിദ്ര്യം മാത്രമാണ് ആ കുടുംബം ഇപ്പോൾ അറിയുന്നത്. അച്ഛൻ വലിയ വണ്ടികളോടിക്കുന്നവനായിരുന്നു. അയാൾക്ക് ഇനി ജോലി ചെയ്യുവാനാകില്ല. അതിനാൽത്തന്നെ ഏതെങ്കിലും ബന്ധുക്കളോ ധർമ്മസ്ഥാപനങ്ങളുടേയോ സഹായത്തിലാണിപ്പോൾ ജീവിതം. ദാരിദ്ര്യം മൂലം സഹോദരിമാർക്ക് ഇനി സ്കൂളിൽ തുടരുവാനാകില്ല. ദിവസത്തിൽ രണ്ട് നേരം എന്തെങ്കിലും കഴിക്കുവാൻ കിട്ടിയാൽ അത് തന്നെ ആർഭാടമായി എന്നായിരുന്നു അവരുടെ ചിന്ത. പല ദിവസങ്ങളിലും പട്ടിണി മാത്രമായിരുന്നു കൂട്ട്.

ഇതുകൂടി വായിച്ചപ്പോൾ എന്റെ മകൾ വേദനകൊണ്ട് പുളയുവാൻ തുടങ്ങി. അവൾക്ക് പലസ്തീനിലേക്ക് പോകണമെന്നും അവിടെ ചെന്ന് താലയ്ക്കും ഹീബയ്ക്കുമുള്ള പണം കൈമാറണമെന്നും ആഗ്രഹമുണ്ടായി. എന്നാൽ ശരിയായ സമയത്ത് നമുക്ക് നേരിട്ട് ആ പെൺകുട്ടികളുമായി സംസാരിക്കാം എന്ന് ഞാൻ ഉറപ്പ് കൊടുത്തു. പലപ്പോഴും ഞങ്ങളയയ്ക്കുന്ന പണം ശരിയായ കൈകളിലാണോ എത്തുന്നത് എന്നറിയുവാൻ നേരിട്ട് പലരുമായി സംസാരിക്കാറുണ്ട്. അപ്പോഴൊന്നും എന്റെ പേരോ മറ്റ് വിവരങ്ങളോ വെളിപ്പെടുത്താറില്ലെന്നത് സത്യം. അങ്ങനെയല്ലെങ്കിൽ അവർ തുറന്ന് സംസാരിക്കില്ല എന്ന് ഭയന്നു. ഞാനൊരു രാജകുമാരിയാണെന്ന് പറഞ്ഞാൽ മിക്കപ്പോഴും സംസാരം അത്ര ലാഘവത്തോടെ മുന്നോട്ട് പോകാറില്ലെന്നത് അനുഭവമാണ്.

ഇങ്ങനെ അശരണരായ പെൺകുട്ടികളെ സഹായിക്കുവാനായതിൽ അമാനിക്ക് സന്തോഷം തോന്നിത്തുടങ്ങി. അതിൽ നിന്നും കരുത്തും നേടിത്തുടങ്ങി. ഇതിലും വലിയ സന്തോഷമില്ലെന്നായി. സത്യമായ സന്തോഷം മറ്റുള്ളവരെ സഹായിക്കുമ്പോഴാണ് ലഭ്യമാകുന്നത് എന്ന് മകൾ അനുഭവിച്ചറിയുകയാണെന്ന് മനസ്സിലായി. അമാനി ഇനി പഴയ അമാനിയാകില്ല എന്നും ഉറപ്പായി.

ഇത്രയധികം പെൺകുട്ടികളേയും സ്ത്രീകളേയും സഹായിക്കുവാനാകുന്ന ഞങ്ങൾ എത്ര ഭാഗ്യവതികളാണ്!

ഒരൊറ്റ രാത്രികൊണ്ട് അമാനി എന്റെ ഹൃദയം സൂക്ഷിക്കുന്നവളായി മാറി. കൗമാരം മുതൽ എന്നും വഴക്കാളിയായി അറിയപ്പെട്ടിരുന്ന മകൾ ഇന്ന് വേറൊരു വ്യക്തിയായിരിക്കുന്നു. അവൾ വീട്ടിൽ അനേകം തവണ ദുഃഖത്തിന്റെ വിത്ത് പാകിയിട്ടുണ്ടെന്നത് ഇന്ന് പഴങ്കഥയാകുന്നു. അമാനിയുമൊത്ത് ജോലി ചെയ്തു തുടങ്ങുന്നതിനുമുമ്പ് ഒരിക്കലും മൂന്ന് മക്കളും ഈ ജോലിയിൽ എന്നോടൊപ്പം നിൽക്കുമെന്ന് പ്രതീക്ഷിച്ചിരുന്നില്ല. നമ്മളേക്കാൾ വലിയ ഒരു കാരണത്തിൽ നമ്മൾ നമ്മുടെ ഊർജ്ജം നിക്ഷേപിക്കുമ്പോഴാണ് സത്യമായ സന്തോഷം നമ്മെ തേടിയെത്തുന്നത്.

അതിന്റെ അടുത്ത ആഴ്ച ഡോക്ടർ മീനയും നാദിയയും എന്നെയും അമാനിയേയും ഞങ്ങളുടെ റിയാദിലെ വീട്ടിൽ വന്ന് കണ്ടു. മഹ യൂറോപ്പിലേക്ക് മടങ്ങിയിരുന്നു. അവളുടെ സുഹൃത്ത് ലൈല അവൾക്കൊപ്പം

പോയി. ജീവിതത്തിൽ ആദ്യമായി സൗദി അറേബ്യയ്ക്ക് പുറത്തേക്ക് യാത്ര പോകുന്നതിന്റെ സന്തോഷത്തിലായിരുന്നു ലൈല.

കഴിഞ്ഞ ഏതാനും മാസങ്ങളിലെ പരിചയമേയുള്ളൂവെങ്കിലും അമാനിയും നാദിയയും പരസ്പരം ആലിംഗനം ചെയ്ത് സംഭാഷണ മാരംഭിച്ച രീതി കണ്ടാൽ അവർ തമ്മിൽ ഒരായുഷ്കാലത്തെ പരിചയ മുണ്ടെന്ന് തോന്നും. ഇത് കണ്ട് ഡോക്ടർ മീന തലയാട്ടി. നാദിയയും അമാനിയും തമ്മിലുള്ള ഈ സൗഹൃദത്തിൽ ഡോക്ടർ മീനയ്ക്ക് തെല്ലും അദ്ഭുതമുണ്ടായിരുന്നില്ല. നാദിയയുടെ ഉപദേശക ഡോക്ടർ മീന യാണെന്ന് എനിക്കറിയാം. അതിനാൽ തന്നെ അമാനിയുമൊത്ത് വളർന്ന് വന്ന സൗഹൃദത്തെക്കുറിച്ച് അവൾ ഡോക്ടർ മീനയോട് പറഞ്ഞിട്ടു ണ്ടാകും എന്ന് ഊഹിച്ചു.

'ആ ഫാത്തിമയ്ക്ക് എന്ത് പറ്റി?' അമാനി നാദിയയോട് ചോദിച്ചു.

ഞാൻ നിശ്ശബ്ദം കേട്ടിരുന്നു. അമാനി രംഗം കൈയടക്കിയതിന്റെ സന്തോഷത്തിലായിരുന്നു. ഞാനൊരു വൃദ്ധയൊന്നുമായിട്ടില്ല. അള്ളാഹു വിന്റെ കൃപകൊണ്ട് ഇപ്പോഴും ആരോഗ്യവതിയാണ്, ധാരാളം ഊർജ്ജം ഇപ്പോഴും എന്നിലുണ്ട്. ഇങ്ങനെ കഠിനാദ്ധ്വാനം ചെയ്യാനാകാത്ത ഒരു ദിനം എനിക്കും വരുമെന്ന് അറിയാം. ഇന്ന് ഞാൻ ചെയ്യുന്നതുപോലെ ആ കാലങ്ങളിൽ എന്റെ മക്കൾ സ്ത്രീകളുടെ അവകാശത്തിനായി പട പൊരുതണമെന്നും അതിനായി അവരെ പരിശീലിപ്പിക്കണമെന്നും ആഗ്രഹിച്ചതായിരുന്നു. ഈ ഭൂമിയിലെ വാസം എന്നെങ്കിലും അവസാനി ക്കുമല്ലോ. അന്ന് ഞാൻ ചെയ്യുന്ന ജോലി തുടർന്ന് കൊണ്ടുപോകാൻ ആരെങ്കിലും ഉണ്ടായേ മതിയാകൂ. സ്ത്രീകളെ അവരുടെ കാൽക്കീഴിൽ അമർത്തി നിർത്തുവാൻ പ്രയത്നിക്കുന്ന അനേകം പുരുഷന്മാർ എന്നു മുണ്ടാകുമെന്നാണ് ഈ ചെറിയ ജീവിതത്തിനിടയ്ക്ക് ഞാൻ പഠിച്ചത്. പുരുഷന്മാരുടെ ഈ പരാക്രമം നിലനിൽക്കുന്നിടത്തോളം കാലം സ്ത്രീകൾ ഇതിനെതിരെ പട പൊരുതേണ്ടി വരും."

"ഓരോ ദിവസം കഴിയുംതോറും അവളുടെ കഥ കൂടുതൽ മോശ മാകുകയാണ് അമാനി." നാദിയ പറഞ്ഞു.

"ഈ ഫാത്തിമയുടെ കഥ ഞാനുമൊന്ന് കേൾക്കട്ടെ" ഞാൻ പറഞ്ഞു. സഹായം ആവശ്യമുള്ള സ്ത്രീകളെക്കുറിച്ചറിയുവാൻ എനിക്ക് താത്പര്യ മായിരുന്നു.

"നാദിയയുടെ ഓഫീസിൽ വച്ചാണ് ഞാൻ ഫാതിമയെ കണ്ടത്. ഞാനവരുമായി സംസാരിച്ചില്ല. എന്നാൽ അവർ നാദിയയെ കാത്ത് നിൽക്കുന്നത് ഞാൻ കണ്ടു." അമാനി എന്നെ നോക്കി. അവളുടെ കണ്ണിൽ ഞാൻ ദുഃഖം കണ്ടു. "ഇരുപത് വയസ്സേയുള്ളൂ അവൾക്ക്. എന്നെക്കാൾ പ്രായം കുറവ്. എന്നാൽ വളരെ ക്രൂരമായ ഒരു ജീവിതം അവൾ ജീവിച്ചി രിക്കുന്നു. നാല്പത്, അമ്പത് വയസ്സുതോന്നും അവളെ കണ്ടാലിപ്പോൾ."

"പറയൂ. ഞാനൊന്ന് കേൾക്കട്ടെ." യുവത്വത്തിലേ വൃദ്ധാവസ്ഥ

വരുന്നത് ജീവിതത്തിൽ അനേകം കഠിനതകൾ നേരിടേണ്ടി വരുന്നത് കൊണ്ടാണെന്ന് എനിക്കറിയാം.

“അതെ രാജകുമാരി.” നാദിയ പറഞ്ഞു തുടങ്ങി. “സൗദിയിലെ മറ്റ് പല സ്ത്രീകളേയും പോലെ ദുരിതം നിറഞ്ഞ ജീവിതമാണവളുടേതും. ഒരുപക്ഷേ അവരേക്കാൾ ഇത്തിരി കൂടുതലാകും ഇവൾക്ക്. ഞാനവളുടെ കഥ പൂർണ്ണമായും പറയാം.”

“തീർച്ചയായും പറയണം നാദിയ. നമുക്ക് അവരെ സഹായിക്കുവാനാകും എന്ന് എനിക്കറിയാം.” അമാനിയാണ് പറഞ്ഞത്. ഇത് പറയുമ്പോൾ അവളുടെ സ്വരത്തിൽ ആവേശമുണ്ടായിരുന്നു.

“വിഷാദരോഗത്തിനടിമയായി ആശുപത്രിയിൽ അഡ്മിറ്റ് ആയപ്പോഴാണ് ഞാൻ ഫാത്തിമയെ കാണുന്നത്. അപ്പോൾ അവൾ ഒരു ഇരട്ടക്കുട്ടികളുടെ അമ്മയായിരുന്നു. രണ്ട് പെൺകുട്ടികളുടെ. അവളെ സഹായിക്കുവാനോ കുട്ടികളെ നോക്കുവാനോ ആരുമില്ലായിരുന്നു. ഞങ്ങളുടെ ഔട്ട്പേഷ്യന്റ് വിഭാഗത്തിലെ ഒരു ജീവനക്കാരൻ മുഖം താഴ്ത്തി രണ്ട് കുട്ടികളുമായി അവൾ വരാന്തയിലിരിക്കുന്നത് കണ്ടു. അയാളാണവളെ അവിടെ അഡ്മിറ്റ് ചെയ്യുവാനുള്ള ഏർപ്പാടുകൾ ചെയ്തത്. കുട്ടികൾ രണ്ടും വിശന്നിരിക്കുകയായിരുന്നു. ഞങ്ങളുടെ സെക്രട്ടറിയല്ലാതെ മറ്റാരുമായിരുന്നില്ല ആ ജീവനക്കാരൻ. ഇവൾക്ക് പോകാനൊരിടമില്ലെന്ന് കണ്ടെത്തി. ഭർത്താവ് മൊഴി ചൊല്ലിയിരിക്കുകയാണെന്നും കണ്ടെത്തി. അവളുടേയും കുഞ്ഞുങ്ങളുടേയും കാര്യങ്ങൾ നോക്കുവാനോ സഹായിക്കുവാനോ ആരുമില്ല. ആരോ ഒരു ടാക്സി വിളിച്ച് അവളെ ആശുപത്രിവരാന്ത വരെ എത്തിച്ചു. അഡ്മിറ്റ് ചെയ്യുവാൻ വേണ്ട കടലാസുപണികൾ ഒന്നും ചെയ്തിരുന്നില്ല. എങ്കിലും ആശുപത്രി ജീവനക്കാരിലാരോ അവരെ അഡ്മിറ്റ് ചെയ്യുന്നതിന് വേണ്ട സഹായങ്ങൾ ചെയ്തു.

സെക്രട്ടറിയുടെ ഉത്തരവനുസരിച്ച് ഒരു ജീവനക്കാരൻ ആശുപത്രിയുടെ ഭക്ഷണശാലയിൽ പോയി മൂന്നുപേർക്കുള്ള ഭക്ഷണം വാങ്ങി വന്നു. അവർ മൂന്നുപേരും ആ ഭക്ഷണം വാരി വിഴുങ്ങി. പട്ടിണിയിലായിരുന്നു അവരെന്ന് വ്യക്തം. സെക്രട്ടറി അവരുടെ മേലാളരുമായി സംസാരിച്ചു. അദ്ദേഹം ഇംഗ്ലണ്ടിൽ നിന്നുള്ള ഒരു ഡോക്ടറായിരുന്നു. ഫാത്തിമയെ ഉടൻ അഡ്മിറ്റ് ചെയ്യണമെന്ന് ഉപദേശിച്ചതും അദ്ദേഹമാണ്. അങ്ങനെയെങ്കിൽ കുറഞ്ഞ പക്ഷം അവൾക്ക് മതിയായ വിശ്രമവും ആവശ്യത്തിന് ഭക്ഷണവും ലഭിക്കുമല്ലോ എന്നവർ ആഗ്രഹിച്ചു. അവളെ നിരീക്ഷണത്തിൽ കിടത്തുവാൻ അദ്ദേഹം നിർദ്ദേശിച്ചു. മൂന്ന് വയസ്സുള്ള രണ്ട് കുട്ടികളെ കൂടെ നിർത്തുവാനുള്ള അനുവാദവും അദ്ദേഹം നൽകി.

അവൾ സംസാരിക്കുവാൻ വിസമ്മതിച്ചപ്പോൾ സാമൂഹികസേവന വിഭാഗത്തിലുള്ള ഞങ്ങളെ അവർ അറിയിച്ചു. ഞാൻ അവളുടെ മുറിയിലെത്തി. അവളുടെ കാര്യങ്ങളറിഞ്ഞു. അവൾ ഭയന്നിരിക്കുകയായിരുന്നു. ഭയം മൂലം സംസാരിക്കാൻ അവൾക്കായിരുന്നില്ല. എന്തുചോദിച്ചാലും

അവൾ മറുപടി പറയുമായിരുന്നില്ല. ഒരക്ഷരം പുറത്ത് വന്നില്ല. എന്നാൽ ഞാൻ അടുത്തെത്തിയപ്പോൾ അവളുടെ മുഖത്ത് ഒരു ആശ്വാസം വന്നത് കണ്ടു. ഒരു സൗദി സ്ത്രീയെ കണ്ട ആശ്വാസമായിരുന്നു അത്. അതുവരേക്കും അവളെ ശുശ്രൂഷിച്ചതും സഹായിച്ചതുമെല്ലാം വിദേശികളായിരുന്നു. ഫിലിപ്പിൻസിൽ നിന്നുള്ള സെക്രട്ടറി, ഇംഗ്ലണ്ടിൽ നിന്നുള്ള ഡോക്ടർ, ലോകത്തിന്റെ മറ്റ് ഭാഗത്തുനിന്നുമുള്ള ആശുപത്രി ജീവനക്കാർ."

നാദിയ ഇത്രയും പറഞ്ഞപ്പോൾ ഡോക്ടർ മീന ആശുപത്രിയിലെ ജീവനക്കാരെക്കുറിച്ച് വിശദീകരിച്ചു. "രാജകുമാരി... താങ്കൾക്കറിയാമല്ലോ... ആശുപത്രിയിൽ ലോകത്തിന്റെ നാനാഭാഗങ്ങളിലും നിന്നുള്ള ജീവനക്കാരുണ്ട്. പല രാജ്യങ്ങളെ പ്രതിനിധീകരിക്കുന്നവർ. അമേരിക്ക, കനഡ, യൂറോപ്പ്, ഏഷ്യ, ആഫ്രിക്ക, മദ്ധ്യപൗരസ്ത്യരാജ്യങ്ങൾ അങ്ങനെയങ്ങനെ. ആദ്യമൊക്കെ സൗദി ജീവനക്കാർ വളരെ കുറവായിരുന്നു. എന്നാൽ ഇപ്പോൾ എണ്ണം കൂടുന്നുണ്ട്. സൗദി നഴ്സുമാർ ആരുമില്ല. സൗദി ഡോക്ടർമാരും എണ്ണത്തിൽ കുറവാണ്. അതുകൊണ്ട് തന്നെ ഒരു സൗദി പൗരൻ അഡ്മിറ്റ് ആയാലും ഒരു സൗദി ജീവനക്കാരനെ അല്ലെങ്കിൽ ജീവനക്കാരിയെ കണ്ടുമുട്ടുവാനുള്ള സാധ്യത കുറവാണ്."

ഞാൻ തലയാട്ടി. രാജ്യത്തിലെ മിക്കവാറും ആശുപത്രികളിലെ സ്ഥിതി ഇതു തന്നെയാണ്. എന്നാൽ ഇന്ന് സ്ഥിതിഗതികളിൽ മാറ്റം വരുന്നുണ്ട്. ആരോഗ്യ രംഗത്ത് പ്രവർത്തിക്കുവാൻ തക്കവണ്ണം പല സൗദിക്കാർക്കും പരിശീലനം ലഭിക്കുന്നുണ്ട്.

"ഞാൻ കഥ തുടരട്ടേ രാജകുമാരി?"

കഥ കേൾക്കുവാൻ ഞാൻ കൂടുതൽ വെമ്പൽ കൊള്ളുകയായിരുന്നു. കഥ കേൾക്കാൻ മാത്രമല്ല അവരെ എങ്ങനെ സഹായിക്കാം എന്നതിനൊരു പോംവഴിയും കണ്ടെത്തേണ്ടിയിരിക്കുന്നു. ഈ സ്ത്രീയുടെ കാര്യത്തിൽ അമാനിക്ക് ഒരു പ്രത്യേകം താത്പര്യം കണ്ടതിനാൽ ഇവർക്ക് വേണ്ടി എന്തെങ്കിലും കാര്യമായി ചെയ്യണമെന്ന് അവൾക്ക് ആഗ്രഹമുണ്ടെന്നും എനിക്ക് തോന്നി. "തുടരൂ." ഞാൻ പറഞ്ഞു. "കഥ മുഴുക്കെ കേൾക്കട്ടെ."

"ഒരാഴ്ച ആശുപത്രിയിൽ കഴിഞ്ഞതിനു ശേഷമാണ് ഫാത്തിമ എന്റെ ചോദ്യങ്ങൾക്ക് എന്തെങ്കിലും വിധത്തിലുള്ള പ്രതികരണം തന്നുതുടങ്ങിയത്. ഭാഗ്യമെന്ന് പറയട്ടെ അവിടെ അപ്പോൾ ജോലിയിലുണ്ടായിരുന്ന നഴ്സുമാർക്കെല്ലാം ഫാത്തിമയുടെ അവസ്ഥ മനസ്സിലാകുന്നുണ്ടായിരുന്നു. അതുകൊണ്ട് അവർ ഓരോരുത്തരായി മാറിമാറി കുട്ടികളുടെ കാര്യങ്ങൾ ശ്രദ്ധിച്ചു. അവരെ കളിപ്പിച്ചു. ഒരാഴ്ച അവരുടെ അനുകമ്പാപൂർണ്ണമായ ശ്രദ്ധയും വയർ നിറയെ ഭക്ഷണവും ആവശ്യത്തിന് വിശ്രമവും ലഭിച്ചപ്പോൾ ഫാത്തിമ സാവധാനത്തിൽ തന്റെ വിഷാദാവസ്ഥയിൽ നിന്നും മുക്തയാകുവാൻ തുടങ്ങി. പീഡിപ്പിക്കപ്പെട്ട പല സ്ത്രീകളും ഈ അവസ്ഥയിലേക്ക് എത്തിപ്പെടാറുണ്ട്. അവർ നിസ്സഹായരാണെന്ന

ഒരു ചിന്ത അവരെ മഥിക്കുന്നതുകൊണ്ടാണിത്. ഇത്രയുമായപ്പോഴാണവൾ അവളുടെ കഥ എന്നോട് പറഞ്ഞ് തുടങ്ങുന്നത്."

നാദിയ നിർത്തി. എന്നിട്ട് അവളുടെ കൈയിലുണ്ടായിരുന്ന പെട്ടി തുറന്നു. അതിൽ കുറച്ച് കടലാസുണ്ടായിരുന്നു. "അവൾ പറഞ്ഞു തന്ന അവളുടെ കഥ ഞാനിതിൽ പകർത്തിയെടുത്തു രാജകുമാരീ. ഈ കഥ ഇവിടെ നിന്നും അവളുടെ സ്വന്തം വാക്കുകളിൽ വായിക്കുകയായിരിക്കും നല്ലതെന്ന് തോന്നുന്നു. വിരോധമില്ലല്ലോ?"

"ഇല്ല. ഞാനും അതാഗ്രഹിക്കുന്നു. ഫാത്തിമ അവളുടെ കഥ പറയട്ടെ."

നാദിയ പുഞ്ചിരിച്ചു. അമാനിയെ നോക്കിയായിരുന്നു ആ പുഞ്ചിരി. കഥ തുടരാൻ അമാനിയും ആംഗ്യം കാണിച്ചു.

തൊണ്ടയൊന്ന് ശരിയാക്കി നാദിയ ഫാത്തിമയുടെ കഥ അവളുടെ വാക്കുകളിൽ തുടർന്നു.

"ഈ ലോകത്തിൽ ഇതുവരേക്കും ജീവിച്ചിട്ടുള്ളതിൽ വച്ച് ഏറ്റവും നിർഭാഗ്യവതിയായ സ്ത്രീയോടാണ് നിങ്ങളിപ്പോൾ സംസാരിക്കുന്നത്. ഞാനൊരു കൊച്ചു കുഞ്ഞായിരുന്നപ്പോൾ അമ്മ എന്നോട് പറഞ്ഞത് അമ്മയുടെ ജീവിതത്തിലെ ഏറ്റവും വലിയ നിരാശയാണ് ഞാൻ എന്നാണ്. അമ്മയ്ക്ക് ഒരു മകനെയായിരുന്നു വേണ്ടത്. എന്നാൽ അള്ളാഹു അമ്മയ്ക്ക് നൽകിയത് ഒരു മകളെയാണ്. അച്ഛന്റെ മൂന്നാം ഭാര്യയായിരുന്നു അമ്മ. അച്ഛനാകട്ടെ അതിനു മുമ്പുള്ള രണ്ട് ഭാര്യമാരാലും പരവശനായിട്ടുണ്ടായിരുന്നു. എന്റെ ജനനത്തോടെ അദ്ദേഹത്തിനപ്പോൾ അഞ്ച് പുത്രിമാരായി. പുത്രന്മാർ ഒന്നുമില്ല. എന്റെ ജനനത്തിന്റെ മൂന്നാം വർഷത്തിൽ അമ്മ ഒരു പുത്രന് ജന്മം നൽകി. പുത്രനെ ലഭിച്ചതിനാൽ അമ്മയ്ക്ക് വീട്ടിൽ ബഹുമാനം വർദ്ധിച്ചു. അച്ഛനും ആ മകനോട് വലിയ ആരാധനയായി. അമ്മയ്ക്കും ഓമനപുത്രൻ എല്ലാമായി. ഞാൻ ജനിച്ചതേ ഏതോ ശപിച്ച നിമിഷത്തിലാണെന്ന് അമ്മ പറഞ്ഞു തുടങ്ങി. എന്നെ കാണുന്നതേ ശാപമാണെന്നായി. ഞാൻ കഴിക്കുന്ന ഓരോ തുണ്ട് ഭക്ഷണത്തേയും അമ്മ ശപിച്ചു തുടങ്ങി. ഞാൻ വലുതായപ്പോൾ അമ്മയുടെ കോപം തൊഴിയും ചവിട്ടുമായി എന്നിൽ നിക്ഷേപിക്കുവാൻ തുടങ്ങി. എന്തിനും ഏതിനും വഴക്ക് പറഞ്ഞുതുടങ്ങി. അതിനോടൊപ്പം അനുജനെ അവർ ലാളിച്ച് വഷളാക്കി, ഒരു ശുദ്ധ തെമ്മാടിയായി.

അച്ഛനാകട്ടെ അപ്പോഴേക്കും അമ്മയ്ക്ക് ഇരട്ടി സ്നേഹം നൽകുവാൻ തുടങ്ങിയിരുന്നു. ആ സ്നേഹത്തിൽ നിന്നും അമ്മ അച്ഛന് രണ്ട് ആൺ മക്കളെ കൂടി നൽകി. എനിക്കപ്പോൾ എട്ട് വയസ്. എന്റെ ജീവിതം അപ്പോഴേക്കും നരകതുല്യമായിട്ടുണ്ടായിരുന്നു. വീട്ടിലെ ആരും എന്നെ സ്നേഹിച്ചില്ല. എന്റെ സഹോദരന്മാർ എന്നെ അപമാനിക്കുകയോ

തല്ലുകയോ ചെയ്യുന്നത് കണ്ടാൽ അച്ഛനും അമ്മയും ചിരിക്കും. പത്ത് വയസ്സായപ്പോൾ അടുത്തുള്ള ഒരു വൃദ്ധന് വിവാഹം ചെയ്തുകൊടുക്കാൻ പോകുകയാണെന്ന്. അയാൾക്ക് യുവതികളേക്കാൾ താത്പര്യം കൊച്ചു കുട്ടികളോടാണെന്നും അമ്മ പറഞ്ഞു. അയാൾ തീരെ മര്യാദകെട്ടവനാണെന്നും ഇതിനു മുമ്പ് വിവാഹം ചെയ്ത രണ്ടു സ്ത്രീകളേയും അയാൾ സ്വന്തം കൈ കൊണ്ട് കൊല്ലുകയായിരുന്നു എന്നും സംസാരമുണ്ടായിരുന്നു. ഈ രണ്ടു പെൺകുട്ടികളുടെ ശരീരത്തിലും ഭർത്താവിന്റെ മർദ്ദനമേറ്റ പാടുണ്ടായിരുന്നു. ഞാൻ കരഞ്ഞു. പ്രതിഷേധിച്ചു. അപ്പോൾ അമ്മ എന്നെ വീട്ടിലെ കണ്ണാടിക്ക് മുന്നിൽ കൊണ്ടുപോയി. എന്നെ പൊക്കിയെടുത്തു. എന്നിട്ട് ഇതുപോലൊരു വികൃതരൂപത്തെ വിവാഹം കഴിക്കാൻ ഇതുപോലെയുള്ളവരേ വരികയുള്ളൂ. ഒരാളെങ്കിലും മുന്നോട്ട് വന്നല്ലോ എന്നതിൽ സമാധാനിക്ക്. അന്നുവരേക്കും ഞാനത്ര വിരൂപിയാണെന്ന് എനിക്കുമറിയില്ലായിരുന്നു. കണ്ണാടിയിൽ നോക്കി. വലിയ മൂക്കിനെക്കുറിച്ചും ചെറിയ കണ്ണുകളെക്കുറിച്ചും വായയെ അപേക്ഷിച്ച് വളരെ വലിയ പല്ലുകളെക്കുറിച്ചും പല്ല് ചുണ്ടുകൾ തുളച്ച് വെളിയിൽ വന്നിരിക്കുന്നു എന്നും ആ പല്ലുകൾ മൂലം എനിക്ക് എന്റെ വായ് പൂർണ്ണമായും അടയ്ക്കുവാനാകില്ലായിരുന്നുവെന്നും അറിഞ്ഞു.

എന്റെ ഭാഗ്യമെന്ന് പറയട്ടെ, ഞങ്ങൾ വിവാഹിതരാകുന്നതിനു മുമ്പ് വൃദ്ധൻ ചത്തു. അമ്മ എനിക്കുവേണ്ടി മറ്റൊരാളെ തിരഞ്ഞുകൊണ്ടിരുന്നു. സഹോദരന്മാർ എന്നെ നോക്കി പരിഹസിച്ചു. എന്നെ കൊല്ലുകയല്ലാതെ മറ്റു മാർഗ്ഗമില്ലെന്ന് അവർ പറഞ്ഞു നടന്നു. കൊന്ന്, അരച്ച് ആടിനും ഒട്ടകത്തിനും തീറ്റയായി നൽകേണ്ടി വരുമെന്നാണവർ പറയാറുള്ളത്. അല്ലാതെ എന്നെ കെട്ടാൻ ആരും വരില്ലെന്നും. ഇത്രയും വൃത്തികെട്ട ഒരു പെണ്ണിന് ഭക്ഷണം നൽകുന്നത് പാഴ്വേലയാണെന്നും. ഭക്ഷണം പാഴാക്കുകയാണെന്നാണവരുടെ പക്ഷം. ഞാൻ എന്നെന്നും അവർക്കൊരു ഭാരമായി തീരും എന്നവർ ഭയന്നു. ഇരുപതോളം പേരെ കാണിച്ചുവെന്നും എന്നാൽ അവരാരും എന്നെ വിവാഹം കഴിക്കാൻ തയ്യാറായില്ലെന്നും പറഞ്ഞു.

എനിക്ക് പതിന്നാലു വയസ്സായപ്പോൾ ശരീരം വളഞ്ഞ ഒരു വൃദ്ധൻ വിവാഹം കഴിക്കാൻ തയ്യാറായി മുന്നോട്ട് വന്നു. ജീവിതം ഇതിലും ദുസ്സഹം ആകുന്നതെങ്ങനെയെന്ന് എനിക്കറിയാത്തതിനാൽ ഞാനും സന്തോഷിച്ചു. എന്നാൽ സന്തോഷം അസ്ഥാനത്തായിരുന്നു. വിവാഹം ചെയ്ത മനുഷ്യൻ എന്നേക്കാൾ വിരൂപനായിരുന്നു. വിരൂപത്വം അയാളുടെ വ്യക്തിത്വത്തേയും ബാധിച്ചിരുന്നു. എന്തിനും ഏതിനും കോപിക്കുക അയാളുടെ പ്രകൃതമായിട്ടുണ്ടായിരുന്നു.

വിവാഹം എന്ന ഭീകരസത്യം എന്നെത്തേടിയെത്തി. ഇത്തിരി നേരത്തെ തന്നെ അതിന്റെ അനന്തരഫലങ്ങളും അനുഭവിക്കുവാൻ തുടങ്ങി. വിവാഹരാത്രിയിൽ രക്തമൊഴുകുമെന്നും ആ വേദനയൊക്കെ സഹിക്കാൻ തയ്യാറെടുക്കണമെന്നും അമ്മ പറഞ്ഞിരുന്നു. എന്നാൽ ഇതിന്റെ ആവശ്യം എന്തെന്ന് അറിയില്ലായിരുന്നു. എന്തൊക്കെ

സംഭവിക്കും എന്ന് പറഞ്ഞുതരാൻ അമ്മ വിസമ്മതിച്ചു. വിവാഹരാത്രി എന്നത് വേദനയുടെ രാത്രിയാണെന്നും വേദനയും രക്തവും അധിക്ഷേപ വുമില്ലെങ്കിൽ അത് പൂർണ്ണമാകില്ലെന്നും രക്തം വന്നില്ലെങ്കിൽ അത് കൂടുതൽ അപകടം വരുത്തുമെന്നും അമ്മ പറഞ്ഞുകൊണ്ടിരുന്നു. രക്തം വന്നില്ലെങ്കിൽ അയാൾ ഉടൻ മൊഴി ചൊല്ലിയേക്കും. എന്നെ തിരികെ വീട്ടിലേക്കയയ്ക്കും. അങ്ങനെ സംഭവിച്ചാൽ അച്ഛനും സഹോദരന്മാരും കൂടി മരുഭൂമിയിൽ കൊണ്ടുപോയി ജീവനോടെ കുഴിച്ച് മൂടും. അങ്ങനെ അവർ കുടുംബത്തിന്റെ നഷ്ടപ്പെട്ട മാന്യത വീണ്ടെടുക്കും.

ഞാൻ ഭയന്ന് വിറയ്ക്കുവാൻ തുടങ്ങി. അഭയം തരാൻ ആരുമില്ലാ യിരുന്നു. പിന്നെ ദിവസങ്ങളോളം മനസ്സിൽ വേദനയും രക്തവും മാത്രം നിറഞ്ഞ് നിന്നു. സുഹൃത്തുക്കളായ ചില കൊച്ചുപെൺകുട്ടികൾ പുതിയ കഥകളുമായി വന്നു. എന്റെ ഭർത്താവ് ഒരു വിരൽ മുറിക്കും, അയാൾ എന്റെ വിരലും മുറിക്കും, എന്നിട്ട് അയാളുടെ രക്തം എന്റെ രക്തത്തിൽ ചേർക്കും. അതാണ് വിവാഹം, എന്നൊക്കെയുള്ള പുതിയ വിവരങ്ങൾ. അതിനു ശേഷം എനിക്ക് സുഖമാകും. പിന്നെ ഞാൻ ചെയ്യേണ്ടത് അയാളുടെ വീട് വൃത്തിയാക്കുക, വസ്ത്രമലക്കുക, അയാൾക്ക് ഭക്ഷണം പാകം ചെയ്ത് നൽകുക, അയാളുടെ എല്ലാ ഉത്തരവുകളും പാലിക്കുക എന്നിവ മാത്രം. അതത്ര മോശം കാര്യമല്ലല്ലോ എന്നു ഞാനും കരുതി. ഇതൊക്കെ വർഷങ്ങളായി എന്റെ വീട്ടിലും ചെയ്തുകൊണ്ടിരിക്കുന്ന കാര്യങ്ങളാണല്ലോ!

പക്ഷേ വിവാഹ ദിവസം രാത്രി എന്റെ ജീവിതത്തിലെ ഏറ്റവും വലിയ ക്രൂരമായ ആശ്ചര്യം നേരിടേണ്ടി വന്നു. എന്റെ ഭർത്താവ് വസ്ത്രമുരി യുവാൻ ശ്രമിച്ചു. ഞാൻ എതിർത്തു. എന്നാൽ അയാൾക്ക് എന്നെക്കാൾ ആരോഗ്യമുണ്ടായിരുന്നു. ശരീരം വളഞ്ഞതെങ്കിലും കരങ്ങൾ ബലിഷ്ഠ മായിരുന്നു. അയാളുടെ പ്രശ്നം വളഞ്ഞ കാലുകളായിരുന്നു. ശരീര ത്തിന്റെ മുകൾഭാഗത്തിന് നല്ല കരുത്തായിരുന്നു. ഒരു മൃഗത്തിനെ കൊല്ലാനുള്ള കരുത്തുണ്ടായിരുന്നു അതിൽ. എന്റെ ശരീരത്തിന്റെയത്ര വീതിയുണ്ടായിരുന്നു അയാളുടെ ഒരു കൈയിന്. എന്നാൽ അതിലും വലിയ വേദന, അമ്പരപ്പ്, ഭയം വരാനിരിക്കുന്നേയുണ്ടായിരുന്നുള്ളൂ. പുരുഷന്മാരുടെ പക്കൽ അവർ രഹസ്യമാക്കി വച്ചിരിക്കുന്ന ഒരായുധ മുണ്ടെന്ന് ആരും അതുവരേക്കും പറഞ്ഞ് തന്നിരുന്നില്ല. അയാൾ വസ്ത്ര മുരിഞ്ഞപ്പോൾ അയാളുടെ വലിയ ലിംഗം കണ്ടു. ഞാൻ ഭയന്ന് നില വിളിച്ചു. അപ്പോൾ അയാൾ എന്നെ നിലത്ത് അമർത്തിക്കിടത്തി. എന്നിട്ട് അയാളുടെ ആയുധം എന്നിലേക്ക് കുത്തിയിറക്കി. അപ്പോഴാണ് അമ്മ പറഞ്ഞിരുന്ന വേദനയും രക്തവുമെല്ലാം എന്താണെന്ന് അറിഞ്ഞത്, എനിക്ക് മനസ്സിലായത്. അയാൾ എന്നെ ദ്രോഹിച്ചുകൊണ്ടേയിരുന്നു. ധാരാളം രക്തം പോയി. എങ്കിലും മനസ്സിൽ ഒരു സമാധാനമുണ്ടായി രുന്നു. ഞാൻ മൂലം കുടുംബത്തിന്റെ മാനം നഷ്ടപ്പെട്ടില്ലല്ലോ എന്ന

സമാധാനം. എന്നെയവർ മരുഭൂമിയിൽ ജീവനോടെ കുഴിച്ചിടുകയില്ലല്ലോ എന്ന സമാധാനം.

പിന്നെ മൂന്ന് നാല് ദിവസം തുടർച്ചയായി അയാളുടെ ആയുധമുപയോഗിച്ച് എന്നെ കുത്തി മുറിവേല്പിച്ചുകൊണ്ടേയിരുന്നു. മരിച്ചു പോയേക്കുമെന്ന് കരുതി. ഒന്ന് നിർത്തൂ എന്ന് എപ്പോഴെങ്കിലും അഭ്യർത്ഥിച്ചാൽ അയാൾ അത് വീണ്ടും ആവർത്തിക്കും. ഞാൻ കരഞ്ഞപ്പോൾ അയാൾ കോപിച്ചു. എന്നെ തല്ലി. തല്ലുകൊണ്ട് ചുണ്ട് പൊട്ടി, മൂക്ക് പൊട്ടി.

ആ ആക്രമണങ്ങൾക്ക് ശേഷം ഭർത്താവിനെ കാണുമ്പോൾ ഭയമെന്ന വികാരം മാത്രമുണ്ടായി. എനിക്കയാളെ സ്നേഹിക്കുവാനേ ആയില്ല. ഞങ്ങൾ തമ്മിൽ സ്നേഹമെന്ന ഒരു വികാരമേ ഇല്ലായിരുന്നു. അച്ഛനും അമ്മയും തമ്മിൽ, അമ്മ അച്ഛന് മൂന്ന് പുത്രന്മാരെ നൽകിയതിനു ശേഷം വളർന്ന സ്നേഹം പോലെ ഒരു വികാരവും ഞങ്ങൾ തമ്മിൽ ഒരിക്കലും വളർന്നില്ല.

ഇരട്ടക്കുട്ടികളെ പ്രസവിച്ച ശേഷം പ്രശ്നങ്ങൾ വർദ്ധിച്ചു. വിവാഹ രാത്രിയിൽ നിന്നും കൃത്യം ഒമ്പതാം മാസത്തിൽ ഞാൻ പ്രസവിച്ചു. പ്രസവം വീട്ടിലായിരുന്നു. തനിച്ചായിരുന്നു. അങ്ങനെ പ്രസവിക്കുക എന്നത് ഒരു പെണ്ണിന്റെ കടമയാണെന്നാണയാൾ പറഞ്ഞത്. പെണ്ണുങ്ങളെ സംബന്ധിച്ചിടത്തോളം പ്രസവം എന്നത് സ്വാഭാവികമായ ഒന്നാണത്രെ. പ്രസവ സമയത്ത് സഹായം ആവശ്യമുള്ള സ്ത്രീ ഈ ലോകത്തിൽ ജീവിക്കാൻ അർഹതയില്ലാത്തവളാണ് എന്നയാൾ പറയുന്നു. അതിനാൽ പ്രസവസമയത്ത് ഞാൻ തന്നെ എന്നെ ശുശ്രൂഷിച്ചു. ആദ്യത്തെ മകൾ പുറത്ത് വന്നതിനു ശേഷം എനിക്ക് എന്താണ് സംഭവിച്ചുകൊണ്ടിരിക്കുന്നത് അറിയില്ലായിരുന്നു, മനസ്സിലായില്ലായിരുന്നു. എന്റെ പ്രസവവേദന അപ്പോഴും നിലച്ചിട്ടില്ലായിരുന്നു. വീണ്ടും രണ്ടാമതൊരു പെൺകുട്ടി കൂടി പുറത്ത് വന്നപ്പോൾ ഇത് എന്റെ അപകടങ്ങളുടെ വ്യാപ്തി വർദ്ധിപ്പിക്കുമെന്ന് മനസ്സിലായി. ഭർത്താവിന്റെ സ്വഭാവം എനിക്കറിയാമായിരുന്നതിനാലാണത്. അയാൾ അറിവില്ലാത്തവനും ക്രൂരനുമായിരുന്നു. അയാളുടെ സുഹൃത്തുക്കളും കുടുംബക്കാരും അതുപോലെ തന്നെ വിഡ്ഢികളായിരുന്നു. അവർ ഒരിക്കലും എന്നെ സഹായിക്കാൻ മുന്നോട്ടു വരില്ലെന്ന് എനിക്കുറപ്പായിരുന്നു. അങ്ങനെ ഞാനും രണ്ടു കുഞ്ഞുങ്ങളും മാത്രമായി. അവരാകട്ടെ മറ്റ് നവജാത ശിശുക്കളെ അപേക്ഷിച്ച് വളരെ ചെറിയതുമായിരുന്നു.

രണ്ട് പെൺകുട്ടികളുടെ അച്ഛനായി എന്നറിഞ്ഞപ്പോൾ എന്റെ ഭർത്താവിന്റെ കോപം വർദ്ധിച്ചു. ഇരട്ടി ബുദ്ധിമുട്ട് എന്നാണയാൾ പറഞ്ഞത്. അയാൾ എന്നെ പൊതിരെ തല്ലി. തല്ലുകൊണ്ട് കൈ ഒടിഞ്ഞു. വാരിയെല്ലുകൾ പൊട്ടി. മൂക്കു വീണ്ടും പൊട്ടി. എനിക്ക് വൈദ്യസഹായം ആവശ്യമായിരുന്നു. എന്നെ ആശുപത്രിയിലേക്ക് കൊണ്ടുപോകാൻ

അയാൾ വിസമ്മതിച്ചു. ഞാൻ അർദ്ധബോധാവസ്ഥയിലായിട്ടും എന്നെ യുണർത്തി പാചകം ചെയ്യാൻ നിർബന്ധിച്ചു.

ഏതാനും ആഴ്ചകൾ കഴിഞ്ഞപ്പോൾ കണ്ണാടിയിൽ നോക്കി. കൂടുതൽ വിരൂപയായിരിക്കുന്നു. മൂക്കിന്റെ ആകൃതി പൂർണ്ണമായും നഷ്ടപ്പെട്ടിരിക്കുന്നു. എന്നെക്കാൾ വിരൂപിയായ മറ്റൊരു സ്ത്രീയുണ്ടാകില്ലെന്ന് ഉറപ്പായി.

അയാൾ തന്റെ ആയുധമുപയോഗിച്ച് ഉപദ്രവിക്കുന്നത് തുടർന്നു. എന്നാൽ അതിന്റെ ഇടവേളകളിൽ വ്യത്യാസമുണ്ടായിരുന്നു എന്നൊരു സമാധാനമുണ്ടായി. കുഞ്ഞുങ്ങൾ ജനിച്ച് ഒരു വർഷം തികയും മുമ്പ് അയാൾ വീണ്ടും വിവാഹിതനായി. രണ്ടാം ഭാര്യ ഒരു കൊച്ചു പെൺകുട്ടിയായിരുന്നു. അവളുടെ മാതാപിതാക്കൾ ഒരു കാർ അപകടത്തിൽ മരിച്ചുപോയി. അവൾ അനാഥയായി. അവളുടെ അച്ഛന്റെ സഹോദരൻ അവളുടെ ഉത്തരവാദിത്വം ഏറ്റെടുക്കാൻ തയ്യാറായില്ല. അയാൾക്ക് രണ്ടു പെൺമക്കളുണ്ടായിരുന്നതിനാലാണ് അയാൾ ഒഴിഞ്ഞുമാറിയത്. അവൾ വീട്ടിൽ വന്നപ്പോൾ പിന്നെ പരാക്രമങ്ങൾ അധികവും അവളുടെ മേലായി. എന്നെക്കാൾ കൂടുതലായി അയാളുടെ ആയുധപ്രയോഗം അവളിലായി. അതെനിക്ക് ആശ്വാസമായെങ്കിലും അവളെയോർത്ത് ദുഃഖിച്ചു. അവൾക്കന്ന് എട്ടോ ഒമ്പതോ വയസ്സ് മാത്രമേ പ്രായമുള്ളൂ. രാവും പകലും അവൾ അമ്മയെ വിളിച്ച് കരഞ്ഞു. എനിക്കാകാവുന്ന വിധത്തിൽ അവളെ സമാധാനിപ്പിക്കുവാൻ ശ്രമിച്ചുകൊണ്ടിരുന്നു. എന്നാൽ ഞാൻ ഭയചകിതയായിരുന്നു, ഹൃദയം തകർന്നിരിക്കുകയായിരുന്നു. അതിനാൽ എനിക്കാകാവുന്നതിനും പരിമിതികളുണ്ടായിരുന്നു.

ഞാൻ വീണ്ടും പ്രസവിച്ചു. അത് പെൺകുട്ടിയായിരുന്നു. ഒരു ചാപിള്ള. ആ പ്രസവം കഴിഞ്ഞയുടൻ ഭർത്താവ് മൊഴിചൊല്ലി. വീട്ടിൽ നിന്നും പുറത്താക്കി. എന്നേയും കുട്ടികളേയും തിരികെ വീട്ടിലേക്കെടുക്കാനാകില്ലെന്ന് മാതാപിതാക്കൾ അറിയിച്ചു. ഞാനും കുട്ടികളും മുൻ ഭർത്താവിന്റെ വീട്ടിൽ നിന്നും മാറി നാലഞ്ച് വീടുകൾക്കപ്പുറത്തൊരിടത്ത് ഇരിപ്പായി. ചിലർ ഞങ്ങൾക്ക് ഭക്ഷണം തന്നു. ഒരാഴ്ച ഞങ്ങൾ തെരുവിലുറങ്ങി. അപ്പോൾ ഗ്രാമത്തിലെ പ്രായമായവരിൽ ചിലർ ദയകാണിച്ചു. അവർ ഇതിനെക്കുറിച്ച് സംസാരിക്കുവാൻ തുടങ്ങി. സംസാരം തന്നെക്കുറിച്ചാണെന്നത് മുൻഭർത്താവിനത്ര ഇഷ്ടപ്പെട്ടില്ല. അയാൾ റിയാദിലെത്തി. ചില സർക്കാർ ഉദ്യോഗസ്ഥന്മാരെ കണ്ടു. ഉപേക്ഷിക്കപ്പെട്ട സ്ത്രീകളേയും കുട്ടികളേയും താമസിപ്പിക്കുന്ന ചില മന്ദിരങ്ങളെക്കുറിച്ച് അയാൾക്ക് അറിവ് കിട്ടി. എന്റെ കുട്ടികളുടെ രക്ഷാകർതൃത്വം അയാൾ ചോദിച്ചില്ലെന്നത് അള്ളാഹുവിന്റെ കൃപ. ഞാൻ അവരെ എന്റെ ജീവനിൽ കൂടുതൽ സ്നേഹിക്കുന്നു. അവർക്ക് വേണ്ടി മാത്രമാണിന്ന് ഞാൻ ജീവിക്കുന്നത്.

എന്നാൽ എന്ത് ചെയ്യണം എന്നെനിക്കറിയില്ലായിരുന്നു. ഇത്രയും വിരൂപിണിയായ, രണ്ട് പെൺമക്കളുടെ അമ്മയായ ഒരു പെണ്ണിനെ ഇനിയാരും ഭാര്യയായി സ്വീകരിക്കുകയില്ല. ഒരുപക്ഷേ സുന്ദരിയായ ഒരു പെണ്ണിന് കുട്ടികളുണ്ടെങ്കിലും മറ്റൊരു ഭർത്താവിനെ കണ്ടെത്തുവാനാ യേക്കും. എന്നാൽ എനിക്ക് അങ്ങനെയൊരു ഭാഗ്യമുണ്ടാകില്ല. എന്നെ കൊണ്ടുചെന്നാക്കിയ അഗതി മന്ദിരത്തിൽ തുടരാൻ എനിക്കാകുമെന്നും അതിനെ സർക്കാർ എതിർക്കില്ലെന്നും വിശ്വസിക്കുന്നു. അവിടേയും വലിയ സന്തോഷത്തിലൊന്നുമല്ല ഞാൻ. നാലു ചുവരുകളെ നോക്കി യിരിക്കുകയല്ലാതെ അവിടെ ഒന്നും ചെയ്യാനില്ല. അവർ തരുന്ന ഭക്ഷണം കഴിക്കാം. കുട്ടികൾ വെറുതെയിരുന്ന് മുഷിഞ്ഞ് കരയുന്നത് കേട്ടിരിക്കാം. അവരുടെ പ്രായത്തിലുള്ള മറ്റ് കുട്ടികളൊന്നും അവിടെയില്ല. അവർക്ക് കളിക്കാൻ കളിപ്പാട്ടങ്ങളില്ല. പുസ്തകങ്ങളില്ല. ഇത്തരം ആർഭാടങ്ങൾ ക്കായി എന്റെ പക്കൽ പണമില്ല. ഞങ്ങളെ സംബന്ധിച്ചിടത്തോളം അത് മറ്റൊരു തുറുങ്ക് മാത്രമാണ്.

ഈ ലോകത്തിലെ ഏറ്റവും ദുഃഖിതയായ സ്ത്രീയാണ് ഞാൻ. പക്ഷേ എന്നെ ആവശ്യമുള്ള രണ്ട് പെൺകുട്ടികൾ എന്നോടൊപ്പമുണ്ട്. അവിടെ അങ്ങനെ ദുഃഖിതയായി വെറുതെയിരിക്കുവാൻ എനിക്കാകില്ല. ഈ ദുഃഖം ഇപ്പോൾ അർബുദം പോലെ എന്നിൽ നിറയുന്നു. ഒന്ന് ചിരിക്കുവാനുള്ള ഊർജ്ജം ഇല്ലാതായിരിക്കുന്നു. ഞാൻ നിസ്സഹായ യാകുന്നു."

"ഇതാണ് ഫാത്തിമയുടെ കഥ രാജകുമാരീ." നാദിയ പറഞ്ഞു. "നമ്മുടെ ശ്രദ്ധ ആവശ്യമുള്ള ഒന്നാണവളുടെ പ്രശ്നം എന്നെനിക്ക് തോന്നുന്നു."

"അവളെ സഹായിക്കണം." അമാനി കണ്ണ് തുടയ്ക്കുന്നുണ്ടായി രുന്നു. "അവളുടെ നിഷ്കളങ്കരായ രണ്ട് കുട്ടികളേയും."

ഡോക്ടർ മീന തോളൊന്ന് കുലുക്കി. വിഷാദം കലർന്ന കണ്ണുകളു മായി എന്നെ നോക്കി. അവർ ഒരുപക്ഷേ സ്വന്തം കഥയോർത്തിട്ടു ണ്ടാകും. ഫാത്തിമയുടെ ജീവിതത്തിലെ കറുത്ത അദ്ധ്യായങ്ങൾ ഒരുപക്ഷേ ഞങ്ങളേക്കാളൊക്കെയേറെ അവർക്ക് മനസ്സിലാകുന്നു ണ്ടാകും.

"നമ്മൾ അവരെ എന്തായാലും സഹായിക്കും." ഞാൻ എല്ലാവർക്കും ഉറപ്പ് നൽകി. "നാദിയ നീ ഫാത്തിമയുമായി ഇനിയും സംസാരിക്കണം. അവൾക്ക് സ്വന്തം ഭാവിയെക്കുറിച്ച് ഒരു തീരുമാനമെടുക്കുവാനുള്ള മാനസികാവസ്ഥയിലെത്തിയാൽ അടുത്ത നടപടികളെക്കുറിച്ച് നമുക്കാ ലോചിക്കാം."

"ഒരുപക്ഷേ എഴുത്തും വായനയും പഠിക്കാൻ അവൾക്ക് താത്പര്യ മുണ്ടാകും." അമാനി പറഞ്ഞു. "അവളിപ്പോഴും കുഞ്ഞാണ്. ഒരുപക്ഷേ അവളേയും അവളുടെ കുട്ടികളെയും പഠിപ്പിക്കുവാനായി നമുക്ക് ഒരു സ്വകാര്യ ട്യൂഷൻ ഏർപ്പെടുത്തുവാനാകും."

“അതൊരു സാധ്യതയാണ്.” ഡോക്ടർ മീന പറഞ്ഞു. “വിദ്യാഭ്യാസം തുടങ്ങുന്നതിന് അങ്ങനെ പ്രായമൊന്നുമില്ലല്ലോ. ഈ അടുത്തയിടെ ബിരുദം നേടിയ ഒരു നാല്പത്തിരണ്ടുകാരിയെ എനിക്കറിയാം.”

“നല്ല നിർദ്ദേശമാണിത്.” ഞാൻ പറഞ്ഞു. “എങ്കിലും നമ്മെ ഇതിൽ നയിക്കേണ്ടത് ഫാത്തിമ തന്നെയാണെന്ന് എനിക്ക് തോന്നുന്നു. ഏതാനും വർഷം മുമ്പ് ഞാൻ വളരെ പ്രധാനപ്പെട്ട ഒരു കാര്യം കണ്ടെത്തുകയുണ്ടായി. മറ്റുള്ളവരെ സഹായിക്കുമ്പോൾ അറിഞ്ഞിരിക്കേണ്ട, ശ്രദ്ധിക്കേണ്ട ഒരു കാര്യം. അധിക്ഷേപിക്കപ്പെട്ട ഒരു വ്യക്തിക്ക് തന്റെ മുന്നോട്ടുള്ള യാത്ര എങ്ങനെയാകണം എന്നതിനാവശ്യമുള്ള തീരുമാനം സ്വയമെടുക്കുവാൻ ഒരവസരം നൽകുകയാണെങ്കിൽ, തീരുമാനം നമ്മൾ അടിച്ചേല്പിക്കുന്നതിനേക്കാൾ വലിയ ഗുണം ചെയ്യും എന്നാണ് ആ കണ്ടെത്തൽ. ഫാത്തിമയെ സംബന്ധിച്ചിടത്തോളം ജീവിതത്തിൽ ഇന്നുവരേക്കും തന്റെ ജീവിതത്തെ ബാധിക്കുന്ന ഒരു തീരുമാനത്തിലും പങ്കാളിയാകാൻ കഴിഞ്ഞിട്ടില്ല. അവൾ വിദ്യാഭ്യാസം നേടണോ വേണ്ടയോ, അവൾ എന്തൊക്കെ ചെയ്യണം, എന്ത് ഭക്ഷണം കഴിക്കണം, ആരെ വിവാഹം കഴിക്കണം എന്നതിലൊന്നും അവളുടെ അഭിപ്രായം ആരും ആരാഞ്ഞിട്ടില്ല. ചിന്തിക്കാൻ, ഒന്ന് അന്വേഷിക്കാൻ, എന്തിനോടെങ്കിലും ഒരു പ്രതിപത്തി തോന്നാൻ, ഒരവസരം അവൾക്ക് നൽകുകയാണെങ്കിൽ ഒരുപക്ഷേ അവൾ ഒരു വിജയമാകും. അതല്ല, ഇതാണവൾക്ക് നല്ലതെന്ന് നമ്മൾ അവളോട് പറഞ്ഞാൽ, അവൾക്ക് അതിൽ സംതൃപ്തി അത്രയുണ്ടായിക്കൊള്ളണമെന്നില്ല.”

ഇത് കേട്ട് അമാനിയുടെ കണ്ണുകൾ തിളങ്ങുന്നത് ഞാൻ കണ്ടു. അവൾക്ക് എന്നോട് ബഹുമാനം തോന്നിയിരിക്കുന്നു. “അമ്മ പറഞ്ഞത് ശരിയാണ്. നമ്മൾ ആരെ സഹായിക്കുന്നുവോ അവർ എന്താണ് വേണ്ടതെന്ന് തിരഞ്ഞെടുക്കണം.”

“താങ്കൾ പറഞ്ഞത് ശരിയാണ് രാജകുമാരീ” എന്നായിരുന്നു ഡോക്ടർ മീനയുടെ ടിപ്പണി.

ഇതെല്ലാം കേട്ട് നാദിയ ഒന്ന് വിടർന്ന് പുഞ്ചിരിച്ചു. “ഈ ആശയം നടപ്പിൽ വരുത്തുവാൻ എനിക്ക് തിടുക്കമായി രാജകുമാരീ. ഇതുവരേക്കും എന്റെ സഹായം ആവശ്യമുള്ളവർ എന്ത് ചെയ്യണമെന്ന് ഞാൻ തീരുമാനിക്കുകയായിരുന്നു. എന്നാൽ ഇന്നു മുതൽ അവരുടെ ആഗ്രഹങ്ങൾ തുറന്ന് പറയുവാൻ ഞാൻ അവരെ പ്രോത്സാഹിപ്പിക്കും.”

നാദിയ ഫാത്തിമയോട് സംസാരിക്കും എന്ന തീരുമാനം ഞങ്ങൾ നാലുപേരും സമ്മതിച്ചു. പിന്നെ ഫാത്തിമ സമ്മതിക്കുകയാണെങ്കിൽ അവൾ ലോകത്തിലെ എറ്റവും ദുഃഖിതയായ സ്ത്രീ എന്ന് വിളിച്ചവളെ ഞങ്ങൾ നാലുപേരും ഒന്നിച്ച് കാണും. തുടർന്ന് എന്ത് ചെയ്യണമെന്ന് അവൾ ആഗ്രഹിക്കുന്നുവോ അതിനനുസരിച്ച് അവൾക്ക് നല്ലതു വരുവാനായി ആവശ്യമുള്ളത് ചെയ്യും.

ഫാത്തിമയേയും അവളുടെ മക്കളേയും അവർ ഏത് പാത തിരഞ്ഞെടുത്താലും അതിനായി സഹായിക്കുവാൻ മതിയായ ധനം എന്റെ പക്കലുണ്ട് എന്നതിന്, അത്രയും ധനം എനിക്ക് നൽകിയതിന് ഞാൻ അള്ളാഹുവിനോട് നന്ദി പറഞ്ഞു.

ഞങ്ങളുടെ ഈ ചർച്ച അവസാനിക്കുകയും എല്ലാവരും പിരിയുകയും ചെയ്തപ്പോൾ ഞാൻ പൂർവ്വകാല ജീവിതത്തെക്കുറിച്ച് ആലോചിക്കുവാൻ തുടങ്ങി. കുട്ടിക്കാലം തൊട്ട് ഇന്നുവരെയുള്ള ജീവിതം ഓർമ്മയിലെത്തി. കൈയിൽ പണമുണ്ട്. എന്നെ സ്നേഹിക്കുന്ന ഭർത്താവുണ്ട്. നിധികളെന്ന് വിളിക്കാവുന്ന മക്കളും കൊച്ചുമക്കളുമുണ്ട്. എന്നിട്ടും എന്നെക്കുറിച്ച് വലിയ മതിപ്പൊന്നും തോന്നുന്നില്ല. നേട്ടങ്ങളെക്കുറിച്ച് ചിന്തിക്കാൻ അധികം സമയം ചെലവിട്ടിട്ടില്ല. അമ്മ ഓമനിച്ചിരുന്ന കൊച്ചുകുട്ടി തന്നെയാണ് ഞാനിന്നും. അച്ഛൻ കോപിച്ചിരുന്ന വികൃതി തന്നെയാണ് ഞാനിന്നും. പിന്നെ പെട്ടെന്ന്, അച്ഛനും അമ്മയും ചിന്തിച്ചതിൽ നിന്നും ഈ സുൽത്താന വളരെ ദൂരം മുന്നോട്ട് പോയിരിക്കുന്നു എന്നൊരു ചിന്തയുണ്ടായി. അവർക്ക് ചിന്തിക്കാനാകുന്നതിൽ നിന്നും വളരെ ദൂരം മുന്നോട്ട്. അന്ന് അവരെ വിഷമിപ്പിച്ചിരുന്ന എന്റെ ദൃഢതയും മനക്കരുത്തും ഇന്ന് ഞാൻ ഒരു സ്ത്രീ എന്ന നിലയിൽ ഉപയോഗപ്പെടുത്തുന്ന ദൃഢതയുടെ ഒരു സൂചന മാത്രമായിരുന്നു.

എന്റെ ആയുസ്സ് മുഴുവൻ മറ്റുള്ളവരെ സേവിക്കുന്നതിനായി ജീവിക്കുന്നു. സ്ത്രീകളുടെ ജീവിത നിലവാരം മെച്ചപ്പെടുത്തുന്നതിനായി ജീവിക്കുന്നു. പലർക്കും നല്ലത് വരുത്തുവാനും അവരുടെ ജീവിതത്തിൽ ശുഭകരമായ മാറ്റങ്ങൾ വരുത്തുവാനും എനിക്കായിട്ടുണ്ട്.

ഞാനിപ്പോൾ ചെയ്തുകൊണ്ടിരിക്കുന്ന ജോലിയിൽ വലിയ സംതൃപ്തി തോന്നി. അതിനോടൊപ്പം വേണമെങ്കിൽ ഇതിലും മൂല്യവത്തായ പാത സ്വീകരിക്കാമായിരുന്നു എന്നൊരു തോന്നലുമുണ്ടായി. എന്റെ ജോലി എന്നത് പ്രാധാന്യമുള്ള ഒന്നാണ് എന്നു മാത്രമല്ല, അത് പല ജീവിതങ്ങളും മാറ്റി മറിക്കുവാൻ ഉതകുന്നതുകൂടിയാണ്.

അതെ, ഞാൻ സന്തോഷവതിയാണ്. നിഷ്കളങ്കരായ പല പെൺകുട്ടികളുടേയും സ്ത്രീകളുടേയും ജീവിതം ദുസ്സഹമാക്കുന്ന കൊടും പാതകത്തിനെതിരെ തന്റെ ഈ മകൾ വിജയശ്രീലാളിതയാകുന്നത് കാണാൻ ഇന്ന് അമ്മ കൂടെയില്ലല്ലോ എന്നൊരു ദുഃഖമേയുള്ളൂ. ഈ സുൽത്താനയെക്കുറിച്ച് അമ്മയ്ക്ക് അഭിമാനമേ ഉണ്ടാകൂ എന്നെനിക്ക് ഉറപ്പുണ്ട്.

ഒമ്പത്

അയിഷ രാജകുമാരി

സൗദി സ്ത്രീകളെ സംബന്ധിച്ചിടത്തോളം കാര്യങ്ങൾ ഇന്ന് സാവ ധാനത്തിലാണെങ്കിലും ശുഭകരമായ ദിശയിലേക്ക് നീങ്ങുന്നുണ്ട്. എങ്കിലും 2014 എന്ന ഈ വർഷത്തിലും എന്റെ രാജ്യത്തിലെ പല സ്ത്രീകൾക്കും പെൺകുട്ടികൾക്കും ദൈനംദിന ജീവിതം അത്ര സുഖകരമല്ല. സൗദി യിൽ ഇന്നും പല പുരുഷന്മാരും സ്ത്രീകളോട് യുദ്ധം ചെയ്യുന്നതിൽ ആനന്ദം കണ്ടെത്തുന്നതിനാലാണിത്. അവർക്ക് അരക്ഷിതാവസ്ഥ തോന്നുന്നുണ്ട് എന്നത് സത്യം. വിട്ടുവീഴ്ചയ്ക്ക് തയ്യാറില്ലാത്ത ഈ പുരുഷന്മാർ സ്വയം കുപിതരായ കടുവകളാകുന്നു. ഏതൊരു സ്ത്രീയും എന്ത് വ്യത്യസ്തമായി ചിന്തിച്ചാലും അതിനെ പഴിചാരുവാനും അവരെ ശിക്ഷിക്കുവാനും ഇവർ മുന്നിട്ടിറങ്ങുന്നു. വിദ്യാഭ്യാസം, സ്വാതന്ത്ര്യം എന്നീ മാർഗ്ഗങ്ങളിലൂടെ ഏതെങ്കിലും സ്ത്രീ ഇത്തിരി മെച്ചപ്പെട്ട ജീവിതം ആവശ്യപ്പെട്ടാൽ അതിനെ എതിർക്കുകയും അത് കുറ്റകരമാണെന്ന രീതിയിൽ നോക്കിക്കാണുകയും ചെയ്യുന്ന സൗദിസ്ത്രീകളും ഈ കുറ്റങ്ങളുടെ വ്യാപ്തി വർദ്ധിപ്പിക്കുന്നുണ്ട് എന്നതും ദുഃഖകരമായ സത്യ മാണ്.

അസമത്വം എന്ന ദുരവസ്ഥയുടെ കാര്യമെടുത്താൽ സൗദി സ്ത്രീ കൾ ഒറ്റയ്ക്കല്ല എന്നത് എനിക്ക് ഒട്ടും സന്തോഷം നൽകുന്ന ഒന്നല്ല. ഈ ലോകത്തിലെ ദശലക്ഷക്കണക്കിന് സ്ത്രീകൾ ഇങ്ങനെയുള്ള ദുരിതാ നുഭവങ്ങളിലൂടെ കടന്നു പോകുന്നു എന്ന വസ്തുതയും ഞാനറി യുന്നു.

ഐക്യരാഷ്ട്രസഭയുടെ കണക്കനുസരിച്ച് ലോകത്തിൽ ആകെ യുള്ളത് 193 രാജ്യങ്ങളാണ്. ഇതിൽ 49 രാജ്യങ്ങളിലേക്ക് ഞാൻ യാത്ര ചെയ്തിട്ടുണ്ട്. ഇത് കൂടാതെ പല രാജ്യങ്ങളിലേയും പൗരന്മാരുടെ ദൈനം ദിന ജീവിതത്തെക്കുറിച്ച് പഠിച്ചറിഞ്ഞിട്ടുണ്ട്. സ്ത്രീകളുടെ സ്വാതന്ത്ര്യ ത്തിനായി നീക്കിവച്ചിരിക്കുന്ന ജീവൻ എന്ന നിലയിൽ, സന്ദർശിക്കുന്ന, അല്ലെങ്കിൽ വായിച്ചറിയുന്ന, ഏതൊരു രാജ്യത്തിലേയും സ്ത്രീപ്രജ കളുടെ ക്ഷേമങ്ങളിലും ജീവിതരീതികളിലും അവർക്ക് ലഭിക്കുന്ന അവസരങ്ങളിലും പ്രത്യേകം താത്പര്യമെടുക്കാറുണ്ട്. ജനിച്ച ഈ

നാട്ടിൽ അനേകം ബുദ്ധിമുട്ടുകളിലൂടെ കടന്നുപോയിട്ടുണ്ട്. എന്നാൽ ഇതിലും മോശമായ, സ്ത്രീകളെ അടിച്ചമർത്തുന്ന ചില സംസ്കാരങ്ങളും സർക്കാരുകളുമുണ്ടെന്നറിയുന്നത് എന്നെ സംബന്ധിച്ചിടത്തോളം വലിയൊരു ആഘാതമേൽക്കുന്നതിനു സമാനമാണ്. ഈ പട്ടികയിൽ എടുത്ത് പറയേണ്ട പേരുകളാണ് അഫ്ഗാനിസ്ഥാനും പാക്കിസ്ഥാനും.

നല്ല വിദ്യാഭ്യാസമുള്ളവരും സാമൂഹിക കെട്ടുപിണച്ചിലുകളിൽ നിന്ന് മുക്തരുമായ പല പാക്കിസ്ഥാനി സ്ത്രീകളേയും ഞാൻ കണ്ടിട്ടുണ്ട്. എന്നാൽ ഇവരൊക്കെ അവിടത്തെ ധനിക സമൂഹത്തിൽ നിന്നുള്ളവരായിരുന്നു. പാക്കിസ്ഥാനിലെ ദരിദ്രരായ സ്ത്രീകൾ ജീവിക്കുന്നത് മറ്റൊരു ഗോളത്തിലാണ്. അവരുടെ ജീവിതം മേൽപറഞ്ഞവരുമായി താരതമ്യം ചെയ്യുവാനാകില്ല. അഫ്ഗാനിസ്ഥാനിലെ സ്ത്രീകളുടെ ജീവിത രീതികളെക്കുറിച്ച് നേരിട്ട് അറിവൊന്നുമില്ല. എന്നാൽ വായിച്ചിട്ടുള്ള പുസ്തകങ്ങളും ശ്രദ്ധിച്ചിട്ടുള്ള വാർത്താമാധ്യമങ്ങളുമനുസരിച്ച് ഇവിടത്തെ സ്ത്രീകളെ പുരുഷന്മാർ ചങ്ങലക്കിട്ട് നിർത്തിയിരിക്കുക തന്നെയാണ്.

പാക്കിസ്ഥാനെക്കുറിച്ചും അഫ്ഗാനിസ്ഥാനെക്കുറിച്ചുമുള്ള എന്റെ അഭിപ്രായങ്ങളോട് ലിംഗസമത്വ നിപുണർ യോജിക്കുന്നുണ്ട്. ലോകത്തിൽ സ്ത്രീകളുടെ ദുരിതജീവിതത്തെക്കുറിച്ച് ഐക്യരാഷ്ട്രസഭ ഒരു പട്ടിക തയ്യാറാക്കിയിട്ടുണ്ട്. ഭാരിച്ച മനസ്സുമായാണ് ഞാൻ ആ പട്ടികയിലെ പേരുകൾ വായിച്ച് തീർത്തത്. ആ പട്ടികയും അതിൽ ചേർക്കപ്പെടാനുള്ള കാരണങ്ങളും ചുവടെ ചേർക്കുന്നു.

1) അഫ്ഗാനിസ്ഥാൻ: സ്ത്രീകളുടെ ജീവിതത്തെ അടിസ്ഥാനമാക്കുകയാണെങ്കിൽ ഏറ്റവും പുറകിൽ നിൽക്കുന്ന രാജ്യമാണത്. അക്രമങ്ങൾ താറുമാറാക്കിയ ഒരു രാജ്യം. ഒരു സാധാരണ അഫ്ഗാനി പെൺകുട്ടി ശരാശരി 45 വയസ്സ് വരെ മാത്രമേ ജീവിക്കുന്നുള്ളൂ എന്നാണ് ഐക്യരാഷ്ട്രസഭ കണ്ടെത്തിയിരിക്കുന്നത്. പാതിയിലധികം പെൺകുട്ടികൾ 16 വയസ്സിനു മുമ്പേ വിവാഹിതരാകുന്നവരാണ്. അഫ്ഗാനിസ്ഥാനിലെ ഭൂരിപക്ഷം സ്ത്രീകളും (87 ശതമാനം) തങ്ങളെ ഭർത്താക്കന്മാർ മർദ്ദിക്കാറുണ്ടെന്ന് സമ്മതിക്കുന്നു. ലോകത്തിൽ പുരുഷന്മാരേക്കാൾ കൂടുതൽ സ്ത്രീകൾ ആത്മഹത്യ ചെയ്യുന്ന ഏക രാജ്യം അഫ്ഗാനിസ്ഥാനാണ്. ക്രൂരമായ ജീവിതത്തിൽ നിന്നും രക്ഷപ്പെടുവാൻ മറ്റു മാർഗ്ഗങ്ങളൊന്നും കാണാനാകാത്തതിനാൽ അവർ സ്വയം തീ കൊളുത്തി മരിക്കുന്നു.

2) ഡെമോക്രാറ്റിക് റിപ്പബ്ലിക് ഓഫ് കോംഗൊ: യുദ്ധത്തിനോടൊപ്പം നീങ്ങുന്ന ഒന്നാണ് ബലാത്സംഗം എന്നത്. ഏതൊരു യുദ്ധത്തിനും ഒപ്പം ഇതുണ്ടാകും. കോംഗോയിലെ സ്ത്രീകളും പെൺകുട്ടികളും ഈ ക്രൂരതയ്ക്ക് നിരന്തരം അടിമപ്പെടുന്നു. രാജ്യത്തിന്റെ കിഴക്കൻ ഭാഗങ്ങളിൽ പഠനം നടത്തിയ ഐക്യരാഷ്ട്രസഭയുടെ പഠനസംഘം കണ്ടെത്തിയത് വളരെ ആസൂത്രിതവും ക്രൂരവുമായാണ് ഇവിടെ സ്ത്രീകളേയും പെൺകുട്ടികളേയും ബലാത്സംഗത്തിനിരയാക്കുന്നത് എന്നാണ്. ഇത്രയും

ക്രൂരത ഈ പ്രവൃത്തിയിൽ ലോകത്തിൽ മറ്റൊരിടത്തും കാണാനാകില്ല എന്നും അവർ രേഖപ്പെടുത്തിയിരിക്കുന്നു. ആയുധധാരികളായ സംഘങ്ങൾ സ്ത്രീകളെ ബലാത്സംഗം ചെയ്യുക മാത്രമല്ല, അവരുടെ പുത്രന്മാരോട് അമ്മമാരെ ബലാത്സംഗം ചെയ്യുവാൻ തോക്കിൻ കുഴൽ ചൂണ്ടി നിർബന്ധിക്കുകയും ചെയ്യുന്നു. ഇങ്ങനെയൊരു ക്രൂരത ചിന്തിക്കാനാകുന്നതിലും അപ്പുറത്താണ്.

3) ഇറാക്ക്: ഒരുകാലത്ത് ഞങ്ങളുടെ മുസ്ലീം ലോകത്തിൽ ഇറാക്ക് എന്നാൽ സ്ത്രീകൾക്ക് ലഭിക്കാവുന്ന ഒരു അപൂർവ്വ അഭയസ്ഥാനമായിരുന്നു. സദ്ദാം ഹുസൈന്റെ സർക്കാർ സ്ത്രീകളുടെ അടിസ്ഥാന അവകാശങ്ങൾ അവർക്ക് ലഭിക്കുന്നു എന്നുറപ്പ് വരുത്തിയിരുന്നു. എന്നാൽ സദ്ദാമിനു ശേഷം വന്നവർ സദ്ദാമിനെപ്പോലെ തന്നെ അഴിമതിക്കാരും അതിനേക്കാൾ ദുഷ്ടചിന്തകളുള്ളവരുമായിരുന്നു. അവർ അവരുടെ മത വിഭാഗത്തെ മാത്രം പിന്തുണയ്ക്കുന്നു. ഇറാക്കിലാകട്ടെ ഇത്തരം അനേകം വിഭാഗങ്ങളുണ്ടുതാനും. രാജ്യത്ത് ഇന്ന് നടക്കുന്ന, ഈ പല വിഭാഗങ്ങൾ തമ്മിലുള്ള യുദ്ധം മിക്കപ്പോഴും ലക്ഷ്യമിടുന്നത് സ്ത്രീകളേയും പെൺകുട്ടികളേയുമാണ്. ഒരു കാലത്ത് അറബ് ലോകത്ത് ഏറ്റവും കൂടുതൽ സ്ത്രീ വിദ്യാഭ്യാസം ശരാശരിയുണ്ടായിരുന്ന രാജ്യമാണിത്. എന്നാൽ ഇന്ന് ഏറ്റവും മോശവും അവിടെതന്നെയാണ്.

4) നേപ്പാൾ: ഇവിടത്തെ മാതാപിതാക്കൾ തങ്ങളുടെ പുത്രിമാരെ വേശ്യാലയ നടത്തിപ്പുകാർക്ക് വിൽക്കുന്നു. വേശ്യാലയങ്ങളിൽ ഇവർ നിരന്തരം ബലാത്സംഗത്തിരയാകുന്നു. ഈ വിധിയിൽ നിന്നും രക്ഷപ്പെടാനാകുന്നവർ ബാല്യത്തിലേ വിവാഹിതരാകുന്നു. ഇത് ബാല്യത്തിൽ തന്നെ അമ്മയാകുന്നതിലും കലാശിക്കുന്നു.

5) സുഡാൻ: തട്ടിക്കൊണ്ട് പോകൽ, ബലാത്സംഗം, സ്വന്തം നാട്ടിൽ നിന്നും മാറിത്താമസിക്കൽ എന്നിവ നിരന്തരമായി സ്ത്രീകളുടെ ജീവിതത്തിൽ നടക്കുന്ന പടിഞ്ഞാറൻ സുഡാനിൽ സ്ത്രീകളുടെ വിധി എന്നത് ഒരു ഭീകര സിനിമയ്ക്ക് സമാനമാണ്.

6) ഗോട്ടിമാല: ദാരിദ്ര്യം എന്നത് വ്യാപകമാണ്. രാജ്യത്തെ വളരെ ആഴത്തിൽ സ്പർശിക്കുന്ന ഒന്നാണിത്. അതുകൊണ്ട് തന്നെ ഗാർഹിക അക്രമങ്ങൾ, ബലാത്സംഗം, എച്ച് ഐ വി/എയ്ഡ്സ് രോഗത്തിന്റെ ആധിക്യം എന്നിവ ദരിദ്രരായ സ്ത്രീകളെ നല്ല രീതിയിൽ ബാധിച്ചിരിക്കുന്നു.

7) മാലി: സ്ത്രീകളുടെ ലിംഗത്തിന് അംഗഭംഗം വരുത്തുന്നതിൽ കുപ്രസിദ്ധി നേടിയ രാജ്യമാണിത്. പെൺകുട്ടികൾ ബാല്യത്തിലേ വിവാഹിതരാകുന്നു. പത്തിലൊന്ന് പെൺകുട്ടികൾ ഗർഭകാലത്തോ അല്ലെങ്കിൽ പ്രസവത്തിലോ മരിക്കുന്നു.

8) പാക്കിസ്ഥാൻ: കുടുംബമാന്യത നിലനിർത്തുവാൻ എന്ന പേരിൽ നടക്കുന്ന കൊലകൾ വ്യാപകമാണിവിടെ. പലപ്പോഴും ഗ്രാമത്തിലെ പ്രമുഖർ ഒത്തുചേർന്ന് പുരുഷന്മാർ ചെയ്യുന്ന കുറ്റങ്ങൾക്ക് സ്ത്രീകളെ

കൂട്ട ബലാത്സംഗം ചെയ്യുവാൻ വിധി പുറപ്പെടുവിക്കുന്നു. വനിതാ വക്കീലുമാർ, രാഷ്ട്രീയക്കാർ എന്നിവരെ വധിക്കുവാനായി എന്നും കോപ്പു കൂട്ടിയിരിക്കുന്നവരാണിവിടത്തെ മതഭ്രാന്തന്മാർ.

9) സൗദി അറേബ്യ: സൗദി അറേബ്യയിൽ ഇന്ന് നിലവിലുള്ള രക്ഷാകർതൃനിയമനുസരിച്ച് സ്ത്രീകളെ ആയുഷ്കാലം കുട്ടികളെപ്പോലെ കരുതുന്നു എന്ന് ഐക്യരാഷ്ട്രസഭയുടെ റിപ്പോർട്ടിൽ പറയുന്നു. എന്റെ അനുഭവത്തിൽ ഇത് സത്യമാണെന്ന് എനിക്ക് പറയുവാനാകും. വണ്ടിയോടിക്കാൻ അനുവാദമില്ലാതേയും പൊതുചടങ്ങുകളിൽ പുരുഷന്മാരോടൊപ്പം അവസരം നിഷേധിച്ചും ഇവിടെ ഇന്നും സ്ത്രീകളെ തരം തിരിച്ച് നിർത്തിയിരിക്കുന്നു. പുരുഷന്മാർ ഇന്നും സ്ത്രീകളെ അധിക്ഷേപിക്കുന്നു. ഭർത്താക്കന്മാർ ഭാര്യമാരെ മർദ്ദിക്കുകയും ബലാത്സംഗം ചെയ്യുന്നത് ഇന്നും വളരെയധികമായി നടപ്പിലുണ്ട്. ഭാര്യയെ മൊഴിചൊല്ലിയതിനു ശേഷം അച്ഛൻ കുട്ടികളുടെ അവകാശം കൈക്കലാക്കുന്നു. ഇതിന് ഇസ്ലാം നിയമത്തിൽ മതിയായ മാർഗ്ഗരേഖയുണ്ടായിട്ടും സ്ഥിതിയിൽ വ്യത്യാസമില്ല. ഒരു പുരുഷൻ ഈ മാർഗ്ഗരേഖയെ അവഗണിക്കുവാൻ തീരുമാനിച്ചാൽ ഒരാളും അമ്മയേയും കുഞ്ഞുങ്ങളേയും സഹായിക്കുവാൻ മുന്നിട്ടിറങ്ങില്ല. അച്ഛൻ മകളെ ബലാത്സംഗം ചെയ്ത ക്രൂരമായ സംഭവങ്ങൾ അനവധി റിപ്പോർട്ട് ചെയ്യപ്പെട്ടിട്ടുണ്ട്. അങ്ങനെയുള്ള അക്രമങ്ങൾ സംഭവിക്കുമ്പോൾ മതാദ്ധ്യക്ഷന്മാർ ബലാത്സംഗം ചെയ്ത വ്യക്തിയോടൊപ്പം നിൽക്കുന്നു. തന്റെ കുടുംബത്തിലെ സ്ത്രീകളോട് പുരുഷന് എങ്ങനെ വേണമെങ്കിലും പെരുമാറാം എന്നാണവർ അതിനു പറയുന്ന ന്യായം.

10) സൊമാലിയ: സംസ്കാരം ഇത്തിരി ശേഷിച്ചിരുന്ന സമൂഹത്തിൽ ഇന്ന് ദീർഘകാലമായുള്ള അഭ്യന്തര യുദ്ധം നാടിനേയും സംസ്കാരത്തേയും പിച്ചിച്ചീന്തിയിരിക്കുന്നു. പ്രായവ്യത്യാസമില്ലാതെ സ്ത്രീകൾ അക്രമത്തിനിരയാകുന്നു. ബലാത്സംഗം ചെയ്യപ്പെടുന്നു.

ലോകമെമ്പാടും സമത്വത്തിനായും അടിസ്ഥാന മനുഷ്യാവകാശങ്ങൾക്കായും സ്ത്രീകൾക്ക് അന്തസ്സ് ലഭിക്കുവാനായും വാദിക്കുകയും പടവെട്ടുകയും ചെയ്യുന്ന അനവധിയാളുകളുള്ളപ്പോൾ ഈ കണക്കുകൾ പിന്നെയെങ്ങനെ പൊരുത്തപ്പെടുന്നു? ഐക്യരാഷ്ട്രസഭയുടെ ഈ റിപ്പോർട്ട് മാനവകുലത്തിനുതന്നെ ഒരു കറുത്ത പൊട്ടായി നിലനിൽക്കുന്നു. സ്ത്രീകളെ വംശഹത്യ ചെയ്യുന്നവർക്കെതിരെ തെരുവിലിറങ്ങാത്ത സ്ത്രീപുരുഷമാർക്കെതിരെ ഇതൊരു കറുത്ത കുത്തായി നിലനിൽക്കുന്നു.

സൗദിഅറേബ്യയേക്കാൾ മോശമായി പരിഗണിക്കപ്പെട്ടിരിക്കുന്ന എട്ട് രാഷ്ട്രങ്ങളുണ്ടെന്നത് സത്യം. എന്നാൽ സ്ത്രീകളുടെ അവകാശങ്ങളിലേക്കെത്തിയാൽ സൗദിഅറേബ്യയിൽ ഇന്നും കാര്യങ്ങൾ വിഷമകരവും സങ്കീർണ്ണവുമാണെന്നതിനോട് യോജിക്കാത്തവരായി അധികമാരുമുണ്ടാകുമെന്ന് തോന്നുന്നില്ല.

സൗദിസ്ത്രീകൾക്ക് നേരെയുള്ള നിയന്ത്രണങ്ങളിൽ വലിയവയും ചെറിയവയുമുണ്ട്. പലപ്പോഴും ചെറിയ, നിസ്സാരമായ നിയന്ത്രണങ്ങളാണ് വെറിപിടിപ്പിക്കുന്നത്, സ്വാതന്ത്ര്യത്തെ പരിമിതപ്പെടുത്തുന്നത്. തങ്ങളുടെ ദൈനംദിന ജീവിതത്തിൽ എല്ലാ കൊച്ചുകാര്യങ്ങളിലും എങ്ങനെ അവർ ബുദ്ധിമുട്ടുന്നു എന്നുപോലും ഇന്ന് പലർക്കും ചിന്തിക്കുവാനാകാതായിരിക്കുന്നു. ഒരു ഉദാഹരണം പറയാം. തന്റെ കുടുംബാംഗമല്ലാത്ത ഒരു ആൺകുട്ടിയുമായി, പുരുഷനുമായി ഒരു പെൺകുട്ടി സംസാരിക്കാതിരിക്കുവാൻ ശ്രദ്ധിക്കേണ്ടതുണ്ട്. അതല്ല, അവൾ അങ്ങനെയൊരു തെറ്റ് ചെയ്ത് പോയാൽ വേശ്യയാണെന്ന് വരെ മുദ്രയടിക്കപ്പെട്ടേക്കാം. അങ്ങനെ ഒരു ആരോപണം വന്നാൽ ശിക്ഷിക്കപ്പെടും. ചാട്ടയടിയോ തുറുങ്കോ ലഭിച്ചേക്കും. യാഥാസ്ഥിതിക നഗരങ്ങളിലോ ഗ്രാമങ്ങളിലോ വസിക്കുന്ന പെൺകുട്ടികളും സ്ത്രീകളും ഇന്നും മുഖം മറച്ചു തന്നെ നടക്കേണ്ടതുണ്ട്. അത് ചെയ്തില്ലെങ്കിൽ അവരുടെ നേരെ ഏത് ദിശയിൽ നിന്നു വേണമെങ്കിലും കല്ലുകൾ പാഞ്ഞുവരാം. സൗദിസ്ത്രീകൾക്ക് വണ്ടിയോടിക്കുവാൻ അനുവാദമില്ല. പലപ്പോഴും അവരോടൊപ്പം സ്കൂളിലേക്കോ, ജോലിസ്ഥലത്തേക്കോ, ഒരു ഡോക്ടറെ കാണാനോ അനുഗമിക്കുന്നതിനായി ഒരു പുരുഷനുണ്ടാകാറില്ല. അതിനാൽ പലർക്കും പൊതുഗതാഗതത്തെ ആശ്രയിക്കേണ്ടതുണ്ട്. പൊതുഗതാഗതം ഉപയോഗിക്കുമ്പോൾ സൗദി പെൺകുട്ടികൾ വളരെയധികം ശ്രദ്ധിക്കേണ്ടിയിരിക്കുന്നു. പലപ്പോഴും ടാക്സിയോടിക്കുന്നവർ കരുതുന്നത് ഒറ്റയ്ക്ക് യാത്ര ചെയ്യുന്ന ഒരു പെൺകുട്ടി ഇത്തിരി നേരമ്പോക്കിനായി ഒരു പുരുഷനെ തേടി ഇറങ്ങിയവളാണെന്നാണ്. അയാൾ അതിനാൽ അനവസരത്തിൽ എന്തെങ്കിലും പറഞ്ഞെന്ന് വരാം. ഇങ്ങനെ സംഭവിച്ചു എന്നാരെങ്കിലുമറിഞ്ഞാൽ അത് ബാധിക്കുന്നത് ആ പെൺകുട്ടിയെയാകും. അവൾ നിഷ്കളങ്കയാണെങ്കിൽ പോലും ഭാവി പിന്നെ തുലാസിലാകും.

ഈ നിയന്ത്രണങ്ങൾക്ക് എന്നെ സംബന്ധിച്ചിടത്തോളം രണ്ട് വശമുണ്ട്. മഹ യൂറോപ്പിലേക്ക് പോകുമ്പോൾ, അവൾ പോകുന്നതിന്റെ ദുഃഖം എന്നിലുണ്ടാകാറുണ്ടെങ്കിലും അതിനോടൊപ്പം ഒരു ആശ്വാസവും മനസ്സിലുണ്ടാകാറുണ്ട്. എന്റെ മകൾ ഇത്തിരി എടുത്ത് ചാട്ടമുള്ളവളാണ്. വളരെ സ്വതന്ത്രയായാണവൾ യൂറോപ്പിൽ കഴിയുന്നത്. അതിൽ നിന്നും എന്തെങ്കിലും വ്യത്യാസം ഇവിടെ വരുമ്പോൾ വരുത്തണമെന്ന് കരുതാറില്ല. അതുകൊണ്ട് തന്നെ വരുന്നു എന്നറിഞ്ഞാൽ എനിക്കും കരീമിനും മാനസികപിരിമുറുക്കമാരംഭിക്കും. എനിക്കും അവളുടെ അച്ഛനും പല അപകടങ്ങളിൽ നിന്നും രക്ഷിച്ച് നിർത്തുവാനാകുമെങ്കിലും ഞങ്ങളുടെ കുടുംബം അപഖ്യാതിയിൽ ചെന്ന് പെടരുതെന്ന ഒരാഗ്രഹവുമുണ്ട്. ഒരു വീട്ടിലെ ഒരു വ്യക്തി എന്തെങ്കിലും അപഖ്യാതിയിൽ ചെന്നു പെട്ടാൽ അത് ആ വീടിനെ മൊത്തം ബാധിക്കുന്നു എന്നതിനാലാണിത്. ഇത് ഞങ്ങളുടെ സംസ്കാരത്തിന്റെ ഭാഗമാണ്. മറ്റുള്ളവർ ലജ്ജാകരം എന്ന് കാണുന്ന രീതിയിൽ മഹയെ അവർ അടയാളപ്പെടുത്തിയാൽ, ആ

കളങ്കം അബ്ദുള്ളയിലേക്കും അമാനിയിലേക്കും വ്യാപിക്കും. അവരേയും അതുപോലെ തന്നെ കാണും. മഹ ഉൾപ്പെട്ടിരിക്കുന്ന പരിപാടികളിൽ ഇവർ രണ്ട് പേരും ചെന്ന് പെട്ടിട്ടില്ലെങ്കിൽ പോലും ജനം അവരെ ഒന്നിച്ച് മുദ്ര കുത്തും. മകനും രണ്ടാമത്തെ മകളും ജനിച്ച് വളർന്ന ഞങ്ങളുടെ നാട്ടിൽ തന്നെ കഴിയുവാൻ തീരുമാനിച്ചിട്ടുള്ളവരാണ്. അതിനാൽ അവരെ സംരക്ഷിക്കേണ്ട ആവശ്യമുണ്ട്.

സൗദിയിലെ ഈ വിവേചനത്തിനെതിരെ പടപൊരുതുന്ന ഏക രാജകുമാരിയൊന്നുമല്ല മഹ. പിന്നേയും വളരെപ്പേരുണ്ടിങ്ങനെ. ഇതിൽ എന്റെ മനസ്സിലേക്കിപ്പോൾ ഒരു രാജകുമാരി ഓടിയെത്തുന്നു.

അവളുടെ പേര് ഐഷ എന്നാണ്. ഒരു ഉയർന്ന രാജകുമാരന്റെ മകളാണിവൾ. ഇദ്ദേഹം ഒരിക്കൽ ഒരു സൗദി സംസ്ഥാനത്തിലെ ഗവർണറുമായിരുന്നു. ഈ ബന്ധു മിക്കവാറും അന്തർമുഖനാണ്. ഏതെങ്കിലും വിഷയത്തിൽ അദ്ദേഹം എന്ത് കരുതുന്നു, എങ്ങനെ ചിന്തിക്കുന്നു എന്നൊന്നും ഞങ്ങൾക്കധികമറിയില്ല. അതുകൊണ്ട് തന്നെ ഈ കഥയിൽ അദ്ദേഹത്തിന്റെ പേര് പറയുന്നില്ല. ഒരു പൊതുജീവിതം നയിക്കുന്നവനും സർക്കാർ സ്ഥാനങ്ങൾ വഹിക്കുന്നവനുമാണെന്ന് മാത്രം പറയാം.

മഹയും ഐഷയും സ്കൂൾ കാലം തൊട്ടേ സുഹൃത്തുക്കളാണ്. ഐഷ എന്ന രാജകുമാരി സ്വിറ്റ്സർലണ്ടിലെ ഒരു ബോർഡിങ്ങ് സ്കൂളിലാണ് വിദ്യാഭ്യാസം തുടർന്നത്. അപ്പോഴും ഇരുവരുടേയും സൗഹൃദം നിലനിന്നു. ഐഷയും മഹയും യൂറോപ്പിൽ പല അവധി ദിനങ്ങളും ഒന്നിച്ച് ചിലവഴിച്ചിട്ടുണ്ട്. സൗദി അറേബ്യയെക്കുറിച്ച് അവരിരുവർക്കും മിക്കവാറും ഒരേ അഭിപ്രായമാണുള്ളത് എന്നും എനിക്കറിയാം. അവർ തമ്മിൽ നടക്കാറുള്ള സംഭാഷണങ്ങളെക്കുറിച്ച് പലപ്പോഴും മഹ പറഞ്ഞിട്ടുണ്ട്.

സ്കൂൾ വിദ്യാഭ്യാസത്തിനുശേഷം ഐഷ യൂറോപ്പിലെ മൂന്ന് സർവകലാശാലകളിൽ പഠിച്ചു. മൂന്ന് ബിരുദങ്ങൾ നേടി. ഞങ്ങൾക്ക് ഓർത്തിരിക്കുവാനാകുന്നതിലും അധികം കാലം ഐഷ പഠിച്ചുകൊണ്ടേയിരുന്നു. സൗദി അറേബ്യയിലെ അടിച്ചമർത്തലിൽ നിന്നും രക്ഷപ്പെടുവാനായുള്ള ഒരു മാർഗ്ഗമെന്ന നിലയിലാണവൾ വിദ്യാഭ്യാസം തുടരുന്നതെന്ന് ഞങ്ങൾക്കെല്ലാമറിയാമായിരുന്നു. ഐഷയ്ക്ക് വാർദ്ധക്യമാകുമ്പോഴേക്കും അനേകം പിഎച്ച്.ഡികളും ചിലപ്പോൾ എം.ഡിയുമെല്ലാം ലഭിക്കുമെന്ന് ഞങ്ങൾ കളിയാക്കാറുണ്ട്.

നല്ല ഉയരമുള്ളവളാണ് ഐഷ. മെലിഞ്ഞ ശരീരപ്രകൃതിയുമാണ്. കറുത്ത കണ്ണിണകളിൽ ജീവിക്കുവാനുള്ള കൊതി നിറഞ്ഞു കാണാനാകും. വലിയ ആംഗ്യങ്ങളോടെയാണവളുടെ സംസാരം. സംസാരത്തിനോടൊപ്പം, സംസാരത്തിലെ അന്തഃസത്ത ഉൾക്കൊണ്ട് മുഖവും ആ വികാരങ്ങൾ പ്രകടിപ്പിച്ചുകൊണ്ടിരിക്കും. എന്നാൽ മഹയെപ്പോലെ അത്ര അരോചകമായി ഐഷ പെരുമാറാറില്ല. എങ്കിലും എന്തിനേയും

നേരിടുവാനുള്ള കരുത്ത് അവളിലുണ്ട്. അവളുടെ വ്യക്തിത്വം വീട്ടിൽ പല പ്രശ്നങ്ങളുമുണ്ടാക്കിയിട്ടുണ്ട്. വലിയ കുടുംബമാണവരുടേത്. വളരെ പുരോഗമന ചിന്തയുള്ള ഒരു സ്വഭാവരീതിയും മനസ്സും. ഈ പെരുമാറ്റ രീതിയാണ് പലപ്പോഴും ആ വലിയ കുടുംബത്തിന് പ്രശ്നങ്ങളുണ്ടാക്കാറുള്ളത്. ഈ ബന്ധു നാലു വിവാഹങ്ങൾ കഴിച്ചിട്ടുണ്ട്. നാലുപേരിലും അനേകം മക്കളുമുണ്ട്. എന്നാൽ അവരിൽ ഏറ്റവും ഇളയവളായിരുന്നു ഐഷ. അവളുടെ അമ്മയായിരുന്നു നാലാമത്തെ ഭാര്യ. മൊറോക്കൊയിൽ നിന്നുള്ള ഒരു സുന്ദരിയായിരുന്നു.

ഐഷയുടെ അച്ഛന്റെ മറ്റൊരു ഭാര്യയിൽ ഐഷയ്ക്ക് ആറു സഹോദരിമാരുണ്ട്. ഈ ഭാര്യയാണെന്റെ ഈ ബന്ധുവിന്റെ ആദ്യഭാര്യ. എന്റെ രാജ്യത്ത് പുത്രിമാരുടെ മേൽ കൂടുതൽ പ്രഭാവമുണ്ടാകുക അമ്മമാർക്കാണ്. അച്ഛന്മാർ പുത്രിമാരുടെ കാര്യത്തിൽ അത്ര താത്പര്യമെടുക്കാത്തതാണിതിനു കാരണം. അച്ഛന്മാർ മിക്കപ്പോഴും പുത്രന്മാരുടെ കാര്യത്തിൽ കൂടുതൽ ശ്രദ്ധാലുവാകുന്നു. പുത്രിമാരുടെ കാര്യങ്ങൾ അവർ ഭാര്യമാർക്ക് വിട്ട് കൊടുക്കുന്നു. അവരുടെ ശ്രദ്ധയാകർഷിക്കേണ്ടുന്ന തരത്തിലുള്ള എന്തെങ്കിലും വലിയ കാര്യങ്ങൾ സംഭവിക്കാത്തിടത്തോളം കാലം അച്ഛന്മാർ ഈ അകൽച്ച തുടരുകയും ചെയ്യുന്നു.

ഐഷയുടെ ഈ ആറു സഹോദരിമാരുടേയും വിവാഹം കഴിഞ്ഞിരിക്കുന്നു. അവർക്കൊന്നും ഒരു സൗദി വനിത എന്തുകൊണ്ട് സ്വാതന്ത്ര്യം കാംക്ഷിക്കുന്നു എന്ന് മനസ്സിലാകാറില്ല എന്നവർ പറയുന്നു. വണ്ടിയോടിക്കുവാനുള്ള അനുവാദം വേണം, സ്വന്തം ഇഷ്ടത്തിനനുസരിച്ച് വിവാഹിതയാകുവാനുള്ള അവകാശം വേണം, തങ്ങളുടെ അനുജത്തിയെപ്പോലെ മിക്കവാറും സമയം നാടിനു പുറത്ത് ചെലവഴിക്കണം, ഇതൊന്നും അവർക്ക് മനസ്സിലാകാറില്ലത്രെ. ഇന്നത്തെ സൗദി സമൂഹത്തിൽ അവർ സന്തുഷ്ടരാണ്. ഈ സമൂഹവും മര്യാദകളും രീതികളും എന്നും ഇങ്ങനെതന്നെയായിരുന്നല്ലോ എന്നാണവർ പറയുന്നത്.

ഈ രണ്ട് അമ്മമാരേയും വ്യക്തിപരമായി അറിയാം. ഐഷയുടെ ഈ ആറു സഹോദരിമാരുടെ അമ്മ സൗദി രാജകുടുംബാംഗങ്ങളിൽ ഏറ്റവും യാഥാസ്ഥിതികത പുലർത്തുന്ന ഒരാളാണ്. സൗദിയിൽ ആദ്യമായി ടെലിവിഷൻ വന്നപ്പോൾ ടെലിവിഷൻ കാണാനിരിക്കുന്ന സ്ത്രീകൾ മൂടുപടം ധരിക്കണമെന്ന് നിർബന്ധം പിടിച്ചത് ഇവരായിരുന്നു. ടെലിവിഷനിൽ യഥാർത്ഥ പുരുഷന്മാരാണ് പ്രത്യക്ഷപ്പെടുന്നത് എന്നതാണവർ ഇതിനു കണ്ട കാരണം. തനിക്ക് ടെലിവിഷനിലുള്ളവരെ കാണാനാകുന്നതുപോലെ അവർക്ക് തന്നേയും കാണാനാകും എന്നവർ കരുതി. അവരുടെ വീട്ടുകാർ ഇത് പുറത്ത് പറയുവാൻ ഇഷ്ടപ്പെടുന്നില്ലെങ്കിലും ഇന്നും അവർ ഈ സ്വഭാവരീതിയിൽ മാറ്റം വരുത്തിയിട്ടില്ല എന്ന് ഞാനറിയുന്നു.

ഇന്ന് മുതൽ മൂടുപടം ധരിക്കാതെ തന്റെ സഹോദരന്മാർ പോലും തന്നെ കാണുകയില്ലെന്ന് അവർ വിവാഹദിനത്തിൽ പ്രഖ്യാപിക്കുകയുണ്ടായി. ഒരു പുത്രന് ജന്മം നൽകിയില്ല എന്നതിൽ ഒരളവു വരെയെങ്കിലും

ഞങ്ങളെല്ലാം ആശ്വാസം കൊണ്ടു. ഒരു പുത്രനുണ്ടായെങ്കിൽ ഒരുപക്ഷേ അവന് തന്റെ അമ്മയുടെ മുഖം കാണുവാനുള്ള അവസരം നിഷേധിക്കപ്പെടുമായിരുന്നു എന്ന് ഞങ്ങൾ ഭയന്നു. അത് വളരെ ക്ലേശകരമായ ഒരു അവസ്ഥയാകുമായിരുന്നു.

ഈ അമ്മ അവരുടെ പുത്രിമാരിലും തന്റെ പല വിശ്വാസങ്ങളും അതേപടി വളർത്തിയെടുക്കുകയുണ്ടായി. അവർ ആറുപേരും തങ്ങൾ എന്നും ഒരു പുരുഷന്റെ രക്ഷാകർതൃത്വത്തിലായിരിക്കണം എന്ന അഭിപ്രായമുള്ളവരായി. അതുമാത്രമല്ല, ഒരു സ്ത്രീയും ഒരിക്കലും പുരുഷാധിപത്യത്തെ ചോദ്യം ചെയ്യരുതെന്നും വിശ്വസിച്ചു. എന്നാൽ മൊറൊക്കൊയിൽ ജനിച്ച് വളർന്ന ഐഷയുടെ അമ്മയുടെ സ്ഥിതി വ്യത്യസ്തമായിരുന്നു. കുറച്ചൊക്കെ ആധുനിക ചിന്തകളുള്ളവരായിരുന്നു അവർ. ഭർത്താവുമൊത്ത് സ്വതന്ത്രമായി ഇടപഴകിയിരുന്നു. തന്റെ മകളുടെ സ്വപ്നങ്ങൾ സാക്ഷാത്കരിക്കുന്നതിനായി പ്രവർത്തിക്കണമെന്ന അഭിപ്രായം ഉണ്ടായിരുന്നു. ഐഷയെക്കുറിച്ച് അവർക്ക് വലിയ മതിപ്പായിരുന്നു. ഐഷ നേടിയ ബിരുദങ്ങളെക്കുറിച്ചും അഭിമാനമുണ്ടായിരുന്നു. താൻ ജന്മം നൽകിയത് ഒരു അപൂർവ്വ ബുദ്ധിജീവിക്കാണെന്ന് വിശ്വസിച്ചു. അത് ഏതൊരു ചടങ്ങിനെത്തിയാലും പറയുകയും ചെയ്തു. ഐഷ ബുദ്ധിയുള്ള കുട്ടിയായിരുന്നു എന്നത് സത്യം. അത് ഞങ്ങൾക്കെല്ലാം അറിയാമായിരുന്നു. എന്നാൽ ഒരു ബുദ്ധിജീവി പരിവേഷമെല്ലാം നൽകാൻ മാത്രം വളർന്നിരുന്നില്ല.

ഇതിനു മുമ്പ് മഹ നാട്ടിലെത്തിയപ്പോൾ ഐഷയും നാട്ടിലുണ്ടായിരുന്നു. അവർ രണ്ടു തവണ മാത്രമേ നേരിൽ കണ്ടുള്ളൂ. എന്നാൽ ഈ രണ്ട് സമാഗമങ്ങളും വളരെ ആവേശകരമായിരുന്നു എന്നാണ് മഹ പറഞ്ഞത്. ഐഷ തന്റെ ആറു സഹോദരിമാരുമൊത്ത് ഒരു യുദ്ധത്തിലായിരുന്നു എന്നതാണിതിനു കാരണം. കുറ്റപ്പെടുത്തലുകളും ചെളിവാരിയെറിയലും ആവോളം നടക്കുന്നുണ്ടായിരുന്നു എന്നെന്റെ മകൾ പറയുന്നു. ഇങ്ങനെയുള്ള കാര്യങ്ങൾ കേൾക്കുമ്പോൾ മഹയ്ക്ക് ഒരാവേശമുണ്ടാകും. അതെന്തുകൊണ്ടാണെന്ന് ഇന്നും മനസ്സിലായിട്ടില്ല.

മഹയ്ക്ക് തമാശയായിരുന്നു എങ്കിലും അവരുടെ വീട്ടിനുള്ളിൽ നടന്നിരുന്ന സംഭവം വളരെ ഗൗരവമേറിയതായിരുന്നു. ആരോ ഐഷയുടെ ബാഗിനുള്ളിൽ ലൈംഗികകാര്യങ്ങൾക്കായി ഉപയോഗിക്കുന്ന പല വസ്തുക്കളും വച്ചിരിക്കുന്നു. ഈ വസ്തുക്കളെല്ലാം സൗദിസംസ്കാരത്തിൽ നിഷിദ്ധങ്ങളാകുന്നു. പ്രത്യേകിച്ചും ഏകയായ ഒരു വനിത ഇവ കൈവശം വയ്ക്കുക എന്നത് ഗൗരവമേറിയ കുറ്റമാകുന്നു. ലൈംഗികചുവയുള്ള മാസികകൾ, അല്പമായ അടിവസ്ത്രങ്ങൾ, ഒരു പെട്ടി ഗർഭനിരോധ ഉറ എന്നിവയെല്ലാം ആ ബാഗിൽ നിന്നും കണ്ടെടുക്കപ്പെട്ടു. ഇവ ബാഗിന്റെ ഉള്ളറകളിൽ ഐഷയുടെ വസ്ത്രങ്ങളിൽ ഒളിപ്പിച്ച നിലയിലാണ് കാണപ്പെട്ടത്. ഇത് ചെയ്തതാരായാലും അവരുടെ ലക്ഷ്യം ഐഷയേയോ അവളുടെ അച്ഛനേയോ ബുദ്ധിമുട്ടിക്കുക എന്നത്

തന്നെയായിരുന്നു. കസ്റ്റംസ് പരിശോധനയ്ക്കിടയിൽ ഇവയെല്ലാം പിടിക്കപ്പെടണം എന്നത് മാത്രമായിരുന്നു. ഐഷ രാജകുടുംബാംഗമായതിനാൽ വിമാനത്താവളത്തിൽ കസ്റ്റംസ് ഉദ്യോഗസ്ഥർ വലിയ പരിശോധനകളൊന്നും നടത്തിയില്ല. അതുകൊണ്ട് തന്നെ ഈ വസ്തുക്കൾ യൂറോപ്പിൽ നിന്ന് യാത്ര തിരിക്കും മുമ്പ് അവളുടെ ബാഗിൽ കയറിയതാണോ അതോ ഇവിടെ വന്നതിനു ശേഷം ആരെങ്കിലും തിരുകി കയറ്റിയതാണോ എന്നവൾക്ക് ഉറപ്പില്ല.

ഐഷ പഠിക്കുകയായിരുന്നതുകൊണ്ട് ഒരുപക്ഷേ അവളുടെ ഏതെങ്കിലും സുഹൃത്തുക്കൾ തമാശ എന്ന നിലയിൽ ചെയ്തുവച്ചതായിരിക്കാം ഇത്. അവർക്ക് ഒരുപക്ഷേ സൗദി സംസ്കാരത്തെക്കുറിച്ച് അത്ര അറിവില്ലാത്തതാകാം കാരണം. ഇത്തരം വസ്തുക്കൾ അവിവാഹിതയായ ഒരു സൗദി പെൺകുട്ടിയിൽ നിന്നും കണ്ടെടുക്കപ്പെട്ടാൽ അത് ഉണ്ടാക്കിയേക്കാവുന്ന പ്രത്യാഘാതങ്ങളെക്കുറിച്ച് അവർക്കറിയില്ലായിരിക്കാം. ഐഷയ്ക്ക് മുകളിൽ, അവൾ ഒരു പുരുഷനെ പ്രണയിക്കുന്നു എന്ന മട്ടിൽ സംശയത്തിന്റെ നിഴൽ വീണാൽ അത് അവളുടെ സൽപ്പേരിനെ കാര്യമായി കളങ്കപ്പെടുത്തുമായിരുന്നു. ഐഷയുടെ സ്വാതന്ത്ര്യത്തെതന്നെ അത് ഹനിക്കുമായിരുന്നു. ഒരുപക്ഷേ ജീവനു തന്നെ ഭീഷണിയാകുമായിരുന്നു. സ്ത്രീകൾക്ക് മേൽ സൗദിയിലുള്ള നിയന്ത്രണങ്ങളെക്കുറിച്ച് സൗദി സന്ദർശിച്ചിട്ടുള്ളവർക്കേ അറിയുള്ളൂ. അവർക്കേ ഇത്തരം സാഹചര്യങ്ങളുടെ ഗൗരവം അംഗീകരിക്കുവാനാകൂ.

ബാഗ് തുറന്ന് നോക്കിയ ഐഷ അതിലുള്ള വസ്തുക്കൾ കണ്ട് അമ്പരന്നു. അവൾ ഭയന്നു. ബാഗ് പെട്ടെന്നടച്ചു. ഈ വസ്തുക്കൾ ആരും കാണാതെ എങ്ങനെ ഒഴിവാക്കാം എന്ന് ചിന്തിക്കുവാൻ തുടങ്ങി.

എന്നാൽ കഥ അവിടെ അവസാനിച്ചില്ല.

ഐഷ നാട്ടിലെത്തി രണ്ട് ദിവസം കഴിഞ്ഞപ്പോൾ ഐഷയുടെ അർദ്ധ-സഹോദരിമാരിൽ രണ്ടുപേർ അവളുടെ മുറി പരതി. അരുതാത്തതെന്തെങ്കിലും കണ്ടെടുക്കാനാകും എന്നവർക്ക് ഉറപ്പായിരുന്നു. അവരുടെ തിരച്ചിൽ വിജയിച്ചു. ഐഷ ബുദ്ധിമുട്ടുകളുടെ നടുക്കടലിലുമായി.

ഐഷയെ നന്നായി അറിയാവുന്ന മഹ ഐഷ നിരപരാധിയാണെന്ന് ആണയിട്ടു. എപ്പോഴൊക്കെ താൻ യൂറോപ്പിൽ വച്ച് ഐഷയെ കണ്ടിട്ടുണ്ടോ അപ്പോഴൊന്നും ഐഷ ഒരു പുരുഷനെ പ്രണയിക്കുന്നതായി താനറിഞ്ഞിട്ടില്ല എന്ന് മഹ പറഞ്ഞു. ഐഷ ഒരിക്കലും ഒരു ലൈംഗിക അപരാധത്തിൽ ഏർപ്പെടുകയില്ലെന്നും അവൾ ആണയിട്ടു.

തന്റെ സ്വാതന്ത്ര്യവും ഭാവിയും അപകടത്തിലാക്കുവാനായി എന്തെങ്കിലും ചെയ്തുകൂട്ടുന്ന ബുദ്ധിശൂന്യത ഐഷയിൽ നിന്നും പ്രതീക്ഷിക്കുവാനാകില്ല. ഒരു ദിവസം തന്റെ പിതാവ് തന്നോട് വിവാഹത്തിന് നിർബന്ധിക്കുമെന്ന് ഐഷയ്ക്കും അറിയാം. ഇന്ന്, ഐഷയ്ക്ക് വയസ്സെത്രയായി എന്ന് അദ്ദേഹം മറന്നിരിക്കുകയാണെന്ന് തോന്നുന്നു. ഐഷ

ഇരുപതുകളുടെ അവസാനത്തിലെത്തിയിരിക്കുന്നു. ഒരു സൗദി പെൺകുട്ടിയെ സംബന്ധിച്ചിടത്തോളം ഇത് പ്രായമേറെയായി. ഒരു കന്യകയായി തന്നെ താൻ വിവാഹിതയാകുമെന്ന് പലതവണ ഐഷ മഹയോട് പറഞ്ഞിട്ടുണ്ടത്രെ. തന്റെ വിവാഹം നാല്പത് വയസ്സായിട്ടാണെങ്കിലും അന്നും താൻ കന്യകയായിരിക്കും എന്നാണവൾ പറഞ്ഞിരുന്നത്. സൗദിയിൽ അങ്ങനെയല്ലാതെ വിവാഹിതയാകുക എന്നത് ഒരു വലിയ വിപത്തിനെ വിളിച്ചുവരുത്തുന്നതിനു തുല്യമാണ്. വധുവിന്റെ പ്രായമെത്രയായാലും അവർ കന്യകമാരായിരിക്കണം എന്ന നിർബന്ധബുദ്ധി ഇന്നുമുണ്ട്. അതല്ലെങ്കിൽ അവർ വിധവകളോ മൊഴിചൊല്ലപ്പെട്ടവരോ ആകണം.

വിവാഹത്തിന്റെയന്ന് രാത്രിയിൽ മെത്തയിൽ രക്തത്തുള്ളി കണ്ടില്ല എന്ന കാരണത്താൽ ഒട്ടും ആഡംബരപൂർണ്ണമോ ആചാരങ്ങളോടു കൂടിയോ അല്ലാതെ വീട്ടുവാതിൽക്കൽ തള്ളപ്പെട്ട മുപ്പതുകാരിയായ ഒരു രാജകുമാരിയുടെ കഥ ഞങ്ങൾക്കറിയാം. തന്റെ സഹോദരന്മാരുമൊത്ത് എന്നും കായികരംഗത്ത് ശോഭിച്ചിരുന്ന ഒരുവളായിരുന്നു അത് എന്നതിനവിടെ ഒട്ടും പ്രാമുഖ്യമില്ലായിരുന്നു. സഹോദരന്മാരുമൊത്ത് അവൾ പന്തുകളിക്കുമായിരുന്നു. ആരും കാണാതെ സഹോദരന്മാർ അവളെ മോട്ടോർസൈക്കിൾ ഓടിക്കുവാൻ അനുവദിക്കുമായിരുന്നു. തന്റെ കായികാദ്ധ്വാനങ്ങളുടെ ഫലമായി കന്യാചർമ്മം കുട്ടിക്കാലത്തേ നഷ്ടപ്പെട്ടിരിക്കുന്നു എന്നും അത് അനുവാദമില്ലാതെ ലൈംഗികബന്ധത്തിലേർപ്പെട്ടതിന്റെ ഫലമല്ല എന്നും ഡോക്ടർ ഉറപ്പിച്ച് പറയുകയുണ്ടായത്രെ. തന്റെ വീട്ടുകാരല്ലാത്ത ഒരു പുരുഷനോടൊപ്പം ഒരിക്കലും ഒറ്റയ്ക്കിരിക്കുകപോലുമുണ്ടായിട്ടില്ലെന്ന് അവൾ കരഞ്ഞ് പറഞ്ഞു. എന്നാൽ ആദ്യമുപേക്ഷിക്കപ്പെട്ട അന്നുമുതൽ അവൾ ശപിക്കപ്പെട്ടവളായി. സമൂഹം അവളെ തിരസ്കരിച്ചു. പിന്നെ സമൂഹത്തിൽ തന്നേക്കാൾ താഴ്ന്ന സ്ഥാനമുള്ള ഒരാളുടെ രണ്ടാം ഭാര്യയായി.

മഹ പറയുന്നത് ഐഷയും അതുപോലെ തന്നെ തെറ്റൊന്നും ചെയ്യാത്തവളാണെന്നാണ്. അവൾ കന്യകയാണ്. മേൽനോട്ടമില്ലെങ്കിൽ ഞങ്ങളുടെ നാട്ടിലെ സ്ത്രീകൾ ഏർപ്പെടുമെന്ന് പുരുഷന്മാർ അവകാശപ്പെടുന്ന വഴിപിഴച്ച മാർഗ്ഗങ്ങളിലൂടെയൊന്നും ഐഷ സഞ്ചരിച്ചിട്ടില്ല.

ഐഷയുടെ സഹോദരിമാർ വിലക്കപ്പെട്ട വസ്തുക്കൾ അവളുടെ ബാഗിൽ നിന്നും കണ്ടെടുത്ത ദിവസം മഹയും അവിടെയുണ്ടായിരുന്നു. എന്റെ മകൾ ആ രംഗം വിവരിച്ചു. അവളും ഐഷയും ഒന്നിച്ചാണ് അന്ന് ഐഷയുടെ കുടുംബകൊട്ടാരത്തിൽ കയറി ചെന്നത്. അപ്പോൾ ആറു സഹോദരിമാരും ഒന്നിച്ച് അവളെ ആക്രമിക്കുവാൻ തയ്യാറെടുത്ത് നില്പുണ്ടായിരുന്നു. സഹോദരിമാരിൽ ഒരാൾ വലിയ വാക്കുകളുച്ചരിച്ച് ഒരു പ്ലേബോയ് മാഗസിൻ ഉയർത്തി വീശുന്നുണ്ടായിരുന്നു. മാസികയുടെ മദ്ധ്യത്തിൽ നഗ്നയായ ഒരു സ്ത്രീയുടെ പടമുള്ളത് അവർ കാണിക്കുന്നുണ്ടായിരുന്നു.

വിലക്കപ്പെട്ട വസ്തുക്കൾ കണ്ടെടുത്ത ആവേശത്തിലായിരുന്നു ആ ആറു സഹോദരിമാരും. തങ്ങളുടെ അച്ഛന് അദ്ദേഹത്തിന്റെ നാലാം ഭാര്യയിൽ ഐഷ ജനിച്ച അന്നുമുതൽ ഇവർ ആറുപേർക്കും ഐഷയോട് വെറുപ്പായിരുന്നു. കൊച്ചുകുട്ടിയായിരിക്കുമ്പോഴും. അന്നുമുതൽ അവർ ഐഷയെ വിമർശിച്ചുകൊണ്ടേയിരുന്നു. ഐഷ സുന്ദരിയായിരുന്നു. അവളുടെ സൗന്ദര്യത്തെ അവർ ഇകഴ്ത്തി സംസാരിച്ചു. അവൾ തങ്ങളിഷ്ടപ്പെടുന്ന ജീവിതത്തിൽ നിന്നും ഒളിച്ചോടുവാൻ വെമ്പുകയാണെന്ന് പരാതിപ്പെട്ടു. ഇവർ ആറുപേരിൽ ആർക്കെങ്കിലും ജീവിതത്തിനോട് യഥാർത്ഥ സ്നേഹമുണ്ടോ എന്ന് പറയുവാനാകില്ല. ജീവിതം എന്നാൽ അവർക്ക് ആഡംബരങ്ങളുടെ ഒഴിഞ്ഞ കൂടുമാത്രമാകുന്നു. ആഡംബരമാണ് ജീവിതം എന്ന് അവർ പലതവണ ആവർത്തിച്ചിട്ടുണ്ട്. അതിനാൽ അതിനപ്പുറം ജീവിതത്തെക്കുറിച്ച് അവർക്കെന്തെങ്കിലും കാഴ്ചപ്പാടുണ്ടോ എന്ന് ഇനിയും ചർച്ച ചെയ്യേണ്ടതുമില്ല.

ഈ ആറു സഹോദരിമാരും അവരുടെ അമ്മയെ വിളിച്ചു. വിലക്കെപ്പെട്ട വസ്തുക്കൾ കണ്ടെടുത്തതിന് സാക്ഷിയാക്കി. തന്റെ എതിരാളികൂടിയായ ഭർത്താവിന്റെ നാലാം ഭാര്യയിൽ ജനിച്ച മകൾ ചെയ്തുവച്ചിരിക്കുന്ന വഷളത്തരം, നികൃഷ്ടത, അവരും കണ്ടു. അവരാകട്ടെ ഇതുവരേക്കും തീർത്തും നഗ്നയായ ഒരു യുവതിയുടെ ചിത്രം കണ്ടിട്ടില്ലായിരുന്നു. അവരുടെ ഒരു മകൾ ആ ചിത്രം കാണിച്ചു. അതിനോടൊപ്പം മറ്റൊരാൾ അല്പ നാണം മാത്രം മറയ്ക്കുന്ന അടിവസ്ത്രങ്ങൾ കാണിച്ചു. ഇവ ഐഷ വാങ്ങിയവയാണെന്ന് ആരോപിച്ചു. ഇത് രണ്ടും കണ്ടുനിൽക്കുവാനുള്ള മനഃശക്തി ആ സ്ത്രീക്കില്ലായിരുന്നു. അവൾ ബോധരഹിതയായി വീണു. നാടകം തുടർന്നുകൊണ്ടിരുന്നു. ആ രംഗം നടക്കുമ്പോൾ അവർ ബോധമില്ലാതെ നിലത്ത് കിടക്കുകയായിരുന്നു.

വഴക്ക് ദ്രുതതാളം കൊട്ടി. താൻ നിരപരാധിയാണെന്ന് ഐഷ അവകാശപ്പെട്ടു. ഇതു കേട്ട് ആറു സഹോദരിമാരും ഒന്നിച്ച് കോപിച്ചു. അവൾ യൂറോപ്പിൽ പഠിക്കുകയല്ല, വേശ്യാവൃത്തി നടത്തുകയാണെന്ന് ആരോപിച്ചു. ഞങ്ങളുടെ സംസ്കാരത്തിൽ ഇത്തിരി സ്വാതന്ത്ര്യത്തോടെ ജീവിക്കുന്ന സ്ത്രീകൾക്ക് നേരെ പലരും എടുത്തെറിയുന്ന ഒരു ആരോപണമാണിത്.

വഴക്ക് നിയന്ത്രണാധീനമായി എന്ന് മഹ പറയുന്നു. ഇതിനിടെ അമ്മ പല തവണ കണ്ണു തുറന്നു. നാടകത്തിലെ തമാശ രംഗം പോലെ അവർ വീണ്ടും മാസികയുടെ തുറന്ന താളിലേക്ക് കണ്ണോടിച്ചു. വീണ്ടും ബോധരഹിതയായി.

തന്റെ സുഹൃത്തുക്കളെ അകാരണമായി, അല്ലെങ്കിൽ അന്യായമായി വിമർശിക്കുകയോ, തങ്ങൾ ജീവിക്കുന്ന രീതികളെക്കുറിച്ച് വല്ലാതെ വിമർശിക്കുകയോ ചെയ്യുന്നത് കേൾക്കുമ്പോൾ എന്റെ മകളുടെ വികൃതി സ്വല്പം അധികമാകും. അവൾ എതിരാളിയോട് ക്ഷമിക്കാത്തവളാകും. മകളുടെ എല്ലാ ചെയ്തികളോടും ഞാൻ യോജിക്കുന്നില്ല. എന്നാൽ മഹ,

മഹയാണ്. അവൾ അവൾക്കിഷ്ടമുള്ളത് ഇഷ്ടപ്പെട്ട രീതിയിൽ ചെയ്യുന്നു. അന്നത്തെ ദിവസത്തിനുശേഷം ആ വീട് സന്ദർശിക്കുവാൻ മഹയ്ക്ക് ഒരു ക്ഷണം ലഭിക്കുകയുണ്ടായിട്ടില്ലെന്നുള്ളതിന് ആർക്കും അദ്ഭുതമില്ല. എന്നാൽ ഈ വിനോദം കാണാൻ ക്ഷണിക്കാതിരിക്കുകയാണ് നല്ലത് എന്നാണ് മഹ അതിനെക്കുറിച്ച് പറയുന്നത്. അന്ന് ചിരിച്ചതുപോലെ അവൾ അടുത്ത കാലത്തൊന്നും ചിരിച്ചിട്ടില്ലെന്നും മഹ ആണയിടുന്നു.

അക്കാലത്ത് ഐഷയുടെ അച്ഛൻ വിദേശത്തായിരുന്നു. അതിനാൽ സഹോദരിമാർക്ക് അവരുടെ പരാതി പിതാവിനെ നേരിട്ട് ബോധിപ്പിക്കുവാനായില്ല. അതുകൊണ്ട് മാത്രം ഐഷയ്ക്ക് യൂറോപ്പിലേക്ക് തിരികെ പോകുവാനായി. രാജ്യത്തുനിന്ന് പുറത്തുകടക്കുവാനായി എന്ന ആശ്വാസമുണ്ടായെങ്കിലും ഇന്ന്, യൂറോപ്പിൽ, എപ്പോഴും ക്ലാസ്സിനകത്തു പോലും തന്നെ ആരോ പിന്തുടരുന്നുണ്ട് എന്ന് വിശ്വസിക്കുന്നതായി ഐഷ മഹയോട് പറഞ്ഞു.

എന്നാൽ ആറ് അർദ്ധ-സഹോദരിമാരും അവരുടെ ലക്ഷ്യം നേടി. ഐഷ യൂറോപ്പിലേക്ക് പോയി ഒരു മാസം കഴിഞ്ഞപ്പോൾ അവളുടെ ബാങ്ക് അക്കൗണ്ട് അടച്ചുപൂട്ടി. അവളുടെ കൈയിൽ പണമില്ലാതായി. അച്ഛൻ അവളെ റിയാദിലേക്ക് തിരിച്ചുവിളിച്ചു. തിരികെ നാട്ടിലേക്ക് വരികയല്ലാതെ അവൾക്ക് മറ്റു മാർഗ്ഗമില്ലാതായി. റിയാദിൽ തിരിച്ചെത്തിയപ്പോൾ ധാർമ്മിക രോഷം പൂണ്ട അവളുടെ അച്ഛൻ ചോദ്യം ചെയ്തു. ബാഗിൽ നിന്നും കണ്ടെടുക്കപ്പെട്ട വിശേഷാൽ വസ്തുക്കളുടെ പേരുകൾ പറഞ്ഞില്ല. എന്നാൽ വളച്ചുകെട്ടില്ലാതെ ഒരു ചോദ്യമെറിഞ്ഞു "നീ ഇപ്പോഴും കന്യകയാണോ?"

വിശുദ്ധ ഖുർ-ആൻ-ൽ കൈവച്ച് താൻ ശുദ്ധയാണെന്ന് ഐഷ സത്യം ചെയ്തു. ഒരു നവജാത ശിശു എത്ര ശുദ്ധയാണോ അത്രയും ശുദ്ധയാണ് ഞാൻ എന്നാണവൾ പറഞ്ഞത്. അപ്പോൾ അച്ഛന്റെ അടുത്ത വാചകം വന്നു. "അറിഞ്ഞതിൽ സന്തോഷമുണ്ട്. നിന്റെ വിവാഹം നിശ്ചയിച്ചിരിക്കുന്നു. വിശദാംശങ്ങൾ നിന്റെ അമ്മ പറയും."

"ഒന്നപേക്ഷിക്കുവാനോ, ഒരപരിചിതനിൽ നിന്നുള്ള വിവാഹത്തിൽ നിന്നും രക്ഷപ്പെടുവാനോ വേണ്ട സമയം അച്ഛൻ തന്നില്ല. ഇത്രയും പറഞ്ഞ് എഴുന്നേറ്റ് നടന്നു. എന്റെ കാഴ്ചവട്ടത്തുനിന്നും ഓടിമറഞ്ഞു" എന്നാണിതിനെക്കുറിച്ച് ഐഷ മഹയോട് പറഞ്ഞത്.

ഐഷയുടെ വിവാഹം നടന്നു. രാജകുടുംബാംഗമല്ലെങ്കിലും നല്ലൊരു കുടുംബത്തിലെ യുവാവായിരുന്നു വരൻ. രാജകുടുംബവുമായി വ്യാപാര ബന്ധം പുലർത്തുന്ന, എല്ലാവരാലും ബഹുമാനിക്കപ്പെടുന്ന ഒരു കുടുംബത്തിലെ അംഗം.

തിരക്കിട്ട് ഇങ്ങനെ വിവാഹം നടക്കുമ്പോൾ സാധാരണ സംഭവിക്കുന്നതിനു വിപരീതമായി ഈ കഥയുടെ അന്ത്യം സന്തോഷകരമായി. തന്റെ കന്യകാത്വത്തെക്കുറിച്ച് ഐഷ പറഞ്ഞത് സത്യമാണെന്ന് കണ്ടെത്തി. വളരെ വർഷങ്ങൾ യൂറോപ്പിൽ ജീവിച്ചിട്ടും അവൾ ശുദ്ധയായി തുടർന്നു.

തന്റെ മകളുടെ രക്തം പുരണ്ട മെത്തവിരിപ്പ് ഭർത്താവിന്റെ മറ്റ് ഭാര്യ മാർക്ക് ഐഷയുടെ അമ്മ കാണിച്ചുകൊടുത്തു എന്നും കഥയുണ്ട്. ഐഷയുടെ അച്ഛനേയും അവർ അത് കാണിച്ചുവത്രെ. അത് അയാൾക്ക് വലിയ ആശ്വാസമായി, സന്തോഷമായി.

ഇതിലെല്ലാം ഉപരിയായി തന്റെ ഭർത്താവ് തന്നെ സ്നേഹിക്കുന്ന വനാണെന്ന സത്യം ഐഷ തിരിച്ചറിഞ്ഞു. ഐഷയുടെ ഭർത്താവ് വിദേശത്ത് ജോലിയുള്ളയാളായിരുന്നു. അയാൾ അവളെ കൂടെക്കൊണ്ടു പോയി. സൗദിയിൽ നിന്നും ദൂരെ താമസിക്കുന്നത് ഐഷയ്ക്കും ഭർത്താ വിനും ഒരുപോലെ സന്തോഷപ്രദമായി.

ഇങ്ങനെയൊരു ഭർത്താവിനെ ലഭിച്ചത് തനിക്ക് ലഭിച്ച ഏറ്റവും വലിയ സമ്മാനമാണെന്ന് കരുതുന്നതായി ഐഷ മഹയോട് പറയുക യുണ്ടായി. രണ്ടുപേരും ഒരേ ചിന്താഗതികൾ വച്ചുപുലർത്തുന്നവരാണ്. പരസ്പരം പ്രണയിക്കുന്നവരുമാണ്. ഈയ്യിടെ അവൾ തന്റെ ആറ് അർദ്ധ-സഹോദരിമാരേയും വീണ്ടും കുപിതരാക്കി. തന്നെ സൗദി ജീവിത ത്തിലേക്ക് തിരിച്ചെത്തിച്ച്, താൻ സ്വപ്നം കണ്ടിരുന്ന മട്ടിലൊരുത്തനെ വിവാഹം കഴിക്കുവാൻ സഹായിച്ചതിൽ അവരോട് നന്ദിപറഞ്ഞു കൊണ്ടായിരുന്നു ഐഷയുടെ ഈ പ്രകോപനം.

സൗദിയിലും ഞങ്ങളുടെ ലിംഗത്തിലുള്ളവർക്ക് പലപ്പോഴും നല്ല ഭർത്താവിനേയും അതുവഴി നല്ല വിവാഹജീവിതവും ലഭിക്കുന്ന അവ സരങ്ങളുണ്ടാകാറുണ്ട്. ഐഷയേക്കാൾ ഉപരിയായി അത് അർഹിക്കുന്ന മറ്റൊരു സ്ത്രീയില്ല. വർഷങ്ങളായി ഇതിനുള്ള തിരച്ചിലിലായിരുന്നു അവൾ. അവളുടെ ജീവിതത്തിലേക്ക് സ്നേഹത്തിന്റേയും സന്തോഷ ത്തിന്റേയും വെളിച്ചം കൊണ്ടുവരുവാനുള്ള തിരച്ചിലിലായിരുന്നു. ആ തിരച്ചിലാണിപ്പോൾ ഈ യുവാവിന്റെ രൂപത്തിൽ അവൾക്ക് മുന്നിലെ ത്തിയത്. സൗദിയിൽ ജീവിക്കുന്നവൻ. വിധിയാൽ ഒന്നാക്കപ്പെട്ടവർ.

എന്നേയും അമാനിയേയും കണ്ട് പത്തു ദിവസം കഴിഞ്ഞ് നാദിയയും ഡോക്ടർ മീനയും വീണ്ടും വന്നു. കൂടെ ഫാത്തിമയുമുണ്ടായിരുന്നു. ലോകത്തിലെ ഏറ്റവും ദുഃഖിതയായ വനിത! കഴിഞ്ഞ ചർച്ച ഇവരെ ക്കുറിച്ചായിരുന്നുവല്ലോ. കൂടെ അവരുടെ ഇരട്ടക്കുട്ടികളുമുണ്ടായിരുന്നു. മൂന്നുവയസ്സുള്ള രണ്ട് സുന്ദരിക്കുട്ടികൾ. ഈ കുട്ടികളും വരുന്നുണ്ട് എന്നറിഞ്ഞപ്പോൾ ഞാൻ കൊച്ചുസുൽത്താനയെ ക്ഷണിച്ചു. വരുന്ന വിരുന്നുകാരെക്കുറിച്ച് ഞാൻ അവളോട് ആദ്യമേ വിശദീകരിച്ചിരുന്നു. ഈ രണ്ടു കുട്ടികളും ദുരിതത്തിന്റെ നടുക്കാണ് ജീവിക്കുന്നതെന്നും അതിനാൽ ഒരു കൊച്ചുരാജകുമാരിയ കാണുന്നതും അവളിൽ നിന്ന് സമ്മാനങ്ങൾ ലഭിക്കുന്നതും അവരെ വളരെയധികം സന്തോഷിപ്പിക്കു മെന്നും ഞാൻ കൊച്ചുസുൽത്താനയെ പറഞ്ഞ് മനസ്സിലാക്കിയിരുന്നു. അവൾ കുട്ടികളെ കളിപ്പിച്ചുകൊണ്ടിരിക്കുന്നതിനിടയിൽ ഞങ്ങൾ മുതിർ ന്നവർക്ക് മറ്റു കാര്യങ്ങൾ ചർച്ച ചെയ്യുവാനാകും എന്നും അവളോട് പറഞ്ഞിരുന്നു.

ഇത്രയും പ്രാധാന്യമുള്ള ഒരു കാര്യത്തിന്റെ ഭാഗമാകുവാൻ സാധിച്ചതിൽ അവൾക്കും സന്തോഷമായി. തന്റെ കളിപ്പാവകളെ പരിശോധിച്ച് അനേകം മണിക്കൂറുകൾ ചിലവിട്ടു എന്നാണ് അബ്ദുള്ള എന്നോട് പറഞ്ഞത്. കുട്ടികൾക്ക് കൊടുക്കാനാകുന്ന സമ്മാനം അതിലേതാണ് എന്ന് തീരുമാനിക്കുകയായിരുന്നു അവൾ. ഏറ്റവും ഇഷ്ടപ്പെട്ട പുതിയ കളിപ്പാട്ടങ്ങൾ തന്നെ കൊടുക്കണമെന്ന് കൊച്ചു സുൽത്താന വാശിപിടിച്ചു എന്ന് പറയുമ്പോൾ അബ്ദുള്ളയുടെ കണ്ണിൽ വെള്ളം നിറഞ്ഞിരുന്നു. അവൾക്ക് ഏറ്റവും ഇഷ്ടപ്പെട്ട ജാസ്മിൻ എന്ന പാവയെ കൊടുക്കേണ്ടതില്ലെന്ന് അബ്ദുള്ള ഉപദേശിച്ചു. അപ്പോൾ അവളുടെ മുഖവും ഒന്ന് വികസിച്ചുവത്രെ. ജാസ്മിന് സുഖമില്ലാത്തതിനാൽ വീട്ടിൽ തന്നെ കിടത്തിയുറക്കുന്നതായിരിക്കും നല്ലതെന്ന് അവളും സമ്മതിച്ചു. കൊച്ചു സുൽത്താനയുടെ മഹാമനസ്കതയ്ക്കും പരിധികളുണ്ടാകുന്നതിൽ അസ്വാഭാവികതയൊന്നുമില്ലല്ലോ!

പാടലനിറമുള്ള ലളിതമായ ഒരു വസ്ത്രം ധരിച്ചാണവൾ വന്നത്. മുടി നീട്ടിയിട്ടിട്ടുണ്ടായിരുന്നു. വളരെ ക്ഷമയോടെ അവൾ എന്റെയടുത്തിരുന്നു. വിരുന്നുകാർ വരുന്നത് കാത്തിരുന്നു. ഏറ്റവും മോശമായ സാഹചര്യത്തിൽ വളരുന്ന രണ്ടു പെൺകുട്ടികൾക്ക് ഒരുപക്ഷേ ഒരു രാജകുമാരിയോടൊപ്പം ഇടപഴകുവാൻ വിമുഖതയുണ്ടാകുമോ എന്നൊരു ആശങ്ക അവളിലുണ്ടായിരുന്നു. അതുകൊണ്ട് തന്നെ അവരെ സുഹൃത്തുക്കളാക്കുവാനായി എന്തൊക്കെ ചെയ്യണമെന്നും എങ്ങനെ സംസാരിക്കണമെന്നും അവൾ ആലോചിക്കുന്നുണ്ടായിരുന്നു.

"അവർ കൊച്ചു കുട്ടികളാണ് മോളേ...നിന്നെക്കാൾ അഞ്ചുവയസിനിളയവരാണവർ. നീ അവർക്ക് ചേച്ചിയാണ്. അവരുടെ കൂടെ കളിക്കൂ. അത്രമാത്രം മതി. അത് അവരെ സന്തോഷിപ്പിക്കും."

തികഞ്ഞ ഗൗരവത്തിൽ അവൾ തലയാട്ടി. ആ ഗൗരവം എന്നെ വേദനിപ്പിച്ചു. ഈ കൊച്ചുമകൾ വികാരങ്ങൾക്ക് പെട്ടെന്ന് അടിമപ്പെടുന്നു. എല്ലാവരേയും ഒരുപോലെ സ്നേഹിക്കുന്നു. ഇതുപോലൊരു കുട്ടിയെ ഞാൻ കണ്ടിട്ടില്ല. മറ്റുള്ളവരോട് അവൾക്കുള്ള അനുകമ്പയും കരുണയും അമ്മയെക്കുറിച്ചുള്ള ഓർമ്മകളിലേക്ക് കൊണ്ടുപോകുന്നു. അമ്മയും ഇതുപോലെ മറ്റുള്ളവരുടെ കാര്യത്തിൽ തീർത്തും ശ്രദ്ധാലുവും കരുണയുള്ളവളുമായിരുന്നു.

ഞങ്ങൾ സംസാരിച്ചുകൊണ്ടിരിക്കുന്നതിനിടയിൽ അമാനിയും വിരുന്നുകാരും വന്നു. എന്റെ കണ്ണ് തിരഞ്ഞത് ഞാനറിയാത്ത ആ പുതിയ വിരുന്നുകാരിയേയും അവരുടെ രണ്ട് കുട്ടികളേയും. ഫാത്തിമയ്ക്ക് ഇരുപത് വയസ്സാണ് പ്രായം എന്ന് എനിക്കോർമ്മയുണ്ട്. അതായത് അമാനിയേക്കാൾ പ്രായം വളരെ കുറവ്. ശൈശവം മുതൽ അവൾ ഏറ്റുവാങ്ങിയ അധിക്ഷേപങ്ങളും അക്രമങ്ങളും മൂലം അവളുടെ ശരീരം അതിവേഗം നാല്പതുകളിലെത്തിയിരിക്കുന്നു. വിരൂപമായ ഒരു മുഖമാണ് പ്രതീക്ഷിച്ചത്, ഫാത്തിമയും തന്റെ രൂപത്തെ അങ്ങനെതന്നെയാണല്ലോ വിവരിച്ചിരിക്കുന്നത്. എന്റെ കൺമുന്നിൽ വന്ന ഫാത്തിമ

സുന്ദരിയായിരുന്നു എന്നൊന്നും പറയുവാനാകില്ല. എന്നാൽ വിരൂപയല്ല. നല്ലൊരു മുഖമുണ്ടവൾക്ക്, കണ്ടാൽ ആരുടെ മനസ്സിലും ഇത്തിരി സന്തോഷമുണ്ടാക്കുവാൻ ഉതകുന്ന മുഖം. വലിയ മൂക്കിന്റെ ആകൃതി നഷ്ടപ്പെട്ടിരിക്കുന്നു. എന്നാൽ അത് ഭർത്താവിന്റെ മർദ്ദനത്താൽ സംഭവിച്ചതാണെന്ന് എനിക്കറിയാമായിരുന്നു. ഫാത്തിമ അംഗീകരിക്കുകയാണെങ്കിൽ ഈ മൂക്കിന്റെ അഭംഗി നീക്കുവാൻ മാത്രമല്ല, ഇതുപോലെ മർദ്ദനം സഹിച്ച് കേടുവന്നിരിക്കുന്ന ശരീരഭാഗങ്ങളിൽ ഏത് വേണമെങ്കിലും ശസ്ത്രക്രിയ ചെയ്ത് പൂർവ്വസ്ഥിതിയിലാക്കുവാനുള്ള പണം നൽകുമെന്ന് ആ നിമിഷത്തിൽ തന്നെ മനസ്സിൽ ഉറപ്പിച്ചു.

ഈ സ്ത്രീയെ അവരുടെ വീട്ടുകാർ എങ്ങനെയാണ് നീ വിരൂപയാണെന്ന് പറഞ്ഞ് ബോധ്യപ്പെടുത്തിയത്? അത് സത്യമല്ല. എന്നാൽ അവളും അത് വിശ്വസിച്ചിരിക്കുന്നു. അതിൽ എനിക്കദ്ഭുതമില്ല. മനസ്സിൽ താൻ വിരൂപയാണെന്ന് ധരിച്ചുവശായാൽ അയാൾ കണ്ണാടിയിൽ കാണുന്ന തന്റെ രൂപത്തിൽ വിരൂപത മാത്രമേ കാണുകയുള്ളൂ എന്നെനിക്കറിയാം.

ഇരട്ടക്കുട്ടികൾ ഭയന്നിരിക്കുകയായിരുന്നു. കൊച്ചു സുൽത്താന സാവധാനത്തിൽ അവർക്കരികിലേക്ക് നീങ്ങി. കുട്ടികൾ നാണിച്ചു. എന്തു ചെയ്യണമെന്നോ എവിടേക്ക് നീങ്ങണമെന്നോ അവർക്കറിയില്ലായിരുന്നു. എന്റെ കൊച്ചുമകൾ അവരോട് സംസാരിക്കുവാൻ ആരംഭിച്ചു. അവരും കൊച്ചു സുൽത്താനയോട് അടുപ്പം കാണിച്ചു തുടങ്ങി. ഞങ്ങൾ അടുത്ത മുറിയിൽ പോയി ചായ കുടിച്ചോട്ടെ എന്ന് കൊച്ചു സുൽത്താന അനുവാദം ചോദിച്ചു.

ഇരട്ടകൾ സുൽത്താനയുടെ കൂടെ നടന്നു. ഇനി അവർ ഒന്നിച്ച് കളിച്ചോളും എന്നെനിക്കുറപ്പായി. അപരിചിതസാഹചര്യങ്ങളോട് മുതിർന്നവരേക്കാൾ എളുപ്പത്തിൽ കുട്ടികൾ പൊരുത്തപ്പെടുന്നു എന്നതിൽ സംശയമില്ല. പ്രൗഢഗംഭീരമായ ഒരു കൊട്ടാരത്തിലും കൊച്ചു കുടിലിലും അവർ ഒരുപോലെയിരുന്ന് കളിക്കും. കുട്ടികളെ സംബന്ധിച്ചിടത്തോളം അതിൽ യാതൊരു വ്യത്യാസവുമില്ല.

നാദിയ രംഗം പെട്ടെന്ന് കൈയടക്കി. അതിനവൾക്കൊരു കഴിവുണ്ട്. ഡോക്ടർ മീന ഇതെല്ലാം കണ്ടുകൊണ്ടിരിക്കുകയായിരുന്നു. അമാനി ചായ കൈയിലെടുത്തു.

ഫാത്തിമ നിശ്ശബ്ദയാണെങ്കിലും അവിടെയുള്ളവരെയെല്ലാം സശ്രദ്ധം വീക്ഷിക്കുന്നുണ്ടെന്ന് മനസ്സിലായി. മനുഷ്യവർഗ്ഗത്തിന്റെ വിപരീത ചിന്തകൾ മൂലം എന്നെന്നും പീഡനം മാത്രം അനുഭവിച്ച് വളർന്നിട്ടുള്ളവളാണവൾ. അതുകൊണ്ടു തന്നെ അവളുടെ നിശ്ശബ്ദത മനസ്സിലാകുന്നുണ്ടായിരുന്നു. ഞങ്ങളിലൊരാൾ എപ്പോൾ വേണമെങ്കിലും അകാരണമായി കോപിച്ചേക്കാം എന്നൊരു ഭയം അവളിലുണ്ടായിരുന്നു. അവളുടെ ജീവിതാനുഭവം അത് മാത്രമാണല്ലോ. തന്റെ വീട്ടുകാരും മുൻഭർത്താവുമെല്ലാം ഇങ്ങനെ എന്തിനെന്നറിയാതെ എന്നും കോപിച്ചിരുന്നവരാണ്.

നാദിയ പെട്ടെന്ന് ഗൗരവക്കാരിയായി. ഫാത്തിമയെ ഉടൻ അനാഥരായ സ്ത്രീകൾക്കുള്ള മന്ദിരത്തിലേക്ക് മാറ്റണമെന്ന് ആശുപത്രി അധികൃതർ തീരുമാനിച്ചിരിക്കുന്നു എന്നവൾ ഞങ്ങളെ അറിയിച്ചു. അതിനോടൊപ്പം ഈ കുട്ടികളെ ഒരു രാജകുമാരി പണിതുയർത്തിയിരിക്കുന്ന പുതിയ അനാഥമന്ദിരത്തിലേക്ക് മാറ്റണമെന്നുമാണ് തീരുമാനം.

ഇതുകേട്ടതും ഫാത്തിമ ഭയന്നു. അവൾ കരയുവാൻ തുടങ്ങി. "പറ്റില്ല. പറ്റില്ല. എന്റെ കുട്ടികൾ എന്നോടൊപ്പം തന്നെയുണ്ടാകണം. അവർക്ക് ഈ അമ്മ മാത്രമേയുള്ളൂ. അമ്മയില്ലെങ്കിൽ അവർ ഭയക്കും. ഇത്രയും കാലം ഒരു ദിവസം പോലും അവർ എന്നെ പിരിഞ്ഞ് കഴിഞ്ഞിട്ടില്ല," അവൾ ഒച്ചവയ്ക്കുവാൻ തുടങ്ങി.

ഈ പുതിയ വിവരം കേട്ടപ്പോൾ ഞാനും അദ്ഭുതപ്പെട്ടു. ഫാത്തിമയും കുട്ടികളും സുരക്ഷിതമായ ഒരു സ്ഥലത്ത് ഒന്നിച്ചുണ്ടാകണം എന്ന ഉപദേശം ആശുപത്രി നൽകും എന്നാണ് ഞാൻ വിശ്വസിച്ചിരുന്നത്. അവരെ സഹായിക്കുവാൻ എന്റേതായ മാർഗ്ഗങ്ങൾ ആലോചിച്ചുറപ്പിച്ചിരുന്നു എന്നത് വേറെ കാര്യം.

"ഇതിലും നല്ല പോംവഴിയുണ്ടാകും നാദിയ," ഞാൻ പറഞ്ഞു. "ഒരമ്മയേയും മക്കളെയും വേർപിരിക്കരുത്." ഇപ്പോൾ എന്റെ കൊച്ചുമകളോടൊത്ത് കളിക്കുന്ന ആ പിഞ്ചുകുഞ്ഞുങ്ങളെ കണ്ടപ്പോഴേ അമ്മ അടുത്തില്ലെങ്കിൽ അവർ വല്ലാതെ വിഷമിക്കും എന്നെനിക്ക് ഉറപ്പായിരുന്നു. ഇങ്ങനെയൊരു തീരുമാനം നടപ്പിലാക്കുവാൻ അനുവദിക്കുകയില്ല.

"ശരിയാണ് രാജകുമാരീ. ഇത് ഏറ്റവും നല്ല ഒരു തീരുമാനമാണെന്നൊന്നും പറയുവാനാകില്ല. പക്ഷേ ആരും സ്വീകരിക്കുവാനില്ലാത്തവർക്കായുള്ള സർക്കാർ അഗതി മന്ദിരം ഇപ്പോഴേ നിറഞ്ഞ് കവിയുകയാണ്. അവിടെ ഈ കുട്ടികളെക്കൂടി താമസിപ്പിക്കുവാനിടമില്ലെന്നാണവർ പറയുന്നത്. മാത്രമല്ല കുട്ടികൾ മറ്റ് കുട്ടികളോടൊപ്പമാണെങ്കിൽ കൂടുതൽ സന്തുഷ്ടരാകുമെന്നും അവർ പറയുന്നു." നാദിയ പറഞ്ഞു.

"ഇത് അസംബന്ധമാണ്. കുട്ടികൾ എപ്പോഴും അമ്മയോടൊപ്പമുണ്ടാകണം."

ഫാത്തിമ എന്റെ മുഖത്തേക്ക് ദീർഘനേരം തുറിച്ചു നോക്കിയിരുന്നു. എന്നിട്ട് ചിലമ്പിച്ച സ്വരത്തിൽ "രാജകുമാരീ... എന്നെ ഇവിടേക്ക് കൊണ്ടുവന്നത് എന്തിനാണ്? എന്നെപ്പോലെ ദരിദ്രയായ ഒരു സ്ത്രീയെ ഒരു രാജകുമാരിയുടെ ഈ കൊട്ടാരത്തിലേക്കെന്തിനു കൊണ്ടുവന്നു?"

"ഞാൻ ഒരു രാജകുമാരിയാകാം ഫാത്തിമ, എന്നാൽ അതിലുമുപരി ഒരു സ്ത്രീയാണ്." ഞാൻ ഫാത്തിമയെ സമാശ്വസിപ്പിക്കുവാൻ തുടങ്ങി. "ഈ കൊട്ടാരമെല്ലാം കണ്ട് നീ പരിഭ്രമിക്കണ്ട. കുട്ടിക്കാലത്ത് ഞാനും വളരെയധികം ബുദ്ധിമുട്ടിയിട്ടുണ്ട്. പുത്രന്മാരെ പുത്രിമാരേക്കാൾ കൂടുതൽ സ്നേഹിക്കുന്ന ഒരച്ഛൻ തന്നെയായിരുന്നു എന്റേതും. ഇന്ന് ഞാൻ സന്തോഷത്തോടെ ജീവിക്കുന്നു എങ്കിലും തിരസ്കരണത്തിന്റെ വേദന എനിക്ക് നല്ലപോലെ അറിയാം."

ഫാത്തിമയുടെ മുഖത്തെ ഭാവം എന്നോട് ഞാൻ പറഞ്ഞത് അവർ വിശ്വസിക്കുന്നില്ല എന്നാണെന്ന് പറഞ്ഞു. എന്നെ വിശ്വസിക്കാമോ എന്നൊരു ചോദ്യം അവരുടെ മുഖത്തുള്ളതുപോലെ. ഞാൻ വീണ്ടും അവരെ സമാശ്വസിപ്പിക്കുവാനായി "ഫാത്തിമാ, നിന്റെ മക്കളെ നിന്നിൽ നിന്നും അകറ്റുവാൻ ഞാൻ ആരേയും അനുവദിക്കുകയില്ല."

ഞാൻ അവരെ തന്നെ തുറിച്ച് നോക്കിയിരിക്കുകയായിരുന്നു. അഗതികളായ സ്ത്രീകളെ താമസിപ്പിക്കുന്ന സർക്കാർ മന്ദിരത്തിലേക്ക് അയയ്ക്കപ്പെടുമെന്നും അവരുടെ കുട്ടികളെ അവരിൽ നിന്നും അകറ്റി അനാഥാലയത്തിലാക്കുമെന്നുമുള്ള ഭീഷണി ഇപ്പോഴും അവരുടെ മുന്നിലുണ്ട്. അങ്ങനെ സംഭവിച്ചാൽ ആ കുട്ടികൾ പിന്നെ ഭയമല്ലാതെ മറ്റൊന്നുമറിയില്ല. കൂട്ടിലടയ്ക്കപ്പെട്ട ഒരു മൃഗത്തിന്റെ അവസ്ഥയിലാണവരിപ്പോൾ. അവർ ആദ്യം എന്നെ നോക്കും, പിന്നെ ഡോക്ടർ മീനയെ നോക്കും. ഡോക്ടർ മീന ഇതുവരേക്കും ഒന്നും പറഞ്ഞിട്ടില്ല.

"തെറ്റായ ഈ തീരുമാനം തടയുന്നതിനായി താങ്കൾ എന്തെങ്കിലും ചെയ്യുമെന്നാണെന്റെ പ്രതീക്ഷ. ആശുപത്രി അധികൃതരുടെ തീരുമാനത്തിനെതിരായി എനിക്കോ നാദിയയ്ക്കോ ഒന്നും ചെയ്യുവാനാകില്ല. അഗതി മന്ദിരത്തിന്റെ തീരുമാനത്തിലും ഞങ്ങൾക്ക് ഇടപെടുവാനാകില്ല. എല്ലാ സൗദി സ്ത്രീകളും തങ്ങളുടെ തീരുമാനത്തിനനുസരിച്ച് പ്രവർത്തിക്കേണ്ടവർ മാത്രമാണെന്ന് ധരിക്കുന്ന പുരുഷന്മാരാണീ അധികാരികൾ. സ്ത്രീകളുടെയോ കുട്ടികളുടേയോ നന്മയെപ്രതി അവർക്ക് വലിയ ചിന്തയൊന്നുമില്ല."

"എന്ത് ചെയ്യാനാകും അമ്മേ" അമാനി ആദ്യമായി ചർച്ചയിൽ ഇടപെട്ടു.

"ഞാനൊന്ന് ആലോചിക്കട്ടെ." എന്റെ സ്വരത്തിൽ തീരുമാനമെടുക്കുവാനാകാത്തതിന്റെ വിഷമമുണ്ടായിരുന്നു. നിർഭാഗ്യവതിയായ ഈ സ്ത്രീയെ അവരുടെ കുട്ടികളിൽ നിന്നുമകറ്റുവാൻ അനുവദിക്കില്ലെന്നുറപ്പ്. എന്നാൽ ഈ പ്രശ്നത്തിനൊരു പരിഹാരം കാണാൻ കുറച്ച് സമയമെടുത്തേക്കും. എന്റെ ചിന്തകളിൽ ഇപ്പോൾ പലതും കയറി വരുന്നു. സ്വന്തം കുട്ടിക്കാലം ഓർമ്മവരുന്നു. ഒരു സ്ത്രീ അഭിമുഖീകരിക്കുന്ന പ്രശ്നങ്ങൾക്ക് പരിഹാരം കാണാൻ സ്ത്രീകൾ മാത്രമേ ശ്രമിക്കുന്നുള്ളൂ എന്ന ആശങ്ക കയറിവരുന്നു.

സ്ത്രീകളോടുള്ള ക്രൂരതയോടും വിവേചനത്തോടും പൊരുതുന്ന പടയിൽ ഞാൻ ഏകയാകുന്നോ എന്നൊരു തോന്നൽ ശക്തമാകുന്നു. ഈ യുദ്ധം തുടങ്ങിയിട്ട് വളരെക്കാലമായിരിക്കുന്നു. യുദ്ധം കഠിനമായിരുന്നു. ഈ കുറ്റകൃത്യങ്ങൾക്കെതിരെ രാജകുടുംബത്തിൽ നിന്നും ശബ്ദിച്ച ആദ്യത്തെ വനിതാസ്വരമാണെന്റേത്. എന്റെ പ്രതിഷേധങ്ങൾക്ക് ചില സ്ത്രീകൾ പിന്തുണ നൽകി. എന്നാൽ മറ്റു ചിലർ സ്ത്രീകളുടെ അവകാശങ്ങൾ നേടിയെടുക്കുന്നതിനുള്ള ഈ സമരത്തിൽ എതിർത്തു. ഇപ്പോഴിതാ പുരുഷന്മാരിൽ ചിലർ രണ്ട് കുട്ടികളെ അവരുടെ അമ്മയിൽ

നിന്നുമകറ്റി തീർത്തും നിർവികാരമായ, ഒട്ടും ശ്രദ്ധയില്ലാത്ത, ഒരു തീരുമാനത്തിലെത്തിയിരിക്കുന്നു. ഈ തീരുമാനമെടുത്ത പുരുഷന്മാരെ ഞങ്ങൾക്കു വേണ്ടി ഏതെങ്കിലും പുരുഷന്മാർ തന്നെ എതിർത്തേ പറ്റൂ. ഇതുവരേക്കും ഇതൊരു സ്വപ്നമായിരുന്നു. മതാദ്ധ്യക്ഷന്മാരുടെ കഠിനമായ തീരുമാനങ്ങളോട് എതിർപ്പുള്ള അനേകം പുരുഷന്മാരുണ്ടിവിടെ. പ്രത്യേകിച്ചും സ്ത്രീകളെ സംസ്കാരത്തിന്റെ പേരുപറഞ്ഞ് ചങ്ങലക്കൂടുകളിൽ ബന്ധിച്ചുനിർത്തുന്നതിനെതിരെ. ഇങ്ങനെയുള്ള പുരുഷന്മാർ, സ്ത്രീകൾ കഠിനമായി, ക്രൂരമായി ശിക്ഷിക്കപ്പെടുന്നത് കണ്ട് ശബ്ദിക്കാതിരിക്കുകയാണിതുവരേക്കും. സൗദി പുരുഷന്മാർ സൗദി സ്ത്രീകളെ സഹായിക്കാതെ എന്തുകൊണ്ടിങ്ങനെ മാറി നിൽക്കുന്നതെന്ന് പലപ്പോഴും ആശ്ചര്യപ്പെട്ടിട്ടുണ്ട്. ചെറിയ കുറ്റങ്ങൾക്ക് പെൺകുട്ടികളെ വധശിക്ഷയ്ക്ക് വിധിക്കുന്നതിനെക്കുറിച്ചോ ചെറുപ്രായത്തിൽ കുട്ടികളെ വിവാഹം കഴിച്ചയയ്ക്കുന്നതിനെക്കുറിച്ചോ ഇവർ അഭിപ്രായം പറയുന്നില്ല. ഇവരൊന്നും ഇത്തരം അവസരങ്ങളിൽ നിരപരാധികളും നിഷ്കളങ്കകളുമായ പെൺകുട്ടികളെ സഹായിക്കുന്ന വിധത്തിൽ സംസാരിക്കുകയോ ഇടപെടുകയോ ചെയ്യുന്നില്ല.

വ്യവസ്ഥിതിയേയും മതാദ്ധ്യക്ഷന്മാരേയും ചോദ്യം ചെയ്യേണ്ടിവരുമ്പോൾ ഈ പുരുഷന്മാർ സന്ദേഹിക്കുന്നു എന്നുമാത്രമേ പറയുവാനാകൂ. അതുമല്ലെങ്കിൽ അവർ ലജ്ജാകരമായ രീതിയിൽ മൗനം പാലിക്കുന്നു എന്ന്, അതുവഴി ഇതിൽനിന്നുള്ള ലാഭം കൊയ്യുന്നുവെന്ന്. എന്നാൽ പുരുഷന്മാരെല്ലാം ഈ യുദ്ധത്തിൽ പങ്കാളികളാകുവാൻ സമയമായിരിക്കുന്നു എന്ന് നിർബന്ധിക്കുവാനുള്ള സമയമായിരിക്കുന്നു.

ഞാൻ നിശ്ശബ്ദയായിരുന്നുവെങ്കിലും മനസ്സ് അലയുകയായിരുന്നു. എന്ത് ചെയ്യണമെന്ന് ചിന്തിക്കുകയായിരുന്നു. "ഈ അധികാരികളുടെ തീരുമാനപ്രകാരം ഇനി എത്ര ദിവസം കഴിഞ്ഞാണവർ ഫാത്തിമയെ അവരുടെ മക്കളിൽ നിന്നും അകറ്റുക?" ഞാൻ ചോദിച്ചു.

നാദിയ ഉത്തരം നൽകുന്നതിനു മുമ്പ് ഫാത്തിമയുടെ മുഖത്തേക്ക് നോക്കി.

"എനിക്ക് കൃത്യം ദിവസമറിയണം. നമ്മുടെ പക്കൽ എത്ര സമയമുണ്ട് എന്നറിയണം."

"രണ്ട് ദിവസം." നാദിയ പറഞ്ഞു.

"പറ്റില്ല." ഫാത്തിമ വീണ്ടും കരഞ്ഞു തുടങ്ങി. "പറ്റില്ല."

ഡോക്ടർ മീന ഫാത്തിമയ്ക്കരികിലേക്ക് നീങ്ങി. "വിഷമിക്കണ്ട. രാജകുമാരി എന്തെങ്കിലും മാർഗ്ഗം കണ്ടെത്തിത്തരും."

അമാനിയും ഫാത്തിമയ്ക്കരികിലേക്ക് നീങ്ങി. അമാനി ഫാത്തിമയുടെ കൈ പിടിച്ചു. ആ നിമിഷത്തിൽ ഞാനൊരു തീരുമാനമെടുത്തു. കരീമിനിഷ്ടപ്പെട്ടാലും ഇല്ലെങ്കിലും കരീം ഇതിലിടപെടുന്നു. കരീം ഇതിൽ നിന്നും കരകയറുവാൻ ഞങ്ങളെ സഹായിക്കുന്നു, എന്നായിരുന്നു ആ

തീരുമാനം. അദ്ദേഹം ഒരു നല്ല മനുഷ്യനാണ്. രാജ്യത്തെ പലകാര്യ ങ്ങളിലും ഇടപെടുവാൻ സ്വാധീനമുള്ളവനാണ്.

"ഒന്ന് ക്ഷമിക്കൂ. ഞാൻ എന്റെ ഭർത്താവിനെ ഒന്ന് വിളിക്കട്ടെ," ഞാൻ മുറിയിൽ നിന്നും പുറത്തിറങ്ങി.

ഫോണിന്റെ മറുതലയ്ക്ക് കരീമിന്റെ സ്വരമുയർന്നപ്പോൾ വിധി, ഭാഗ്യം എന്നോടൊപ്പമാണെന്ന് മനസ്സിലായി. കരീമിനോട് എല്ലാം വിശദ മായി പറഞ്ഞു. നമ്മൾ ഉടൻ ഇടപെട്ടില്ലെങ്കിൽ ആ തീരുമാനം ഫാത്തിമ യേയും മക്കളേയും എങ്ങനെ ബാധിക്കും എന്നും വിശദീകരിച്ചു.

ഇങ്ങനെയൊരു പ്രശ്നം അവിചാരിതമായി എന്റെ മുന്നിലേക്കിട്ട് എന്നെയെന്തിനിതിലേക്കൊക്കെ തള്ളിയിടുന്നു എന്ന പ്രതികരണമാണ് കരീമിൽ നിന്നും ഞാൻ പ്രതീക്ഷിച്ചത്. എന്റെ പ്രതീക്ഷ മുൻകാല അനുഭവങ്ങളുടെ വെളിച്ചത്തിലായിരുന്നു. എന്നാൽ പ്രതീക്ഷ തെറ്റി. ഈ വർഷം ആദ്യത്തിലൊരു നാളിലാണ് കരീം, ഈ വക വിഷയങ്ങളിൽ, സ്ത്രീകളെ സംബന്ധിക്കുന്ന വിഷയങ്ങളിൽ, കൂടുതൽ ക്ഷമയോടെ കാര്യങ്ങൾ കൈകാര്യം ചെയ്യുമെന്ന് ഉറപ്പ് തന്നത്. അന്നുമുതൽ കരീം മറ്റൊരു മനുഷ്യനാണ്. ഇപ്പോൾ സ്ത്രീകളേയും കുട്ടികളേയും സംബ ന്ധിക്കുന്ന പ്രശ്നങ്ങളിൽ എന്റെ പ്രതികരണങ്ങൾ കേട്ട് കുപിത നാകാറില്ല. താൻ പറഞ്ഞ വാക്ക് പാലിക്കുമെന്ന് കാണിച്ചുതരികയാണി പ്പോൾ കരീം.

"സുന്ദരീ, നീ പറഞ്ഞത് ശരിയാണ്. സ്ത്രീകളെ കുട്ടികളിൽ നിന്നും അകറ്റുന്നതും കണ്ട് നോക്കിയിരിക്കുവാൻ നമുക്കാകില്ല. ഈ പ്രശ്ന ത്തിനുള്ള പോംവഴി വളരെ ലളിതമാണ്, എളുപ്പവുമാണ്. നമുക്ക് ഫാത്തിമയേയും കുട്ടികളേയും നമ്മുടെ ഏതെങ്കിലും ഒരു വീട്ടിലേക്ക് കൊണ്ടുപോകാം. കെയ്റോയിലേക്കോ ലണ്ടനിലേക്കോ. മുമ്പും നമ്മളങ്ങനെ ചെയ്തിട്ടുണ്ട്. ഫാത്തിമയ്ക്ക് നമ്മുടെ വേലക്കാർക്കൊപ്പം താമസിക്കാം. കുട്ടികളെ കൂടെ നിർത്തുകയും ചെയ്യാം." കരീം പറഞ്ഞു.

"പറഞ്ഞതിൽ മാറ്റമില്ലല്ലോ അല്ലേ?"

"സുൽത്താനാ, നമ്മൾ എന്തെങ്കിലും ചെയ്തില്ലെങ്കിൽ പിന്നെ നിനക്ക് സന്തോഷമുണ്ടാകുകയില്ല. കുട്ടികളെ അവരിൽ നിന്നും അകറ്റരുത് എന്നതാണാവശ്യം. ഈ തീരുമാനം നമ്മൾ സർക്കാർ അധികൃതർക്ക് വിട്ടുകൊടുത്താൽ, ഫലം ദുഃഖപര്യവസായിയാകും. ആ സ്ത്രീയുടെ ജീവിതം ഇനിയും ദുരിതപൂർണ്ണമാക്കുവാൻ ഒരവസരം അവർക്ക് കൊടുക്കരുത്. ഡോക്ടർ മീനയോടും നാദിയയോടും ഫാത്തിമയെ രക്ഷപ്പെടുത്തിയിരിക്കുന്നു എന്നറിയിക്ക്. പ്രശ്നക്കാരിയായ ഒരു സ്ത്രീ യുടെ പ്രശ്നങ്ങളിൽ നിന്നും തലയൂരാനായതിൽ ആശുപത്രി അധി കൃതർക്കും ആശ്വാസമുണ്ടാകും. അവർ ആരേയും ചോദ്യം ചെയ്യില്ല. അല്ല, അവർ എന്തെങ്കിലും പ്രശ്നമുണ്ടാക്കുകയാണെങ്കിൽ ഞാനവരെ വിളിച്ച് സംസാരിച്ചോളാം."

"കരീം പറഞ്ഞത് ശരിയാണ്. ഞാനവളെ തിരികെ അവിടേക്ക് പറഞ്ഞയയ്ക്കുന്നില്ല."

"നീ എപ്പോഴും കൈകാര്യം ചെയ്യുന്നതുപോലെ ഇതും കൈകാര്യം ചെയ്യൂ. ഇനി എന്തെങ്കിലും പ്രശ്നമുണ്ടെങ്കിൽ വിളിക്കൂ."

"നമ്മൾ അവളെ വിദേശത്തേക്ക് കൊണ്ടുപോകുന്നു എന്നുറപ്പാണോ? അവൾക്ക് നമ്മുടെ കൂടെ ഇവിടെയെവിടേയെങ്കിലും താമസിച്ചുകൂടേ, ജെദ്ദയിലോ മറ്റോ?"

"വിശദാംശങ്ങൾ അവരുമൊത്ത് സംസാരിക്കൂ. അവരുടെ കുടുംബ പശ്ചാത്തലം നീ വിവരിച്ചതനുസരിച്ചാണെങ്കിൽ അവർ ഉടൻ വന്ന് അവളെ തിരികെ കൊണ്ടുപോകാൻ ശ്രമിക്കുമെന്ന് കരുതുന്നു. അവളെ വച്ച് അവർ വിലപേശുവാൻ തുടങ്ങും. നമ്മുടെ നല്ല ലക്ഷ്യങ്ങൾക്ക് മേൽ അവർ ചളിവാരിയെറിയും. ആ കുടുംബം എന്തിനും അവളെ കരുവാക്കുകയേയുള്ളൂ. അവസരം കിട്ടിയാൽ വീണ്ടും ഉപദ്രവിക്കും."

അതും ശരിയാണ്. അത്രയ്ക്ക് ഞാൻ ചിന്തിച്ചില്ല. എനിക്കും വേണ്ടത് ഫാത്തിമയുടെ കുടുംബവും മുൻഭർത്താവും പണമാവശ്യപ്പെട്ട് വരാതിരിക്കുക എന്നത് തന്നെയാണ്. അവർ ഒന്നും അർഹിക്കുന്നില്ല. ഭർത്താവിനോട് നന്ദി പറഞ്ഞു. അടുത്തകാലത്തൊന്നും ഇത്ര സന്തോഷം തോന്നിയിട്ടില്ല. ഒരായുസ്സു മുഴുക്കെ ഞാൻ സ്ത്രീകളെ രക്ഷിക്കുവാനായി ഉപയോഗിച്ചിരിക്കുന്നു. ഇപ്പോഴിതാ ഭർത്താവ് പൂർണ്ണമനസ്സോടെ ഒപ്പം നിൽക്കുന്നു. അദ്ദേഹത്തിനും ചെയ്യുന്ന ജോലിയിൽ താത്പര്യമുണ്ടായിരിക്കുന്നു. സ്ത്രീകൾ സ്വതന്ത്രരായിരിക്കണം അതിനു നമ്മൾ സഹായിക്കണം എന്ന ചിന്തയുണ്ടായിരിക്കുന്നു.

നിറഞ്ഞ പുഞ്ചിരിയുമായി മുറിയിലേക്ക്, വിരുന്നുകാരുടെ അടുത്തേക്ക്, തിരിച്ചെത്തി. എല്ലാവരും പ്രതീക്ഷയോടെ എന്നെ നോക്കി. "എല്ലാം ശുഭം. ഞാൻ കരീമുമായി സംസാരിച്ചു. ഇത്രയും മോശമായ ഒരു തീരുമാനം നടപ്പിലാക്കുവാൻ നമ്മൾ അനുവദിക്കരുത് എന്നതിനോട് അദ്ദേഹവും യോജിക്കുന്നു."

ഞാൻ ഫാത്തിമയെ നോക്കി. കുട്ടികളെ തന്നോടൊപ്പം നിർത്തുവാനുള്ള അവളുടെ അവകാശം സംരക്ഷിക്കുന്നതിനായി എന്തിനേയും ഏതിനേയും പ്രതിരോധിക്കുവാൻ തയ്യാറായി മൂന്ന് സ്ത്രീകൾ അവൾക്ക് ചുറ്റിലും നിന്നു. ഡോക്ടർ മീന, നാദിയ, എന്റെ പുന്നാര മകൾ എന്നിവരാണവർ. എനിക്ക് വലിയ സന്തോഷമായി.

"ഫാത്തിമയ്ക്ക് എന്റെ വീട്ടിൽ ജോലി ചെയ്യുന്നതിനോട് എതിർപ്പുണ്ടോ? എതിർപ്പില്ലെങ്കിൽ നീ സുരക്ഷിതയായിരിക്കുന്ന ഒരു സ്ഥലത്തേക്ക് ഞങ്ങൾ നിന്നെ മാറ്റാം. നിന്റെ കുട്ടികളെ നിന്നോടൊപ്പം നിനക്ക് നിർത്താം. താമസസൗകര്യം ഞങ്ങൾ നൽകും. ശമ്പളവുമുണ്ടാകും. അതിനോടൊപ്പം കുട്ടികളുടെ വിദ്യാഭ്യാസകാര്യങ്ങളും നമുക്ക് മുന്നോട്ട് കൊണ്ടുപോകാം. നിനക്ക് ഒന്നിനെക്കുറിച്ചും ഭയപ്പെടേണ്ടതില്ല."

“രാജകുമാരീ... എന്ത് പറയണം എന്ന് എനിക്കറിയില്ല രാജകുമാരീ...”

“തയ്യാറാണെന്ന് പറയൂ ഫാത്തിമാ,” അമാനി ചിരിച്ചു. “തയ്യാറാണെന്ന് മാത്രം പറയൂ.”

“തീർച്ചയായും തയ്യാറാണ്. എനിക്കിത് വലിയ ബഹുമതിയാണ് രാജകുമാരീ. സത്യമായും വലിയ ബഹുമതി.”

ഈ സ്ത്രീയേയും അവരുടെ കുട്ടികളേയും ഞാനും ഭർത്താവും ഒന്നിച്ച് രക്ഷപ്പെടുത്തുന്നു എന്ന ചിന്ത താങ്ങാനാകുന്നതിലും വലിയ സന്തോഷത്തിന് കാരണമാക്കി. ഫാത്തിമയുടെ നന്മയ്ക്കായി ഇനി എന്തൊക്കെ ചെയ്യാനാകും എന്ന് കണക്കു കൂട്ടുവാൻ തുടങ്ങി. തന്റെ ജീവിതകാലം മുഴുക്കെ അവഗണനയും അധിക്ഷേപവുമല്ലാതെ മറ്റൊന്നും നേരിടാത്ത ഒരു സ്ത്രീയാണവർ. ഞങ്ങളുടെ വീട്ടിൽ അവരെ ആരും അധിക്ഷേപിക്കുകയില്ലെന്ന് ഉറപ്പുണ്ട്.

നാദിയയും അമാനിയും ഫാത്തിമയെ ആലിംഗനം ചെയ്ത് അവരുടെ സന്തോഷമറിയിച്ചു. പക്ഷേ അപ്പോൾ ഡോക്ടർ മീനയുടെ മുഖത്ത് എന്തോ ഒരു ഗൗരവം കണ്ടു. അവർ എന്നോട് തനിച്ച് സംസാരിക്കുവാൻ ആഗ്രഹിക്കുന്നു എന്ന് പറഞ്ഞു. ഞങ്ങളിരുവരും അടുത്ത മുറിയിലേക്ക് നടന്നു. ഡോക്ടറുടെ മുഖത്ത് വളരെ ആത്മാർത്ഥമായ ഒരു വേവലാതി കാണുകയുണ്ടായി.

“വ്യക്തികളുടെ പ്രശ്നത്തിനു പോംവഴി ഇങ്ങനെയല്ല കാണേണ്ടത് എന്ന് ഞാൻ കരുതുന്നു രാജകുമാരീ. ജീവിതം ദുസ്സഹമായ, അപകടകരമായ പരിതഃസ്ഥിതിയിൽ ജീവിക്കുന്ന എല്ലാ സ്ത്രീകൾക്കും താങ്കളുടെ വീട്ടിൽ തൊഴിൽ നൽകുവാൻ താങ്കൾക്കാകുമോ എന്ന് സംശയിക്കുന്നു.”

ഞാൻ പുഞ്ചിരിച്ചു. അവർ വളരെ ഗൗരവത്തിലായിരുന്നു. “ഡോക്ടർ,” ഞാൻ പറഞ്ഞു തുടങ്ങി. ‘‘താങ്കൾ പറഞ്ഞത് ശരിയാണ്. തീർത്തും ശരി. പ്രശ്നങ്ങൾ അഭിമുഖീകരിക്കുന്ന എല്ലാ സൗദിസ്ത്രീകൾക്കും തൊഴിൽ നൽകുവാൻ എനിക്കാകില്ല. മറ്റ് സ്ത്രീകളിലേക്കെത്തുമ്പോൾ നമുക്ക് വേറേ പോംവഴികളെക്കുറിച്ചാലോചിക്കാം. എന്നാൽ ഈ ഒരു പ്രശ്നം സമാനതകളില്ലാത്തതാണ്. ഇവിടെ ഇരട്ടകളായ രണ്ട് പെൺകുട്ടികൾ കൂടി ഉൾപ്പെട്ടിരിക്കുന്നു. അതുകൊണ്ട് തന്നെ വൈഷമ്യങ്ങൾ കൂടുതൽ സങ്കീർണ്ണവുമാണ്. ഈ കുട്ടികളെ അവരുടെ അമ്മയിൽ നിന്നും അകറ്റിയാൽ അവർ വേർപെട്ടുപോകാനും സാധ്യതയുണ്ട്. അത് അവരെ സംബന്ധിച്ചിടത്തോളം കൂടുതൽ ഭീതിജനകമാകും. മറ്റു പ്രശ്നങ്ങൾ വരുമ്പോൾ നമ്മൾ മറ്റു പോംവഴികൾ കണ്ടെത്താം എന്ന് ഉറപ്പ് തരുന്നു. ഇപ്പോൾ ഫാത്തിമയുടേയും അവളുടെ മക്കളുടെയും ജീവിതത്തിൽ മാറ്റം വരുത്തുവാൻ നമുക്കായി എന്നത് ആഘോഷിക്കാം. തീർത്തും അനന്യസാധാരണമായ രീതിയിൽ നമ്മൾ അതിനെ കൈകാര്യം ചെയ്തിരിക്കുന്നു.“

ഡോക്ടർ മീന അന്ന് ആദ്യമായി ഒന്ന് പുഞ്ചിരിച്ചു. "താങ്കൾ പറഞ്ഞത് ശരിയാണ് രാജകുമാരീ. ഫാത്തിമയുടെ പ്രശ്നം മറ്റുള്ളവയിൽ നിന്നും വളരെ വ്യത്യസ്തമാണ്."

അവർ എന്റെ കൈ പിടിച്ചു. കുട്ടിക്കാലം തൊട്ടേ സുഹൃത്തുക്കളാണെന്ന മട്ടിൽ കൈ കോർത്ത് പിടിച്ചു. സന്തോഷം തുളുമ്പുന്ന മുഖവുമായി വീണ്ടും ഫാത്തിമയ്ക്ക് സമീപത്തേക്ക് നടത്തി. "ഇനി ഇവരെ കാത്തിരിക്കുന്ന എല്ലാ അദ്ഭുതങ്ങളെക്കുറിച്ചും പറയൂ. താങ്കൾ പലതും കരുതിവച്ചിരിക്കുന്നു എന്ന് എനിക്കറിയാം. ഇവർ ഇതാ സുൽത്താന രാജകുമാരി എന്ന ലോട്ടറി അടിച്ചിരിക്കുന്നു. അതിൽ അവർ എത്ര സന്തോഷിക്കുന്നുവോ അത്രതന്നെ സന്തോഷം എനിക്കുമുണ്ട്."

ആ രണ്ട് കൊച്ചു കുട്ടികളും അവരുടെ അമ്മയും എന്നും ഞങ്ങളോടൊപ്പം സുരക്ഷിതമായിരിക്കും എന്നറിഞ്ഞപ്പോൾ കൊച്ചു സുൽത്താന ചാടിക്കളിക്കുവാൻ തുടങ്ങി. ഇനി അവൾക്ക് എപ്പോൾ വേണമെങ്കിലും അവരോടൊപ്പം കളിക്കാമല്ലോ എന്നവൾ ആഹ്ലാദിച്ചു.

ഫാത്തിമ തന്റെ രണ്ട് മക്കളേയും വാരിയെടുത്ത് കരയുവാൻ തുടങ്ങി. അത് സന്തോഷംകൊണ്ടുള്ള കരച്ചിലായിരുന്നു. അതുപോലെ ഒരാൾ സന്തോഷാധിക്യത്താൽ തേങ്ങിക്കരയുന്നത് ഞാനതുവരേക്കും കണ്ടിട്ടില്ല. ഞാൻ ഫാത്തിമയെ തന്നെ നോക്കി നിന്നു. അവൾ സുന്ദരിയാണെന്നെന്റെ മനസ്സ് പറഞ്ഞു. അവളുടെ മുഖത്ത് പറ്റിയിരിക്കുന്ന ക്ഷതം കണക്കിലെടുത്താൽ കൂടി അവൾ സുന്ദരിയാണ്. സന്തോഷം മാത്രമുള്ള ഒരു നിമിഷം അവൾ ജീവിക്കുന്നത് കണ്ടു നിന്നു.

അതിലും സുന്ദരമായ ഒരു കാഴ്ച, അതിലും വലിയ ഒരു സമ്മാനം എനിക്ക് ലഭിക്കാനില്ലെന്ന് മനസ്സെന്നോട് പറഞ്ഞു.

പത്ത്

ഫാത്തിമയുടെ പ്രശ്നത്തിനു പരിഹാരമായി - അപ്പോൾ നൂർ എത്തി

ആയുഷ്കാലം മുഴുക്കെ അവഗണനയും ചൂഷണവും മാത്രമറിഞ്ഞിട്ടുള്ള ഒരു സ്ത്രീ ശാരീരികമായും വൈകാരികമായും സുഖപ്പെടുന്നത് കാണുക എന്നത് ജീവിതത്തിൽ ഞാൻ അനുഭവിച്ച ഏറ്റവും വലിയ സന്തോഷമായി. എന്റെ കൊട്ടാരത്തിലേക്ക് ഫാത്തിമ വരുമ്പോൾ വൈദ്യസഹായമായിരുന്നു ആവശ്യം. സൗദിക്കാരെ ആരെയെങ്കിലും കാണുന്നതേ അവർക്ക് ഭയമായിരുന്നു. അത്രയ്ക്ക് മാനസികമായി തകർന്നിരുന്നു അവർ. എന്നെയും കുടുംബത്തേയും അവൾ ഭയക്കുന്നു എന്നറിഞ്ഞു. അവൾക്ക് നല്ലത് വരണം എന്ന് മാത്രമാണ്, അവളുടെ ജീവിതത്തിൽ ഇനിയും ഒരു ഹാനിയും വരരുത് എന്നാണ്, അവളുടെ ജീവിതത്തിൽ ഇനി സന്തോഷം മാത്രമുണ്ടാകണം എന്നാണ് ഞങ്ങൾ ആഗ്രഹിക്കുന്നതെങ്കിലും അവൾ ഞങ്ങളെ ഭയക്കുന്നു.

ഇരുപത് വർഷം തുടർച്ചയായി അധിക്ഷേപം സഹിച്ചതുകൊണ്ട് അവരുടെ മനോനില ആകെ തകർന്നിരിക്കുന്നു. കുട്ടിക്കാലം തൊട്ടേ ജീവിക്കുക എന്നത് സന്തോഷകരമായിരുന്നില്ല. അങ്ങനെയൊരു വികാരമേ അവൾക്കറിയില്ലായിരുന്നു. അതുകൊണ്ട് തന്നെ ആകെ അറിയാവുന്ന ഒരു വികാരം ഭയവും സംഭ്രമവും മാത്രം. അതല്ലാതെ മറ്റൊരു വികാരം ഇപ്പോൾ ഇല്ല. അവളുടെ മനസ്സിനിപ്പോൾ ഒരു തുണ്ട് സന്തോഷം പോലും ഉൾക്കൊള്ളുവാനാകുന്നില്ല. അവളുടെ ജീവിതത്തിൽ സന്തോഷകരമായ ഒരു നിമിഷമുണ്ടായിട്ടില്ല. തന്റെ ഇരട്ടക്കുട്ടികളെ താലോലിക്കുന്നതിൽ അവൾ സംതൃപ്തി കണ്ടെത്തിയിരുന്നു എന്നത് മാത്രമാണൊരു അപവാദം. എന്നാൽ അപ്പോഴും തന്റെ ഈ കുഞ്ഞു കുട്ടികൾക്ക് ഭാവിയിൽ ഈ സൗദി അറേബ്യയിൽ എന്ത് സംഭവിക്കും എന്ന ഭയമുണ്ടായിരുന്നു. അവളെപ്പോലെ ദരിദ്ര കുടുംബങ്ങളിൽ വളർന്ന മറ്റ് പെൺകുട്ടികളെപ്പോലെ ഇവരും എന്നും ദുഃഖത്തിന്റേയും വിഷമങ്ങളുടേയും പാത മാത്രമേ അറിയുകയുള്ളൂ.

ചിലപ്പോഴെങ്കിലും നമ്മൾ മനുഷ്യർ ഇരുണ്ട ഇടനാഴിയിലൂടെ നടന്ന് അപ്പുറത്ത് എത്തേണ്ടതുണ്ട്. ഫാത്തിമയ്ക്കും സംഭവിച്ചത് ഇത് തന്നെയാണ്. സ്വന്തം വീടുമുതൽ വല്ലാത്ത ദുരിതങ്ങൾ അനുഭവിച്ച് വളർന്ന അവൾ, വീട്ടിൽ നിന്നും പുറത്താക്കപ്പെട്ട അവൾ, അവസാനം എത്തിപ്പെട്ടത് എന്റെ കൊട്ടാരത്തിൽ. ഇവിടെ അവൾക്കും കുട്ടികൾക്കുമായി അനേകം അവസരങ്ങൾ കണ്ടെത്തും.

അന്ന് ഡോക്ടർ മീനയും നാദിയയും പോകുന്നതിനു മുമ്പ് ഫാത്തിമയോട് അവളുടെ മുൻഭർത്താവിനെക്കുറിച്ചും അയാൾ രണ്ടാം വിവാഹം കഴിച്ച ആ സാധു പെൺകുട്ടിയെക്കുറിച്ചും ചോദിച്ചറിഞ്ഞു. അവളും ഇന്ന് ഫാത്തിമ നേരിട്ടതിനു സമാനമായ പീഡനങ്ങൾ ഏറ്റുവാങ്ങുന്നുണ്ടാകും. എന്റെ പദ്ധതിയുമായി ഡോക്ടർ മീനയ്ക്ക് എന്തോ യോജിപ്പില്ലായ്മയുണ്ടെന്ന് മനസ്സിലായി. ഗ്രാമങ്ങളിലേക്ക് പോയി വീടുവീടാന്തരം അരിച്ചുപെറുക്കാതെ തന്നെ ആവശ്യത്തിലധികം സ്ത്രീകളുടേയും കുട്ടികളുടേയും കദന കഥകൾ നമ്മെത്തേടിയെത്തുന്നുണ്ടെന്ന് ഓർമ്മിപ്പിച്ചു.

ആദ്യ സമാഗമത്തിൽ തന്നെ ബഹുമാനം പിടിച്ചുപറ്റിയ വ്യക്തിയാണ് ഡോക്ടർ മീന. എന്റെ പദ്ധതികളുമായി യോജിക്കുവാനായില്ലെങ്കിൽ അവർ അത് തുറന്ന് പറയുമെന്നെനിക്കുറപ്പായിരുന്നു. അതിനാലായിരുന്നു എനിക്ക് ബഹുമാനവും. സർക്കാരിൽ നിന്നോ മതാദ്ധ്യക്ഷന്മാരിൽ നിന്നോ അപകടം വിളിച്ചു വരുത്തുന്ന രീതിയിൽ ഒന്നും ചെയ്യില്ലെന്ന് ഡോക്ടർ മീനയ്ക്ക് ഉറപ്പ് നൽകി. എന്നാൽ നമ്മുടെ അറിവിൽ പെട്ട ഒരു പെൺകുട്ടിയെ അവളുടെ ഭർത്താവ് ക്രൂരമായി ബലാത്സംഗം ചെയ്യുകയും മർദ്ദിക്കുകയും ചെയ്തുകൊണ്ടിരിക്കുന്നുണ്ട് എന്നത് മറന്നു പോകരുത് എന്ന് ഡോക്ടറെ ഓർമ്മിപ്പിച്ചു. അങ്ങനെയുള്ള പുരുഷന്മാരുടെ മുന്നിലേക്ക് ഒരു വലിയ തുക വച്ചു നീട്ടിയാൽ അവർ എങ്ങനെ പ്രതികരിക്കും എന്നും എനിക്കറിയാം. അതിനാൽ അയാളുടെ സമീപത്തേക്ക് ഒരു സഹായിയെ അയയ്ക്കുവാനായിരുന്നു എന്റെ പദ്ധതി. അയാൾ വഴി ആ പെൺകുട്ടിയേയും അവൾക്ക് മക്കളുണ്ടെങ്കിൽ അവരേയും രക്ഷിക്കണം. ഡോക്ടർ മീനയ്ക്ക് ഇപ്പോഴും തൃപ്തിയായില്ല. എങ്കിലും നാദിയ സാമൂഹികസേവക എന്ന സ്ഥാനം ഉപയോഗിച്ച് ആ പെൺകുട്ടിയെക്കുറിച്ച് അന്വേഷിക്കട്ടെ എന്നവർ സമ്മതിച്ചു. സാധ്യമെങ്കിൽ കണ്ടുപിടിക്കട്ടെ എന്നും.

ഏതാനും ആഴ്ചകൾക്ക് ശേഷം വീണ്ടും കാണാം എന്ന ഉറപ്പിൽ ഡോക്ടർ മീനയും നാദിയയും പിരിഞ്ഞു. അവർ പോയപ്പോൾ ഫാത്തിമ വീണ്ടും ഭയക്കുവാൻ തുടങ്ങി. ഞാൻ അവൾക്ക് ഒരു അപരിചിതയായിരുന്നുവല്ലോ. ഞാൻ അമാനിയോട് ഞങ്ങളുടെ ഈജിപ്തുകാരി പാചകക്കാരി സെൽമയെ വിളിക്കുവാൻ ആവശ്യപ്പെട്ടു. അവരോടൊപ്പം ഹനീം എന്ന ആയയേയും വിളിപ്പിച്ചു. എന്റെ പേരക്കുട്ടികൾ വീട്ടിൽ വരുമ്പോൾ അവരെ സഹായിക്കുന്ന ജോർദാൻകാരിയായ ആയയാണ് ഹനീം. ഞങ്ങൾ അവൾക്ക് വലിയ തുക ശമ്പളമായി കൊടുക്കുന്നു. ഫാത്തിമയെ

സമാധാനിപ്പിക്കുവാൻ ഈ രണ്ട് സ്ത്രീകൾക്കുമാകുമെന്ന് എനിക്കുറപ്പുണ്ടായിരുന്നു. ഈ പുതിയ അനുഭവങ്ങളിൽ നിന്നും എന്ത് പ്രതീക്ഷിക്കണം എന്നറിയാതെ ഭയന്നിരിക്കുകയായിരുന്നു ഫാത്തിമ. അതുകൊണ്ട് തന്നെ അവളുമായി എളുപ്പത്തിൽ ഇടപഴകുവാനും സംസാരിക്കുവാനും കഴിയുന്നവർ ഇപ്പോൾ അവൾക്ക് സമീപമുണ്ടാകേണ്ടിയിരിക്കുന്നു.

കൊച്ചു സുൽത്താന ഫാത്തിമയുടെ മക്കളെ കണ്ടപ്പോൾ അവൾ ആ കുട്ടികളുടെ അമ്മയെപോലെയാണവരോട് പെരുമാറിയത്. ആ ആദ്യ ആവേശമൊന്ന് തണുത്തപ്പോഴാണ് അവരിരുവരും ഇനി കുറച്ചു കാലം അവളുടെ അച്ഛമ്മയുടെ വീട്ടിലുണ്ടാകുമെന്ന് അവളറിയുന്നത്. അബ്ദുള്ള അവളെ കൂട്ടിക്കൊണ്ടു പോകാൻ വന്നപ്പോൾ തന്റെ ജോലി കഴിഞ്ഞിട്ടില്ലെന്നും ആ ഇരട്ടക്കുട്ടികൾ കുളിച്ച് ഭക്ഷണം കഴിച്ച് ഉറങ്ങാൻ കിടന്നാലേ തന്റെ ജോലി പൂർത്തിയാകുകയുള്ളൂ എന്നും അവൾ അവളുടെ അച്ഛനെ പറഞ്ഞു മനസ്സിലാക്കി. ഇത് കേട്ട് അവന്റെ കണ്ണൊന്ന് തിളങ്ങി. എന്നിട്ട് "അമ്മേ, ഞാൻ ജനിച്ചതുപോലെ തന്നെ മരിക്കുമെന്ന് എനിക്ക് തോന്നുന്നു. എന്നും ആവശ്യക്കാർക്കായി എന്തും ചെയ്യാൻ മടിയില്ലാത്ത ഒരു സ്ത്രീയുടെ മകനായി ജനിച്ച്, അതേ വികാരമുള്ള ഒരു മകളുടെ അച്ഛനായി മരിക്കാൻ എനിക്കാകും എന്ന് ഞാൻ കരുതുന്നു."

"ഇതിലും മോശം കാര്യങ്ങളുമുണ്ടല്ലോ."

അവൻ ഭാര്യയ്ക്ക് ഫോൺ ചെയ്തു. കൊച്ചു സുൽത്താന അന്ന് അച്ഛമ്മയുടെ കൊട്ടാരത്തിൽ അന്തിയുറങ്ങുന്നതിൽ തനിക്ക് യാതൊരു എതിർപ്പുമില്ലെന്ന് സൈൻ അറിയിച്ചു.

ഫാത്തിമയ്ക്ക് ചിന്തിക്കുവാൻ പോലും കഴിയാത്ത സൗകര്യങ്ങളുള്ള ഒരു ജീവിതത്തിലേക്ക് അവളെത്തിയെങ്കിലും മാനസികാവസ്ഥയെക്കുറിച്ച് ചില സങ്കോചങ്ങളുണ്ടായിരുന്നു. ഓരോ നിമിഷം കഴിയുംതോറും അവളിലെ ഭയം വർദ്ധിക്കുന്നത് കണ്ടു. ഇതുവരേക്കും ഡോക്ടർ മീനയും നാദിയയും അടുത്തുണ്ടായിരുന്നതിനാലാണ് അവളിത്ര ഭയക്കാതിരുന്നത് എന്ന് മനസ്സിലാക്കി. അവരോട് ഇത്തിരി നേരം കൂടി ഇവിടെ ചെലവിടാൻ അഭ്യർത്ഥിക്കാമായിരുന്നു എന്ന് ചിന്തിച്ചു. ആ ഇരട്ടക്കുട്ടികളുടെ അമ്മയുടെ ജീവിതത്തിൽ ഏതാനും നിമിഷങ്ങൾകൊണ്ട് അവർക്ക് പോലും ചിന്തിക്കാനാകാത്ത കാര്യങ്ങൾ സംഭവിച്ചിരിക്കുന്നു.

ഫാത്തിമയുടെ ഇടതു കണ്ണും കൈയും വിറയ്ക്കുന്നത് കണ്ടു. ചോദ്യങ്ങൾക്ക് ഉത്തരം നൽകുമ്പോൾ ശബ്ദം വിറയ്ക്കുന്നുണ്ടായിരുന്നു. ചിലപ്പോൾ മുഖത്ത് സന്തോഷവും ആവേശവും കാണാം, ചിലപ്പോൾ ഭീതിയും. ഒരു കൊട്ടാരത്തിനകത്ത് ആദ്യമായി പ്രവേശിക്കുകയാണെന്ന് എനിക്കറിയാം. ഞങ്ങളുടെ വലിയ മുറികളും വിലകൂടിയ വീട്ടുപകരണങ്ങളും കണ്ട് കണ്ണു തുറിപ്പിക്കുന്നുണ്ടായിരുന്നു. ഒരുപക്ഷേ തല കറങ്ങി വീണേക്കുമെന്ന് ഞാൻ ഭയന്നു.

സെൽമയേയും ഹനീമിനേയും പരിചയപ്പെടുത്തിയതിനു ശേഷം

ഫാത്തിമയുടെ പിരിമുറുക്കം വർദ്ധിച്ചതായി തോന്നി. അവൾ എന്നെ നോക്കി. പിന്നെ മുഖം തിരിച്ചു. ഹനീമിനോട് എന്തോ രഹസ്യം പറഞ്ഞു.

ഒരു നിമിഷത്തേക്ക് ഹനീമിന്റെ മുഖത്ത് ഒരു അന്ധാളിപ്പ് കണ്ടു. പിന്നെയവൾ ചിരിച്ചു. ഫാത്തിമയുടെ തോളിൽ തട്ടി. ഞാൻ കൂടെ കേൾക്കാനായി ഉച്ചത്തിൽ മറുപടി പറഞ്ഞു. "ഞങ്ങളൊന്നും ഈ കൊട്ടാരത്തിലെ അടിമകളല്ല ഫാത്തിമ. ഞങ്ങൾ ഈ രാജകുമാരിക്കും അവരുടെ കുടുംബത്തിനും വേണ്ടി ജോലി ചെയ്യുന്നവരാണ്. എനിക്ക് ഈ ജോലി ഇഷ്ടമാണ്. എപ്പോൾ വേണമെങ്കിലും ഇതുപേക്ഷിച്ച് പോകാൻ എനിക്കനുവാദമുണ്ട്."

പാവം ഫാത്തിമ! ഞങ്ങൾ അവളെ അടിമയാക്കി തുറുങ്കിലാക്കും എന്നവൾ ഭയക്കുന്നു. അവളുടെ സമീപത്തെത്തി സമാധാനിപ്പിക്കുവാൻ ആഗ്രഹിച്ചു, പക്ഷേ ചെയ്തില്ല. ഫാത്തിമ എത്ര പെട്ടെന്ന് സ്വയം സമാധാനപ്പെടുന്നുവോ അത്രയും പെട്ടെന്ന് സന്തുഷ്ടയാകും, ശാന്തയാകും. ഞാൻ സമാധാനിപ്പിക്കുവാനായി ചെന്നാൽ പിന്നേയും ഭയം അവശേഷിക്കും. റിയാദിലെ കൊട്ടാരത്തിൽ ഉപയോഗിക്കാതെ കിടക്കുന്ന ചില മുറികളുണ്ടായിരുന്നു. ഫാത്തിമയ്ക്കും കുട്ടികൾക്കുമായി ഞങ്ങൾ അവളുടേതെന്ന് വിളിക്കുവാൻ ഒരു മുറിയൊരുക്കി.

അവരുടെ നിത്യേന ചെയ്യേണ്ട ജോലികൾ മാറ്റിവച്ച് ഫാത്തിമയേയും കുട്ടികളേയും ഏതാനും ദിവസങ്ങൾ സഹായിക്കണമെന്ന് ഞങ്ങൾ സെൽമയോടും ഹനീനോടും ആവശ്യപ്പെട്ടു. അവരുടെ പുതിയ ജോലിയിൽ അവരും സംതൃപ്തരാണെന്ന് തോന്നി. എന്റെ രീതികൾ അവരിരുവർക്കും പരിചിതമായിരുന്നു. അവരുടെ ജോലി വിരസമല്ലെന്ന് ഇരുവരും പലപ്പോഴും പറഞ്ഞിട്ടുള്ളതാണ്. നാളെ എന്ത് ജോലിയാണവരെ തേടി വരിക എന്നവർക്ക് ഉറപ്പില്ലാത്തതിനാലാണത്രെ ഈ വിരസതയില്ലായ്മ. ഒരു പാചകക്കാരി എന്ന നിലയിൽ സെൽമ തന്റെ ജോലി ആസ്വദിക്കുന്നുണ്ടെന്ന് അറിയാം. അതുകൊണ്ട് തന്നെ ഫാത്തിമയ്ക്കും അവളുടെ കുട്ടികൾക്കും എന്ത് ഭക്ഷണമാണോ ഇഷ്ടം അത് പാചകം ചെയ്ത് കൊടുക്കുവാൻ ഞാൻ സെൽമയെ ചുമതലപ്പെടുത്തി. ഭക്ഷണശേഷം ഞങ്ങളുടെ ഈ പുതിയ അതിഥികളുടെ സൗകര്യങ്ങൾ നോക്കേണ്ട ചുമതല ഹനീനും നൽകി.

ഫാത്തിമയ്ക്കും കുട്ടികൾക്കും പുതിയ വസ്ത്രം വേണമായിരുന്നു. അമാനി അവരുടെ അളവുകളെടുക്കുന്ന തിരക്കിലായി. വളരെ വില കുറഞ്ഞ, അവിടവിടെ ദ്വാരങ്ങളുള്ള വസ്ത്രമാണവർ മൂവരും ധരിച്ചിരുന്നത്. അവരുടെ പാദരക്ഷകൾ മിക്കവാറും തേഞ്ഞ് കഴിഞ്ഞിരുന്നു. വേലക്കാർ താമസിക്കുന്ന മുറികൾക്ക് സമീപം വസ്ത്രമോ പാദരക്ഷയോ വാങ്ങാനാകാത്തവർക്ക് നൽകുവാനായി ഞങ്ങൾക്ക് ഒരു വസ്ത്രങ്ങളുടെയും പാദരക്ഷകളുടേയും ഒരു ശേഖരമുണ്ട്. കൊട്ടാരത്തിൽ ആദ്യമായി ജോലിക്കെത്തുന്നവരെ ഉദ്ദേശിച്ചാണിത് സൂക്ഷിച്ചിരിക്കുന്നത്. ഇതിനോടൊപ്പം ഞാൻ കുട്ടികളുടെ വസ്ത്രങ്ങളും ഷൂസുകളും തലമുടി

കെട്ടുന്നതിനുള്ള വസ്തുക്കളും സൂക്ഷിക്കാറുണ്ട്. ആവശ്യമുള്ള കുട്ടികളെക്കുറിച്ച് പലപ്പോഴും കേൾക്കാറുള്ളതുകൊണ്ടാണിവ സൂക്ഷിക്കുന്നത്. എവിടേയെങ്കിലും കുട്ടികൾക്ക് സഹായം ആവശ്യമുണ്ടെന്നറിഞ്ഞാൽ, ഏതെങ്കിലും സംഭവത്തിൽ കുട്ടികളും കൂടി ഉൾപ്പെട്ടിട്ടുണ്ടെന്നും അവരും അധിക്ഷേപിക്കപ്പെടുകയാണെന്നും അറിഞ്ഞാൽ അവിടെ സഹായത്തിനായി ഓടിയെത്താറുണ്ട്. അപ്പോൾ ഈ ശേഖരം ഉപകാരപ്പെടാറുണ്ട്.

ഹനീനും കൊച്ചു സുൽത്താനയും കൂടി ഫാത്തിമയുടെ കുട്ടികളെ ഒരു വലിയ കുളിമുറിയിലേക്ക് കൊണ്ടുപോയി. ആ കുട്ടികൾക്ക് അതൊരു വലിയ അദ്ഭുതമായി. അതിനകത്തുണ്ടായിരുന്ന റബ്ബർ കൊണ്ടുണ്ടാക്കിയ കൊച്ച് ഒട്ടകങ്ങളും ആടുകളും അവരെ ആകർഷിച്ചു. അവരുടെ കൊച്ചുകൈകൾ ഈ പാവകളെ തലോടി. അവർ ചെറുചൂടു വെള്ളത്തിൽ മതിമറന്നാഹ്ലാദിച്ച് കുളിച്ചു. ഈ വെള്ളത്തിൽ തളിർമണം നൽകുന്ന ഒരു സുഗന്ധദ്രവ്യമൊഴിച്ചിരുന്നു. ഇത് ധാരാളം പതയും നൽകി. അതും ആ കുട്ടികൾ ആസ്വദിച്ചു.

കുട്ടികളുടെ ഈ സന്തോഷം കൊച്ചു സുൽത്താനയിലേക്കും വ്യാപിച്ചു. കൊച്ചു സുൽത്താന മാത്രമല്ല കുട്ടികളുടെ കളി കണ്ടുനിന്ന പ്രായമായവരെല്ലാം ആസ്വദിച്ചു, സന്തോഷിച്ചു. ഈ കുട്ടികൾ ഒരുപക്ഷേ അവരുടെ മൂന്ന് വയസ്സിനുള്ളിൽ ഇതുപോലൊരു കുളിമുറിയോ കുളിമുറിക്കുള്ളിലെ പാവകളേയോ കണ്ടിട്ടുണ്ടാകില്ല. ഞാനവിടെ നിന്ന് പോരുന്നതിനു മുമ്പേ തന്നെ കൊച്ചു സുൽത്താനയുടെ ഉടുപ്പ് നനഞ്ഞ് കുതിർന്നിരിക്കുന്നത് കണ്ടു. എന്നാൽ അത് എന്നെ വിഷമിപ്പിച്ചില്ല. കൊച്ചുമകൾ മറ്റുള്ളവരെ സഹായിക്കുന്നതിൽ മുഴുകിയിരിക്കുകയാണ്. അവൾ ശേഷിച്ച ജീവിതത്തിന്റെ സിംഹഭാഗവും ദാനധർമ്മങ്ങൾക്കായി ചെലവിടും എന്നെനിക്കുറപ്പായിരുന്നു. എന്റെ ആഗ്രഹവും അതുതന്നെയായിരുന്നു.

ഞാൻ ഫാത്തിമയെ സെൽമയുടെ കൈകളിലേല്പിച്ചു. ഈ അതിഥികൾക്ക് വേണ്ട വസ്ത്രവും മറ്റ് വസ്തുക്കളും ശേഖരിച്ചു കൊടുത്തതിന് അമാനിയോട് നന്ദി പറഞ്ഞു. അമാനിയോട് യാത്രപറയുമ്പോൾ അവളുടെ മുഖത്ത് സാനുകമ്പയുള്ള ഒരു സ്ത്രീയുടെ ഭാവമുണ്ടായിരുന്നു. ഒരു ദൗത്യം ഏറ്റെടുത്ത് പൂർത്തീകരിക്കുന്ന ദയാലുവായ സ്ത്രീയുടെ ഭാവം. ദീർഘിച്ച ഒരു ദിവസത്തെ ജോലികഴിഞ്ഞ് കരീം എത്തുന്നതിനു മുമ്പ് ഒന്ന് വിശ്രമിക്കുവാനായി മുറിയിലേക്ക് പോയി. എന്നെ വല്ലാതെ ക്ഷീണിച്ച് കാണാത്തിടത്തോളം ഭർത്താവ് ദാനധർമ്മ പ്രവർത്തനങ്ങളെക്കുറിച്ച് പരാതി പറയാറില്ല. എന്നാൽ അദ്ദേഹവുമൊത്ത് ഇത്തിരി സമയം ചെലവഴിക്കുവാൻ പോലുമാകാത്തത്ര ക്ഷീണിതയാണ്, കുടുംബകാര്യങ്ങൾ പോലും ചർച്ച ചെയ്യുവാൻ വയ്യാത്ത അവസ്ഥയിലാണ് എങ്കിൽ അദ്ദേഹം ചിലപ്പോൾ എതിരഭിപ്രായം പറയാറുണ്ട്. അന്ന് അദ്ദേഹത്തിന് ഹാജരാകേണ്ട ചില പ്രധാന യോഗങ്ങളുണ്ട് എന്നറിയാമായിരുന്നു. ആ വിവരങ്ങളെല്ലാം എന്നോട് പങ്കുവയ്ക്കുന്നതിൽ അദ്ദേഹം

ആനന്ദം കണ്ടെത്തുന്നു എന്നുമെനിക്കറിയാമായിരുന്നു. മാത്രമല്ല, ഫാത്തിമയെക്കുറിച്ചും അവളുടെ മക്കളെക്കുറിച്ചും കൂടുതലറിയുവാനും കരീമിന് താത്പര്യമുണ്ടാകും. ഞങ്ങൾക്ക് അവരുടെ സ്ഥിരവാസം എവിടെയാകണം എന്നതിനെക്കുറിച്ച് ചർച്ച ചെയ്യേണ്ടതുമുണ്ട്.

ഞാൻ കുളിച്ച് വസ്ത്രം മാറി. അബ്ദുള്ള ഒരിക്കൽ ജപ്പാനിലേക്ക് പോയപ്പോൾ എനിക്കായി വാങ്ങിക്കൊണ്ടുവന്ന കിമോണോപോലെയുള്ള ഒരു വസ്ത്രമാണ് തിരഞ്ഞെടുത്തത്. മുടി ചീകിയൊതുക്കി. കിടന്നു. ഉറങ്ങണമെന്നുണ്ടായിരുന്നില്ല, വെറുതെ കണ്ണടച്ച് കിടക്കണം എന്നേ ആഗ്രഹിച്ചുള്ളൂ.

ഏതാനും മണിക്കൂറുകൾക്കു ശേഷം എന്റെ നെറ്റിയിൽ കരീമിന്റെ ചുംബനമേറ്റാണ് ഉണർന്നത്. കരീം വീട്ടിലെത്തിയിരിക്കുന്നു. വലിയ സന്തോഷത്തിലാണ് കരീം. ഇന്ന് നല്ലൊരു ദിവസമായിരുന്നു. രാവിലെ കരീം അബ്ദുള്ളയുടെ അടുത്തും പോയിരുന്നു. ഭർത്താവിന്റെ ഏറ്റവും അടുത്ത സുഹൃത്താണ് ഞങ്ങളുടെ മകൻ. അതുപോലെ മകന് തിരിച്ചും.

ഞാൻ ചെയ്യുന്ന പ്രവൃത്തിയുടെ പ്രാധാന്യം ഭർത്താവ് ആദ്യമായി മനസ്സിലാക്കിയിരിക്കുന്നു എന്നതിനാൽ എനിക്കും അദ്ദേഹത്തെ കണ്ടപ്പോൾ സന്തോഷം തോന്നി. ക്രൂരതകളിൽ നിന്നും പീഡനങ്ങളിൽ നിന്നും സ്വതന്ത്രയാകുന്ന ഓരോ സ്ത്രീയും നമ്മൾ ജീവിക്കുന്ന ഈ ലോകത്തിന്റെ പൊലിമ വർദ്ധിപ്പിക്കുന്നു എന്ന് ഞാൻ വിശ്വസിക്കുന്നു. ഇത് വർഷങ്ങളായി പറയുന്നതാണ്. എന്നാൽ ഇപ്പോൾ ഭർത്താവിനും അത് മനസ്സിലായി തുടങ്ങിയിരിക്കുന്നു.

കരീമും ഞാനും ഒന്നിച്ച് കാപ്പി കുടിച്ചു. എന്നോട് കരീം അമാനിയേയും കൊച്ചു സുൽത്താനയേയും വിളിക്കാൻ ആവശ്യപ്പെട്ടു. അവർ ഒന്നിച്ചിരുന്നപ്പോൾ ഞാൻ ഫാത്തിമയേയും അവളുടെ കുട്ടികളെയും അന്വേഷിച്ച് പോയി.

ഏതാനും നിമിഷങ്ങൾക്ക് ശേഷം കൊച്ചുസുൽത്താന പുതിയ അതിഥികളുടെ വിശേഷം പങ്കുവയ്ക്കാനായി ഞങ്ങളുടെ മുറിയിലേക്ക് ഓടിയെത്തി. അമാനി അവളെ പുതിയ വസ്ത്രം ധരിപ്പിച്ചിരിക്കുന്നു എന്ന് കണ്ടു. അവളുടെ ശരീരത്തിനു യോജിച്ച ഒരു ഉടുപ്പായിരുന്നില്ല അത്. അവളുടെ ശരീരത്തെ അപേക്ഷിച്ച് ചെറിയതായിരുന്നു. അമാനി അത് വേലക്കാർക്കായുള്ള ശേഖരത്തിൽ നിന്നും എടുത്തതാകണം. എന്നാൽ അതണിഞ്ഞും കൊച്ചു സുൽത്താന സന്തോഷവതിയായിതന്നെയിരുന്നു.

കൊച്ചു സുൽത്താന എന്നെ പിടിച്ച് വലിക്കുവാൻ തുടങ്ങി. "ജദ്ദാതീ, അഫാഫിനും ആബീറിനും ഐസ്ക്രീം ബോൾ കഴിക്കുവാനുള്ളതാണെന്ന് അറിയില്ലായിരുന്നു. അവ പന്തുപോലെ കളിക്കുവാനുള്ളതാണെന്ന് അവർ കരുതി. അമാനി അമ്മായിയെ അവർ അതുകൊണ്ടെറിഞ്ഞു. അമ്മായുടെ ഡ്രസ് കണ്ടോ? അതിലാകെ അഴുക്കായിരിക്കുന്നു."

“അതേയോ...” ഞാൻ അമാനിയുടെ വസ്ത്രം പരിശോധിച്ചു. അവളുടെ വസ്ത്രത്തിൽ ഐസ്ക്രീം പുരണ്ടിരിക്കുന്നു. ഇതും അമാനിക്ക് പരിചിതമല്ലാത്ത ഒന്നാണ്. അഴുക്ക് പുരണ്ട വസ്ത്രം ധരിച്ച അമാനിയെ ഞാനിന്നുവരെ കണ്ടിട്ടില്ല. അവൾക്കതിനാകില്ല. കുട്ടിക്കാലം തൊട്ടേ അവളങ്ങനെയാണ്. എന്നാൽ ഇപ്പോൾ അവൾക്ക് അതിനെക്കുറിച്ചൊരു വേവലാതിയുമില്ല. അവൾ തോളൊന്ന് കുലുക്കി. അഴുക്ക് കൈകൊണ്ട് തട്ടിക്കളയുവാൻ ശ്രമിച്ചു.

ഞാൻ മുറിയിൽ നിന്നും പുറത്തിറങ്ങുമ്പോൾ കൊച്ചു സുൽത്താന അവളുടെ മുത്തച്ഛന് അന്ന് നടന്നതെല്ലാം വിവരിച്ച് കൊടുക്കുകയായിരുന്നു. താൻ ആ രണ്ട് കുട്ടികളെ രക്ഷപ്പെടുത്തുന്നതിനു സഹായിച്ചു എന്നും ആ രണ്ടു കുട്ടികളേയും തനിക്ക് തന്റെ വീട്ടിൽ കൊണ്ടുപോകണമെന്നും പറയുന്നുണ്ടായിരുന്നു.

ഈ ഇരട്ടകളെ കൊച്ചു സുൽത്താനയ്ക്ക് ഇഷ്ടമായിരിക്കുന്നു. ഞാനവരുടെ പേരുപോലും ചോദിച്ചില്ല. എന്നാൽ ഫാത്തിമ അവർക്ക് അഫാഫ് എന്നും ആബിർ എന്നും പേരു നൽകിയിരിക്കുന്നു എന്നറിഞ്ഞപ്പോൾ എനിക്കെന്തോ സന്തോഷം തോന്നി. അഫാഫ് എന്നാൽ ശുദ്ധം എന്നും ആബിർ എന്നാൽ സുന്ദരം, ഗൗരവം എന്നുമാണർത്ഥം.

ഫാത്തിമയ്ക്കും കുട്ടികൾക്കുമായി നൽകിയിരുന്ന മുറിയിൽ ഞാനെത്തി. അപ്പോൾ അവിടെ ഹനീമുണ്ടായിരുന്നു. ചുണ്ടിൽ വിരൽ വച്ച് എന്നോട് ശബ്ദമുണ്ടാക്കരുതേ എന്നവർ അഭ്യർത്ഥിച്ചു. “കുട്ടികൾ ഇപ്പോൾ ഉറങ്ങിയതേയുള്ളൂ” അവർ മന്ത്രിച്ചു. “ഒരു നീണ്ട കുളിയും വയർ നിറച്ച് ആഹാരവും കഴിഞ്ഞപ്പോൾ അവർ ക്ഷീണിച്ചു.”

“ഫാത്തിമ ഭക്ഷണം കഴിച്ചോ?”

“കഴിച്ചു. അവരിപ്പോഴും ഭയന്നിരിക്കുകയാണ്. അവളെ ഒരു ഡോക്ടറെ കാണിക്കുന്നത് നന്നായിരിക്കും എന്നെനിക്ക് തോന്നുന്നു.

“തീർച്ചയായും. ഫാത്തിമയേയും രണ്ട് കുട്ടികളേയും നാളെ വിശദമായ പരിശോധനയ്ക്ക് വിധേയമാക്കണം.”

“എന്തോ ഭയങ്കര പിരിമുറുക്കത്തിലാണവൾ.”

“ആർക്ക് കുറ്റപ്പെടുത്താനാകും അവളെ അതിന്? ഏറ്റവും ഭീകരമായ ഒരു ജീവിതമാണവൾ ഇതുവരേക്കും ജീവിച്ചിട്ടുള്ളത്. സ്വന്തം വീട്ടുകാരെവരെ വിശ്വസിക്കുവാൻ അവൾക്കിതുവരെ ആയിട്ടില്ല. അതുകൊണ്ട് തന്നെ ഈ അപരിചിതരെല്ലാം കൂടി സഹായിക്കുവാൻ ശ്രമിക്കുന്ന കാഴ്ച അവളെ സംബന്ധിച്ചിടത്തോളം കൂടുതൽ ഭയപ്പെടുത്തുന്ന കാഴ്ചയാകും. അവൾ ഒരിക്കലും ഒരു അടിമയായിരിക്കില്ല എന്ന് നീ അവൾക്ക് ഉറപ്പ് കൊടുത്തില്ലേ?”

“ഉവ്വ്. ഞാനുറപ്പ് കൊടുത്തിട്ടുണ്ട് രാജകുമാരീ.” ഹനീം പുഞ്ചിരിച്ചു. “അവളെന്നോട് കുറേ ചോദ്യങ്ങൾ ചോദിച്ചു. രാജകുമാരി തന്റെ വേലക്കാരെ മർദ്ദിക്കാറുണ്ടോ എന്നും ചോദിച്ചു. മർദ്ദിക്കുക പോയിട്ട്, താങ്കൾ

ഒരാളോടും ഒച്ചവയ്ക്കുന്നത് പോലും ഞാനിതുവരേക്കും കേട്ടിട്ടില്ല എന്ന് അവളോട് പറഞ്ഞു."

"പാവം കുട്ടി. അവളുടെ അനുഭവങ്ങൾ എന്നേയും വേദനിപ്പിക്കുന്നു. എന്നാൽ ഇനി വിഷമിക്കേണ്ടി വരില്ല എന്നുറപ്പ്. ഒരുപക്ഷേ അവൾക്ക് ഇപ്പോഴും അതുറപ്പായിട്ടുണ്ടാകില്ല, എങ്കിലും എനിക്കതുറപ്പാണ്."

ഫാത്തിമയെ ഓർത്ത് എന്റെ ഹൃദയം വിങ്ങുന്നുണ്ടായിരുന്നു. ശേഷിച്ച ആയുസ്സുമുഴുവൻ അവളെ ഞാൻ സംരക്ഷിക്കുമെന്ന് അവൾക്കറിയില്ല. എന്റെ കാലശേഷം മക്കൾ അവളുടെ സംരക്ഷണം ഏറ്റെടുക്കും. ഒരു കാലത്ത് പീഡനവും ക്ലേശവും മാത്രം സഹിച്ച ഒരു സൗദി സ്ത്രീക്ക് ഇനി മുതൽ ഭയമെന്തെന്നറിയാതെ ജീവിക്കുവാനാകും എന്നത് എന്നെ സന്തോഷിപ്പിക്കുന്നുണ്ടായിരുന്നു.

ഞാനവരുടെ കിടപ്പുമുറിയിലേക്കൊന്നെത്തി നോക്കി. ഫാത്തിമ ഉറങ്ങുകയായിരുന്നു. അപകടമൊന്നുമില്ലെന്ന് ഉറപ്പുവരുത്തുന്നതിനാ യാണെന്ന് തോന്നുന്നു അവൾ കുട്ടികളെ ഇരുവശത്തും കിടത്തിയിരി ക്കുന്നു. ഒരേ മെത്തയിലാണവർ മൂവരും ഉറങ്ങുന്നത്. എനിക്കവളെ കുറ്റപ്പെടുത്തുവാനാകില്ല. ഒരു വികാരവുമില്ലാത്ത സർക്കാർ വ്യവസ്ഥ കൾ മൂലം ആ മക്കളെ നഷ്ടപ്പെടും എന്ന അവസ്ഥ വന്നതാണല്ലോ.

പിറ്റേന്ന് അമാനി തന്റെ സ്വകാര്യ ഡോക്ടർമാരെ കണ്ട് മൂവർക്കും വൈദ്യ പരിശോധനകൾക്കുള്ള ഏർപ്പാടുകൾ ചെയ്തു. മകൾക്ക് കൊട്ടാരത്തിലുള്ളവർ സന്ദർശിക്കുന്ന പല ഡോക്ടർമാരേയും നേരിട്ട റിയാം. അതിനാൽ ഫാത്തിമയെ പരിശോധിക്കുവാനായി ഈജിപ്തു കാരിയായ ഒരു സ്ത്രീരോഗവിദഗ്ധയേയും കുട്ടികളെ പരിശോധിക്കു വാനായി ഇംഗ്ലണ്ടുകാരിയായ ഒരു ശിശുരോഗവിദഗ്ധയേയും ഏർപ്പാ ടാക്കി. ഇവരിരുവരും സൗദി അറേബ്യയിലെ ഏറ്റവും പ്രശസ്തരായി രുന്നു.

ഫാത്തിമയ്ക്ക് ഗൗരവമുള്ള അസുഖങ്ങളൊന്നുമില്ലെന്ന് കണ്ടെത്തി എന്നറിഞ്ഞത് ആശ്വാസമായി. അതേ സമയം പണ്ട് ഭർത്താവിൽ നിന്നും ലഭിച്ച മർദ്ദനങ്ങളുടെ ഭാഗമായി ഇന്നും ഭേദമാകാതെയുള്ള പല പരിക്കു കളുമുണ്ട് എന്നത് ഞങ്ങളെ അദ്ഭുതപ്പെടുത്തിയുമില്ല. അതിൽ ഒടിഞ്ഞ വാരിയെല്ല്, ഒടിഞ്ഞ കയ്യ്, പൊട്ടിയ മൂക്കെല്ല് എന്നിവ ഉൾപ്പെടുന്നു. ഇവയ്ക്കൊന്നും ശരിയായ ചികിത്സ ലഭിച്ചിട്ടില്ല. അവളുടെ കൈയിലെ വേദന അവൾ ജീവിച്ചിരിപ്പുള്ളിടത്തോളം കാലം കൂടെയുണ്ടാകും. അല്ലെ ങ്കിൽ പണ്ട് കൂട്ടിവച്ച അസ്ഥി ശസ്ത്രക്രിയ ചെയ്ത് വേർപെടുത്തി ശരി യാക്കി വീണ്ടും യോജിപ്പിക്കണം. അവളുടെ പത്തിൽ പരം പല്ലുകൾ ഭർത്താവ് തല്ലി കേടുവരുത്തിയിട്ടുണ്ട്. അതിനും ചികിത്സിക്കണം.

ഫാത്തിമ അധികം താമസിയാതെ രാജ്യത്തിനു പുറത്തേക്ക് പോകു മെന്നും അതിനാൽ അവിടെചെന്ന് ഏത് ഡോക്ടറെ സന്ദർശിക്കണമെന്ന് ഉപദേശിക്കണമെന്നും ഞാൻ അമാനി വഴി ഈ ഡോക്ടർമാർക്ക് സന്ദേശ മയച്ചു. അവളുടെ മൂക്കും കൈയിലെ അസ്ഥിയും പല്ലുകളും ചികിത്സിച്ച്

പൂർവ്വസ്ഥിതിയിലാക്കുവാൻ ആഗ്രഹിക്കുന്നതായും അവരെ അറിയിച്ചു.

അള്ളാഹുവിന്റെ കൃപ എന്ന് പറയട്ടെ, കുട്ടികൾ രണ്ടുപേരും നല്ല ആരോഗ്യമുള്ളവരായിരുന്നു. ചില കൃമി ശല്യങ്ങൾ ഒഴിച്ചാൽ മറ്റ് അസുഖങ്ങളൊന്നുമുണ്ടായിരുന്നില്ല. എന്റെ രാജ്യത്തെ ദരിദ്ര കുടുംബങ്ങളിൽ ഈ രോഗം സാധാരണവുമാണ്. അവർക്ക് ആവശ്യമുള്ള മരുന്നുകൾ നൽകി. കൊച്ചു സുൽത്താനയെക്കുറിച്ചും വേവലാതിയൊന്നും വേണ്ട എന്നുപദേശം ലഭിച്ചു. കുട്ടികളിലെ കൃമിരോഗം അവളിലേക്ക് പടർന്നിട്ടുണ്ടാകാനുള്ള സാധ്യത വളരെ വിരളമാണെന്ന് ഡോക്ടർ പറഞ്ഞു. എങ്കിലും സംശയം തീർക്കുവാനായി സൈനിനെ വിളിച്ചു വരുത്തി. അതേ ഡോക്ടറെക്കൊണ്ട് കൊച്ചു സുൽത്താനയേയും പരിശോധിപ്പിച്ചു.

അതിൽ ഒരു കുട്ടിക്ക് കണ്ണിനിത്തിരി കുഴപ്പം കണ്ടു. അവൾ കണ്ണട ഉപയോഗിക്കണം എന്ന് ഡോക്ടർ ഉപദേശിച്ചു. രണ്ടാമത്തെയാൾക്ക് ഒര സുഖവുമുണ്ടായിരുന്നില്ല. സരൂപ ഇരട്ടകൾ രണ്ടും എന്തിലും ഒരുപോലെയാകും എന്നായിരുന്നു എന്റെ ധാരണ. എന്നാൽ ഇത് എനിക്ക് ഒരു പുതിയ അറിവായി.

പിന്നെ ഏതാനും ആഴ്ചകൾ കഴിഞ്ഞപ്പോൾ ഫാത്തിമ മാനസികമായി തണുത്തു. അവൾ സത്യമായും സുരക്ഷിതയാണെന്ന് മനസ്സിലാക്കി തുടങ്ങി. ഇനി വീടില്ലാത്തവളെന്നും കുട്ടികളെ തന്നിൽ നിന്ന് അകറ്റുമെന്നുമുള്ള ഭയം വേണ്ട എന്ന് ഞാനും കരീമും അവളോട് പറഞ്ഞിരുന്നു. ഞങ്ങൾ പറഞ്ഞ വാക്ക് പാലിക്കുന്നു എന്ന് അവൾക്ക് ബോധ്യമായിത്തുടങ്ങി. ആരും വഴിയിലുപേക്ഷിക്കുകയില്ല എന്ന് ഉറപ്പായി. ആയുസ്സിന്റെ ശേഷിച്ച ഭാഗം ഞങ്ങളുടെ വീട്ടിൽ ജോലി ചെയ്ത് ജീവിക്കാം. ഉടൻ ജോലിയൊന്നും ചെയ്യേണ്ടതില്ല എന്ന തീരുമാനത്തിലായിരുന്നു ഞങ്ങൾ. ജോലി ചെയ്യുവാനാകും മുമ്പ് ശരീരത്തിന് മതിയായ വിശ്രമം നൽകണമെന്ന് നിഷ്കർഷിച്ചു.

ഒരിക്കൽ പിരിമുറുക്കങ്ങളൊന്നുമില്ലാതെ കണ്ടെത്തിയപ്പോൾ "ഫാത്തിമാ, നിനക്ക് ഇനിയും ഒരു വിവാഹം കഴിക്കണമെന്ന് തോന്നുന്നുണ്ടോ" എന്ന് ചോദിച്ചു. ഇത് കേട്ടതും അവൾ ഭയന്നു. അവൾ വാ പൊളിച്ചു എന്നെ തുറിച്ച് നോക്കി നിന്നു. എനിക്ക് ഭ്രാന്ത് പിടിച്ചിരിക്കുന്നോ എന്നായിരുന്നു അവളുടെ അപ്പോഴത്തെ സംശയം. ഞാനപ്പോൾ ഭ്രാന്ത് മൂത്ത് എന്തുവേണമെങ്കിലും ചെയ്തേക്കും എന്നും ഭയന്നു. വലിയ ശബ്ദത്തിൽ ഉമിനീരിറക്കി. പിന്നെ വളരെ താഴ്ന്ന സ്വരത്തിൽ "ദയവായി... രാജകുമാരീ... വേണ്ട.... ഒരു ഭരണാധികാരിയെ ഞാൻ കണ്ടുകഴിഞ്ഞു... ഇനിയൊരാൾ എന്നെ ഭരിക്കണ്ട... മതി... വേണ്ട..."

"പക്ഷേ നീ വളരെ ചെറുപ്പമാണ് ഫാത്തിമാ. ഈ ലോകത്തിലെ എല്ലാ പുരുഷന്മാരും നിന്റെ ആ മുൻഭർത്താവിനെപ്പോലെയല്ല."

ഫാത്തിമ മുഖം കോട്ടി. മൂക്ക് തുടച്ചു. പിന്നെ വികൃതമായ ആ മൂക്ക് ചൂണ്ടിക്കാണിച്ച് തന്നു. " താങ്കളുടെ ഭർത്താവ് താങ്കളെ സ്നേഹിക്കുന്നതുപോലെ ഈ മുഖമുള്ള എന്നെ ആരും സ്നേഹിക്കുകയില്ല. രാജകുമാരീ... അത് സംഭവിക്കുകയില്ല... വേണ്ട... ഇനി ഈ ജീവിതത്തിൽ ആകെ വേണ്ടത് അങ്ങനെയുള്ള വിഷമങ്ങളിൽ നിന്നും ഒഴിവാകുകയാണ്... ഇനി ആരും മർദ്ദിക്കരുത്... വിശന്നിരിക്കുവാൻ വയ്യ... എന്റെ കുട്ടികളെ എന്നിൽ നിന്നും ആരും അടർത്തിക്കൊണ്ട് പോകരുത്. ഭാവിയിൽ ഇത്രമാത്രം ലഭിച്ചാൽ ഈ ലോകത്തിലെ ഏറ്റവും സന്തോഷമുള്ള സ്ത്രീ ഞാനാകും."

ഞാൻ ഫാത്തിമയുടെ അടുത്തുചെന്ന് അവളെ ആലിംഗനം ചെയ്തു. "എന്റെ വാക്ക്, ഫാത്തിമാ നീ ആഗ്രഹിക്കുന്ന ജീവിതം അതാണെങ്കിൽ അത് നിനക്ക് ലഭിച്ചിരിക്കും." ഒരു കാലത്ത് ഈ ലോകത്തിലെ ഏറ്റവും ദുഃഖിതയായ സ്ത്രീ എന്ന് സ്വയം വിളിച്ച വ്യക്തിക്ക് ഇന്ന് ലോകത്തിലെ ഏറ്റവും സന്തോഷമുള്ള സ്ത്രീ എന്ന് വിളിക്കുവാനുള്ള ഒരവസരമൊരുക്കാനായതിൽ എനിക്കുള്ള സന്തോഷം പറഞ്ഞറിയിക്കുവാനാകില്ല. ഇതാകുന്നു പുതിയ ഫാത്തിമയുടെ സത്യം എന്ന് ഞാനുറപ്പ് വരുത്തും.

"നന്ദി. രാജകുമാരീ നന്ദി. താങ്കൾ ഞങ്ങളെയൊക്കെ രക്ഷിച്ചു." അപ്പോൾ അവളുടെ മുഖത്തൊരു ചെറു ചിരിയുണ്ടായിരുന്നു. അത് കുട്ടികളോടുള്ള സ്നേഹത്തിന്റെ ചിരിയായിരുന്നു. അവളുടെ കണ്ണുകൾ അപ്പോൾ തന്റെ കുട്ടികളിലായിരുന്നു. എന്റെ കണ്ണിൽ അവളപ്പോൾ സുന്ദരിയായിരുന്നു. ഒരു സ്ത്രീക്ക് എത്ര സുന്ദരിയാകാമോ അത്രയും സുന്ദരി.

അവളുടെ ശരീരം ആവശ്യപ്പെടുന്നത്ര വിശ്രമിക്കുവാനും കുട്ടികളോടൊപ്പം കളിക്കുവാനുമുള്ള അനുവാദം നൽകി. കുട്ടികളോടൊത്ത് കളിക്കുന്ന ആ അമ്മയെ കാണുമ്പോൾ തന്നെ മനസ്സിൽ ആനന്ദം നിറയും. പിന്നെ കുട്ടികളെ പഠിപ്പിക്കുവാൻ ഒരു അദ്ധ്യാപികയെ നിയമിച്ചു. അപ്പോൾ താനും ഒപ്പം പഠിക്കട്ടെ എന്ന് ഫാത്തിമ അനുവാദം ചോദിച്ചു. വായിക്കാനും എഴുതാനും അക്കങ്ങൾ പഠിക്കുവാനും ഇത് നല്ലൊരു അവസരമാണെന്ന് അവൾ കരുതി.

അവൾ ഞങ്ങളോടൊപ്പം താമസമാക്കിയിട്ട് മൂന്ന് മാസമായി. ഞങ്ങൾ ഭാവിയെക്കുറിച്ച് സംസാരിച്ചു. ഞങ്ങളുടെ വീട്ടിൽ ഏതു ജോലി ചെയ്യണം എന്ന തീരുമാനം അവളെടുക്കണം എന്നാവശ്യപ്പെട്ടു. തീരുമാനമെടുക്കാൻ ഏതാനും ആഴ്ചകളെടുത്തു. തനിക്ക് പരിചയമുള്ള രാജ്യം സൗദി അറേബ്യയാണെന്നതിനാലും ഇംഗ്ലണ്ട്, ഈജിപ്ത് എന്നിവ പോലെയുള്ള അപരിചിത രാജ്യങ്ങളിലേക്ക് പോകാൻ പേടിയുള്ളതിനാലും താൻ സൗദിയിൽ തന്നെ തുടരട്ടെ എന്നവൾ അനുവാദം ചോദിച്ചു.

ഇതിനിടയിൽ ഫാത്തിമയും മക്കളും എന്റെ വീട്ടുകാരുടേയും ഓമനകളായി കഴിഞ്ഞിട്ടുണ്ടായിരുന്നു. ഞങ്ങൾ ചർച്ച ചെയ്തു. പല ചർച്ചകൾക്കുശേഷം ഫാത്തിമയെ തൈഫിലുള്ള ഞങ്ങളുടെ കൊട്ടാരത്തിലേക്ക് ക്ഷണിച്ചു. അവിടെയാകുമ്പോൾ അവളുമായി

നിരന്തരം ബന്ധപ്പെടുവാനാകും. കുട്ടികളുടെ വിദ്യാഭ്യാസത്തിനുവേണ്ട ഏർപ്പാടുകളും ചെയ്യുവാനാകും. ആ കുട്ടികൾക്ക് നല്ല വിദ്യാഭ്യാസം നൽകണമെന്ന് ആഗ്രഹിച്ചു. കുട്ടികൾ രണ്ടുപേരും നല്ല ബുദ്ധിശക്തി യുള്ളവരാണെന്ന് അമാനി നിരീക്ഷിച്ചിരുന്നു. അവരിരുവരും ഉന്നത വിദ്യാഭ്യാസം നേടിയേക്കുമെന്നും അവൾ അഭിപ്രായപ്പെട്ടു. ഒരുപക്ഷേ ഒരു ദിവസം ഡോക്ടർ മീനയെപ്പോലെ വലിയ ബിരുദങ്ങൾ നേടിയെടു ക്കുന്നവരാകും ഇവരും.

എന്തുകൊണ്ടായിക്കൂടാ? ഒരു രാജകുമാരിയുടെ പിന്തുണയൊന്നു മില്ലാതെയാണ് ഡോക്ടർ മീന ഇത്രയും വിദ്യാഭ്യാസം നേടിയതും ഈ പദവിയിലെത്തിയതും. ഞങ്ങൾ പിന്തുണയ്ക്കുന്നുവെങ്കിൽ ഈ ഇരട്ട കൾക്കും അവരുടെ സ്വപ്നം സാക്ഷാത്കരിക്കുവാനാകും. ആ സ്വപ് നം എന്തുമാകട്ടെ അതിനുള്ള അവസരം അവർക്ക് ലഭിക്കും.

ഞാൻ സന്തോഷത്തോടെ പറയട്ടെ, ഇന്ന് ഫാത്തിമ എന്ന് പേരുള്ള ഒരു യുവതി ഞങ്ങളെ സഹായിക്കുന്നു. ഞങ്ങൾ എങ്ങനെ അവളെ സഹായിച്ചുവോ അതുപോലെ അവളും ഞങ്ങളെ സഹായിക്കുന്നു. ഞങ്ങൾ ജോലിക്കെടുത്തിട്ടുള്ളതിൽ ഏറ്റവും ആത്മാർത്ഥതയും സ്നേഹവുമുള്ള ജീവനക്കാരിൽ ഒരാളാണിന്നവൾ, നിപുണയും. അതു കൊണ്ടു തന്നെ തൈഫ് കൊട്ടാരത്തിൽ ഇന്നവൾ ഒരു സൂപ്പർവൈസ റാണ്. അവിടെ ജോലി ചെയ്യുന്ന എല്ലാ വേലക്കാരുമായും നല്ല വ്യക്തി ബന്ധം അവൾ കാത്ത് സൂക്ഷിക്കുന്നു. അതുപോലെ തന്നെ കുടും ബാംഗങ്ങൾ എല്ലാവരുമായും. അവൾക്കിന്ന് നല്ല ശമ്പളമുണ്ട്. താമസവും ഭക്ഷണവും സൗജന്യമായി നൽകുന്നതുകൊണ്ട് അതിൽ നല്ലൊരു ഭാഗം സമ്പാദിക്കുന്നുണ്ട്. മക്കൾക്ക് ഇന്ന് അവരാഗ്രഹിക്കുന്ന സ്കൂളിൽ പഠി ക്കാനാകുന്നുണ്ട്. പഠനത്തിനാവശ്യമുള്ള സാമ്പത്തിക സഹായം അമാനി ചെയ്തുകൊടുക്കുന്നുണ്ട്.

അഫാഫും ആബിറും ഇത്ര സന്തോഷത്തോടുകൂടിയിരിക്കുന്നു വെങ്കിൽ അതിനു കാരണക്കാരി ഞാനാണെന്നാണ് കൊച്ചു സുൽത്താന യുടെ അവകാശവാദം. ഇന്ന് അവൾക്ക് ഏറ്റവും ഇഷ്ടമുള്ള ഞങ്ങളുടെ കൊട്ടാരം തൈഫിലേതാണ്. ഈ ഇരട്ടകളാകട്ടെ കൊച്ചു സുൽത്താന അവരുടെ സഹോദരിയാണെന്ന് തന്നെ കരുതുന്നു. അതുപോലെ ബഹുമാനിക്കുന്നു. തങ്ങളുടെ അമ്മ ജോലിക്കു നിൽക്കുന്ന വീട്ടിലെ കുട്ടിയാണവൾ എന്ന ചിന്ത ഈ കുട്ടികളിലില്ല.

ഇത്തരം ഇടപഴകൽ കുട്ടികൾക്കും കൊച്ചുമക്കൾക്കും നല്ലതാണ്. ഞങ്ങളുടെ പക്കൽ വളരെയധികം സമ്പത്തുണ്ട്. ഞങ്ങൾ ഈ കുടുംബ ത്തിൽ ജനിക്കാൻ ഇടവന്നത് അള്ളാഹുവിന്റെ കാരുണ്യം ഒന്നുകൊണ്ട് മാത്രമാണ്. ഞങ്ങൾക്ക് തന്നിരിക്കുന്ന ഈ സമ്പത്ത് അർഹിക്കുന്ന തിലും അധികമാണ്. അതിനാൽ ഇതിൽ നിന്നും കഴിയാവുന്നത്ര മറ്റു ള്ളവരുമൊത്ത് പങ്കുവയ്ക്കുന്നു എന്നുറപ്പ് വരുത്തേണ്ടതുണ്ട്. ഞങ്ങൾക്ക് ലഭിക്കുന്ന അതേ ബഹുമാനവും അന്തസ്സും മറ്റുള്ളവർക്കും ലഭിക്കുന്നു

എന്നുറപ്പ് വരുത്തേണ്ടതുണ്ട്. അങ്ങനെ ഞങ്ങൾക്കുവേണ്ടി ജോലി ചെയ്യുന്നവരോട് സൗഹാർദപരമായ ഒരു ബന്ധമുണ്ടാകുമ്പോൾ അത് എന്റെ കുട്ടികളേയും കൊച്ചുമക്കളേയും സത്യമറിയുവാനും അമിതമായി അഹങ്കരിക്കാതിരിക്കുവാനും പ്രാപ്തരാക്കുന്നു. ഒരാളും മറ്റൊരാളേക്കാൾ മികച്ചവനോ മുന്തിയവനോ അല്ലെന്നും അതുപോലെ നമ്മൾ മറ്റൊരാളേക്കാളും മോശക്കാരനല്ലെന്നും ഇസ്ലാം പഠിപ്പിക്കുന്നു.

ഇങ്ങനെയുള്ള വചനങ്ങൾ പഠിക്കുകയും അതിനനുസരിച്ച് ജീവിക്കുകയും ചെയ്യുന്നത് നല്ലതാണ്. അവ സത്യമാണെന്ന് കരുതുന്നതും വിശ്വസിക്കുന്നതും അതിലും ഉത്തമവുമാണ്. ഞാൻ അങ്ങനെ കരുതുന്നു.

ഫാത്തിമയും കുട്ടികളും താമസമായി ഏതാനും ആഴ്ച കഴിഞ്ഞപ്പോൾ ഡോക്ടർ മീനയുടെ ഒരു ഫോൺ വന്നു. അവർ അവരുടെ ഓഫീസ് വരെയൊന്ന് വരണമെന്ന് പറഞ്ഞു. അവരുടെ ഔട്ട്പേഷ്യന്റ് വിഭാഗത്തിൽ വന്നിരിക്കുന്ന മറ്റൊരു സൗദി സ്ത്രീയെ പരിചയപ്പെടാം എന്നാണ് ഡോക്ടർ മീന അറിയിച്ചത്.

"ആ സാധു സ്ത്രീക്ക് ഉടൻ സഹായം ആവശ്യമുണ്ടോ?" എനിക്ക് കുറച്ച് തിരക്കുള്ള ഒരു ദിവസമായിരുന്നു അത്.

ഡോക്ടർ മീന കുറച്ച് നേരം മൗനിയായായി. "രാജകുമാരീ... താങ്കൾ നേരിട്ടവരെ കണ്ട് തീരുമാനിക്കണം എന്നെനിക്ക് തോന്നുന്നു. ഒരു മണിക്കൂർ സമയം ഞങ്ങൾക്കായി മാറ്റിവയ്ക്കാനുണ്ടാകില്ലേ?"

എന്റെ സാന്നിദ്ധ്യം അവശ്യം വേണ്ടതല്ലെങ്കിൽ ഡോക്ടർ മീന ഇങ്ങനെ നിർബന്ധിക്കില്ലെന്ന് അറിയാം. അതിനാൽ അന്നത്തെ പരിപാടികളിൽ ചില മാറ്റങ്ങൾ വരുത്തി ആശുപത്രിയിലെത്താം എന്ന് സമ്മതിച്ചു.

മറ്റു പരിപാടികൾ മാറ്റിവച്ച് ഡോക്ടർ മീന ജോലി ചെയ്യുന്ന ആശുപത്രിയിലെത്തി. നീണ്ട ഇടനാഴിയിലൂടെ ഒരിക്കൽ കൂടി നടന്നു. അവിടെ ചുറ്റിലും കണ്ട കറുത്ത അബായയിൽ മറയ്ക്കപ്പെട്ട ശരീരങ്ങളെ ശ്രദ്ധിച്ചു. അവരെല്ലാം അവരുടേതായ ലോകങ്ങളിലായിരുന്നു. ഒരു സ്ത്രീ എന്റെ മുന്നിൽ നടക്കുന്നു. അവർ പ്ലാസ്റ്റിക്കിന്റെ പാദരക്ഷകളാണ് ധരിച്ചിരിക്കുന്നത്. പാദങ്ങൾ വിണ്ടു കീറിയിരിക്കുന്നു. നടക്കുമ്പോൾ പാദരക്ഷകൾ നിലത്തടിച്ച് വലിയ ശബ്ദമുണ്ടാക്കുന്നു. മൂടുപടമണിഞ്ഞ ഒരു ബദു സ്ത്രീയെ കണ്ടു. അവരുടെ രണ്ട് കണ്ണുകൾ മാത്രമേ പുറത്ത് കാണാനുള്ളൂ. അതിലൂടെ അമ്പരപ്പോടെ ലോകത്തെ തുറിച്ച് നോക്കുന്നത് കണ്ടു.

എന്നെപ്പോലെ തന്നെ എനിക്ക് ചുറ്റിലുമുള്ളവരെല്ലാം കറുത്ത ആവരണത്താൽ പൊതിഞ്ഞവരാണ്. എന്നെപ്പോലെ തന്നെ ഇവരും റിയാദിലും മറ്റു യാഥാസ്ഥിതിക നഗരങ്ങളിലും ഈ മൂടുപടസമ്പ്രദായം നിലനിൽക്കുന്നിടത്തോളം കാലം മാത്രമേ മൂടുപടമണിഞ്ഞ് നടക്കുവാൻ

ആഗ്രഹിക്കുന്നുണ്ടാകുകയുള്ളൂ എന്ന് എനിക്ക് നല്ല വിശ്വാസമുണ്ടായിരുന്നു.

അധികം തിരയാതെ തന്നെ നാദിയയെ കണ്ടുമുട്ടുവാനായി. അബായയും തട്ടമിട്ടിട്ടുണ്ടായിരുന്നു എങ്കിലും അവൾ മൂടുപടമിട്ടിട്ടില്ലായിരുന്നു. ആ കാഴ്ചയും എന്നെ സന്തോഷിപ്പിച്ചു. മൂടുപടം എന്ന ആചാരത്തിനെതിരെ പ്രതിഷേധിക്കുകയാണ് നാദിയ. അവൾ അടുത്തെത്തി. എന്നെ കാത്തിരിക്കുകയായിരുന്നു എന്ന് വ്യക്തം. കാണേണ്ടിയിരുന്നത് ഡോക്ടർ മീനയെയാണ്. ഞാൻ നാദിയയെ അഭിവാദ്യം ചെയ്തു. എന്നിട്ട് "ഈ സ്ത്രീയുടെ അവസ്ഥ വല്ലാതെ ഗുരുതരമാണോ."

നാദിയ വിശാലമായി പുഞ്ചിരിച്ചു. ആ പുഞ്ചിരി അവസരത്തിനൊത്തല്ല എന്നെനിക്ക് തോന്നി. എന്നാൽ ഞാൻ ഒന്നും പറഞ്ഞില്ല. വിമർശിച്ചില്ല.

"അല്ല രാജകുമാരീ... ആ സ്ത്രീ ഇപ്പോൾ സുഖമായിരിക്കുന്നു." എന്നായിരുന്നു നാദിയയുടെ മറുപടി. അതും എനിക്ക് ആശ്ചര്യമായി. "എന്നാൽ ഒരുപക്ഷേ അവരുടെ കുടുംബം ഇപ്പോൾ അപകടത്തിലാകുവാൻ സാധ്യതയുണ്ട്."

"എന്ത്?" ഈ കഥ എനിക്കൊട്ടും മനസ്സിലാകുന്നില്ല. നാദിയ എന്താണുദ്ദേശിക്കുന്നത്?

"ദയവായി എന്നോടൊപ്പം ഔട്ട് പേഷ്യന്റ് വിഭാഗത്തിലേക്ക് വരൂ. അവിടെ ഡോക്ടർ മീന ആ സ്ത്രീയുമൊത്ത് നമ്മെ കാത്ത് നില്പുണ്ട്. നൂർ എന്നാണവരുടെ പേര്."

ഞാൻ നാദിയയ്ക്ക് പുറകിൽ നടന്നു. എന്റെ ഉദ്വേഗം ഓരോ നിമിഷവും വർദ്ധിക്കുന്നുണ്ടായിരുന്നു. ഈ കഥ കേൾക്കുവാനും എനിക്ക് തിരക്കായി. ഏതാനും നിമിഷങ്ങൾ കൊണ്ട് ഞങ്ങൾ ഔട്ട് പേഷ്യന്റ് വിഭാഗത്തിലെത്തി. അവിടെ എത്തുന്നതിനു മുമ്പ് തന്നെ ഒരു സ്ത്രീ കോപാകുലയായി അലറുന്ന സ്വരം ഞങ്ങൾ കേട്ടു.

"അതാണ് നൂർ, രാജകുമാരീ," നാദിയ പറഞ്ഞു

"അതേയോ?" അവർ പറയുന്നത് എന്താണെന്ന് എനിക്ക് കൃത്യമായി മനസ്സിലാകുന്നുണ്ടായിരുന്നില്ല. എന്നാൽ അവർ കാലങ്ങളായി അധിക്ഷേപം മാത്രം സഹിക്കുകയായിരുന്നുവെന്നും ഇന്ന് അവർക്ക് ചുറ്റിലും അവരെ സംരക്ഷിക്കുവാനായി ആരൊക്കെയോ ഉള്ളതിനാൽ ധൈര്യം സംഭരിച്ച് അവർ ഭർത്താവിനെതിരെ തട്ടിക്കയറുകയാണെന്നും ഞാൻ ഊഹിച്ചു.

നാദിയ എന്നെ ഡോക്ടർ മീനയുടെ മുറിയിലെത്തിച്ചു. എന്നിട്ട് തിടുക്കത്തിൽ യാത്ര പറഞ്ഞ് ഇറങ്ങിപ്പോയി. ഡോക്ടർ ഇരുന്നിരുന്ന മുറിയുടെ അടുത്ത മുറി പരിശോധനയ്ക്കായി ഉപയോഗിക്കുന്നതായിരുന്നു. അതിന്റെ വാതിൽ തുറന്ന് കിടപ്പുണ്ടായിരുന്നു. ഞാൻ ആ വാതിൽക്കൽ നിന്നു. അകത്തുള്ള കാഴ്ച കാണാൻ മാനസികമായി

തയ്യാറെടുത്തിരുന്നില്ല. നല്ല കരുത്തുള്ള ഒരു ബദു പുരുഷൻ തല നെഞ്ചിലേക്ക് താഴ്ത്തി കസേരയിലിരിക്കുന്നു. വെള്ള തോബും പാരമ്പര്യ രീതിയിലുള്ള ചുമപ്പും വെള്ളയും കള്ളികളുള്ള ഷെമാഘ് എന്ന തലപ്പാവും ധരിച്ചിരിക്കുന്നു. വസ്ത്രത്തിൽ അഴുക്ക് പുരണ്ടിട്ടുണ്ട്. ഒറ്റ നോട്ടത്തിൽ അയാൾ ആ ഇരുപ്പിൽ മരിച്ചതാണെന്ന് തോന്നിപ്പോകും. ഹൃദയസ്തംഭനമായിരുന്നോ? അയാളുടെ കഴുത്തിൽ നിന്നും രക്തമൊഴുകുന്നത് കണ്ട് ഞാൻ ഒരു ദീർഘശ്വാസമെടുത്തു. രക്തം കൈകളിലേക്കൊഴുകിയെത്തിയിരിക്കുന്നു. ഇയാൾ ആരുമായോ വഴക്കടിച്ചിരിക്കുന്നു. ഒരുപക്ഷേ ഏതെങ്കിലും നിസ്സഹായയായ സ്ത്രീയെ ആക്രമിക്കുന്നത് തടഞ്ഞതാകണം.

അയാൾക്ക് എന്റെ മുഖം കാണാനാകില്ല. എന്നാൽ എനിക്ക് അയാളുടെ മുഖം കാണാം. അതിൽ നിറയെ മുഖക്കുരുവിന്റെ പാടുണ്ട്. കൗമാരത്തിൽ മുഖക്കുരു നുള്ളിവലിച്ച് വൃത്തികേടാക്കിയതാണാ മുഖം. അയാൾ സാവധാനത്തിൽ തലയുയർത്തി. എന്നെ നോക്കി. അപ്പോൾ കണ്ണുകൾ ചുവന്നിരിക്കുന്നത് കണ്ടു. അയാൾ വല്ലാതെ ക്ഷീണിച്ചിരിക്കുന്നു. എന്നെ കണ്ടപ്പോൾ ഒന്ന് പുഞ്ചിരിക്കുവാനുള്ള ഊർജ്ജം കണ്ടെടുത്തു. എന്നിട്ട് മന്ത്രിക്കുന്നതുപോലെ അയാൾ താങ്കളാണോ രാജകുമാരി എന്ന് ചോദിച്ചു.

ഞാനീ ചോദ്യത്തിനുത്തരം പറയാൻ തയ്യാറായില്ല. തന്റെ കുടുംബത്തിലെ സ്ത്രീകളെ അധിക്ഷേപിക്കുന്നത് കേമത്തമായി കണക്കാക്കുന്ന ഒരുവനാണിവൻ എന്നെനിക്ക് ഉറപ്പുണ്ട്. മുഖം മറച്ചിരുന്നതുകൊണ്ട് എന്റെ കോപം അയാൾ കണ്ടില്ല. ഞാനയാളെ ചീത്തവിളിച്ചതും കേട്ടില്ല.

എന്നാൽ ഡോക്ടർ മീന കേട്ടു. "അകത്തേക്ക് വരൂ."

ഇത്രയുമായപ്പോഴേക്കും എന്റെ ആകാംക്ഷ മാനം മുട്ടിയിരുന്നു. ഡോക്ടർ മീനയുടെ ക്ഷണമനുസരിച്ച് അകത്ത് കടന്നു. ഡോക്ടർ മീന മുഖം നിറയെ ചുളിവു വീണ ഒരു സ്ത്രീയെ പരിശോധിക്കുകയായിരുന്നു. സൗദിഅറേബ്യയിൽ ചുളിവുകൾ വീണ മുഖമുള്ള സ്ത്രീ എന്നാൽ വൃദ്ധ എന്ന് പൂർണ്ണമായി അനുമാനിക്കുവാൻ പറ്റില്ല. അവരുടെ പ്രായം കണക്കാക്കുവാനും അത്ര പെട്ടെന്നാകില്ല. ഞങ്ങളുടെ നാട്ടിലെ പല സ്ത്രീകളും പ്രായമാകുന്നതിനു മുമ്പേ വൃദ്ധകളാകാറുണ്ട്. ഡോക്ടറുടെ മുന്നിലിരിക്കുന്ന ഈ സ്ത്രീക്ക് ഏറിയാൽ അമ്പത് വയസ്സ് പ്രായമുണ്ടാകും എന്ന് അനുമാനിച്ചു. ചുവന്ന പരുത്തി വസ്ത്രമാണവർ ധരിച്ചിരുന്നത്. അതിൽ നിറയെ കടുത്ത വർണ്ണത്തിൽ തുന്നൽ പണികൾ ചെയ്തിരുന്നു. തലയിൽ തട്ടമുണ്ട്. തട്ടം കൊണ്ടു തന്നെ കഴുത്തും മറച്ചിട്ടുണ്ട്.

മുഖം കനപ്പിച്ചാണവർ പരിശോധനയ്ക്കിരിക്കുന്നത്. കാലുകൾ നിലം തൊടാതെ ആട്ടുന്നുണ്ട്. പരുപരുത്ത തവിട്ട് കൈകൾ നെഞ്ചിൽ കെട്ടി വച്ചിരിക്കുന്നു. കൈയിലുള്ള ഒരു പരിക്ക് പരിശോധിക്കുകയാണവർ

എന്ന് തോന്നി. ഞാനവരുടെ പാദങ്ങൾ ശ്രദ്ധിച്ചു. പാദരക്ഷയില്ല. കന മുള്ള വരണ്ട ചർമ്മം അവിടെവിടെ വിണ്ടിരിക്കുന്നു. കാൽനഖങ്ങളും വിണ്ട് കീറിയിരിക്കുന്നു. മെലിഞ്ഞ ശരീരമാണ്. ശരീരത്തിൽ മാംസ മെന്ന് പറയുവാൻ അധികമൊന്നുമില്ല.

ഞാൻ ആ ബദു സ്ത്രീയെ തന്നെ നോക്കി നിൽക്കുകയായിരുന്നു. അകത്തിരിക്കുന്ന ആ വന്യമൃഗത്തിന്റെ ഭാര്യയാണിവർ എന്നതിൽ സംശയമില്ല. ഈ സ്ത്രീയെ രക്ഷിക്കുവാനാണെന്നെ വിളിച്ചു വരുത്തി യതെന്നായിരുന്നു ആദ്യ ചിന്ത. ഇവരെ ഒരുപക്ഷേ ഇവരുടെ ഭർത്താവ് മർദ്ദിച്ച് അവശയാക്കിയിട്ടുണ്ടാകണം. എന്നാൽ ഇവരുടെ ശരീരത്തിൽ അങ്ങനെയുള്ള പാടുകളൊന്നും കാണാനില്ല. എന്റെ കണ്ണുകൾ അവരുടെ ശരീരം മുഴുക്കെ പരിശോധിച്ചു. അവരുടെ കൈയിൽ ഉണങ്ങി കട്ടപിടിച്ചിരിക്കുന്ന രക്തം കണ്ടു. ഒരുപക്ഷേ അയാൾ ആക്രമിക്കുവാൻ വന്നപ്പോൾ പ്രതിരോധിക്കാൻ ശ്രമിച്ചതിൽ പറ്റിയതാകണം.

"വന്നതിനു നന്ദി രാജകുമാരീ."

"പറയൂ മീന."

ഡോക്ടർ മീന ആ സ്ത്രീയെ നോക്കി ഒന്ന് തലയാട്ടി. "ഇവർ നൂർ. അടുത്ത മുറിയിലിരിക്കുന്നത് ഇവരുടെ ഭർത്താവ് മൊഹമ്മദ്."

ഞാൻ നൂറിനെ നോക്കി. എന്റെ മൂടുപടം ഇത്തിരി മാറ്റി അവരെ നോക്കി ഒന്ന് പുഞ്ചിരിച്ചു. അവർ ആ ചിരി മടക്കിയില്ല. പാവം. ഏറ്റ മർദ്ദനത്തിന്റെ വേദനയിലാണവരിപ്പോഴും.

"എന്താണ് പ്രശ്നം ഡോക്ടർ?" എന്നിൽ കോപം സാവധാനത്തിൽ കുമിഞ്ഞ് കൂടുവാൻ തുടങ്ങുന്നുണ്ടായിരുന്നു.

പെട്ടെന്ന് വളരെ പരുഷമായി നൂർ ഞങ്ങളുടെ സംഭാഷണത്തിൽ ഇടപെട്ടു. തുറന്ന് കിടക്കുന്ന വാതിലിലേക്ക് വിരൽ ചൂണ്ടി. ഞങ്ങളുടെ സംസ്കാരത്തിൽ ഇത് അധിക്ഷേപകരമായ ഒരു ആംഗ്യഭാഷയാണ്. എന്നിട്ട് ഉച്ചത്തിൽ "പ്രശ്നം ആ മടിയനാണ്. മൊഴിചൊല്ലാൻ സമയ മായിരിക്കുന്നു."

മൊഹമ്മദ് എന്ന അവളുടെ ഭർത്താവ് ഒരക്ഷരം പറഞ്ഞില്ല.

നൂർ അപ്പോഴും കോപം കൊണ്ട് കിതയ്ക്കുകയായിരുന്നു. "കഴുതേ നീ എന്താ ഉറങ്ങുകയാണോ" അവർ വിളിച്ച് ചോദിച്ചു.

ഡോക്ടർ മീന ഇടപെട്ടു. "നൂർ, ദയവായി വായടക്ക്. ഞങ്ങളെല്ലാം ഇവിടെ പ്രശ്നങ്ങൾക്ക് ഒരു പരിഹാരം കാണാൻ ശ്രമിക്കുന്നുണ്ട്. അതിനിടയിൽ ഇനി പുതിയ പ്രശ്നങ്ങളുണ്ടാക്കരുത്."

അപ്പോൾ നൂറിന്റെ നോട്ടം ഡോക്ടറിലേക്കായി. "അയാൾ ഒരു കഴുത യാണ്."

മറുപുറത്തു നിന്ന് ഒരു പുരുഷശബ്ദവും അതിനുമുമ്പ് ഒരു ചെറു ചിരിയും കേട്ടു. "നിന്നെ ഞാൻ മൊഴിചൊല്ലില്ല. നൂർ, നിന്നെ ഞാൻ

ഒരിക്കലും മൊഴിചൊല്ലില്ല. നീ ചാകുന്നതുവരേക്കും എന്റെ ഭാര്യയാകും." എന്ന് ആ ശബ്ദം പറയുന്നുണ്ടായിരുന്നു.

അവൾ കൈ രണ്ട് വശത്തേക്ക് വീശി. എന്നിട്ട് വീണ്ടും ഒച്ച വച്ചു. "എനിക്ക് മൊഴിചൊല്ലണം. അത് ഞാനാവശ്യപ്പെടും. എന്റെ ആവശ്യമാണത്."

മുന്നിൽ നടക്കുന്ന ഈ നാടകം കണ്ട് എന്തുചെയ്യണമെന്നറിയാത്ത അവസ്ഥയിലായി. ഞാൻ നെറ്റി തടവി. എന്നെ ഇവർ ഇതിലേക്ക് എന്തിന് വലിച്ചിഴച്ചു?

നൂറിന്റെ ഒരു കൊച്ചു പതിപ്പ് മുറിയിലേക്ക് കയറി വന്നു. അവർ തലയാട്ടി. പുഞ്ചിരിച്ചു. എന്നാൽ ഒന്നും പറഞ്ഞില്ല. അവർ അവരുടെ അമ്മയുടെ സമീപത്തേക്ക് നീങ്ങി. നൂർ അവരെ കണ്ടതായി ഭാവിച്ചില്ല.

ഡോക്ടർ മീന തുറന്നിട്ട വാതിലിനു സമീപത്തേക്ക് നടന്നു. അകത്തിരുന്ന നൂറിന്റെ ഭർത്താവിനോട് എന്തോ സ്വകാര്യം പറഞ്ഞു. വാതിലടച്ചു.

സ്വകാര്യത ലഭ്യമായെന്നുറപ്പായപ്പോൾ ഞാൻ മൂടുപടം മാറ്റി.

"ഈ പാവം പെണ്ണിനെ അയാൾ എന്ത് ചെയ്തു?"

"ഒരു നിമിഷമിരിക്കൂ രാജകുമാരീ." ഒരു കൊച്ചുമേശയ്ക്കരികിലിട്ടിരുന്ന രണ്ട് കസേരകൾ ചൂണ്ടി ഡോക്ടർ മീന പറഞ്ഞു. "താങ്കളുടെ തിരക്കേറിയ ഒരു ദിവസത്തിൽ ഇങ്ങനെ ഞാൻ കയറി ഇടപെട്ടതിന് എന്നോട് ക്ഷമിക്കണം. ഇത് തീർത്തും അസാധാരണമായ ഒരു പരിതഃസ്ഥിതിയാണ്."

ഞാൻ തോളൊന്ന് കുലുക്കി. എന്നാൽ ഒന്നും പറഞ്ഞില്ല. മുഖം കറുപ്പിച്ചിരിക്കുന്ന നൂറിനെ ഒന്നുകൂടി നോക്കി. അവർ പരിശോധനയ്ക്കായി അവരെ ഇരുത്തിയിരുന്ന മേശയ്ക്കരികിൽ നിന്നും എഴുന്നേറ്റ് പോകാൻ തയ്യാറെടുക്കുകയായിരുന്നു.

"നൂർ, ഇത്തിരി നേരം കൂടി അവിടെയിരിക്കൂ."

എഴുന്നേറ്റ് പോകുവാനുള്ള ശ്രമം നൂർ മുറുമുറുപ്പോടെ വേണ്ടെന്ന് വച്ചു. വീണ്ടും പൂർവ്വസ്ഥിതിയിലിരുന്നു. അനങ്ങാതിരുന്നു.

ഡോക്ടർ മീന അറബിയിൽ സംസാരിക്കുന്നത് നിർത്തി. ഞങ്ങൾ തമ്മിൽ സംസാരിക്കുന്നത് ഗോപ്യമായിരിക്കുവാനായി സംസാരം ഇംഗ്ലീഷിലേക്ക് മാറ്റി.

"മറ്റൊരു സ്ത്രീയുടെ കഥ പറയുന്നു. എന്നോട് ക്ഷമിക്കണം. എന്നാൽ ഈ നൂർ വല്ലാതെ കുപിതയായിരിക്കുന്നു. അവരുടെ മകളും വ്യത്യസ്തമാണെന്ന് പറയുവാനാകില്ല. ഇവർ രണ്ടുപേരും സംസാരിക്കാൻ തുടങ്ങിയാൽ പിന്നെ നിർത്തുകയുമില്ല."

"കഥ പറയൂ ഡോക്ടർ."

"പീഡിപ്പിക്കപ്പെടുന്ന സൗദി യുവതികളേയും സ്ത്രീകളേയും ആ ചങ്ങലക്കെട്ടിൽ നിന്നും രക്ഷപ്പെടുത്തുകയാണ് നമ്മുടെ ലക്ഷ്യം എന്ന്

നമ്മൾ ചർച്ച ചെയ്യുകയുണ്ടായി. അതുപോലെ ശൈശവാവസ്ഥ യിലുള്ള പെൺകുട്ടികളെ വിവാഹം കഴിപ്പിക്കുന്നത് തടയുക, അവരെ സ്കൂളിലയയ്ക്കുക എന്നതിനും നമ്മൾ നമ്മുടെ ഊർജ്ജം ചെല വിടുന്നു. ചിലപ്പോഴെങ്കിലും നമുക്കെല്ലാം ഈ വലിയ ഉദ്യമത്തിലേക്ക് നടന്ന് നീങ്ങുന്നതിനിടയിൽ വിഷാദം പിടികൂടാറുണ്ട്. നമുക്ക് ചുറ്റിലും അത്രമാത്രം ദുഃഖഭരിതമായ കഥകളുണ്ടല്ലോ. നമ്മൾ നമ്മുടെ വിജയം ആഘോഷങ്ങളാക്കാറുണ്ട്. നാദിയ, ഫാത്തിമയും കുട്ടികളും എന്നിവർ ഇതിനുദാഹരണങ്ങളാണ്. എന്നാൽ ചോർച്ചയുള്ള ഒരു അണക്കെട്ടിൽ നമ്മൾ വിരലമർത്തി ഓട്ടയടക്കുവാൻ ശ്രമിക്കുന്നത് പോലെയാണിത്. ഇവിടെ അനേകായിരം യുവതികൾ ആശ്രയമില്ലാതെ ജീവിക്കുന്നു. നമുക്ക് രക്ഷപ്പെടുത്തുവാനാകുന്നതിലും വളരെ വളരെയധികം."

ഡോക്ടർ മീന ചുണ്ടൊന്ന് കോട്ടി ദൂരേക്ക് നോക്കി. വാക്കുകൾ തിര ഞ്ഞെടുക്കുകയായിരുന്നു അവർ. "സ്ത്രീകൾക്കും പെൺകുട്ടികൾക്കു മാണ് നമ്മുടെ സഹായം ഏറ്റവും കൂടുതൽ ആവശ്യമുള്ളത് എന്ന് നമുക്കറിയാം. എന്നാൽ അധിക്ഷേപം സ്വയം വിളിച്ച് വരുത്തുന്ന സ്ത്രീയെ നമ്മൾ എങ്ങനെ സഹായിക്കണം? അധിക്ഷേപം വിളിച്ച് വരുത്തി എന്ന് മാത്രമല്ല, അവർ ഇന്ന് മറ്റുള്ളവർക്ക് ഹാനികരമായ രീതിയിൽ പെരുമാറുവാനും തുടങ്ങിയിരിക്കുന്നു."

"ഡോക്ടർ പറയുന്നത് എനിക്ക് മനസ്സിലാകുന്നില്ല."

"ആകെ ആശയക്കുഴപ്പത്തിലാക്കിയതിന് എന്നോട് ക്ഷമിക്കണം. ഇന്ന് ഇവിടേക്ക് എന്റെ സഹായത്തിനായി വിളിച്ചത് വളരെ അസാധാ രണമായ ഒരു പ്രശ്നത്തിന് പോംവഴി കാണുവാനാണ്. നമ്മളൊരുമിച്ച് ആലോചിച്ചാൽ ഒരു കൊലപാതകം ഒഴിവാക്കുവാനായേക്കും."

"കൊലപാതകമോ?"

ഡോക്ടർ മീന നൂറിനെ നോക്കി. പിന്നെ എന്നേയും.

"ആരാണ് കൊല്ലപ്പെടാൻ സാധ്യതയുള്ളത്? ഈ ബദു സ്ത്രീയോ?"

"ഒരുപക്ഷേ" ഡോക്ടർ മീന പറഞ്ഞു. "അല്ലെങ്കിലൊരുപക്ഷേ കൊല്ല പ്പെടുന്നത് ഇവരുടെ ഭർത്താവാകാനും മതി."

ഇത് അവിശ്വസനീയമായ രംഗമാകുന്നു. നൂറിന്റെ ഈ ബദു ഭർ ത്താവ് ആരോഗ്യദൃഢഗാത്രനാണ്. ബലിഷ്ഠമായ ശരീരം. എന്നാൽ നൂറാകട്ടെ കൃശഗാത്രയും.

ഡോക്ടർ മീന കുറച്ച് നേരം എന്നെ തന്നെ നോക്കിയിരുന്നു. "അങ്ങനെയൊക്കെയാണ്.... ഇവിടെ രണ്ടുപേർ അധിക്ഷേപിക്ക പ്പെടുന്നു... രണ്ടുപേർ അധിക്ഷേപിക്കുന്നു. ആരെ സഹായിക്കണം എന്നെനിക്ക് അറിയില്ല. ആരെ സംരക്ഷിക്കണം എന്നും. നൂർ അത്ര നല്ല മനസ്സുള്ള ഒരു സ്ത്രീയൊന്നുമല്ല. എന്നാൽ കഠിനാദ്ധ്വാനിയാണ്. മടിയനായ ഒരു ഭർത്താവിനേയും നാലു മക്കളേയും തീറ്റിപ്പോറ്റു വാനായി ആരോഗ്യമൊക്കെ കളഞ്ഞു. മൊഹമ്മദാകട്ടെ മാനസികമായും

ശാരീരികമായും അധിക്ഷേപിക്കുന്നവരുടെ കൂട്ടത്തിലുള്ളയാളുമാണ്. കാര്യങ്ങൾ എങ്ങനെവേണമെങ്കിലും വളച്ചൊടിക്കുവാൻ കഴിവുണ്ട യാൾക്ക്.”

എന്റെ കണ്ണുകൾ അദ്ഭുതം കൊണ്ട് വികസിച്ചു.

ഡോക്ടർ മീന പിന്നേയും മൗനിയായി. നൂറിനേയും അവരുടെ മക ളേയും കുറച്ച് നേരം നോക്കിയിരുന്നു. പിന്നെ കഥ തുടർന്നു. “നൂറിന്റെ കഥ പറയാൻ എന്നെ അനുവദിക്കണം രാജകുമാരീ.”

ഞാൻ തലയാട്ടി.

“നൂർ ഒരു ബദുവാണ്. മരുഭൂമിയിൽ അലയുന്ന കുലം. അവളുടെ സ്വഭാവം പാരമ്പര്യമായി ലഭിച്ചതാകണം. അതിനോടൊപ്പം പരുഷമായ പരിതഃസ്ഥിതിയും അതിനെ ഇങ്ങനെ പരുവപ്പെടുത്തുവാൻ സഹായി ച്ചിട്ടുണ്ടാകണം. അവളുടെ കൗമാര യൗവ്വന കാലങ്ങളിൽ അവളുടെ കുടുംബം നായാടികളെപ്പോലെ അലയുന്നവരായിരുന്നു. നല്ല വേനലു ള്ളപ്പോൾ ഏതെങ്കിലും മരുപ്പച്ചയ്ക്കരികിൽ തമ്പടിക്കും. അല്ലെങ്കിൽ ആടിനെ മേച്ച് പുല്ലുള്ള സ്ഥലം നോക്കി നടക്കും. വസന്തവും തണുപ്പു കാലവും അങ്ങനെ കഴിയും. അവളുടെ മാതാപിതാക്കൾക്ക് ഒമ്പത് മക്കളുണ്ടായിരുന്നു. അതിൽ നാലു പെൺകുട്ടികൾ. നൂർ അവരിലൊ രാളാണ്. പത്താം വയസ്സിൽ തന്റെ അഞ്ച് സഹോദരന്മാരേക്കാൾ കരുത്തുള്ളവളാണ് നൂർ എന്ന് അവളുടെ അച്ഛൻ കണ്ടെത്തി എന്ന് നൂർ പറയുന്നു. കരുത്ത് മാത്രമല്ല, വേഗതയും കൂടുതൽ കൗശലവും അവൾ ക്കായിരുന്നു എന്നും അച്ഛൻ കണ്ടെത്തിയത്രെ.

“അവൾക്കുള്ള വിശിഷ്ടമായ കഴിവുകളും അച്ഛന്റെ ഉത്തരവുകളും കാരണം ആരും ഒരു പെൺകുട്ടിയെ ഏല്പിക്കുന്ന ജോലികൾ അവളെ ഏല്പിച്ചില്ല. പെൺകുട്ടികളെ ഇവർ സാധാരണയായി കൂടാരമുയർത്തുക, പാചകം ചെയ്യുക, അത്യാവശ്യം സൗകര്യങ്ങളുള്ള സ്ഥലത്താണെങ്കിൽ ധാന്യങ്ങൾ നട്ടുപിടിപ്പിക്കുക എന്നിങ്ങനെയുള്ള ജോലികളാണ് ഏല്പി ക്കാറുള്ളത്. കുട്ടിക്കാലം തൊട്ട് അവളെ ഏല്പിച്ചത് ആൺകുട്ടികൾ ചെയ്യുന്ന ജോലികൾ. വലിയ ഒട്ടകങ്ങളുടെ ചുമതല എന്നും അവൾ ക്കായിരുന്നു. അവളുടെ സഹോദരന്മാരാകട്ടെ ആടുകളെ മേച്ചു.

നൂറിന്റെ കഴിവുകൾ കുടുംബത്തിനു മാത്രമല്ല ആ കുലത്തിനു തന്നെ അദ്ഭുതമായി. മൃഗങ്ങളുമായി ഇടപഴകുവാൻ ഒരു പ്രത്യേക കഴിവുണ്ടാ യിരുന്നു അവൾക്ക്. അത് മാത്രമല്ല അവ എന്തെങ്കിലും രോഗലക്ഷണം കാണിക്കുന്നതിനു മുമ്പ് തന്നെ അവയുടെ രോഗം തിരിച്ചറിയുവാനുള്ള കഴിവ് അവൾക്കുണ്ടായിരുന്നു. അധികം താമസിയാതെ ബദുക്കളുടെ ഗ്രാമത്തിലെ മൃഗഡോക്ടറോടൊപ്പം നിന്ന് അവളും മൃഗങ്ങളെ ചികിത്സി ക്കുവാൻ തുടങ്ങി.

അവരുടെ വീട്ടുകാർ എന്തൊക്കെയോ സാധനങ്ങൾ വിൽക്കാനായി റിയാദിലെത്തിയപ്പോൾ മറ്റു ബദു സ്ത്രീകളെപ്പോലെ നൂറും മൂടുപട മണിഞ്ഞിട്ടുണ്ടായിരുന്നു. എന്നാൽ ഗ്രാമത്തിലായിരുന്നപ്പോഴെല്ലാം

ഇവൾ മൂടുപടമണിയുവാൻ വിസമ്മതിച്ചു. ട്രക്കുകളുടെ കേടുപാട് തീർക്കുവാനും മൃഗങ്ങളെ പരിപാലിക്കുവാനും ഈ മൂടുപടം ഒരു തടസ്സമാണെന്ന് അവൾ പറഞ്ഞു.

നൂറിനോട് വഴക്കിടുവാനോ ഏറ്റുമുട്ടുവാനോ ഗ്രാമത്തിലെ ഒരാണിനും ധൈര്യമില്ലായിരുന്നു എന്ന് നൂറിന്റെ മകൾ പറയുന്നു. നൂറിന്റെ യൗവ്വനകാലം തൊട്ടേ അങ്ങനെയായിരുന്നുവത്രെ. അവളുടെ കോപം അതിഭയങ്കരമായിരുന്നു എന്നും വാക്കുകൾ കൊണ്ട് വിവരിക്കുവാനാകാത്തതാണതെന്നും അത് കണ്ടാലേ വിശ്വസിക്കുവാനാകൂ. കോപത്തേയും അതിനാൽ നേരിടേണ്ടിവരുന്ന ശാരീരികാക്രമങ്ങളേയും ഭയന്ന് ആരും അവളോട് വഴക്കിനു ചെല്ലാറില്ലായിരുന്നു എന്ന് നൂറിനെ കുട്ടിക്കാലം തൊട്ട് അറിയാവുന്നവർ നൂറിന്റെ മകളോട് പറയുകയുണ്ടായത്രെ. കോപം വന്നാൽ അവൾ എന്തു ചെയ്യുമെന്ന് ആർക്കും തിട്ടമില്ലായിരുന്നു.

ബദു സ്ത്രീകളെക്കുറിച്ച് നമുക്കുമറിയാമല്ലോ. അവർ അവരുടെ കരുത്ത് മുഴുക്കെ കാണിക്കാൻ മടികാണിക്കാത്തവരാണ്. അവരിൽ പലരും സ്വന്തം ഗ്രാമത്തിലാകുമ്പോൾ അല്ലെങ്കിൽ വയലുകളിൽ ജോലിക്കിറങ്ങുമ്പോൾ മൂടുപടം ധരിക്കാറില്ല.

നൂറിന് പതിമ്മൂന്ന് വയസ്സുള്ളപ്പോൾ മുതൽ നൂറിന്റെ അച്ഛൻ തന്റെ പുത്രന്മാരുടേതിനേക്കാൾ കൂടുതലായി പുത്രിയുടെ ഭാഗം പിടിച്ചു തുടങ്ങി. അവളെ കൂടുതൽ പ്രോത്സാഹിപ്പിക്കുവാനും തുടങ്ങി.

ഈ കാലമായപ്പോഴേക്കും ഇവരുടെ നായാടി സ്വഭാവം കുറച്ച് കുറഞ്ഞിരുന്നു. ഒരു തരം അർദ്ധനായാടിത്തം ഇവരിൽ വന്നിരുന്നു. വർഷത്തിന്റെ മിക്കവാറും സമയം റിയാദിൽ നിന്നും അധികം ദൂരെയല്ലാത്ത ഒരു മരുപ്പച്ചയിലാണവർ താമസിച്ചത്. നൂറിന്റെ ജ്യേഷ്ഠന്മാരെല്ലാവരും വിവാഹിതരായി. നൂർ അവസാനത്തെ സന്തതിയായിരുന്നുവല്ലോ. സഹോദരന്മാർക്കെല്ലാം സ്വന്തം കുടുംബമായി. സഹോദരന്മാർക്ക് എണ്ണക്കമ്പനികളിൽ ജോലിയായി. അവർ രാജ്യത്തിന്റെ പല ഭാഗങ്ങളിൽ താമസമായി.

ഗ്രാമത്തിൽ സ്ഥിരതാമസമായതിനു ശേഷം നൂറും അമ്മയും സഹോദരിമാരും ഒരു പുതിയ കൈവേല അഭ്യസിച്ചു. വെള്ളിയാഭരണങ്ങൾ നിർമ്മിക്കുക എന്നതായിരുന്നു അത്. ഈ കാലമായപ്പോഴേക്കും രാജ്യത്തെ വിവിധ ആശുപത്രികളിലും സ്കൂളുകളിലുമെല്ലാം ജോലിക്കായി അനേകം വിദേശികൾ നമ്മുടെ രാജ്യത്ത് വന്നു തുടങ്ങി. വിദേശ സ്ത്രീകൾക്ക് ബദു ആഭരണങ്ങളോടുള്ള ഭ്രമം പറയേണ്ടതില്ലല്ലോ. ഇതെല്ലാം മൂലം നായാടി നടന്ന കാലത്തെ അപേക്ഷിച്ച് അവരുടെ കുടുംബത്തിന്റെ ധനസ്ഥിതി വളരെ വ്യത്യസ്തമായി. നൂറിന്റെ അച്ഛൻ ഇതിൽനിന്നും കുറച്ച് പണമെടുത്ത് ഒരു വെളുത്ത ടൊയോട്ട ട്രക്ക് വാങ്ങി.

ആദ്യമൊക്കെ അച്ഛൻ തന്നെയായിരുന്നു ഡ്രൈവർ. എന്നാൽ അദ്ദേഹത്തിന് അമ്പത് വയസ്സു തികയുന്നതിനു മുമ്പ് പക്ഷാഘാതമുണ്ടായി.

സഹായിക്കുവാനായി പുത്രന്മാർ ആരും അടുത്തില്ലാത്ത അവസ്ഥയായപ്പോൾ അദ്ദേഹം നൂറിനെ ഡ്രൈവിങ്ങ് പഠിപ്പിച്ചു. നൂർ ഈ വിദ്യ സ്വയം പഠിച്ചെടുത്തു. സ്റ്റിയറിങ്ങിൽ കൈ വച്ച അന്നുമുതൽ താൻ ഈ കലയിൽ നിപുണയാണെന്ന് നൂർ അവകാശപ്പെടുന്നുണ്ടെങ്കിലും പഠന സമയത്ത് ഒരു അപകടത്തിൽ നൂറിന്റെ കൈയാൽ രണ്ട് കുട്ടികളും അവരുടെ അച്ഛനുമമ്മയുമടങ്ങുന്ന ഒരു കുടുംബത്തിന്റെ മേൽ തട്ടി അപകടമുണ്ടായിട്ടുണ്ടെന്ന് നൂറിന്റെ മകൾ പറയുന്നു. എന്നാൽ വളരെ സാവധാനത്തിലായിരുന്നു നൂർ അന്ന് വണ്ടിയോടിച്ചിരുന്നത് എന്നതിനാൽ ആർക്കും ജീവാപായമുണ്ടായില്ല. പക്ഷേ ഒന്ന് രണ്ട് ആടുകളും ഒരു നായയും ഈ അപകടത്തിൽ കൊല്ലപ്പെട്ടു.

ബദു സ്ത്രീകൾ കരുത്തരാണെന്നും അവരിൽ ചിലർ കുട്ടിക്കാലത്തേ വണ്ടിയോടിക്കുന്നത് പഠിക്കാറുണ്ടെന്നും നമുക്കൊക്കെ അറിയാമല്ലോ രാജകുമാരീ. ഇങ്ങനെ ഈ വിദ്യ പഠിച്ചവർ തങ്ങളുടെ ആടുമാടുകളെ ഒരിടത്തുനിന്നു മറ്റൊരിടത്തേക്കെത്തിക്കുന്നതിന് കുടുംബത്തെ സഹായിക്കാറുമുണ്ട്."

ഞാൻ സമ്മതിച്ച് തലയാട്ടി. സൗദി അറേബ്യയുടെ പല ഭാഗങ്ങളിൽ ബദു സ്ത്രീകൾ ട്രക്കുകളും മറ്റ് വാഹനങ്ങളും ഓടിക്കുന്നത് കണ്ടിട്ടുണ്ട്. തൈഫ് മേഖലയിൽ കൃഷിയിടങ്ങൾ അനവധിയുണ്ട്. അവിടെ തന്റെ അച്ഛനേയോ ഭർത്താവിനേയോ സഹായിക്കുന്ന ബദു സ്ത്രീകളെ കാണാം. അവരിൽ പലരും നാട്ടുപാതകളിലൂടെ വണ്ടിയോടിച്ച് അവശ്യസാധനങ്ങൾ ഒരിടത്തുനിന്നും മറ്റൊരിടത്തേക്ക് എത്തിക്കുന്ന കാഴ്ചയും സാധാരണമായി കാണാം. ഇതെല്ലം വിദൂരവും വന്യവുമായ ഇടങ്ങളാകയാൽ ഇതിലൊന്നും സർക്കാർ അധികാരികൾ ഇടപെടാറുമില്ല. അവർ ഈ കാഴ്ചകൾ അവഗണിക്കും.

ഡോക്ടർ മീന തന്റെ കഥ തുടർന്നു. "ഗ്രാമത്തിലെ മറ്റ് പെൺകുട്ടികളിൽ നിന്നും പല കാര്യങ്ങളാലും വ്യത്യസ്തയായിരുന്നു നൂർ. വണ്ടിയോടിക്കുന്നതിൽ അവൾ നിപുണയായി. അധികം താമസിയാതെ ഗ്രാമത്തിലെ ഏറ്റവും നിപുണയായ ഡ്രൈവർ എന്ന ഖ്യാതി നേടിയെടുത്തു. ഡ്രൈവിങ്ങിൽ മാത്രമല്ല അവൾ നൈപുണ്യം നേടിയത്. വണ്ടികളുടെ കേടുപാടുകൾ ശരിയാക്കുന്നതിലും ഇതേ നൈപുണ്യം നേടി. ഈ കൊച്ചു പെൺകുട്ടിയേക്കാൾ നല്ലൊരു മെക്കാനിക്ക് അവിടെയൊന്നുമില്ലെന്ന ഖ്യാതിയും നേടിയെടുത്തു. യുവാക്കൾ നൂറിനെ ശ്രദ്ധിക്കാൻ തുടങ്ങി. അവൾ സുന്ദരിയൊന്നുമായിരുന്നില്ല. എന്നാൽ മനം മടുപ്പിക്കാത്ത രൂപമുണ്ടായിരുന്നു. അതിലുപരി ജീവിതത്തിൽ ഏത് പ്രശ്നത്തിനും പ്രതിവിധി കാണാനുള്ള കഴിവുണ്ടായിരുന്നു. ഇങ്ങനെ ഒരു ഭാര്യയെ ലഭിച്ചാൽ അത് തങ്ങളുടെ ജീവിതം കൂടുതൽ മെച്ചപ്പെട്ടതാക്കുമെന്നും ജീവിതവിജയം തങ്ങളെത്തേടിയെത്തുമെന്നും ഈ യുവാക്കൾ കരുതി. ഒരുപക്ഷേ ഇങ്ങനെയൊരു ഭാര്യയെ ലഭിച്ചാൽ ഒരു ദരിദ്രൻ അധികം താമസിയാതെ ധനികനാകാനും മതി.

അങ്ങനെ നൂർ അവിടെയൊക്കെ പ്രശസ്തയായി. നൂറിന്റെ അച്ഛന്, തന്റെ മറ്റ് മൂന്ന് പുത്രിമാർക്ക് ഒന്നിച്ച് ലഭിച്ചതിലും കൂടുതൽ വിവാഹാഭ്യർത്ഥനകൾ നൂറിനായി ലഭിച്ചു. കുടുംബത്തെ സംബന്ധിച്ചിടത്തോളം ഇത് നല്ല വാർത്തയായിരുന്നു, നല്ല കാര്യമായിരുന്നു. എന്നാൽ ഇതിനൊരു ദോഷവശമുണ്ടായി. ഇത്രയും ശ്രദ്ധ പിടിച്ചുപറ്റിയത് നൂറിന്റെ അഹങ്കാരം വർദ്ധിപ്പിച്ചു. നാട്ടിലെ എല്ലാ സ്ത്രീകളേക്കാളും പുരുഷന്മാരേക്കാളും മികച്ചവളാണ് താൻ എന്നൊരു അഹങ്കാരം കുമിഞ്ഞു തുടങ്ങി. നൂറിന്റെ അമ്മയിൽ നിന്നും നൂറിന്റെ മകൾ കേട്ട കഥകളനുസരിച്ച്, നിയന്ത്രിക്കുവാനാകാത്ത മകളായി നൂർ. നൂറാകാട്ടെ ജോലി ചെയ്തും ക്ഷീണിച്ചു തുടങ്ങിയിരുന്നു. ഈ ക്ഷീണം തീർത്തത് വീട്ടിലുള്ളവരെയെല്ലാം തെറി വിളിച്ചായിരുന്നു. ആക്രമണം ഭയന്ന് ആരും അവളുടെ മുന്നിൽ ചെല്ലാതായി. അതേസമയം അവളാണ് ഈ ഗ്രാമത്തിൽ എല്ലാം തികഞ്ഞവളെന്ന് അവളുടെ അച്ഛൻ പറഞ്ഞ് വിശ്വസിപ്പിക്കുകയും ചെയ്തുകൊണ്ടിരുന്നു.

നൂറിന്റെ ഈ കോപവും അതിക്രമവും വിവാഹം കഴിപ്പിച്ചാൽ ഇത്തിരി കുറവ് വരുമെന്ന് വീട്ടുകാർ കരുതി. ഈ കോപത്തെ നിയന്ത്രിക്കാൻ ഒരു ഭർത്താവിനേ കഴിയുകയുള്ളൂ എന്നും കരുതി. നൂറിനാകട്ടെ വിവാഹത്തിനോട് താത്പര്യമില്ലായിരുന്നു. നൂറിന്റെ അമ്മ കൊണ്ടുവന്ന വിവാഹാലോചനകളെല്ലാം തള്ളി. നൂറിന്റെ അച്ഛൻ ഇതിൽ രഹസ്യമായി ആനന്ദിക്കുന്നുണ്ടായിരുന്നു. തന്റെ മനമിച്ഛിക്കുന്ന എന്തും ചെയ്യാൻ കഴിവുള്ള ഒരു മകളെ നഷ്ടപ്പെടുത്താൻ ആ അച്ഛൻ തയ്യാറല്ലായിരുന്നു. അവൾ കൃഷിയുത്പന്നങ്ങൾ വിലപേശി വിൽക്കും. ട്രക്കുകളുടെ കേടുപാടുകൾ തീർക്കും. വണ്ടിയോടിക്കും. ഒട്ടകങ്ങളെ പരിപാലിക്കും എല്ലാം എല്ലാം ചെയ്യും.

സഹോദരന്മാർ അപ്പോഴേക്കും ഗ്രാമം വിട്ട് പോയിരുന്നു. സഹോദരിമാരുടെ വിവാഹം കഴിഞ്ഞു. പിന്നെ അച്ഛന്റെ സഹായത്തിന് നൂർ മാത്രമായി. അവർ തമ്മിൽ സൗഹൃദം വളർന്നു. അച്ഛൻ തന്റെ എല്ലാ കാര്യത്തിനും നൂറിനെ ആശ്രയിക്കുവാൻ തുടങ്ങി. മറ്റ് വീടുകളിൽ ഒരച്ഛൻ മകനെ എങ്ങനെ ആശ്രയിക്കുന്നുവോ അതുപോലെ നൂറിന്റെ അച്ഛൻ നൂറിനെ ആശ്രയിച്ചു.

അവസാനം നൂറിന്റെ അച്ഛൻ മരിക്കുന്നതിന് ഏതാനും വർഷം മുമ്പ് നൂർ വിവാഹത്തിനു സമ്മതിച്ചു. അവൾക്ക് അവളുടേതായ നിബന്ധനകളുണ്ടായിരുന്നു. അതെഴുതി ഒപ്പിട്ട് കൊടുക്കണമെന്ന് നിർബന്ധം പിടിച്ചു. തന്നെ വിവാഹം കഴിക്കുന്നയാൾ തന്റെ വീട്ടിൽ തന്നെ താമസിക്കണം എന്നതായിരുന്നു ആദ്യ നിബന്ധന. ഒരു രണ്ടാം ഭാര്യയെ സ്വീകരിക്കരുത്, മൂന്നിൽ കൂടുതൽ കുട്ടികൾ പാടില്ല എന്നിവയും ആ നിബന്ധനയുടെ ഭാഗമായിരുന്നു. സൗദി അറേബ്യയിലെ ഒരു പുരുഷനും ഒരിക്കലും അംഗീകരിക്കാൻ സാധ്യതയില്ലാത്ത ആവശ്യങ്ങൾ. ഒരാളും ഇങ്ങനെയുള്ള നിബന്ധനകൾ കേട്ടിട്ടുപോലുമുണ്ടാകില്ല. പലർക്കും നൂറിനെ വിവാഹം കഴിച്ചാൽ കൊള്ളാമെന്നുണ്ടായിരുന്നെങ്കിലും ഈ

നിബന്ധനകൾ പരസ്യമായി അംഗീകരിക്കാൻ അവർ തയ്യാറല്ലായിരുന്നു. നൂറിനെ വിവാഹം കഴിക്കണം. നൂർ അവർക്ക് വേണ്ടി ജോലി ചെയ്യണം. എന്നാൽ ഒരു സ്ത്രീ കുടുംബം ഭരിക്കരുത്, ഇതായിരുന്നു അവരുടെ ചിന്താഗതി.

ഇത്രയും പറഞ്ഞ് ഡോക്ടർ മീന ചുമൽ കുലുക്കി. "എന്നാൽ ഒരാൾ മുന്നോട്ട് വന്നു. ഒരാൾ മാത്രം. ആ യുവാവിന്റെ പേര് മൊഹമ്മദ് എന്നായിരുന്നു. അയാളാണ് അടുത്ത മുറിയിലിരിക്കുന്ന ആ മനുഷ്യൻ. ഒരു സങ്കോചവുമില്ലാതെ മൊഹമ്മദ് നൂറിന്റെ എല്ലാ ആവശ്യങ്ങളും അംഗീകരിച്ചു."

അയാളുടെ കഴുത്തിലും കൈയിലും കണ്ട രക്തം എനിക്കോർമ്മ വന്നു. "എന്നു വച്ചാൽ മൊഹമ്മദ് നൂറിനെ ആക്രമിക്കുകയായിരുന്നില്ല എന്നാണോ അതോ നൂർ അയാളെ ആക്രമിച്ച് പരിക്കേല്പിക്കുകയായിരുന്നു എന്നാണോ?"

"കാര്യങ്ങൾ അത്ര ലളിതമല്ല രാജകുമാരി. നൂർ തന്റെ ഭർത്താവിനെ മർദ്ദിക്കാറുണ്ട്. മൊഹമ്മദ് അവളേയും മർദ്ദിക്കാറുണ്ട്. ഇത് വളരെ സങ്കീർണ്ണമായ ഒരവസ്ഥയാണ്. ഇത് തുടർന്നാൽ ഇതിൽ ഒരാൾ കൊല്ലപ്പെടും എന്ന നിലയിലേക്ക് കാര്യങ്ങളെത്തിയിരിക്കുന്നു."

ഞാൻ കേട്ടത് വിശ്വസിക്കാൻ വിസമ്മതിച്ചു. "അവളെങ്ങനെ അയാളെ മർദ്ദിക്കും? അയാൾക്ക് ഇവരുടെ ഇരട്ടി ആരോഗ്യവും ശരീരവുമുണ്ടല്ലോ?"

"നൂർ കൗശലക്കാരിയാണ്. അവൾ ആക്രമിക്കുന്നത് അയാൾ ഉറങ്ങിക്കിടക്കുമ്പോഴാണ്. കൈയിൽ കിട്ടിയതെടുത്തടിക്കും. കൈയിലെ നഖം വച്ച് മാന്തിപ്പൊളിക്കും."

"അയാളെ എന്തിനാണ് മർദ്ദിക്കുന്നത് എന്ന് അവൾ പറയുകയുണ്ടായോ?"

ഡോക്ടർ മീന ഒന്ന് നിശ്വസിച്ചു. "നൂറിന് ഇപ്പോൾ വിവാഹമോചനം വേണം. മൊഹമ്മദ് അതിനു സമ്മതിക്കുന്നില്ല. അയാൾ മടിയനാണ്. നൂറിനെ അയാൾ വിവാഹം കഴിച്ചത് അയാൾക്ക് മടിപിടിച്ചിരിക്കുവാൻ മാത്രമാണ്. ഒരായുഷ്കാലം മുഴുക്കെ അയാൾ പണിയെടുക്കാതിരുന്നു. അവൾ അടിമയെപ്പോലെ പണിയെടുത്തു. ഇപ്പോൾ നൂർ വൃദ്ധയായിരിക്കുന്നു. പണ്ടത്തെപ്പോലെ ജോലി ചെയ്യാനുള്ള ആരോഗ്യമില്ല. അപ്പോൾ മൊഹമ്മദിന്റെ ദുരാഗ്രഹം വർദ്ധിച്ചു. അയാൾ എന്നും അവളെ മർദ്ദിക്കാൻ തുടങ്ങി. നൂർ കരുതുന്നത് അവൾ അയാളെ എന്നും മർദ്ദിച്ചാൽ ഒരുപക്ഷേ അയാൾ വിവാഹമോചനത്തിന് സമ്മതിച്ചേക്കും എന്നാണ്. ഒരു ജോലിയും ചെയ്യാൻ തയ്യാറില്ലാത്ത ഒരുവന്റെ ഭാര്യയായി, അടിമയായി ജീവിക്കുന്നതിലും നല്ലത് വിവാഹമോചനമാണെന്ന് അവൾ കരുതുന്നു."

"ഈ മനുഷ്യനാകട്ടെ ഇവൾ ജോലി ചെയ്യണം എന്നതിനാൽ മൊഴി ചൊല്ലാൻ തയ്യാറുമില്ല, അല്ലേ?"

വിവാഹമോചനം എന്ന ആവശ്യം മൊഹമ്മദിൽ നിന്നാണുണ്ടായത് എങ്കിൽ അത് ലഭിക്കുവാൻ ബുദ്ധിമുട്ടൊന്നുമുണ്ടാകില്ല. മൂന്ന് തവണ തലാക്ക് ചൊല്ലി ഏത് സൗദിപുരുഷനും തന്റെ ഭാര്യയെ ഒഴിവാക്കാം. അതുകഴിഞ്ഞ് അധികാരികളെ ഈ വിവരം അറിയിക്കണം. സൗദിയിൽ പുരുഷന്മാരെ സംബന്ധിച്ചിടത്തോളം വിവാഹമോചനം എന്നത് വളരെ ലളിതമായ ഒരു പ്രക്രിയയാണ്. എന്നാൽ സ്ത്രീകൾക്ക് അതങ്ങനെ യല്ല. ഒരു സ്ത്രീ വിവാഹമോചനം ചോദിക്കുന്നതിനെ സമൂഹം എതിർ ക്കുന്നു. മതപുരോഹിതന്മാർ ഇതിനെ അനുകൂലിക്കുകയില്ല എന്നു മാത്ര മല്ല, ഈ അഭ്യർത്ഥന അനുവദിക്കാറുമില്ല. സ്വന്തം ഭർത്താവിനോടൊപ്പം സുഖമായി ജീവിക്കൂ എന്നവർ ഉപദേശിക്കും. ഈ അനുഭവം നൂറിനു മുണ്ടായിട്ടുണ്ട്. ഒരായുസ്സ് മുഴുവൻ തന്നെ അടിമവേലയ്ക്കുപയോഗിച്ച മനുഷ്യനെ ഉപേക്ഷിക്കുവാൻ അവർ അവളെ സമ്മതിച്ചില്ല. അവളോട് അയാളുടെ കൂടെ തന്നെ കഴിയുവാൻ അവർ നിർബന്ധിച്ചു.

ഞാൻ നൂറിനെ നോക്കി. ശ്രദ്ധിച്ച് നോക്കിയപ്പോൾ അവർ തീരെ മെലിഞ്ഞ ശരീരപ്രകൃതിയുള്ളവളാണെന്ന് മനസ്സിലായി. കൃഷിയിടങ്ങ ളിൽ ജോലി ചെയ്യുവാനാകാത്ത വിധത്തിൽ വൃദ്ധയുമായിരിക്കുന്നു. അതു കൊണ്ട് ഇങ്ങനെ ഭ്രാന്തുപിടിച്ച സ്വഭാവം കാണിക്കുന്നതിൽ എനിക്ക് അദ്ഭുതമില്ല.

"എന്ത് പറയണമെന്ന് എനിക്കറിയില്ല ഡോക്ടർ മീന" ഞാൻ പറഞ്ഞു.

"എനിക്ക് മനസ്സിലാകും. പക്ഷേ ഇവിടെ അക്രമം വളരെ അധിക മായിക്കൊണ്ടിരിക്കുന്ന ഒരവസ്ഥയുണ്ട്. നൂറിന്റെ ആരോഗ്യം നശിച്ചു കൊണ്ടിരിക്കുകയാണ്. അവൾക്കിനിയും ആ പഴയ "അദ്ഭുത വനിത"യാ കുവാനാകില്ല. ഇത് അവളുടെ മാനസിക നിലയേയും ബാധിക്കുന്നുണ്ട്. പണ്ട് ചെയ്തിരുന്നതുപോലെ ജോലി ചെയ്യുവാൻ അവൾക്കാകാത്തത് അവളെ മാനസികമായി ബാധിക്കുന്നു. മൊഹമ്മദ് ഒരിക്കലും തന്നെ സ്നേഹിച്ചിട്ടില്ലെന്ന് ഇപ്പോൾ അവൾ മനസ്സിലാക്കുന്നു. അയാൾക്ക് വേണ്ടിയിരുന്നത് അവൾ ജോലി ചെയ്ത് തനിക്കും കുട്ടികൾക്കുമുള്ള ഭക്ഷണമെത്തിക്കുക മാത്രമായിരുന്നു."

ഡോക്ടർ മീന എന്നോട് പറയുകയായിരുന്നില്ല. അവർ ഉച്ചത്തിൽ ചിന്തിക്കുകയായിരുന്നു. "ആദ്യ ദിവസം തൊട്ടേ പൊരുത്തമില്ലാത്ത ഒരു വിവാഹമായിരുന്നു ഇത്. മൊഹമ്മദ് ഒരു കുഴിമടിയനാണ്. തന്റെ ഭാര്യയ്ക്ക് സർവ്വാധികാരം അയാൾ പതിച്ച് നൽകി. കുടുംബം നടത്തേണ്ട ചുമതലയും വരുമാനമുണ്ടാക്കേണ്ട ചുമതലയും അവളെ ഏല്പിച്ചു. അയാൾ ബദു നാടോടി കഥകളും കവിതാശകലങ്ങളും പറഞ്ഞ് തീ കാഞ്ഞിരുന്നു.

മാതാപിതാക്കൾ തമ്മിലുള്ള ഈ സംഘർഷം കണ്ട് സഹികെട്ടാണ് തന്റെ സഹോദരന്മാർ ഗ്രാമം വിട്ടതെന്ന് നൂറിന്റെ മകൾ പറയുന്നു." ഡോക്ടർ മീന തുടർന്നു. "അമ്മയോട് മക്കൾക്കെല്ലാവർക്കും സഹതാപ മുണ്ട്. അതുപോലെ തന്നെ അച്ഛനോടും. മൊഹമ്മദും നൂറിനെ

പ്രകീർത്തിക്കുന്നുണ്ട്. നൂറിന് ജോലിയിലുള്ള നിപുണത ഗ്രാമത്തിൽ തനിക്കുള്ള ബഹുമാനം ഉയർത്തുന്നു എന്ന് അയാൾ പറയുന്നുണ്ട്. ഒരിക്കൽ ഒരു അൽസൗദ് രാജകുമാരൻ തന്റെ മജ്‌ലിസ് സന്ദർശനങ്ങൾക്കായി ആ പ്രദേശം സന്ദർശിച്ച കഥ ഇതിനുദാഹരണമായി അയാൾ പറയാറുമുണ്ട്."

സൗദി അറേബ്യൻ രാജകുടുംബത്തിലെ പുരുഷന്മാർ സൗദിയിലെ ഏതെങ്കിലും ഒരു പ്രദേശത്തിലെ അല്ലെങ്കിൽ കുലത്തിലെ പുരുഷന്മാരുടെ ഒരു സഭയുമായി ഇടപഴകി അവരുടെ പരാതികൾ കേൾക്കുന്ന സംവിധാനമാണ് മജ്‌ലിസ്. പരാതികൾ കേൾക്കുന്നതിനോടൊപ്പം അവരിൽ നിന്നും സാമ്പത്തിക സഹായത്തിനുള്ള അപേക്ഷകൾ, ഭൂമിയുടെ ഉടമസ്ഥാവകാശത്തെ ചൊല്ലിയുള്ള തർക്കങ്ങൾ എന്നിവയും സ്വീകരിക്കും. എല്ലാ മനുഷ്യരും തുല്യരാണെന്നാണ് വിശുദ്ധ ഖുർ-ആൻ പഠിപ്പിക്കുന്നത്. അതിനാൽ തന്നെ മജ്‌ലിസ് എന്നത് ഒട്ടും ഔദ്യോഗിക പരിവേഷത്തോടെ നടത്തപ്പെടുന്ന ഒന്നല്ല. ഇവിടെ രാജകുടുംബത്തെ പ്രതിനിധാനം ചെയ്യുന്ന രാജകുമാരനെ സഭയിൽ പങ്കെടുക്കുന്ന മറ്റ് പുരുഷന്മാർ പലപ്പോഴും പേരുചൊല്ലി വിളിക്കാറുണ്ട്.

"അതെ. എനിക്കറിയാം." ഞാൻ ഡോക്ടർ മീനയോട് പറഞ്ഞു.

അങ്ങനെ അന്ന് സഭയിലെത്തിയ രാജകുമാരനും പങ്കെടുത്തിരുന്ന പുരുഷന്മാരും ഒന്നിച്ച് ചായ കുടിച്ചുകൊണ്ടിരിക്കുന്നതിനിടയിലേക്ക് നൂർ കയറി വന്നു. കയറി വന്ന ഉടൻ തന്നെ അവർ ഗ്രാമത്തിലെ നേതാക്കളെയെല്ലാം ഒന്നടങ്കം ശകാരിക്കുവാൻ തുടങ്ങി. ഇത് രാജകുമാരനെ അദ്ഭുതപ്പെടുത്തി. ഇവർ രാജകുമാരൻ മുന്നിലുള്ളപ്പോൾ പുകഴ്ത്തുകയും ഇവിടെ നിന്ന് പോയാൽ ശപിക്കുകയുമാണെന്ന് നൂർ ആരോപിച്ചു. അവിടെയുള്ള ചെറിയ ആശുപത്രി ശരിയായ വിധത്തിലല്ല പ്രവർത്തിക്കുന്നതെന്ന് നൂർ പറഞ്ഞു. ആശുപത്രിയിലെ ജീവനക്കാർക്കൊന്നും വേണ്ട പരിശീലനം ലഭിച്ചിട്ടില്ല. ഒരു കഴിവുമില്ലാത്ത ഡോക്ടർമാരാണവിടെ ജോലി ചെയ്യുന്നത്. അതുകൊണ്ട് പലരുടേയും ജീവൻ അനാവശ്യമായി നഷ്ടപ്പെടുന്നു. നൂറിന്റെ വാക്കുകൾ രാജകുമാരനേയും ഒഴിവാക്കിയില്ല. തന്റെ ഒരു ചെറിയ ആരോഗ്യപ്രശ്നത്തിനു പോലും മതിയായ ചികിത്സ ലഭിച്ചില്ലെന്നും അതിനാൽ സ്വയം ചികിത്സിച്ച് ഭേദപ്പെടുത്തേണ്ടി വന്നു എന്നും പറഞ്ഞു. താങ്കളുടെ സർക്കാർ അയയ്ക്കുന്ന ഏതൊരു ഡോക്ടറേക്കാളും നന്നായി ഈ ആശുപത്രി താൻ സ്വയം നടത്തിക്കോളാം എന്നു പറഞ്ഞു. എപ്പോൾ വായടക്കണം എന്നവൾക്ക് അറിയില്ലായിരുന്നു. എണ്ണപ്പണം ഇത്രയധികം ലഭിക്കുന്ന രാജകുടുംബത്തിന് ഏറ്റവും ചുരുങ്ങിയത് ഗ്രാമങ്ങളിലെ ആശുപത്രികളെങ്കിലും നല്ല രീതിയിൽ നടത്താൻ കഴിവുണ്ടാകണം എന്നവൾ ആരോപിച്ചു.

അന്ന് സന്ദർശിച്ച രാജകുമാരൻ നല്ലവനായിരുന്നു. മാന്യതയുള്ളവനായിരുന്നു. അവിടെ കൂടിയിരുന്നവരോട് ഈ സ്ത്രീയുടെ വാക്കുകൾ നിങ്ങൾ ശ്രദ്ധിക്കണമെന്നും ആ വാക്കുകളെ ബഹുമാനിക്കണമെന്നും

അദ്ദേഹം ആവശ്യപ്പെട്ടു. നല്ല മനസ്സുള്ള സ്ത്രീയാണ് നൂർ എന്നാണ് തന്റെ അഭിപ്രായം. അവളുടെ ഉപദേശങ്ങൾ ചെവികൊള്ളേണ്ടതാണെന്നും പറഞ്ഞു.

എന്റെ ഓർമ്മയിലേക്ക് ചില പഴയ കഥകൾ ഓടിയെത്തി. സാറയോട് ആസാദ് പറഞ്ഞ കഥ. റിയാദിന്റെ പരിസരങ്ങളിലുള്ള പല ഗ്രാമങ്ങളിലും ഒരിക്കൽ ആസാദ് മജ്‌ലിസ് നടത്തിയിരുന്നു. ആഴ്ചകളോളം, പല ഗ്രാമങ്ങളിലായി, ആസാദ് അത് തുടർന്നു. രാജകുടുംബം ഒരു കുലവുമായി അടുത്ത ബന്ധം സ്ഥാപിക്കുവാൻ തീരുമാനിച്ചതിന്റെ ഭാഗമായിട്ടായിരുന്നു ഈ മജ്‌ലിസുകൾ. അങ്ങനെയുള്ള മജ്‌ലിസുകളിലൊന്നിൽ, ഒരു ബദു സ്ത്രീ കയറി വരികയും എല്ലാവരേയും അമ്പരപ്പിച്ചുകൊണ്ട് പരാതികളുടെ ഭാണ്ഡമഴിക്കുകയുമുണ്ടായി എന്ന് ആസാദ് പറഞ്ഞിരുന്നു. ഗ്രാമത്തിലെ വൈദ്യസഹായം രാജകുടുംബത്തിന്റെ അനാസ്ഥ എന്നീ കാര്യങ്ങൾ അവർ എടുത്ത് പറഞ്ഞിരുന്നു.

ആസാദ് അന്ന് വിവരിച്ച സംഭവങ്ങളുമായി വളരെ അടുത്ത് നിൽക്കുന്ന കാര്യങ്ങളാണിപ്പോൾ ഡോക്ടർ മീനയും പറയുന്നത്. എന്റെ സഹോദരിയുടെ ഭർത്താവാണീ കഥയിലെ രാജകുമാരൻ എന്ന് ഞാൻ പറഞ്ഞില്ല. പകരം തല ഇരുവശത്തേക്കുമാട്ടി കഥ കേട്ടു. എനിക്ക് അദ്ഭുതമായിരുന്നു. ഈ ലോകം എത്ര ചെറുതാണെന്ന അദ്ഭുതം. നമ്മൾ എത്ര അവിചാരിതമായാണ് പലരേയും കണ്ടുമുട്ടുന്നത് എന്ന അദ്ഭുതം.

എന്റെയും ഡോക്ടർ മീനയുടേയും കണ്ണുകൾ പരസ്പരമുടക്കി. പിന്നെ ഞങ്ങളൊന്നിച്ച് നൂറിനെ നോക്കി. അവരെക്കുറിച്ചാണ് ഞങ്ങൾ സംസാരിക്കുന്നതെന്ന് നൂറിന് മനസ്സിലായിട്ടുണ്ട്. ഞാൻ അവരെ നോക്കി ചിരിച്ചു. നൂറിൽ നിന്ന് പ്രതികരണമൊന്നും വന്നില്ല.

അവരുടെ അവസ്ഥയോട് എനിക്കുള്ള അനുകമ്പ വർദ്ധിച്ചു. തന്റെ കാര്യങ്ങൾ തുറന്ന് പറഞ്ഞ് നേടിയെടുക്കാൻ കരുത്തുള്ളവളായിരുന്നു. എന്നാൽ അവരുടെ ജീവിതം ദുസ്സഹമായിരുന്നു. നിത്യവും കഠിനാദ്ധ്വാനം ചെയ്ത് ജീവിതം തള്ളിനീക്കി. ഇപ്പോഴവൾ വൃദ്ധയായിരിക്കുന്നു. പഴയതുപോലെ പലതും ചെയ്ത് തീർക്കുവാനാകാതായിരിക്കുന്നു. സൗദി അറേബ്യയിലായതുകൊണ്ട് ഭർത്താവിൽ നിന്നും രക്ഷപ്പെടുവാനുമാകില്ല. ഇവിടെ ഭർത്താവ് എന്നാൽ സ്ത്രീയുടെ രക്ഷാകർത്താവാണ്. ഗ്രാമം വിട്ട് സ്വന്തം നിലയിൽ ഓടിപ്പോകുവാനുമാകില്ല. എന്റെ നാട്ടിൽ അങ്ങനെയൊന്ന് അനുവദനീയമല്ല.

“എന്ത് ചെയ്യണമെന്നാണാഗ്രഹിക്കുന്നത്?”

“താങ്കളുടെ ഭർത്താവിന്റെ സഹായം തേടി, സർക്കാരിൽ നിന്നും ആരെയെങ്കിലും പറഞ്ഞയച്ച് മൊഹമ്മദിനെ വിവാഹമോചനത്തിനു പ്രേരിപ്പിക്കാമോയെന്ന് ചോദിക്കണമെന്നാഗ്രഹിച്ചു. ഇപ്പോഴത്തെ അവസ്ഥ തുടർന്നാൽ ഇവരിൽ ഒരാൾ മർദ്ദനമുറകളിൽ മാറ്റം വരുത്തും. അപകടകരമായ നിലയിലേക്ക് അതെത്തും. നൂർ ഇപ്പോൾ മരപ്പലകകൾ

ഉപയോഗിച്ചാണ് മർദ്ദിക്കുന്നത് മൊഹമ്മദ് കൈകൊണ്ടും. എന്നാൽ അധികം വൈകാതെ ഇവരിൽ ആരെങ്കിലുമൊരാൾ മൂർച്ചയുള്ള ഒരാ യുധം ഉപയോഗിക്കാനിടവരും. ഈ രണ്ടുപേരിലും എനിക്കിഷ്ടപ്പെടാത്ത ഒരായിരം സ്വഭാവങ്ങളുണ്ട്. എന്നാൽ ഇവരിലൊരാൾ കൊല്ലപ്പെടാൻ ഞാനാഗ്രഹിക്കുന്നില്ല. എന്തെങ്കിലും ചെയ്തില്ലെങ്കിൽ ഇവരിൽ ഒരാൾ കൊല്ലപ്പെടും എന്ന് ഞാൻ വിശ്വസിക്കുന്നു. അങ്ങനെയൊന്ന് സംഭവി ക്കുന്നതിനെ എനിക്ക് തടയണം."

സൗദിയിൽ ഒരു പുരുഷനും അയാളുടെ ഭാര്യയും തമ്മിലുള്ള യാതൊരു ഇടപാടിലും ഒരിക്കലും മറ്റൊരു സൗദി പുരുഷൻ ഇടപെടാ റില്ല. അങ്ങനെ ഒരനുഭവം എനിക്കില്ല. അതിനാൽ ഞാൻ ഒന്ന് ശങ്കിച്ചു. ഒരു പുരുഷനും അയാളുടെ കുടുംബത്തിലെ സ്ത്രീകളും തമ്മിലുള്ള സ്വകാര്യതകളിൽ മറ്റുള്ളവർ പ്രവേശിക്കരുതെന്നാണ് നിയമം.

"ഞാനിന്ന് കരീമിനോട് സംസാരിക്കാം. എന്നാൽ എനിക്ക് വലിയ പ്രതീക്ഷയൊന്നുമില്ല ഡോക്ടർ."

"എനിക്കത് മനസ്സിലാകും."

"എന്നാൽ ഇപ്പോൾ എന്താണ് ചെയ്യാൻ ഉദ്ദേശ്യം?"

"ഞാൻ നൂറിനെ ഇവിടെ അഡ്മിറ്റ് ചെയ്യാൻ പോകുന്നു. അപ്പോൾ രണ്ട് പേർക്കും ഒന്ന് തണുക്കുവാനുള്ള സമയം ലഭിക്കും. ഒന്ന് ശാന്ത മാകുവാൻ. മൊഹമ്മദിനെ വിവാഹമോചനത്തിനു സമ്മതിപ്പിക്കാവുന്ന എന്തെങ്കിലും ഉപായം താങ്കളുടെ ഭർത്താവിന് കണ്ടെത്തുവാനായാൽ, നൂർ തന്റെ മക്കളിൽ ഒരാളോടൊപ്പം ജീവിക്കും. അവർ എല്ലാവരും നൂറിനെ ഒപ്പം താമസിപ്പിക്കാൻ തയ്യാറാണെന്ന് അറിയിച്ചിട്ടുണ്ട്."

"എങ്കിൽ ഞാനിപ്പോൾ ഇറങ്ങട്ടെ ഡോക്ടർ. എന്നെ വിളിച്ചതിനു നന്ദി." ഞാൻ ഇന്ന് കരീമിനോട് സംസാരിക്കാം. കരീം എന്ത് പറഞ്ഞു വെന്ന് നാളെ വിളിച്ച് പറയാം." ഡോക്ടർ മീന മറ്റുള്ളവരേക്കാൾ ഉപരി യായി എന്നെ മനസ്സിലാക്കിയിരിക്കുന്നു. അതുപോലെ ഞാൻ ഡോക്ടർ മീനയേയും. ഞാനവരുടെ മുഖത്തേക്ക് നോക്കി. ഞാനെഴുന്നേറ്റു. എന്റെ മൂടുപടവും മറ്റു വസ്ത്രങ്ങളും ശരിയാക്കി, പോകാനൊരുങ്ങി.

നൂറിനോടോ മകളോടോ ഒന്നും പറയാതെ ഇറങ്ങി. അവർ രണ്ട് പേരെ കുറിച്ചും വേവലാതിയുണ്ടായിരുന്നു.

ഞാനിറങ്ങാൻ തുടങ്ങിയപ്പോൾ അവസാനത്തെ അദ്ഭുതവും സംഭ വിച്ചു.

മൊഹമ്മദ് ഉച്ചത്തിൽ നൂറിനെ വിളിക്കുന്നത് ഞങ്ങളെല്ലാം കേട്ടു. എന്തുതന്നെ സംഭവിച്ചാലും ഒരു വിവാഹമോചനത്തിന് താൻ തയ്യാറാ കില്ലെന്ന് മൊഹമ്മദ് വിളിച്ച് പറഞ്ഞു. നൂർ താൻ കിടന്നിരുന്ന കട്ടിലിൽ നിന്നും എടുത്തു ചാടി. അടഞ്ഞ് കിടന്നിരുന്ന വാതിൽ തള്ളിത്തുറന്ന് ഭർത്താവിനരികിലെത്തി. മുഷ്ടി ചുരുട്ടി ഭർത്താവിനെ ആക്രമിക്കുവാൻ തുടങ്ങി. ഞാനപ്പോൾ അവരുടെ കണ്ണുകൾ ശ്രദ്ധിച്ചു. ഭർത്താവിനോടുള്ള

വെറുപ്പ് കുമിഞ്ഞുകൂടി കറുത്തിരുണ്ടിരിക്കുന്നു ആ കണ്ണുകൾ. ഡോക്ടർ മീന പ്രവചിക്കുന്നത് സത്യമാകും എന്നൊരു ബോധ്യം അപ്പോഴെനിക്കുണ്ടായി. നൂർ കൊല്ലാനും മടിക്കില്ല.

മൊഹമ്മദ് എഴുന്നേറ്റ് നിന്നു. ഒന്ന് മുരണ്ട് ഭാര്യയെ നോക്കി. ആ നോട്ടത്തിൽ നിന്നും വേണ്ടിവന്നാൽ അയാൾ ഭാര്യയെ കൊല്ലും എന്നും വായിച്ചെടുക്കാമായിരുന്നു.

അപ്പോഴേക്കും ഡോക്ടർ മീനയുടെ രണ്ട് സഹായികൾ ഇടപെട്ടു. അതിനാൽ കൂടുതൽ പരിക്കുകളുണ്ടായില്ല. ചുണ്ടുകൾ അമർത്തിയടച്ച് നിൽക്കുന്ന ഡോക്ടർ മീനയെ ഒരിക്കൽ കൂടി നോക്കി. അവർ ആകുലതയാൽ തലയാട്ടുന്നുണ്ടായിരുന്നു.

ഒട്ടും സമയം പാഴാക്കാതെ മുറിയിൽ നിന്നിറങ്ങി. ഇതിനു മുമ്പൊന്നും ഞാനിത്ര ആശയക്കുഴപ്പത്തിലായിട്ടില്ല.

ആശുപത്രിയിൽ നിന്നിറങ്ങുവാനായി നീണ്ട ഇടനാഴിയിലൂടെ നടക്കുമ്പോൾ മനസ്സിൽ ആശങ്കകൾ പലതുണ്ടായിരുന്നു. ആരോടെങ്കിലും കയർക്കണം എന്നൊരാഗ്രഹമുണ്ടായി. എന്നാൽ ചുണ്ടനക്കിയില്ല. ആശുപത്രിക്കകത്ത് വായു അനങ്ങുന്നില്ല. നല്ല ചൂടുണ്ട്. ഏതാനും അടി നടന്നപ്പോഴേക്കും ഞാനാകെ വിയർക്കുവാൻ തുടങ്ങി. ശരീരത്തിൽ പുഴുവരിക്കുന്നതുപോലെ വിയർപ്പുചാലുകളൊലിച്ചു തുടങ്ങി.

മനസ്സിൽ ഒരായിരം ചോദ്യങ്ങളുയർന്നു. എല്ലാ വിവാഹങ്ങളിലും സങ്കീർണ്ണതകളുണ്ട്. ആക്രമിക്കപ്പെടുന്ന, അധിക്ഷേപിക്കപ്പെടുന്ന ഒരു സ്ത്രീയെ രക്ഷിക്കുവാൻ ഏതറ്റം വരെ പോകണം? നൂറിനെ മാനസികമായി പീഡിപ്പിച്ചിരുന്നു എന്നതും ഇന്ന് അവർ ശാരീരികമായും ആക്രമിക്കപ്പെടുന്നു എന്നതും സത്യം. എന്നാൽ അതേ കുറ്റം അവരിലും ആരോപിക്കാവുന്നതാണ്. അവർ ഭർത്താവിനേയും ആക്രമിക്കുന്നുണ്ട്.

മുമ്പ് ചെയ്ത കാര്യങ്ങളിൽ ഇതുപോലെ തെറ്റുപറ്റിയിട്ടുണ്ടെങ്കിൽ? ഒരുപക്ഷേ കൗശലക്കാരികളായ സ്ത്രീകൾ എന്നെ കബളിപ്പിച്ച് നിരപരാധികളായ പുരുഷന്മാർക്കെതിരെ തിരിച്ച് വിട്ടിട്ടുണ്ടാകാം. അതവരുടെ ജീവിതത്തെ മാറ്റി മറിച്ചിട്ടുണ്ടാകാം. നിഷ്ക്കരുണരായ പുരുഷന്മാർക്കെതിരെയുള്ള പടയായിരുന്നു എന്റെ ജീവിതത്തിന്റെ അടിസ്ഥാനം. നിഷ്കളങ്കകളായ സ്ത്രീകളെ രക്ഷിക്കുവാനാണീ അടിത്തറ കെട്ടിപ്പോക്കിയത്. എന്റെ മനസ്സിൽ സ്ത്രീകൾ എന്നും നിഷ്കളങ്കരും കുറ്റമില്ലാത്തവരുമായിരുന്നു, പുരുഷന്മാർ തിരിച്ചും.

ആ ഇടനാഴിയിലൂടെ നടക്കുമ്പോൾ മനസ്സിൽ ഇതൊക്കെയായിരുന്നു. ഇത്തരം അവസരങ്ങൾ, സാഹചര്യങ്ങൾ ശരിയായി വിശകലനം ചെയ്തെടുക്കുവാൻ എനിക്കാകുന്നുണ്ടോ എന്നൊരു ശങ്കയുണ്ടായി. കണ്ണ് നിറഞ്ഞു. കോപം നിറഞ്ഞു. കണ്ണിന്റെ കാഴ്ച മങ്ങി. ആശുപത്രിയിൽ നിന്നും പുറത്തിറങ്ങുന്നതിനു മുമ്പ് മൂടുപടം ധരിച്ച മറ്റൊരു സ്ത്രീയുടെ ശരീരത്തിൽ തട്ടി. അവർക്ക് വല്ലാതെ വേദനിച്ചു എന്ന് തോന്നുന്നു. ആരോ

ശരീരത്തിൽ കത്തി കുത്തിയിറക്കിയതുപോലെ അവർ നിലവിളിച്ചു. ഞാൻ അമ്പരന്നു. വേച്ചു വേച്ച് നടക്കുവാൻ തുടങ്ങി. ഞാൻ വീഴാതിരിക്കുവാൻ ചില വിദേശി വനിതകൾ സഹായിച്ചു. എന്നാൽ അവരുടെ കൈകളിൽ നിന്നും വഴുതി അതേ സ്ത്രീയുടെ മേൽ വീണ്ടും വീണു. ഞങ്ങളിരുവരും ഒന്നിച്ച് നിലത്ത് വീണു. അവരുടെ മൂടുപടവും തട്ടവും ഒരു വശത്തേക്ക് മാറിപ്പോയി. അവർ തലയുയർത്തിയപ്പോൾ നഗ്നമായ നീണ്ട കഴുത്ത് കണ്ടു. അവരുടെ അബായ കാൽമുട്ടിനു മുകളിലേക്കുയർന്നു. നല്ല മാംസപേശികളുള്ള, തവിട്ട് നിറമുള്ള കാലുകൾ പുറത്തു കണ്ടു. അതൊരു യുവതിയായിരുന്നു എന്നുറപ്പ്. അവരാരായിരുന്നു? അവരുടെ കഥയെന്താണ്? അവരാരായിരുന്നാലും നല്ല കരുത്തുള്ള വളാണ്. അവർ ഒരു നിമിഷാർദ്ധം കൊണ്ട് ചാടിയെഴുന്നേറ്റു. അനായാസം എഴുന്നേറ്റത് അവരുടെ കരുത്ത് തെളിയിച്ചു. അവൾ കായിക മത്സരങ്ങളിൽ പങ്കെടുക്കുന്നവളാണോ? കായിക വിനോദങ്ങളിൽ ഏർപ്പെടുന്നതിൽ സൗദി സ്ത്രീകളെ പ്രോത്സാഹിപ്പിക്കാറില്ല. എന്നാൽ ചില പെൺകുട്ടികൾ വീടിനകത്ത് ഇത്തരം പരിശീലനങ്ങളിൽ ഏർപ്പെടാറുണ്ട്. വീടിനകത്തുള്ള പരിശീലനമാകുമ്പോൾ സർക്കാരിലുള്ളവരാരും അവരുടെ താത്പര്യങ്ങൾ അറിയില്ലല്ലോ.

അപ്പോഴാണ് ഞാൻ നിലത്തു കിടന്നുരുളുകയാണെന്ന് ശ്രദ്ധിച്ചത്. അതെന്നിൽ വൈക്ലബ്ല്യമുണ്ടാക്കി. മൂടുപടത്തെ ഇഷ്ടപ്പെട്ട വളരെ അപൂർവ്വം അവസരങ്ങളിലൊന്നായിരുന്നു അത്. എന്ത് സംഭവിച്ചു എന്നു മനസ്സിലാക്കുവാൻ ഇത്തിരി നേരമെടുത്തു. അതുകൊണ്ട് തന്നെ എഴുന്നേറ്റ് നിൽക്കുവാനും സമയമെടുത്തു. പലരും അടുത്ത് വന്ന് പലതും ചോദിച്ചു. എനിക്ക് കരച്ചിൽ വന്നു. ഞാനവരെ മറികടന്ന് ഇടനാഴിയിലൂടെ ഓടി. അപ്പോഴും കാലുകൾ പതറുന്നുണ്ടായിരുന്നു. കിതയ്ക്കുന്നുണ്ടായിരുന്നു. വല്ലാത്തൊരു സങ്കടം എന്നിലടിഞ്ഞുകൂടുന്നത് അറിയുന്നുണ്ടായിരുന്നു.

വീട്ടിലെത്തിയപ്പോൾ ആശ്വാസം തോന്നി. മുറിയിൽ വിശ്രമിക്കുവാൻ തുടങ്ങിയപ്പോൾ മുമ്പൊന്നും തോന്നാത്ത ആശ്വാസം. അന്ന് സായാഹ്നത്തിൽ വളരെ വൈകി കരീമിനോട് എനിക്കെന്ത് സംഭവിച്ചു എന്നും, ഒരക്ഷരം ഉരിയാടാതെ നേരത്തെ ഉറങ്ങിയതെന്തുകൊണ്ടെന്നും പറഞ്ഞു. അപ്പോഴും ഞാനറിയാതെ എന്തുകൊണ്ടെന്നറിയാതെ ഒരു സങ്കടം കുമിഞ്ഞുകൂടുന്നുണ്ടായിരുന്നു.

ഒരു വിവാഹത്തിൽ, വിവാഹമോചനത്തിൽ ഇടപെടണം എന്ന് കരീമിനോട് ആവശ്യപ്പെടുവാൻ പോലും ഭയന്നു. ഭർത്താവിൽ നിന്നും ലഭിക്കുവാൻ പോകുന്ന ഉത്തരം അറിയാമായിരുന്നു. അവസാനം ധൈര്യം സംഭരിച്ച് അന്ന് നടന്നതെല്ലാം കരീമിനോട് പറഞ്ഞു. ഡോക്ടർ മീന ഒരു കൊലപാതകം ഭയക്കുന്നു എന്നതും പറഞ്ഞു. ഭർത്താവിനോട് ഇക്കാര്യത്തിൽ ഇടപെട്ട് ഒരു വിവാഹമോചനത്തിൽ ഇതെത്തിക്കാമോ എന്ന് അഭ്യർത്ഥിച്ചു.

അതിനുത്തരം നൽകാൻ കരീമിന് രണ്ടാമതൊന്ന് ആലോചിക്കേണ്ടി വന്നില്ല. പറ്റില്ല എന്ന് തന്നെയായിരുന്നു ഉത്തരം. മറ്റൊരു പുരുഷനും അയാളുടെ ഭാര്യയും തമ്മിലുള്ള ഇടപാടുകളിൽ ഒരു പുരുഷനും ഇട പെടരുത് എന്ന സൗദി വിശ്വാസം പുലർത്തുന്ന വ്യക്തി തന്നെയായി രുന്നു കരീമും. അത് അവരുടെ സ്വകാര്യമാണെന്ന് കരീം വിശ്വസിച്ചു.

ഡോക്ടർ മീന ഈ കാര്യത്തിലിടപെടുന്നതിനായി എന്നെ വിളിച്ചു എന്നതിലും കരീം അദ്ഭുതം പൂണ്ടു. "ഇത് ഒരു പരിഹാരം കാണാവുന്ന പ്രശ്നമല്ല സുൽത്താന. ഡോക്ടർക്ക് അവർ രണ്ട് പേർക്കുമുള്ള വൈദ്യ സഹായം നൽകാം. എന്നാൽ ഒരു പുരുഷനും അയാളുടെ ഭാര്യയും എന്ന നിലയിൽ അവർക്കാവശ്യമുള്ള പോംവഴി അവർ കണ്ടെ ത്തണം. നീ പലപ്പോഴും അദ്ഭുതങ്ങൾ ചെയ്തിട്ടുണ്ട്, എന്നാൽ ഭാര്യയും ഭർത്താവുമായി ജീവിക്കുന്ന ഒരു പുരുഷന്റേയും സ്ത്രീയുടേയും ഇടയി ലേക്ക് കയറി ചെല്ലുവാൻ നിനക്കനുവാദമില്ല."

"അതിൽ ഒരാൾ മറ്റൊരാളെ കൊല്ലുകയാണെങ്കിൽ എന്ത് സംഭ വിക്കും? അപ്പോൾ എനിക്ക് എന്നെത്തന്നെ മാപ്പാക്കുവാനാകുമോ? കൊല്ല പ്പെട്ടത് മൊഹമ്മദാണെങ്കിൽ നൂറിനെ നിയമം ശിക്ഷിക്കും, കൊല്ലും. അല്ല, കൊല്ലപ്പെട്ടത് നൂർ ആണെങ്കിൽ മൊഹമ്മദ് പഴയതുപോലെ തീ കാഞ്ഞ് കഥകളും പറഞ്ഞിരിക്കും. ഇത് ശരിയല്ല. അങ്ങനെയൊക്കെ സംഭവിച്ചാൽ പിന്നെ ഡോക്ടർ മീനയുടെ മുഖത്തെങ്ങനെ നോക്കും?"

"സുൽത്താന, എല്ലാ സ്ത്രീകളുടേയും ജീവിതത്തിനർത്ഥം നൽകാൻ നിനക്കാകില്ല. അവരിലൊരാൾ മറ്റേയാളെ കൊല്ലുന്നെങ്കിൽ അത് സംഭവിക്കാനുള്ളതാണെന്ന് കരുതുക. അവരുടെ വിധി അള്ളാഹുവിന്റെ കൈയിൽ മാത്രമാണ്.

എന്നാൽ പരാജയം എനിക്ക് സഹിക്കാനാകുകയില്ല. ഒരു സ്ത്രീക്ക് സഹായം ആവശ്യമുള്ളിടത്തെല്ലാം ഇടപെടണം. ഒരു സ്ത്രീ ആക്രമി ക്കപ്പെടുന്നിടത്ത് ഇടപെടുക എന്നത് അവകാശമാകുന്നു എന്ന് ഞാൻ കരുതുന്നു. ആ അക്രമം അവരുടെ ഭർത്താവിൽ നിന്നാണെങ്കിൽ പോലും ഇടപെടുവാൻ അധികാരമുണ്ടെന്നും."

എന്റെ കണ്ണു നിറഞ്ഞു. "ഞാനൊരു തെറ്റു ചെയ്തു എന്ന തോന്ന ലുണ്ടാക്കണം എന്ന് നീ ആഗ്രഹിക്കുന്നുണ്ടോ സുൽത്താനാ? അത് ചെയ്താലും ഇത്തവണ നീ ആഗ്രഹിക്കുന്ന ഫലം അതിൽ നിന്നും നിനക്ക് ലഭിക്കുകയില്ല." കരീം പറഞ്ഞു.

"ഇത് എന്തിനെങ്കിലും വേണ്ടി ചെയ്തുകൂട്ടുന്നതല്ല. ഞാൻ ദുഃഖിത യാണ് കരീം. വളരെ വ്യക്തതയുള്ള പ്രശ്നങ്ങളാണ് ഞാൻ തിരയുന്നത് എന്നതുകൊണ്ടാകാം ഇത്. പ്രശ്നങ്ങൾ സങ്കീർണ്ണമാകുമ്പോൾ എന്ത് ചെയ്യണം എന്നറിയാതെ ബുദ്ധിമുട്ടുന്നു. ഈ സംഭവം, ഇതിനു മുമ്പ് ഞാനെടുത്ത പല തീരുമാനങ്ങളും ചോദ്യം ചെയ്യപ്പെടാവുന്നതാണോ എന്നൊരു ശങ്കയുണ്ടാക്കി. ജീവിതത്തിൽ, ഞാൻ ചെയ്യുന്ന ഈ

ജോലിയിൽ അനേകം തെറ്റുകൾ ചെയ്തിട്ടുണ്ട് എന്ന് എനിക്കിപ്പോൾ തോന്നുന്നു. ഒന്നിനു പുറകെ ഒന്നായി അനേകം തെറ്റുകൾ..."

എന്നെ വല്ലാതെ ബുദ്ധിമുട്ടിച്ച ഒരു ദിവസമായിരുന്നു അത്. അതിന്റെ പര്യവസാനം ശുഭകരമാക്കുവാൻ ഏറ്റവും ഉചിതനായ വ്യക്തി എന്റെ ഭർത്താവ് തന്നെയായിരുന്നു. എന്റെ വാക്കുകൾ കേട്ട് അദ്ദേഹം ആദ്യ മെന്നെ തറപ്പിച്ചൊന്ന് നോക്കി. പിന്നെ കരം ഗ്രഹിച്ച് ഉമ്മവച്ചു. എന്നോ ടുള്ള സ്നേഹം പ്രകടിപ്പിച്ചു. അത്രയും ചെയ്ത് അദ്ദേഹം ഒന്നുമുരിയാ ടാതെ മുറിയിൽ നിന്നിറങ്ങിപ്പോയി. പോയത് അടുക്കളയിലേക്കായിരുന്നു. അവിടെ ചെന്ന് എനിക്ക് ഏറ്റവും ഇഷ്ടപ്പെട്ട പാനീയങ്ങളിൽ ഒന്നായ പൈനാപ്പിൾ ജ്യൂസുമായി മടങ്ങിയെത്തി. എന്റെ കൈയിൽ ജ്യൂസ് തന്ന് അദ്ദേഹം മെത്തയിലിരുന്നു. എന്നിട്ട് സാവധാനത്തിൽ 'എന്നെ വിശ്വാസ മുണ്ടോ സുൽത്താന' എന്ന് ചോദിച്ചു.

ഞാൻ തലയാട്ടി. വളരെ താഴ്ന്ന സ്വരത്തിൽ "തീർച്ചയായും."

"നല്ലത്. എങ്കിൽ ഞാൻ പറയുന്നത് വളരെ ശ്രദ്ധിച്ച് കേൾക്കണം. വർഷങ്ങളായി നമ്മൾ ഒന്നിച്ച് ജീവിക്കുന്നു. ഓരോ നിമിഷവും നമ്മളൊ ന്നിച്ചാണ്." അദ്ദേഹം എന്റെ കവിളുകളിൽ തലോടി. എന്റെ കണ്ണിലേക്ക് തന്നെ നോക്കി തുടർന്നു. "നിന്നെ നിനക്കറിയാവുന്നതിലുമധികം ഇപ്പോൾ എനിക്ക് നിന്നെയറിയാം."

ഞാൻ വീണ്ടും തലയാട്ടി.

"സുൽത്താനാ" പൂർണ്ണ ഗൗരവത്തോടെ കരീം തുടർന്നു. "ജീവിത ത്തിൽ തെറ്റായ ഒരു തീരുമാനവുമെടുക്കാത്ത ഞാൻ കണ്ട ഏക വ്യക്തി നീയാണ് സുൽത്താനാ."

ഇത് കേട്ടതും ഞാൻ അദ്ഭുതപ്പെട്ടു. ആശ്ചര്യവും ഭയവും ഒന്നി ച്ചെത്തി. കുടിച്ചുകൊണ്ടിരുന്ന ജ്യൂസ് തൊണ്ടയിൽ കുടുങ്ങി, ചുമയ്ക്കു വാൻ തുടങ്ങി.

ഞാൻ കരീമിനെ തുറിച്ച് നോക്കി. അദ്ദേഹത്തിന്റെ ചുണ്ടിൽ ഒരു ചെറുപുഞ്ചിരി വിടരുന്നത് കണ്ടു. ഭർത്താവ് തമാശ പറയുകയാണെന്ന് മനസ്സിലായി. സങ്കടം പെട്ടെന്ന് സന്തോഷമായി. ചിരി അടക്കുവാൻ കഴിയി ല്ലെന്നായി. ഞങ്ങൾ ഒന്നിച്ച് ചിരിച്ചു. കുട്ടികളെപ്പോലെ ഉറക്കെയുറക്കെ ചിരിച്ചു. ഞങ്ങളൊന്നിച്ചുള്ള ചിരി മനസ്സിൽ നിറഞ്ഞു വന്നിരുന്ന വിഷം ഇല്ലാതാക്കിയതുവരെ ചിരിച്ചു. നമ്മളെല്ലാം തെറ്റുകൾ പറ്റുന്നവരാണെന്ന് ആ നിമിഷത്തിൽ കരീം ഓർമ്മിപ്പിച്ചു. നമ്മളെല്ലാം ജീവിതത്തിൽ നല്ലത് മാത്രം ആഗ്രഹിച്ച് പ്രവർത്തിക്കുന്നവരാണെന്നും.

ആ നിമിഷം മുതൽ സഹായം ആവശ്യമുള്ള സ്ത്രീകളിൽ അതെ ത്തിക്കുക എന്ന ഉദ്യമത്തിൽ വീണ്ടും മുന്നോട്ട് കുതിച്ചു. എന്നാൽ അതി നോടൊപ്പം ഏതെങ്കിലും പുരുഷനെ അന്യായമായി സ്ത്രീ വഞ്ചിക്കു ന്നുണ്ടോ അല്ലെങ്കിൽ പുരുഷനോട് അന്യായമായി പെരുമാറുന്നുണ്ടോ

എന്നതിലേക്കും കണ്ണ് തുറന്നു. അങ്ങനെയുള്ളിടത്തും ഞാൻ ഇട പെട്ടു. എന്റെ പ്രവൃത്തികളിൽ എപ്പോഴൊക്കെ സംശയം തോന്നിയോ അപ്പോഴൊക്കെ ഭർത്താവ് പുഞ്ചിരിച്ചുകൊണ്ട് "ഒരിക്കലും തെറ്റുപറ്റാത്ത സ്ത്രീയല്ലേ നീ, അതുകൊണ്ട് മുന്നോട്ട് പോകൂ" എന്നു പറഞ്ഞു.

അദ്ദേഹം പലപ്പോഴും ഇങ്ങനെ പറയുമ്പോൾ, അല്ലെങ്കിൽ ഞങ്ങൾ തമ്മിൽ ഇങ്ങനെയുള്ള സംസാരമുണ്ടാകുമ്പോൾ ഞങ്ങളുടെ കുട്ടികൾ അടുത്തുണ്ടാകാറുണ്ട്. ഈ സംഭാഷണങ്ങളുടെ പൊരുൾ അവർക്ക് മനസ്സിലാകാറില്ല. അതുകൊണ്ട് തന്നെ അച്ഛനുമമ്മയ്ക്കും ഇത്തിരി വട്ടായി എന്നവർ സംശയിക്കാറുമുണ്ട്.

"ചിലർക്കെങ്കിലും വിനോദങ്ങളിൽ വലിത താത്പര്യമില്ലെന്ന് ഞാൻ മനസ്സിലാക്കുന്നു."

ഈ വാക്കുകൾ കേട്ടാൽ ഞാനും കരീമും ഒന്നിച്ച് ചിരി തുടങ്ങും. ഭർത്താവിന്റെ ഈ വാക്കുകൾ ഞാനും ഒരു മനുഷ്യനാണെന്ന് ഓർമ്മിപ്പിക്കും. എനിക്കും തെറ്റു പറ്റിയേക്കാം എന്നോർമ്മിപ്പിക്കും. തെറ്റുകൾ പറ്റുമെങ്കിലും എന്റെ വിജയങ്ങളിൽ സന്തോഷിക്കുവാൻ ഞാനോർക്കണം എന്നും.

എന്റേയോ കരീമിന്റേയോ സഹായമില്ലാതെ തന്നെ നൂറിന്റേയും മൊഹമ്മദിന്റേയും പ്രശ്നത്തിൽ പരിഹാരമുണ്ടായി. അതെനിക്ക് ആശ്വാസവുമായി. മരുന്നുകൾ ഇരുവരുടേയും സഹായത്തിനെത്തിയേക്കാം എന്ന് ഡോക്ടർ മീന കരുതി. അതുകൊണ്ട് തന്നെ ആകാംക്ഷ കുറയ്ക്കുവാൻ നൽകുന്ന മരുന്നുകളുപയോഗിച്ച് അവരെ ചികിത്സിച്ചു. ഇത് നല്ലൊരു പോംവഴിയായി. ദമ്പതികൾ പരസ്പരം വഴക്കടിക്കുന്നത് നിർത്തിയിരിക്കുന്നു എന്ന വാർത്തയാണ് ഡോക്ടർ മീനയ്ക്ക് അവസാനമായി അവരുടെ മകളിൽ നിന്നും ലഭിച്ചത്. ശാരീരികാക്രമണങ്ങൾ ഇല്ലാതായിരിക്കുന്നു. വാക്പോര് ഇടക്കെല്ലാം സംഭവിക്കാറുണ്ട്. ഇതു മൂലം ജോലി, ജീവിതം എന്നിവയെക്കുറിച്ച് അവർക്ക് പരസ്പരം ചർച്ച ചെയ്യുവാനാകുന്നു. ആ ചർച്ചകൾ ശാരീരികാക്രമണങ്ങളിലേക്ക് നീങ്ങാതിരിക്കുന്നു. മാത്രമല്ല അവർ ചെയ്യാനുള്ള ജോലികൾ പരസ്പരം പങ്കിട്ടെടുത്തിരിക്കുന്നു. അങ്ങനെ ഇരുവരിലും ശേഷിച്ചിരുന്ന പ്രായോഗിക ബുദ്ധിയും നീതിയും വിജയം കൈവരിച്ചിരിക്കുന്നു.

ഈ അനുഭവം എനിക്ക് നല്ലൊരു പാഠമായി. മാത്രമല്ല ഡോക്ടർ മീനയ്ക്കും. ഞങ്ങളുടെ സമയവും, ഞങ്ങളിലുള്ള ഊർജ്ജവും കഴിവും പണവുമെല്ലാം സൗദി അറേബ്യയിലെ സ്ത്രീകൾ അനുഭവിക്കുന്ന ഗൗരവമേറിയ അധിക്ഷേപങ്ങളെ നേരിടുന്നതിന് ഉപയോഗിക്കണം എന്ന് ഇപ്പോൾ ഞങ്ങൾ പരസ്പരം ഓർമ്മിപ്പിക്കുന്നു.

പതിനൊന്ന്

ഫരിയയും ഷാദയും ഫരിയയും എഫ് ജി എമ്മും

നൂറിനെ സഹായിച്ചുകഴിഞ്ഞ് അധികം താമസിയാതെ മറ്റൊരാൾ സഹായത്തിനായി എന്നെത്തേടിയെത്തി. ഇത്തവണ വന്നത് ഫരിയ എന്നൊരു യുവതിയായിരുന്നു. മാനസികമായി ആകെ തകർന്ന നിലയിലായിരുന്നു. താൻ ഉൾപ്പെട്ടിരിക്കുന്ന അവസ്ഥയിൽ നിന്നും രക്ഷപ്പെടുവാൻ താത്പര്യമുണ്ടായിരുന്ന ഒരുവൾ. രാജ്യത്തെ ഏറ്റവും യാഥാസ്ഥിതികമായ കുലങ്ങളിലൊന്നിലാണവളുടെ ജനനം. ഞാനാ കുലത്തിന്റെ പേരു പറയുന്നില്ല. ഇത് വായിച്ച് ഫരിയയുടെ കുടുംബത്തിനു നേരെ ആക്രമണങ്ങളുണ്ടാകാതിരിക്കുവാൻ വേണ്ടിയാണ് അത് ഗോപ്യമാക്കി വയ്ക്കുന്നത്. സ്വാതന്ത്ര്യത്തിലേക്കുള്ള ഫരിയയുടെ യുദ്ധത്തിൽ പങ്കാളിത്തമൊന്നുമില്ലെങ്കിലും ഇക്കാരണത്താൽ സമൂഹത്തിന്റെ കോപത്തിനിരയാകുന്നത് മിക്കവാറും അവരാകും എന്നതിനാലാണിത്. സത്യത്തിൽ ഒരു അവസരം ലഭിക്കുകയാണെങ്കിൽ ഈ വീട്ടുകാരും ഫരിയയെ ശിക്ഷിക്കും എന്നറിയാം. കാരണം അവൾ ചെയ്ത പ്രവൃത്തി ആ കുലത്തിലെ സ്ത്രീകളെ സംബന്ധിച്ചിടത്തോളം തീർത്തും അപമര്യാദയും അവഹേളനവുമാണ്. ഫരിയയുടെ കഥയ്ക്ക് പിന്നിലും രസാവഹമായ ഒരു ചരിത്രമുണ്ട്. അവളുടെ കുലവും കുടുംബവും ഭരണം കൈയാളുന്ന അൽ സൗദ് എന്ന ഞങ്ങളുടെ കുടുംബത്തെ ഒട്ടും ബഹുമാനിക്കാത്തവരാണ്, തീരെ ഇഷ്ടമില്ലാത്തവരുമാണ്. രാജ്യത്തെ ഏറ്റവും നികൃഷ്ടമായ കുടുംബമെന്ന് അവളുടെ വീട്ടുകാർ കരുതുന്ന ഞങ്ങളുടെ അടുത്ത് സഹായം തേടിയതിന് അവളുടെ വീട്ടിലെ പുരുഷന്മാർ എന്തായാലും വധശിക്ഷയ്ക്ക് വിധിക്കും എന്ന് എനിക്കുറപ്പുണ്ട്.

അനാസാഹ് എന്നൊരു കുലത്തിൽ പെടുന്നവരാണ് എന്റെ പിതാവിന്റെ മുൻതലമുറക്കാർ, അതായത് അൽസൗദുകൾ. ഈ പ്രദേശത്തെ ഏറ്റവും പുരാതനവും വലുതുമായ കുലം അനാസാഹാണ്. ഈ പ്രദേശത്തെ പല കുലങ്ങളും അവരുടെ കുലപരിശുദ്ധി കാത്ത് സൂക്ഷിക്കുവാൻ തീരുമാനിച്ചപ്പോൾ 1930 മുതൽ അൽസൗദ് കുടുംബം പലരുമായും ഇടപഴകുവാൻ തുടങ്ങി. ആ കാലത്താണല്ലോ എന്റെ മുത്തച്ഛനായ

അബ്ദുൾ അസീസ് രാജാവ് എല്ലാ കുലങ്ങളിലുമുള്ള സ്ത്രീകളെ വിവാഹം ചെയ്ത് തന്റെ സ്ഥാനമുറപ്പിക്കുവാൻ തീരുമാനിച്ചത്. അങ്ങനെ അബ്ദുൾ അസീസ് രാജാവുമൊത്ത് സഹകരിക്കാതിരുന്ന ചില കുലങ്ങളുണ്ട്. സൗദി രാജ്യത്തിന്റെ ഉൾപ്രദേശങ്ങളിൽ വസിക്കുന്ന ചില കുലങ്ങൾ. അവിടെയുള്ള പുരുഷന്മാരിലധികം പേർക്കും ആദ്യ പ്രതിപത്തി തങ്ങളുടെ കുലത്തിനോടാണ്. രാജ്യം അതിനു ശേഷമേ വരുന്നുള്ളൂ. അതുകൊണ്ട് തന്നെ ഇന്നും അൽസൗദ് ഭരണാധികാരികളോട് യോജിച്ചു പോകാനാകാത്ത പല കുലങ്ങളും ഇന്നും സൗദി അറേബ്യയിലുണ്ട്. ഞങ്ങളുടെ കുടുംബത്തെ അധികാരഭ്രഷ്ടരാക്കി പുതിയ ഭരണകൂടം സ്ഥാപിക്കപ്പെട്ടാൽ അതിൽ ആദ്യം സന്തോഷിക്കുന്നത് ഇവരായിരിക്കും. അങ്ങനെ സംഭവിക്കുന്നുവെങ്കിൽ അടുത്ത രാജാവ് തങ്ങളുടെ കുലത്തിൽ നിന്നുള്ളവനാകാൻ ഇവർ പരിശ്രമിക്കുകയും ചെയ്യും.

എന്റെ മുത്തച്ഛന്റെ ആശയം ഗംഭീരമായിരുന്നു. വിവാഹവും അതുവഴി കുട്ടികളും പരസ്പര ബന്ധങ്ങൾ പലപ്പോഴും ശക്തമാക്കുന്നു. ഇത് ശത്രുകുലങ്ങൾ തമ്മിലായാലും സംഭവിക്കാറുണ്ട്. അദ്ദേഹത്തിന്റെ ഈ ബുദ്ധി ശരിയാണെന്ന് പിൽക്കാലങ്ങൾ ഞങ്ങൾക്ക് കാണിച്ച് തന്നു. സൗദി അറേബ്യയിൽ വിജയം, ധനം എന്നിവ മിക്കപ്പോഴും അവിടത്തെ ഭരണാധികാരികളുമായി അടുത്ത ബന്ധമുള്ളവയാകുന്നു. അൽസൗദ് കുടുംബത്തിന്റെ പില്ക്കാല അഭിപ്രായവ്യത്യാസങ്ങളിൽ മിക്കവയും ഞങ്ങളുടെ മുത്തച്ഛനുമായി ബന്ധമുണ്ടാക്കുവാൻ വിസമ്മതിച്ച കുലങ്ങളുമായാണുണ്ടായിട്ടുള്ളത്.

ഫരിയയുടെ കുലം ഇന്നുവരേക്കും മറ്റു കുലങ്ങളിൽ നിന്നുള്ളവരെ വിവാഹം കഴിക്കുകയോ അതുവഴി തങ്ങളുടെ കുലപരിശുദ്ധിക്ക് കളങ്കമേല്പിക്കുകയോ ചെയ്തിട്ടില്ലെന്ന് അവകാശപ്പെടുന്നവരാണ്. മറ്റു കുലങ്ങളുമായി യാതൊരു ബന്ധവും തങ്ങൾക്കില്ലാത്തതുകൊണ്ട് അവർക്ക് സ്വീകാര്യമല്ലാത്ത സർക്കാർ നിയമങ്ങളും നിയന്ത്രണങ്ങളും ലംഘിക്കുവാൻ അവകാശമുണ്ടെന്നും കരുതുന്നവരാണ്. സ്ത്രീകളുടെ സുന്നത്ത് നിരോധനം അപ്രകാരം ലംഘിക്കുന്ന നിയമങ്ങളിൽ ഒന്നാണ്.

അതിക്രൂരമായ പുരുഷ സുന്നത്തും സ്ത്രീകളിലെ സുന്നത്തും മുത്തച്ഛൻ നിരോധിച്ചിരുന്നു. സ്ത്രീ സുന്നത്തിനെ ഇക്കാലത്ത് ഫീമെയിൽ ജെനീഷ്യൽ മ്യൂട്ടിലേഷൻ (എഫ് ജി എം) എന്ന പേരിലാണല്ലോ അറിയപ്പെടുന്നത്. എന്നാൽ ഫരിയയുടെ കുലം ഇന്നും ഈ ക്രൂരത തങ്ങളുടെ സ്ത്രീകളോട് ചെയ്തുവരുന്നുണ്ട്.

എഫ് ജി എം സാധാരണമായ 29 രാജ്യങ്ങളുടെ ഒരു പട്ടിക ലോകാരോഗ്യസംഘടന പുറത്തുവിട്ടിട്ടുണ്ട്. ഇതു കൂടാതേയും പല രാജ്യങ്ങളിലും ചെറിയ തോതിലെങ്കിലും ഈ സമ്പ്രദായം ഇന്നും നിലനിൽക്കുന്നുണ്ട്. ഇവ മിക്കവാറും ശ്രദ്ധിക്കപ്പെടാതെയോ റിപ്പോർട്ട് ചെയ്യപ്പെടാതെയോ പോകുന്നു. സൗദി അറേബ്യയിൽ ഇപ്പോൾ സ്ത്രീ സുന്നത്ത് നടക്കുന്നില്ല എന്നെഴുതിയ റിപ്പോർട്ടുകൾ പലതും ഞാൻ വായിച്ചിട്ടുണ്ട്.

ഇവയിൽ മിക്കവയും പാശ്ചാത്യ ലേഖകർ എഴുതിയവയാണ്. എന്നാൽ ഇത് സത്യമല്ല. ഇത് നിയമം വഴി നിരോധിച്ചിട്ടുണ്ട്. ഇന്ന് ഇതിനിരയാകുന്ന സ്ത്രീകളുടെ എണ്ണത്തിൽ വളരെ കുറവ് വന്നിട്ടുണ്ട് എന്നതും സത്യം. ഇന്ന് അറേബ്യയിലെ രണ്ട് കുലങ്ങളും ഇവിടെ വന്ന് താമസമാക്കിയിരിക്കുന്ന ചില ജനസമൂഹങ്ങളും മാത്രമാണിത് നടത്തുന്നത്. സ്ത്രീ സുന്നത്തിന്റെ ഓരോ സംഭവവും ദുഃഖകരമാണ്. ഞങ്ങളുടെ ശ്രദ്ധ ആവശ്യപ്പെടുന്നതുമാണ്.

നേരത്തെ പറഞ്ഞതുപോലെ ഞങ്ങളുടെ നാട്ടിലെ രണ്ട് കുലങ്ങൾ ഇന്നും ഈ സമ്പ്രദായം തുടരുന്നുണ്ട്. ആ കുലങ്ങളിലെ യുവതികൾ ഇന്നും ഇതിന്റെ ഭീഷണിയിലുണ്ട്. ഇത് ലോകത്തിന്റെ പലഭാഗത്തും അറിയപ്പെടാത്ത ഒരു സത്യമാണ്. സൗദി അറേബ്യയിലെ കുടുംബങ്ങളിൽ പുരുഷന്മാർ എടുക്കുന്ന ചില തീരുമാനങ്ങളിലേക്ക് ആർക്കും കടന്ന് കയറുവാനുമാകില്ലല്ലോ! വിഘടിച്ച് നിൽക്കുന്ന ഒരു കുലത്തിൽ, സ്ത്രീകളെ സംബന്ധിക്കുന്ന രാജ്യത്തെ നിയമങ്ങൾ നടപ്പിലാക്കുവാനുള്ള കഴിവ് ആർക്കാണുള്ളത്? സൗദി അറേബ്യ ഭരിക്കുന്ന പുരുഷന്മാർക്ക് പോലും അത് ചെയ്യുവാനാകില്ല. ഇതിന്റെ കാരണം ലളിതമാണ്. സൗദി അറേബ്യയിൽ സ്ത്രീകളും പുരുഷന്മാരും തമ്മിലുള്ള ബന്ധം അവരുടെ സ്വകാര്യമാണെന്ന അവർ മാത്രം ഇടപെടേണ്ടതാണെന്ന ചിന്തയുണ്ട് എന്നതാണാദ്യത്തേത്. സ്ത്രീകളുടെ സന്തോഷം എന്നത് ഇവിടെ ഒരിക്കലും പരിഗണനാവിഷയമേയല്ല എന്നത് രണ്ടാമത്തേത്. ഇവിടെ സത്യത്തിൽ സ്ത്രീകളുടെ ജീവിതം എന്നതിന് വലിയ പ്രാധാന്യമൊന്നുമില്ല. സ്ത്രീകളെ സംരക്ഷിക്കുന്നതിനായി എന്റെ കുടുംബത്തിലെ ഒരു പുരുഷനും ഒരിക്കലും മറ്റൊരു കുലവുമായി യുദ്ധത്തിനിറങ്ങുകയില്ല. സ്ത്രീകളുമായി ബന്ധപ്പെട്ട വിഷയങ്ങളിലുള്ള തീരുമാനം ആ കുടുംബത്തിന്റെ മാത്രം കാര്യമായാണ് എല്ലാവരും കരുതുന്നത്. സർക്കാർ പോലും അതിനെ അങ്ങനേയേ കാണുന്നുള്ളൂ. അതുകൊണ്ടുതന്നെ സ്ത്രീകൾക്ക് നേരെ പല അക്രമങ്ങളും നടക്കുന്നു. ലോകത്തിലെ പല സർക്കാരുകളും സ്ത്രീസുരക്ഷ, സ്ത്രീകളുടെ സുഖസൗകര്യങ്ങൾ എന്നിവയിൽ അത്ര പ്രതിബദ്ധതയില്ലാത്തവരായതാണിതിനു കാരണം.

സ്ത്രീസുന്നത്ത് അഥവാ എഫ് ജി എം എന്ത് എന്നതിനെക്കുറിച്ച് ലോകാരോഗ്യസംഘടന പറയുന്നുണ്ട്. വൈദ്യാവശ്യങ്ങൾക്കല്ലാതെ സ്ത്രീകളുടെ ലൈംഗികാവയവങ്ങളിൽ നിർബന്ധപൂർവ്വം വരുത്തുന്ന മാറ്റങ്ങൾ അല്ലെങ്കിൽ പരിക്കുകൾ എന്നാണ് ആ വിശദീകരണം. ലോകാരോഗ്യസംഘടന തുടർന്നും ഇതിനെക്കുറിച്ച് പല റിപ്പോർട്ടുകളും നൽകിയിട്ടുണ്ട്. അതിൽ ചിലത് ഇവിടെ ചേർക്കാം.

ഈ പ്രക്രിയകൊണ്ട് സ്ത്രീകൾക്ക് യാതൊരു നേട്ടവുമുണ്ടാകുന്നില്ല.

ഈ പ്രക്രിയയ്ക്ക് ശേഷം മൂത്രവിസർജ്ജന സമയത്ത് ചിലപ്പോൾ ശക്തമായ രക്തസ്രാവം കണ്ടിട്ടുണ്ട്. ഇതിനുശേഷം പലരിലും അണു

ബാധ കണ്ടിട്ടുണ്ട്. ഗർഭാശയങ്ങളിൽ മുഴകൾ പ്രത്യക്ഷപ്പെട്ടിട്ടുണ്ട്. പ്രത്യുത്പാദനശേഷി നഷ്ടപ്പെട്ടിട്ടുണ്ട്. മാത്രമല്ല പ്രസവസമയങ്ങളിൽ പല സങ്കീർണ്ണതകൾക്കും ഇത് കാരണമാക്കിയിട്ടുണ്ട്. നവജാതശിശുക്കളിൽ മരണനിരക്ക് അതിനാൽ തന്നെ അധികമാക്കിയിട്ടുണ്ട്.

ആഫ്രിക്ക, മദ്ധ്യ പൗരസ്ത്യദേശങ്ങൾ എന്നിവിടങ്ങിളിലാണീ പ്രക്രിയ കൂടുതലായി കണ്ടിട്ടുള്ളത്. ഇവിടങ്ങളിൽ നിന്നും മാത്രം 125 ദശലക്ഷം യുവതികളിൽ ഇത് നടത്തപ്പെട്ടിട്ടുണ്ട് എന്ന് അനുമാനിക്കപ്പെടുന്നു.

മിക്കവാറും കൊച്ചുപെൺകുട്ടികളിലാണീ പ്രക്രിയ നടത്തപ്പെടുന്നത്. ശൈശവത്തിനും പതിനഞ്ച് വയസ്സിനും ഇടയ്ക്കാണധികവും റിപ്പോർട്ട് ചെയ്യപ്പെട്ടിട്ടുള്ളത്.

പെൺകുട്ടികളുടേയും സ്ത്രീകളുടേയും മനുഷ്യാവകാശത്തിന്റെ ലംഘനമാണ് എഫ് ജി എം.

സ്ത്രീസുന്നത്ത് എന്നാൽ ചെറിയൊരു മുറിവുണ്ടാക്കൽ എന്നാണ് ഇതിനെക്കുറിച്ച് അറിവില്ലാത്ത പലരും ധരിച്ചിരിക്കുന്നത്. എന്നാൽ അത് സത്യമല്ല. മിക്കവാറും കേസുകളിൽ ഇതിൽ സ്ത്രീയോനിയുടെ ബാഹ്യഭാഗങ്ങൾ മിക്കവാറും പൂർണ്ണമായി നീക്കം ചെയ്യപ്പെടുന്നു. ഇത് പലപ്പോഴും ഗുരുതരമായ പരിക്കുകൾക്കും ചിലപ്പോൾ പെൺകുട്ടിയുടെ മരണത്തിനും കാരണമാക്കുന്നു. ഇത് കാടത്തമാണ്. ഇതിന് ഒരു മതവുമായും ബന്ധമില്ല. ഈ കാടത്തത്തിനിരയാകുന്ന യുവതികളിൽ അധികം പേരും ഇസ്ലാം മതവിശ്വാസികളാണ്.

മിക്കപ്പോഴും തങ്ങളുടെ പുത്രിമാർ ഇതിനു വിധേയരാകണം എന്ന് തീരുമാനിക്കുന്നതും നിർബന്ധിക്കുന്നതും അമ്മമാരാണ്. ഇതിന്റെ കാരണങ്ങൾ പലതാണ്. ഇതിൽ മിക്ക അമ്മമാരും തങ്ങളുടെ കുട്ടിക്കാലത്ത് ഈ പ്രക്രിയയിലൂടെ കടന്നു പോയിട്ടുള്ളവരാകും. തങ്ങൾക്ക് സ്വീകാര്യമായത്, പുത്രിമാർക്കും സ്വീകാര്യമാകണം എന്ന ചിന്തയാകുമവരിൽ. പുത്രിമാർക്ക് ഇതിനാൽ നല്ലതേ വരികയുള്ളൂ എന്ന ചിന്ത. ലൈംഗികാവയവങ്ങളിൽ ഈ ഭാഗങ്ങൾ നീക്കം ചെയ്യുക വഴി യുവതികളിൽ കാമത്തിനോടുള്ള അമിതാവേശം കുറയുമെന്നും അങ്ങനെ അവർ വിവാഹംവരെ കന്യകമാരായിരിക്കുമെന്നും ചിലർ കരുതുന്നു. മറ്റു ചില സ്ത്രീകളാകട്ടെ, തങ്ങളുടെ പുത്രിമാരെ ഇതിനു വിധേയരാക്കേണ്ട എന്ന തീരുമാനമെടുത്ത അമ്മമാർക്കെതിരെ തിരിഞ്ഞ് അവർ കുലത്തിന്റെ മര്യാദകൾ പാലിക്കാത്തവരാണെന്ന് പറഞ്ഞു പരത്തുന്നു.

രണ്ട് ആഴ്ച പ്രായമുള്ള കുട്ടികൾ മുതൽ പതിനാറ് വയസ്സുള്ള യുവതികൾ വരെ ഇതിനു വിധേയമാക്കപ്പെടാറുണ്ട്. ഇത് ചെയ്യുമ്പോൾ വേദന സംഹാരികളോ അനസ്തേഷ്യയോ മിക്കവർക്കും ലഭിക്കാറില്ല. പലപ്പോഴും ഈ പ്രകിയ ചെയ്യുന്നത് ഒട്ടും പരിശീലനം ലഭിച്ചിട്ടില്ലാത്ത ഒരു സ്ത്രീയോ പുരുഷനോ ആയിരിക്കും. അവർ അതിനുപയോഗിക്കുന്നത് തീരെ മൂർച്ചയില്ലാത്ത കത്തിയോ കത്രികയോ ആയിരിക്കും. ഈ

ഉപകരണങ്ങൾ അവർ മറ്റ് പലരിലും ഉപയോഗിച്ചതാകും. അത് അണുവിമുക്തമാക്കിയിട്ടുണ്ടാകില്ല.

ഇത് തന്നെയാണ് ഫരിയയ്ക്കും സംഭവിച്ചത്. അണുബാധയും പഴുപ്പും രക്തസ്രാവവും മൂലം ആശുപത്രിയിൽ പ്രവേശിപ്പിക്കപ്പെട്ടപ്പോൾ ഇവൾ നാദിയയുടെ ശ്രദ്ധയിൽ പെട്ടു. അവൾ ഏകദേശം മരണത്തോടടുത്ത ഘട്ടത്തിലാണവളുടെ വീട്ടുകാർ ആശുപത്രിയിലെത്തിക്കുന്നത്. കുട്ടി മരിച്ചുപോകും എന്ന ഭയം മൂലം മാത്രമാണവർ വൈദ്യസഹായം തേടിയത്. ആശുപത്രിയിലെത്തുമ്പോഴേക്കും അണുബാധ വല്ലാതെ വർദ്ധിച്ചിട്ടുണ്ടായിരുന്നു. പലയിടത്തേക്കും പടർന്നിരുന്നു. അവൾ നാളത്തെ പ്രഭാതം കാണുവാനുള്ള സാധ്യത വിരളമാണെന്ന് ആശുപത്രി ജീവനക്കാർ വിലയിരുത്തി. എന്നാൽ ഡോക്ടറുടെ പ്രവചനം ഫരിയ തിരുത്തി. ആശുപത്രി അധികൃതർ മിക്കവാറും ദിവസങ്ങളിൽ ഇത് അവളുടെ അവസാന ദിനമായേക്കാം എന്ന് പ്രവചിച്ചു. പിറ്റേന്ന് കാലത്ത് രോഗികളെ സന്ദർശിക്കുവാനെത്തിയ ഡോക്ടർമാർ അന്നും അവൾ ജീവനോടെയിരിക്കുന്നു എന്ന് കണ്ടു. അങ്ങനെ ഫരിയ എല്ലാ പ്രവചനങ്ങളേയും അതിജീവിച്ച് ജീവനിൽ കടിച്ചുതൂങ്ങിക്കിടന്നു.

തുടർന്നും ജീവിക്കുവാനുള്ള ഇച്ഛയും മനക്കരുത്തും പാശ്ചാത്യരായ ഡോക്ടർമാരുടേയും നഴ്സുമാരുടേയും ശ്രദ്ധയാകർഷിച്ചു. അവർ കൂടുതൽ സമയം അവൾക്കായി നീക്കിവയ്ക്കുവാൻ തുടങ്ങി. ഒരാഴ്ചത്തെ വൈദ്യശുശ്രൂഷയ്ക്ക് ശേഷം ഫരിയ തീവ്രപരിചരണ വിഭാഗത്തിൽ കണ്ണുതുറന്നു. അവൾ അപ്പോഴും ജീവിച്ചിരിക്കുന്നു എന്നതിൽ അവൾപോലും അദ്ഭുതപ്പെട്ടു.

ഫരിയയെ ചികിത്സിച്ചുകൊണ്ടിരുന്ന ഒരു ബ്രിട്ടീഷ് ഡോക്ടർക്ക് ഞങ്ങളുടെ നാടിന്റെ ചരിത്രമറിയാമായിരുന്നു. ഇന്തോനേഷ്യ, ഈജിപ്ത് എന്നിങ്ങനെയുള്ള രാജ്യങ്ങളിലെ സ്ത്രീകളെ സ്ത്രീ സുന്നത്തിനുശേഷം വരുന്ന പല അസുഖങ്ങളുമായി ഇതിനു മുമ്പും ആ ആശുപത്രിയിൽ പ്രവേശിപ്പിച്ചിട്ടുണ്ട്. ഇത് ആ ഡോക്ടർ കണ്ടിട്ടുമുണ്ട്. എന്നാൽ ഒരു സൗദി യുവതിയിൽ ഇങ്ങനെയൊരു ക്രൂരത അവർ ആദ്യമായി കാണുകയായിരുന്നു. സുന്നത്ത് പ്രക്രിയ നടന്ന് ആശുപത്രിയിൽ പ്രവേശിപ്പിക്കപ്പെട്ട ആദ്യ സൗദി യുവതിയായി ഫരിയ. ഈ പ്രക്രിയ ഈ നാട്ടിൽ വർഷങ്ങൾക്ക് മുമ്പ് നിരോധിക്കപ്പെട്ടതാണെന്ന് അവർക്കറിയാം. അതുകൊണ്ട് തന്നെ ഇത് ഇന്നും നിലനിൽക്കുന്നു എന്നറിഞ്ഞപ്പോൾ ആ പ്രദേശങ്ങളിലെ കൊച്ചുപെൺകുട്ടികളുടെ കാര്യമാലോചിച്ച് അദ്ദേഹം വേവലാതിപ്പെടുവാൻ തുടങ്ങി. അതുകൊണ്ട് മാത്രം അദ്ദേഹം ഈ വിവരം നാദിയയെ അറിയിച്ചു. ഇതിൽ സാമൂഹിക സേവകർ ഇടപെടുന്നത് ആവശ്യമായിരിക്കും എന്നദ്ദേഹം പറഞ്ഞു.

സ്ത്രീ സുന്നത്തുമായി ബന്ധപ്പെട്ട ഒരു കേസിലും ഇടപെടുവാൻ അവസരമുണ്ടായിട്ടില്ല എന്നതിനാൽ ഇതിൽ അതിയായ താത്പര്യം തോന്നി എന്നാണ് നാദിയ പിന്നീടൊരിക്കൽ പറഞ്ഞത്. ഈ പ്രക്രിയ

മൂലം പല സ്ത്രീകളും അനുഭവിച്ച ചില അനന്തരഫലങ്ങൾ അവർക്ക റിയാമായിരുന്നു. അങ്ങനെ ദുരിതമനുഭവിക്കുന്ന പലരേയും പലപ്പോഴും ആശുപത്രിയിൽ പ്രവേശിപ്പിച്ചിരിക്കുന്നത് അവർ കണ്ടിട്ടുമുണ്ട്. സ്ത്രീ സുന്നത്തിനു ശേഷം ആയുസ്സു മുഴുക്കെ അതിന്റെ വേദനയും ദുരിതവു മനുഭവിക്കുന്ന അനേകം സ്ത്രീകളുണ്ട്.

മൂത്രവിസർജ്ജനം പോലും സാധാരണ രീതിയിൽ നടത്താനാകാ ത്തവരുണ്ട്. അവരിൽ ഇടയ്ക്കിടെ അണുബാധയുടെ പ്രശ്നമുണ്ടാ കാറുണ്ട്. എഫ് ജി എം നടപ്പിലാക്കിയ സ്ത്രീകളിൽ മിക്കവർക്കും യോനിയിൽ മുറിപ്പാടുണ്ടാകും. ഇത് ലൈംഗിക ബന്ധം വേദന നിറഞ്ഞ താക്കും. ഗർഭധാരണം പ്രസവം എന്നിവയുടെ സമയങ്ങളിലും പല ബുദ്ധിമുട്ടുകളുമുണ്ടാകും. ചിലർക്ക് പ്രസവവേദന ദീർഘനേരം നില നിൽക്കും. പ്രസവ സമയത്ത് യോനീമുഖം വിണ്ടു കീറും. രക്തസ്രാവ മുണ്ടാകും. ഇത് അമ്മയ്ക്കും കുഞ്ഞിനും ഒരുപോലെ മാനസിക പിരി മുറുക്കമുണ്ടാക്കും. ശാരീരികമായ ഈ ബുദ്ധിമുട്ടുകൾക്കൊപ്പം മാനസി കവും വൈകാരികവുമായ ബുദ്ധിമുട്ടുകളുമുണ്ടാകും. ഈ പ്രക്രിയ മിക്ക വാറും ഇതിനെക്കുറിച്ചൊന്നുമറിയാത്ത കൊച്ചുകുട്ടികളിലാണ് നടത്ത പ്പെടുന്നത് എന്നതിനാലാണിത്. അവരെ എന്തിനിങ്ങനെ ക്രൂരമായി വേദനിപ്പിക്കുന്നു എന്ന് അവർക്കറിയില്ല.

ഈ വിഷയം സൗദി അറേബ്യയിൽ നിരോധിക്കപ്പെട്ടതാണെന്ന് അറിയാമായിരുന്നതുകൊണ്ട് നാദിയയും തന്റെ സമയം വളരെ ശ്രദ്ധാ പൂർവ്വം ഉപയോഗിച്ചു. ഫരിയ ഒറ്റയ്ക്കായപ്പോഴാണ് കാണാൻ നാദിയ ആശുപത്രിയിലെ മുറിയിലെത്തിയത്. "ആദ്യമൊക്കെ ഫരിയയെ ക്കൊണ്ട് എന്തെങ്കിലും സംസാരിപ്പിക്കുക ബുദ്ധിമുട്ടായിരുന്നു. എന്നാൽ സംസാരിച്ച് തുടങ്ങിയപ്പോൾ പിന്നെ അവൾ എല്ലാം തുറന്ന് പറഞ്ഞു. ഞാൻ ഇടയ്ക്ക് കയറി ഒന്നും ചോദിച്ചില്ല."

തന്റെ സുന്നത്തിന്റെ കഥ കരഞ്ഞുകൊണ്ടാണ് ഫരിയ അവതരിപ്പി ച്ചത്.

"ഞാനൊരു വിഡ്ഢിയാണ്. ഞാൻ മരുഭൂമിയിലേക്ക് ഓടിപ്പോയാൽ മതിയായിരുന്നു. അവിടെയാണെങ്കിൽ ഇത്രയും കഷ്ടത ഞാൻ അനുഭ വിക്കേണ്ടി വരില്ലായിരുന്നു. എന്റെ മാതാപിതാക്കളുടെ സംരക്ഷണ ത്തിലായിരിക്കുമ്പോഴാണ് ഞാനിത്ര കഷ്ടപ്പെട്ടത് എന്നോർക്കുമ്പോഴാണ് ദുഃഖം.

സുന്നത്തിനെ കുറിച്ച് ഞാൻ കഥകളനവധി കേട്ടിട്ടുണ്ട്. അന്നു മുതൽ ഞാനൊരു സ്ത്രീയാകും എന്നൊക്കെയുള്ള കഥകൾ. അതുകൊണ്ട് മാത്രം അതംഗീകരിച്ചു. ഇത്തിരി വൈമനസ്യമൊക്കെയുണ്ടായിരുന്നു എങ്കിലും അനുസരിച്ചു. ഇടയ്ക്ക് വച്ച് എപ്പോഴോ മനസ്സിലെ ശങ്ക പുറത്ത് വന്നു. അപ്പോൾ അമ്മ കോപിച്ചു. ഞാൻ അനുസരിച്ചില്ലെങ്കിൽ ഞാനൊരു വഴിപിഴച്ചവളാകും എന്ന് പറഞ്ഞു. മാത്രമല്ല എന്റെ യോനീച്ഛദം വളർന്ന് പുരുഷന്മാരുടേത് പോലെയാകും എന്നും. അപ്പോൾ എല്ലാവരും

കളിയാക്കും. പരിശുദ്ധയല്ലെന്ന് എല്ലാവരും പറയും. വിവാഹം കഴിക്കാൻ ഒരു പുരുഷനും മുന്നോട്ട് വരില്ല. അപ്പോൾ അതിന്റെ ദൂഷ്യഫലങ്ങൾ അനുഭവിക്കുന്നത് അമ്മയും അനുജത്തിമാരുമാകും.

പുരുഷലിംഗത്തിനോളം വലിയ ലിംഗമുണ്ടാകുക എന്നത് ഭയപ്പെടുത്തി. അതൊഴിവാക്കുവാൻ എന്തും ചെയ്യാമെന്ന തീരുമാനത്തിലെത്തി. സുന്നത്തിന്റെ ദിവസമടുത്ത് വന്നപ്പോൾ എന്നിലിത്തിരി ആവേശവും വന്നു തുടങ്ങി. അന്ന് വലിയൊരു വിരുന്നൊരുക്കിയിരുന്നു. എന്നെക്കൂടാതെ പിന്നെയും പെൺകുട്ടികളുടെ സുന്നത്തുണ്ടായിരുന്നു അന്ന്. ഞങ്ങളുടെ മാതാപിതാക്കൾ അന്നേക്ക് വേണ്ടി പല സമ്മാനങ്ങളും വാങ്ങിവച്ചു. അന്ന് സുന്നത്ത് നടത്തുവാൻ തീരുമാനിച്ചിരുന്നവരിൽ ചിലർ എന്റെ സുഹൃത്തുക്കളായിരുന്നു. ഞങ്ങൾ ബഹുമാനിതരാകുകയാണ്. സ്ത്രീകളുടെ ലോകത്തിലേക്ക് ഞങ്ങളെ സ്വാഗതം ചെയ്യുകയാണ്, എന്നൊക്കെയാണ് പറഞ്ഞിരുന്നത്.

പല കഥകളും പറഞ്ഞു തന്നു. സുന്ദരമായ യക്ഷിക്കഥകൾ. അതിനുശേഷം എന്നുമെന്നും ഞങ്ങൾ സന്തോഷവതികളാകും എന്ന് പറഞ്ഞു. സുന്നത്ത് കഴിഞ്ഞ് മുറുവുണങ്ങിയാൽ വിവാഹ നിശ്ചയം നടക്കും. ഒരു വർഷത്തിനുള്ളിൽ സുന്ദരനായ ഒരു യുവാവിനെ വിവാഹം കഴിക്കും. ഭാര്യയാകും. അമ്മയാകും. എന്നും സന്തോഷമാകും. ഏത് സ്ത്രീയാണ് വിവാഹവും കുട്ടികളുമെല്ലാം അഗ്രഹിക്കാത്തത്?

വിരുന്ന് നടന്നുകൊണ്ടിരുന്നു. എന്റെ കൂട്ടുകാരികളിൽ ചിലർ ഭയന്നിരുന്നു. അവർ വിറയ്ക്കുന്നുണ്ടായിരുന്നു. തേങ്ങുന്നുണ്ടായിരുന്നു. ഈ കുട്ടികൾക്ക് എന്നെക്കാൾ കൂടുതലായി എന്തൊക്കെയോ അറിയാമായിരുന്നു. അവരുടെ ചേച്ചിമാർ അവരോട് ഇതിന്റെ വേദനയെക്കുറിച്ചും ഒഴുകുന്ന രക്തത്തെക്കുറിച്ചുമെല്ലാം പറഞ്ഞിരുന്നു. അതിനാൽ എന്താണിനി സംഭവിക്കാൻ പോകുന്നത് എന്നവർക്കറിയാമായിരുന്നു. അതിന്റെ ഭയം അവരിൽ വ്യക്തമായിരുന്നു.

വീട്ടിലെ ഏറ്റവും മുതിർന്ന പെൺകുട്ടി ഞാനായിരുന്നു. അതുകൊണ്ട് തന്നെ ഇതൊക്കെ പറഞ്ഞുതരാൻ വീട്ടിലാരുമുണ്ടായിരുന്നില്ല. അമ്മ കൊച്ചു പെൺകുട്ടിയായിരുന്നപ്പോഴേ ഇതിലൂടെ കടന്ന് പോയിട്ടുണ്ടായിരുന്നുവെങ്കിലും അന്ന് നടന്നതിൽ പലതും അമ്മ മറന്ന് പോയിരിക്കുന്നു. വർഷമേറെക്കഴിഞ്ഞിരുന്നുവല്ലോ. അതിലെ ഭീകരതയൊന്നും അമ്മയ്ക്ക് ഓർമ്മയിലില്ല. മാത്രമല്ല ഇത്തരം സ്വകാര്യ കാര്യങ്ങളെക്കുറിച്ച് അധികം സംസാരിക്കുവാൻ താത്പര്യമുള്ള വ്യക്തിയുമല്ല. സുന്നത്ത് സമയത്ത് ഇത്തിരി വേദനയുണ്ടാകും എന്ന് മനസ്സിലായെങ്കിലും അത് പൊടുന്നനെ അവസാനിക്കും എന്നാണ് അമ്മ പറഞ്ഞുതന്നത്. കൈത്തണ്ടയിൽ ആരെങ്കിലും ശക്തമായി ഒന്ന് പിച്ചിയാൽ എങ്ങനെ വേദനിക്കുമോ, എത്ര നേരം വേദനിക്കുമോ അതുപോലെ മാത്രം. എന്നാൽ ഈ വേദനയൊന്ന് സഹിച്ചാൽ എനിക്ക് ലഭിക്കാൻ പോകുന്ന പ്രതിഫലം അമൂല്യമാകുമെന്ന് അമ്മ പറഞ്ഞു. അമ്മ നുണ പറയുകയായിരുന്നു.

സമയമായപ്പോൾ ഞങ്ങൾ ആറുപേരെ വിരുന്ന് നടന്നിരുന്ന മുറിയിൽ നിന്നും കൊണ്ടുപോയി. ഞങ്ങൾക്ക് ഒരു പരിചയവുമില്ലാത്ത സ്ത്രീകളാണ് ഞങ്ങളെ കൂട്ടിക്കൊണ്ടുപോയത്. അടുത്ത മുറിയിലേക്ക് ഞങ്ങളെ എത്തിച്ചു. അവിടെ ഞങ്ങളെ കാത്ത് രണ്ട് സ്ത്രീകളിരിക്കുന്നുണ്ടായിരുന്നു. നിലത്ത് ആറ് പായ വിരിച്ചിട്ടുണ്ടായിരുന്നു. ഞങ്ങളോട് അടിവസ്ത്രമഴിച്ച് അതിൽ കിടക്കുവാൻ ആവശ്യപ്പെട്ടു. ചോദ്യങ്ങളൊന്നുമില്ലാതെ അത് അനുസരിച്ചു.

മദ്ധ്യത്തിലുള്ള ഒരു പായയാണ് ഞാൻ തിരഞ്ഞെടുത്തത്. അവർ ഏതെങ്കിലും ഒരു തലയ്ക്കൽ നിന്ന് തുടങ്ങുമെന്നും അപ്പോൾ എന്താണ് സംഭവിക്കാൻ പോകുന്നത് എന്ന് മനസ്സിലാക്കാമെന്നും കരുതി. അതിനാലാണ് മദ്ധ്യത്തിലുള്ള പായ തിരഞ്ഞെടുത്തത്. ഓരോ നിമിഷം കഴിയുംതോറും ഭയം വർദ്ധിക്കുകയായിരുന്നു. എന്റെ ഇരുവശത്തും കിടന്നിരുന്ന സുഹൃത്തുക്കളുടെ ഭയം മുറിയിൽ നിറഞ്ഞ് കവിയുന്നത് അറിയുന്നുണ്ടായിരുന്നു. എന്താണ് സംഭവിക്കാൻ പോകുന്നത് എന്നതിനെക്കുറിച്ച് അവരോട് അവരുടെ ചേച്ചിമാർ പറഞ്ഞുകൊടുത്തിരുന്നുവല്ലോ.

എന്നോട് വസ്ത്രം പൊക്കി തലമൂടുവാൻ ആവശ്യപ്പെട്ടു. അപ്പോൾ അരയ്ക്ക് കീഴെ നഗ്നമായി. കാലുകൾ അകത്തി വയ്ക്കുവാൻ അവർ ആവശ്യപ്പെട്ടു. ഞാൻ അനുസരിച്ചു. ഹൃദയം ഭയംമൂലം വല്ലാതെ മിടിക്കുന്നുണ്ടായിരുന്നു. പായിൽ നിന്നും എഴുന്നേറ്റോടണമെന്ന് ഒരാഗ്രഹം. എന്നാൽ ഒരു സ്ത്രീ തോളിൽ കൈവച്ച് ഇരിക്കുന്നുണ്ടായിരുന്നു. ഞാനെഴുന്നേല്ക്കാതിരിക്കാൻ അവർ ശ്രദ്ധിക്കുന്നുണ്ടായിരുന്നു.

അവിടെ കാത്തിരുന്നിരുന്ന രണ്ട് സ്ത്രീകളാണ് ഞങ്ങളുടെ മേൽ സുന്നത്ത് കർമ്മത്തിനായി നിയോഗിക്കപ്പെട്ടിരുന്നവർ. അവരുടെ കൈയിൽ വലിയ കത്രികയുണ്ടായിരുന്നു. സുന്നത്ത് ഉടൻ ആരംഭിച്ചു. എന്റെ ഇരുവശത്തു നിന്നും ഉച്ചത്തിലുള്ള കരച്ചിലും ഞരക്കവും വന്നു തുടങ്ങി. ചുറ്റിൽ നിന്നും ഭയാനകമായ കരച്ചിൽ അടങ്ങുന്നില്ല എന്ന് കണ്ടപ്പോൾ ഇവിടന്നോടിപ്പോകാൻ സമയമായി എന്ന് ഞാൻ തീരുമാനിച്ചു. ഞാനെഴുന്നേറ്റിരുന്നു. എന്നെ മുറിയിലെത്തിച്ച സ്ത്രീ എന്റെ തോളിൽ പിടിച്ച് അവിടെ അമർത്തി കിടത്തി. ഞങ്ങൾ കുട്ടികളുടെ അടുത്തുള്ള സ്ത്രീകളെല്ലാം നല്ല കൈക്കരുത്തുള്ളവരായിരുന്നു എന്നത് അതുവരേക്കും ശ്രദ്ധിച്ചിട്ടില്ലായിരുന്നു. നല്ല ആകാരമുള്ളവർ. കുട്ടികളെ പിടിച്ച് നിർത്തുവാനായി നിയോഗിക്കപ്പെട്ടിരിക്കുന്നവരായിരുന്നു അവരെല്ലാം.

എന്റെ സമയമായി. ആദ്യം ആരുടേയോ കൈകൾ എന്റെ കാലുകൾക്കിടയിൽ പരതുന്നത് ഞാനറിഞ്ഞു. എന്റെ ശരീരത്തിന്റെ ആ ഭാഗം ആരോ പിടിച്ച് വലിച്ചു. എനിക്ക് വേദനിച്ചു. പിന്നെ കത്രിക അവിടെ സ്പർശിച്ചത് ഞാനറിഞ്ഞു. പൊടുന്നനെ അതികഠിനമായ വേദന കൊണ്ട് പുളയുവാൻ തുടങ്ങി. അനസ്തേഷ്യ നൽകാതെ ശസ്ത്രക്രിയ

ചെയ്യുന്നത് ഒന്നാലോചിച്ചുനോക്കൂ. വേദന ഒന്ന് ശമിപ്പിക്കുവാൻ ഒരു തുള്ളി മരുന്ന് പോലുമില്ലാതെ, മരുന്നിന്റെ സഹായമില്ലാതെ ശരീരത്തിലെ ഒരു തുണ്ട് അവർ മുറിച്ചു മാറ്റുകയാണ്. ഞാൻ നിലവിളിച്ചു. കരച്ചിൽ നിർത്തുവാനായില്ല. എന്റെ ഉദ്വേഗം ഇനിയും അവസാനിച്ചില്ല. അവർ എന്റെ സ്വകാര്യഭാഗങ്ങളിലെ ശേഷിച്ച മാംസപേശികൾ പരതുകയായി രുന്നു. അവിടെയുണ്ടായിരുന്ന ചർമ്മമെല്ലാം മുറിച്ചെടുത്തു. എന്നെയവർ തുണ്ടം തുണ്ടമാക്കി മുറിച്ചിടുകയാണെന്നു തോന്നി. ആരോ സൂചിയും നൂലുമെടുത്ത് തുന്നാൻ തുടങ്ങി. അതിന്റെ വേദനയും അതികഠിനമാ യിരുന്നു. ബോധം നഷ്ടപ്പെടുന്നത് പോലെ തോന്നി.

തുന്നിക്കെട്ടിയതുകൊണ്ട് രക്തവാർച്ച നിന്നില്ല. അവർ എന്തൊക്കെ ചെയ്തിട്ടും രക്തം നിന്നില്ല. എന്റെ ശരീരത്തിൽ നിന്നും രക്തമൊഴുകി ക്കൊണ്ടേയിരുന്നു. ഒരു തുണ്ട് തുണികൊണ്ടുവരാൻ ആരോ ആവശ്യ പ്പെടുന്നത് കേട്ടു. അത് ശരീരത്തിനുള്ളിലേക്ക് കുത്തി നിറയ്ക്കുന്നതും അറിഞ്ഞു. അവർ എന്നെ അടുത്ത മുറിയിലേക്ക് കൊണ്ടുപോയി. പാർശ്വ ഫലങ്ങൾ കൂടുതലായുണ്ടായ കുട്ടികളെ ആ മുറിയിലാണ് കിടത്തിയി രുന്നത്. അവിടെയുള്ള കുട്ടികൾ ഉച്ചത്തിൽ നിലവിളിച്ചിരുന്നത് ഞാനോർ ക്കുന്നു. എന്റെ കരച്ചിൽ അവരുടേതിൽ അലിഞ്ഞ് ചേർന്നിട്ടുണ്ടാകും എന്നെനിക്കുറപ്പുണ്ട്.

ഞാൻ മരിച്ചുകൊണ്ടിരിക്കുകയാണെന്ന് ഉറപ്പായി. വേദന അസഹ്യ മായിരുന്നു. ഇങ്ങനെ വേദനിക്കുന്നതിലും നല്ലത് മരിച്ചു പോകുകയാ ണെന്ന് ഞാനുറപ്പിച്ചു. പിന്നെ ബോധം നശിച്ചു. ഞാൻ കണ്ണു തുറന്ന പ്പോൾ മറ്റൊരു സ്ഥലത്തായിരുന്നു. മൃദുഭാഷിണികളായ ഡോക്ടർമാരും നഴ്സുമാരും എന്നെ പരിചരിക്കുന്നുണ്ടായിരുന്നു. എനിക്കിപ്പോഴും വേദനിക്കുന്നുണ്ട്. എന്നെ പരിചരിക്കുന്നവരുടെ സംഭാഷണത്തിൽ നിന്നും രക്തസ്രാവം മൂലം ഞാൻ മരണത്തിന്റെ വക്കത്തെത്തിയിരുന്നു എന്നെനിക്ക് മനസ്സിലായി. എന്നെ കണ്ടാൽ ഇപ്പോൾ ഒരു പെൺകുട്ടി യാണെന്ന് തോന്നില്ല എന്ന് രണ്ട് നഴ്സുമാർ പരസ്പരം മന്ത്രിക്കുന്നത് കേട്ടു. ഒരു സ്ത്രീക്ക് സ്ത്രീയുടേതായി അള്ളാഹു നൽകിയിരിക്കുന്ന സ്വകാര്യഭാഗങ്ങളിൽ നിന്നും മിക്കവാറും എല്ലാം തന്നെ അവർ വെട്ടി മാറ്റിയിരിക്കുന്നു.

സ്ത്രീത്വം, വിവാഹം, കുട്ടികൾ എന്നിങ്ങനെയുള്ള സ്വപ്നങ്ങളെല്ലാം അമ്മ പകുത്ത് തന്നിരുന്നു. എന്നാൽ സത്യത്തിൽ അമ്മ ചെയ്തത് എന്നെ ഒരു വികലാംഗയാക്കുവാൻ പണം ചിലവിടുകയായിരുന്നു. എനിക്കിന്ന് ശരീരത്തിൽ അവശ്യം വേണ്ട ചില ഭാഗങ്ങളില്ല. അതിനാൽ തന്നെ നല്ലൊരു ഭാര്യയും അമ്മയുമായി ജീവിക്കുവാനാകില്ല."

ഇത്രയുമായപ്പോഴേക്കും നാദിയയുടെ കണ്ണുകൾ നിറഞ്ഞൊഴുകു വാൻ തുടങ്ങി. അത് ഫാരിയയുടെ കഥ തുടരുന്നതിൽ നിന്നും അവളെ തടസ്സപ്പെടുത്തി. ഞാനും കണ്ണീരടക്കുവാൻ ബുദ്ധിമുട്ടുന്നുണ്ടായിരുന്നു. സ്ത്രീ സുന്നത്ത് എന്ന വിഷയം നാദിയയെ സംബന്ധിച്ചിടത്തോളം അത്ര

പരിചിതമല്ലായിരുന്നു. എന്നാൽ ഈ കാടത്തത്തെക്കുറിച്ച് ഞാൻ മുമ്പേ അറിഞ്ഞിട്ടുണ്ട്. എന്റെ സഹോദരിമാരിൽ പലരും ഇതിന് വിധേയമായിട്ടുണ്ട്. ഈ കാടത്തം നിരോധിക്കപ്പെടുന്നതിന് ശേഷമായിരുന്നു അത്. ഇത് നിരോധിക്കപ്പെട്ടിരിക്കുന്നു എന്ന് അന്ന് അമ്മയ്ക്കറിവില്ലായിരുന്നു. അമ്മയെക്കന്നെല്ല അന്ന് പല അമ്മമാർക്കും അതറിയില്ലായിരുന്നു.

അച്ഛനും അമ്മയും രണ്ടു കുലങ്ങളിൽ ജനിച്ചവരാണ്. അച്ഛന്റെ വീട്ടുകാർ നജദ് പ്രവിശ്യയിൽ നിന്നുള്ളവരാണ്. അവിടെ സ്ത്രീസുന്നത്ത് എന്നൊരു സമ്പ്രദായം നിലവിലില്ല. അമ്മയുടെ കുലത്തിലെ സ്ഥിതി അങ്ങനെയല്ല. അമ്മയുടെ കുലം പണ്ടു മുതൽക്കേ ഈ സമ്പ്രദായത്തിൽ വിശ്വസിച്ച് വരുന്നവരായിരുന്നു. എന്നാൽ 1950 കളിൽ ഇത് അവർ പൂർണ്ണമായും നിർത്തിവച്ചു. പക്ഷേ എന്റെ സഹോദരിമാരുടെ ജനനം 1955നു മുമ്പായിരുന്നു. അവർക്കെല്ലാം ഈ ക്രൂരത ഏറ്റുവാങ്ങേണ്ടി വന്നിട്ടുണ്ട്. വീട്ടിലെ ഇളയ സഹോദരിമാരായ സാറയും ഞാനും പോലെയുള്ളവർ ഇതിൽ നിന്നും രക്ഷപ്പെട്ടു.

ഒരിക്കൽ എന്റെ ഒരു ചേച്ചി ഈ ക്രൂരതയിലൂടെ അവർ കടന്ന് പോയ രംഗങ്ങൾ വിവരിച്ച് തന്നിട്ടുണ്ട്. അത് കേട്ട് ഞാൻ ഭയന്ന് വിറച്ചു. മുത്തച്ഛൻ ഈ പ്രക്രിയ നിയമം മൂലം നിരോധിക്കുവാൻ തീരുമാനിച്ചതിൽ ആഹ്ലാദിക്കുകയും ചെയ്തു. തന്റെ ഭരണത്തിന്റെ ആദ്യകാലത്ത് തന്നെ അദ്ദേഹം ഈ നിയമം നടപ്പിൽ വരുത്തിയിരുന്നു. ഒരു ആൺകുട്ടിക്ക് സുന്നത്ത് ചെയ്ത് അവന്റെ ലിംഗാഗ്രത്തിലുള്ള ചർമ്മം കാൽമുട്ടിലേക്ക് വീഴുന്നത് കണ്ടാണീ തീരുമാനം അദ്ദേഹമെടുത്തത്. അപ്പോഴാണ് ചില കുലങ്ങളിൽ പെൺകുട്ടികളിലും ഇത്തരം ചേലാകർമ്മങ്ങൾ നടത്താറുണ്ട് എന്ന് ആരോ അദ്ദേഹത്തിനോട് പറയുന്നത്. എന്റെ മുത്തച്ഛൻ ഉടൻ ഈ രണ്ട് കർമ്മങ്ങളും നിരോധിച്ചു. എന്നിട്ടും ചില കുലങ്ങൾ ഈ നിരോധനത്തെ അവഗണിക്കുവാൻ തീരുമാനിക്കുകയായിരുന്നു. അതിന്റെ പിന്തുടർച്ചയായി ഫരിയയെപ്പോലെയുള്ള പെൺകുട്ടികൾ ഇന്നും ഈ ക്രൂരതയ്ക്ക് വിധേയമായിക്കൊണ്ടിരിക്കുന്നു.

ഫരിയയുടെ കഥ പറഞ്ഞു തീരുമ്പോഴേക്കും നാദിയ വിതുമ്പി തുടങ്ങിയിരുന്നു. അവൾ വല്ലാതെ ദുഃഖിതയായി. ഞാനവളുടെ കൈകൾ തടവി. എന്നാൽ ആകുന്ന വിധത്തിൽ അവളെ സമാധാനിപ്പിച്ചു. സ്ത്രീ സുന്നത്ത് എന്ന ഭീകരതയെക്കുറിച്ച് ആദ്യമറിഞ്ഞപ്പോൾ എന്റെ മനസ്സിലുണ്ടായ വേവലാതി ഓർത്തു. അതുകൊണ്ട് തന്നെ നാദിയയുടെ വികാരം അപ്പോൾ മനസ്സിലാകുമായിരുന്നു. എന്നാൽ ഞങ്ങൾക്ക് കർമ്മനിരതരാകേണ്ടിയിരിക്കുന്നു. ദുഃഖിച്ചിരുന്നതുകൊണ്ട് മാത്രം കാര്യമില്ല. "ഫരിയയ്ക്ക് ഇനി എന്ത് സംഭവിക്കും എന്നറിയാമോ നാദിയ?"

"ഞാൻ സാമൂഹികസേവന വിഭാഗത്തിൽ നിന്നാണെന്നും ഫരിയയെ അവളുടെ ഭാവി പദ്ധതികളിൽ ഉപദേശിക്കുവാനും സഹായിക്കുവാനും എത്തിയതാണെന്നും പറഞ്ഞു രാജകുമാരി. അപ്പോൾ അവളിൽ നിന്നും വന്ന ആദ്യ വാചകം തനിക്ക് തന്റെ വീട്ടുകാരിൽ നിന്ന് രക്ഷപ്പെടണം

എന്നായിരുന്നു. തന്റെ ശരീരത്തെ ഇങ്ങനെ പീഡിപ്പിച്ചതിന് അവൾ അമ്മയോട് കുപിതയായിരിക്കുന്നു. വീട്ടിലേക്ക് തിരിച്ചുപോയാൽ അവർ തന്നെക്കൊണ്ട് നിർബന്ധിച്ച് വിവാഹം കഴിപ്പിക്കുമെന്ന് പറയുന്നു. ഈ സമയത്ത്, ഇത്രയും നേരത്തെ, ഒരു വിവാഹം എന്നതിനെ ഭയക്കുന്നു. ഇപ്പോൾ സംഭവിച്ചതിന്റെ പാർശ്വഫലങ്ങൾ അനവധി ഇനി അനുഭവിക്കേണ്ടി വന്നേക്കാം എന്ന് ചില ഡോക്ടർമാർ തുറന്ന് പറഞ്ഞിട്ടുണ്ട്. ലൈംഗിക ബന്ധം എന്നത് വേദനാജനകമാകും എന്നും അവർ പറഞ്ഞിരിക്കുന്നു. അത് ഭയത്തെ വർദ്ധിപ്പിച്ചിരിക്കുന്നു. വിവാഹം ഭയമായിരിക്കുന്നു.

ഇന്ന് അവൾ ആഗ്രഹിക്കുന്നത് സ്ത്രീ സുന്നത്ത് എന്ന കർമ്മം ഇനി ആരിലും നടപ്പാക്കരുത് എന്നാണ്. തന്റെ പഠനം പൂർത്തിയാക്കണം. നിയമത്തിൽ ബിരുദമെടുക്കണം. കഴിയുമെങ്കിൽ ഒരു വക്കീലാകണം. എന്നിട്ട് ഇത്തരം ദുരാചാരങ്ങൾക്കെതിരെ വിശ്രമമില്ലാതെ പ്രവർത്തിക്കണം എന്നൊക്കെയാണവളുടെ ആഗ്രഹം.

“ഇത് ഇന്നുണ്ടായ ഒരു വൈകാരിക വിക്ഷോഭം മൂലം പറയുന്നതാണോ അതോ ഹൃദയത്തിൽ തട്ടി നല്ലവണ്ണം ആലോചിച്ച് അവൾ പറയുന്നതാണോ?”

നാദിയ ഒരു നിമിഷം ശങ്കിച്ചു. “ഞാൻ ഫരിയയെ ഇതിനകം മൂന്ന് തവണ കണ്ടു. സംസാരിച്ചു. അവൾ നേരത്തെ പറഞ്ഞതിനു തയ്യാറായിക്കൊണ്ടുതന്നെ സംസാരിച്ചതാണെന്നാണ് എന്റെ അഭിപ്രായം. അല്ലാതെ ഇത് പൊടുന്നനെയുണ്ടായ ഒരു വൈകാരിക വിക്ഷോഭമല്ല.”

ഇത്രയും പറഞ്ഞ് നാദിയ തന്റെ ദൃഷ്ടികൾ ദൂരത്തുറപ്പിച്ചു. ഇര നാദിയയോട് പറഞ്ഞ വാക്കുകൾ ഓർത്തെടുക്കുകയായിരുന്നു അവൾ. അത് ഓർമ്മയിൽ വന്നപ്പോൾ അവൾ കണ്ണുകൾ വിദൂരതയിൽ നിന്നും പറിച്ചെടുത്ത് എന്റെ കണ്ണിലുറപ്പിച്ചു. “അവൾ ഈ തീരുമാനത്തിൽ ഉറച്ച് നിൽക്കുകയാണെങ്കിൽ അത് നടപ്പിലാക്കുവാനായി നമുക്ക് അവളെ എങ്ങനെ സഹായിക്കുവാനാകും? ഒരുപക്ഷേ നമ്മൾ എങ്ങനെ സഹായിക്കും എന്നൊരു പദ്ധതിയുമായി ഞാനവളെ സമീപിക്കുകയാണെങ്കിൽ അവൾ എന്നോട് കൂടുതൽ മനം തുറന്ന് സംസാരിച്ചേക്കും.”

“നീ പറഞ്ഞതെല്ലാം ശരിയാണ് നാദിയ. എന്നാലും ഒരുപക്ഷേ ഒരാഴ്ചയ്ക്കുള്ളിൽ ഫരിയ വീണ്ടും അമ്മയുടെ സ്നേഹം കാംക്ഷിച്ച് മടങ്ങിയേക്കാം. നമ്മൾ അതിനാൽ തന്നെ അവളെ സഹായിക്കുവാനായി ഓടിച്ചെല്ലുന്നില്ല. നീ ഒരു കാര്യം ചെയ്യണം. അമാനിയുമായി സംസാരിക്കണം. എന്നിട്ട് അമാനിയും ഫരിയയും തമ്മിൽ തമ്മിൽ സംസാരിക്കട്ടെ. സ്വകാര്യമായിരിക്കട്ടെ അവരുടെ സംഭാഷണം. അമാനി ഇപ്പോൾ എന്റെ എല്ലാ ജോലികളിലും എന്നോടൊപ്പമുണ്ട്. ഇതിലെല്ലാം വലിയ താത്പര്യവും കാണിക്കുന്നുണ്ട്. ഫരിയയുമായി സംസാരിച്ച് കഴിഞ്ഞതിനു ശേഷം അമാനി എന്നെ വന്ന് കാണട്ടെ. അതിനുശേഷം നമുക്കൊരുമിച്ച് ഫരിയയുടെ യഥാർത്ഥ ആഗ്രഹം എന്തോ അതിലേക്കൊരു പാത തുറക്കാം.”

എന്റെ മറുപടി നാദിയയ്ക്കും ഇഷ്ടമായി. അവളും അമാനിയും ഇന്ന് നല്ല സുഹൃത്തുക്കളാണ്. ഇരുവർക്കും പരസ്പരം നല്ല വിശ്വാസമുണ്ട്. അമാനി ഉത്തരവാദിത്വങ്ങൾ ഏറ്റെടുത്ത് തുടങ്ങണം എന്നൊരു ആഗ്രഹം എനിക്കുമുണ്ടായിരുന്നു. അവൾ വെറുതെ എന്റെ ആജ്ഞകൾ അനുസരിച്ചാൽ മാത്രം പോര. അവൾ എന്റെ ജോലികളിൽ പൂർണ്ണമായും സഹകരിച്ച് തുടങ്ങിയാൽ ഞാൻ ചെയ്യുന്ന ജോലികളുടെയെല്ലാം പൂർണ്ണ നിയന്ത്രണം അവളെ ഏല്പിക്കുന്നതിലും എനിക്ക് മടിയില്ല.

ഫരിയ അനുഭവിച്ച ക്രൂരതകളിൽനിന്നും എന്റെ മനസ്സിനെ മാറ്റുവാൻ യത്നിച്ചു തുടങ്ങി. ഈ യുവതിയുടെ പ്രശ്നങ്ങൾ മനസ്സിലിട്ട് അധികസമയം കഴിയേണ്ടി വന്നില്ല. അതിനു മുമ്പ് തന്നെ കരീം വീട്ടിലെത്തി. അദ്ദേഹത്തിന്റെ ജീവനക്കാരിൽ ഒരാളുടെ മകളെക്കുറിച്ചുള്ള വാർത്തയുമായാണ് കരീം വന്നത്. മറ്റൊരു സൗദി യുവതി. മറ്റൊരു പ്രശ്നം. അവളെ വളരെ ഗുരുതരമായ കുറ്റമാരോപിച്ച് അറസ്റ്റ് ചെയ്തിരിക്കുന്നു.

ഷാദയും ആഭിചാരം, ദുർമന്ത്രവാദം എന്നിവ തടയുന്ന വിഭാഗവും

സൗദിയിൽ ദൗർഭാഗ്യങ്ങളുടെ നടുക്ക് നീന്തുന്ന അനേകം സ്ത്രീകളുണ്ടെന്ന് അറിയാം. എന്നാൽ എന്റെ മുന്നിലെത്തുന്ന ഓരോ പ്രശ്നവും പൊടുന്നനെ എന്തെങ്കിലും ചെയ്യേണ്ടവയാണെന്ന തോന്നലുണ്ടാക്കുന്നു. ഷാദയുടെ ഈ പ്രശ്നം വിചിത്രമായിരുന്നു. അവളെ വധശിക്ഷയിൽ നിന്നും രക്ഷിക്കുവാൻ എനിക്കാകുമെന്ന് എന്തുകൊണ്ടോ വിശ്വസിച്ചു.

കരീമിന്റെ വിശ്വസ്തജീവനക്കാരിൽ ഒരാളുടെ മകളാണ് ഷാദ. ഞങ്ങളുടെ കുടുംബ ഗാരേജിൽ മെക്കാനിക്കാണയാൾ. റിയാദിലെ ഞങ്ങളുടെ എസ്റ്റേറ്റിലാണ് ഗാരേജ്. രാജകുടുംബത്തിന്റെ എസ്റ്റേറ്റുകളിലെല്ലാം മിക്കവാറും ഒരു കൊച്ചു നഗരത്തിനു വേണ്ട എല്ലാ സൗകര്യങ്ങളുമുണ്ടാകും. അതിൽ ആശുപത്രിയും കുതിരാലയങ്ങളും കളിക്കളങ്ങളും കാറുകൾ കേടുപാടുകൾ തീർക്കുന്നതിനുള്ള വർക്ഷോപ്പുകളും ഭക്ഷണശാലകളും പള്ളികളുമെല്ലാം ഉൾപ്പെടും. ഞങ്ങളുടെ കാർവർക്ഷോപ്പിന്റെ കാര്യത്തിൽ കരീം പ്രത്യേക ശ്രദ്ധയെടുത്തിരുന്നു. അബ്ദുള്ളയ്ക്ക് പ്രായപൂർത്തിയാകുകയും സ്വന്തമായി കാറോടിക്കുവാനാകുകയും ചെയ്തപ്പോഴാണ് കരീം ഇതിൽ ശ്രദ്ധ ചെലുത്തിയതും താത്പര്യമെടുത്തതും. തന്റെ കാറിന്റെ ചില പ്രശ്നങ്ങൾ പരിഹരിക്കുന്നതിനായി ഒരിക്കൽ അബ്ദുള്ള അടുത്തുള്ള ഒരു വർക്ഷോപ്പിൽ പോകുകയുണ്ടായി. അവിടെ അബ്ദുള്ളയും മറ്റു ചിലരുമായി ചില പ്രശ്നങ്ങളുണ്ടായി. ആ കഥ ഇവിടെ ഒന്ന് ചുരുക്കി പറയാം.

കടയിലെത്തിയ ഉടൻ ഇത്തിരി മുൻകോപമുള്ള ഒരു മെക്കാനിക്ക് അബ്ദുള്ളയെ അഭിവാദ്യം ചെയ്തു. അബ്ദുള്ളയെ അഭിവാദ്യം ചെയ്യുന്നതിനു തൊട്ടുമുമ്പ് അയാൾ തന്റെ സൗദി ഉടമയെ മർദ്ദിക്കുകയായിരുന്നു.

ഒരു വലിയ ലോഹദണ്ഡുപയോഗിച്ചായിരുന്നു മർദ്ദനം. അബ്ദുള്ള ആ മെക്കാനിക്കിൽ നിന്നും ലോഹദണ്ഡ് പിടിച്ച് മാറ്റുവാൻ ഒരു ശ്രമം നടത്തി. എന്നാൽ മെക്കാനിക്കിന് അബ്ദുള്ളയേക്കാൾ ആരോഗ്യമുണ്ടായിരുന്നു. അയാൾ അതിൽ നിന്നും പിടിവിട്ടില്ല. മല്ലയുദ്ധത്തിനിടയിൽ ലോഹദണ്ഡ് അബ്ദുള്ളയുടെ തലയിൽ പതിച്ചു. അബ്ദുള്ള നിലത്ത് വീണില്ലെങ്കിലും അയാളുടെ തല പൊട്ടിപ്പോയി. ഇത് കണ്ട് അവിടെ വന്നിരുന്നവരിൽ ചിലർ ഇടപെട്ടു. അബ്ദുള്ളയെ അയാൾ ആക്രമിക്കുന്നതിനു തടയിട്ടു. അതിനാൽ ഗൗരവമായ പരിക്കുകളുണ്ടായില്ല. ആ മെക്കാനിക്ക് കോപിഷ്ഠനായിരുന്നുവെന്നും തന്റെ ഉടമയെ അല്ലെങ്കിൽ അവരുമായുള്ള വഴക്കിൽ ഇടപെട്ടവരെ അയാൾ മർദ്ദിച്ചവശനാക്കുമെന്നും വ്യക്തമായിരുന്നു.

ആ മനുഷ്യൻ അത്രയ്ക്ക് കോപിഷ്ഠനായതിനും കാരണമുണ്ടെന്ന് പിന്നീട് ഞങ്ങൾ കണ്ടെത്തി. ഒരു വർഷമായി അയാൾക്ക് ശമ്പളം ലഭിച്ചിട്ട്. അയാളുടെ ഭാര്യയും മക്കളും നാട്ടിൽ സാമ്പത്തിക ബുദ്ധിമുട്ടിലായിരുന്നു. അവശ്യവസ്തുക്കൾ വാങ്ങാൻ പോലും അവരുടെ പക്കൽ പണമില്ല. ഇത് മാത്രമല്ല, ആ സൗദി ഉടമ, തന്റെ തൊഴിലാളികൾക്ക് അവധിയും നിഷേധിച്ചു. ആർക്കും ബന്ധുക്കളെ കാണാൻ നാട്ടിൽ പോകാൻ അവധി തരില്ലെന്ന് അയാൾ നിഷ്കർഷിച്ചു. തന്നോടൊത്തുള്ള കരാർ കാലാവധിയായ രണ്ട് വർഷം പൂർത്തിയാക്കിയതിനു ശേഷം മാത്രമേ അവധി ലഭിക്കുകയുള്ളൂ എന്നയാൾ തീർത്ത് പറഞ്ഞു.

ലോകത്തിന്റെ നാനാഭാഗങ്ങളിൽ നിന്നും തൊഴിലാളികളെ കൊണ്ടുവന്ന് ജോലിയെടുപ്പിച്ച് ധനം വർദ്ധിപ്പിക്കുന്ന ധനികരായ പല സൗദികളുമുണ്ട്. ഈ തൊഴിലാളികൾക്ക് തങ്ങളുടെ കുടുംബത്തെ പിന്തുണയ്ക്കുന്നതിനായി ജനിച്ച നാടും വീടും വിടേണ്ടി വരുന്നു എന്നത് അതീവ നിർഭാഗ്യകരമാണ്. സൗദി ഉടമകൾ ഇതിനായി പണമൊന്നും ചിലവിടുന്നില്ല. തൊഴിൽ ആവശ്യമുള്ളവർ ഏജന്റിന് പണം നൽകി വിദേശങ്ങളിൽ തൊഴിൽ നേടുന്നു. ഈ പണവും പലരും കടമെടുത്തതാകും. സാധാരണ നിലയിൽ സൗദിയിൽ എത്താനുള്ള യാത്രാ ചിലവുകൾ ഈ തൊഴിലാളി തന്നെ വഹിക്കേണ്ടതായി വരുന്നു. ഇവിടെ എത്തിക്കഴിഞ്ഞാൽ ഇവിടത്തെ തൊഴിലുടമ തൊഴിലാളിയുടെ പാസ്പോർട്ട് വാങ്ങി കൈയിൽ വയ്ക്കുന്നു. ആ നിമിഷം മുതൽ ഈ തൊഴിലാളികൾ നിഷ്ഠുരരായ തൊഴിലുടമകളുടെ കരുണയിൽ മാത്രം കഴിയാൻ വിധിക്കപ്പെട്ടവരാണ്. കൃത്യമായി ശമ്പളം നൽകാത്ത തൊഴിലുടമകൾ ധാരാളമുണ്ട്. ഉണ്ടുറങ്ങുവാനുള്ള പാർപ്പിട സൗകര്യവും അത്യാവശ്യം ഭക്ഷണവും തൊഴിലുടമ നൽകാറുണ്ട്. എന്നാൽ കരാർ അനുസരിച്ചുള്ള ശമ്പളം പലപ്പോഴും നൽകപ്പെടാറില്ല. സൗദിയിലാകുമ്പോൾ ഇവരുടെ ശമ്പളം ഞാൻ കരാർ കാലാവധി കഴിയുന്നത് വരേക്കും പിടിച്ച് വച്ചിരിക്കുകയാണെന്നും കാലാവധി കഴിഞ്ഞാൽ മൊത്തം തുക നല്കുമെന്നുമെല്ലാം തൊഴിലുടമകൾ പറയും. എന്നാൽ തൊഴിലാളികളുടെ പക്കൽ അത്യാവശ്യങ്ങൾക്കുള്ള പണംപോലുമുണ്ടാകില്ല. വീട്ടിലേക്കയയ്ക്കുവാനും പണമുണ്ടാകില്ല.

എന്റെ രാജ്യത്ത് ഇത്തരം മോശം കാര്യങ്ങൾ നടക്കുന്നു എന്നത് ലജ്ജാകരമാണ്. ഇതിനു സമാനമായ രീതിയിൽ പ്രവർത്തിക്കുന്ന ചില രാജകുടുംബാംഗങ്ങളേയും എനിക്കറിയാം. ഒരു ബാങ്കിലെ എല്ലാ ജീവന ക്കാരും ഒന്നിച്ചെണ്ണിയാലും തീരാത്തത്ര ധനികരായിരിക്കും ഇതിൽ പല തൊഴിലുടമകളും. എന്തു പറയണം എന്നെനിക്കറിയില്ല. ഇത് ക്രൂര മാണെന്നും നൈതികമല്ലെന്നും മാത്രം പറയാം. കഠിനാദ്ധ്വാനം ചെയ്യുന്നവരെ സംരക്ഷിക്കുവാനുതകുന്ന നിയമങ്ങളുണ്ടായെങ്കിൽ എന്ന് ഞാൻ പ്രതീക്ഷിക്കുന്നു. എന്നാൽ എന്റെ നാട്ടിൽ ദരിദ്രർക്ക് പരിഗണന കുറവാണ്. ശബ്ദിക്കാനവസരങ്ങൾ കുറവാണ്. അതുകൊണ്ട് മാത്രമാണ് മനസ്സിൽ കരുണയുള്ള രാജകുടുംബാംഗങ്ങളിൽ പലരും ഇവരുടെ ശബ്ദമായി മാറുന്നത്.

ആ വിദേശി മെക്കാനിക്കിന്റെ രോഷം അയാൾക്ക് ഒരു ഗുണവും ചെയ്തില്ല. എന്നു മാത്രമല്ല അയാളെ ദീർഘകാലം തുറുങ്കില ടയ്ക്കുകയും ചെയ്തു. മകന്റെ കരുണയില്ലായിരുന്നുവെങ്കിൽ അയാളുടെ കുടുംബത്തിന്റെ സ്ഥിതി എന്താകുമായിരുന്നു എന്ന് അള്ളാഹുവിന് മാത്രമേ അറിയുകയുള്ളൂ. സൗദി ഉടമ അയാളുടെ തൊഴിലാളികളെ അധിക്ഷേപിക്കുകയും ശമ്പളം പിടിച്ചു വച്ചിരിക്കുകയും ചെയ്തിരിക്കുന്നു എന്നറിഞ്ഞ അബ്ദുള്ളയ്ക്ക് അനുകമ്പ തോന്നി. അബ്ദുള്ള തുറുങ്കിൽ കിടക്കുന്ന മനുഷ്യനുമായി സംസാരിക്കുവാൻ ഒരു വക്കീലിനെ ഏർപ്പാടാക്കി. വക്കീൽ അയാളുമായി സൗഹൃദം സ്ഥാപിച്ചു. അയാളുടെ കുടുംബത്തെക്കുറിച്ചുള്ള വിവരങ്ങളറിഞ്ഞു. അയാൾ ജയിലിൽ കിടക്കുന്ന കാലത്തോളം എല്ലാ മാസവും അയാൾക്ക് ലഭിക്കേണ്ടതിന്റെ ഇരട്ടി തുക അബ്ദുള്ള അയാളുടെ വീട്ടിലേക്കയച്ചുകൊണ്ടിരുന്നു.

അങ്ങനെ കുപിതനായ ആ വിദേശി, എല്ലാ സൗദികളേയും വെറു ത്തിരുന്ന ആ വിദേശി, അബ്ദുള്ളയെ ആക്രമിച്ച് പരിക്കേല്പിക്കുവാൻ മുതിർന്ന ആ വിദേശി, ഒരു സൗദിക്കാരനായ എന്റെ മകനെ സ്നേഹി ക്കുവാനും ബഹുമാനിക്കുവാനും തുടങ്ങി.

എന്റെ മകന് അള്ളാഹു നല്ലൊരു ഹൃദയം നൽകിയിട്ടുണ്ട്. മനുഷ്യരെ ചൂഷണം ചെയ്യുന്നത് കണ്ടു നിൽക്കാൻ അബ്ദുള്ളയ്ക്കാകില്ല. തന്റെ ജീവൻ പോലും അപകടത്തിലാകും എന്നറിഞ്ഞിട്ടും ചൂഷണം ചെയ്യു ന്നവരെ ആക്രമിക്കുവാൻ തുനിയേണ്ടുന്ന ഒരവസ്ഥയിലേക്കെത്തുന്നത് ഒരിക്കലും അബ്ദുള്ള കണ്ട് നിൽക്കില്ല. ഇങ്ങനെ പ്രതികരിക്കുന്നത് തന്നെ മറ്റുള്ളവർ ചൂഷണം ചെയ്യുന്നതിനാൽ ജീവിതത്തിലെ പ്രതീക്ഷ കളെല്ലാം നഷ്ടമാകുന്നതുകൊണ്ടാണെന്ന് അബ്ദുള്ള മനസ്സിലാക്കുന്നു.

ഭാഗ്യമെന്ന് പറയട്ടെ ആ ആക്രമണത്തിൽ അബ്ദുള്ളയ്ക്ക് കാര്യമായ പരിക്കൊന്നും പറ്റിയില്ല. എന്നാൽ എന്തും സംഭവിക്കാമായിരുന്നു എന്ന ചിന്ത കരീമിനെ വല്ലാതെ അലട്ടി. സംഭവം എന്നോട് വിവരിച്ചത് കരീം തന്നെയായിരുന്നു. അപ്പോൾ ആ ശബ്ദം ഉയർന്നിരുന്നു. വല്ലാത്ത വേവലാ തിയുണ്ടായിരുന്നു കരീമിന്. "നിന്റെ മകനെ അയാൾ കൊല്ലുമായിരുന്നു

സുൽത്താനാ. ഒരു ലോഹദണ്ഡുകൊണ്ട് തലയ്ക്കടിക്കുക എന്നു പറഞ്ഞാൽ അത് വളരെ ഗൗരവമുള്ള ഒരു കാര്യമാണ്." കരീം ഒച്ചവയ്ക്കുന്നുണ്ടായിരുന്നു.

അതിനു ശേഷമാണ് കരീം ഞങ്ങൾക്കായി ഒരു ഗാരേജ് തുറന്നത്. അതിൽ ജർമ്മനിയിൽ നിന്നും ഐക്യഅമേരിക്കൻ നാടുകളിൽ നിന്നുമുള്ളവർ ജോലി ചെയ്യുന്നു. അവർക്ക് ഞങ്ങൾ മതിയായ ശമ്പളം നൽകുന്നു. അതുകൊണ്ട് തന്നെ ഈ സൗദി കുടുംബത്തിനോട് അവർക്ക് സ്നേഹവുമുണ്ട്. ഈ മെക്കാനിക്കുകളെ സഹായിക്കുവാനായി നാട്ടുകാരായ അഞ്ചാറ് സൗദികളുമുണ്ട്.

ഇനി ഷാദയുടെ കഥയിലേക്ക് മടങ്ങി വരാം. വിചിത്രമായ കഥ. കരീമിന്റെ മെക്കാനിക്ക് സഹായികളിൽ ഒരാളുടെ മകളാണവൾ. ഈ സംഭവത്തിനു മുമ്പ് അവളെ എനിക്കറിയില്ലായിരുന്നു. വളരെ അകലെ നിന്ന് രണ്ടോ മൂന്നോ തവണ കണ്ടിട്ടുണ്ട്. ഒരു നാണം കുണുങ്ങിയാണെന്നാണെന്നോട് എല്ലാവരും പറഞ്ഞിട്ടുള്ളത്. സ്കൂളിൽ പഠിക്കുകയായിരുന്നു. ഞങ്ങളുടെ വീട്ടിൽ ജോലിക്കൊന്നും വന്നിരുന്നില്ല. അതുകൊണ്ടെല്ലാം അവളുമായി അടുത്തിടപഴകുവാൻ ഒരു അവസരം വന്നിട്ടില്ലായിരുന്നു. അവളുടെ അച്ഛനെ ഇടയ്ക്കിടെ കരീം പുകഴ്ത്തി സംസാരിക്കാറുണ്ട്. അയാൾ ജോലിയിൽ വളരെ ശ്രദ്ധയും ആത്മാർത്ഥതയുമുള്ളവനാണെന്ന് എന്നും കരീം പറയാറുണ്ട്. വളരെ ശാന്തശീലനുമാണയാൾ.

എന്നാൽ അന്ന് വാതിലിലൂടെ ഇടിച്ചു കയറിവന്നപ്പോൾ ഇതിനെല്ലാം ഒരു വിരാമം കൂടിയായി. ഒരു അടിയന്തിര കാര്യമുണ്ടെന്നും അതിലുടൻ ഇടപെടേണ്ടി വരുമെന്നും കരീം പറഞ്ഞു. ഷാദയ്ക്ക് ഒരു അപകടം പിണഞ്ഞിരിക്കുന്നു എന്നാണ് കരീം പറഞ്ഞത്.

ഞാനപ്പോൾ ഇന്ത്യയിലെ ചില സംഭവവികാസങ്ങൾ വായിച്ചുകൊണ്ടിരിക്കുകയായിരുന്നു. ഫരിയയുടെ പ്രശ്നത്തിൽ നിന്നും ശ്രദ്ധയെ അകറ്റുകയായിരുന്നു ആ വാർത്താശകലം വായിച്ചുതുടങ്ങിയപ്പോൾ എന്റെ ആവശ്യം. ഇന്ത്യയിൽ ചില മനുഷ്യർക്ക് എന്തോ ഭ്രാന്ത് പിടിച്ചിരിക്കുന്നു എന്ന് തോന്നുന്നു. വഴിയിലൂടെ നടക്കുന്ന സ്ത്രീകളെ തങ്ങൾക്ക് ബലാത്സംഗം ചെയ്യുവാനുള്ള അവകാശമുണ്ടെന്ന് അവർ ധരിച്ചുവശായിരിക്കുന്നു. കരീമിന്റെ മുഖഭാവം ഞാൻ വായിച്ചുകൊണ്ടിരുന്നതിൽ നിന്നും എന്റെ ശ്രദ്ധയെ അകറ്റി. ഞാൻ എഴുന്നേറ്റിരുന്നു. കരീം പറയുന്നതെല്ലാം ശ്രദ്ധിച്ച് കേട്ടു. വായിച്ചുകൊണ്ടിരുന്ന പത്രം മേശപ്പുറത്ത് വച്ചു. പിന്നീട് വായിച്ച് തീർക്കാമെന്ന് തീരുമാനിച്ചു.

"എന്ത് സംഭവിച്ചു?"

കരീമിന് കോപം അടക്കുവാനാകുന്നില്ല. തന്റെ ഇഷ്ടജീവനക്കാരിൽ ഒരാളുടെ മകൾ ജയിലിലടക്കപ്പെട്ടിരിക്കുന്നു എന്ന് കരീം അവസാനം പറഞ്ഞൊപ്പിച്ചു. അവൾ ചെയ്ത കുറ്റത്തിന് ലഭിക്കാൻ പോകുന്നത് വധശിക്ഷയാണെന്ന് മതാദ്ധ്യക്ഷന്മാർ പറഞ്ഞിരിക്കുന്നു. ഒരു ദുർമന്ത്രവാദിനിയാണെന്നാണ് ആരോപണം.

ഇത് വളരെ ഗൗരവമുള്ള ഒരു അവസ്ഥയാണ്. കരീം പറഞ്ഞ കാര്യങ്ങൾ വിസ്തരിക്കുന്നതിനു മുമ്പ് ഇവിടെ ഷാദയുടെ വീടിനെക്കുറിച്ചും ദുർമന്ത്രവാദം, ആഭിചാരക്രിയ എന്നിവയിൽ ഇന്നും സൗദി സമൂഹത്തിന്റെ ചില ഭാഗങ്ങളിൽ നിലനിൽക്കുന്ന മേൽക്കോയ്മയെക്കുറിച്ചും വിശദീകരിക്കേണ്ടതുണ്ടെന്ന് തോന്നുന്നു.

ഷാദയുടെ അമ്മ മിക്കവാറും വീട്ടിൽ നിന്നും പുറത്തിറങ്ങാത്ത ഒരു സ്ത്രീയാണ്. അഞ്ചുമക്കളുടെ അമ്മയാണവർ. അതുകൊണ്ട് തന്നെ ഉദയം മുതൽ അസ്തമയം വരെ ആവശ്യത്തിൽ കൂടുതൽ ജോലികൾ അവർക്കുണ്ട്. അതിനാൽ മറ്റൊന്നിനെക്കുറിച്ച് ചിന്തിക്കാനും സമയം ലഭിക്കാറില്ല. ഷാദയുടെ അച്ഛൻ മിക്കവാറും ജോലിസ്ഥലത്ത് തന്നെയാകും. ലഭിക്കുന്ന പണമെല്ലാം മിച്ചം പിടിക്കുവാനും അത്യാവശ്യങ്ങൾക്കു മാത്രം ചെലവിടാനും എന്നും ശ്രദ്ധിച്ചിരുന്നു എന്ന് കരീം പറഞ്ഞിട്ടുണ്ട്. തനിക്ക് പ്രായമേറിക്കൊണ്ടിരിക്കുകയാണെന്നും ഇനിയും അധികം നാൾ ജോലിയിൽ തുടരാനായേക്കില്ല എന്നും ഭയന്നിരുന്നു.

ഞങ്ങളുടെ കൂടെ ജോലി ചെയ്യുന്നവർക്കെല്ലാം താമസസൗകര്യം നൽകിയിട്ടുണ്ട്. അതുകൊണ്ട് അവർക്ക് താമസം, യാത്ര എന്നിവയ്ക്കായി പണം ചിലവിടേണ്ടതില്ല. ഭക്ഷണത്തിനാവശ്യമുള്ള അരി, ഉരുളക്കിഴങ്ങ്, അത്യാവശ്യം പച്ചക്കറി, ചായ, കാപ്പി, കോഴിയിറച്ചി എന്നിവ കരീം സൗജന്യമായി അവർക്കെത്തിക്കുന്നുണ്ട്. വർഷത്തിൽ പല തവണ അവർക്ക് വിരുന്നിനായി ആട്ടിറച്ചിയും ഒട്ടകത്തിന്റെ ഇറച്ചിയും കൊടുക്കാറുണ്ട്. ഇതുകൂടാതെ അവർക്ക് സ്വന്തം ഇഷ്ടത്തിന് പച്ചക്കറി വളർത്തുവാൻ പറ്റിയ ഒരു കൃഷിയിടമുണ്ട്. എല്ലാ തൊഴിലാളികൾക്കും വസ്ത്രം നൽകാറുണ്ട്. എന്നാൽ ഇങ്ങനെ നൽകുന്നതിൽ നിന്നും വ്യത്യസ്തമായി എന്തെങ്കിലും വേണമെങ്കിൽ സ്വന്തം പണം ചിലവാക്കേണ്ടി വരും. ഞങ്ങളുടെ ക്ലിനിക്കിൽ വൈദ്യപരിശോധനയ്ക്കുള്ള സൗകര്യങ്ങളുണ്ട്. വലിയ ആരോഗ്യ പ്രശ്നങ്ങളൊന്നുമില്ലെങ്കിൽ മിക്കവാറും ചികിത്സ കൊട്ടാരത്തിലെ ആശുപത്രിയിൽ തന്നെ സൗജന്യമായി ലഭിക്കും. രണ്ടു വർഷം മുമ്പ് കരീം ഒരു ദന്താശുപത്രിയും തുറന്നിരുന്നു. അവിടെ ഇപ്പോൾ രണ്ട് ദന്ത ഡോക്ടർമാരും ഒരു നഴ്സും ജോലി ചെയ്യുന്നുണ്ട്.

ഇത്രയും സൗകര്യങ്ങളെല്ലാമുള്ളതിനാൽ ഷാദയുടെ അച്ഛൻ തനിക്ക് ലഭിക്കുന്ന ശമ്പളം മുഴുക്കെ മിച്ചം വച്ചു. അടുത്തൂൺ പറ്റുന്ന ദിവസത്തിനായി നീക്കിയിരിപ്പുണ്ടാക്കുവാനായിരുന്നു ഇത്. ജനിച്ച ഗ്രാമത്തിലേക്ക് തിരികെ പോയി അവിടെ ഒരു വീട് വയ്ക്കണം എന്നായിരുന്നു ആഗ്രഹം. ശേഷിച്ച പണം വാർദ്ധക്യകാല ജീവിതത്തിനായി മാറ്റി വയ്ക്കുകയും വേണം.

ഒരു രാജകുമാരന്റെ കൊട്ടാരത്തിൽ ജോലി ചെയ്യുവാനായത് അവരുടെ ഭാഗ്യമായി അയാളും കുടുംബവും എന്നും കരുതി. അതിലുമുപരി ഒരുകാലത്തും അവർ അദ്ധ്വാനിച്ചുണ്ടാക്കുന്ന പണം തട്ടിപ്പറിക്കാത്ത ഒരു രാജകുമാരനു കീഴിൽ ജോലി ചെയ്യുവാനായത് ഇരട്ടി മധുരമായി

കണക്കാക്കുന്നു. എല്ലാ രാജകുമാരന്മാർക്കും വേണ്ടി ജോലി ചെയ്യുന്നവർക്ക് ഇതേ ഭാഗ്യമുണ്ടാകാറില്ല എന്നു പറയാറുണ്ട്.

റിയാദിലെ പുതിയ മാളുകളിലൊന്നിൽ ഷാദ ഒരു സന്ദർശനം നടത്തിയപ്പോഴാണ് വിചിത്രമായ ഈ സന്ദർഭമുണ്ടായത്.

മാളിൽ സമൂഹത്തിന്റെ എല്ലാ നിലയിൽ നിന്നുമുള്ളവരുണ്ടായിരുന്നു. ഏറ്റവും ധനികർ മുതൽ ഏറ്റവും ദ്രരിദ്രർ വരെ. പല ദേശങ്ങളിൽ നിന്നുള്ള തൊഴിലാളികളും അവിടെയുണ്ടായിരുന്നു. വിവിധ സാമ്പത്തിക നിലയിലുള്ള ഇവരെല്ലാം ഒന്നിച്ച് വിലകൂടിയ വസ്ത്രങ്ങളും ആഭരണങ്ങളും വിൽക്കുന്ന കടകളുടെ മുന്നിലൂടെ കാഴ്ചകൾ കണ്ടു നടന്നു. അവർ പരസ്പരം സംസാരിക്കുകയോ എന്തെങ്കിലും ചർച്ച ചെയ്യുകയോ പതിവില്ല.

ഷാദ ഇതിനു മുമ്പ് ഒരു മാളിലും പോയിട്ടില്ല. ഷോപ്പിങ്ങ് എന്ന ആർഭാടം നടത്തുവാനുള്ള പണമൊന്നും അവളുടെ പക്കലുണ്ടാകാറില്ല. ഈ അവസരത്തിൽ ഷാദയുടെ മാതാപിതാക്കൾക്ക് പരിചയമുള്ള മറ്റൊരു കുടുംബത്തിനോടൊപ്പം മാൾ കാണാനായി വന്നതായിരുന്നു അവൾ. നേരത്തെ പറഞ്ഞതുപോലെ ഒരു മാളിലേക്കുള്ള അവളുടെ ആദ്യ സന്ദർശനമായിരുന്നു ഇത്. ഈ അനുഭവമില്ലായ്മയാണ് അവളുടെ ദുരിതത്തിനു കാരണമാക്കിയതും.

അവിടെ കണ്ട കാഴ്ചകളിൽ വിശ്വാസം വരാതെ നടക്കുകയായിരുന്നു ഷാദ എന്നാണ് എന്നോട് എല്ലാവരും പറഞ്ഞത്. വിശ്വാസം വരാത്തതിനാൽ അവൾ എന്തെങ്കിലും കണ്ടാൽ അതിൽ തന്നെ തുറിച്ച് നോക്കി നിന്നു. ചുറ്റിലും നടന്നു പോകുന്നവരേയും ഇതുപോലെ തുറിച്ചുനോക്കിക്കൊണ്ടിരുന്നു. സൗദി അറേബ്യയിൽ ആളുകളെ ഇങ്ങനെ തുറിച്ച് നോക്കുന്നത് ഒരു ചീത്ത സ്വഭാവമായി കണക്കാക്കപ്പെടുന്നു. ഇവിടെയുള്ളവർ തങ്ങളുടെ സ്വകാര്യതയെ എന്നും മുറുകെ പിടിക്കുന്നവരാണ്, പ്രത്യേകിച്ചും സ്ത്രീകളുടെ സ്വകാര്യതയെ.

ഷാദ സ്ത്രീകളുടെ അടിവസ്ത്രങ്ങളും രാത്രിവസ്ത്രങ്ങളും വിൽക്കുന്ന ഒരു കടയിൽ കയറി. അവിടെ അവളുടെ തന്നെ വാക്കുകളിൽ, ലോകത്തിലെ ഏറ്റവും സുന്ദരിയായ സ്ത്രീയെ കണ്ടു. കടയുടെ സ്വകാര്യതയിൽ ആ യുവതി തന്റെ മൂടുപടം മാറ്റിയിരുന്നു. അവളുടെ സൗന്ദര്യം കണ്ട് ആശ്ചര്യപ്പെട്ട് ഷാദ അവളെ തന്നെ നോക്കി നിന്നു. തുറന്ന വായുമായാണവൾ ഇങ്ങനെ ആ യുവതിയെ തുറിച്ച് നോക്കിയത്. അവൾ വെറുതെ അങ്ങനെ നോക്കുകമാത്രമല്ല, ഷാദയുടെ കണ്ണുകളിൽ ഇത്തിരി ശൃംഗാരവുമുണ്ടായത്രെ. അതിലുമുപരി ഷാദ ആ യുവതിയുടെ സമീപം ചെന്ന്, കുനിഞ്ഞ് അവളുടെ ഭംഗിയുള്ള പാദരക്ഷകൾ പരിശോധിക്കുകയും ചെയ്തു.

ആ സൗദി യുവതി പരിഭ്രമിച്ചു. അവൾക്ക് കോപം വന്നു. ഉടൻ മൂടുപടം വലിച്ചിട്ട് കടയിൽ നിന്നും അവൾ പുറത്തേക്കോടി. തന്റെ മാതാപിതാക്കളെ അന്വേഷിച്ചു. അവർ അടുത്ത കടയിലിരുന്ന് കാപ്പി

കുടിക്കുകയായിരുന്നു. നടന്നതെല്ലാം കേട്ട് പിതാവ് കോപിച്ചു. അയാൾ പൊലീസിനെ വിളിച്ചു. ഷാദ കടയിൽ നിന്നും പുറത്തിറങ്ങിയപ്പോൾ അവളെ പൊലീസ് വളഞ്ഞു. അറസ്റ്റ് ചെയ്തു. പൊലീസ് ആദ്യം പറഞ്ഞത് ഷാദ ആ യുവതിക്ക് പുറകെ പതുങ്ങി നടക്കുകയായിരുന്നു എന്നാണ്. ഇത് സൗദി അറേബ്യയിൽ കുറ്റകരമായ ഒരു പ്രവൃത്തിയാണ്.

ഇതിനിടയിൽ ആ സൗദി സുന്ദരിക്ക് സുഖമില്ലാതായി. അവൾ ഛർദ്ദിക്കുവാൻ തുടങ്ങി. ഷാദ എന്ന വിഡ്ഢി ഈ സമയത്ത് നിലത്ത് കുറച്ച് ഭക്ഷണത്തുണ്ടുകൾ കണ്ടു. അവൾ കൈയിലുള്ള ഉറുമാലുപയോഗിച്ച് അത് തുത്തുവൃത്തിയാക്കുവാൻ ശ്രമിച്ചു. ആ ഉറുമാലിൽ ചില ചിത്രതുന്നലുകളുണ്ടായിരുന്നു. ഇത് മാത്രമല്ല, ഷാദ ആ സുന്ദരിയുടെ അടുത്ത് ചെന്ന് മാപ്പപേക്ഷിക്കുവാനൊരു ശ്രമവും നടത്തി. താങ്കളുടെ സൗന്ദര്യം കണ്ട് എനിക്ക് താങ്കളിൽ നിന്നും കണ്ണെടുക്കുവാനായില്ല എന്ന് ഷാദ പറഞ്ഞു. ഇത്രയും സൗന്ദര്യമുള്ളവർ ഈ ഭൂമുഖത്തുണ്ടോ എന്നായിരുന്നു എന്റെ മനസ്സിലെ അപ്പോഴത്തെ ചിന്ത എന്നും.

ഇതുകൂടിയായപ്പോൾ ആ സുന്ദരിയുടെ അമ്മ ഒച്ചവയ്ക്കുവാൻ തുടങ്ങി. ഷാദയുടെ ഉറുമാലിൽ ചില ദുർമന്ത്രങ്ങൾ തുന്നിപ്പിടിപ്പിച്ചിരിക്കുന്നു എന്നവർ ഒച്ചവച്ചു. ഷാദ സത്യത്തിൽ ഒരു ദുർമന്ത്രവാദിനിയാണെന്നും അവൾ തന്റെ മകളെ ഛർദ്ദിപ്പിച്ച് അവളിൽ ഒരു വശീകരണമുണ്ടാക്കുവാൻ ശ്രമിക്കുകയാണെന്നും സുന്ദരിയുടെ അമ്മ വിളിച്ചുകൂവുവാൻ തുടങ്ങി. ഈ ലോകത്തിലെ എല്ലാ സ്ത്രീകൾക്കും തന്റെ മകളുടെ സൗന്ദര്യത്തിൽ അസൂയയുണ്ടെന്നും അതുകൊണ്ട് തന്നെ ഈ ദുർമന്ത്രവാദിനി തന്റെ മകളെ കൊല്ലുവാനുള്ള ശ്രമത്തിലാണെന്നും അവർ ഒച്ചവച്ചു.

എന്ത് പറയണം എന്ന് എനിക്കറിയില്ലായിരുന്നു. സൗദി അറേബ്യയിൽ ഈയിടെയായി കണ്ടുവരുന്ന ഈ ഭയാനകമായ രീതിയെക്കുറിച്ച് അറിയുവാൻ തുടങ്ങിയിട്ട് കുറച്ചു ദിവസങ്ങളായി. എന്നാൽ ഈ ഭ്രാന്തിൽ ഞങ്ങൾക്ക് വേണ്ടി ജോലി ചെയ്യുന്നവരുടെ കുടുംബത്തിലൊരാൾ അകപ്പെടുന്നത് ഇതാദ്യമായിട്ടായിരുന്നു.

"ഷാദ ഇപ്പോൾ എവിടെയാണ്?"

"ജയിലിൽ. അവളുടെ അച്ഛൻ വിവരമറിയുന്നതിനു മുമ്പേ അവളുടെ മേൽ കുറ്റമാരോപിച്ച് അറസ്റ്റ് ചെയ്തുകഴിഞ്ഞിരുന്നു."

"എന്താണ് കുറ്റം?"

അതുകേട്ടതും കരീമിന്റെ ശബ്ദം ഉച്ചത്തിലായി. "ദുർമന്ത്രവാദം! ആ വിഡ്ഢിപ്പെണ്ണിനെ അവർ ഒരു ദുർമന്ത്രവാദിനിയാക്കിയിരിക്കുന്നു."

"നമുക്ക് എന്ത് ചെയ്യുവാനാകും?"

"എനിക്കറിയില്ല സുൽത്താന. വളരെ വിഷമം പിടിച്ച ഒരവസ്ഥയാണിത്."

"അതെ."

കരീം കസേരയിലിരുന്നു. അടുത്ത കാലത്തൊന്നും കരീമിനെ ഇത്രയും മാനസിക പിരിമുറുക്കത്തിൽ ഞാൻ കണ്ടിട്ടില്ല. കരീം എന്നെ തന്നെ നോക്കിക്കൊണ്ടിരിക്കുകയായിരുന്നു. കരീമിന്റെ കണ്ണിൽ വേദന യുണ്ടായിരുന്നു. "ഷാദയുടെ മാതാപിതാക്കളെ സമാധാനിപ്പിക്കുവാനാ കുന്നില്ല. ഞാനൊരു ടെലിഫോൺ വിളിച്ചാൽ എല്ലാം ശുഭമാകും എന്നാ ണവർ ധരിച്ചിരിക്കുന്നത്. എന്നാൽ എന്ത് ചെയ്യണം എന്ന് എനിക്കറി യില്ല എന്നതാണ് സത്യം."

ഞാൻ ക്ലോക്കിലേക്ക് നോക്കി. "ഇന്ന് രാത്രി എന്തായാലും നമുക്ക് ഒന്നും ചെയ്യാനാകില്ല. വളരെ വൈകിപ്പോയി."

കരീം ദീർഘനിശ്വാസമുതിർത്തു. "ഈ രാജ്യത്ത് നടക്കുന്ന പല തിനേയും ഞാൻ വെറുക്കുന്നു. നമുക്ക് ചുറ്റിലുമുള്ളത് ഭ്രാന്ത് മാത്രമാണ്. തീർത്തും ഭ്രാന്തിലേക്കെത്തുന്ന ഈ അവസ്ഥയിൽ നിന്നും എങ്ങനെ സമൂഹത്തെ കരകയറ്റണമെന്ന് എനിക്കറിയില്ല. ദുർമന്ത്രവാദിനികളും ദുർമന്ത്രവാദവും വശീകരണവും. ഈ ഭ്രാന്തന്മാരെല്ലാം കൂടി നമ്മുടെ രാജ്യത്തും നമ്മുടെമേലും ഇരുട്ട് വീഴ്ത്തുകയാണ്."

രാജകുടുംബാംഗങ്ങൾ ഒന്ന് വിരൽ ഞൊടിച്ചാൽ ഈ പ്രശ്നങ്ങൾ ക്കെല്ലാം അറുതിയാകും എന്നാണ് മിക്കവരുടേയും ധരണ. എന്നാൽ അത് സത്യമല്ല. സൗദിയിൽ മതാദ്ധ്യക്ഷന്മാർ അതിശക്തരാണ്. അതു കൊണ്ട് തന്നെ വളരെ ശ്രദ്ധയോടെയാണ് രാജാവ് പോലും അവരെ കൈകാര്യം ചെയ്യുന്നത്. അവരേക്കാൾ സ്വാധീനം രാജാവിനുണ്ട് എന്നത് സത്യം. എങ്കിലും മതാദ്ധ്യക്ഷന്മാരുമായുള്ള യുദ്ധം അദ്ദേഹം വളരെ ശ്രദ്ധിച്ചേ ചെയ്യാറുള്ളൂ. മതാദ്ധ്യക്ഷന്മാരുമൊത്ത് അങ്ങനെയൊരു യുദ്ധ ത്തിൽ ജയിക്കുവാൻ എനിക്കോ കരീമിനോ ആകുകയില്ല. അത് ഷാദ യുടെ ജീവൻ രക്ഷിക്കാൻ വേണ്ടിയാണെങ്കിൽ പോലുമാകില്ല.

കരീം തന്റെ മാനേജർമാരിൽ ഒരാളെ വിളിച്ച് അന്ന് രാത്രി അയാ ളോട് ഷാദയുടെ വീട്ടിൽ തങ്ങുവാനും അവർക്കാവശ്യമുള്ള മാനസിക പിന്തുണ നൽകുവാനും നിർദ്ദേശിച്ചു. പിറ്റേന്ന് കാലത്ത് തന്നാലാകു ന്നത് ചെയ്യാം എന്ന് ഷാദയുടെ കുടുംബത്തെ അറിയിക്കുവാനും.

ഞങ്ങൾ രണ്ടുപേർക്കും അന്ന് ശരിക്കുറങ്ങുവാനായില്ല. പ്രഭാതമായ പ്പോൾ ശരിക്കുറങ്ങാത്തതിന്റെ ക്ഷീണം രണ്ടുപേരിലും ദൃശ്യമായിരുന്നു.

വീട്ടിൽ നിന്നിറങ്ങുമ്പോൾ എന്തോ ആലോചിച്ചുറച്ച മട്ടുണ്ടായിരുന്നു കരീമിന്റെ മുഖത്ത്. തന്റെ ബന്ധുക്കളിൽ പലരേയും വിളിച്ച് ഉപദേശം തേടാൻ കരീം തീരുമാനിച്ചിരുന്നു. പ്രതീക്ഷിച്ചതുപോലെ തന്നെ ഈ ബന്ധുക്കളെല്ലാം ഈ കേസിൽ ഇടപെടുവാൻ തങ്ങൾക്കാകില്ലെന്ന് അറി യിച്ചു. സൗദിയിൽ മന്ത്രവാദം, വശീകരണം എന്നിവയൊക്കെ ഗൗരവ മുള്ള കുറ്റകൃത്യമാണെന്ന് അവർക്കുമറിയാം എന്നതായിരുന്നു ഇതിനു കാരണം. ഇതിൽ ഇടപെടണമെങ്കിൽ നമ്മൾ ഈ ഭ്രാന്തിന്റെ ഭാഗമാകു വാനും മതാദ്ധ്യക്ഷന്മാർക്ക് പീഡിപ്പിക്കുവാനും മറ്റൊരു ഇരയെക്കൂടി

നൽകണം. അങ്ങനെയെങ്കിൽ മതാദ്ധ്യക്ഷന്മാർ നമ്മോട് സൗഹൃദം സ്ഥാപിക്കും, നമ്മൾ പറയുന്നത് കേൾക്കും.

മറ്റു മാർഗ്ഗങ്ങളില്ലാത്തതിനാൽ കരീം ഞങ്ങളുടെ നാട്ടിലെ ഏറ്റവും പ്രമുഖനായ വക്കീലിനെ സമീപിച്ച് ഈ കേസ് വാദിക്കുവാൻ ഏല്പിച്ചു. ഈ കേസ് വാദിക്കുന്ന വക്കീലിന് തന്റെ സുരക്ഷിതത്വം അപകടത്തിലാകുമെന്നും അറിയാം. രാജകുടുംബത്തിലെ ഒരാളുടെ പിന്തുണയുണ്ടെങ്കിൽ പോലും അത് സംഭവിക്കാം. ആ വക്കീലിനും സ്വന്തം സുരക്ഷിതത്വത്തെക്കുറിച്ച് ഭയം തോന്നിത്തുടങ്ങി. മതാദ്ധ്യക്ഷന്മാർ അദ്ദേഹത്തെ രൂക്ഷമായി നോക്കി, കോടതിയിൽ വച്ചുതന്നെ ജഡ്ജി ഒരിക്കൽ, ഒരു ദുർമന്ത്രവാദിനിക്ക് വേണ്ടി വാദിച്ചു എന്ന കുറ്റത്തിന് അയാൾക്ക് ദീർഘകാല തടവ് ലഭിച്ചേക്കാം എന്ന് മുന്നറിയിപ്പ് നൽകി. സൗദിയിൽ ചില കുറ്റാരോപിതർക്ക് വേണ്ടി വാദിക്കുന്ന വക്കീലിനെ ജയിലിലിടക്കാറുണ്ട് എന്നത് വളരെ ഭീകരമായ ഒരു അവസ്ഥയാണ്.

ഞങ്ങളുടെ തലയ്ക്കു മുകളിൽ ഭീകരമായ ഒരു ദുഃസ്വപ്നം നിലനിന്നു. ഞങ്ങളുടെ നാട്ടിൽ എല്ലാ കാര്യങ്ങളും അതിവേഗത്തിൽ മുന്നേറുന്നു. ഏറ്റവും വേഗം നിയമ വ്യവസ്ഥയ്ക്കാണ്. യാതനയുടേയും ആശങ്കയുടേയും ചളിക്കുണ്ടിലായി ഞാനും കരീമും. ഷാദ കുറ്റവാളിയാണെന്ന് കോടതി കണ്ടെത്തി എന്നും അവളെ തലയറുത്ത് വധിക്കുവാൻ വിധിച്ചിരിക്കുന്നു എന്നും ഞങ്ങളുടെ വക്കീൽ അറിയിച്ചു.

മുസ്ലീം ജനത പൊതുവേ അന്ധവിശ്വാസികളാണെന്നതും ദുർമന്ത്രവാദം, മാജിക്, കണ്ണുതട്ടൽ, ജിന്നുകൾ എന്നിവയിൽ അവർ വിശ്വസിക്കുന്നു എന്നതും ലോകത്തിന്റെ ഇതരഭാഗങ്ങളിലുള്ളവർക്ക് ഒരുപക്ഷേ അറിയില്ലായിരിക്കാം. ഇവയെല്ലാം ഞങ്ങളെ സംബന്ധിച്ചിടത്തോളം അമാനുഷിക കഴിവുകളുള്ളവയാണ്. അവ നല്ല മുസ്ലീമുങ്ങളെ എന്നും ഭയപ്പെടുത്തുവാനും ദ്രോഹിക്കുവാനും ശ്രമിച്ചുകൊണ്ടിരിക്കുന്നു.

എന്റെ കുട്ടിക്കാലം തൊട്ടേ ഞാനിതെല്ലാം കേട്ടാണ് വളർന്നത്. ജിന്നുകളെ കുറിച്ച് അച്ഛന്റെ മുന്നിൽ വച്ച് ആരെങ്കിലും പറഞ്ഞാൽ അദ്ദേഹം കുപിതനാകാറുണ്ട്. എങ്കിലും എനിക്ക് ചുറ്റിലുമുള്ളവർ എന്നും അമാനുഷിക ശക്തിയുള്ളവരെക്കുറിച്ച് പറഞ്ഞു. അച്ഛന് അധികം വിദ്യാഭ്യാസമൊന്നുമുണ്ടായിരുന്നില്ലെങ്കിലും ബുദ്ധിയുണ്ടായിരുന്നു. ജിന്നുകൾ വസിക്കുന്നത് മനുഷ്യന്റെ മനസ്സിൽ മാത്രമാണെന്ന് അച്ഛൻ എന്നും പറയുമായിരുന്നു.

വിവാഹിതയാകുന്നതുവരേക്കും ദുർമന്ത്രവാദത്തെക്കുറിച്ച് അധികമൊന്നും അറിയില്ലായിരുന്നു. എന്നാൽ ദുർമന്ത്രവാദം, ക്ഷുദ്രപ്രയോഗം, കൂടോത്രം എന്നിവയിൽ അമിതവിശ്വാസമുള്ളവളായിരുന്നു എന്റെ ഭർത്താവിന്റെ അമ്മ. അന്ന് മുതലാണ് ഇതിനെക്കുറിച്ചെല്ലാം അറിയാനായത്. കൈയിൽ ഒരുപാട് സമയമുള്ള പല സൗദി രാജകുടുംബാംഗങ്ങളേയും പോലെ, രാജകുടുംബത്തിലെ സ്ത്രീകളേയും പോലെ, ഇവർക്കും അമാനുഷികത എന്ന് കേട്ടാൽ എന്തോ ആത്മസംതൃപ്തി

ലഭിക്കുമായിരുന്നു. എന്റെ അമ്മായിയമ്മ ഒരു കാലത്ത് ഇതിൽ വിശ്വസിക്കുവാൻ മഹയേയും പ്രേരിപ്പിച്ചുകൊണ്ടിരുന്നു. അവൾ ഇടയ്ക്ക് വച്ച് കുറച്ചുകാലം ഇത് പരിശീലിക്കുവാനും തുടങ്ങി. എന്നാൽ ഞാനും കരീമും ഒന്നിച്ച് അവളെ പിന്തിരിപ്പിച്ചു. അവൾ അധികം താമസിയാതെ അതെല്ലാം മറക്കുകയും ചെയ്തു.

വശീകരണം, ദുർമന്ത്രവാദം എന്നീ കഥകൾ ചിലപ്പോഴെങ്കിലും നല്ല തമാശയുമാകാറുണ്ട്. 1980 കളുടെ മദ്ധ്യത്തിൽ എന്റെ രാജ്യത്ത് താമസിച്ചിരുന്ന ഒരു അമേരിക്കക്കാരി സുഹൃത്ത് അത്തരത്തിലുള്ള ഒരു കഥ പറയുകയുണ്ടായി. നല്ല വായനാശീലമുള്ളവളായിരുന്നു അവർ. വാർത്തകളെ അവസാനം വരെ പിന്തുടരുകയും ചെയ്യുമായിരുന്നു. ഒരിക്കൽ അവർ ഒരു റേഡിയോ വാർത്ത കേൾക്കുവാനിടവന്നു. ജെദ്ദയിലെ ഒരു സമൂഹത്തിന്റെ ഇടയിൽ മാത്രം ആക്രമണം നടത്തുന്ന ഒരു ജിന്നിനെക്കുറിച്ചായിരുന്നു ആ വാർത്ത. ഒരു സൗദിക്കാരനാണീ ജിന്നിനെ കണ്ടത്. ഇത് കേട്ടതും ജെദ്ദയിൽ പലരും ഭയക്കുവാൻ തുടങ്ങി. പിന്നെ കഥകളായി. അവിടെയൊക്കെ കറങ്ങി നടക്കുന്ന ജിന്നിനെ പലരും കണ്ടുവെന്നായി. അതിനെക്കുറിച്ചുള്ള വർണ്ണനകളായി. ഒരു പത്രം അതിന്റെ റിപ്പോർട്ടമാരിൽ ഒരാൾ ഈ ജിന്നിനെ നേരിൽ കണ്ടുവെന്ന് പറഞ്ഞു. വാക്കുകൊണ്ട് വിവരിക്കുവാനാകാത്ത ഒരു രൂപം എന്നാണാ പത്രപ്രവർത്തകൻ പറഞ്ഞത്. വെറും കണ്ണുകൊണ്ട് പെട്ടെന്ന് ആ ജിന്നിനെ കാണാൻ ബുദ്ധിമുട്ടാണെന്നും അയാൾ പറഞ്ഞു. മറ്റൊരു ലേഖനത്തിൽ ഒരാൾ തനിക്ക് ഈ ജിന്നിന്റെ ഒരു ഫോട്ടോയെടുക്കുവാനായി എന്നവകാശപ്പെട്ടു. അയാളും സൗദിക്കാരനായിരുന്നു. പത്രം ഈ ഫോട്ടോ പ്രസിദ്ധീകരിക്കാം എന്ന് വാക്ക് കൊടുത്തു. എന്നാൽ ഒരാഴ്ചത്തോളം അവർ എല്ലാവർക്കും ഉറപ്പ് നൽകിയതല്ലാതെ ചിത്രം പുറത്ത് വിട്ടില്ല. അതിന്റെ കാരണവും വിശദീകരിച്ചില്ല. ഇത്രയൊക്കെയായപ്പോൾ ജെദ്ദയിലെ നഗരവാസികൾ രാത്രികാലങ്ങളിൽ പുറത്തിറങ്ങാതായി. വീടിന്റെ വാതിൽ അടച്ച് സാക്ഷയിടുവാൻ മറക്കാതായി. നഗരം അപസ്മാരം ബാധിച്ചവനെപ്പോലെയായി. എഡിറ്റർമാർ എന്നും അന്ന് കണ്ട ജിന്നിനെക്കുറിച്ചുള്ള കഥകളിറക്കി. ജിന്ന് കൂടുതൽ അപകടകാരിയാകുവാൻ തുടങ്ങി എന്ന് പത്രങ്ങൾ ആണയിട്ടു.

കഥ വായിച്ചുകൊണ്ടിരിക്കുന്നവരേല്ലാം പിന്നെ തനിക്കും ഈ ജിന്നിനെ ഒന്ന് നേരിൽ കണ്ടാൽ കൊള്ളാമെന്ന ആഗ്രഹമുള്ളവരായി. ചുരുങ്ങിയ പക്ഷം ഇതിന്റെ ചിത്രമെങ്കിലും കാണണമെന്നായി.

അവസാനം പത്രം ജിന്നിന്റെ ചിത്രം പുറത്ത് വിട്ടു. പത്രത്തിൽ ചിത്രം കണ്ടവരിൽ ഈ അമേരിക്കൻ സുഹൃത്തും ഉൾപ്പെടുന്നു. അത് കണ്ടതും അവർ പൊട്ടിച്ചിരിക്കുവാൻ തുടങ്ങി. ഹോളിവുഡ് സിനിമയായ സ്റ്റീവൻ സ്പീല്ബർഗിനെ പ്രസിദ്ധമായ ET എന്ന സിനിമയിലെ ഒരു വന്യമൃഗത്തിന്റെ ചിത്രമായിരുന്നു അത്. 1982ലാണീ ചിത്രം പുറത്തിറങ്ങിയത്.

അക്കാലങ്ങളിൽ വിദേശങ്ങളിലേക്ക് യാത്ര ചെയ്യുന്ന സൗദി പൗരർ കുറവായിരുന്നു. ETയ്ക്ക് ഞങ്ങളുടെ നാട്ടിൽ പ്രദർശനാനുമതിയില്ലായിരുന്നു. അതുകൊണ്ടുതന്നെ ആ സിനിമ കണ്ടിട്ടുള്ള സൗദി പൗരന്മാർ വളരെ കുറവായിരുന്നു.

ഈ പത്രവും ചിത്രവും പിന്നീട് ഞാനും കാണുകയുണ്ടായി. അത് കണ്ടതും ഞാനും ഉറക്കെ ചിരിക്കുവാൻ തുടങ്ങി. ഒരു ഹോളിവുഡ് സിനിമയിലെ മനോരാജ്യം ഈ നഗരത്തിൽ വിതച്ച ഭയവും വിഡ്ഢിത്തവും ഓർത്ത് ഞാൻ ഉറക്കെ ചിരിച്ചു. അതിനോടൊപ്പം ഈ കഥ എന്റെ നാട്ടിലെ ഇത്രയധികം പേരെ ഒന്നിച്ച് വിഡ്ഢികളാക്കിയല്ലോ എന്നതിന്റെ ദുഃഖവും ഉണ്ടായിരുന്നു. ഈ ചിത്രം കണ്ടതും ജെദ്ദ നിവാസികളുടെ ഭയം ഇരട്ടിച്ചുവത്രെ. പലരും ഇത് സത്യമാണെന്ന് കരുതി. E T എന്നത് തന്റെ അയൽവക്കത്ത് ഇഴഞ്ഞ് നടക്കുന്ന ഒരു ദുർഭൂതമാണെന്ന് അവർ കരുതി. ഇരുട്ടിൽ പതുങ്ങിയിരുന്ന് അത് തന്റെ വീട്ടിലെ കുട്ടികളെ ആക്രമിച്ചേക്കുമെന്ന് ഭയന്നു.

ജീവിതത്തിലെ ഇരുണ്ടവശങ്ങളെയോർത്ത് എന്നും ഭയക്കുന്നവരാണ് സൗദികൾ. ഇത് എന്തുകൊണ്ടെന്ന് എനിക്കറിയില്ല. കഴിഞ്ഞ പത്ത് വർഷമായി സൗദി മനസ്സുകളിൽ ഈ ഭയം വല്ലാതെ വർദ്ധിച്ചിട്ടുണ്ട്. രാജ്യത്തിന്റെ നാലുഭാഗത്തും ഈ ഭയം ഇന്ന് വ്യക്തമായി കാണാനാകും. ജെ. കെ റൗളിങ്ങിനെ ഹാരിപോട്ടർ കഥകൾ വായിച്ചാൽ ഇവിടെയുള്ളവർ വശീകരണ ദുർമന്ത്രവാദ രീതികൾ ശീലിക്കുവാൻ തുടങ്ങും എന്ന് ഭയന്ന് ഇവിടത്തെ അധികാരികൾ ഈ പുസ്തകങ്ങൾ നിരോധിച്ചിരിക്കുകയാണ്.

സൗദി പൗരന്മാരേയും ഞങ്ങളുടെ നാട്ടിൽ താമസിക്കുന്ന മറ്റുള്ളവരേയും ഭയപ്പെടുത്തുന്ന മറ്റൊന്നുകൂടിയുണ്ട്. അത് ഞങ്ങൾ സി പി വി പി വി എന്ന് വിളിക്കുന്ന Committee for the Promotion of Virtue and the Prevention of Vice എന്ന വകുപ്പാണ്. ഇതിനെ മതപൊലീസ് എന്നും വിളിക്കാം. കണ്ണിൽ രോഷവുമയി ഇവർ തെരുവിലലയുന്നുണ്ടാകും. നീണ്ട താടിയും കണ്ണിക്കാലിലൊപ്പം മാത്രം വരുന്ന വസ്ത്രവുമുണ്ടാകും. ദുർമന്ത്രവാദം പോലുള്ള പ്രവർത്തികൾ ആരോപിക്കപ്പെടുന്നവരെ വേട്ടയാടിപ്പിടിക്കുക ഇവർക്ക് വിനോദമാണ്. ദുർമന്ത്രവാദം, വശീകരണം എന്നിവ പോലുള്ള കൃത്യങ്ങൾ തടയുന്നതിനായി ഈ വിഭാഗം ഇപ്പോൾ ഒരു 'Anti-Witchcraft Unit' തന്നെയുണ്ടാക്കിയിട്ടുണ്ട്. ദുർമന്ത്രവാദം എന്ന അനാചാരത്തിന്റെ ദൂഷ്യവശങ്ങൾ എല്ലാ സൗദി പൗരന്മാരേയും ബോധ്യപ്പെടുത്തുക എന്നതാണീ വിഭാഗത്തിന്റെ ലക്ഷ്യം.

ഈ വകുപ്പിന് സർക്കാർ ധനസഹായം ധാരാളമായി ലഭിക്കുന്നുണ്ട്. നിഷ്കളങ്കർക്കെതിരെ ദുർമന്ത്രവാദം ചെയ്യുന്നവരെ പിടികൂടുവാനാണീ ധനസഹായം. ഈ വകുപ്പിലുള്ളവർ സമൂഹത്തിലെ എല്ലാ വിഭാഗങ്ങൾക്കിടയിലും പ്രവർത്തിക്കുന്നു. സമൂഹത്തെ ഭയപ്പെടുത്തിയിരിക്കുന്നു. അവർ ലഘുലേഖകൾ വിതരണം ചെയ്യുന്നു. അവർക്ക് ഹോട്ട്

ലൈനുകളുണ്ട്. പലപ്പോഴും അവർ പലരേയും വിളിച്ച് അവരുടെ മനസ്സിൽ സംശയത്തിന്റെ വിത്ത് പാകുന്നു, അവരെ കബളിപ്പിച്ച് വലയിലാക്കുന്നു. ദുർമന്ത്രവാദമാണെന്ന് തോന്നുന്ന എന്തെങ്കിലും പ്രവർത്തനം എവിടെയെങ്കിലും കണ്ടാൽ അതുടൻ ഈ വകുപ്പിനെ അറിയിക്കണമെന്ന് അവർ സാധാരണക്കാരോട് നിർദ്ദേശിച്ചിരിക്കുന്നു. ഇത്തിരിനേരത്തിലധികം ആരെങ്കിലും തുറിച്ച് നോക്കിയോ? ഒരു അയൽവാസി സന്ദർശിക്കുവാനെത്തിയതിനു ശേഷം വീട്ടിൽ ആർക്കെങ്കിലും അസുഖം വന്നോ? ഏതെങ്കിലും പുരുഷന് തന്റെ ലൈംഗിക ഉത്തേജനശേഷി നഷ്ടപ്പെട്ടോ? അങ്ങനെ നഷ്ടപ്പെട്ടുവെങ്കിൽ അതിനു തൊട്ട് മുമ്പ് അയാൾ ആരുമൊത്താണ് ബന്ധപ്പെട്ടത് എന്നോർമ്മയുണ്ടോ? ആരെങ്കിലും ഒരാടിനേയോ ഒട്ടകത്തേയോ വാങ്ങാൻ വരികയും ആ മൃഗത്തിന് ഉണ്ടായിരിക്കേണ്ട സവിശേഷതകളെക്കുറിച്ച് പറയുകയുമുണ്ടായോ? ഇങ്ങനെ എന്തെങ്കിലും അറിഞ്ഞാൽ ഉടൻ നിങ്ങൾ ഈ വകുപ്പിൽ വിളിക്കുകയും നിങ്ങൾ കുറ്റക്കാരാണെന്ന് കരുതുന്നവരുടെ പേര് അറിയിക്കുകയും ചെയ്യണം. ഇത്തരം ബുദ്ധിശൂന്യമായ തെളിവുകളുടെ അടിസ്ഥാനത്തിൽ സൗദി പൗരന്മാരെ മാത്രമല്ല, വിദേശത്തു നിന്ന് ഇവിടെ സന്ദർശനത്തിനെത്തിയവരേയും അറസ്റ്റ് ചെയ്യാം, തുറുങ്കിലടയ്ക്കാം, ഗൗരവമേറിയ ശിക്ഷകൾക്ക് വിധേയമാക്കാം.

വിഡ്ഢികളായാണ് ഞാനിവരെ കണക്കാക്കുന്നത്. ഒരു മനുഷ്യന് വിഡ്ഢിത്തത്തിന്റെ ഏതറ്റം വരെ പോകാമോ അത്രയും പോയിട്ടുള്ളവർ. ഇവർ ദുർമന്ത്രവാദികളെ വേട്ടയാടുന്നതിനുള്ള വിളനിലം സൃഷ്ടിച്ചെടുക്കുകയാണ്. പലപ്പോഴും പരസ്പരമുള്ള ശത്രുതമൂലം പലരും എതിരാളികൾക്ക് മേൽ ഇങ്ങനെ കുറ്റമാരോപിക്കാറുണ്ട്. അവർ തുറുങ്കിലാകാറുമുണ്ട്. ഒരു വീട്ടുവേലക്കാരി ആരെങ്കിലും തന്നെ ബലാത്സംഗം ചെയ്തു എന്ന് പരാതിപ്പെട്ടാലോ, ഡ്രൈവർ തനിക്ക് ശമ്പളം ലഭിച്ചിട്ടില്ല എന്ന് പരാതിപ്പെട്ടാലോ അവർക്കെതിരെ വിട്ടുടമ ദുർമന്ത്രവാദത്തിന് പരാതി കൊടുക്കും. അങ്ങനെ ഒരു ആരോപണം വന്നാലുടൻ അവർ അറസ്റ്റിലാകും. പലപ്പോഴും നിഷ്കളങ്കരെങ്കിലും അവർക്ക് ലഭിക്കുന്നത് വധശിക്ഷയായിരിക്കും.

ഇത്തരം അല്പജ്ഞാനം, ജ്ഞാനമില്ലായ്മ, ഏതെങ്കിലും വിദ്യാഭ്യാസമുള്ളയാളിൽ നിന്ന്, അല്ലെങ്കിൽ പ്രായോഗികമായി ചിന്തിക്കുവാൻ കഴിവുള്ള ഒരാളിൽ നിന്ന് വരില്ല എന്ന് തന്നെ ഞാൻ വിശ്വസിക്കുന്നു. പക്ഷേ സൗദിയിൽ അങ്ങനെ സംഭവിച്ചുകൊണ്ടേയിരിക്കുന്നു. 2014 ലും ചിലരുടെയെങ്കിലും ജീവിതത്തിൽ ഈ അനുഭവങ്ങളുണ്ടായിട്ടുണ്ട്.

2012നു ശേഷം ഇത്തരം കേസുകളുമായി ബന്ധപ്പെട്ട് ആയിരത്തിൽ പരം അറസ്റ്റുകളുണ്ടായിട്ടുണ്ട്. വിചാരണയുണ്ടായിട്ടുണ്ട്. ചിലരെ തുറുങ്കിലടച്ചിട്ടുണ്ട്. മറ്റു ചിലരെ വധശിക്ഷയ്ക്ക് വിധേയമാക്കിയിട്ടുണ്ട്.

ഈ പുസ്തകം എഴുതിക്കൊണ്ടിരിക്കുമ്പോഴും ഇങ്ങനെയുള്ള കേസുകളുമായി ബന്ധപ്പെട്ട് ഏകദേശം ഇരുനൂറോളം പേർ സൗദി അറേബ്യയിൽ ജയിലിൽ കഴിയുന്നുണ്ട്. ഇതിൽ വധശിക്ഷ ലഭിച്ചവരിൽ

ഇരുപതുപേരുടെ അപ്പീൽ തള്ളിക്കളഞ്ഞിരിക്കുന്നു. അവരുടെ വധശിക്ഷ അധികം താമസിയാതെ നടപ്പിലാക്കും.

സൗദി അറേബ്യയിൽ നടന്ന ഇത്തരം ചില കേസുകളുടെ വിശദ വിവരങ്ങൾ വായനക്കാരുടെ അറിവിനായി ഇവിടെ ചേർക്കുന്നു.

1) ശ്രീലങ്കയിൽ നിന്നുള്ള ഒരു വീട്ടുവേലക്കാരൻ ദുർമന്ത്രവാദം പ്രചരിപ്പിച്ചു എന്ന കുറ്റം ചുമത്തി ഒരു വർഷം തടവും 100 ചാട്ടയടിയും നൽകുകയുണ്ടായി. എന്ത് തരം ദുർമന്ത്രവാദമാണയാൾ നടത്തിയത് എന്നതിന് ഒരു തെളിവും ഒരാളും മുന്നോട്ട് വയ്ക്കുകയുണ്ടായില്ല.

2) ഒരു ശ്രീലങ്കക്കാരിയെ ഒരിക്കൽ ഒരു ഷോപ്പിങ്ങ് സെന്ററിൽ നിന്നും അറസ്റ്റ് ചെയ്തു. ഒരു കുട്ടിയെ കുറച്ചധികം നേരം തുറിച്ച് നോക്കി എന്നായിരുന്നു കുറ്റം. അറസ്റ്റ് ചെയ്ത സമയത്ത് അവർ കൈയിൽ ഒരു കറുത്ത ചരട് ചുറ്റിയിട്ടുണ്ടായിരുന്നുവത്രെ. ജഡ്ജി ഇത് കണ്ട് അവർ ദുർമന്ത്രവാദിനിയാണെന്ന് വിധിച്ചു. ഇതെഴുതുമ്പോഴും അവർക്ക് ലഭിക്കാൻ പോകുന്ന ശിക്ഷ എന്തെന്ന് അറിവായിട്ടില്ല.

3) അമിൻ ബിൻ അബ്ദുൾ ഹാലിം ബിൻ സലീം നാസർ എന്ന സൗദി യുവതിയെ വധശിക്ഷയ്ക്ക് വിധിക്കുകയുണ്ടായി. ദുർമന്ത്രവാദം, വശീകരണം എന്നിവയാണവർക്ക് മേൽ ആരോപിക്കപ്പെട്ട കുറ്റം. അവർ ചെയ്ത തെറ്റുകൾ എന്തൊക്കെയെന്ന് പരസ്യമാക്കപ്പെട്ടില്ല. ഈ സ്ത്രീ ഇസ്ലാം മതത്തിന് അപകടമാണെന്ന് മാത്രം വിധി പ്രസ്താവിച്ചവർ പറഞ്ഞു.

4) തെക്കൻ നജ്രാൻ പ്രവിശ്യയിലെ മുറീ ബിൻ അലി ബിൻ ഇസ്സ അൽ-അസീറ എന്ന സൗദി പൗരനെ അറസ്റ്റ് ചെയ്യുകയും വധശിക്ഷയ്ക്ക് വിധേയമാക്കുകയുമുണ്ടായി. വശീകരണം എന്ന കുറ്റമാണിയാളുടെമേൽ ആരോപിക്കപ്പെട്ടത്. അയാളുടെ വീട്ടിൽ നിന്നും വിവിധ പുസ്തകങ്ങളും ഉറുക്ക്, ഏലസ് പോലുള്ള സാധനങ്ങളും കണ്ടെടുക്കുകയുണ്ടായത്രെ.

5) പല രോഗങ്ങളും ശമിപ്പിക്കുവാനുള്ള കഴിവ് തനിക്കുണ്ടെന്ന് പറഞ്ഞ് "ജനങ്ങളിൽ നിന്നും പണം വാങ്ങി" എന്ന കുറ്റമാരോപിച്ച് സൗദിക്കാരിയായ ഒരു അറുപതുകാരിയെ വധശിക്ഷയ്ക്ക് വിധിക്കുകയുണ്ടായി. ഇവർ ചെയ്യുന്നത് ദുർമന്ത്രവാദമാണെന്നായിരുന്നു ആരോപണം.

6) ഒരു ദമ്പതികളെ പരസ്പരം വേർപിരിക്കുവാനായി മന്ത്രവാദവും വശീകരണവും നടത്തുന്നു എന്നാരോപിച്ച് ഈജിപ്തുകാരനായ മുസ്തഫ ഇബ്രാഹിം എന്നയാളെ വധശിക്ഷയ്ക്ക് വിധേയമാക്കുകയുണ്ടായി. മുസ്തഫയുടെ വീട്ടിൽ നിന്നും മെഴുകുതിരി, അസുഖകരമായ മണമുള്ള സസ്യങ്ങൾ, പുസ്തകങ്ങൾ എന്നിവ കണ്ടെടുത്തത് ഇയാൾ ദുർമന്ത്രവാദിയാണെന്നതിന് തക്കതായ തെളിവാണെന്ന് ജഡ്ജി പറയുകയുണ്ടായത്രെ.

7) ലബനൻകാരനായ ഒരു മുസ്ലീമിന്റെ കഥ ലോകമെമ്പാടുമറിഞ്ഞത്, ലബനൻ സർക്കാർ അയാൾക്ക് വേണ്ടി വാദിക്കുകയും അയാളുടെ

മോചനത്തിനായി ലോകം മുഴുക്കെ കേൾക്കുമാറുച്ചത്തിൽ ശബ്ദമുണ്ടാക്കുകയും ചെയ്തതിനാലാണ്. അലി ഹുസൈൻ സിബാത് എന്നാണിയാളുടെ പേര്. ഇയാൾ ലബനിലെ പ്രസിദ്ധമായ ദ ഹിഡൻ ടെലിവിഷൻ പരിപാടിയുടെ അവതാരകനായിരുന്നു. മാനസികവ്യഥകളെക്കുറിച്ച് സംസാരിക്കുന്ന ഒരു പരിപാടിയായിരുന്നു ഇത്. ഈ പരിപാടിക്കിടയിൽ അദ്ദേഹം പലപ്പോഴും പരിപാടി കാണാൻ സ്റ്റുഡിയോയിലിരിക്കുന്നവരുടെമേൽ ജാലവിദ്യകൾ കാണിക്കുമായിരുന്നു. സിബാത് സൗദിയിലേക്ക് ഒരു മതചടങ്ങിനായി സന്ദർശനം നടത്തിയപ്പോഴാണ് ഈ പരിപാടി സൗദി മതപൊലീസിന്റെ ശ്രദ്ധയിൽ പെടുന്നതും സൗദിയിലുള്ള സിബാതിനെ അവർ അറസ്റ്റ് ചെയ്യുന്നതും. ദുർമന്ത്രവാദി എന്ന കുറ്റമാണയാളുടെ പേരിലും ചുമത്തപ്പെട്ടത്. അയാൾ സൗദിക്കാരനല്ല എന്നതോ, ആരോപിക്കപ്പെട്ട കുറ്റം നടന്നത് മറ്റൊരു രാജ്യത്താണെന്നതോ ദുർമന്ത്രവാദം അവസാനിപ്പിക്കുവാൻ തുനിഞ്ഞിറങ്ങിയ ഈ വിഭാഗത്തെ നിരുത്സാഹപ്പെടുത്തിയില്ല, അവരെ പിന്തിരിപ്പിച്ചില്ല. വിശ്വാസത്തിന്റെ സംരക്ഷകർ തങ്ങളാണെന്ന് അവർ ഉറച്ച് വിശ്വസിച്ചു. സൗദിയിൽ മാത്രമല്ല, ലോകം മുഴുക്കെ ഇതിനുള്ള അവകാശം തങ്ങൾക്ക് മാത്രമാണെന്നും അവർ വിശ്വസിക്കുന്നു. അവർ സിബാതിനെ കോടതിയിൽ ഹാജരാക്കി. സിബാത് കുറ്റക്കാരനാണെന്ന് കോടതിയും കണ്ടെത്തി! വധശിക്ഷ തന്നെയായിരുന്നു വിധി! ശിക്ഷ നടപ്പാക്കുവാനുള്ള തിയതി പല തവണ മാറ്റിവയ്ക്കപ്പെട്ടു. കേസ് വർഷങ്ങൾ നീണ്ടു. ഓരോ തവണയും തിയതി അടുത്ത് വരുമ്പോൾ ലബനൻ സർക്കാർ സമ്മർദ്ദം ചെലുത്തി, വധശിക്ഷ നടപ്പാക്കുന്നത് തടഞ്ഞു. സിബാതിന്റെ വധശിക്ഷ ഇത് വരേക്കും നടപ്പിൽ വരുത്തിയിട്ടില്ല എന്നാണെല്ലാവരും വിശ്വസിക്കുന്നതെങ്കിലും അയാളെ വിമോചിപ്പിച്ചോ എന്ന് സൗദി അധികാരികൾ പറയുന്നില്ല. അയാൾ ഇപ്പോഴും തുറുങ്കിലാണോ അതോ ലബനിൽ തിരിച്ചെത്തിയോ എന്നുമറിയില്ല. തിരിച്ചെത്തിയെങ്കിൽ ഇപ്പോൾ അയാൾ പൊതുസമൂഹത്തിൽ പ്രത്യക്ഷപ്പെടാറില്ല. എങ്കിലും സ്വകാര്യമായെങ്കിലും ഞങ്ങളുടെ നാടിന്റെ കാടത്തത്തെക്കുറിച്ച് അയാൾ പറയുന്നുണ്ടാകണം എന്ന് ഞാൻ വിശ്വസിക്കുന്നു. ഇയാളുടെ ഇപ്പോഴത്തെ ശരിയായ അവസ്ഥ എന്താണെന്ന് കണ്ടെത്താമെന്ന് കരീം വാക്ക് തന്നിട്ടുണ്ട്. അതറിഞ്ഞാലുടൻ ഞാനത് പരസ്യപ്പെടുത്തുകയും ചെയ്യും.

8) എരിത്രിയയിൽ നിന്നുള്ള ഒരാളെ അയാൾ ടെലിഫോൺ നമ്പറുകൾ എഴുതി സൂക്ഷിച്ചിരുന്ന പുസ്തകത്തിന്റെ പുറം ചട്ടയിൽ എഴുതി പിടിപ്പിച്ചിരിക്കുന്ന വിദേശിഭാഷയിലെ വാക്കുകൾ ഏതോ ഭാഷയിലെ മന്ത്രോച്ചാരണങ്ങളാണെന്നും അയാളുടെ അടുത്ത് വരുന്ന ഭാര്യാഭർത്താക്കന്മാർ പരസ്പരം ബന്ധം വേർപെടുത്തുന്നതിനായി ഉപയോഗിക്കുന്ന മന്ത്രങ്ങളാണിവയെന്നും ആരോപിച്ച് അറസ്റ്റ് ചെയ്യുകയുണ്ടായി. ഈ പുറംചട്ട മൃഗത്തോലുപയോഗിച്ചുണ്ടാക്കിയതായിരുന്നു. അതിലെഴുതിയത് ഈ മതപൊലീസുകാർക്ക് വായിക്കാനായില്ല. എന്നാൽ ഇയാൾ മന്ത്രവാദിയാണെന്ന് അവർ ആരോപിച്ച് കോടതിയിൽ ഹാജരാക്കി.

ഈ പാവം മനുഷ്യൻ ആകെ ആശയക്കുഴപ്പത്തിലായിക്കാണും. ഭയന്നു കാണും. അയാളെ കോടതിൽ സഹായിക്കുന്നതിനായി ഒരു വക്കീലിന്റെ സഹായം അയാൾക്ക് നിഷേധിക്കപ്പെട്ടു. കോടതി നടപടികളെല്ലാം നടന്നത് അയാൾക്ക് അറിയാത്ത നാട്ടുഭാഷയിലായിരുന്നു. നടപടിക്കിടയ്ക്ക് ആരോ തന്റെ ടെലിഫോൺ നമ്പർ കുറിച്ചിടുന്ന പുസ്തകം മേശപ്പുറത്ത് ആഞ്ഞടിക്കുന്നത് മാത്രം അയാൾക്ക് മനസ്സിലായി. അതുമായി ബന്ധപ്പെട്ട എന്തോ കാര്യത്തിനാണ് താൻ അറസ്റ്റ് ചെയ്യപ്പെട്ടിരിക്കുന്നത് എന്നും അയാൾക്ക് മനസ്സിലായി. നൂറ് ചാട്ടയടിയായിരുന്നു അയാൾക്ക് ലഭിച്ച ശിക്ഷ.

9) അബ്ദുൾ ഹമീദ് ബിൻ ഹുസൈൻ മുസ്തഫ അൽഫക്കി എന്ന സുഡാൻകാരനെ ഒരു ഗൂഢതന്ത്രത്തിലൂടെയാണ് അറസ്റ്റ് ചെയ്യുന്നത്. മതപൊലീസ് സംഘത്തിനു വേണ്ടി പ്രവർത്തിക്കുന്ന ഒരു ചാരൻ അയാളെ സമീപിച്ച് തന്റെ പിതാവ് പിതാവിന്റെ രണ്ടാം ഭാര്യയെ ഉപേക്ഷിക്കുന്നതിനായി സഹായിക്കണമെന്നും അതിനുവേണ്ട മന്ത്രങ്ങൾ ചെയ്യണമെന്നും അഭ്യർത്ഥിക്കുകയായിരുന്നു. അൽ-ഫക്കി തന്നോട് തനിക്കത് ചെയ്യുവാനാകുമെന്ന് ആണയിട്ടു എന്ന് ഈ ചാരൻ പറയുന്നു. അതിനായി ആയിരത്തി അഞ്ഞൂറ് ഡോളർ പ്രതിഫലം ആവശ്യപ്പെട്ടു എന്നും പറയുന്നു. എന്നാൽ ഇതിലെ സത്യാവസ്ഥ ആർക്കും അറിയില്ല. ഇങ്ങനെയുള്ള കാര്യങ്ങൾ ചർച്ചയാകുന്നതിനു മുമ്പേ ആരോപിതരെ അറസ്റ്റ് ചെയ്യാനും ചാട്ടയടിക്ക് വിധേയരാക്കുവാനും തലവെട്ടി കൊല്ലുവാനും മതപൊലീസുകാർക്ക് തിരക്കാകും. ഇത്രയും തിരക്ക് പിടിച്ച് ശിക്ഷ നടപ്പാക്കുന്നവരുടെ സത്യവാങ്മൂലങ്ങൾ എത്ര വിശ്വസ്യതയുണ്ടാകും?

10) ഇതിനു സമാനമായ മറ്റൊരു സംഭവം കൂടിയുണ്ട്. ദരിദ്രയായ ഒരു സ്ത്രീയെ ഒരു മതപൊലീസിനുവേണ്ടി പ്രവർത്തിക്കുന്ന ഒരു വനിത സമീപിച്ച് തന്റെ ഭർത്താവിനെ അനുസരണയുള്ളവനാക്കുവാൻ സഹായിക്കാമോ എന്ന് അഭ്യർത്ഥിച്ചു. ഈ പാവം സ്ത്രീയും തനിക്കതിനാകുമെന്ന് പറഞ്ഞുവത്രെ. ഇത് കേട്ടമാത്രയിൽ അവരെ അറസ്റ്റ് ചെയ്തു. അവരെ പിന്നീട് വധശിക്ഷയ്ക്ക് വിധേയയാക്കി.

രാക്ഷസീയമായ ആചാരങ്ങളുടെ ഇരകളായിരുന്നു ഫറിയയും ഷാദയും. നിഷ്കളങ്കരായ രണ്ട് പെൺകുട്ടികൾ കാടത്തങ്ങൾക്ക് ഇരയായി. അവരുടെ ജീവിതം ഇരുട്ടിലായി. ഇവർ രണ്ടുപേരും എന്റെ മനസ്സിൽ നിന്നും മായാൻ മാസങ്ങളനവധിയെടുത്തു. തന്റെ അതിയാഥാസ്ഥിതിക സമൂഹത്തിന്റെ ഇരുളടഞ്ഞ അറകളിലേക്ക് ഫറിയ തിരികെപ്പോയി എന്ന് എന്നെ നാദിയ അറിയിക്കുകയുണ്ടായി. ഇത്തിരി സുഖം പ്രാപിച്ചപ്പോൾ അവളുടെ മാതാപിതാക്കൾ അവളെ തേടി ആശുപത്രിയിലെത്തുകയും ഫറിയയെ തങ്ങളോടൊപ്പം വിടണമെന്ന് നിർബന്ധിക്കുകയും ചെയ്തു. അത് കേട്ട് ഫറിയ തേങ്ങിക്കരയുകയായിരുന്നു എന്ന് നാദിയ പറഞ്ഞു.

തന്റെ ഇംഗിതത്തിനു വിപരീതമായി, ഇതുപോലെ കാടനായ ഒരു പുരുഷനുമൊത്ത് അവളുടെ വിവാഹവും നടന്നിട്ടുണ്ടാകും

എന്നോർത്തപ്പോൾ എന്റെ ദുഃഖം ഇരട്ടിച്ചു. അയാൾക്ക് അവളുടെ അംഗ ഭംഗത്തിനോട് യാതൊരു അനുകമ്പയും കരുണയുമുണ്ടാകില്ല. അയാൾ അവളുടെ സ്വകാര്യഭാഗങ്ങളിലെല്ലാം ആക്രമണമഴിച്ച് വിടും. തുടർച്ച യായ ആക്രമണം അവളിൽ സഹിക്കവയ്യാത്ത വേദനയുണ്ടാക്കും.

ഷാദയുടെ കാര്യമോ? റിയാദിലെ ജയിലുകളൊന്നിലെ ജീവിതവു മായി അവൾ പൊരുത്തപ്പെട്ടിട്ടുണ്ടാകുമോ? അവൾക്ക് കാത്തിരിക്കുന്ന ഭീകരമായ വിധിയെ താങ്ങുവാനുള്ള കരുത്ത് അവളിലുണ്ടോ? അവള തിനു തയ്യാറെടുക്കുന്നുണ്ടോ? ഒരു സ്ത്രീയുടെ സൗന്ദര്യത്തെ പുകഴ്ത്തി എന്ന കുറ്റത്തിന് അവൾക്ക് അവളുടെ തല നഷ്ടപ്പെടാൻ പോകുന്നു. വധശിക്ഷയ്ക്കാണവളെ വിധിച്ചിരിക്കുന്നത്.

ഫറിയയ്ക്കും സാഹ്ദയ്ക്കും സംഭവിച്ചതോർത്ത് നാളുകൾ കഴിഞ്ഞു. ഭ്രാന്ത് പിടിച്ചേക്കുമോ എന്നെനിക്കു തോന്നി. അവരുടെ വിധിയുമായി പൊരുത്തപ്പെടാൻ മാസങ്ങളെടുത്തു.

ഭർത്താവിന്റെ മനസ്സിലും ദുഃഖമുണ്ടായിരുന്നു എന്ന് ഞാൻ അറിഞ്ഞു. കരീമിന്റെ മുഖത്ത് ചുളിവുകൾ വീണിരിക്കുന്നത് കണ്ടു. തലമുടി അവിടവിടെ നരയ്ക്കുന്നത് അറിഞ്ഞു. ഒരു അധികാരവുമില്ലാ ത്ത രാജകുമാരനാണ് താൻ എന്ന് കരീമിന് തോന്നിത്തുടങ്ങി. ഇങ്ങനെ യുള്ള ഒരു അവസ്ഥയെക്കുറിച്ച് അത്രയ്ക്ക് അഭിമാനം കൊള്ളാനൊ ന്നുമില്ലല്ലോ. ഒരു പുരുഷനെ സംബന്ധിച്ചിടത്തോളം അഭിമാനിക്കാൻ ഒ ന്നുമില്ലാത്ത ഈ അവസ്ഥയുമായി പൊരുത്തപ്പെടുക എന്നത് വളരെ ബുദ്ധിമുട്ടുള്ള കാര്യവുമാണ്.

ഉറക്കം വരാത്ത ഒരു രാത്രിയിൽ കരീം കിടപ്പുമുറിയിൽ ഉലാത്തി ക്കൊണ്ടിരിക്കുന്നത് കണ്ടു. കുറേ സമയം കഴിഞ്ഞ് കരീം മേശയിലി രുന്ന് എന്തോ കുത്തിക്കുറിക്കുന്നതും. കരീമിന്റെ ഹൃദയത്തിൽ നിന്നും വാക്കുകൾ നിറഞ്ഞൊഴുകുകയായിരുന്നു. കരീം ഒരു കവിയാണ്. തന്റെ ഹൃദയവേദനകളും സന്തോഷങ്ങളും പലപ്പോഴും കവിതകളിലൂടെ പ്രകാശിപ്പിക്കുന്നു. പിറ്റേന്ന് കാലത്ത് കരീം ഒരു കപ്പ് കാപ്പിയന്വേഷിച്ച് മുറിയിൽ നിന്നും പുറത്തിറങ്ങിയപ്പോൾ കരീം എഴുതി വച്ചിരുന്ന കവിത വായിച്ചു.

ജനിച്ചപ്പോൾ കണ്ണിൽ എന്റെ മാതൃരാജ്യമായിരുന്നു
റിയാദിന്റെ വളവും ചുളിവും എനിക്ക് കാണാമായിരുന്നു
ഒരു ജോടി ചെരുപ്പിനായി
റിയാദ് കാത്ത് നിൽക്കുകയായിരുന്നു
തൈഫ് മലനിരകൾ കുളിർമ്മയുള്ള തണൽ നൽകി
ചെങ്കടൽ എന്റെ ശരീരത്തെ തണുപ്പിച്ചു.
എന്നാൽ ഇന്ന് ഞാൻ
മാതൃരാജ്യത്തെ കാണുന്ന കണ്ണുകൾ വ്യത്യസ്തമാണ്
സ്വപ്നങ്ങളെ തല്ലിക്കെടുത്തുന്ന കാഴ്ച

എരിയുന്ന മണൽ
എന്റെ പാദരക്ഷകളെക്കൂടി എരിയിക്കുന്നു
മലനിരകളിൽ നിന്നും കുത്തിയൊഴുകുന്ന വെള്ളം
മരങ്ങളെ കടപുഴക്കിയിരിക്കുന്നു
തണൽ ഇല്ലാതാക്കിയിരിക്കുന്നു
ചെങ്കടലിലെ വെള്ളം എന്നെ മുക്കിക്കൊല്ലുന്നു
എനിക്ക് ശ്വാസം മുട്ടുന്നു
അള്ളാഹുവിനുവേണ്ടി വാദിക്കുന്ന
കുപിതരെ ഇവിടെ നിന്നകറ്റൂ
അവർക്ക് അവന്റെ ഭാഷപോലുമറിയില്ല
അന്യമായ വാക്കുകളിൽ പൊളിപറഞ്ഞ് അവർ
അവന്റെ മാതൃരാജ്യത്തെ നരകമാക്കുന്നു
ഞാനോ
നിസ്സഹായനായി നോക്കി നിൽക്കുന്നു
ഞാൻ സ്നേഹിക്കുന്ന ഈ മണ്ണിനെ
എനിക്ക് രക്ഷിക്കാനാകാതെ.

ആ നിമിഷത്തിൽ ഞാൻ കരീമിനെ എത്ര സ്നേഹിച്ചുവോ അത്ര അതിനു മുമ്പൊരിക്കലും സ്നേഹിച്ചിട്ടില്ല.

പന്ത്രണ്ട്

കണ്ണുനീരിനിയും ബാക്കിയുണ്ട്

എളുപ്പത്തിൽ ആക്രമിക്കപ്പെടാവുന്ന സ്ത്രീകൾ അതിനിരയാകാതെ നോക്കുവാനുള്ള, സഹായമെത്തിക്കുവാനുള്ള എന്റെ ഉദ്യമത്തിൽ പലപ്പോഴും പരാജയങ്ങൾ സംഭവിച്ചിട്ടുണ്ട്. ഇത് എന്നെ നിരാശപ്പെടുത്തിയിട്ടുമുണ്ട്. ഫരിയയെ ആശുപത്രിയിൽ നിന്നും ബലമായി ഇറക്കിക്കൊണ്ടുപോയതിനു മാസങ്ങൾക്ക് ശേഷം അവൾ അവിടെ വീണ്ടുമെത്തി. രോഗിയായിത്തന്നെ. ഇതറിഞ്ഞ നാദിയ അമാനിക്ക് ഫോൺ ചെയ്തു. നാദിയയുടെ സ്വരത്തിലും നിരാശയുണ്ടായിരുന്നു. ഫരിയയെ അവളുടെ ഇഷ്ടത്തിനെതിരായി വിവാഹിതയാക്കി എന്ന വാർത്ത തന്നതും നാദിയ തന്നെയായിരുന്നു.

സ്ത്രീ സുന്നത്ത് മൂലം പറ്റിയ പരിക്കുകളിൽ നിന്നും ഫരിയ പൂർണ്ണമായും മുക്തയായിരുന്നില്ല. അതിനിടയിലായിരുന്നു വിവാഹം. ഭർത്താവ് കാടനായിരുന്നു. അയാൾക്ക് തന്റെ ലൈംഗിക സംതൃപ്തിയിൽ മാത്രമേ താത്പര്യമുണ്ടായിരുന്നുള്ളൂ. ഫരിയ തന്നോട് സഹകരിക്കുന്നില്ലെന്ന് കണ്ട അയാൾ കോപിച്ചു. ഭർത്താവിനെ അടുത്ത് കണ്ടാൽ ഫരിയ ഭയന്ന് ഒളിച്ചിരിക്കുവാൻ തുടങ്ങി.

രണ്ടാം തവണയും ആശുപത്രിവാസമുണ്ടായതിനുശേഷം ഫരിയ വീണ്ടും ഭർത്താവിന്റെ സന്നിധിയിലെത്തി. അവൾ അപ്പോഴും ദുഃഖിതയായിരുന്നു. ആശുപത്രിയിൽ നിന്നിറങ്ങുമ്പോൾ തേങ്ങിക്കരഞ്ഞിരുന്നു. ഈ വിവാഹത്തിൽ നിന്നും ആരെങ്കിലും തന്നെയൊന്ന് രക്ഷിക്കണമെന്ന് അഭ്യർത്ഥിക്കുന്നുണ്ടായിരുന്നു.

ഫരിയയുമായി ബന്ധപ്പെട്ടുകൊണ്ടിരിക്കുവാൻ നാദിയ കഴിവതും ശ്രമിച്ചുകൊണ്ടിരുന്നു. ഇടയ്ക്കിടെ ടെലിഫോൺ ചെയ്തു. അവസാനത്തെ സംഭാഷണത്തിൽ തന്റെ ഭർത്താവ് ഇപ്പോൾ മർദ്ദിക്കാറുണ്ടെന്നുള്ള വിവരവും ഫരിയ പങ്കുവച്ചു. അവൾ ഗർഭിണിയാണ്. എന്നാൽ ഇത് അവളെ മർദ്ദനത്തിൽ നിന്നും ഒഴിവാക്കുന്നതിന് ഭർത്താവിനൊരു കാരണമായില്ല. ഇനി പ്രസവസമയത്ത് താനനുഭവിക്കാനിരിക്കുന്ന വേദനയെയോർത്ത് ഇപ്പോഴേ ഭയന്നിരിക്കുകയായിരുന്നു ഫരിയ. പിന്നെ

ഫരിയയിൽ നിന്നും ഒരു വിവരവും ലഭിച്ചില്ല. അവൾ പൊടുന്നനെ രംഗത്തു നിന്നും അപ്രത്യക്ഷമായി.

അതിനുശേഷം നാദിയയുടെ ഫോൺ വിളികൾക്ക് ഫരിയയിൽ നിന്നും മറുപടിയുണ്ടായില്ല. ഫരിയയെ പിന്നെ ആശുപത്രിയിൽ പ്രവേശിപ്പിച്ചിട്ടില്ല. ഒരുപക്ഷേ അവളുടെ കുടുംബം മറ്റെവിടേക്കെങ്കിലും മാറി താമസിച്ചിട്ടുണ്ടാകാം. എന്നാൽ എന്താണ് സംഭവിച്ചിരിക്കുക എന്നതിനെക്കുറിച്ച് ഞങ്ങൾക്കൊന്നും അറിയില്ല. അരുതാത്തത് സംഭവിച്ചിരിക്കും എന്ന് ഞങ്ങളൊക്കെ ഇപ്പോഴും ഭയക്കുന്നു.

ഫരിയയെക്കുറിച്ച് എപ്പോഴൊക്കെ ഞങ്ങൾ സംസാരിച്ചുവോ അപ്പോഴൊക്കെ അമാനി കരയാൻ തുടങ്ങും. മകൾ ഇപ്പോഴെങ്കിലും സൗദി വനിതകൾ അവരുടെ ജീവിതത്തിൽ അനേകം ക്രൂരതകൾക്ക് വിധേയമാകുന്നുണ്ടെന്ന് തിരിച്ചറിഞ്ഞിരിക്കുന്നുവല്ലോ! ഞങ്ങൾ ചെയ്തുകൊണ്ടിരിക്കുന്ന ജോലിയോട് അമാനിക്ക് വലിയ സ്നേഹമാണെന്ന് അറിയാം. എന്നാൽ അതിനോടൊപ്പം അവളിപ്പോൾ ലോകത്തിൽ നടക്കുന്ന കാര്യങ്ങൾ സത്യസന്ധമായി നോക്കികാണുവാനും പഠിച്ചിരിക്കുന്നു.

എന്നാൽ ഷാദയുടെ കഥ ഇത്തിരി സന്തോഷത്തിലാണവസാനിച്ചത്. മറ്റൊരു സ്ത്രീയെ തുറിച്ച് നോക്കി എന്നായിരുന്നല്ലോ അവൾക്ക് മേലുള്ള കുറ്റം. ഇത് ദുർമന്ത്രവാദത്തിന്റെ ലക്ഷണമാണെന്നും അതിനാൽ ഷാദ ദുർമന്ത്രവാദിനിയാണെന്നുമായിരുന്നു ആരോപണം. ഈ കഥ ഇങ്ങനെ സന്തോഷത്തിലവസാനിക്കുവാൻ ഒരു കാരണമുണ്ട്. എന്റെ ഭർത്താവ്, പതിവിനു വിപരീതമായി, തനിക്ക് ഒരിക്കലും ഇഷ്ടമില്ലാത്ത ഒരു മാർഗ്ഗത്തിലൂടെ സഞ്ചരിക്കുവാൻ തയ്യാറായതാണിതിനു കാരണം. മറ്റൊരു അവസരത്തിനോ ആവശ്യത്തിനോ ആയിരുന്നെങ്കിൽ കരീം ഇങ്ങനെ ചെയ്യില്ലായിരുന്നു. കോടതി ഷാദയ്ക്ക് വധശിക്ഷ നൽകും എന്ന് ഉറപ്പാണെന്ന് കരീം നിയമിച്ച വക്കീൽ പറഞ്ഞു. ഇത്തരം കേസുകളിൽ കോടതി ഒരിക്കലും കുറ്റാരോപിതർക്ക് അനുകൂലമായ നിലപാടെടുത്തിട്ടില്ല. അങ്ങനെ ചെയ്താൽ സൗദിയിലെ മതാദ്ധ്യക്ഷന്മാർ പെട്ടെന്ന് വാചാലരാകും. അവർക്കാ തീരുമാനം ഇഷ്ടപ്പെടില്ല. എന്നാൽ ഇവിടെ കേസ് ജയിക്കുവാനായി കരീം മൂന്ന് ജഡ്ജിമാർക്ക് കോഴ നൽകി. വൻതുക കോഴ കൊടുത്തു. ഇവർ മൂന്നുപേരുമായിരുന്നു ഷാദയുടെ കേസ് കേട്ടിരുന്നത്. ഇങ്ങനെയൊരു മാർഗ്ഗം സ്വീകരിക്കേണ്ടി വന്നതിൽ കരീമിന് അഭിമാനമോ സന്തോഷമോ ഉണ്ടായിരുന്നില്ല. എന്നാൽ അന്ന് കരീമിനെക്കുറിച്ച് വലിയ അഭിമാനം തോന്നി. തന്റെ എല്ലാ വിശ്വാസങ്ങൾക്കും എതിരെ നീങ്ങി മറ്റൊരാളെ സഹായിക്കുവാൻ വിശാലമായ മനസ്സുള്ളവർക്കേ സാധിക്കുകയുള്ളൂ. നിഷ്കളങ്കയായ ഷാദയെ കൊലയ്ക്ക് കൊടുക്കുവാൻ കൂട്ടുനിൽക്കുന്നതിലും വളരെ ചെറിയ ഒരു പാപമാണ് ജഡ്ജിയ്ക്ക് കോഴ കൊടുക്കുന്നത് എന്ന് കരീം തീരുമാനിക്കുകയായിരുന്നു. വിഡ്ഢിയാണ് എന്നത് മാത്രമായിരുന്നു ഷാദയുടെ കുറ്റം. സുന്ദരിയായ ഒരു സ്ത്രീയെ കണ്ടപ്പോൾ മുഖത്തു നിന്നും കണ്ണെടുക്കാൻ അവൾക്കായില്ല എന്ന കുറ്റത്തിനാണവളെ വധശിക്ഷയ്ക്ക് വിധിക്കാനിരുന്നത്.

അങ്ങനെ ഒരു സംഭവത്തിൽ പരാജയമേറ്റുവാങ്ങിയപ്പോൾ മറ്റൊന്നിൽ ഞങ്ങൾ വിജയിച്ചു. എന്നാൽ ഈ വിജയത്തിൽ വലിയ ആഹ്ലാദമൊന്നും ഞങ്ങൾക്ക് തോന്നിയില്ല. ഞങ്ങളുടെ മനസ്സിൽ അപ്പോഴും ഫരിയയുടെ നഷ്ടം വരുത്തിയ ദുഃഖമായിരുന്നു.

സ്ത്രീകളിൽ ചേലാകർമ്മം എന്ന ഭീകരത അവസാനിക്കുന്ന ഒരു കാലം ഞാൻ സ്വപ്നം കാണുന്നു. അങ്ങനെയൊരു കാലമുണ്ടാകുമെന്ന് പ്രതീക്ഷിക്കുന്നു. അതുപോലെ തന്നെ തനിക്ക് തീർത്തും അപരിചിതനായ ഒരു പുരുഷനെ വിവാഹം കഴിക്കേണ്ട ഗതികേടിൽ നിന്നും സ്ത്രീകൾ മുക്തമാകുന്ന ഒരു കാലത്തെക്കുറിച്ചും സ്വപ്നം കാണുന്നു.

ഇത്രയൊക്കെ ചർച്ച ചെയ്ത് കഴിഞ്ഞപ്പോൾ മനുഷ്യരെ സ്നേഹിക്കുന്നതിൽ ഒരു അഭിനിവേശം തന്നെയുള്ളവളാണ് ഞാൻ എന്ന് നിങ്ങൾക്ക് മനസ്സിലായിക്കാണുമല്ലോ. ആഴത്തിൽ സ്നേഹിക്കാനറിയാവുന്ന ഒരു സ്ത്രീയാണു ഞാൻ എന്ന്. കുട്ടിക്കാലത്ത് എനിക്കും സംരക്ഷണം ആവശ്യമാണ് എന്ന് ആഗ്രഹിച്ചിരുന്നു. ഈ ആഗ്രഹം പിന്നെ ഒരു വിപരീത മനോഗതിയാണുണ്ടാക്കിയത്. അതുപോലെ തന്നെ അക്കാലങ്ങളിൽ നിയന്ത്രണങ്ങൾക്കനുസരിച്ച് ജീവിക്കണമെന്നതും എന്നിൽ ഇതേ വിപരീത മനോഗതിയുണ്ടാക്കി. അങ്ങനെയൊരു ആഗ്രഹമുണ്ടാകുന്നത്, സ്നേഹിക്കപ്പെടണമെന്നും സ്നേഹിക്കണമെന്നും ആഗ്രഹമുണ്ടാകുന്നത് എല്ലാവരിലും അനാവശ്യമായ പ്രകമ്പനങ്ങൾ സൃഷ്ടിച്ചേക്കും.

എനിക്ക് പക്വത വന്ന പ്രായത്തിൽ കണ്ടത്, സൗദി പുരുഷൻ തന്റെ പെണ്ണിനെ, സ്ത്രീകളെ സ്നേഹിക്കുന്നു എന്ന് പറയുന്നത് അവരെ നിയന്ത്രിക്കുന്നു എന്ന അർത്ഥത്തിൽ മാത്രമാണെന്നതാണ്. ഞങ്ങൾ സ്നേഹിക്കുന്നു അതിനാൽ ഞങ്ങളാൽ സംരക്ഷിക്കപ്പെടണമെന്ന് സൗദി പുരുഷന്മാർ പറയുന്നത് പലപ്പോഴും കേട്ടിട്ടുണ്ട്. എന്നാൽ അവർക്കും അതുപോലെ ആജ്ഞകൾ ലഭിക്കുക, നിബന്ധനകൾക്ക് വിധേയമാകുക, നിയന്ത്രിക്കപ്പെടുക എന്നതിന്റെ ആവശ്യമുണ്ടെന്നത് നിരാകരിക്കുകയും ചെയ്യുന്നു.

അതിനാൽ എന്റെ മനസ്സിലുള്ള സ്നേഹത്തിനെ സംരക്ഷിക്കുന്നു. വളരെ ശ്രദ്ധയോടെ, മൃദുവായി സ്നേഹിക്കുന്നു. ആരെയും നിയന്ത്രിച്ച് നിർത്തുവാൻ ശ്രമിക്കാതെ സ്നേഹിക്കുന്നു.

അമ്മയെ അഗാധമായി സ്നേഹിച്ച ഒരു മകളാണ് ഞാൻ. ജനിച്ച നിമിഷം മുതൽ എന്നിൽ ആ സ്നേഹം നിറഞ്ഞു നിന്നു. ഓരോ വർഷം കഴിയുംതോറും ആ സ്നേഹം വർദ്ധിച്ച് വന്നു. ഇന്നും അത് വർദ്ധിച്ചുകൊണ്ടേയിരിക്കുന്നു. എന്റെ ഹൃദയം മിടിക്കുന്ന നിമിഷം വരേക്കും അത് തുടരും. അച്ഛനെക്കുറിച്ചും അങ്ങനെതന്നെ പറയാനായെങ്കിൽ എന്നാഗ്രഹിക്കുന്നു. കുട്ടിക്കാലത്ത് അമ്മയെ സ്നേഹിച്ചതുപോലെ അച്ഛനെ സ്നേഹിക്കുവാൻ എനിക്കായിട്ടില്ല. പകരം ഭയമായിരുന്നു. എന്റെ

ശരീരത്തിൽ വെള്ള പുതപ്പിച്ച്, മരുഭൂമിയിലെ ശ്മശാനങ്ങളിലൊന്നിൽ താഴ്ത്തുന്നതുവരേക്കും അച്ഛനോട് യഥാർത്ഥ സ്നേഹം തോന്നാനിട യില്ല എന്ന് ശങ്കിച്ച നിമിഷങ്ങൾ അനവധിയുണ്ടായിട്ടുണ്ട് എന്ന് ദുഃഖ ത്തോടെ സ്മരിക്കട്ടെ. ഞങ്ങൾ സഹോദരിമാരേക്കാൾ കൂടുതലായി സഹോദരനെ അദ്ദേഹം സ്നേഹിച്ചിരുന്നു എന്നത് മറക്കാനാകില്ല. ഇത് എനിക്കും സഹോദരനുമിടയിൽ അഭിപ്രായവ്യത്യാസങ്ങൾക്കും അനിഷ്ട ങ്ങൾക്കും കാരണമാക്കി. അത് ഇന്നും തുടരുന്നു. എന്നാൽ ഒരു പ്രായം കഴിഞ്ഞപ്പോൾ ജന്മം ലഭിക്കാൻ കാരണക്കാരനായ ആ മനുഷ്യനോട് ഇത്തിരി സ്നേഹം കടന്ന് കൂടുവാൻ തുടങ്ങി. അയാൾ പൂർണ്ണനല്ലെന്ന് അറിയാമായിരുന്നിട്ടും ആ സ്നേഹം മനസ്സിലേക്കെത്തി. അതുകൊണ്ട് തന്നെ ഇപ്പോൾ ആദ്യമായി, അച്ഛനെ സ്നേഹിക്കുന്ന ഒരു മകളാണ് എന്നു പറയുവാനാകും.

ഒമ്പത് സഹോദരിമാരേയും സ്നേഹിക്കുന്ന ഒരു സഹോദരിയാണ് ഞാൻ. ഇതിൽ ഏറ്റവും കൂടുതൽ സ്നേഹിക്കുന്നത് സാറയെയാണ് എന്നതും സത്യം. സഹോദരനെ സ്നേഹിക്കുന്നു എന്നെനിക്ക് പറയു വാനാകില്ല. പണ്ട്, ഇടയ്ക്കെങ്കിലും അവനെചൊല്ലി മനസ്സിൽ ഇത്തിരി സ്നേഹം തോന്നിയ നിമിഷങ്ങളുണ്ടായിട്ടുണ്ട്. എന്നാൽ അവൻ ചെയ്ത ഓരോ ക്രൂരതയ്ക്കും ശേഷം അത് സ്വാഭാവികമായി മാഞ്ഞുപോയി. തന്റെ രണ്ട് ഭാര്യമാർ, കുട്ടികൾ, മരുമക്കൾ എന്നിവർക്കെതിരെയെല്ലാം അവൻ പല ക്രൂരതകളും അഴിച്ചുവിട്ടിട്ടുണ്ട്. ഇന്ന് അലിയെക്കുറിച്ചോർ ക്കുമ്പോൾ അവനെചൊല്ലി ദുഃഖം മാത്രമേയുള്ളൂ.

ഭർത്താവിനെ സ്നേഹിക്കുന്ന ഒരു സ്ത്രീയാണ് ഞാൻ. സൗദി അറേബ്യയിലെ മിക്കവാറും സ്ത്രീകളെപ്പോലെ വീട്ടുകാർ ആലോചി ച്ചുറപ്പിച്ച ഒരു വിവാഹമായിരുന്നു എന്റേതും. വിവാഹം കഴിപ്പിക്കുമ്പോൾ ഞാൻ കൗമാരക്കാരിയായിരുന്നു. എന്നാൽ സൗദിയിലെ അപൂർവ്വം ഭാഗ്യ വതികളിൽ ഒരാളായിരുന്നു ഞാൻ. വിവാഹത്തിനു മുമ്പ് ഭർത്താവിനെ മുതിർന്നവരുടെ മേൽനോട്ടത്തിൽ കാണാൻ അനുമതി ലഭിക്കുകയു ണ്ടായി. മാത്രമല്ല വിവാഹത്തിനു മുമ്പ് ഫോണിൽ സംസാരിക്കാനും. ഈ സമാഗമവും സംസാരങ്ങളും കരീം നല്ലവനാണെന്ന് മനസ്സിലാക്കു വാൻ സഹായിച്ചു. ആദ്യം കണ്ടപ്പോൾ തന്നെ കരീമിന്റെ സുന്ദരമുഖം എന്നിൽ സന്തോഷവും ജനിപ്പിച്ചു. ഞങ്ങൾ പരസ്പരം കണ്ണിൽ നോക്കിയ ആദ്യ നിമിഷത്തിൽ ഹൃദയത്തിന്റെയുള്ളിന്റെയുള്ളിൽ പ്രണ യത്തിന്റെ ഒരു കൊച്ചുമലർ വിടർന്നു. ആ സൗരഭ്യം ശരീരമാസകലം വ്യാപിച്ചു. അന്നത്തെ ആ നിമിഷം മുതൽ ഇന്നുവരേക്കും മിക്കവാറും എല്ലാ നിമിഷത്തിലും ആ സ്നേഹം, പ്രണയം, അതുപോലെ നിലനിന്നി ട്ടുണ്ട്. ആകെ ഒരു തവണ മാത്രമേ അതിനു വ്യതിയാനമുണ്ടായിട്ടുള്ളൂ. കരീം ഒരു രണ്ടാം ഭാര്യയെ സ്വീകരിക്കുവാൻ ശ്രമിച്ചപ്പോഴായിരുന്നു അത്. അതിനോടുള്ള എന്റെ പ്രതികരണം അക്രമാസക്തമായിരുന്നു. അത് കരീം പ്രതീക്ഷിച്ചിരുന്നില്ല. ഞാൻ കരീമിൽ നിന്നും ഓടിയകന്നു. നാടു

വിട്ടു. കരീമിന്റെ പദ്ധതികളെ, കരീമിന്റെ മനസ്സിൽ കടന്ന് കൂടിയ ചെകുത്താനെ തടയിട്ടു. അത് വളരെ ചെറിയ ഒരു ഇടവേളയായിരുന്നു എന്നതിൽ ഞാനിന്ന് അള്ളാഹുവിനോട് നന്ദി പറയുന്നു. അതിനുശേഷം ഒരു രണ്ടാം ഭാര്യ എന്ന വിഷമയമായ ചിന്ത കരീമിന്റെ മനസ്സിൽ ഒരിക്കലും ഉദിച്ചിട്ടില്ല. ഞങ്ങളുടെ ദാമ്പത്യത്തിൽ ഞാനിന്ന് ഒരു പൂർണ്ണഅംഗമാണ്. സൗദിയിൽ ഏറ്റവും സന്തുഷ്ടമായി ജീവിക്കുന്ന ദമ്പതിമാരിൽ ഒന്നാണ് ഞാനും കരീമും എന്നത് ഞങ്ങൾ ഇരുവർക്കും വ്യക്തമായറിയുകയും ചെയ്യാം. ഭർത്താവ് എന്നും എന്നോട് ഇത് തുറന്ന് പറയാറുണ്ട്. ഞങ്ങൾ ഭാര്യാഭർത്താക്കന്മാരായതിൽ സന്തോഷം പ്രകടിപ്പിക്കാറുണ്ട്. ഞാൻ ആ സന്തോഷം അതേ പടി തിരിച്ച് നൽകാറുമുണ്ട്.

മറ്റുള്ളവരെ സ്നേഹിക്കുക എന്നത് എന്നെ സംബന്ധിച്ചിടത്തോളം ലഭിച്ചിരിക്കുന്ന വലിയ നിധിയാണ്. എന്നാൽ എന്റെ കുട്ടികളോട് തോന്നുന്ന സ്നേഹത്തിനേക്കാൾ വലിയ സ്നേഹം എന്ന് വിളിക്കുവാനായി ഈ ലോകത്തിലൊന്നുമില്ല.

പേരക്കുട്ടികളെ ജീവനുതുല്യം സ്നേഹിക്കുന്ന ഒരു മുത്തശ്ശിയുമാണിന്ന്. കൗമാരപ്രായത്തിൽ വിവാഹിതയായവളാണ്. കൗമാരത്തിൽ തന്നെ അമ്മയുമായി. അതുകൊണ്ട് ഇന്ന് ഈ ചെറുപ്രായത്തിൽ തന്നെ മുത്തശ്ശിയാണ്. മൂന്ന് പേരക്കുട്ടികളുടെ മുത്തശ്ശി. അവരെ സ്നേഹിക്കുന്നു. എങ്ങനെയൊക്കെ സ്നേഹം പകർന്ന് നൽകുവാനാകുമോ അതെല്ലാം ചെയ്ത് സ്നേഹിക്കുന്നു. കൊച്ചു സുൽത്താന രാജകുമാരി, ഖാലിദ്, ഫൈസൽ എന്നീ കൊച്ചു രാജകുമാരന്മാർ എന്നിവർക്കായി ജീവൻ പണയം വയ്ക്കുവാനും തയ്യാറാണ്.

പേരുപറയുവാനാകാത്ത ഒരു തരം അഭിനിവേശത്തോടെ മൂന്ന് മക്കളേയും ഒരുപോലെ സ്നേഹിക്കുന്ന ഒരു അമ്മയാണ് ഞാൻ. കുട്ടിയായിരുന്നപ്പോൾ വീട്ടിൽ കലാപങ്ങൾ അനേകമുണ്ടാക്കിയിട്ടുണ്ട് എന്നത് സത്യം. കലാപങ്ങൾ വീട്ടിൽ അനേകം പ്രശ്നങ്ങളുമുണ്ടാക്കിയിട്ടുണ്ട് എന്നതും സത്യം. എന്നാൽ കൗമാരത്തിൽ അമ്മയായതിനു ശേഷം എന്റെ ജീവൻ എന്റെ കുട്ടികളുടെ സംരക്ഷണത്തിനായി ഉഴിഞ്ഞ് വയ്ക്കുവാൻ തുടങ്ങി. കുട്ടികൾ സംരക്ഷിക്കപ്പെടേണ്ടവരാണെന്ന ചിന്തയുണ്ടെങ്കിലും ഞാനത് സ്നേഹപൂർവ്വം ചെയ്തുകൊണ്ടിരുന്നു എങ്കിലും അവരെ വളർത്തുമ്പോൾ അവർ ആത്മവിശ്വാസമുള്ളവരും സ്വതന്ത്രരുമായി വളരണം എന്ന നിർബന്ധവും ഉണ്ടായിരുന്നു. സ്വന്തം അഭിപ്രായം തുറന്ന് പറയുവാൻ ധൈര്യമുള്ളവരാകണം അവർ എന്നതിലും നിർബന്ധമുണ്ടായിരുന്നു.

ഈ മൂന്ന് മക്കൾ ഓരോരുത്തരുടേയും ജന്മം ഇന്നലെ നടന്നതുപോലെ ഓർമ്മയിൽ ഇന്നുമുണ്ട്.

അബ്ദുള്ളയെ ഗർഭം ധരിച്ചിരുന്ന കാലത്ത്, പ്രസവവേദനയുടെ ആദ്യലക്ഷണങ്ങൾ വന്നപ്പോൾ മനസ്സിൽ വലിയ ആവേശമായിരുന്നു.

അള്ളാഹു ദയ കാണിക്കുന്നുവെങ്കിൽ അധികം താമസിയാതെ എനിക്കൊരു കുഞ്ഞുണ്ടാകും എന്നെനിക്കറിയാമായിരുന്നു. സൗദിയിലെ അതുവരേക്കുമുള്ള ജീവിതം സൗദിയിൽ ആൺകുട്ടിയായി ജനിക്കുന്നത് ജീവിതം എളുപ്പമാക്കും എന്നെന്നെ പഠിപ്പിച്ചിരുന്നുവെങ്കിലും എന്റെ ആഗ്രഹം ഒരു പെൺകുട്ടി വേണമെന്നായിരുന്നു. ചുറ്റുമുള്ളവർക്കെല്ലാം അതൊരു ആൺകുട്ടിയാകണം എന്ന് തന്നെയായിരുന്നു ആഗ്രഹം. സാറ മാത്രമാണതിൽ നിന്നും വ്യത്യസ്തയായി ചിന്തിച്ചത്. സൗദിയിൽ ആൺകുട്ടി ജനിച്ചാൽ ആഘോഷവും പെൺകുട്ടി ജനിച്ചാൽ ദുഃഖാചരണവും സാധാരണമായിരുന്നു. ഈ സമ്പ്രദായം എന്നെ ഭ്രാന്ത് പിടിപ്പിക്കാറുണ്ടായിരുന്നു. ഈ സംസ്കാരത്തെ ഞാൻ എന്നും തള്ളിപ്പറഞ്ഞു. പ്രസവവേദനകൊണ്ട് ഞെരിപിരികൊള്ളുമ്പോഴും എന്നിലെ വിപ്ലവകാരി ഒരു പെൺകുട്ടി ജനിക്കണേ എന്ന് പ്രാർത്ഥിക്കുന്നുണ്ടായിരുന്നു.

എന്നാൽ അള്ളാഹുവിന്റെ തീരുമാനം മറിച്ചായിരുന്നു. അള്ളാഹു എനിക്കാദ്യം അനുഗ്രഹിച്ച് നൽകിയത് ഒരാൺകുട്ടിയെ. അതെന്റേയും മകന്റേയും വിധിയായിരുന്നു.

ആൺകുട്ടിയാണെന്നറിഞ്ഞപ്പോൾ ആദ്യനിമിഷത്തിൽ മനസ്സിലിത്തിരി സങ്കടം തോന്നി. എന്നാൽ അവന്റെ സുന്ദരമുഖം ആദ്യമായി കണ്ട ആ നിമിഷത്തിൽ ആ ദുഃഖം എങ്ങോ പറന്നുപോയി. എന്റെ ജീവിതത്തെക്കുറിച്ചെഴുതിയ ആദ്യ പുസ്തകത്തിൽ മകന്റെ ജന്മത്തെക്കുറിച്ചെഴുതിയ വാക്കുകൾ ഞാനിവിടെ പകർത്താം.

കുഞ്ഞിനെ എന്റെ കൈയിൽ തന്ന നിമിഷം ഒരു പെൺകുട്ടി മതി എന്ന എന്റെ ആഗ്രഹം എങ്ങോ പോയി മറഞ്ഞു. പെൺകുട്ടി എന്തായാലും വരും. ഈ ആൺകുട്ടിയെ ഞാൻ ഇവന്റെ മുൻതലമുറയേക്കാൾ നല്ല കാര്യങ്ങൾ പഠിപ്പിക്കും. എന്റെ ആഗ്രഹങ്ങൾ ഇവന്റെ ഭാവിയെ സൃഷ്ടിക്കുന്നത് ഞാനറിഞ്ഞു. ഇവൻ പിന്തിരിപ്പൻ ആശയങ്ങളുമായി ജീവിക്കില്ല. ഇവൻ അവന്റെ സഹോദരിമാരെ ബഹുമാനിക്കും. എല്ലാ അർത്ഥത്തിലും ബഹുമാനിക്കും. ഇവൻ വിവാഹിതനാകുന്നതിനു മുമ്പ് വിവാഹം കഴിക്കുവാൻ പോകുന്ന പെൺകുട്ടിയെ കാണും. പ്രണയിക്കും. ഇവനെനിക്ക് സമ്മാനിക്കുവാൻ പോകുന്ന വിശാലമായ ബഹുമതികൾ എന്റെ മുന്നിൽ വന്നപ്പോൾ ഇതെന്റെ തിളങ്ങുന്ന നക്ഷത്രക്കുട്ടനാണെന്ന് ഞാനറിഞ്ഞു. ഒരൊറ്റ പുരുഷൻ തനിയേ പലപ്പോഴും ലക്ഷക്കണക്കിനാളുകളിൽ പ്രഭാവമുണ്ടാക്കിയിട്ടുണ്ടെന്നും പല മാറ്റങ്ങൾക്കും കാരണക്കാരനായിട്ടുണ്ടെന്നും ഞാൻ എന്നോട് പറഞ്ഞു. ഈ ചെറുശരീരത്തിൽ നിന്നും മാനുഷനന്മകൾ നാലുപാടും വെളിച്ചം വിതറുന്നത് കണ്ട് അഭിമാനം കൊണ്ടു. അറേബ്യയിലെ സ്ത്രീകളുടെ പുതിയ തുടക്കം എന്റെ രക്തത്തിൽ നിന്ന് തന്നെയായിരിക്കും.

ഗതകാലങ്ങളിലേക്ക് തിരിഞ്ഞ് നോക്കുക എന്നത് സന്തോഷകരമായ ഒന്നാണ്. ഇപ്പോൾ ഓർമ്മയിൽ മകന്റെ സുന്ദരരൂപമാണ്. അവൻ

ജനിച്ചിട്ടേയുള്ളൂ. എന്റെ മനസ്സിൽ അവനെചൊല്ലി കണ്ട സ്വപ്നങ്ങളാണ്. ആ സ്വപ്നങ്ങൾ ഇന്ന് സാക്ഷാത്കരിക്കപ്പെട്ടിരിക്കുന്നു. മകനെചൊല്ലി എനിക്കന്നുണ്ടായിരുന്ന ആഗ്രഹങ്ങളും ചിന്തകളും എത്ര കൃത്യമായി നടപ്പായി എന്നതിൽ ഇന്നെനിക്ക് എന്ത് സന്തോഷമുണ്ടെന്നോ! അന്നത്തെ ആ കൊച്ചു കുഞ്ഞ് ഇന്ന് ഒരു പുരുഷനായിരിക്കുന്നു. ദൃഢമായ സ്വഭാവവും ജീവിതത്തിൽ വിജയവും കൈവരിച്ചിരിക്കുന്നു. ബുദ്ധിയുള്ളവനാണവൻ. സഹോദരിമാരെ ബഹുമാനിക്കുന്നവൻ. ഭാര്യയേയും മകളേയും ഒരുപോലെ സ്നേഹിക്കുന്നവൻ. വ്യാപാരത്തിൽ അവനിന്ന് അദ്ഭുതങ്ങൾ പ്രവർത്തിക്കുന്നു എന്ന് കരീം എന്നോട് പല തവണ പറഞ്ഞു. അതവന്റെ ബുദ്ധികൂർമ്മതെയാണ് കാണിക്കുന്നത്. മനുഷ്യത്വമുള്ളവനുമാണവൻ. അതവൻ പലതവണ തെളിയിച്ചിട്ടുണ്ട്. എത്ര തവണ എന്നെനിക്ക് എണ്ണിയെടുക്കാനാകാത്തത്ര തവണ. സഹായം ആവശ്യമുള്ളവരുടെ അടുത്തേക്ക് ഓടിയെത്താൻ അവനൊരു മടിയുമില്ല.

എന്റെ കൈയിൽ ഒരു മാന്ത്രിക ദണ്ഡ് തന്ന് എന്താഗ്രഹിക്കുന്നുവോ അത് നടപ്പിലാക്കുക എന്ന് പറഞ്ഞാലും അവന്റെ രൂപം, അവന്റെ വ്യക്തിത്വം, അവന്റെ സ്വഭാവം എന്നിവയിൽ എന്തെങ്കിലും മാറ്റം വരുത്തുവാൻ ഒരിക്കലും ആഗ്രഹിക്കുകയില്ല.

അബ്ദുള്ളയെ പ്രസവിച്ച ദിവസം ഓർത്തിരിക്കുന്നത് പോലെ ആദ്യപുത്രിയുടെ ജനനവും ഓർക്കുന്നു. സമയമാകുന്നതിലും ഇത്തിരി നേരത്തെയായിരുന്നു അവളുടെ വരവ്. ഈ വിവരം ഞാനിതുവരേക്കും ജീവിതകഥയിൽ ആരുമായി പങ്കുവച്ചിട്ടില്ല. ഞാനോ കരീമോ മാനസികമായി ആ ദിവസത്തിനു തയ്യാറെടുത്തിട്ടുണ്ടായിരുന്നില്ല. രണ്ടാമത്തെ കുഞ്ഞ് എത്തിച്ചേരാൻ ഇനിയും ആഴ്ചകളുണ്ട് എന്നായിരുന്നു ഞങ്ങളുടെ മനസ്സിൽ. എന്നാൽ മഹ എന്നും ക്ഷമയില്ലാത്തവളാണ്. ഒട്ടും പ്രതിക്ഷിക്കാത്ത രീതിയിൽ പ്രതികരിക്കുന്നവൾ. ഈ ലോകത്തിലേക്കുള്ള അവളുടെ വരവും ഒട്ടും വ്യത്യസ്തമായിരുന്നില്ല.

ഞങ്ങൾ അന്ന് ഞങ്ങളുടെ റിയാദിലെ കൊട്ടാരത്തിലായിരുന്നു. സായാഹ്നമാകാനും ഭർത്താവെത്തുവാനും ഒന്നിച്ച് ഒന്ന് വിശ്രമിക്കുവാനും കൊതിച്ചിരുന്ന ഒരു ദിവസമായിരുന്നു അത്. എന്നാൽ അന്നത്തെ സായാഹ്നം കരീമിന്റെ സഹോദരൻ ആസാദിന്റെ വീട്ടിൽ പോകണമെന്ന് കരീം ആഗ്രഹിച്ചു. എന്റെ ആഗ്രഹത്തിനു വിപരീതമായി കൂടെവരാൻ നിർബന്ധിച്ചു. കരീമിനും ആസാദിനും വ്യാപാരസംബന്ധിയായ എന്തൊക്കെയോ കാര്യങ്ങൾ ചർച്ച ചെയ്യാനുണ്ടായിരുന്നു. സൗദിയിൽ വ്യാപാരമാരംഭിക്കുവാനായി ശ്രമിച്ചുകൊണ്ടിരിക്കുന്ന ഒരു അന്താരാഷ്ട്ര കമ്പനിയെക്കുറിച്ച് സംസാരിക്കാനുണ്ടായിരുന്നു. ഇത്തരം വ്യാപാര ചർച്ചകളിൽ എനിക്ക് യാതൊരു താത്പര്യവുമില്ലെന്ന് കരീമിനറിയാമായിരുന്നു. അതിനെക്കുറിച്ച് ഞാൻ ചോദ്യമൊന്നും ചോദിക്കില്ല എന്ന് കരീമിനുറപ്പുണ്ടായിരുന്നു. എന്നാൽ എന്നെ ഒറ്റയ്ക്ക് വിടാൻ തയ്യാറില്ല എന്ന് കരീം

പ്രഖ്യാപിച്ചു. താൻ ആസാദുമൊത്ത് വ്യാപാരകാര്യങ്ങൾ ചർച്ച ചെയ്യുമ്പോൾ എനിക്ക് സാറയുമൊത്ത് സംസാരിച്ചിരിക്കാം എന്ന് കരീം പറഞ്ഞു. ആസാദും സാറയും ഇങ്ങോട്ട് വരാനിരിക്കുകയായിരുന്നു എന്നും അതിനിടയിൽ സാറയുടെ ഒരു മകൾ കേടുവന്ന ഭക്ഷണമെന്തോ കഴിച്ചുവെന്നും അതിനാൽ അവർക്ക് വരാനാകുന്നില്ലെന്നും കരീം പറഞ്ഞു. കേടുവന്ന മത്സ്യമാണവളെടുത്ത് കഴിച്ചത്. സുഖമില്ലാത്ത മകളെ തനിച്ചാക്കി വരാൻ സാറ വിസമ്മതിച്ചു. അതിൽ എനിക്ക് അദ്ഭുതമൊന്നുമില്ല. തന്റെ മക്കളിൽ ഉപരിയായി ഒന്നുമില്ലെന്ന് കരുതുന്ന ഒരു അമ്മയാണവൾ.

ഞാൻ എന്റെ ഭർത്താവിനോടൊപ്പം പോകാൻ തീരുമാനിച്ചു. കരീമിന്റെ നിർബന്ധം എന്നെ ഒന്ന് പ്രകോപിപ്പിച്ചു എന്നത് സത്യം. ഗർഭിണിയായിരിക്കുന്ന ഭാര്യയുടെ എല്ലാ ഇംഗിതങ്ങളും ഭർത്താവ് നടത്തിക്കൊടുക്കണം എന്ന് കരുതുന്ന ഒരു ഭാര്യയായിരുന്നു ഞാനന്ന്.

സാറയുടെ വീട്ടിലേക്കുള്ള യാത്രയ്ക്കിടയിൽ വിശേഷിച്ചൊന്നും സംഭവിച്ചില്ല. എന്നാൽ അവിടെ എത്തിച്ചേർന്നതിനുശേഷമാണ് കോമഡികൾ ഒന്നൊന്നായി സംഭവിക്കുവാനാരംഭിച്ചത്. വല്ലാത്തൊരു കോമാളിത്തം നിറഞ്ഞ രംഗം ആരംഭിക്കുന്നത് അവിടെയാണ്. വീട്ടിലുള്ളവരെല്ലാം കേടുവന്ന ആ മത്സ്യം കഴിച്ചിരുന്നു എന്ന് തോന്നുന്നു. എന്നേയും കരീമിനേയും സ്വാഗതം ചെയ്യാൻ പുറത്ത് വന്നയുടൻ ആസാദിന് ഓക്കാനം വരാൻ തുടങ്ങി. വായ് പൊത്തിപ്പിടിച്ച് ആസാദ് ഛർദ്ദിക്കുവാനായി അകത്തേക്കോടി. സാറ ഞങ്ങളെ സ്വീകരണമുറിയിലിരുത്തി. അപ്പോൾ സുഖമില്ലാത്ത അവളുടെ മകൾ അമ്മയെ തേടി അവിടെയെത്തി. അവൾ എന്നെ ഉമ്മവയ്ക്കുവാൻ ഒരു ശ്രമം നടത്തി. ഞാനവളെ തടഞ്ഞു. "വേണ്ട മോളെ, പോയി കിടന്നോളൂ" എന്നു പറഞ്ഞു

സാറയുടെ മകൾ ഒന്ന് പുഞ്ചിരിച്ചു. ആ നിമിഷത്തിൽ തന്നെ വീണ്ടും അവൾ ഛർദ്ദിക്കുവാൻ തുടങ്ങി. അവൾ ഛർദ്ദിച്ചതാകട്ടെ എന്റെ ശരീരത്തിലേക്കും.

എന്റെ ഉടുപ്പിലേക്കാണവൾ ഛർദ്ദിച്ചത് എന്നറിഞ്ഞപ്പോൾ അവൾക്ക് വിഷമമായി. സാറ അവളെ തോളിൽ കൈവച്ച് അവിടെ നിന്നും കൊണ്ടുപോയി. "സാരമില്ല മോളെ, പോയി കിടന്നോളൂ. സുൽത്താനയെ ഞാൻ വൃത്തിയാക്കിക്കോളാം." എന്ന് സാറ പറയുന്നുണ്ടായിരുന്നു.

എനിക്കാകട്ടെ ഛർദ്ദി ശരീരത്തിലായപ്പോൾ അനങ്ങാനാകാതായി. ഛർദ്ദിയുടെ ദുഷിച്ച മണം താങ്ങാനാകുന്നില്ല. കരീം ഉച്ചത്തിൽ വേലക്കാരെ വിളിച്ചു. എനിക്ക് തല കറങ്ങുന്നത് പോലെ തോന്നി. എനിക്കും ഓക്കാനം വന്നു തുടങ്ങി. ഞാനത് പിടിച്ചു നിർത്തുവാൻ ഒരു ശ്രമം നടത്തി. എന്നാൽ എനിക്കതിനായില്ല. ഞാൻ സഹോദരിയുടെ വീട്ടിലെ വിലകൂടിയ കാർപ്പറ്റിൽ ഛർദ്ദിച്ചു. രംഗം പിന്നെയും വഷളായി.

ഞാൻ ഛർദ്ദിക്കുന്നത് കണ്ടപ്പോൾ കരീം പരിഭ്രമിച്ചു. കരീം എന്നെ പൊക്കിയെടുത്തു, എന്നിട്ട്, ഇവളെ എവിടെ കിടത്തും എന്ന് ഉച്ചത്തിൽ

ചോദിച്ചുകൊണ്ടിരുന്നു. പൊക്കിയെടുത്ത എന്നെ അപ്പോൾ കരീം വട്ടം കറക്കുന്നുണ്ടായിരുന്നു.

ഈ വട്ടം കറക്കൽ കാര്യങ്ങൾ പിന്നേയും വഷളാക്കി. എന്റെ തല കറക്കം വർദ്ധിച്ചു. വീണ്ടും ഓക്കാനം വന്നു. ഇത്രയുമായപ്പോഴേക്കും വയറ്റിൽ കിടക്കുന്ന മകൾക്കും ആവേശം മൂത്തു. പുറം ലോകത്ത് നടക്കുന്നതെല്ലാം ഉദരത്തിലുള്ള കുഞ്ഞിന് അറിയാനാകുമെന്ന് ചിലർ പറയുന്നു. അമ്മയുടെ മനസ്സിൽ എന്താണ് എന്നും അവരറിയുമത്രെ.

മഹ ഉദരത്തിൽ കിടന്ന് കൈകാലിട്ടടിക്കുവാൻ തുടങ്ങി. പ്രസവ വേദനയും തുടങ്ങി. ജനിക്കുന്നതിനു മുമ്പേ അവൾ ഗൗരവപ്രകൃതി യായിരുന്നു. കരുത്തുള്ളവളും. വേദന തുടങ്ങിയപ്പോൾ ഞാൻ ഉച്ചത്തിൽ കരഞ്ഞു. ഇത് കരീമിന്റെ പരിഭ്രാന്തി വർദ്ധിപ്പിച്ചു. കരീം എന്നെ നിലത്ത് വച്ചു. ഭാഗ്യത്തിന് കരീമിന്റെ കൈയിൽ നിന്നും വഴുതി ഞാൻ നില ത്തിരിക്കുകയായിരുന്നു.

എനിക്ക് പരിക്കൊന്നും പറ്റിയില്ല. എന്നാൽ കരീം അപ്പോഴും കരുതി യത് പരിക്കെന്തോ പറ്റിയിരിക്കുന്നു എന്നായിരുന്നു. അത് കരീമിന്റെ പരിഭ്രാന്തിയും അതിനാൽ കോപവും വർദ്ധിപ്പിച്ചു. താൻ ഗർഭിണിയായ ഭാര്യയെ പരിക്കേല്പിച്ചിരിക്കുന്നു എന്ന് കരീം കരുതി. ഒരു വീൽചെയർ കൊണ്ടുവരാൻ കരീം വിളിച്ച് പറഞ്ഞു. ആരും പെട്ടെന്ന് പുറത്ത് വരാതി രുന്നതിനാൽ കരീം തന്നെ അകത്തേക്ക് ഓടി. ഓട്ടത്തിനിടയിൽ കാൽ വഴുതി കരീം വീണു.

പ്രസവവേദന പെട്ടെന്ന് കഠിനമാകുവാൻ തുടങ്ങി. ശ്വാസം കിട്ടാ തായി തുടങ്ങി. നിലത്തിരുന്ന് കരയുക എന്നതല്ലാതെ മറ്റൊന്നും ചെയ്യാ നില്ലാത്ത അവസ്ഥ. വേദന വരുന്ന ഇടവേളകൾ കുറഞ്ഞ് തുടങ്ങി. ഈ ഇടവേള കുറയുന്നത് പ്രസവം ഉടനുണ്ടെന്നതിന്റെ ലക്ഷണമാണെന്ന് ആദ്യപ്രസവത്തിന്റെ അനുഭവത്തിൽ മനസ്സിലാക്കിയിരുന്നു. ഇതിനിട യിൽ ഛർദ്ദിയൊക്കെ കഴിഞ്ഞ് ആസാദ് തിരികെയെത്തിയിരുന്നു. എന്റെ ഉച്ചത്തിലുള്ള കരച്ചിൽ കേട്ടാണ് ആസാദ് വന്നത്. ഓടി മുറിയിലെത്തിയ ആസാദ് കാണുന്നത് നിലത്ത് മലർന്ന് കിടക്കുന്ന സഹോദരനേയും നില ത്തിരുന്ന് കരയുന്ന സഹോദരപത്നിയേയും. ആസാദിന് ആശയക്കുഴപ്പ മായി എന്ന് പറയേണ്ടതില്ലല്ലോ. കരീം അപ്പോഴും താൻമൂലം തന്റെ ഭാര്യ യ്ക്ക് പരിക്ക് പറ്റി എന്ന് വിലപിക്കുന്നുണ്ടായിരുന്നു. ഇത് ആസാദിന്റെ ആശയക്കുഴപ്പം വർദ്ധിപ്പിച്ചു.

എനിക്ക് സംസാരിക്കാമെന്നായി. "എനിക്ക് പരിക്കൊന്നുമില്ല. എന്നാൽ പ്രസവവേദന തുടങ്ങി എന്ന് തോന്നുന്നു. ഉടൻ ആശുപത്രിയിലെ ത്തണം." എന്ന് പറഞ്ഞൊപ്പിച്ചു.

ഇത് കേട്ടതും കരീം വീണ്ടും ഭയന്നു. കുഞ്ഞ് ജനിക്കാൻ ഇനിയും ഒരു മാസം കാത്തിരിക്കേണ്ടതുണ്ട് എന്ന് കരീമിനറിയാമായിരുന്നു. താൻ ഭാര്യയെ മാത്രമല്ല ജനിക്കാനിരിക്കുന്ന കുഞ്ഞിനേയും പരിക്കേല്പി ച്ചിരിക്കുന്നു എന്നായി കരീം. ആസാദിനാകട്ടെ ഇതിനിടയിൽ നിന്നിടത്തു

നിന്നും ഇളകാനാകാത്ത അവസ്ഥയായി. എന്തൊക്കെയാണ് സംഭവിക്കുന്നത് എന്ന് തിട്ടമില്ലാതായി. അപ്പോഴേക്കും കരീം എഴുന്നേറ്റ് നിന്നു. ആസാദിനെ പിടിച്ചുവലിച്ച് "നമുക്കുടൻ പോകണം" എന്നാർത്ത് വിളിച്ചു.

അപ്പോഴാണ് സാറയും രണ്ടു പരിചാരികമാരും ടവ്വലുമായി മുറിയിലെത്തുന്നത്. മുറിയിലെ രംഗവും കരച്ചിലും ബഹളവും കണ്ട് അവർ അമ്പരന്നു. കരീം ടവ്വൽ പിടിച്ച് വാങ്ങി "സുൽത്താനയ്ക്ക് പ്രസവവേദന തുടങ്ങി" എന്ന് ഒരുവിധത്തിൽ സാറയോട് പറഞ്ഞൊപ്പിച്ചു.

"സുൽത്താനയ്ക്ക്..." സാറ ഒന്നലറി. അവൾക്ക് പിന്നെ അനങ്ങാനായില്ല. അവളും ആകെ അമ്പരന്നിരിക്കുന്നു.

കരീം എന്റെ ശരീരത്തിലെ ഛർദ്ദി തുടച്ചു. തന്റെ ശരീരത്തിൽ പുരണ്ടിരുന്ന അഴുക്കും തുടച്ചെന്ന് വരുത്തി. വീണ്ടും എന്നെ കോരിയെടുത്തു.

ആസാദ് വണ്ടിയോടിക്കാമെന്ന് പറഞ്ഞു. അപ്പോൾ എന്തൊക്കെയാണ് സംഭവിക്കുന്നത് എന്ന് മനസ്സിലാകാതെ അമ്പരന്ന മുഖവുമായി സാറ വാതിൽക്കൽ നിൽക്കുന്നത് ഞാൻ കണ്ടു.

ആസാദ് അന്ന് കാറോടിച്ചതെങ്ങനെയെന്ന് ഞാനൊരിക്കലും മറക്കില്ല. ആസാദിന് പലപ്പോഴും വഴിതെറ്റി. പിരിമുറുക്കം വർദ്ധിച്ചു. എന്റെ ഭർത്താവ് ഒച്ചവയ്ക്കുവാൻ തുടങ്ങി. അനുജനെ ശകാരിക്കുവാൻ തുടങ്ങി. ഒന്ന് രണ്ട് തവണ ആസാദിന്റെ തലയ്ക്കടിച്ചു. "ശ്രദ്ധിച്ച്" വഴി തെറ്റുമ്പോഴെല്ലാം കരീം അലറുന്നുണ്ടായിരുന്നു. "അല്ലെങ്കിൽ നീ കാരണം പ്രസവം കാറിലാകും."

അവസാനം ഞങ്ങൾ ആശുപത്രിയിലെത്തി. ഉടൻ പ്രസവമുറിയിലേക്കെത്തിച്ചു. എന്റെ കുഞ്ഞ് ഈ ലോകത്തിലേക്ക് വരാൻ തിടുക്കം കൂട്ടുകയായിരുന്നു എന്ന് നഴ്സ് കണ്ടെത്തി. ആസാദിന് ഇനിയും വഴി തെറ്റിയിരുന്നെങ്കിൽ പ്രസവം കാറിൽ തന്നെ നടന്നേക്കുമായിരുന്നു എന്ന് ഞാനിന്നും കരുതുന്നു.

മഹയെ പ്രസവിച്ചപ്പോൾ വേദന ദീർഘനേരമുണ്ടായില്ല. എന്നാൽ ആ സായാഹ്നം ഞങ്ങൾ മറക്കില്ല. അതുകൊണ്ട് തന്നെ എന്റെ മൂന്ന് പ്രസവങ്ങളിലും വച്ച് ഏറ്റവും സംഭ്രമം നിറഞ്ഞതും അലങ്കോലങ്ങളുണ്ടാക്കിയതും ഇതായിരുന്നു.

സായാഹ്നത്തിലെ സംഭവവികാസങ്ങൾ എന്നെയും മാനസികമായി തകർത്തിരുന്നു. എന്നാൽ മകൾ സുരക്ഷിതയാണെന്നും ആരോഗ്യവതിയാണെന്നും അറിഞ്ഞപ്പോൾ സന്തോഷമായി. മനസ്സ് തണുത്തു. ഞാൻ മകളെ വാരിയെടുത്തു. ജീവിതം സന്തോഷം നിറഞ്ഞതും മധുരമുള്ളതുമാക്കുവാൻ ഒരു മകളെ തന്നതിൽ അള്ളാഹുവിനോട് നന്ദി പറഞ്ഞു. മഹ ഇന്ന് പലരേയും സഹായിക്കാറുണ്ടെന്നും അവൾക്ക് ദുസ്സ്വഭാവങ്ങളൊന്നുമില്ലെന്നും ഞങ്ങൾക്കെല്ലാം അറിയാം. അവൾ തന്റെ

സഹോദരൻ അബ്ദുള്ളയെപ്പോലെ എല്ലാവരുമായും ഒരുപോലെ ഇണങ്ങിപ്പോകുന്നവളല്ലെന്നും. ഞങ്ങൾ സ്വപ്നത്തിൽ പോലും കരുതാത്ത രീതിയിൽ മാനസിക പിരിമുറുക്കങ്ങൾ അവൾ ഞങ്ങൾക്കെല്ലാവർക്കും നൽകിയിട്ടുണ്ട്. എന്നാൽ ഈ മകൾക്ക് പകരം മറ്റൊരാളെ തരാം എന്ന് പറഞ്ഞാൽ അതെനിക്ക് ഒരിക്കലും സ്വീകാര്യമാകില്ല. അവൾ എങ്ങനെയാണോ അങ്ങനെതന്നെയാകട്ടെ. അങ്ങനെയുള്ള അവളെ ഞാൻ സ്നേഹിക്കുന്നു, ബഹുമാനിക്കുന്നു.

പിന്നെ കുറച്ച് വർഷങ്ങൾക്ക് ശേഷമാണ് ഞങ്ങൾക്ക് അള്ളാഹു വീണ്ടുമൊരു മകളെ തന്ന് അനുഗ്രഹിക്കുന്നത്. അമാനിയെ. മഹയുടെ പ്രസവം സംഭവബഹുലമായിരുന്നതിനാൽ, ഗർഭം ഏഴാം മാസത്തിലേക്ക് കടന്നപ്പോൾ മുതൽ നമ്മളിനി ബന്ധുജന സന്ദർശനങ്ങൾക്കൊന്നും പോകുന്നില്ലെന്നും വീട്ടിൽ തന്നെ കഴിയുന്നുവെന്നും കരീം പ്രഖ്യാപിച്ചു. ഞാൻ അതിനോട് എതിർപ്പൊന്നും പറഞ്ഞില്ല. കുടുംബക്കാരെ ആരെയെങ്കിലും കാണണമെന്ന് തോന്നിയാൽ അവർ ഞങ്ങളുടെ വീട്ടിൽ വന്നു. ഈ ഗർഭകാലത്ത് ഞാൻ ഉറക്കം തൂങ്ങിയായിരുന്നു. ക്ഷീണിതയായിരുന്നു. എന്നിൽ ഊർജ്ജം കുറവായിരുന്നു. മിക്കവാറും സമയം വായിച്ചോ ചെസ് പോലുള്ള കളികൾ കളിച്ചോ സമയം കഴിച്ചു. അതിന് കരീമും വീട്ടിലെ മറ്റംഗങ്ങളും സഹായിച്ചു.

അമാനിയുടെ ജന്മം നടക്കുമെന്ന് കരുതിയിരുന്ന തിയതിയുടെ ഒരാഴ്ച മുമ്പ് എന്റെ ശരീരം വരിഞ്ഞ് മുറുകുന്നത് പോലെ തോന്നിത്തുടങ്ങി. ഇത് എന്നെ ആശങ്കപ്പെടുത്തി. ഇതറിഞ്ഞ കരീമിനും പിരിമുറുക്കമായി. ഉടൻ ആശുപത്രിയിൽ പ്രവേശിക്കണമെന്ന് കരീം നിർബന്ധം പിടിച്ചു. അവിടെ എന്നെ കാത്ത് രാജകുടുംബാംഗങ്ങൾക്കായുള്ള പ്രസവ വാർഡ് കാത്തിരിക്കുന്നുണ്ടായിരുന്നു. പ്രസവം കഴിയുന്നതുവരേക്കും താമസം അങ്ങോട്ട് മാറ്റാം എന്നായിരുന്നു കരീമിന്റെ തീരുമാനം. എനിക്കിതിൽ ഒട്ടും താത്പര്യമുണ്ടായിരുന്നില്ല. എന്നാൽ കരീമിന്റെ അഭിപ്രയത്തിന് എതിരുനിന്നില്ല. കരീമിന്റെ മുഖത്തെ ആശങ്കമാത്രമാണ് ഇതിനോടെതിർക്കാതിരിക്കുവാൻ പ്രേരിപ്പിച്ചത്. ആശുപത്രിയിൽ പ്രവേശിപ്പിച്ചപ്പോൾ സഹോദരിമാർ മാറി മാറി എന്റെ സഹായത്തിനായി വന്നു. ഏറ്റവും മൂത്ത ജ്യേഷ്ഠ സഹോദരിയായ നൂറയോ സാറയോ അടുത്തുണ്ടാകുന്നതായിരുന്നു കൂടുതൽ സന്തോഷം നൽകിയത്. ഇവർ രണ്ടുപേരുമായി പ്രത്യേകമായ ഒരു അടുപ്പം തന്നെയുണ്ടായിരുന്നു. അവർ എന്നോട് പഴയ കഥകൾ പറഞ്ഞു. വലിയ സംഭവങ്ങളായി നൂറ പറഞ്ഞിരുന്ന പല കുടുംബപുരാണങ്ങളും അത്ര ഗംഭീരങ്ങളൊന്നുമായിരുന്നില്ലെങ്കിലും രസകരമായിരുന്നു. അത് കേട്ട് ഞങ്ങൾ ഒന്നിച്ച് ചിരിച്ചു. അത് നേരം കളയാനുള്ള മാർഗ്ഗമായി.

ഞങ്ങളുടെ ജീവിതത്തിൽ പല ബുദ്ധിമുട്ടുകൾക്കും കാരണമായ മകൾ അങ്ങനെ യാതൊരു ബുദ്ധിമുട്ടും തരാതെ ഈ ലോകത്തിലെത്തി. രണ്ടാമതൊരു മകൾ കൂടി ലഭിച്ചതിൽ എനിക്ക് സന്തോഷമുണ്ടായിരുന്നു. ഇവർ രണ്ടുപേരും ഉത്തമ സുഹൃത്തുക്കളാകും എന്ന്

അന്നൊക്കെ കരുതിയിരുന്നു. ആ ചിന്ത തെറ്റാണെന്ന് കാലം തെളിയിച്ചു. എന്നാൽ കരീമിന്റെ വീട്ടുകാർക്ക് ഒരു ആൺകുട്ടിയെയാണ് വേണ്ടിയിരുന്നത്. അതിന്റെ പ്രാധാന്യം ഇടയ്ക്കിടെ അവർ ഓർമ്മിപ്പിക്കാറുണ്ടായിരുന്നു. ഇത് ചിലപ്പോഴെങ്കിലും പ്രകോപിപ്പിച്ചു. ഇതറിഞ്ഞ കരീം വീട്ടുകാരെ താക്കീത് ചെയ്തു. അമാനി തീരെ ആകാരമില്ലാത്ത കുഞ്ഞാണെന്നും മറ്റും അഭിപ്രായങ്ങൾ പറയുവാനെത്തിയ വീട്ടുകാരേയും കരീം താക്കീത് ചെയ്തു. അമാനി ആകാരത്തിൽ കുറിയവളാണെന്നത് അനേകം വിമർശനങ്ങൾക്ക് കാരണമാക്കിയിരുന്നു. സൗദി ജനതയെ സംബന്ധിച്ചിടത്തോളം സ്ത്രീകൾ ആരോഗ്യദൃഢഗാത്രികളാകണം. അങ്ങനെയുള്ള സ്ത്രീകൾക്കേ ആരോഗ്യമുള്ള പുരുഷന്മാർക്ക് ജന്മം നൽകുവാനാകൂ എന്നാണ് വിശ്വാസം. സൗദി സമൂഹത്തിൽ പ്രാധാന്യമുള്ള എല്ലാ കാര്യങ്ങളും പുരുഷന്മാരുടെ സൗഖ്യത്തിനു ചുറ്റിലും വട്ടം കറങ്ങുന്നതാണ്.

എനിക്കും കരീമിനും എത്ര മക്കളുണ്ടാകണം എന്നൊന്നും ഞാൻ ചിന്തിച്ചിട്ടേയില്ല. ഞങ്ങളുടെ സംസ്കാരത്തിലെ സ്ത്രീകൾ അവർക്ക് ആകാവുന്നത്ര കുട്ടികളെ പ്രസവിക്കുവാൻ താത്പര്യപ്പെടുന്നവരാണ്. വലിയ കുടുംബങ്ങളുണ്ടാക്കുന്നത് വളരെ പ്രാധാന്യമുള്ളതാണെന്ന വിശ്വാസവും ആ വിശ്വാസത്തിലൂന്നിയ സംസ്കാരവുമുള്ള ജനതയാണീ രാജ്യത്തേത്. കുട്ടികളില്ലാത്തവരേയും കുട്ടികളുടെ എണ്ണം കുറവുള്ളവരേയും സമൂഹം പരിതാപത്തോടെ നോക്കിക്കാണുന്നു. എനിക്ക് സ്തനാർബുദമാണെന്ന് കണ്ടെത്തിയപ്പോൾ വീണ്ടും ഗർഭിണിയാകാനുള്ള കഴിവ് നഷ്ടപ്പെട്ടു. അതുകൊണ്ട് തന്നെ കുടുംബത്തിൽ കൂടുതൽ അംഗങ്ങളുണ്ടായില്ല. എന്റെ ജീവിതത്തിലെ ഇരുളടഞ്ഞ ദിവസങ്ങളായിരുന്നു അത്. ഞാൻ മരിച്ചുപോയേക്കാമെന്ന് കരുതിയ ദിവസങ്ങൾ. കുട്ടികളെ വളർത്തുവാൻ എനിക്കാകില്ലെന്ന് ഞാനുറപ്പിച്ച ദിവസങ്ങൾ. അവർക്ക് അമ്മയില്ലാതായി പോകുമല്ലോ എന്ന് കരുതിയ ദിവസങ്ങൾ. അതെല്ലാം വളരെ മുമ്പായിരുന്നു. ഇന്ന് അവർ പ്രായപൂർത്തിയായിരിക്കുന്നു. എനിക്കിപ്പോൾ അങ്ങനെയുള്ള ഭയമൊന്നുമില്ലാതായിരിക്കുന്നു.

എന്റെ സന്തോഷം ഇന്ന് പൂർണ്ണമാണ്. എനിക്കിന്ന് മൂന്ന് മക്കളോടും പേരക്കുട്ടികളോടുമുള്ള സ്നേഹത്തിനതിരുകളില്ല. അതിനാൽ തന്നെ അവരുടെ ഒരു ചെറുപുഞ്ചിരി നൽകുന്ന സന്തോഷത്തിനും അതിരില്ല. സൗദിയിലെ ചിലർ സ്വന്തം രക്തത്തിനുമേൽ കാണിക്കുന്ന അതിക്രമങ്ങളെക്കുറിച്ച് കേൾക്കുമ്പോൾ മനസ്സ് വേവലാതി കൊള്ളുന്നത് മക്കളേയും പേരക്കുട്ടികളേയും ഞാനിത്രകണ്ട് സ്നേഹിക്കുന്നതിനാലാകണം. അങ്ങനെയുള്ള അക്രമങ്ങൾ കേൾക്കുമ്പോൾ പലപ്പോഴും വിശ്വസിക്കാനാകാതെ അമ്പരന്ന് നിൽക്കുന്നു. ഇങ്ങനെയുള്ള കുറ്റങ്ങൾക്ക് നേരെ കണ്ണടയ്ക്കുന്ന സർക്കാർ ചെയ്യുന്നത് മറ്റൊരു കുറ്റം തന്നെ.

നിസ്സഹായരായ ഇരകളെ സംരക്ഷിക്കുവാനായി സൃഷ്ടിച്ചിരിക്കുന്ന സർക്കാർ വകുപ്പുകൾ ഈ കുറ്റകൃത്യങ്ങൾ കണ്ടിട്ടും കണ്ണടയ്ക്കുന്നു.

എന്റെ ജീവിതത്തിന്റെ നാലാമത്തെ ഭാഗം എന്ന നിലയിൽ ഇതിലെ കഥകൾ ഒന്നാക്കി, ഒരു പുസ്തകമാക്കി തുന്നിക്കെട്ടിയപ്പോൾ മനസ്സിനെ മഥിച്ചത് ചില സൗദി പൗരന്മാർ അവരുടെ കുട്ടികളിൽ ഏല്പിച്ച ആഘാതങ്ങളായിരുന്നു. ആ കുട്ടികളെ മറക്കരുതെന്നും അവരുടെ കഥകൾ ലോകത്തെ അറിയിക്കണമെന്നും കരുതി. നിഷ്കളങ്കരായ കുട്ടി കൾക്ക് മേൽ നടന്ന പല അതിക്രൂരമായ അക്രമങ്ങളും പറയുവാനായി എന്റെ നാലാമത്തെ പുസ്തകത്തിലെ ഈ അവസാന അദ്ധ്യായം വരെ കാത്തിരുന്നു. ആ കുട്ടികൾ അനുഭവിച്ച ഭീകരതയും ബുദ്ധിമുട്ടുകളും പറയാതിരിക്കുവാൻ എനിക്കാകുകയില്ല.

ഒഴിച്ചുകൂടാനാകാത്ത ആ കാര്യങ്ങൾ ഇനിയും വൈകിക്കുന്നില്ല. പീഡിപ്പിക്കപ്പെട്ട ചില കുട്ടികളുടെ കഥകൾ മാത്രമേ പറയുന്നുള്ളൂ. അവർ അനുഭവിച്ച പീഡനവും അവരിൽ ചിലരുടെ മരണവും പോലെ ദുഃഖ കരമായ മറ്റൊന്നുമില്ല. കുട്ടികൾക്കെതിരെ മുതിർന്നവർ ചെയ്യുന്ന പീഡന ങ്ങൾ ലോകമെമ്പാടും ചർച്ചയാക്കണം എന്നാഗ്രഹിക്കുന്നു. സൗദി അറേബ്യയിൽ മാത്രമല്ല, ലോകമെമ്പാടും ഇതൊരു പ്രസ്ഥാനമായി വളരണം. നിഷ്കളങ്കരായ കുട്ടികൾക്കെതിരായുള്ള ക്രൂരത അവസാനി ക്കുകയും അവർക്ക് സ്വതന്ത്രരായി ജീവിക്കുവാനുള്ള അവസരമൊരു ക്കുകയും വേണം. മാനസികമായോ ശാരീരികമായോ അവരെ ആരും പീഡിപ്പിക്കാത്ത അവസ്ഥയുണ്ടാകണം.

പീഡിപ്പിക്കപ്പെട്ട കുട്ടികളുടെ ഹൃദയത്തിലേക്കും മനസ്സിലേക്കും ഞാനിറങ്ങുന്നു. അവരിൽ ചിലർ കൊല്ലപ്പെട്ടു. അവരെ സംരക്ഷിക്കു വാൻ ചുമതലയുള്ളവരുടെ കരങ്ങളാൽ തന്നെ അവരുടെ മരണം സംഭ വിച്ചു. അതിനാൽ ഒരു ഹൃദയത്തിനാകാവുന്ന വിധത്തിൽ ഈ യാത്ര യിൽ ഒപ്പമുണ്ടാകുവാൻ ഞാൻ എല്ലാവരോടും ആവശ്യപ്പെടുന്നു.

ഏറ്റവും ദുഃഖകരമായ കഥകൾ

സൗദി അറേബ്യയിലെ ഒരു പുരാതന നഗരമാണ് ജെദ്ദ. കടൽതീര ത്തുള്ള ഈ നഗരം അതിസുന്ദരമാണ്. ചെങ്കടലിന്റെ തീരത്ത് അതിന്റെ നീലജലത്തെ കെട്ടിപ്പിടിച്ച് ചടഞ്ഞുകൂടി കിടക്കുന്ന നഗരമാണിത്. കടൽ തീരം മുഴുവൻ വീടുകളുണ്ട്. അതിൽ സന്തോഷത്തോടെ വസിക്കുന്ന അനേകം കുടുംബങ്ങളുണ്ട്. നഗരത്തിന്റെ പുരാതന ഭാഗങ്ങളിൽ പഴയ കെട്ടിടങ്ങൾ ധാരാളം കാണാം. ഹെജാസി വാസ്തുവിദ്യയിൽ പണിത, മരത്തിന്റെ വാതിലും ജനലുകളുമുള്ള വീടുകൾ. തണുത്ത വായു അകത്തേക്ക് പ്രവഹിക്കുവാനുതകുന്ന വാസ്തുവിദ്യയാണിവിടെ അധികവും ഉപയോഗിച്ചിരിക്കുന്നത്. അതേസമയം വീടിനകത്തെ സ്ത്രീകൾക്കും പെൺകുട്ടികൾക്കും ആവശ്യമുള്ള സ്വകാര്യതയും

ഇതുറപ്പുവരുത്തുന്നു. തെരുവിലൂടെ നടക്കുന്ന പുരുഷന്മാർക്ക് വീടിനകത്തിരിക്കുന്ന ഇവരെ കാണാനാകില്ല.

എപ്പോഴൊക്കെ ഞാൻ ജെദ്ദ സന്ദർശിക്കുന്നുവോ അപ്പോഴൊക്കെ നഗരത്തിന്റെ ഈ പുരാതന ഭാഗങ്ങളിലൂടെ കൊണ്ടുപോകാൻ ഡ്രൈവറോട് ആവശ്യപ്പെട്ടിട്ടുണ്ട്. ചിലപ്പോൾ വണ്ടി നിർത്തി വെറുതെ ആ ഭംഗി കണ്ടിരിക്കും. അമ്മയും അമ്മായിമാരുമെല്ലാം പറഞ്ഞുതന്നിരിക്കുന്ന കഥകൾ അപ്പോൾ എനിക്കോർമ്മവരും. ജെദ്ദയിൽ ജനിച്ച ചില സ്ത്രീകളും അവരുടെ വീടിന്റെ വെളിയിലിറങ്ങാറേയില്ലെന്നും ആയുസ്സ് മുഴുക്കെ വീടിനകത്ത് കഴിക്കുന്നുവെന്നും അവർ പറഞ്ഞതോർക്കും. പലരും വിവാഹിതരായി ഈ വീടുകളിലെത്തിയതിനുശേഷം ശ്മശാനത്തിലേക്കുള്ള യാത്രയ്ക്ക് മാത്രമേ വീടിനുവെളിയിൽ വരാറുള്ളൂവത്രെ.

അപ്പോഴാണ് ഒന്ന് രണ്ട് തലമുറകൾകൊണ്ട് എന്റെ നാട്ടിൽ പല മാറ്റങ്ങളുമുണ്ടായിട്ടുണ്ടല്ലോ എന്ന് സമാധാനിക്കാറുള്ളത്. എന്നാൽ അങ്ങനെയൊരു സന്തോഷത്തിൽ ആറാടുന്നതിനു മുമ്പ് തന്നെ ഈ വീടുകളുടെ അകത്തളങ്ങളിൽ ജീവിതം ഹോമിക്കപ്പെടുന്നവരെ ഓർത്ത് ഞാനൊന്ന് നെടുവീർപ്പിടും. ബാഹ്യലോകത്തു നിന്നും മറച്ച് പിടിച്ചിരിക്കുകയാണവരെ. അവരെ അധിക്ഷേപിക്കുന്നവരെ ഭയന്ന് അവർ അതിനകത്ത് തന്നെ കഴിയുന്നു.

എന്റെ നാട്ടിൽ അധിക്ഷേപിക്കപ്പെടുന്നവരിൽ ഭൂരിപക്ഷവും സ്ത്രീകളാണെന്ന സത്യം ദുഃഖിപ്പിക്കുന്നു. എങ്കിലും ചില അവസരങ്ങളിലെങ്കിലും ആൺകുട്ടികൾ ക്രൂരമായ പീഡനങ്ങൾക്ക് വിധേയരാകാറുണ്ട്.

ഇവിടെ പറയുവാൻ പോകുന്നത് ജെദ്ദയിൽ നിന്നുള്ള ഒരു ആൺകുട്ടിയുടെ കഥയാണ്. വീട്ടിൽ ഒറ്റപ്പെട്ട ഒരാൺകുട്ടിയുടെ. അധിക്ഷേപിക്കപ്പെടുകയും എല്ലാവരും മറന്നുപോകുകയും ചെയ്ത ഒരു ആൺകുട്ടിയുടെ. ഈ കഥയ്ക്ക് ചില പ്രാധാന്യങ്ങളുണ്ട്. നിഷ്കളങ്കരും ബലഹീനരുമായ കുട്ടികൾ ക്രൂരമായ പീഡനങ്ങൾക്ക് എങ്ങനെ വിധേയമാകുന്നു എന്നതിന്റെ ഉദാഹരണമാണിത്. ലോകമെമ്പാടും ഇത് സംഭവിക്കുന്നുമുണ്ട്. ഇതിൽ നിന്നും നമ്മൾ തലതിരിച്ച് നടക്കരുത്. ഈ ക്രൂരസത്യങ്ങൾ കണ്ടില്ലെന്ന് നടിക്കരുത്. നിഷ്കളങ്കരായ ഈ കുട്ടികളോട് നമുക്കുള്ള കടമയാണിത്. നമ്മൾ ശ്രദ്ധയോടെയിരിക്കണം. നമുക്ക് ചുറ്റിലും ക്രൂരമായ ഇത്തരം പീഡനങ്ങൾ നടക്കുന്നുണ്ട് എന്ന് ഓർമ്മയുണ്ടാകണം. അത് തടയുവാൻ നമുക്കാകാവുന്നതെല്ലാം ചെയ്യണം.

ജെദ്ദയിൽ സ്ഥിരതാമസമാക്കിയ ഒരു ബന്ധുവിൽ നിന്നാണ് ഈ കഥയറിയുന്നത്. ഒമ്പത് വയസ്സുള്ള ഒരു സൗദി ആൺകുട്ടിയെ വർഷങ്ങളായി പീഡിപ്പിച്ച ഈ കഥ പറയുമ്പോൾ അവരുടെ സ്വരം ഇടറുന്നുണ്ടായിരുന്നു. ഈ കഥ അവർ കേട്ടത് ഒരു സാമൂഹ്യപ്രവർത്തകയിൽ നിന്നാണ്. കുട്ടിയെ ചികിത്സിച്ച ആശുപത്രിയിലെ രേഖകൾ ഈ സാമൂഹിക പ്രവർത്തക കാണുവാനിടയായി.

“എനിക്ക് മൂന്ന് സഹോദരന്മാരും ഒരു സഹോദരിയുമുണ്ട്. എന്റെ മാതാപിതാക്കൾക്ക് സഹോദരന്മാരേയും സഹോദരിയേയും വേണമായിരുന്നു. എന്നാൽ എന്തുകൊണ്ടോ അവർക്ക് എന്നെമാത്രം വേണ്ടായിരുന്നു. അവരത് എന്നോട് തുറന്ന് പറയുകയും ചെയ്തു. ഞാൻ ചത്തുപോകുകയാണവർക്ക് നല്ലത് എന്ന് അവർ പറയുമായിരുന്നു. അങ്ങനെയെങ്കിൽ എന്നെക്കൊണ്ടുള്ള ശല്യം തീരുമല്ലോ. അവരെന്തുകൊണ്ട് എന്നെ സ്നേഹിക്കുന്നില്ല എന്ന് അറിയില്ല. ഞാൻ നല്ല കുട്ടിയായിരുന്നു. എനിക്കവരോട് സ്നേഹമുണ്ടായിരുന്നു. എന്നെ സ്നേഹിക്കണമെന്ന് ഞാനും ആഗ്രഹിച്ചിരുന്നു.

ഉറക്കത്തിൽ മെത്തയിൽ മൂത്രമൊഴിക്കുന്ന അസുഖമുള്ളതിനാലാണ് അവരെന്നെ സ്നേഹിക്കാതിരുന്നത് എന്ന് കരുതുന്നു. എപ്പോഴൊക്കെ മെത്ത നനച്ചുവോ അപ്പോഴൊക്കെ അമ്മ കുപിതയായി മർദ്ദിച്ചു. ഉറക്കെയുറക്കെ ശകാരിച്ചു. കാലുകൊണ്ട് തൊഴിച്ചു. ഈ ശബ്ദം കേട്ട് വന്ന അച്ഛൻ അതിനെല്ലാം കൂട്ട് നിന്നു. അച്ഛനും കാലുകൊണ്ടടിച്ചു. കൊച്ചുകുട്ടിക്കാലം മുതൽക്കേ അതിനാൽ അച്ഛനേയും അമ്മയേയും ഭയന്നു. ഇത് മാനസിക പിരിമുറുക്കം വർദ്ധിപ്പിച്ചു. അതുവഴി അസുഖവും വർദ്ധിച്ചു. എന്നും മെത്തയിൽ മൂത്രമൊഴിക്കാൻ തുടങ്ങി.

മാതാപിതാക്കൾക്ക് കോപം അടക്കുവാനാകാതായി. അവർ ഒരു മുറിയിലിട്ടടച്ചു. ഭക്ഷണം തരാതായി. വിശന്ന എനിക്ക് തലകറങ്ങി. നടക്കാൻ ശ്രമിച്ചപ്പോൾ നിലത്ത് വീണു. വല്ലാതെ ദാഹിക്കുന്നുണ്ടായിരുന്നു. നാക്ക് പുറത്തേക്ക് തുറിച്ച് വരാൻ തുടങ്ങി. ശ്വാസം മുട്ടുന്നതുപോലെ തോന്നി. ചുണ്ട് വരണ്ട് പൊട്ടി. ഞാൻ മരിച്ചുപോകുകയാണെന്ന് ഉറപ്പായി. അതൊരു കൊച്ചു മുറിയായിരുന്നു. അതിൽ ഒരു ശൗചാലയവുമുണ്ടായിരുന്നു. ആ ശൗചാലയത്തിലേക്കുള്ള വെള്ളം അവർ അടച്ച് വച്ചു. എന്നാൽ ശൗചാലയത്തിൽ ഇത്തിരി വെള്ളം കെട്ടിക്കിടപ്പുണ്ടായിരുന്നു എന്നത് അവർ മറന്നു. ഞാൻ ആ അഴുക്കുവെള്ളം കുടിച്ചു. അതെന്റെ ജീവൻ രക്ഷിച്ചു.

ഒരിക്കൽ ഞാൻ വാതിലിൽ ചെവിയമർത്തി മറുപുറത്ത് എന്താണ് സംഭവിക്കുന്നത് എന്ന് കാതോർത്തു. അപ്പോൾ മറുപുറത്ത് അമ്മ നില്പുണ്ടെന്നും അകത്ത് എന്താണ് സംഭവിക്കുന്നത് എന്ന് ശ്രദ്ധിക്കുകയാണ് എന്നും മനസ്സിലായി. ഞാൻ ഭയന്നു. അതിനാൽ ശബ്ദിച്ചില്ല. അകത്ത് നിന്നും ശബ്ദമൊന്നും കേൾക്കാതായപ്പോൾ അമ്മ അച്ഛനോട് ഞാൻ ചത്തുപോയി എന്ന് തോന്നുന്നു എന്ന് പറയുന്നത് കേട്ടു. രാത്രിയായാൽ എന്നെയെടുത്ത് മദീനയ്ക്ക് പോകുന്ന വഴിയിലെ മരുഭൂമിയിൽ മറവ് ചെയ്യാം എന്നും അവർ പറയുന്നുണ്ടായിരുന്നു. ആരും അറിയില്ല. ഞാനില്ലാതായത് ആരും ശ്രദ്ധിക്കില്ല. ഞാനപ്പോഴേ എല്ലാവരാലും വിസ്മരിക്കപ്പെട്ടവനായിരുന്നുവല്ലോ.

എന്നാൽ ഞാൻ മരിച്ചില്ല. എന്നോട് അവരുടെ പെരുമാറ്റം വളരെ മോശമായിരുന്നിട്ടും ഇരുട്ടിനെ ഭയന്നിട്ടും ഞാൻ മരിച്ചില്ല. ഞാൻ

മുറിക്കകത്തിരുന്ന് കരഞ്ഞു. മുറിയിൽ നിന്നും എന്നെയൊന്ന് പുറത്തിറക്കണം എന്നപേക്ഷിച്ചു. എന്റെ സഹോദരന്മാർ കളിക്കുന്ന, ചിരിക്കുന്ന ശബ്ദം കേൾക്കാമായിരുന്നു. അവർക്ക് എന്നോട് സംസാരിക്കാൻ അനുവാദമില്ലായിരുന്നു.

സഹോദരന്മാർ സ്കൂളിൽ പോകുന്നുണ്ടായിരുന്നു. എനിക്കും പോകണമെന്ന ആഗ്രഹമുണ്ടായിരുന്നു. അവിടെ സഹോദരന്മാർ കൂട്ടുകാരുടെ കൂടെ കളിക്കാറുണ്ട് എന്ന് അറിയാമായിരുന്നു. എന്നെ മാതാപിതാക്കൾ സ്കൂളിലയച്ചില്ല. ഞാനൊരു വിഡ്ഢിയാണെന്നും പഠിക്കാനൊന്നും ആകില്ലെന്നും അവർ പറഞ്ഞു.

ഒരിക്കൽ എനിക്ക് അസുഖം വന്നു. ശരീരം ചുട്ടുപൊള്ളുകയാണെന്ന് തോന്നി. അമ്മ തൊട്ടു നോക്കി നല്ല പനിയുണ്ട് എന്ന് പറഞ്ഞു. അതു കേട്ട് അച്ഛനുമമ്മയും ഒന്നിച്ച് ഉറക്കെ ചിരിച്ചു. ഈ പനി നിന്നെക്കൊണ്ടു പോകും എന്ന് അച്ഛൻ ഉച്ചത്തിൽ പറഞ്ഞു. എന്നിട്ട് അവർ ഒരു വലിയ പാത്രത്തിൽ വെള്ളം തിളപ്പിക്കുവാൻ തുടങ്ങി. അമ്മ ബലമായി പിടിച്ച് നിർത്തി. അച്ഛൻ എന്റെ ശരീരത്തിലേക്ക് തിളച്ച വെള്ളമൊഴിച്ചു. എനിക്ക് വേദനിച്ചു. ഉറക്കെയുറക്കെ കരഞ്ഞു. വേദനകൊണ്ടു മാത്രമായിരുന്നില്ല ആ കരച്ചിൽ. ഞാൻ സത്യമായും മരിക്കാൻ പോകുകയാണെന്ന് ഉറപ്പായിരുന്നു. മരിക്കാൻ തയ്യാറല്ലായിരുന്നു. എനിക്ക് ജീവിക്കണമായിരുന്നു.

എന്റെ കരച്ചിൽ നല്ലവനായ അയൽവാസി കേട്ടു എന്ന് പിന്നീട് അറിഞ്ഞു. ഏതോ കുട്ടിയെ ആരോ ഉപദ്രവിക്കുന്നുണ്ടെന്ന് അയാൾക്ക് മനസ്സിലായി. അദ്ദേഹം പൊലീസിൽ വിവരമറിയിച്ചു. തന്റെ അയൽക്കാർ അവരുടെ മകനെ കൊല്ലുന്നു എന്ന വിവരമറിയിച്ചു. വിളിച്ചയാൾ ഭയന്നിരുന്നു. അയാൾ സഹായമഭ്യർത്ഥിക്കുകയായിരുന്നു.

അപ്പോഴാണ് ചില നല്ല മനുഷ്യർ സഹായത്തിനെത്തിയത്. എന്റെ ശരീരം കണ്ടപ്പോൾ അവർ അമ്പരന്നു. അവർ കണ്ണുതുറിപ്പിച്ച് എന്നെ നോക്കി നിന്നു. ഞാൻ എല്ലും തോലും മാത്രമായിരിക്കുന്നുവെന്നും ശരീരം മുഴുക്കെ പൊള്ളലേറ്റിരിക്കുന്നുവെന്നും അവർ പറഞ്ഞു.

ഇനി എനിക്ക് എന്ത് സംഭവിക്കും എന്നറിയില്ല. ഭയം എന്നിൽ നിന്നും വിട്ടുപോയിട്ടില്ല. മാതാപിതാക്കൾക്ക് എന്ത് സംഭവിക്കും എന്നും അറിയില്ല. എനിക്ക് അതിയായ ദുഃഖമുണ്ട്. അവർ എന്നെ സ്നേഹിച്ചിരുന്നെങ്കിൽ ഞാൻ എത്ര നല്ലവനാകുമായിരുന്നു. ഉറക്കത്തിൽ മൂത്രമൊഴിച്ച് മെത്ത നനയ്ക്കാതിരിക്കുവാൻ ഞാൻ നിലത്ത് കിടക്കുവാൻ തയ്യാറായിരുന്നു. അവർ അതിനനുവദിച്ചിരുന്നുവെങ്കിൽ എന്റെ സഹോദരീ സഹോദരന്മാരോടൊപ്പം വീട്ടിൽ തന്നെ കഴിയാമായിരുന്നു."

ഈ കുട്ടിയെ വീട്ടുകാർ പീഡിപ്പിച്ചത് കേട്ട് അനേകം രാത്രികൾ എനിക്ക് ഉറക്കമില്ലാതായി. കുട്ടിയുടെ കരച്ചിൽ ഒരു അയൽവാസി കേട്ടതിനും അയാൾ നടപടിയെടുക്കാൻ തയ്യാറായതിനും അള്ളാഹുവിനോട് നന്ദി പറഞ്ഞു. സൗദിയിൽ അയാൾ ബഹുമാനിതനായ ഒരു

ഹീറോ ആകണം എന്നാണെന്റെ അഭിപ്രായം. പക്ഷേ മറ്റു വീട്ടുകാരുടെ കാര്യത്തിൽ ഇങ്ങനെ ഇടപെടുന്നവർ ഇവിടെ വളരെ കുറവാണ്. അയൽ വക്കങ്ങളിൽ നിന്നും നിലവിളിയോ കരച്ചിലോ കേട്ടാലും ആരും ഇട പെടില്ല. മിക്ക സൗദി പൗരന്മാരും വിശ്വസിക്കുന്നത് മനുഷ്യന്റെ ജീവനേ ക്കാൾ വിലയുള്ളതാണ് വീട്ടുകാരുടെ സ്വകാര്യത എന്നാണ്.

സൗദി സ്ത്രീകളേയും കുട്ടികളേയും സംരക്ഷിക്കുവാനായുള്ള സർ ക്കാർ വിഭാഗത്തിൽ ജോലി ചെയ്യുന്ന നല്ലവരായ മനുഷ്യരും ഹീറോ കൾ തന്നെയാണ്. പക്ഷേ ഒരു പുരുഷൻ തന്റെ ഭാര്യയെ ഉപദ്രവിക്കു മ്പോൾ, അല്ലെങ്കിൽ ഒരു പിതാവ് തന്റെ കുട്ടിയെ ഉപദ്രവിക്കുമ്പോൾ, ഇവിടത്തെ മിക്കവാറും സർക്കാർ വകുപ്പുകൾ അത് കണ്ടില്ലെന്ന മട്ടിൽ പുറംതിരിഞ്ഞ് നിൽക്കും. ഈ കുട്ടിയുടെ കാര്യത്തിൽ ഇത്തിരി വ്യത്യാസ മുണ്ടായി. ഈ വകുപ്പിലെ നിപുണർക്ക് സൗദി പുരുഷന്മാർ സ്ത്രീ കളോടും കുട്ടികളോടും കാണിക്കുന്ന ഹീനകുറ്റകൃത്യങ്ങളിൽ നിന്നവരെ സംരക്ഷിക്കുന്ന വകുപ്പുകൾ മറികടക്കുവാനും നടപടിയെടുക്കാനും ധൈര്യമുണ്ടായി.

ഇത്തരം ഹീനകൃത്യങ്ങൾ ഇന്ന് നാട്ടിൽ വ്യാപകമാകുന്നുണ്ടെന്ന് എന്നോട് ചിലരെല്ലാം പറയുകയുണ്ടായി. എന്നാൽ ഇത്തരം പീഡന കേസുകളുടെ എണ്ണത്തിൽ വലിയ വർദ്ധനയൊന്നുമുണ്ടാകുന്നില്ല എന്ന അഭിപ്രായക്കാരിയാണ് ഞാൻ. ഇത്തരം കേസുകൾ ഇന്ന് ജനങ്ങൾ അറിയുന്നു എന്നതിനാൽ മാത്രം എണ്ണത്തിൽ വർദ്ധനവ് വരികയാണ്. പണ്ട് പലതും ആരുമറിയാറില്ലല്ലോ! ഇന്ന് സൗദി വീടുകളിൽ നടക്കുന്ന തെന്തൊക്കെ എന്നതിനെക്കുറിച്ച് കൂടുതൽ അവബോധം വന്നുതുടങ്ങി യിരിക്കുന്നു. ഇന്ന് പല പീഡനക്കേസുകളും സൗദിയുടെ കണ്ണിലെ ത്തുന്നു, കാതിലെത്തുന്നു. ഇതിൽ എനിക്ക് സന്തോഷമുണ്ട്.

കുട്ടികൾക്കെതിരായുള്ള കുറ്റകൃത്യങ്ങൾ രാജ്യത്തെമ്പാടും നടക്കു ന്നുണ്ട്. വളരെ ശാന്തമായ ഒരു ജീവിതമാണ് അവർ നയിക്കുന്നത് എന്ന് നമ്മൾ കരുതുന്ന സ്ഥലങ്ങളിൽ പോലും, അതായത് അഭ പോലുള്ള സ്ഥലങ്ങളിൽ പോലും ഇത്തരം ക്രൂരതകൾ നടക്കുന്നുണ്ട്.

ജെദ്ദയിൽ നിന്നും തെക്കോട്ട് യാത്ര ചെയ്താൽ നിങ്ങൾക്ക് അഭ യിൽ എത്തിച്ചേരാം. ഈ രാജ്യത്തെ അപേക്ഷിച്ച് വളരെ വ്യത്യസ്ത മായ ഒരു നഗരമാണിത്. ഏകദേശം അഞ്ചുലക്ഷം പേർ വസിക്കുന്ന സുന്ദരമായ ഒരു നഗരം. ചുറ്റിലും ഫലഭൂയിഷ്ഠമായ മലനിരകളുണ്ട്. നല്ല കാലാവസ്ഥയാണ്. സൗദിയിലെ മറ്റിടങ്ങളേക്കാൾ കൂടുതൽ മഴ ഇവിടെ ലഭിക്കാറുണ്ട്. അതുകൊണ്ട് തന്നെ മറ്റിടങ്ങളേക്കാൾ കൂടുതൽ തോട്ട ങ്ങളും പാർക്കുകളും അരുവികളും ഇവിടെയുണ്ട്. ഇന്ന് ഇത് സൗദി പൗരന്മാരുടെ ഒരു ഇഷ്ടവിനോദസഞ്ചാര കേന്ദ്രമായിരിക്കുന്നു. എവിടെ തിരിഞ്ഞാലും പ്രകൃതിയുടെ കുസൃതികൾ ഇവിടെ കാണാം. എന്നാൽ പ്രകൃതിയുടെ ഈ സൗന്ദര്യം മിക്കപ്പോഴും ഇവിടത്തെ മനുഷ്യരിൽ കാണാറില്ല.

സൗന്ദര്യമുള്ള ഒരു വസ്തുവിനും നിലനില്പില്ലാത്ത ഒരു വീടുണ്ട് അഭയിൽ. ആ വീട്ടിൽ എല്ലാവരിലും ഒരുപോലെ ക്രൂരതയുടെ നിഴൽ പതിച്ചിരിക്കുന്നു. അത് ചെന്നെത്തിയത് മൂന്ന് കൊച്ചുപെൺകുട്ടികളുടെ പീഡനത്തിലും. അതിൽ ഒരാൾ ഉടൻ മരിച്ചു. പതിമൂന്ന് വയസ്സുള്ള ദലാൾ എന്ന കുട്ടിയാണ് മരിച്ചത്. അവരുടെ മാതാപിതാക്കൾ വിവാഹ മോചനം നേടിയതിനു ശേഷം ഇവർ മൂന്നുപേരും അച്ഛന്റെ സംരക്ഷണ ത്തിലായിരുന്നു.

ദലാളിന്റെ കഥ വിവാഹമോചനത്തിനു ശേഷം കുട്ടികളുടെ സംര ക്ഷണം എന്ന വിഷയത്തിലേക്ക് വിരൽ ചൂണ്ടുന്നതാണ്. സൗദി അറേ ബ്യയിലെ ഷരിയ നിയമങ്ങളനുസരിച്ച് പിതാവിനാണിതിന്റെ ഏക അധികാരം. വിവാഹമോചന സമയത്ത്, കുട്ടികളുടെ ഭാവി തീരുമാനി ക്കുന്നത്, മാതാപിതാക്കൾ തമ്മിലുള്ള ബന്ധവും പിതാവിന്റെ സ്വഭാവ വുമാണ്. നല്ല മനസ്സുള്ള പുരുഷനാണെങ്കിൽ കുട്ടികളെ അമ്മയിൽ നിന്നും അകറ്റരുത് എന്ന് പറഞ്ഞാൽ മനസ്സിലാകും. വിവാഹമോചന സമയത്ത് കുട്ടികളുടെ മേൽ അവകാശം പറയുവാൻ അമ്മയ്ക്ക് യാതൊരു അധികാരവുമില്ല. എന്നാൽ ഷരിയ നിയമങ്ങളനുസരിച്ച് പെൺ കുട്ടികൾ പ്രായപൂർത്തിയാകുന്നതുവരേക്കും അമ്മയോടൊപ്പമാകണ മെന്നും പറയുന്നുണ്ട്. കുട്ടികൾ പ്രായപൂർത്തിയാകുന്ന പ്രായം എന്നത് ഷരിയ നിയമമനുസരിച്ച് ചില മുസ്ലീം രാജ്യങ്ങളിൽ ഏഴുവയസ്സാണെ ങ്കിൽ മറ്റു ചില രാജ്യങ്ങളിൽ ഒമ്പത് വയസ്സാണ്. അതുപോലെ തന്നെ ആൺകുട്ടികളെ ഏഴ് വയസ്സുവരേയും അമ്മയോടൊപ്പം താമസിപ്പിക്കാം എന്നും പറയുന്നുണ്ട്. ഇത് നിയമമാണ്. എങ്കിലും പിതാവ് അവകാശം ഉന്നയിച്ചാൽ പിന്നെ അമ്മയ്ക്ക് തന്റെ കുഞ്ഞുങ്ങളെ കാണാൻ പോലും അനുവാദമുണ്ടാകുകയില്ല. പുരുഷാധിപത്യം നിലനിൽക്കുന്ന ഈ സമ്പ്രദായത്തിൽ ഇക്കാര്യത്തിൽ സ്ത്രീക്ക് അനുകൂലമായി വിധി യെഴുതുന്ന കോടതികൾ അത്യപൂർവ്വമാണ്.

ദലാളിന്റേയും സഹോദരിമാരുടേയും കാര്യത്തിൽ പിതാവ് കുട്ടി കളുടെ അമ്മയെ കുട്ടികളെ കാണുന്നതിൽ നിന്നും പൂർണ്ണമായും വിലക്കി യിരുന്നു. അതുകൊണ്ട് തന്നെ ഈ മൂന്ന് സഹോദരിമാരും പിതാവിന്റെ ഔദാര്യത്തിലായിരുന്നു. അയാളുടെ ഹൃദയത്തിൽ ഏറ്റവും ക്രൂരമായ പക മാത്രമേ ഉണ്ടായിരുന്നുള്ളൂ.

വിവാഹമോചനമുണ്ടായ ഉടൻ തന്നെ പിതാവ് ഈ മൂന്ന് പുത്രി മാരേയും സ്കൂളിൽ പോകുന്നതിൽ നിന്നും വിലക്കി. അവരെ വീട്ടില ടച്ചു. സ്കൂൾ അധികാരികൾ അയാളെ സമീപിച്ച് കുട്ടികളെ സ്കൂളില യയ്ക്കണമെന്ന് അഭ്യർത്ഥിച്ചുവെങ്കിലും അയാൾ അത് അനുസരിച്ചില്ല. അവർ പഠിച്ചതുകൊണ്ട് യാതൊരു പ്രയോജനവുമില്ലെന്നായിരുന്നു ആ പിതാവിന്റെ വാദം.

പിന്നെ മാസങ്ങളോളം ഈ സഹോദരിമാരെ ആരും കണ്ടില്ല. അവർ സ്കൂളിൽ വന്നില്ല. വീട്ടിലെ തൊടിയിൽ അവർ ഓടിക്കളിക്കുന്നത് ആരും കണ്ടിട്ടില്ല.

അവരെ പിതാവ് ചങ്ങലക്കിട്ടിരിക്കുകയായിരുന്നു. അതിനാലാണ് ആരും അവരെ കാണാതിരുന്നത്.

ദലാളിന്റെ മരണശേഷമാണ് കഥകൾ ലോകമറിയുന്നത്. പിതാവ് വീടിന് വെളിയിൽ പോകുമ്പോഴെല്ലാം അയാൾ കുട്ടികളെ വീടിനുള്ളിൽ ചങ്ങലയ്ക്കിടുമായിരുന്നു. വളർത്തുമൃഗങ്ങളെ ചങ്ങലയ്ക്കിടുന്നതു പോലെ. രണ്ടുപേരെ രണ്ട് ജനവാതിലുകളിലും ദലാളിനെ വാതിലിലു മാണ് ചങ്ങലയ്ക്കിട്ടിരുന്നത്. പിതാവ് എപ്പോൾ തിരികെയെത്തുന്നുവോ അതുവരേക്കും അവ ഇങ്ങനെ ചങ്ങലയിൽ ഞാന്ന് കിടക്കും. ഇങ്ങനെ ബന്ധികളാക്കി വച്ചിരുന്ന സമയത്ത് ഈ കുട്ടികൾക്ക് ഭക്ഷണമോ വെള്ളമോ ലഭിക്കില്ലായിരുന്നു. ശൗചാലയത്തിൽ പോകാനാകില്ലായി രുന്നു. ഒന്ന് ഇരിക്കാൻ പോലുമാകില്ലായിരുന്നു.

അങ്ങനെയിരിക്കെ ഒരു ദിവസം പിതാവിന്റെ കോപത്തിനതിരില്ലാ തായി. അയാൾ ദലാളിന്റെ കഴുത്തിൽ ചങ്ങല ചുറ്റിക്കെട്ടി വീടുവിട്ടു. ദലാളിന് സാവധാനത്തിൽ ശ്വാസം മുട്ടുവാൻ തുടങ്ങി. അന്ന് സായാ ഹ്നത്തിൽ അയാൾ തിരികെ വന്നപ്പോഴും ദലാൾ അവിടെ തൂങ്ങിക്കിട ക്കുന്നുണ്ടായിരുന്നു. ഒരു വ്യത്യാസം മാത്രം. അപ്പോൾ അവളുടെ ശരീര ത്തിൽ ജീവനില്ലായിരുന്നു.

ക്രൂരനായ ഈ സൗദി പിതാവ് ആദ്യം കള്ളം പറഞ്ഞു. ദലാൾ ഊഞ്ഞാലാടുകയായിരുന്നു എന്നും അതിനിടയിൽ ചങ്ങല കഴുത്തിൽ കുടുങ്ങി മരിച്ചുപോയതാണെന്നുമായിരുന്നു അയാളുടെ ഭാഷ്യം. പിന്നെ അധികം താമസിയാതെ അയാൾ സത്യം സമ്മതിച്ചു. തന്റെ മകളെ താൻ കൊന്നതാണെന്ന് ഇത് സമ്മതിച്ചപ്പോൾ അതിൽ അയാൾ അഭിമാനം കൊള്ളുന്നതുപോലെ തോന്നി. സർക്കാറിനെ അയാൾക്ക് ഭയമൊട്ടുമില്ലാ യിരുന്നു. സൗദിയിൽ ഒരു പുരുഷന് തന്റെ ഭാര്യയേയോ പുത്രിയേയോ കൊന്നാൽ വലിയ ശിക്ഷയൊന്നും ലഭിക്കുക പതിവില്ല. ഏറ്റവും കൂടി യാൽ കുട്ടിയുടെ അമ്മയ്ക്ക് അയാൾ ഒരു തുക പകരം നൽകും, അതും ഉറപ്പൊന്നുമില്ല. അല്ലെങ്കിൽ ഏതാനും മാസം ജയിൽ കഴിയും. അതിനും ഉറപ്പില്ല. കുറ്റവിമുക്തനാകുവാൻ അയാൾ ചെയ്യേണ്ടത് തന്റെ മകൾ കുടുംബത്തിനു ചീത്തപ്പേരുണ്ടാക്കി എന്ന് പറയുക മാത്രം. തന്റെ കുടുംബത്തിന്റെ സൽപ്പേര് കാത്തുസൂക്ഷിക്കുവാൻ ഏതറ്റംവരേയും പോകാൻ ഒരു പുരുഷന് അനുവാദമുണ്ട് എന്നാണ് വിശ്വാസം. അതേ സമയം കുടുംബത്തിന്റെ ഭാഗമായ പെൺകുട്ടിയുടെ ജീവന് യാതൊരു വിലയുമില്ല. പ്രത്യേകിച്ചും ദലാളിനെപ്പോലെയുള്ള ഒരു പെൺകുട്ടിയുടെ ജീവന്.

"അന-അമൽ - ഞാൻ അമൽ" എന്ന വാക്യം ഇന്ന് സൗദിയിലെ വീടു കളിലെല്ലാം സുപരിചിതമായിരിക്കുന്നു. അമൽ എന്ന ഒരു കൊച്ചുകുട്ടി യുമായി ബന്ധപ്പെട്ടതാണീ വാക്യം. ഇത് പല കുട്ടികളും അഭിമുഖീ കരിച്ചുകൊണ്ടിരിക്കുന്ന അപകടങ്ങളിലേക്കും സ്ത്രീകൾക്ക് നീതി ലഭി ക്കാനുള്ള ബുദ്ധിമുട്ടുകളിലേക്കും വിരൽ ചൂണ്ടുന്നതാണ്.

സൗദി അറേബ്യയിൽ സംഭവിച്ചിട്ടുള്ളതിൽ വച്ച് ഏറ്റവും ക്രൂരവും ഭീകരവുമായ പീഡന കഥയാണ് അമലിന്റേത്. അഞ്ചുവയസ്സുകാരിയായിരുന്നു അവൾ. ആ പ്രായത്തിലുള്ള മറ്റ് കുട്ടികളെപ്പോലെ കളിച്ച് ചിരിച്ച് നടക്കുകയായിരുന്നു. അമ്മയേയും അച്ഛനേയും ഒരുപോലെ വളരെയധികം സ്നേഹിച്ചിരുന്ന ഒരു കുട്ടിയായിരുന്നു അവൾ.

ഒരു അഞ്ചുവയസ്സുകാരി മറ്റുള്ളവരേക്കാൾ കൂടുതലായി പീഡനത്തിനിരയാകുവാൻ സാധ്യതയുണ്ട് എന്നാണ് അമലിന്റെ ദുഃഖകഥ. അമ്മയ്ക്ക് എപ്പോഴും കുട്ടിയുടെ അടുത്തിരിക്കുവാനാകില്ല. വിവാഹമോചിതരായവരുടെ കുട്ടികളെല്ലാവരും ചിലപ്പോഴെങ്കിലും പിതാവിനോടൊപ്പം ഒറ്റയ്ക്ക് ഇത്തിരി സമയം ചിലവിടേണ്ടതായി വരും. മിക്ക സൗദി പിതാക്കളും തങ്ങളുടെ മക്കളെ സ്നേഹിക്കുകയും സംരക്ഷിക്കുകയും ചെയ്യുന്നുണ്ടെങ്കിലും തികച്ചും ക്രൂരവും രാക്ഷസീയമായ പെരുമാറ്റ ശീലങ്ങളുള്ളവരും ഇടയ്ക്ക് തലപൊക്കാറുണ്ട്. അതിലൊന്നാണ് അമലിന്റെ പിതാവ്. ഇത്തരത്തിലുള്ള ഒരു വ്യക്തി തന്റെ മകളെ മർദ്ദിക്കുവാനും ബലാത്സംഗത്തിനിരയാക്കുവാനും തുനിയുമ്പോൾ ആ കൊച്ചുകുട്ടിക്ക് പ്രതിരോധിക്കുവാനാകില്ല. കേവലം അഞ്ചുവയസ്സ് മാത്രം പ്രായമുള്ള അമലിന് ഇത്രയും ആരോഗ്യമുള്ള ഒരു പുരുഷനെ തടയാനോ തന്നെ പ്രതിരോധിക്കുവാനോ ആകുമായിരുന്നില്ല.

ഫാഹിം എന്നായിരുന്നു ആ പിതാവിന്റെ പേര്. അയാൾ മയക്കുമരുന്നിനടിമയായിരുന്നു. നല്ല ആകാരമുള്ളവനായിരുന്നു. ആക്രമണോത്സുകതയും ക്രൂരതയും എന്നും കൂടെപ്പിറപ്പായിരുന്നു. ഇതെല്ലാം സഹിക്കവയ്യാതായപ്പോഴാണ് അമലിന്റെ അമ്മ വിവാഹമോചനം ആവശ്യപ്പെട്ടത്. കിഴക്കൻ പ്രവിശ്യകളിൽ പെടുന്ന ദമാമിലെ ഒരു കോടതിയിലാണവർ ഈ ആവശ്യവുമായി എത്തിയത്. അമലിന്റെ അമ്മയ്ക്ക് കോടതി വിവാഹമോചനം അനുവദിച്ചു. ഇതുതന്നെ എന്റെ രാജ്യത്തെ സംബന്ധിച്ചിടത്തോളം ഒരു ചെറിയ അദ്ഭുതമായിരുന്നു. നിയമപരമായി കുട്ടിയുടെ രക്ഷാകർതൃത്വം പിതാവിനായിരുന്നു. അത് നാട്ടിലെ നിയമമാണ്. എങ്കിലും ഏഴ് വയസ്സ് തികയുന്നത് വരേക്കും അമ്മയുടെ കൂടെ താമസിക്കുവാൻ കുട്ടിക്ക് കോടതി അനുമതി നൽകിയിരുന്നു.

ഷരിയ നിയമമനുസരിച്ച് പെൺകുട്ടികൾക്ക് ഏഴുവയസ്സാകുന്നത് വരേക്കും അമ്മയുടെ സംരക്ഷണത്തിൽ താമസിക്കാം. എന്നാൽ ഇതിന് പിതാവ് അനുമതി നൽകാത്ത അനേകം കേസുകളുണ്ടായിട്ടുണ്ട്. ചിലപ്പോൾ നവജാത ശിശുക്കൾക്ക് വരെ ഇങ്ങനെ അനുമതി നിഷേധിക്കപ്പെട്ടിട്ടുണ്ട്. പിതാവ് അനുവദിച്ചില്ലെങ്കിൽ അമ്മയ്ക്കോ കുഞ്ഞിനോ നീതി ലഭിക്കണമെന്ന ആഗ്രഹത്തോടെ കോടതി പ്രവർത്തിക്കാറില്ല, കേസ് തുടരാറില്ല.

അമലിന്റെ അച്ഛന് അമലിനെ കാണാൻ കോടതി അനുമതി നൽകി. ഒരു സന്ദർശനത്തിൽ രണ്ടാഴ്ച വരെ അമലിനെ പിതാവിനോടൊപ്പം താമസിപ്പിക്കാം എന്നായിരുന്നു വിധി. ഏഴുവയസ്സ് വരെ ഇത് തുടരാം.

ഏഴുവയസ്സ് തികഞ്ഞാൽ പിന്നെ അമലിന്റെ പൂർണ്ണ സംരക്ഷണ ചുമതല പിതാവിനാകും. ദുഃഖകരമെന്ന് പറയട്ടെ, ഏഴ് വയസ്സ് തികയാൻ അമൽ കാത്തിരുന്നില്ല.

വിവാഹമോചനം നേടി കുറച്ച് കാലം കഴിഞ്ഞപ്പോൾ ഫാഹിം തന്റെ പ്രവൃത്തികളിൽ ദുഃഖം പ്രകടിപ്പിക്കുകയും താനിനിയും മയക്കുമരുന്ന് ഉപയോഗിക്കുകയില്ലെന്ന് ഉറപ്പുപറയുകയും ചെയ്തുകൊണ്ട് അമലിന്റെ അമ്മയോട് തന്നെ പുനർവിവാഹം ചെയ്യണം എന്ന് അഭ്യർത്ഥിച്ചു. എന്നാൽ ഈ വാക്കുകൾ പൊളിയായിരുന്നു. വീണ്ടും വിവാഹിതരായപ്പോഴാണ് അമലിന്റെ അമ്മയ്ക്ക് ഇത് മനസ്സിലായത്. അമലിന്റെ അമ്മ വീണ്ടും വിവാഹമോചനത്തിനഭ്യർത്ഥിച്ചു. കോടതി വീണ്ടും അനുമതി നൽകി. അമലിന്റെ കാര്യത്തിൽ രക്ഷാകർതൃത്വം പിതാവിനും ഏഴു വയസ്സുവരെ സംരക്ഷണ ചുമതല അമ്മയ്ക്കും കോടതി വീണ്ടും അനുവദിച്ചു.

അധികം താമസിയാതെ ഫാഹിം വിവിധ ടെലിവിഷൻ ചാനലുകളിൽ മതപ്രഭാഷകനായി പ്രത്യക്ഷപ്പെട്ടു തുടങ്ങി. താൻ മയക്കുമരുന്നിൽ നിന്നും വിമുക്തനായതെങ്ങനെ എന്നതിന്റെ സാക്ഷ്യം അയാൾ വികാരനിർഭരനായി ടെലിവിഷനിലൂടെ അവതരിപ്പിച്ചുതുടങ്ങി. താനിന്ന് ഒരു മുസ്ലീം മൗലവിയാണെന്നും ഇന്ന് ഒരു പുതിയ മനുഷ്യനാണെന്നും അവകാശപ്പെടുവാൻ തുടങ്ങി. അയാൾക്ക് അനുയായികളുണ്ടാകാനും. അവർക്ക് ഈ മനുഷ്യനെ വിശ്വസിക്കാമെന്നും പ്രകീർത്തിക്കാമെന്നും കരുതി.

ഫാഹിം തന്റെ മകളെ കാണാൻ ആഗ്രഹമൊന്നും പ്രകടിപ്പിച്ചില്ലെങ്കിലും അമലിന്റെ അമ്മ നിയമം അനുശാസിക്കുന്നതനുസരിച്ച് കുഞ്ഞിനെ രണ്ടാഴ്ചത്തെ സന്ദർശനത്തിനായി പിതാവിന്റെ സമീപത്തേക്കയച്ചു. കോടതിയുടെ വിധി അതായിരുന്നുവല്ലോ. അമലിന്റെ പിതാവിനോടൊപ്പം അപ്പോൾ പിതാവിന്റെ പുതിയ ഭാര്യയുമുണ്ടായിരുന്നു, അതായത് അമലിന്റെ രണ്ടാനമ്മ.

പ്രത്യേകിച്ച് ഒന്നും സംഭവിക്കാതെ മൂന്ന് സന്ദർശനങ്ങൾ കടന്നുപോയി. കുഞ്ഞിന് തന്റെ പിതാവിന്റെ പുതിയ വീട്ടിൽ സുരക്ഷിതത്വം തോന്നിത്തുടങ്ങി എന്ന് അമലിന്റെ അമ്മ പറയുന്നു. എന്നു മാത്രമല്ല പിതാവിനെ സന്ദർശിക്കുവാനുള്ള അവസരം കാത്തിരിക്കുവാനും തുടങ്ങി.

അമലിന്റെ പിതാവ് റിയാദിലേക്ക് താമസം മാറ്റിയതിനു ശേഷം വളരെക്കാലം അയാളിൽ നിന്ന് ഒരു വിവരവും ലഭിച്ചില്ല. അടുത്ത സന്ദർശനത്തിനുള്ള സമയമായി. അമലിന്റെ അമ്മ കോടതിവിധി മാനിക്കുവാനും അനുസരിക്കുവാനുമായി കുഞ്ഞിനെ റിയാദിലേക്ക് കൊണ്ടുപോയി.

എന്നാൽ ഈ സന്ദർശനത്തിൽ കാര്യങ്ങൾ ആകെ തകിടം മറിഞ്ഞു. ഫാഹിം അപ്പോഴേക്കും വീണ്ടും മയക്കുമരുന്ന് ഉപയോഗിക്കുവാൻ തുടങ്ങിയിരുന്നു എന്നു തോന്നുന്നു. അല്ലെങ്കിൽ അയാളിലുണ്ടായിരുന്ന ചീത്തത്തങ്ങൾ വീണ്ടും അയാളെ കീഴ്പ്പെടുത്തിയിട്ടുണ്ടാകാം.

രണ്ടാഴ്ച കഴിഞ്ഞ് തന്റെ മകളെ വിട്ടുതരാൻ അമലിന്റെ അമ്മ ആവശ്യപ്പെട്ടപ്പോൾ അതിനാകില്ലെന്ന് ഫാഹിം പറഞ്ഞു. അമൽ അമ്മയെ മറക്കുവാൻ വേണ്ട നടപടികൾ താൻ കൈക്കൊള്ളുമെന്നും ഫാഹിം അറിയിച്ചു. അതേ സമയം അമൽ ഫോൺ കൈയിലെടുത്തു. എനിക്ക് അമ്മയെ വലിയ ഇഷ്ടമാണ്. എന്നും അമ്മയ്ക്ക് വേണ്ടി ഞാൻ പ്രാർത്ഥിക്കും എന്നും പറഞ്ഞു.

തന്റെ മുൻഭർത്താവ് അപകടകരമായ രീതിയിൽ വീണ്ടും മയക്കുമരുന്നുകൾ ഉപയോഗിക്കുവാൻ തുടങ്ങിയിരിക്കുന്നു എന്ന് അമലിന്റെ അമ്മയ്ക്ക് മനസ്സിലായില്ല. അതിനോടൊപ്പം തന്റെ അഞ്ചുവയസ്സുള്ള മകൾക്ക് അപ്പോഴേക്കും കന്യകാത്വം നഷ്ടപ്പെട്ടിരിക്കുന്നു എന്നും. ഒരു സൗദി പിതാവിനെ സംബന്ധിച്ചിടത്തോളം അയാൾക്ക് സംഭവിക്കാവുന്ന ഏറ്റവും ഭയാനകമായ അപകീർത്തി തന്റെ മകളുടെ കന്യകാത്വം വിവാഹത്തിനു മുമ്പ് നഷ്ടപ്പെടുക എന്നതായിരുന്നു. അതിനാൽ ഈ കുറ്റത്തിന് അമലിനെ ശിക്ഷിക്കാൻ അവളുടെ പിതാവ് തീരുമാനിച്ചു. അയാൾ കുഞ്ഞിനെ പീഡിപ്പിക്കുവാൻ തുടങ്ങി. അവളെ ശരീരത്തിന്റെ എല്ലാ ദ്വാരങ്ങളിലൂടേയും ബലാത്സംഗം ചെയ്യുവാനും തുടങ്ങി. അവളെ മർദ്ദിച്ചു. തല തല്ലിപ്പൊട്ടിച്ചു. വാരിയെല്ലുകൾ തല്ലിപ്പൊട്ടിച്ചു. കൈയിന്റെ അസ്ഥികൾ തല്ലിപ്പൊട്ടിച്ചു. മലദ്വാരം തകർത്തു. രക്തം നിലയ്ക്കാതെ പ്രവഹിച്ചപ്പോൾ അവിടെ ചൂട് വച്ചു.

അമലിനെ അയാൾ ഇങ്ങനെ ബലാത്സംഗത്തിന്നിരയാക്കുകയും ചെയ്തു കൊണ്ടിരുന്നതിനിടയിൽ ഫാഹിം അവളുടെ നട്ടെല്ലും തകർത്തു.

എന്നിട്ടും അമൽ മരിച്ചില്ല.

ഈ സമയം അമലിന്റെ രണ്ടാനമ്മ എവിടെയായിരുന്നു? അവർ ഇതെല്ലാം കണ്ടുകൊണ്ട് നിൽക്കുകയായിരുന്നോ? അതോ ഫാഹിമിനോടൊപ്പം അമലിനെ പീഡിപ്പിക്കുകയോ? അവർ എന്തുകൊണ്ട് പൊലീസിനെ വിവരമറിയിച്ചില്ല? കുഞ്ഞിനെ രക്ഷിക്കുവാൻ എന്തുകൊണ്ട് ശ്രമിച്ചില്ല? ഈ ചോദ്യങ്ങൾക്കൊന്നും ഉത്തരം ഇതുവരേയും ലഭിച്ചിട്ടില്ല.

അമൽ മരിച്ചുകൊണ്ടിരിക്കുകയാണെന്ന് ഉറപ്പാകുന്നതുവരേക്കും ഈ പീഡനം തുടർന്നുകൊണ്ടിരുന്നു.

ഇത്രയുമായപ്പോൾ അയാൾ അമലിനെ റിയാദിലെ ഒരു ആശുപത്രിയിൽ പ്രവേശിപ്പിച്ചു. അവിടെയെത്തിയിട്ടും അയാൾക്ക് താൻ ചെയ്തതിനെപറ്റി പശ്ചാത്താപമോ ലജ്ജയോ തോന്നിയില്ല. എന്നാൽ കുഞ്ഞിന്റെ ശരീരം കണ്ട ആശുപത്രി ജീവനക്കാർ ആശ്ചര്യപ്പെട്ടു, ഭയന്നു. സൗദി അറേബ്യയിലെ ഒരു കോടതിയും ഇതിനനുയോജ്യമായ, തക്കതായ, ഒരു ശിക്ഷ തനിക്ക് വിധിക്കുകയില്ലെന്ന് അയാൾക്ക് നല്ല ബോധ്യമുണ്ടായിരുന്നു. കാരണം ആ പെൺകുട്ടിയുടെ പിതാവാണ് അയാൾ! ഇത്തരം ക്രൂരകൃത്യങ്ങൾക്കുള്ള ശിക്ഷ എപ്പോഴും സൗദി നിയമങ്ങൾക്കനുസരിച്ച് മാത്രമാണ്. സ്വന്തം കുട്ടികളെ കൊന്നു എന്ന കുറ്റത്തിന് ഒരു പിതാവിനെ വധശിക്ഷയ്ക്ക് വിധേയമാക്കുവാനാകില്ല എന്നാണാ

നിയമം. അതുപോലെ ഭാര്യയെ കൊന്ന കുറ്റത്തിന് ഭർത്താവിനും വധ ശിക്ഷ ലഭിക്കുകയില്ല.

സൗദി കോടതികളുടെ കണ്ണിൽ അമലിന് യാതൊരു മൂല്യവുമുണ്ടാകില്ല - അവൾ ഒരു പെൺകുട്ടി മാത്രമാണല്ലോ!

അമൽ മാസങ്ങളോളം ബോധരഹിതയായി, കോമയിൽ, കഴിഞ്ഞു. പിന്നെ മരിച്ചു. അവൾ നേരിട്ട ക്രൂരതകളെ ലോകത്തിലെ ഒരു ഭാഷയിലും വിവരിക്കുവാനാകില്ല.

കോടതി നടപടികളിൽ പല വഴിപിരിച്ചിലുകളുമുണ്ടായി. പല നാടകീയതകളുമുണ്ടായി. ഈ സംഭവം കാടത്തത്തേക്കാൾ ക്രൂരമായിരുന്നു. അതുകൊണ്ട് തന്നെ സൗദി ജനത അവരുടെ അഭിപ്രായം തുറന്ന് പ്രകടിപ്പിച്ചു. പലരും ഉച്ചത്തിൽ തന്നെ പറഞ്ഞു. ഇത് പിതാവിനെ വിചാരണ ചെയ്യുന്ന കോടതിയുടെ മനോഭാവത്തിൽ ഇത്തിരി വ്യത്യാസമുണ്ടാക്കി. വിധിയിലും മാറ്റമുണ്ടായി.

ഫാഹിമിനോട് കുഞ്ഞിന്റെ അമ്മയ്ക്ക് ബ്ലഡ് മണി നൽകണമെന്ന് കോടതി ആവശ്യപ്പെട്ടു. ഏതാനും മാസത്തെ ജയിൽശിക്ഷയും വിധിക്കപ്പെട്ടു. ബ്ലഡ് മണിയാണ് ഇതിനുള്ള ശരിയായ ശിക്ഷ എന്നായിരുന്നു കോടതിയുടെ നിഗമനം. അതിനോടൊപ്പം ഫാഹിം ജയിലിൽ കഴിയുന്ന ഏതാനും മാസങ്ങൾ ആ കുഞ്ഞിനെ ബലാത്സംഗം ചെയ്തു കൊന്നു എന്ന കുറ്റത്തിനുള്ള ശിക്ഷയുമായി എന്നും കോടതി പറഞ്ഞു. കോടതിയുടെ മറ്റൊരു വാചകം അരോചകമായിരുന്നു. ഫാഹിമിന് തന്റെ മകളെ കൊല്ലുവാനുള്ള ഉദ്ദേശ്യമില്ലായിരുന്നു. എന്നുവച്ചാൽ ഇത്രയും ക്രൂരമായ മർദ്ദനവും പീഡനവും ബലാത്സംഗവും കോടതിയുടെ കണ്ണിൽ ഒരു കുറ്റമേയല്ല എന്ന്!

ഇത് രാജ്യത്തെ ജനങ്ങളെ പ്രകോപിപ്പിച്ചു. ഇത്രയും ലളിതമായ ഒരു ശിക്ഷ ഇത്തരം നടപടികൾ പ്രോത്സാഹിപ്പിക്കുന്നതിനു തുല്യമാണെന്ന് പലരും കരുതി. പല പിതാക്കന്മാരും ഇതേ പാത പിന്തുടരും എന്ന അഭിപ്രായമുണ്ടായി. ഗാർഹിക പീഡനങ്ങൾക്ക് തടയിടുവാൻ മതിയായ നിയമങ്ങളുണ്ടായില്ലെങ്കിൽ അത് വർദ്ധിക്കുകയേയുള്ളൂ എന്നറിയുവാൻ സാമാന്യബുദ്ധി മതി.

പൊതുജനങ്ങൾ ഒന്നടങ്കം ശബ്ദമുയർത്തിയപ്പോൾ ഫാഹിമിനെ വീണ്ടും കോടതിയിൽ ഹാജരാക്കി. 'ഹവ്താത് ബാനി തമീം' എന്ന സ്ഥലത്തെ ജഡ്ജി ഇതിനെ കുറച്ചുകൂടി ഗൗരവമായി കണ്ടു. റിയാദിന്റെ തെക്കുഭാഗത്താണീ സ്ഥലം. ആദ്യത്തെ വിധി വല്ലാതെ ലളിതമായി എന്നും ഫാഹിമിന്റെ ശിക്ഷ എട്ട് വർഷം തടവും 800 ചാട്ടയടിയുമായി വർദ്ധിപ്പിക്കുന്നു എന്നും വിധി വന്നു. തന്റെ മകളെ ബലാത്സംഗം ചെയ്ത് കൊന്നതിനുള്ള ശിക്ഷയാണിത്. ഇതിനോടൊപ്പം അമലിന്റെ രണ്ടാനമ്മയ്ക്ക് പത്ത് മാസം തടവും 150 ചാട്ടയടിയും ശിക്ഷയായി ലഭിച്ചു. അമലിനെ ബലാത്സംഗം ചെയ്തതും പീഡിപ്പിച്ചതും സമയത്തിന് പൊലീസിനെ അറിയിച്ചില്ല എന്ന കുറ്റത്തിനാണിത്!

ഈ വിധി വന്നതിനുശേഷം അമലിന്റെ അമ്മ ബ്ലഡ് മണി സ്വീകരിക്കുവാൻ തീരുമാനിച്ചു. അപ്പോൾ ഈ ബ്ലഡ് മണിയും ഫാഹിം ജയിലിൽ കഴിഞ്ഞ നാലുമാസവും ഈ കുറ്റത്തിന് മതിയായ ശിക്ഷയായി എന്ന് കോടതി തീരുമാനിച്ചു.

സൗദി അറേബ്യയിലെ പൊതുജനം വീണ്ടും മുറവിളി കൂട്ടി. അപ്പോൾ കോടതി വീണ്ടും കേസ് പരിഗണിക്കുവാൻ തയ്യാറായി. ആ കേസ് ഇപ്പോൾ തുടർന്നുകൊണ്ടിരിക്കുകയാണ്. ഇതിന്റെ വിധി എന്താകുമെന്ന് നമുക്കറിയില്ല. എല്ലാ ശാന്തമാകുമ്പോൾ ഈ പിതാവിനെ കുറ്റവിമുക്തനാക്കി ജയിലിൽ നിന്നും പറഞ്ഞയയ്ക്കും എന്ന് പൊതുജനം വിശ്വസിക്കുന്നു. മറ്റു ക്രൂരകുറ്റവാളികളെപ്പോലെ ഇയാൾക്കും വലിയ ശിക്ഷയൊന്നുമില്ലാതെ തന്റെ ജീവിതം തുടരുവാനാകും.

സൗദി പൗരന്മാർ മാറ്റം വേണമെന്ന് ആവശ്യപ്പെടുന്നുണ്ടെങ്കിലും ഈ പിതാവിനെ കുറ്റവിമുക്തനാക്കുകയാണെങ്കിൽ, സൗദിയിലെ സ്ത്രീകളോടും കുട്ടികളോടും ചെയ്യുന്ന ഏറ്റവും വലിയ അന്യായമാകും അത്. ഈ അന്യായം ഇന്ന് വലിയൊരു പാറക്കല്ലുപോലെ സൗദി സ്ത്രീകളുടേയും കുട്ടികളുടേയും മേൽ അമർന്നിരിക്കുകയാണ്.

സൗദിയിലെ അനേകം സ്ത്രീകളെപ്പോലെ ഞാനും അമലിനെ മറക്കില്ല. അതുപോലെ ഒരു സ്ത്രീ നേരിടേണ്ടി വരുന്ന അധിക്ഷേപങ്ങളേയും മറക്കില്ല. "മരിച്ചവരുടെ പേരു ചൊല്ലൂ, അവർ ഉയർത്തെഴുന്നേൽക്കും" എന്നത് ഈജിപ്തിലെ ഒരു പഴമൊഴിയാണ്. ഞാൻ എന്നും കണ്ണാടിയിൽ നോക്കി അമലിനെ ഓർക്കുന്നു. അവളുടെ പുഞ്ചിരിക്കുന്ന നിഷ്കളങ്ക മുഖം കാണുന്നു. അവൾ വളർന്ന് വലുതായി സമൂഹത്തിന് ഉപകാരപ്രദയായ ഒരു വനിതയാകുന്നത് കാണുന്നു. എന്നിട്ട് "അന അമൽ – ഞാൻ അമൽ" എന്ന് ഉരുവിടുന്നു.

നിങ്ങളും അത് ചെയ്യണം എന്ന് ഞാൻ അഭ്യർത്ഥിക്കുന്നു.

"അന അമൽ – ഞാൻ അമൽ."

ഞാൻ എന്നും ഒരുതവണയെങ്കിലും അമലിന്റെ പേരുചൊല്ലും. ഞാൻ ജീവിച്ചിരിക്കുന്നിടത്തോളം കാലം എന്റെ മനസ്സിൽ, എന്റെ ഹൃദയത്തിൽ അമൽ ജീവിക്കും.

സമൂഹത്തിൽ ഇത്തരം ക്രൂരകുറ്റകൃത്യങ്ങൾ തുടർന്ന് കൊണ്ടിരിക്കുന്നതിനാൽ എന്റെ സൗദി അറേബ്യയിലെ ജനങ്ങളുടെ ഭാവി എത്ര എളുപ്പത്തിൽ ക്ഷതപ്പെടുത്താവുന്നതാണെന്നാലോചിച്ച് ഞാൻ നിരാശയാകുന്നു. ഈ കുറ്റകൃത്യങ്ങൾ ചെയ്തവർക്ക് തക്ക ശിക്ഷ ലഭിക്കാറില്ല. അതെന്നെ ദുഃഖിപ്പിക്കുന്നു. മറ്റുള്ളവരെ സഹായിക്കുവാനുള്ള എന്റെ ശ്രമങ്ങൾ പലപ്പോഴും വളരെ ചെറിയവയാണെന്ന് കാണാനാകും. അതൊന്നും അത്രയ്ക്ക് പ്രാധാന്യമർഹിക്കുന്നതല്ലെന്നും. ഞാനെത്ര ശ്രമിച്ചിട്ടും അതങ്ങനെ തന്നെ തുടരുന്നു. മുമ്പ് പറഞ്ഞത് പോലെ ഞാൻ വിജയങ്ങളോടൊപ്പം പരാജയങ്ങളും അറിഞ്ഞുകൊണ്ടേയിരിക്കുന്നു.

ഞങ്ങളുടെ നാട്ടിലെ നിയമങ്ങൾ മാറേണ്ടതുണ്ട്. സാംസ്കാരിക പാരമ്പര്യങ്ങൾ മാറേണ്ടതുണ്ട്. ഈ സാംസ്കാരിക പാരമ്പര്യങ്ങൾ ഞങ്ങളെ മധ്യകാല ശീലങ്ങളിലെക്ക് തിരികെ കൊണ്ടുപോകുന്നവ യാണ്. ആ മാറ്റങ്ങൾ എന്നെന്നും സ്വാഗതാർഹമായിരിക്കും. ഇന്ന് അവയുടെ ആഗമനം ഒരുപക്ഷേ വളരെ സാവധാനത്തിലായിരിക്കാം, അത്ര ഫലം നൽകാത്ത രീതിയിലായിരിക്കാം. എങ്കിലും ഞാനവയെ സ്വാഗതം ചെയ്യുന്നു. അതുകൊണ്ടു മാത്രമാണ് ഞാൻ സമത്വത്തിനുള്ള യുദ്ധം അവസാനിപ്പിക്കുവാൻ തയ്യാറല്ലാത്തത്.

ഇനിയും വളരെയേറെ ചെയ്യാനുണ്ട്. അതുകൊണ്ടാണ് പ്രിയ വായന ക്കാരെ, കണ്ണുനീരിനിയും ബാക്കിയുണ്ട് എന്ന് ഞാൻ പറയുന്നത്.

■

അനുബന്ധം

ശബ്ദസംഗ്രഹം

- അബായ: സൗദി സ്ത്രീകൾ അവരുടെ വസ്ത്രത്തിനു മീതെ ധരിക്കുന്ന ശരീരത്തിന്റെ നീളത്തിലുള്ള ഉടുപ്പ്
- അബു : അച്ഛൻ
- അൽ സഉദ് : സൗദി അറേബ്യ ഭരിക്കുന്ന കുടുംബം
- ബദു: അറേബ്യയിലെ ആദിമ വർഗ്ഗക്കാർ. ഇവർ നായാടിവർഗ്ഗത്തിലുള്ളവരാണ്.
- ധു അൽ ഹിജ്ജാഹ്: ഹിജറ വർഷത്തിലെ പന്ത്രണ്ടാമത്തെ മാസം
- ധു അൽ ക്വി'ദാഹ് : ഹിജറ വർഷത്തിലെ പതിനൊന്നാമത്തെ മാസം
- ഹാജി: മെക്കയിലേക്ക് തീർത്ഥാടനം നടത്തുന്ന/നടത്തിയ വ്യക്തി (ബഹുമാന സൂചകമായി ഉപയോഗിക്കുന്ന പദം)
- ഹജ്ജ്: തീർത്ഥാടനം. ഇസ്ലാമിന്റെ അഞ്ച് അടിസ്ഥാനങ്ങളിൽ ഒന്ന്. മിക്കവാറും എല്ലാ മുസ്ലീം വിശ്വാസിയുടേയും ജീവിതത്തിലെ ഏറ്റവും വലിയ അഭിലാഷം മക്കയിലേക്ക് ഒരു തീർത്ഥയാത്ര എന്നതാണ്. സാമ്പത്തികമായി കഴിവുള്ള എല്ലാ മുസ്ലീമുങ്ങളും ഈ തീർത്ഥാടനം നടത്തിയിരിക്കണമെന്ന് നിഷ്കർഷിച്ചിരിക്കുന്നു.
- ഹെജിറ : ഇസ്ലാം കലണ്ടർ. പ്രവാചകനായ മുഹമ്മദ് മെക്ക ഉപേക്ഷിച്ച് മദീനയിലേക്ക് പലായനം ചെയ്ത വർഷത്തിലാണിത് ആരംഭിക്കുന്നത്. (ക്രിസ്തുവർഷം 622)
- ഇബ്ൻ: "ഇന്നയാളുടെ മകൻ" (ഖാലിദ് ഇബ്ൻ ഫൈസൽ, ഫൈസലിന്റെ മകൻ).
- ഇഹ്റാം : ഹജ്ജ് സമയത്തെ ഒരു പ്രത്യേക കാലം. ഈ സമയത്തെ എല്ലാ മുസ്ലീങ്ങളും സാധാരണ ജീവിതത്തിൽ നിന്നും വ്യത്യസ്തമായി മതപരമായ കാര്യങ്ങളിൽ മാത്രം വ്യാപൃതരാകുന്നു.

- ഇമാം : സമൂഹപ്രാർത്ഥനകൾക്ക് നേതൃത്വം നൽകുന്ന വ്യക്തി. ഇദ്ദേഹം വെള്ളിയാഴ്ചകളിലെ പ്രാർത്ഥനകളിൽ ഭാഷണം നൽകാറുമുണ്ട്.
- ശിശുഹത്യ: ശിശുക്കളെ കൊല്ലുന്ന ശീലം. ഇസ്ലാമിനു മുമ്പുള്ള കാലങ്ങളിൽ ഈ രീതി അറേബ്യയിൽ വ്യാപകമായിരുന്നു. വീട്ടിൽ അധികമായി ജനിക്കുന്ന പെൺകുട്ടികളെയാണ് മിക്കപ്പോഴും ഇതിനിരയാക്കിയിരുന്നത്.
- ഇസ്ലാം: മുസ്ലീം മതവിശ്വാസം. പ്രവാചകനായ മുഹമ്മദ് പഠിപ്പിച്ച മാർഗ്ഗം. മൂന്ന് ഏകദൈവവിശ്വാസങ്ങളിൽ അവസാനത്തേതാണീ മതം.
- ക അബ: ഏറ്റവും പവിത്രമായ ഇസ്ലാം പള്ളി. എല്ലാ മുസ്ലീമുങ്ങൾക്കും ഇത് ഒരു വിശുദ്ധസ്ഥലമാണ്. മെക്കയിലെ വിശുദ്ധ പള്ളിയിലെ ഒരു ചെറിയ സ്ഥലമാണ് ക അബ. കറുത്ത കല്ലിനെ ആവരണം ചെയ്യുവാനായി നിർമ്മിച്ചിരിക്കുന്ന ഒരിടമാണിത്. ഇസ്ലാം വിശ്വാസപ്രകാരം ഏറ്റവും പവിത്രമാണീ കറുത്ത കല്ല്.
- ഖുർ ആൻ: പ്രവാചകനായ മുഹമ്മദിന് അള്ളാഹു അവതരിപ്പിച്ച വാക്കുകൾ ഉൾക്കൊള്ളുന്ന ഇസ്ലാം വിശ്വാസികളുടെ വിശുദ്ധ ഗ്രന്ഥം.
- ലാ: "ഇല്ല" എന്നതിന്റെ അറബി പദം.
- മഹ്റാം: ഒരു സ്ത്രീക്ക് വിവാഹം കഴിക്കുവാൻ പാടില്ലാത്ത അടുത്ത ബന്ധു. അച്ഛൻ, സഹോദരൻ അല്ലെങ്കിൽ അമ്മാവൻ. യാത്രകളിൽ അവർ സ്ത്രീകളോടൊപ്പമുണ്ടാകും.
- മക്ക: ഇസ്ലാം വിശ്വാസമനുസരിച്ച് ഏറ്റവും പ്രധാനപ്പെട്ട പുണ്യഭൂമി. അള്ളാഹു തന്റെ വചനങ്ങൾ പ്രവാചകന് പ്രത്യക്ഷപ്പെടുത്തിയത് ഇവിടെ വച്ചാണ്. എല്ലാ വർഷവും തീർത്ഥാടനത്തിനായി ദശലക്ഷക്കണക്കിന് മുസ്ലീം സമുദായ വിശ്വാസികൾ ഇവിടെയെത്തുന്നു.
- മദീന: ഇസ്ലാം വിശ്വാസമനുസരിച്ച് ഏറ്റവും പ്രധാനമായ രണ്ടാമത്തെ നഗരം. "പ്രവാചകന്റെ നഗരം എന്നും അറിയപ്പെടുന്നു." പ്രവാചകന്റെ അന്ത്യവിശ്രമസ്ഥാനം.
- സദാചാര പൊലീസ് (Committee for the Promotion of Virtue and Prevention of Vice) സദാചാരവിരുദ്ധമായ പ്രവൃത്തികൾ, ഇസ്ലാമിനെതിരായ കുറ്റകൃത്യങ്ങൾ, ഇസ്ലാം അനുശാസിക്കുന്നതിനെതിരായ പ്രവർത്തനങ്ങൾ എന്നിവ നടത്തുന്നു എന്ന് വിശ്വസിക്കുന്നവരെ അറസ്റ്റ് ചെയ്യുവാൻ അധികാരമുള്ള സൗദി അറേബ്യയിലെ മതാധികാരികൾ.
- മൗലവി : നിസ്കാര സമയത്ത് ബാങ്ക് വിളിക്കുന്ന വ്യക്തി

- മുസ്ലീം : 610 ൽ പ്രവാചകനായ മുഹമ്മദ് സ്ഥാപിച്ച മതത്തിൽ വിശ്വസിക്കുന്ന വ്യക്തി.
- മുത: ഇസ്ലാം വിശ്വാസികൾക്ക് അനുവദിച്ചിട്ടുള്ള ഒരു താത്കാലിക വിവാഹ സാമ്പ്രദായം
- മുതാവ: ഇസ്ലാമിലെ മത പൊലീസ്, സദാചാര പൊലീസ് എന്നും വിളിക്കുന്നു. സൗദി മതനിയമങ്ങൾ അനുസരിക്കാത്തവരെ തിരഞ്ഞു പിടിച്ച് അറസ്റ്റ് ചെയ്യുകയും ശിക്ഷിക്കുകയും ചെയ്യുന്നവർ.
- നജദ്: മദ്ധ്യഅറേബ്യയുടെ പാരമ്പര്യ നാമം. റിയാദ് ഈ പ്രദേശത്താണ്. ഇവിടെത്തെ നിവാസികൾ സാധാരണ നിലയിൽ യാഥാസ്ഥിതികരാണ്. അൽസഉദ് കുടുംബക്കാർ നജദിൽ നിന്നുള്ളവരാണ്.
- പർദ: സ്ത്രീകളെ വീട്ടിനകത്ത് അടച്ചിടുന്ന സമ്പ്രദായം. ഇങ്ങനെ സ്ത്രീകളെ താമസിപ്പിക്കുന്ന രീതി ചില മുസ്ലീം രാജ്യങ്ങളിൽ മാത്രമേയുള്ളൂ.
- റിയാൽ : സൗദി നാണയം
- ഷിയ: പ്രവാചകനായ മുഹമ്മദിന്റെ പിൻഗാമിയെ ചൊല്ലിയുണ്ടായ തർക്കത്തിനു ശേഷം ഭൂരിപക്ഷമായ സുന്നിയിൽ നിന്നും വിഘടിച്ച് പോയ മുസ്ലീം വിഭാഗം. രണ്ട് പ്രബല മുസ്ലീം വിഭാഗങ്ങളിൽ ഒന്ന്.
- സുന്ന : പ്രവാചകനായ മുഹമ്മദ് അനുശാസിച്ചതനുസരിച്ചുള്ള ഇസ്ലാമിക് വിശ്വാസ പാരമ്പര്യം.
- സുന്നി: ഇസ്ലാമിലെ യഥാസ്ഥിതിക ഭൂരിപക്ഷ വിഭാഗം. സൗദി അറേബ്യയിൽ 95 ശതമാനം പേരും സുന്നി വിഭാഗക്കാരാണ്. പാരമ്പര്യവാദികൾ എന്നാണീ വാക്കിന്റെ അർത്ഥം. രണ്ട് പ്രബല മുസ്ലീം വിഭാഗങ്ങളിൽ ഒന്ന്.
- തോബ്: സൗദി പുരുഷന്മാർ ധരിക്കുന്ന നീളമുള്ള, ഷർട്ട് പോലെയുള്ള ഒരു കുപ്പായം. പാരമ്പര്യ രീതിയിലുള്ള തോബ് വെളുത്ത പരുത്തി തുണികൊണ്ടുണ്ടാക്കുന്നതാണ്. എന്നാൽ തണുപ്പുകാലത്ത് പുരുഷന്മാർ ഇരുണ്ട വർണ്ണങ്ങളിലുള്ളവയും കട്ടിയുള്ള തുണി കൊണ്ടുണ്ടാക്കിയവയും ഉപയോഗിക്കാറുണ്ട്. (ഒരു ആൺകുട്ടി നടന്നു തുടങ്ങിയാലുടൻ തോബും ശിരോവസ്ത്രവും അവനെ ധരിപ്പിച്ച് തുടങ്ങും).
- ഉം അൽ ക്വാറ : "എല്ലാ നഗരങ്ങളുടേയും മാതാവ്" അല്ലെങ്കിൽ "അനുഗൃഹീത നഗരം" അതായത് മക്ക.
- ഉംറ : മക്കയിലേക്ക് ഇസ്ലാം വിശ്വാസികൾ നടത്തുന്ന ഒരു ഹ്രസ്വ തീർത്ഥാടനം. ഇത് വർഷത്തിന്റെ ഏത് സമയത്തും നടത്താവുന്നതാണ്.

- സ്ത്രീകൾക്കായുള്ള മുറി : തന്റെ ഭർത്താവിന്റെ, അച്ഛന്റെ അല്ലെങ്കിൽ സഹോദരന്റെ, ആഗ്രഹങ്ങൾക്ക് വിരുദ്ധമായി പ്രവർത്തിക്കുന്ന സ്ത്രീയെ അടച്ചിടുന്ന മുറി. ഈ ശിക്ഷ ഹ്രസ്വകാലത്തേക്കോ ആയുഷ്കാലം മുഴുവനുമോ ആയേക്കാം.
- സക്കാത്ത് : ഇസ്ലാം വിശ്വാസത്തിന്റെ മൂന്നാമത്തെ നിയമം. ഇതനുസരിച്ച് തന്റെ സമ്പാദ്യത്തിന്റെ ഒരംശം നിർബന്ധമായും ദരിദ്രർക്ക് വിതരണം ചെയ്യണം. ■

www.ingramcontent.com/pod-product-compliance
Lightning Source LLC
LaVergne TN
LVHW090227051026
849517LV00001B/218
* 9 7 8 9 3 8 7 3 3 1 0 3 7 *